மலேசியாவிலுள்ள பினாங்கில் பிறந்த மருத்துவர் ஆங்க் ஸ்வீ சாய் வளர்ந்ததும் படித்ததும் சிங்கப்பூரில். 1977ஆம் ஆண்டிலிருந்து பிரிட்டனில் வசிக்கிறார். மருத்துவத்தில் முதுநிலைப் பட்டம் பெற்றவர். பிரிட்டன் ராயல் காலேஜ் ஆஃப் சர்ஜனில் சிறப்பு உறுப்பினராகவும் விளங்குகிறார். தற்போது பிரிட்டனில் உள்ள செயின்ட் பர்தோலோமியூ மருத்துவமனையில் பணியாற்றுகிறார். அத்துடன் பல நூற்றாண்டுகளுக்கு முன்பு நிறுவப்பட்ட இலண்டன் ராயல் மருத்துவமனையில் எலும்பியல் மருத்துவராகப் பணிக்கு அமர்த்தப்பட்ட முதல் பெண்மணியும் இவர்தாம். தமது கணவருடன் சில நண்பர்களையும் ஒருங்கிணைத்து, 1982 சப்ரா-ஷத்திலா படுகொலைகளுக்குப் பின்னர், பிரிட்டனில் மெடிகல் எய்ட் ஃபார் பாலஸ்தீனியன்ஸ் என்னும் அமைப்பை உருவாக்கத் துணை புரிந்தார். பாலஸ்தீன மக்களின் சேவைக்கென வழங்கப்படும் 'பாலஸ்தீன நட்சத்திரம்' என்னும் மாபெரும் விருதைப் பாலஸ்தீன விடுதலை அமைப்பின் தலைவர் யாஸர் அராஃபத் 1987இல் இவருக்கு வழங்கிக் கௌரவித்தார். போர்க்கள அனுபவங்களை அடிப்படையாகக் கொண்டு எழுதப்பட்ட *போர்க்கள அறுவைச் சிகிச்சை கையேடு (ஃபீல்ட் மேனுவல் இன் வார் சர்ஜரி)* என்னும் நூலின் இணையாசிரியரும்கூட.

பெய்ரூத்திலிருந்து ஜெருசலேம் வரை

ஆங்க் ஸ்வீ சாய்

ஆங்கிலத்திலிருந்து தமிழில்
பெமினா

முதல் பதிப்பு 2011
இரண்டாவது மீளச்சு 2021
© தமிழ் மொழிபெயர்ப்பு: அடையாளம்
வெளியீடு: அடையாளம், 1205/1 கருப்பூர் சாலை, புத்தாநத்தம் 621310, திருச்சி மாவட்டம், தமிழ்நாடு, இந்தியா, தொலைபேசி: (+91) 04332 273444
நூல் வடிவம்: த பாபிரஸ், அச்சாக்கம்: அடையாளம் பிரஸ், இந்தியா
ISBN 978 81 7720 191 8
விலை: ₹ 400

Beiruthilirunthu jerusalem varai is the Tamil translation of *Beirut to Jerusalem* in English by Ang Swee Chai, Translated by Femina, Published by Adaiyaalam, 1205/1 Karupur Road, Puthanatham 621 310, Thiruchirappalli Dist., Tamilnadu, India, email: info@adaiyaalam.net.

பாலஸ்தீனர்களுக்கும்
அவர்களுடைய நண்பர்களுக்கும்

பொருளடக்கம்

நன்றி	ix
அறிமுகம்	xi

பகுதி 1
பெய்ரூத்தை நோக்கியப் பயணம் — 1

பகுதி 2
சப்ரா-ஷத்திலா படுகொலைகள் — 65

பகுதி 3
ஜெருசலேமிலிருந்து பிரிட்டனுக்கு — 149

பகுதி 4
மீண்டும் பெய்ரூத்திற்கு... — 181

பகுதி 5
பெய்ரூத்திலிருந்து ஜெருசலேம் வரை — 255

பின்னிணைப்புகள்

1 காஸாவின் காயங்கள் — 369
2 சப்ரா-ஷத்திலா: 20 ஆண்டுகளுக்குப் பின்னர், 2002 — 394
3 சப்ரா-ஷத்திலா படுகொலைகளின் 25ஆம் ஆண்டு நினைவு நாளின் பிரதிபலிப்புகள், 2007 — 401

4 *30 ஆண்டுகள் கடந்தும் பாலஸ்தீனர்களுக்குக் கிடைக்காத வாழ்வாதார உரிமை, 2012*   410

5 ஒளிப்படங்கள்   417

நன்றி

இந்தப் புத்தகத்தை எழுதுவது அப்படியொன்றும் எளிதான செயலாக இருக்கவில்லை! காரணம் அது கடந்துபோன ஆறாண்டுகள் பின்னோக்கிச் செல்வதாகவும், என்னை மிகவும் பாதித்த சில வேதனைகளை நினைவூட்டுவதாகவும் பழைய காயங்களை மீண்டும் திறப்பதாகவும் இருந்ததுதான்! இத்தருணத்தில் ஸ்டீவ் சேவேஜுக்கு, அவரது பொறுமைக்கும், அவரளித்த ஆதரவிற்கும், ஊக்கத்திற்கும், அத்துடன் அவரது தலையங்கத் திறமைக்கும் நான் நன்றி சொல்ல விரும்புகிறேன். அவையெல்லாம் இல்லாதிருந்தால் இந்தப் புத்தகம் படிக்க இயலாத ஒன்றாக அமைந்திருக்கும். அத்துடன், கிராஃப்டன் புத்தகாலயத்தைச் சேர்ந்த அனைவருக்கும் நன்றி தெரிவித்துக் கொள்கிறேன்.

மேலும் இந்தப் புத்தகத்தில் குறிப்பிடப்பட்டுள்ள, 'பாலஸ்தீனர் களுக்கான மருத்துவ உதவி' என்கிற நிறுவனத்தின் அனைத்துச் சேவக களுக்கும், அதன் ஆதரவாளர்களுக்கும், தனிமனிதர் பாதுகாப்பு கருதியோ அவர்கள் கோரிக்கைப்படியோ பெயர் குறிப்பிடப்படாமல் விடுபட்டுப் போனவர்களுக்கும் என் நன்றியைத் தெரிவிக்கிறேன். இவர்கள்தாம் பாலஸ்தீனர்களின் உண்மையான நண்பர்கள். அவர் களின் தியாகத்தால்தான் மருத்துவத் திட்டங்கள் தொடர்ந்தன.

தொடக்கத்திலிருந்து என்னோடு சேர்ந்து ஒத்துழைத்த அமைப்பின் உறுப்பினர்கள் அனைவருக்கும், குறிப்பாக அமைப்பின் பொதுத் தலைவர் மேஜர் டெரிக் கூப்பர், அவரது மனைவி லேடி பமீலா, அமைப்பின் தலைவர் டேவிட் வோல்டன், டாக்டர் ரஃபீக் ஹுஸைனி இல்லாத வேளையில் துணை நிர்வாகியாகப் பணியாற்றிய டாக்டர் ரியாத் கிரிஸி ஆகிய அனைவருக்கும்—அவர்களின் மகத்தான சேவைக்கும், விலைமதிப்பான வழிகாட்டுதலுக்கும் நன்றி தெரிவிக்கிறேன்.

பாலஸ்தீனர்கள் எப்போதுமே தங்களது நண்பர்களுக்கு நன்றி சொல்லத் தயங்குவதில்லை. இப்போது அவர்களுக்கு, குறிப்பாக நான் மனமுடைந்து சோர்விலாழ்ந்தபோது, மிகவும் உறுதியாகவும்

அஞ்சாமலும் இருந்து என்னை ஊக்குவித்ததற்கு நன்றி தெரிவித்துக் கொள்கிறேன். அனைத்திற்கும் மேலாகப் பாலஸ்தீனச் செம்பிறை சங்கத்திற்கு நான் ஒரு நல்ல மருத்துவராக—மனிதாபிமானியாக விளங்க அது எனக்களித்த பயிற்சிக்கும், உருவாக்கத்திற்கும் நன்றி தெரிவித்துக் கொள்கிறேன்.

மேலும், பயமின்றி உண்மையைச் சொல்ல என்னை ஊக்குவித்த எனது யூத நண்பர்களுக்கும் நன்றி சொல்கிறேன்.

சிங்கப்பூரிலிருக்கும் என் பெற்றோர்களையும் குடும்பத்தினரையும் நேரில் காண்பது பல ஆண்டுகளாகத் தள்ளிப் போயும்கூட—அவர்கள் காட்டிய பொறுமைக்கும், என்னை மன்னித்ததற்கும் நான் கடமைப் பட்டுள்ளேன். எதிர்பாராத விதமாகத் திருமணம் மூலம் என்னோடு பிணைக்கப்பட்ட எனது கணவர் பிரான்சிஸுக்கு மூன்று வகையில் நான் நன்றி சொல்ல வேண்டும். முதலில், 'பாலஸ்தீனர்களுக்கான மருத்துவ உதவி' என்கிற அமைப்பு பிறக்க அவர் காட்டிய சோர்வற்ற முயற்சிகளுக்கு! இரண்டாவது, இந்தப் புத்தகத்தை எழுதும்போது அவர் எனக்குத் தந்த அறிவுரைகளுக்கும் திருத்தல்களுக்கும்! மூன்றாவதாக, நான் பெய்ரூத்திலிருந்த காலத்தில் பல கவலை களுக்கும் தூக்கமற்ற இரவுகளுக்கும் காரணமாக இருந்த என்னைக் கைவிடாமல் இருந்ததற்காக!

முனைவர்களான ஜாக் ஸ்டீவன்ஸ், ஆலன் அப்ளே, ஜெ.எம். வாக்கர், ஆர்.சி. புக்கனான், ஃபிரட் ஹீட்லி, டோம் வோட்ஸ்வொர்த், இயான் பின்டர், ஜோ பூலே, பீட்டர் ரோப்ஸன், ரோம் சுட்டோன், கெவின் வால்ஸ்—இவர்களைத் தவிர, முதுநிலை ஆர்த்தோபீடிக் சக ஊழியர்களுக்கும் ஆசிரியர்களுக்கும் நன்றி செலுத்துகிறேன். அவர்கள் என்னைப் பயிற்றுவித்ததோடு, அறுவை சிகிச்சைத் துறையின் அநீதிக்கு எதிராகப் போராடி, குள்ளமான—நிறம் குறைந்த ஒரு பெண் ஆர்த்தோபீடிக் சர்ஜனாக வருவதற்கு உறுதுணையாக இருந்ததோடு, ஒரு ஆர்த்தோபீடிக் சர்ஜனாக பணியாற்றும் வாய்ப்பையும் ஏற்படுத்தினர்.

இறுதியாக, உலகெங்கும் நம்பிக்கையோடும், எதிர்பார்ப்புகளோடும், நேசத்தோடும் வாழ்க்கையைத் தொடர்ந்துகொண்டிருக்கும் மக்களுக்கு என் நன்றியைத் தெரிவித்துக்கொள்கிறேன். அவர்கள் மட்டும் இல்லையென்றால், பெய்ரூத்திலிருந்து ஜெருசலேம் வரையிலான இந்தப் பயணம் ஒருபோதும் நிகழ்ந்திருக்காது.

அறிமுகம்

இரண்டாவது உலகப் போரின்போது ஜப்பானில் கைதிகள் முகாமில் வைத்துத்தான் எனது பெற்றோர்கள் முதல் தடவையாகச் சந்தித்துக் கொண்டார்கள். எனது தாயார் கைது செய்யப்பட்டபோது அவளுக்கு வயது பத்தொன்பது! பாடசாலையில் ஆசிரியையாகப் பணியாற்றிக் கொண்டிருந்த அவள், வேலையைவிட்டு விலகி ஜப்பான் படை யெடுப்பிற்கு எதிராக மக்களின் ஆதரவைத் திரட்டும் பரப்புரையில் ஈடுபட்டிருந்தாள். அந்நாளில், அதே கொள்கைகொண்ட ஒரு நாளிதழில் சீன மொழியின் ஆசிரியராக எனது தந்தை பணியாற்றிக் கொண்டிருந்தார்.

இளம் வயதிலேயே எனது தாயார் உறுதியான நோக்கங்களைக் கொண்டிருந்தாள். அவளது தகப்பனார் (எனது தாத்தா) ஒரு பழமை வாதி. பெண்கள் கல்வி கற்பதை அவர் ஒருபோதும் விரும்பியதில்லை. படிப்பு, பெண்களை மோசமான மனைவிகளாக மாற்றுமென்று அவர் நம்பினார். அவருக்கு மூன்று மனைவிகள் இருந்தனர். எவருக்கும் எழுதவோ படிக்கவோ தெரியாது. இதொன்றும் அம்மாவுக்குத் தெரியாது. அவள் தனது ஏழாவது வயதில் அருகிலிருந்த ஒரு பாடசாலைக்குச் சென்று சுயமாகவே தலைமை ஆசிரியரிடம் தன் பெயரைப் பதிவு செய்துகொண்டாள். இதை என் தாத்தா அறிவதற்குள் எல்லாமே முடிவாகியிருந்தது. அவர் அதிர்ந்து போனார்.

எனது தாத்தா அறுபது வயதை எட்டியபோது நான்காவது திருமணம் செய்வதென முடிவெடுத்தார். இதையறிந்த என் அம்மா எரிச்சலடைந்தாள். அதிலும், தன் தாயாரே (என் பாட்டி) அப்பாவின் விருப்பத்திற்கு ஆதரவாக இருப்பதைக் கண்டு மிகவும் கொதிப் படைந்தாள். இதற்கெல்லாம் சாட்சியாக இருக்க விரும்பாத என் அம்மா தனது துணிமணிகளை எடுத்துக்கொண்டு வீட்டைவிட்டு வெளியேறினாள். தன் இளைய மகள்மீது எப்போதும் பரிவு காட்டிய தாத்தாவால் அவளைத் தடுக்க முடியவில்லை. அவரது கண்ணீரும் வேண்டுகோளும் என் தாயார் காதில் விழவில்லை.

ஆண்களின் உலகத்தில் ஒரு பெண்ணாக இருப்பதிலும் சில வசதிகள் உண்டு (சில தவறான காரணங்களுக்காக!). ஜப்பானியர்கள்

படையெடுத்தபோது, அதை எதிர்த்துப் போராடும் குழுவில் எனது தாயார் முக்கிய உறுப்பினரென்று ஒற்றர்கள் தகவல் கொடுத்தார்கள். அதன் காரணமாக அவள் கைது செய்யப்பட்டு, கொடும் சித்திரவதைக்கு ஆளானாள். எனினும் குற்றத்தை ஒருபோதும் அவள் ஒப்புக்கொள்ள வில்லை. அவளை விசாரணை செய்த ஜப்பானிய அதிகாரிகள், இதுபோன்ற முக்கியமான பதவிகளில் ஒரு பெண் அமர வாய்ப்பில்லையென்று கருதியதால் அவள் உயிர் பிழைத்தாள்.

குழந்தைகளாகிய நாங்கள் வளர்ந்தபோது அவள் எங்களிடம் சொன்னாள்: 'கேள்விப்படுவது போல சிறைச்சாலை அத்தனை மோசமானதல்ல! ஆரம்பத்தில் நண்பர்களை இழப்பதாக நீங்கள் அஞ்சுவீர்கள். அந்த அச்சத்தைத் தாண்டும் நேரம் வரும். அது நிகழ்ந்ததும் வேதனையை மறப்பீர்கள். வேதனையை மறக்க நீங்கள் கற்றுக்கொண்டதும், சித்திரவதையை வெற்றிகொள்வீர்கள்.'

சித்திரவதைக்குப் பின்னர் தாயாரை சிங்கப்பூரிலுள்ள அவுட்ராம் ரோடு சிறையில் அடைத்தார்கள். அங்கு வன்முறை தாண்டவமாடியது. கைதிகளில் பலரும் சித்திரவதையாலும், பட்டினியாலும், நோயினாலும் மரணமடைந்தார்கள். அங்கு ஆண்களுக்கும் பெண்களுக்குமெனத் தனித்தனி சிறைச்சாலைகள் இல்லை. அதனால் அந்த சிறைச்சாலையில்தான் எனது தகப்பனார் ஆங் பெங் லியட்டை எனது தாயார் சந்தித்தாள். ஒரு வகையில் என் தகப்பனாரும் வீட்டைவிட்டு ஓடிவந்தவர்தாம்! சீனாவின் புதிய தலைமுறையைச் சேர்ந்த அவர், தாம் காணாத பெண்ணுடன் தமது திருமணத்தைப் பெற்றோர்கள் நிச்சயித்ததை அறிந்து, அதிலிருந்து தப்பிக்கும் நோக்கத்துடன் தென் சீனாவுக்கு ஓடிப்போனார். அவரது தகப்பனார் உருக்கு முஷ்டியுடன் தம் இல்லத்தை நடத்தியவர். தம் குடும்பத்தைச் சேர்ந்த எவரிடமிருந்தும் 'முடியாது' என்கிற பதிலை அவர் ஒருபோதும் அனுமதிப்பதில்லை.

தமது இருபதாவது வயதிலேயே என் தகப்பனார் சொந்தக் காலில் நிற்கத் தொடங்கினார். சீன நாளிதழ் ஒன்றில் அவர் ஆசிரியராகப் பணியாற்றினார். ஜப்பான் போர் தொடுத்ததும், ஆக்கிரமிப்பிற் கெதிராகத் தம் பத்திரிகை மூலம் பொதுமக்களின் கருத்தைத் திரட்டினார். அதன் விளைவாகப் பத்திரிகை இழுத்து மூடப்பட்டதுடன் அவரும் கைதாகி அவுட்ராம் ரோடு சிறையில் அடைக்கப்பட்டார்.

போரின் இறுதியில் ஜப்பான் சரணடைந்தது. அமைதி திரும்பி வந்தது. சிறைச்சாலையின் கதவுகள் திறக்கப்பட்டன. மக்கள்

வெள்ளமெனத் திரண்டு வந்து, கைதிகளுக்கு மலர்க் கொத்துகளை வழங்கி வாழ்த்துகள் தெரிவித்தனர். நான்காண்டுகள் சிறைச்சாலையில் தம்பதிகளாக இருந்த என் பெற்றோர் அதன் பின்னர் குடும்ப வாழ்க்கையைத் தொடங்கினர்.

சிங்கப்பூரிலும், மலாயாவிலும் போரைத் தொடர்ந்து வந்த ஆண்டுகளில் பொருளாதார நெருக்கடி ஏற்பட்டது. வசதிமிக்கவர்களைத் தவிர்த்து மற்றுள்ள அனைவரும் வறுமை, பசி, நோய்கள் ஆகியவற்றால் வாடினார்கள். எனது இரண்டு மூத்த சகோதரர்கள் கைக் குழந்தைகளாக இருக்கும்போதே போதுமான சத்துணவு இல்லாததாலும், தொற்றுநோயினாலும் இறந்துபோனார்கள். ஆண்டுகள் பல கடந்தும் இன்றும் என் தாயார் அவர்களை நினைக்கும்போது கண் கலங்குவாள்.

நல்ல வேளையாகத் தாயார் மீண்டும் கர்ப்பம் தரித்தாள். இந்த முறை பிரசவத்திற்கென அவள் தனது சொந்த ஊரான பினாங்குத் தீவுக்குத் திரும்பினாள். அது ஒரு நீண்ட, சிக்கலான பிரசவம். இறுதியில், தளர்ந்து கிடந்த இளம் பெண்ணின் கையில் எட்டரை பவுண்ட் எடையுள்ள ஒரு பெண் குழந்தையைத் தாதி கொடுத்ததும் அனைவரும் நிம்மதிப் பெருமூச்சுவிட்டார்கள்.

சீனாவின் கலாச்சாரத்தில் ஒரு பெண் குழந்தைக்கு ஆண் குழந்தையைவிட மதிப்பு குறைவுதான்! ஆனாலும், இல்லாத ஒரு பேரனைவிட இருக்கும் ஒரு பேத்தி நிச்சயமாகச் சிறந்தது இல்லையா? ஆகவே தாத்தா உடனே என்னை 'குவான்யின்' என்கிற கருணை தேவிக்கு ஒரு மகளாகச் சமர்ப்பணம் செய்தார். அத்துடன், எனது மூத்த சகோதரர்களின் கதியிலிருந்து நான் தப்பிக்க, அந்தத் தேவியிடம் ஆசீர்வாதத்தையும் பாதுகாப்பையும் அளிக்கும்படி மனமுருகி வேண்டினார்.

எனது குழந்தைப் பருவத்தின் தொடக்க காலத்தை, பினாங்க் மாவட்டத்தைச் சேர்ந்த 'அயர் இதம்' என்கிற இடத்திலுள்ள எனது தாத்தாவின் வீட்டில்தான் செலவழித்தேன். சுற்றிலும் மரங்களடர்ந்த விசாலமான கிராம வீட்டில் தன் குழந்தை வளர வேண்டுமென என் அம்மாவும் ஆசைப்பட்டாள். என் தாத்தாவுக்கு இருந்த மனைவிகளில் அப்போது உயிரோடிருந்தது என் பாட்டி (அம்மாவின் அம்மா) மட்டும்தான்! பினாங்கின் இயற்கை எழில் கொஞ்சும் இடம்தான், போரின் பின்விளைவுகளிலிருந்து பேத்தி தப்பிக்கப் பொருத்தமான இடமென்று என் பாட்டியும் நினைத்தாள்.

முதிர்ச்சியின் காரணமாக எனது தாத்தா மிகவும் பக்குவமடைந்தார். ஓராண்டுக்குப் பின்னர் எனது தம்பி லீசின் பினாங்க் வந்தபோது அதே உற்சாகத்துடன் அவனையும் என் தாத்தா வரவேற்றார். பொதுவாக ஆண் குழந்தைகள் பெண் குழந்தைகளைவிட மதிப்புமிக்கவர்களாக இருந்தபோதிலும் என் தாத்தா தம் பேத்தியை வித்தியாசமானவள் என்றே கருதினார். என்னையும் தம்பி லீசினையும் சமமாகப் பாவித்தார்.

ஆகவே முதிர்ந்தவர்களின் சீராட்டில், மரங்களும் பூக்களும் சூழ்ந்து நிற்கும் பினாங்கில்—புறாக்களுடனும் கறுப்பு வெள்ளை நிறமுள்ள நாயுடனும், 'ஜிஞ்சர்' என்று செல்லமாக அழைக்கப்பட்ட பெரிய பூனையுடனும் எங்களது குழந்தைப் பருவத்தை நாங்கள் மிகவும் மகிழ்ச்சியாகச் செலவழித்தோம்.

ஜிஞ்சர் பூனையை நான் இப்போதும் நினைவில் வைத்திருக்கிறேன். அது பெரிய தலையுடன் பார்க்க மிகவும் கவர்ச்சியாக இருந்தது. நான் எப்போதும் பூனைகளுடன் காணப்படுவேன். இப்போதுகூட, எனது இலண்டன் வீட்டில் பன்னிரண்டு வயதான 'மியோவி' என்கிற பூனை உள்ளது. ஆனாலும் ஜிஞ்சர் பூனையைப் போன்ற வேறொன்றை நான் என் வாழ்நாளில் கண்டதில்லை. அதன் உணவை நான் திருடித் தின்னும் போது அது என்னைப் பொறுமையோடு பார்த்துக் கொண்டிருக்கும்.

எனது தாத்தா பூனைக்காகத் தயாரித்து வைத்திருந்த மரக் கூண்டிற்குள் ஒருநாள் நான் நுழைந்து சென்று, அதற்கென எடுத்து வைத்திருந்த உணவைத் தின்பதைக் கண்ட என் பாட்டி ஏறக்குறைய மயக்கமடைந்த நிலைக்கு ஆளானாள். நானும், பூனையும் அந்தக் கூண்டிற்குள் அத்தனை நெருக்கமாக இருந்தும்கூட, அது என்னை ஒன்றும் செய்யாமல் வெறுமனே பார்த்துக்கொண்டிருந்தது.

சில ஆண்டுகளுக்குப் பிறகு, அப்பாவின் வேலை நிமித்தம் அம்மாவும், நானும், லீசினும் சிங்கப்பூர் சென்றோம். பினாங்கையும், எங்களைச் சீராட்டிய தாத்தா-பாட்டியையும் துறந்து, மேல் செரங்கூனில் நெருக்கடி மிக்க சாலைக்கு சற்று அப்பாலிருந்த ஒரு கட்டடத்தின் முதல் மாடியில், இரண்டு படுக்கையறைகள் கொண்ட குடியிருப்பிற்கு நாங்கள் மாறினோம். புகையும் தூசியும் வாரியிறைத்துக்கொண்டு இரவும் பகலும் சாலையில் கார்களும், லாரிகளும் சீறிப் பாய்ந்தன. வாகனங்களின் இரைச்சலுக்கிடையில் பேசிப் பேசியே எங்களின் சப்தம் உரத்துப்போனது.

வளர்ந்துவரும் தம் குடும்பத் தேவைகளுக்காக எனது தகப்பனார் ஓய்வின்றிக் கடுமையாக உழைத்தார். குழந்தைகள் ஒழுங்குமுறையில் வளரவேண்டும் என்பதில் அம்மாவும் அக்கறை காட்டினாள். காலையில் துயிலெழுந்தது முதல் நாங்கள் செய்ய வேண்டிய வேலைகள் குறித்து அட்டவணை போட்டு அதை எங்களிடம் தினமும் தந்தாள். அந்தப் பட்டியலின் நகலை கட்டில் அருகிலும், நடுக் கூடத்திலும் சமையலறையிலும் தொங்கவிட்டாள்.

அதில் 'கதை நேரம்' என்று குறிப்பிட்டுள்ள நேரங்களில், நாவல் களையும், சிறுகதைகளையும் அம்மா படித்துக் காட்டுவாள். மாப்பஸான், ஆஸ்கார் வைல்டு, எட்மாண்டோ திமிசிஸ் போன்றவர்களின் படைப்புகளும் அதிலடங்கும். விரைவிலேயே நாங்கள் டால்ஸ்டாய், கோகோல், துர்கனேவ் போன்றவர்களின் படைப்புகளைக் கற்கு மளவுக்குத் தகுதி பெற்றோம். அதையெல்லாம் அவள் எங்களுக்குச் சீன மொழியில்தான் படித்துக் காட்டினாள். நீண்டகாலத்திற்குப் பிறகு தான், அவையெல்லாம் ஐரோப்பிய மொழிகளில் பல எழுத்தாளர்கள் எழுதிய கதைகள் என்பதை நாங்கள் அறிந்தோம். சித்திரக் கதைகள், எனிட் பிளைடனின் சாகசக் கதைகள், பாப் சங்கீதம் ஆகியவை விலக்கப்பட்டன.

விளையாட்டு நேரங்களில் நானும் லீசினும் காகிதப் படகுகளைத் தயாரித்து, அதில் பயணம் செய்து பினாங்கிலுள்ள எங்களது தாத்தா—பாட்டியைச் சந்திக்கப் போவதாகக் கற்பனை செய்தோம். ஆயினும் இதுபோன்ற கடுமையான கட்டுப்பாட்டில் வளர்ந்ததன் காரணமாக நாங்கள் பள்ளித் தேர்வுகளில் முதலாவதாகத் தேர்ச்சியடைந்து பரிசுப் பொருள்களையும், பதக்கங்களையும் பெற்றோம்.

விரைவிலேயே ஸ்வீ கிம், ஸ்வீ ஹோ என்கிற இரண்டு தங்கைகள் பிறந்தனர். அத்துடன் நானும், லீசனும் காகிதப் படகுகள் தயாரிப்பதை நிறுத்த வேண்டியதாயிற்று! திடீரென நான் 'பெரிய அக்கா' ஆனேன். என் தம்பி லீசின் 'சின்ன அண்ணன்' ஆனான். இரண்டு தங்கைகளும் எங்கள் குடும்பத்தை ஆனந்த மயமாக்கினார்கள். எங்களது குடியிருப்பு உண்மையில் ஒரு வீடாக உருமாறியது.

நானும் லீசனும் பக்கத்திலிருந்த ஆரம்பப் பாடசாலையில் சேர்ந்தோம். குவாங்க் அவென்யூவில் உள்ள அந்தப் பாடசாலைக்கு தினமும் போவதும், வருவதும் மகிழ்ச்சியாக இருந்தது. அம்மாவின் கட்டுப் பாட்டிலிருந்து விடுபட்டு பாடசாலை செல்வது விளையாட்டாகவும்

உற்சாகமூட்டுவதாகவும் இருந்தது. பள்ளிக்குச் சென்ற அந்த ஆண்டுகள் மிகவும் அற்புதமானவை! எனக்கு அங்கு புதிய நண்பர்கள் கிடைத்தார்கள். புதிய புத்தகங்களைப் படித்தேன். பள்ளிக்கூட நாடகங்களில் நடித்தேன். அது மட்டுமல்ல, ஒவ்வொரு ஆண்டும் பரிசுகள் பெற்றேன்.

ஆரம்பப் பள்ளியில் என்னுடைய வகுப்பில் படித்தவர்களை இப்போதும் நான் நினைவில் வைத்திருக்கிறேன். ஹாத்திஃபா என்கிற சிறுமி மிகவும் வேகமாக ஓடுவாள். 1989 பிப்ரவரியில், இந்தப் புத்தகத்தின் பிரிட்டன் பதிப்பு வெளியான வேளையில், அவள் ஒரு கடிதம் எழுதி என்னிடம் தொடர்புகொண்டாள். தற்போது மேற்கு ஜெர்மனியில் வாழும் அவள், 'டெர் ஸ்பீகல்' என்கிற ஜெர்மன் வார இதழில் நான் எழுதிய கட்டுரையை வாசித்திருந்தாள். இஸ்ரேலிய ஆக்கிரமிப்புப் பகுதிகளில் உள்ள பாலஸ்தீனர்களுக்கு நாங்கள் செய்யும் பணிகளைக் குறித்து அதில் எழுதியிருந்தேன்.

ஸ்புட்னிக் விண்வெளிக் கலம் 1957ஆம் ஆண்டு வானவெளியைக் கடந்தபோது நான் எந்த அளவுக்குப் பிரமிப்படைந்தேன் என்பதையும், சில ஆண்டுகளுக்குப் பின்னர் யூரி காரின் முதல் விண்வெளிப் பயணியாக மாறியபோது, 'ஒருநாள் நானும் விஞ்ஞானியாவேன்' என்று சொன்னதையும் அவள் தன் கடிதத்தில் நினைவுகூர்ந்திருந்தாள்.

ஆரம்பப் பள்ளியில் படிக்கும்போது, இந்த உலகம் எனக்கு அற்புதமான இடமாகவும், விஞ்ஞான ஆர்வமுள்ள விஷயமாகவும் இருந்தது. ஆனாலும், மலேயாவில், சிங்கப்பூரில் நடக்கும் மாற்றங் களையும் நான் உன்னிப்பாகக் கவனிக்கவும் செய்தேன்.

பிரிட்டன் சிங்கப்பூரிலிருந்து வெளியேறியதைத் தொடர்ந்து 1959இல் சிங்கப்பூர் மக்கள் சுயாட்சி அதிகாரமுள்ள ஓர் அரசாங்கத்தைத் தேர்ந்தெடுத்ததை இன்றும் நினைவில் வைத்திருக்கிறேன். ஒரு பத்து வயதுந் சிறுமிக்கு அரசியலில் அப்படியொன்றும் அக்கறை இருக்காது. ஆனாலும், சிங்கப்பூர் சுயாட்சி பெறுவதும், அதற்கெனச் சொந்தமாக ஒரு தேசிய கீதம் அமைவதும் உற்சாகமூட்டும் விஷயங்கள்தாம்! இங்குள்ளவர்களின் மூதாதையர்கள் இந்தியா, சீனா, இந்தோனேசியா வைச் சார்ந்தவர்களாக இருக்கலாமென்றாலும், இப்போது அனைவரும் சிங்கப்பூரிகளோ மலேசியர்களோ மட்டும்தான்!

நுழைவுத் தேர்வுக்குப் பிறகு நான் ராஃபில்ஸ் பெண்கள் பள்ளியில் சேர்ந்தேன். வாழ்க்கையென்பது அத்தனை எளிதானதல்ல

என்பதைப் புரிந்துகொண்டு என்னை நானே தயார்படுத்திக் கொண்டேன். எனது வகுப்பு மாணவிகள் மிகவும் திறமை வாய்ந்தவர்களாக இருந்தனர். வகுப்பில் முதலிடம் பெற வேண்டுமெனில், நான் கடினமாக உழைத்தாக வேண்டுமென்பதை முதல்முறையாக உணர்ந்தேன். அதன் காரணமாக சமூக நிகழ்ச்சிகள், விருந்துகள், உல்லாசம் என அனைத்தையும் ஒதுக்கி வைத்தேன். இசை கேட்பதும், புத்தகங்கள் வாசிப்பதும் எனக்குப் பிடித்தமான பொழுதுபோக்குகள். அத்துடன் செஸ்விளையாட்டிலும் வெறித் தனமான ஆர்வமிருந்தது. செஸ்விளையாட்டு நேரத்தை விழுங்கும். அப்படியென்றால் விளையாட்டும், பயிற்சியும் என்னாவது? அதற்காக இசை வகுப்புகளையும் புத்தகம் வாசிப்பதையும் தியாகம் செய்ய வேண்டியதாயிற்று!

உயர்நிலைப் பள்ளியில் என் விஞ்ஞான ஆர்வம் வளர்ந்த போதிலும், சிந்தனையில் புதிய திருப்பம் ஏற்பட்டது! உலகம் வசீகரமானது என்றும் விஞ்ஞான அறிவுகள் ஊக்கமளிப்பவை என்றும் இப்போதும் நானறிகிறேன். எனினும், விஞ்ஞானம் சமச்சீரானதாக இல்லையென்றும், சமூகத்தின் தேவைகளை நிறைவேற்றும் பொறுப்பு அதற்கு உள்ள தென்றும் நான் விரைவிலேயே புரிந்து கொண்டேன். இப்படிப்பட்ட சிந்தனைகள் எனக்குள் எப்படி ஏற்பட்டதென்று நினைவில்லை. ஒருவேளை, கல்வி அமைச்சகம் நடத்திய 'தொழில் வழிகாட்டிகள்' வகுப்புகளிலிருந்து கிடைத்த அறிவாக இருக்கலாம்!

அந்த வகுப்புகளில் 'விஞ்ஞானம் அர்த்தமுள்ளதாக இருக்கவேண்டும். வறுமையையும், வேதனைகளையும் நீக்க அது உதவ வேண்டும்' என்று எங்களுக்குப் போதித்தார்கள். அந்தப் போதனையை மிகவும் கவனத்தில் கொண்ட நான் 'விஞ்ஞானம் எந்த வகையில் உதவ முடியும்?' என்கிற கேள்வியைக் கேட்கத் தொடங்கினேன். விரைவிலேயே வறுமை-பசி, மோசமான குடியிருப்புகள், நோய்கள், கல்வியின்மை ஆகியவை குறித்தும் கேள்விகள் பிறந்தன. இதுபோன்ற தத்துவக் கேள்விகளைக் கேட்ட எனது நெருங்கிய நண்பர்களில் சிலர் என்னைப் பற்றி கவலைப்பட ஆரம்பித்துவிட்டார்கள்.

உயர்நிலைப் பள்ளிப் படிப்பு முடிந்ததும் சிங்கப்பூர் பல்கலைக் கழகத்தில் மருத்துவம் படிக்கச் சேர்ந்தேன். மருத்துவக் கல்வி எனது இலட்சியங்களுக்கு உதவுமென்று நினைத்தேன். தம்பி லீசின் என் வழியைப் பின்தொடர்ந்தான். எங்களின் கல்விச் செலவிற்காக எனது தந்தை இரவும் பகலும் உழைக்க வேண்டியதாயிற்று.

மருத்துவப் படிப்பு முடிந்ததும் முதுநிலைப் பட்டத்திற்கென 'பொதுநலம் மற்றும் சமூக மருத்துவம்' தேர்ந்தெடுத்தேன். அது முடிந்ததும் எலும்பு மருத்துவத்தில எஃப்ஆர்சிஎஸ்(இலண்டன்) தேர்ச்சி பெற்றேன். பட்டங்களும் தங்கப் பதக்கங்களும் மருத்துவ நுணுக்கங்களைப் பயன்படுத்தும் வாய்ப்பை எனக்களித்தன. அறுவை சிகிச்சையில் எனக்கு ஆர்வமுள்ள மூன்று விஷயங்கள் கலந்திருந்தன. ஒன்று: மருத்துவம், இரண்டாவது: சமையல் வேலை (கத்தி பயன் படுத்தி மாமிசம் அறுப்பது), மூன்றாவது: தையல். இவை மூன்றிலும் ஆண்களுக்குச் சமமாகப் பெண்களும் திறமை காட்ட முடியும்.

மருத்துவக் கல்லூரியில் பயிலும்போது நான் கிறித்தவ மதத்தில் சேர்ந்தேன். பெரும் துயரங்களை அனுபவித்தும், நிறைய மரணங்களை நேரில் கண்டும் வாழ்நாளைக் கடத்திய எனது பெற்றோர்கள் தொடர்ந்து 'மதநம்பிக்கையற்றவர்களாக' வாழ முடிவு செய்தார்கள். ஆனாலும், தங்களின் குழந்தைகள் அவர்கள் விரும்பும் மதத்தைத் தேர்ந்தெடுக்கும் உரிமையுண்டென வாதிட்டார்கள். எனது கிறித்தவ நம்பிக்கை, ஒரு மருத்துவர் என்கிற முறையில் என் கடமையென்ன என்பது போன்ற கேள்விகளை எழுப்பியது. நாம் கற்ற திறமையும், நமக்குள்ள அறிவும், நிறைய செல்வத்தையும் கௌரவத்தையும் சம்பாதிக்க அனுமதித்தாலும், சமூகத்தின் மத்தியில் வாழும் மருத்துவர்கள் நிச்சயமாக மக்களுக்குத் தொண்டாற்றியாக வேண்டும்.

ஒரு கத்தோலிக்க வக்கீலான பிரான்சிஸ் கூவை 1977 ஜனவரி 29ஆம் நாள் நான் திருமணம் செய்துகொண்டேன். சமூகத்தில் தமக்குள்ள கடமையைப் பற்றி அவரும் தமமைத் தாமே கேள்விகள் கேட்பவராக இருந்தார். சிங்கப்பூரில் பல தலைமுறைகளைக் கடந்த குடும்பத்தைச் சேர்ந்தவர். பூர்வீக இடமான மண்டரினைவிட மலாயில் அவர் நிம்மதியாக வாழ்ந்துவந்தார். தமது நாட்டைக் குறித்தும், தமது மதத்தைக் குறித்தும் அவர் பெருமிதப்பட்டார். அவர் அன்று சொன்னதையே இப்போதும் சொல்கிறார்: 'நாம் ஒருபோதும் ஒரு குடிபுகுந்தவனின் தள்ளாடும் மனநிலையைப் பின்பற்றக் கூடாது. நாம் எங்கிருந்தாலும் அங்கு நம் வேர்களை ஆழமாகப் பதிக்க வேண்டும். இல்லையென்றால் சிங்கப்பூரும் இருக்காது, மலேசியாவும் இருக்காது! அங்குமில்லை, இங்குமில்லை என்கிற நிலையேற்படும். நாம் இங்கும் அங்கும் இருந்தாக வேண்டும்.'

பெய்ரூத்திலிருந்து
ஜெருசலேம் வரை

சைப்ரஸ்
லமகா
மத்திய தரைக் கடல்
திரிபோலி
லெபனான்
பெக்கா
ஜவுனியா
பெய்ரூத்
பர் எலியாஸ்
சைதா
எய்ன் அல் ஹெல்வ்
நபித்தீ
மியி மியி
டமாஸ்கஸ்
பர்ஜுல் ஷெமாலி
சூர்
ராஷிதியா
சிரியா
அக்வா
ஹைஃபா
இஸ்ரேல்
டெல் அவீவ்
ஜாஃபா
கராமா
ஜோர்டான்
அம்மான்
ஜெருசலேம்
யுனிஃபில் பகுதி
சிரியன் கிறித்துவ ஆதரவு பகுதி
இஸ்ரேலால் ஆக்கிரமிக்கப்பட்டது
சிரியன் கிறித்துவ எதிர்ப்பு பகுதி
பாறைப் பகுதி
பாலஸ்தீன அகதி முகாம்
(பலவற்றில் சில)

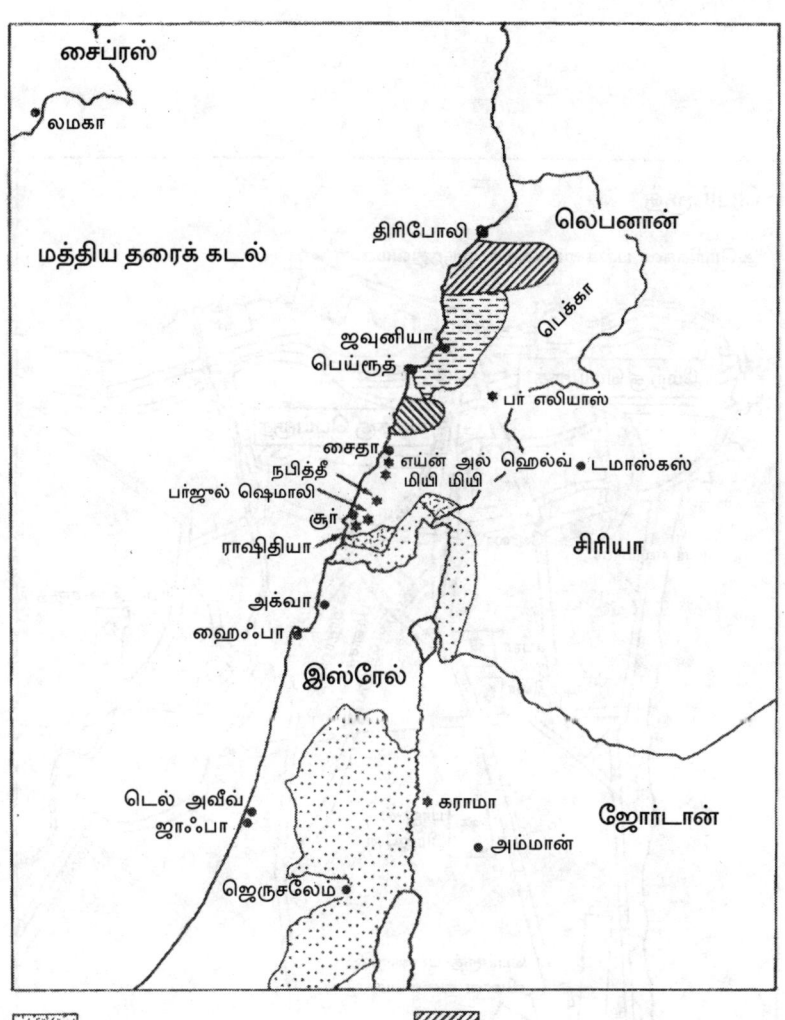

பெய்ரூத்
அமெரிக்கன் பல்கலைக்கழக மருத்துவமனை
மேற்கு பெய்ரூத்
கிழக்கு பெய்ரூத்
கோலா
மார் எலியாஸ்
டெல் அல்-சாத்தார்
சமாதானத்தின் பச்சைக்கோடு
சப்ரா
ஷத்திலா
பார்ஜூல் பிரஜ்னே
டமாஸ்கஸ்
பெய்ரூத் பன்னாட்டு விமான நிலையம்
சைதா

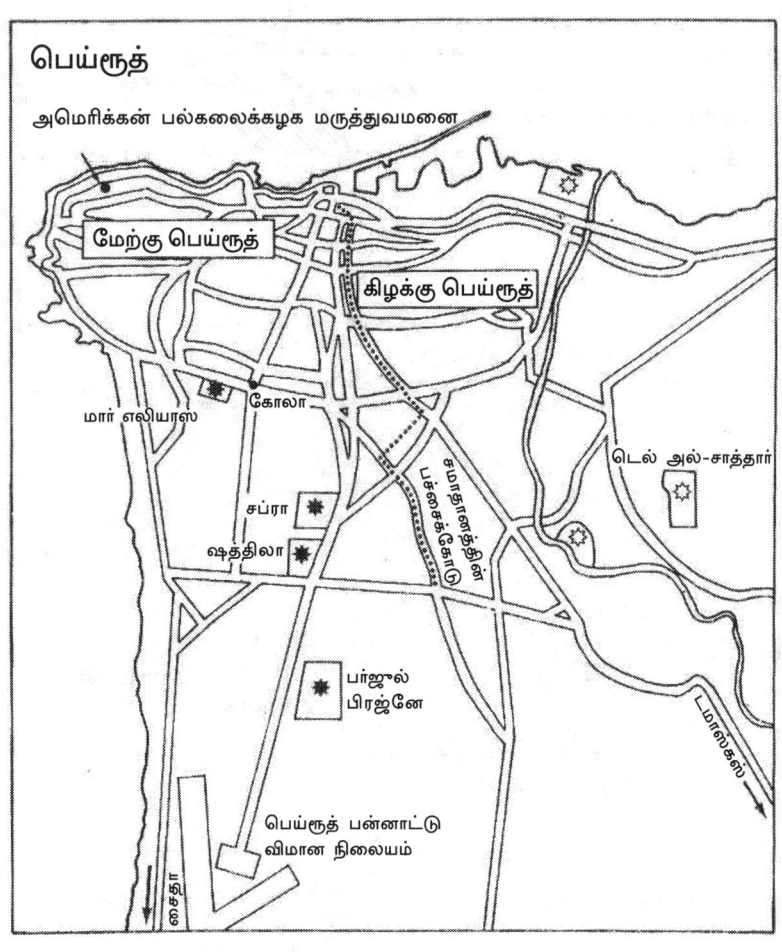

பகுதி 1
பெய்ரூத்தை நோக்கியப் பயணம்
கோடை 1982

1

1982ஆம் ஆண்டின் கோடைக் காலம் பிரிட்டனில் எங்களின் ஆறாவது கோடைக் காலம். எங்களின் சொந்த நாடான சிங்கப்பூரிலிருந்து ஏற்கனவே வெளியேறி இலண்டனில் குடிபுகுந்த என் கணவர் பிரான்சிஸுடன் நானும் இணைந்துகொண்டேன். இலண்டனில் காலூன்ற சிறிது காலம் தேவைப்பட்டது. எனினும் 1982இல் நகர மையத்தில் ஒரு சிறிய குடியிருப்பில் நாங்கள் வாழ்க்கையைத் தொடங்கினோம்.

அந்தச் சமயத்தில்தான் லெபனான்மீது இஸ்ரேல் நடத்திய படையெடுப்பைப் பற்றிய செய்திகளை நாள்தோறும் இரவு தொலைக் காட்சியில் காண்பித்தார்கள். இதில் முக்கியமாக என்னை நடுங்கச் செய்த விஷயம், வான் வழியாக லெபனான்மீது இஸ்ரேல் நடத்திய கோரமான தாக்குதல்தான்! லெபனானின் தலைநகர் பெய்ரூத்தின் நெருக்கடியான வீதிகளில், மக்கள் வசிக்கும் கட்டடங்கள்மீது இஸ்ரேலியப் போர்விமானங்கள் குண்டுகள் வீசியதை நானும் என் கணவரும் தொலைக்காட்சியில் கண்டு அதிர்ச்சியடைந்தோம். பெய்ரூத்தின் கடற்கரையையொட்டி வானுயர நிற்கும் பலமாடிக் கட்டடங்கள் சிங்கப்பூரில் நாங்கள் வசித்த 'மரீன் விஸ்டா' பகுதியை நினைவுட்டியது. எங்கும் காயமடைந்தவர்களும் கொல்லப்பட்டவர் களும் நிறைந்த கோரமான காட்சிகள்! அவர்களில் பலரும் குழந்தைகள். அதைத் தொடர்ந்து, இஸ்ரேலியர்கள் பெய்ரூத்தைச் சுற்றி வளைத்து முற்றுகையிட்டதாகச் செய்திகள் வந்தன. காயமடைந்தவர் களுக்கு மருத்துவ உதவி மறுக்கப்பட்டது. நகரெங்கும் தண்ணீர், மின்சாரம், உணவுப் பொருள்கள் தடைசெய்யப்பட்டன.

லெபனானும் பெய்ரூத்தும் எனக்குப் பழக்கமான பெயர்களல்ல! ஆனால் இஸ்ரேல் அப்படியல்ல. 'இஸ்ரேலிய மக்கள் இறைவனால் தேர்ந்தெடுக்கப்பட்ட மக்கள்' என்று எனது சர்ச்சில் பாடம் புகட்டி இருந்தார்கள். உலகெங்குமுள்ள யூதர்கள் இஸ்ரேலிய நாட்டில் வந்து ஒன்றுசேர்வது வேதத்தில் காணும் முன்னறிவிப்பு என்று பல கிறித்தவ நண்பர்களும் கருதினார்கள்.

வேறு பல காரணங்களுக்காகவும் இஸ்ரேல் என் ஆதரவைப் பெற்றிருந்தது. நான் இலண்டனில் இருந்த நாள்களில், ஜெர்மன் நாஸிகளின் பிடியில் யூதர்கள் அனுபவித்த நடுங்க வைக்கும் துயரங்களைப் பார்ப்பதற்கென்றே தொலைக்காட்சிகளின் முன்னால் பல மணி நேரங்களைச் செலவழித்திருக்கிறேன். ஜெர்மன் நாஸி களின் கூட்டாளியான ஜப்பான் பேரரசின் இராணுவத்தினரால் எனது பெற்றோர்களும் துயரமடைந்திருக்கிறார்கள். ஓர் அந்நிய நாட்டில் அகதியாக வாழும் நான் 'நாடற்றவர்கள்' என்பதன் பொருளை மிக நன்றாகவே புரிந்துகொண்டிருந்தேன். இஸ்ரேல் என்கிற நாட்டை உருவாக்கியதன் மூலம் அனைத்து யூதர்களும் பயமின்றி வாழ ஒரு புகலிடம் கிடைக்குமென்பதால் அதை நீதியின் செயற்பாடாக, சொல்லப்போனால் இறைநீதியாகவே நான் நினைத்தேன்.

லெபனான் மீது இஸ்ரேல் நடத்திய படையெடுப்பின் காரணமாக ஒரு லட்சத்திற்கும் அதிகமானோர் வீடிழந்ததாகவும், பதினான்காயிரம் மக்கள் கொல்லப்பட்டதாகவும் நாளிதழ்களில் செய்திகள் வந்தன. இது என்னை மிகவும் பாதித்தது. இஸ்ரேல் ஏனிப்படி செய்கிறதென்று என்னால் புரிந்துகொள்ள முடியவில்லை. ஒருவேளை அதற்குத் தகுந்த காரணமிருக்கும் என்றும் நான் நம்பினேன்.

பாலஸ்தீன விடுதலை அமைப்பை (பிஎல்ஓ) லெபனானிய மண்ணிலிருந்து துடைத்தெறியும் நோக்கத்துடன்தான் இஸ்ரேல் லெபனான்மீது படையெடுத்ததாகப் பிரிட்டனிலிருந்து வெளியாகும் பெரும்பாலான பத்திரிகைகளும் கதைகட்டின. பிஎல்ஓவைப் பற்றி எனக்குத் தெரிந்ததெல்லாம் அது ஓர் அரபிகளின் குழுவென்றும், பயணிகள் விமானத்தைக் கடத்தியவர்கள் என்றும், பொது இடங்களில் வெடிகுண்டுகளை வைப்பவர்கள் என்றும், யூதர்களை வெறுப்பவர்களென்றும் மட்டும்தான்!

நானறிந்த கிறித்தவ முதியவர்கள், பழைய வேதத்தில் சொல்லப் படுகிற பெலிஸ்தர் என்பவர்களின் வாரிசுகள்தாம் பாலஸ்தீனர்கள் என்று சொன்னார்கள். தனது எதிரிகளைக் கொடுமைப்படுத்திய கோலியாத்தும் ஒரு பெலிஸ்தர்தான். ஞாயிறு பாடசாலையில் நான் ஆசிரியையாக இருந்தபோது எனக்குப் பிடித்தமான கதைகளில் ஒன்று தாவீதுக்கும் கோலியாத்திற்கும் இடையிலான போர்தான்! சிறியவனாகிய தாவீது எப்படி வலிமையான கோலியாத்தைக் கீழ்ப்படுத்தினான் என்பதை நான் என் குழந்தைகளுக்கு ஆசையோடு விளக்குவேன் (நானும் ஐந்தடிக்கும் குறைவான சிறியவள்தான்).

அது எப்படியிருந்தாலும், நான் கண்ட காட்சிகளை வைத்துச் சொல்வதென்றால் இஸ்ரேல் இன்று கோலியாத்தாக மாறியிருப்பதாகத் தோன்றியது: அண்டை நாடான லெபனானில் அழிவையும், அக்கிரமத்தையும், மரணத்தையும் கொண்டுவந்த திமிர்பிடித்த சக்தி! இஸ்ரேலியத் தலைவர் ஒருவர் பத்திரிகையாளர்களிடம் பேசும்போது, 'உயிர் இழப்புகளுக்கு நாங்கள் வருந்துகிறோம். ஆனாலும், ஆம்லட் தயாரிக்க முதலில் முட்டையை உடைத்தாக வேண்டியிருக்கிறதே!' என்று கேலியுடன் சொன்னார்.

'முட்டையை உடைப்பதா?' அந்த உதாரணம் என்னை அதிர்ச்சிக்குள்ளாக்கியது! எந்த வகையான ஆம்லட்டை இஸ்ரேல் தயாரிக்க நினைக்கிறது? லெபனானிய மக்களென்ன முட்டைகளா உடைப்பதற்கு? இஸ்ரேலியத் தாக்குதலில் கொல்லப்பட்டவர்களும், காயமடைந்தவர்களும், வீடிழந்தவர்களும், ஏறக்குறைய அனைவருமே பொதுமக்கள் என்பதையும், அவர்களில் பலரும் பெண்களும் குழந்தைகளும்தான் என்பதையும் செய்தியறிக்கைகள் தெளிவு படுத்தின. போரின்போது பொதுமக்கள்மீது குண்டுகளை வீசுவதென்பது ஈவிரக்கமற்ற செயல்! விளையாட்டுத் திடல்கள், கல்லறை மைதானங்கள், வீடுகள், மருத்துவமனைகள், பாட சாலைகள், தொழிற்சாலைகள் எனப் பல்வேறு இடங்களிலும் நாள்கணக்கில் குண்டுகள் மழையெனப் பொழிந்தன. அத்தோடு நில்லாமல் பெய்ரூத்திற்கு உணவும், மருந்து வகைகளும் ஏற்றிவந்த செஞ்சிலுவை சங்கத்தின் கப்பல்மீதும் தாக்குதல் நடந்தது.

நானறிந்த வரை யாருக்கும் இதைப் பற்றி அக்கறையில்லை. இறைவன்கூட லெபனானைக் கைவிட்டதாகவே நினைத்தேன். லெபனானில் காயமடைந்த மக்களைப் பார்க்கையில் என் மனம் மிகவும் வேதனையடைந்தது. அதற்கு மூன்று காரணங்கள் இருந்தன. முதலாவது, அந்தக் காயங்களை ஏற்படுத்தியது இஸ்ரேல் என்பது. இரண்டாவது, நானொரு கிறித்தவப் பெண் என்பது. மூன்றாவது, நானொரு மருத்துவர் என்பது. மக்கள் நெருக்கடி மிக்க நகரமொன்றில் வாழும் பொதுமக்கள்மீது இஸ்ரேல் எப்படி குண்டுகளை வீசுகிற தென்பதை என்னால் புரிந்துகொள்ள முடியவில்லை. அதற்கான விளக்கத்தையும், புரிந்துகொள்ளும் ஆற்றலையும் எனக்கு வழங்கும் படி இறைவனிடம் வேண்டினேன்.

அதன் பிறகு 1982 ஆகஸ்ட் மாதத்தில் ஒருநாள் எனது சக ஊழியர் பிர்யான் மயோ என்பவர் மூலமாக ஒரு செய்தியறிந்தேன்.

பன்னாட்டுச் சேவை அமைப்பொன்று, காயமடைந்தவர்களுக்குச் சிகிச்சையளிக்க ஓர் அறுவை சிகிச்சை மருத்துவரை பெய்ரூத்திற்கு அனுப்ப விழைவதாக அறிந்தேன். இறைவன் என் பிரார்த்தனைக்குப் பதில் அளித்ததாக நினைத்தேன். ஒரு ஆர்த்தோபீடிக் சர்ஜனான நான் என்ன செய்ய வேண்டும் என்பதை அறிந்திருந்தேன். ஒரு முடிவுக்கு வந்தபோது மனதில் ஆறுதல் தோன்றியது.

2

எதிர்காலத்தைப் பற்றி எந்தவித நிச்சயமுமில்லாதிருந்த காலத்தில் என்னை மருத்துவத் துறைக்குத் தள்ளிவிட்டது எனது சகோதரன்தான். அதேபோல, மருத்துவக் கல்லூரியின் கசப்பான எதார்த்தங்களுக்கு முன்னால் திகைத்து நின்றபோது, என்னை அதே துறையில் தக்க வைத்தது என் பெற்றோர்களின் அறிவுரைதான்! சமூக மருத்துவம் சுடுநீராக எரித்தபோது எலும்பு முறிவு வைத்தியம் தப்பிக்கும் வழியாக அமைந்தது.

நானும், பிரான்சிஸும் சிங்கப்பூரிலிருந்துப் புறப்படுகையில் நான் விரும்பியது பிரிட்டனில் அறுவை சிகிச்சை வல்லுநராகப் பணியாற்ற வேண்டுமென்றுதான்! ஆனால் பிரிட்டன் மருத்துவத் துறையிலிருந்த வெள்ளையர்களின் ஆதிக்கம் அதற்குத் தடையாக இருந்தது. இருந்தாலும் நான் என் வழியைத் தேர்ந்தெடுத்தேன். ராயல் காலேஜ் ஆஃப் சர்ஜனில் உறுப்பினரானேன். இப்போது நான் அங்கீகாரம் பெற்ற சர்ஜன். எனது திறமைகளை நல்வழியில் பயன்படுத்தியாக வேண்டிய தருணம் இது.

பெய்ரூத் போக நான் முதலில் விண்ணப்பித்தபோது, சேவையாளர்களைத் தேர்வு செய்யும் கிறித்தவ சாரிட்டி என்னை அனுப்ப விரும்பவில்லை. காரணம் என்னிடம் பாஸ்போர்ட் இல்லை. என்னிடம் இருப்பது பிரிட்டனின் பயண அனுமதிப் பத்திரம் மட்டும்தான். பாஸ்போர்ட் இல்லாமல் நான் பெய்ரூத்திற்குள் நுழைய முடியாதென சாரிட்டி அஞ்சியது. எனது கணவர் பிரான்சிஸ் பிரிட்டன் வெளியுறவுத் துறையுடன் தொடர்புகொண்டார். வெளிநாடுகளிலுள்ள பிரிட்டிஷ் தூதரகமோ பிரதிநிதிகளோ அளிக்கும் பாதுகாப்புக்கு என்னிடமுள்ள பயண அனுமதிப் பத்திரம் போதாதென்றும், இருந்தாலும் பிரச்சினையேதும் ஏற்பட்டால் பெய்ரூத்திலுள்ள பிரிட்டிஷ் தூதர் உதவுவாரென்றும் உறுதியளித்தார்கள். அந்த வாய்மொழி

வாக்குறுதியை ஆயுதமாக்கி கிறித்தவ சாரிட்டியை அணுகி என்னையும் சேர்த்துக் கொள்ளும்படிக் கேட்டேன். அடுத்த முயற்சியாக செஞ்சிலுவை சங்கத்தின் மேலதிகாரி கர்னல் கிரேயை நேரில் சந்தித்து, அந்தப் பணிக்கான அனுபவம் எனக்கிருப்பதாகப் பிரான்சிஸ் உறுதியளித்தார். எங்களது ஆர்வத்தைக் கண்டு வியந்து கர்னல் கிரே எங்களின் முயற்சி வெற்றியடைய வாழ்த்தவும் செய்தார். போவது பிரான்சிஸ் அல்ல, நான்தான் என்பதை அவர் பிறகுதான் புரிந்து கொண்டார்.

பயணத்திற்கு அதிக தாமதம் ஏற்படவில்லை. மருத்துவமனையில் என் வேலையை ராஜினாமா செய்து, பெட்டி படுக்கைகளுடன் விமான நிலையத்திற்குப் பயணமானேன். இஸ்ரேலியர்கள் பெய்ரூத் விமான நிலையத்தை மூடிவிட்டிருந்த காரணத்தால் விமான மார்க்கமாக சைப்ரஸ் நாட்டின் லார்கானா வரை சென்று, அங்கிருந்து கடல் வழியாகச் சிறிய கப்பலில் செல்ல வேண்டியிருந்தது. பெய்ரூத் நோக்கிப் புறப்பட்ட குழுவில் என்னைத் தவிர வேறு பலரும், உலகின் பல நாடுகளிலிருந்தும் வந்த நூற்றுக்கும் அதிகமான மருத்துவர்கள் இருந்தார்கள். நாங்கள் பல நிறத்தவர்களாகவும் பல மதத்தினராகவும் இருந்தோம். போரில் காயமடைந்த லெபனான் மக்களுக்கு உதவ முடியுமென்கிற நம்பிக்கையுடன் சொந்த நாட்டைவிட்டுப் பயண மானோம். நாளடைவில் நெருங்கிய நண்பர்களானோம்.

ஆகஸ்ட் மாதத்தின் விடுமுறை நாள்கள் திருவிழா காலம் போன்றது. சைப்ரஸின் இளவேனிலையும் அதன் அழகிய கடலோரங்களையும் கண்டுகளிக்க ஆர்வத்துடன் புறப்பட்ட பயணிகளைச் சுமந்துகொண்டு விமானம் இலண்டன் ஹீத்ரோ விமான நிலையத்திலிருந்து புறப்பட்டது. வித்தியாசமான மனிதர் களுடன் சில மணி நேரங்களைச் செலவிட்டு, லார்கானா விமான நிலையத்தில் இறங்கினோம். சைப்ரஸ் தென் கிழக்காசியாவை நினைவுபடுத்தியதால் வீட்டைப் பற்றிய சிந்தனை எழுந்தது.

சிங்கப்பூரில் மருத்துவம் படிக்கத் தீர்மானித்த வேளையில் பெற்றோர் களுக்கிடையில் கருத்து வேறுபாடு உருவானது. மகள் ஒரு மருத்துவரா வதில் அம்மா பெருமைப்பட்டாள். ஆனால் அப்பாவோ நானொரு இசைக் கலைஞராக வரவேண்டுமென்று ஆசைப்பட்டார். இருந்தாலும் நான் முழு ஆர்வத்துடன் மருத்துவத்துறையில்

காலடியெடுத்து வைத்தேன். இரசாயனத்தில் பாதுகாக்கப்பட்ட மனித சடலங்களை அறுவை செய்து பார்ப்பதுதான் எனது முதல் வேலையென்று யாரும் என்னிடம் முன்கூட்டிச் சொல்லவில்லை. சடலங்கள் பாதுகாக்கப் பட்டிருந்த அந்த அறை ஒரு திகில் படத்தின் காட்சியமைப்பு போலிருந்தது. பார்மலின் என்கிற மருந்தின் நாற்றம் என்னை நிலைகுலையச் செய்தது. மூக்கின் சவ்வுகளை எரித்துக் கண்களில் நீரையும் வரவழைத்தது.

இருபத்திரண்டு பெண்களும், தொண்ணூற்றியெட்டு ஆண்களும் அந்த ஆண்டு மருத்துவக் கல்வியில் சேர்ந்திருந்தார்கள். அவர்களை ஆறு குழுக்களாகப் பிரித்து, ஒவ்வொரு குழுவுக்கும் ஒரு சடலத்தைத் தந்து அறுத்துப் பார்க்கச் சொன்னார்கள். ஓராண்டுகால பயிற்சிக் கிடையில் பலமுறை துண்டாடப்பட்ட சடலங்கள் அவை. எங்களுக்கு முன்வந்தவர்கள் அறுத்துப் போட்ட மனித உறுப்புகள் மேசைகள் மீதும், கையலம்பும் இடத்திலும், தரையிலுமாகப் பல இடங்களில் சிதறிக் கிடந்தன.

முதல் மேசையில் எங்கள் குழுவுக்கான சடலம் கிடந்தது. நான் எட்டிப் பார்த்தேன். அந்தச் சடலத்தின் மீது 'அடையாளம் தெரியாத அநாதை ஆண் பிணம் என்ற குறிப்பு ஒட்டப்பட்டிருந்தது. அந்நேரம் அங்கு வந்த அனாடமி புரொபஸர் உற்சாகத்துடன் உரக்கப் பேசிய வாறே தம் கையிலிருந்த தொடையெலும்பை ஒரு குச்சியாகப் பயன்படுத்தினார்.

'ஓ இளம் பெண்ணே!' — சிரித்த முகத்துடன் என்னை அழைத்த அவர் கையிலிருந்த எலும்புத் துண்டால் என் தலையில் மெல்லத் தட்டினார். நான் பயத்தில் கூச்சலிட்டேன். அதுவரை என் வாழ்நாளில் இறந்துபோன மனித சடலத்தின் சிறு பகுதியைக்கூட நான் தொட்டதில்லை. நல்லவேளையாக எனது கூச்சலைவிடப் பெரிய அலறல் ஒன்று பக்கத்திலிருந்து எழுந்ததால் அனைவரின் கவனமும் அங்கே திரும்பியது. இரண்டு மாணவர்கள் மூர்ச்சையுற்று தரையில் கிடந்தனர். அதனால் நான் தப்பித்தேன். அன்றைய வகுப்புத் தள்ளி வைக்கப்பட்டது. மூர்ச்சையடைந்த அந்த இரண்டு மாணவர்களையும் வெளியே தூக்கிச் சென்று சுத்தமான காற்றை சுவாசிக்க வைத்தார்கள். குடிக்கத் தண்ணீர் கொடுத்தார்கள்.

குழம்பிய மனதுடன் வீட்டிற்குச் சென்ற நான் அம்மாவிடம் மருத்துவப் படிப்பே வேண்டாமென்று சொன்னேன். நோயை அகற்றி, துயர்துடைக்கும் பணியில் வாழ்க்கையை அர்ப்பணிக்க

வேண்டுமென்ற ஆசையிருந்தாலும் மரணத்தையும் இழப்பையும் தினமும் சந்திக்க முடியாத நிலையில் நானிருந்தேன்.

எனது தாயார் இதைக் கேட்டு அதிர்ச்சியடைந்தார். இருபதாம் நூற்றாண்டில் பெண்கள் அடைந்த முன்னேற்றத்தை அவள் நினைவு கூர்ந்தாள். ஐம்பது ஆண்டுகளுக்கு முன்னால் சைனாவின் கிராமப்புற மக்கள் பெண் சிசுக்களை நதியில் உயிரோடு ஒழுகவிட்டதைப் பற்றிச் சொன்னாள்: 'வாய்ப்புகளைப் பயன்படுத்திக்கொள்ள முடிந்தால் உன்னால் பலருக்கும் உதவ முடியும். ஆனால் நீயோ கிடைத்த வாய்ப்பையும் தூக்கியெறிய விரும்புகிறாய். எதனால் இந்த மன மாற்றம்? சடலங்களைப் பற்றிய, அளவுக்கு மீறிய பயத்திலிருந்து நீ வெளியேற மறுக்கிறாய். இப்படியொரு கோழையாகவா நான் உன்னை வளர்த்தேன்? என்னை ஏமாற்றிவிட்டாயே!' தொடர்ந்து பேச முடியாமல் அம்மா அழுதாள்.

என் முடிவினால் அம்மா எந்த அளவு பாதிக்கப்பட்டிருந்தாள் என்பதை என்னால் உணர முடிந்தது. ஆசிரியை, எழுத்தாளர் என்கிற பதவிகளை இரண்டு முறை இதே அம்மா துறந்திருந்தாள். ஜப்பான் இராணுவ ஆக்கிரமிப்பிற்கு எதிராக மக்களை அணிதிரட்டும் பணியில் ஈடுபட்டபோது தன் வேலையை ஒருமுறை ராஜினாமா செய்தாள். அதன் முடிவு, அவளது சிறைவாசம். இரண்டாவது முறை, குழந்தைகளின் எதிர்காலத்தை முன்னிட்டு வேலையை விட்டு விலகினாள். இப்படி எங்களுக்காக அவள் நிறையவே தியாகம் செய்திருந்தாள். எங்களுக்குப் பலதும் தந்தாள். பள்ளியில் கற்றதைவிட, முறையான கல்வியை அவளிடமிருந்துதான் நான் பெற்றேன். அவள் வழியாகவே சாதாரண மக்களின் வறுமையையும் துயரங்களையும் நானறிந்தேன். மேலும் பெண்களின் மீதான அடக்குமுறைகள் பற்றியும், அவர்கள்மீது சுமத்தப்படும் பழிகள் பற்றியும் அவள் எனக்குச் சொல்லித் தந்தாள். வாழ்க்கையைப் பற்றிய தொலைநோக்கு என்னில் உருவானதும் அவள் வழியாகத்தான்! அவளுக்கு நான் நிறையவே கடமைப்பட்டிருக்கிறேன். ஆயினும், மருத்துவத்தைத் துறக்க வேண்டுமென்ற என் எண்ணத்தை மாற்ற அவளால் முடியவில்லை.

ஆனால் என் தந்தை இதை வேறொரு கோணத்தில் அணுகினார். மேற்கொண்டு மருத்துவப் படிப்பைத் தொடர விரும்பவில்லை என்ற என் முடிவை அவரிடம் தெரிவித்தபோது எந்தவித அதிர்ச்சியையும் வெளிக்காட்டாமல் அமைதியுடன் அவர் சொன்னார்: 'நீ எனக்குத்

தந்த உறுதிமொழியை மீறிவிட்டாய். அதனால் உன் படிப்புக்காக நான் தந்த முதலாண்டுக் கட்டணத்தை நீ திருப்பித் தரவேண்டும்.' அதைக் கேட்டதும் பதிலேதும் சொல்லாமல் விருப்பமின்றி மறுநாள் நான் சவ அறைக்குத் திரும்பினேன்.

சில வாரங்கள் பின்னடைந்தபோது நான் உண்மையாகவே எனது அனாடமி புரொபஸரை நேசிக்க ஆரம்பித்தேன். விரைவிலேயே சவ அறை எனது சொந்த வீடு போல ஆனது. அங்கேயே சிற்றுண்டி சாப்பிட்டும், காபிகுடித்தும் சடலங்களைப் பரிசோதிக்குமளவுக்கு நான் மாறிப் போயிருந்தேன்.

இளநிலை அறுவை சிகிச்சை வல்லுநரானதும் வெறுமொரு மருத்துவராக இருப்பதில் பயனில்லையென்று சீக்கிரமே புரிந்து போனது. மருத்துவம் என்பது நோயையும் வேதனையையும் குணப்படுத்த உதவும் ஒரு விஞ்ஞானமேயன்றி வேறெதுவுமல்ல! மருத்துவரென்றால் உடல் தொடர்பான பிரச்சினைகளைச் சமாளிக்கப் பயிற்சிபெற்ற ஒரு வல்லுநர். அவ்வளவுதான்! 'உயிர் காக்கும் சேவை' என்கிற உயர்ந்த இலட்சியமொன்றும் இதில் இல்லை. அறிவையும் பயிற்சியையும் பயன்படுத்தி நோய்க்குத் தீர்வு காண்பதுதான் வேலை. சிலர் நொறுங்கிய காரையும், அடைபட்ட குழாயையும் சரிசெய்கிறார்கள். அவர்களும் ஒரு வகையில் வல்லுநர்கள்தாம்!

மருத்துவம் படித்துக்கொண்டே சிங்கப்பூர் மத்திய மருத்துவ மனையில் வேலை செய்வதை நான் மிகவும் விரும்பினேன். வேலையில் முழு ஈடுபாடு கொண்டேன். வார்டுகளிலும், வெளி நோயாளிகளுக்கான சிகிச்சை அறையிலும், கருத்தரங்குகளிலும், ஆபரேஷன் தியேட்டரிலும், புத்தகச் சாலையிலுமாக எனது வாழ்க்கை சுழன்றது. சமூக உறவென்பது சக ஊழியர்கள், நோயாளிகள், உறவினர்களெனச் சுருங்கிப் போனது. மருத்துவமனையென்பது பணியிடமாகவும், விளையாட்டுத் திடலாகவும், மகிழ்ச்சியையும் வேதனையையும் பங்கிடும் இடமாகவும், வெற்றி தோல்வியை நிர்ணயிக்கும் இடமாகவும், சொல்லப்போனால் எனது உலகமாகவே அது மாறியிருந்தது. வாரத்தில் நூறு மணி நேரம் உழைக்கும் எந்த ஓர் இளம் மருத்துவரின் வாழ்க்கையும் இப்படித்தான் இருக்கும்.

'அவசர அழைப்புப் பணி' இல்லாத அபூர்வமான ஓய்வு நாள்களில்

நான் மருத்துவமனையைவிட்டு வெளியே செல்வேன். சூரிய ஒளியும், மழை மேகமும், திறந்தவெளிக் காற்றும், காலடிகள் பதியும் வழிகளும்... இவையெல்லாம் முதலில் நிஜமானதாக தோன்றாது! அழகிய வண்ணங் களில் அலங்காரமாகக் காட்சியளிக்கும் கடைகள் நிறைந்த பெரிய வணிக வளாகங்களும், நாகரிக உடைகள் அணிந்து ஒப்பனையில் ஜொலிக்கும் பெண்களும், போக்குவரத்து நெரிசலும், மக்கள் நிரம்பி வழியும் பயண ஊர்திகளும், மின்னலடிக்கும் ஒளியும், கடைகளிலிருந்து வழியும் பாப் இசையும்—காலடி எடுத்து வைக்கவே அஞ்சுகிற உலகமாக அது தோன்றியது.

சிங்கப்பூர் ஒரு பரபரப்பான நகரம். பழமையும் புதுமையும், வணிகமும், தொழிற்சாலைகளும் இணைந்த மின்னணு நகரம். மனிதர்கள் எப்போதும் அவசரப்பட்டார்கள். உணவு விடுதிகளில் சுவையான உணவுகளை வாரி விழுங்கினார்கள். மருத்துவமனை உணவுகளென்றால் அது சரிதான்! ஆனால் நகரத்திற்கு வெளியே, விதவிதமான உணவுகள் கிடைக்கும்போது, அவற்றைச் சுவைத்துப் பார்க்க சிறிது நேரத்தை ஒதுக்க முடியாமல் போவது குற்றமாகவே தோன்றியது.

சிங்கப்பூர் வெறும் கட்டடங்களின் காடாக மாறுவதைத் தடுக்கும் நோக்கத்துடன் அரசாங்கம், நகரமெங்கும் மரங்கள் நடும் பரப்புரையை முடுக்கி விட்டிருந்தது. சுற்றுலா அறிவிப்புப் பலகையில் காண்பது போல சிங்கப்பூரை 'பூங்கா நகரமாக' மாற்றவும் முயற்சிகள் நடந்து கொண்டிருந்தன. அதன் விளைவாகப் பல இடங்களிலும் பெரிய பூங்காக்களும், தோட்டங்களும் உருவாகி, பார்ப்பதற்கு மிகவும் ரம்மியமாக இருந்தன.

பல ஆண்டுகளுக்குப்பின் முதன்முறையாக, சிங்கப்பூர் நினைவுகள் என்னைத் தீவிரமான வீட்டு நினைப்புக்கு ஆளாக்கின. சைப்ரஸில் வெட்ட வெயிலில் நடந்துகொண்டிருந்தபோது, சிவந்த செம்பருத்திப் பூக்கள் தென்கிழக்காசியாவையும் வீட்டையும் என்னுடைய நினைவுக்குக் கொண்டுவந்தன.

பெய்ரூத்தின் மீதான முப்பத்தாறு மணி நேர தொடர் விமானத் தாக்குதலின் வேளையில் நாங்கள் வந்து சேர்ந்த காரணத்தால் சில நாள்கள் சைப்ரஸில் தங்க நேர்ந்தது. இஸ்ரேலிய ஆக்கிரமிப்பின் காரணமாக லெபனானில் இருபதாயிரம் மக்கள் வீடிழந்ததாகவும்,

நிறைய பேர் இடிபாடுகளுக்கிடையில் சிக்கிக் கிடப்பதாகவும், இஸ்ரேலியர்கள் தூக்கிச் சென்றவர்களின் நிலை குறித்து தகவல் இல்லாததால் மரணம் அடைந்தவர்களின் எண்ணிக்கையைத் துல்லிய மாகக் கணக்கிட முடியவில்லையென்றும் சைப்ரஸைச் சேர்ந்த ஐநாவின் பிரதிநிதி ஒருவர் எங்களிடம் தெரிவித்தார்.

நாங்கள் சைப்ரஸில் காத்திருந்த வேளையில், இஸ்ரேல் மீண்டும் பன்னாட்டு செஞ்சிலுவை சங்கக் கப்பலொன்றின் மீது தாக்குதல் நடத்தியதாகச் செய்தி வந்தது. ஒரு மருத்துவர் என்கிற முறையில் எந்தவிதப் பாதுகாப்பும் இஸ்ரேலியர்களிடமிருந்து எங்களுக்குக் கிடைக்குமென்று தோன்றவில்லை. ஜெனீவா உடன்படிக்கையின்படி பாதுகாப்புக் கவசமுள்ள பன்னாட்டு செஞ்சிலுவை சங்கத்திற்கே இந்த கதியென்றால், அகதிகளுக்கான வெறும் பயணச்சீட்டை மட்டுமே கையில் வைத்திருக்கும் ஒரு மருத்துவரை அவர்கள் என்னதான் செய்யமாட்டார்கள்? என்னுடன் வந்திருக்கும் மற்ற சகஊழியர்களிடம் அவர்கள் எப்படி நடந்துகொள்வார்கள்? நான் மனதுக்குள் நினைத்துக்கொண்டேன்: 'நல்லது, ஒருவேளை நான் வெடித்துச் சிதறினாலும், குறைந்தபட்சம் தங்களுக்கு உதவ முயன்ற ஒரு சிங்கப்பூர் தோழியை லெபனான் மக்கள் நினைவுகூர அது உதவும்.

என் கணவர் பிரான்சிஸைப் பற்றி நினைத்தேன். சிங்கப்பூரை விட்டு வெளியேறுவதன் மூலம் அவரது வக்கீல் தொழிலையும், வீட்டையும், குடும்பத்தையும், நண்பர்களையும் அவர் இழக்க நேரிடும். அவர் தற்போது இழந்தது அவரது மனைவியாகிய என்னை மட்டும்தான்! அப்படியிருந்தும், நான் லெபனான் செல்லத் தீர்மானித்த போது அவர் என்னை ஊக்குவிக்கவே செய்தார்: 'லுக் ஸ்வீ சாய், நானும் ஒரு மருத்துவராக இருந்திருந்தால் நானும் உன்னுடன் வந்திருப்பேன். இப்போதைக்கு என்னால் முடிந்தது நீ லெபனான் செல்வதற்கு உறுதுணையாக இருப்பதுதான்!'

இறுக்கமான அந்தச் சூழ்நிலையைச் சமாளித்தவாறு எனது பெட்டி களைக் கட்ட அவர் உதவி செய்தார். ஆயினும், இஸ்ரேலியர்கள் நான் பணியாற்றச் செல்லும் மருத்துவமனையைக் குண்டு வீசித் தாக்கினால், அதன் விளைவாக எனது உயிரற்ற உடலைத் திரும்பப் பெறவேண்டிய கதி தமக்கு வருமோ என்று அவர் பயப்படுவதை நான் உணர்ந்தேன். அந்த பயத்தின் காரணமாக அவர் மனதுக்குள் நொறுங்கிக்கொண்டிருப்பது எனக்குப் புரிந்தது. ஒருவேளை,

அவருடைய மனவோட்டத்தை நான் புரிந்துகொண்டிருப்பதை அவர் அறிந்திருக்கமாட்டார். எனது பயணத்திற்கு முந்தைய இரவில் அவருக்குச் சில தூக்க மாத்திரைகளைக் கொடுத்து, ஒருவேளை அப்படியேதும் நிகழ்ந்தால் ஒரு கறுத்த பெரிய பிளாஸ்டிக் உறையில், நான் திரும்ப வரக்கூடும் என்கிற எதார்த்தத்தை எதிர்கொள்ளத் தயாராக இருக்க வேண்டுமென்று அவரிடம் கேட்டுக்கொண்டேன்.

லிஃப்டிலிருந்து வெளியேற முயன்ற வேளையில் எனது நினைவு களைத் திசை திருப்பியது ஒரு குரல்: 'மருத்துவர், எங்கள் மக்களுக்கு உதவ நீங்கள் லெபனான் செல்கிறீர்களா? மிக்க நன்றி, வரவேற் கிறோம்'—வெள்ளை பேண்ட்டும், மங்கிய பருத்திச் சட்டையும் அணிந்த கறுத்த, உயரமான ஒரு நடுத்தர மனிதர்.

'நீங்கள் லெபனான் நாட்டவரா?'—நான் கேட்டேன்.

'இல்லை, நானொரு பாலஸ்தீனன்'—அவர் பதிலளித்தார்.

அந்த மனிதர் நான் சந்திக்கும் முதல் பாலஸ்தீனன்! அவரிடம் சுத்தமான ஆங்கில உச்சரிப்பும், பணிவும் இருந்தன. எனினும் 'பாலஸ்தீன்' என்ற சொல் வெறுப்பை ஏற்படுத்தியது. உண்மையில், ஒரு பாலஸ்தீனருடன் பேசுவதைக்கூட நான் அப்போது விரும்பவில்லை.

'அப்படியென்றால் நீங்கள் ஒரு பிஎல்ஓவா?'—நான் கேட்டேன். அந்த மனிதர் தம் உடலில் துப்பாக்கியோ, எறிகுண்டோ ஒளித்து வைத்திருக்கிறாரா என்று சந்தேகத்துடன் ஆராயவும் செய்தேன்.

அவர் இல்லையென்று மறுத்தார். அத்துடன் தாமொரு பல்கலைக் கழக ஆசிரியரென்றும், அரபு இலக்கியம் சொல்லிக் கொடுப்பதாகவும் விளக்கினார். நிம்மதிப் பெருமூச்சு விட்டேன். அந்த மனிதர் நண்பகல் உணவருந்த என்னை அழைத்தார். நான் சம்மதித்தேன். அவர் தம்மைப் பற்றிச் சொல்ல ஆரம்பித்தார். திகைப்புடன் அவரது பேச்சைக் கேட்டுக்கொண்டிருந்தேன்.

அவரது குடும்பம் ஜஃபாவைச் சார்ந்தது. அவர் சொன்னார்: 'புகழ் பெற்ற ஜஃபா ஆரஞ்சைப் பற்றி நீங்கள் கேள்விப்பட்டிருப்பீர்கள். பாலைவனத்தைப் பூந்தோட்டமாக்கியது தாங்கள்தானென்று இஸ்ரேலியர்கள் சொல்கிறார்கள். உங்களுக்குத் தெரியுமா, நான் பிறந்ததே ஆரஞ்சுத் தோட்டத்தில்தான்! நூற்றாண்டுகளாக எனது மூதாதையர்கள் ஆரஞ்சு விவசாயத்தில் ஈடுபட்டவர்கள். இஸ்ரேலியர் எங்களை அந்த மண்ணிலிருந்து வெளியேற்றினார்கள். சொந்த

வீடும் ஆரஞ்சுத் தோட்டமும் நஷ்டமாகி நாங்கள் புலம்பெயர்ந்து அகதிகளாக மாறினோம். எங்கள் குடும்பம் முழுவதும் சிதைந்தது. என் தாயாரும், சகோதரியும் ஜோர்டானுக்கு ஓடிப் போனார்கள். ஒரு சகோதரன் இப்போது சவுதி அரேபியாவிலும், அடுத்தவன் ஏமனிலும், இளையவன் குவைத்திலும் குடியேறினார்கள். எனது தந்தை மட்டும் மேற்குக் கரையிலேயே தங்கிவிட்டார். கூடவே என்னையும் வைத்துக்கொண்டார். வாய்ப்புக்கேடாக, அங்கு வாழ்க்கை நாள்தோறும் கடுமையாகிக்கொண்டே போனது. இனியும் தாங்கமுடியாதென்ற நிலை வந்தபோது, எனது பதின்மூன்றாவது வயதில் வீட்டைவிட்டு ஓடிவந்தேன். பெய்ரூத் சென்று அங்குள்ள பல்கலைக்கழகத்தில் சேர்ந்தேன். எப்படியோ எங்களது குடும்பம் சிதைந்து போனது. என்றாவது ஒருநாள் மீண்டும் அவர்களைச் சந்திக்கும் வாய்ப்பு கிடைக்குமென்று நினைக்கிறேன்.'

இப்படியொரு வித்தியாசமான கதையை நான் இப்போதுதான் முதன்முறையாகக் கேட்கிறேன். நான் கேட்டேன்: 'பிஎல்ஓவைப் பற்றி நீங்கள் என்ன நினைக்கிறீர்கள்?'

அவருக்கு பிஎல்ஓவுடன் நெருங்கிய உறவிருந்தது. தமது வருமானத்தின் ஐந்து சதவிகிதத்தை பிஎல்ஓவுக்குக் கொடுத்து வந்தார். பிஎல்ஓவைத் தமது அரசாங்கமாகவும் நினைத்தார். நான் வியப்படைந்தேன். பிஎல்ஓவை ஓர் அரசாங்கமென்று இதற்குமுன் யாரும் என்னிடத்தில் அறிமுகப்படுத்தியதில்லை. ஒரு வெற்றுத் தாளைத் தரும்படி அவர் என்னிடம் கேட்டார். நான் வியப்பு அடைந்ததை அவரும் கவனித்திருப்பார். நானொரு வெள்ளைத் தாளை அவரிடம் நீட்டினேன். அதில் அவர் பிஎல்ஓவின் பல கட்டமைப்புகளின் மாதிரியை வரைந்து காண்பித்தார். அதில் தேசிய சபை, நாடாளுமன்றம், வணிகக் கூட்டமைப்பு, தொழிலாளர் நலம், மகளிர் நலம், பாலஸ்தீன் செம்பிறை சங்கம், ஆரோக்கிய நலம் எனப் பலவற்றையும் வரைந்திருந்தார். அந்தக் காகிதம் முழுக்க அவர் மேலும் பல அமைப்புகளைச் சேர்த்துக்கொண்டிருந்தார்.

திடீரென எழுதுவதை நிறுத்திவிட்டுச் சொன்னார்: 'உங்களுக்குத் தெரியுமா, எங்களைப் பயங்கரவாதிகள் என்று அழைக்கிறார்கள். நாங்கள் ஐம்பது லட்சம் பேர் இருக்கிறோம். அவர்கள் சொல்வது போல நாங்கள் அனைவரும் பயங்கரவாதிகளென்றால் இந்த உலகத்தை ஒரே நாளில் அழித்திட முடியும்.'

அந்த விளக்கம் நூறு சதவிகித திருப்தியை எனக்கு அளிக்கவில்லை.

ஆனால் கட்டங்களும், கோடுகளும், வரிகளும் நிறைந்திருந்த அந்தக் காகிதம், ஐம்பது லட்சம் மக்கள் கொண்ட ஓர் அரசாங்கத்தின் கட்டமைப்பை எனக்குக் காட்டித் தந்ததென்பதை நான் ஒத்துக் கொண்டாக வேண்டும். எனினும் பிஎல்ஓவைப் பற்றிய எனது கருத்துக்களை மாற்றிக்கொள்ள அது போதாது. அவர்கள் உண்மை யாகவே அரபுப் பயங்கரவாதிகளா? அல்லது வேறு ஏதாவதா? அவர்கள் கடத்திச் செல்பவர்களும், வெடிகுண்டு வீசுகிறவர்களும், யூதர்களை வெறுப்பவர்களும் இல்லையா?

அதேபோல 'பாலஸ்தீன்' என்பதும் எனக்குப் புரியாத புதிராக இருந்தது. பாலஸ்தீன் எங்கிருக்கிறது என்பதுகூட எனக்குத் தெரியா தென்பது வியப்பாகத் தோன்றலாம். என்னுடைய கைப்பையிலிருந்து மத்திய கிழக்கின் வரைபடத்தை எடுத்துப் பார்த்தேன். அதில் 'பாலஸ்தீன்' இல்லை. பாலஸ்தீன் இருக்குமிடத்தைக் காண்பிக்கும்படி அவரைக் கேட்டபோது, இஸ்ரேல் இருக்குமிடத்தைச் சுட்டிக்காட்டி 'இதுதான் ஆக்கிரமிக்கப்பட்ட பாலஸ்தீன்' என்றார்.

'1948இல் இஸ்ரேலியர் எங்கள் நாட்டை ஆக்கிரமித்துப் பத்து லட்சம் பாலஸ்தீனர்களைச் சொந்த மண்ணிலிருந்து விரட்டியடித்தனர். அப்படி விரட்டப்பட்டவர்களின் நிலங்களையும், சொத்துக்களையும் கைப்பற்றியதோடு நில்லாமல், எங்கள் நாட்டின் பெயரை இஸ்ரேல் என்றும் மாற்றிவிட்டார்கள். வெளியேற மறுத்தவர்களை மோசமான விசாரணைக்கு ஆளாக்கினார்கள். அது இப்போதும் ஏன், இன்றளவும் தொடர்கிறது.'

நண்பகல் உணவு வேளையில் இரண்டு மணி நேரம் தொடர்ந்த உரையாடலின் இறுதியில், வாழ்க்கையில் முதன்முறையாக, பாலஸ்தீனர்கள் என்றால் புலம்பெயர்ந்த மக்கள் என்பதைப் புரிந்து கொண்டேன். அந்த மனிதரின் கூற்றுப்படி பிஎல்ஓ என்பது புலம் பெயர்ந்த நிலையில் செயல்படும் ஓர் அரசாங்கம் என்றாகிறது! இஸ்ரேலின் லெபனானிய ஆக்கிரமிப்புக்கும், பிஎல்ஓவுக்கும் உள்ள தொடர்பென்ன என்பதைப் பற்றி அவரிடம் கேட்டுத் தெரிந்துகொள்ள எனக்கு ஆர்வமிருந்த போதிலும், மருத்துவ சேவையாளர்களுக்கான விளக்கவுரை கூட்டத்தில் கலந்துகொள்ள வேண்டிய நேரம் நெருங்கி விட்டதால் அவரிடமிருந்து விடைபெற்றேன். நான் புறப்பட்டபோது என்னைப் பின்தொடர்ந்து வந்த அவர் என்னிடம் வற்புறுத்தினார்: 'மருத்துவர், நீங்கள் பாலஸ்தீனர்களை அவசியம் பார்க்க வேண்டும். நீங்கள் அங்குச் சென்றவுடன் தயவுசெய்து என் தகப்பனாரின்

இல்லம் அங்கிருக்கிறதா என விசாரித்து, அப்படியிருந்தால் அதன் புகைப்படத்தை எனக்கு அனுப்பித் தாருங்கள்.' அவர் தமது தகப்பனாரின் வீடு இருக்குமிடத்தை விளக்கிச் சொன்னதோடு முகவரியையும் தந்தார்.

என்னைப் பொறுத்தவரை இதுபோன்ற விளக்கவுரைக் கூட்டத் தினால் பயனேதுமில்லை. என் கவனம் அதில் இல்லை. மனம் எங்கெல்லாமோ அலை பாய்ந்துகொண்டிருந்தது. பாலஸ்தீனைப் பற்றிச் சற்று முன்பு நான் கேட்ட விளக்கங்களைப் பற்றிச் சிந்தித்துப் பார்த்தேன். அது உண்மையாக இருந்தால், இதற்கு முன்னால் பாலஸ்தீனர்களைப் பற்றி நான் எதுவும் அறியாமல் போனதற்கு என்ன காரணமென்பதை என்னால் விளங்கிக்கொள்ள முடியவில்லை. லெபனான் பயணத்தை நான் மேற்கொள்ளவில்லையென்றால் ஒருவேளை அவர்களைப் பற்றி எதுவுமே நான் அறிந்திருக்க மாட்டேன். ஆனாலும் ஒரு சந்தேகம் முளைத்தது: ஒருவேளை அந்த மனிதர் தவறான தகவல்களை எனக்குள் ஊட்டிவிடும் பிஎல்ஓ ஒற்றனாக இருப்பாரோ? அந்த ஆள் சொன்ன கதைகளையெல்லாம் நான் ஏன் நம்ப வேண்டும்? பிஎல்ஓவினர் பயங்கரவாதிகள் இல்லையென்றால் ஏன் எல்லோரும் அவர்களைப் பழி சுமத்துகிறார்கள்? தற்போது முழு உண்மையைத் தெரிந்துகொள்ள வழியேதுமில்லை. என்றாலும் எனது லெபனான் பயணத்தில் அதற்கான விடையை விரைவிலேயே நான் கண்டறியலாம்.

மறுநாள் நாங்கள் படகில் பெய்ரூத் நோக்கிப் பயணித்தோம். இஸ்ரேலின் துப்பாக்கியேந்திய இயந்திரப் படகு ஒருமுறை தலையிட்டதைத் தவிர்த்தால் எங்களது பயணம் அமைதியாக இருந்தது. மத்திய கடலில் சர்வ சாதாரணமாகக் காணப்படும் படகுகளில் ஒன்றில்தான் நாங்களும் பயணம் செய்தோம். பயணிகள் பலரும் படகின் மேல்தளத்தில் அமர்ந்திருந்தார்கள். சிலர் உள்ளறையில் சூதாட்டத்தில் ஈடுபட்டிருந்தார்கள். ஆனாலும் ஒருவிதமான மூச்சுத்திணறல் அனுபவப்பட்டது. போரைப் பற்றி யாரும் பேச விரும்பவில்லை. எனினும் தொலை வானில் எங்கேனும் சிறு அசைவு தென்பட்டாலும் 'இஸ்ரேலிகள்' என்று அனைவரும் முணுமுணுத்தனர். சிற்றுண்டி சாலை மூடப்பட்டிருந்தாலும் 'குடிப்பதற்கு' தாராளமிருந்தது!

என்னுடன் வந்தவர்களில் பலரும் படகின் மேல்தளத்தில் இருந்த நீண்ட மரப்பலகைகளில் அமர்ந்தவாறு கடலையே வெறித்துப் பார்த்துக்கொண்டிருந்தார்கள். சந்தேகத்திற்கிடமான யாருடனும், அவர்கள் எவ்வளவுதான் நட்புடன் பழகினாலும் மனம்திறந்து எதையும் பேசவேண்டாமென நாங்கள் எச்சரிக்கப்பட்டிருந்தோம். ஓர் இளைஞன் என்னருகில் வந்து 'உங்கள் குழு பெய்ரூத் செல்வது காயம்பட்டவர்களுக்கு சிகிச்சை அளிப்பதற்கா?' என்று கேட்டான்.

'ஆமாம்' என்றேன். வேதனைப்படும் மக்களுக்கு உதவும் நல்லெண்ணத் துடன் செல்லும் மருத்துவ ஊழியர்கள்மீது தனக்குள்ள மதிப்பை வெளிப்படுத்திய அவன், மேற்குப் பெய்ரூத்திலுள்ள பாலஸ்தீனர்களும், லெபனானைச் சேர்ந்த முஸ்லிம்களும் தொல்லைகள் தரக்கூடிய வர்கள் என்றும், அவர்களுக்கு உதவக் கூடாதென்றும் சொன்னான். அவன் ஓர் இஸ்ரேலியனாகவோ இஸ்ரேலிய ஆதரவாளனாகவோ இருக்கலாமென்று நினைத்தேன். எதுவாக இருந்தாலும் வேண்டாத தொல்லைகளில் மாட்டிக்கொள்ள விரும்பாத நான் அவனிடமிருந்து விலகிச் சென்றேன்.

3

மாலை நோக்கில் கிழக்கு பெய்ரூத்தின் ஜவ்னி துறைமுகக்திற்குள் எங்களது படகு நுழைந்தது. இயந்திரத் துப்பாக்கிகளுடன் ரோந்து சுற்றுகிற இராணுவ வீரர்கள் மட்டும் இல்லாதிருந்தால் இந்தச் சின்னத் துறைமுகம் விடுமுறைக் கால உல்லாசத் தளமாகத் தோன்றியிருக்கும். மத்திய தரைக்கடல் சாயலுள்ள அழகிய பெண்கள் கண்கவரும் ஆடைகள் அணிந்து, தலையில் அலங்காரத் தொப்பியுடன் ஒய்யாரமாக நடப்பதைக் கண்டபோது, போர் நடக்கும் ஒரு நாட்டிற்கு நான் வந்துள்ளதை சற்று நேரமேனும் மறக்க அது உதவியது. குவிந்திருந்த இராணுவத்தினருக்கும் அப்பால் வளமாகப் பச்சைநிற மலைகளும், தெளிவான நீலவானும், அதற்குக் கீழே கண்ணைக் கவரும் மத்தியத் தரைக் கடலும், அதில் ஊர்ந்து செல்லும் படகுகளும் பார்க்க அழகாகத் தெரிந்தன.

லெபனானிய அமைப்பைச் சேர்ந்தவர்கள் எங்களை வரவேற்க வந்திருந்தார்கள். லெபனானில் எங்ளின் தேவைகளைக் கவனிக்கவும், எங்களின் மேலாளர்களாகச் செயல்படவும் அவர்கள் பொறுப்பு

ஏற்றிருந்தார்கள். அவர்கள் எங்களைக் கிழக்கு பெய்ரூத்திலுள்ள மருத்துவமனைக்கு அழைத்துச் சென்று அதன் முதல்தளத்தில் தங்கவைத்தார்கள்.

'சமாதானத்தின் பசுமைக் கோடு' என்ற பெயரில் பெய்ரூத் நகரம் கிறித்தவ கிழக்கென்றும், முஸ்லிம் மேற்கென்றும் இரண்டாக பிரிக்கப் பட்டிருந்தது. 'சமாதானத்தின் பசுமைக் கோடு' என்று எப்படி அதை அழைக்கிறார்கள்? எனக்குப் புரியவில்லை! காரணம், கடந்த பல ஆண்டுகளாக அதிக சண்டைகளும் நடந்தது வேறெந்த இடத்தையும்விட பசுமைக் கோட்டையொட்டிய பகுதிகளில்தான்! கிறித்தவர்களுக்கும் முஸ்லிம்களுக்கும் இடையே எப்போதோ ஏற்பட்ட ஒரு பழைய சண்டை நிறுத்த ஒப்பந்தத்தின் காரணமாக அந்தப் பெயர் வந்திருக்கலாம். அது சரியென்றால், அந்த ஒப்பந்தம் ஏற்கனவே உடைந்து போயிருந்தது. கிழக்கையும் மேற்கையும் பல சாலைகளும் இணைக்கின்றன. அந்தச் சாலைகள் 'கடவுகளாக' நிர்ணயிக்கப்பட்டன. கிறித்தவப் பகுதியைக் கிறித்தவ இராணுவ வீரர்களும், முஸ்லிம் பகுதியை முஸ்லிம் இராணுவ வீரர்களும் வழக்கம்போல காவல் காத்தனர். இரண்டும் லெபனான் தேசிய இராணுவம்தான்! தேசிய இராணுவம்கூட மதத்தின் பெயரால் பிரிக்கப்பட்டிருந்தது. இராணுவத்தின் ஆறாவது பிரிவில் ஷியா முஸ்லிம்களும், பதினெட்டாவது பிரிவில் ஸன்னி முஸ்லிம்களும், ஐந்தாவது பிரிவில் கிறித்தவர்களுமென தரம் பிரிக்கப்பட்டிருந்தனர்.

பொதுவான லெபனான் தேசிய இராணுவத்தைத் தவிர, முஸ்லிம்களுக்கும், கிறித்தவர்களுக்குமிடையே வேறு பல போராளிக் குழுக் களும் இருந்தன. ஒவ்வொன்றும் ஏதாவதொரு அரசியல் கட்சியோடு அல்லது மதச்சார்பான குழுக்களோடு தொடர்பு கொண்டிருந்தன. இதைத் தவிர தனிப்பட்ட செல்வந்தர்களும் போராளிக் குழுக்களை வைத்திருந்தனர்.

மறுநாள் காலை பசுமைக்கோட்டைக் கடக்கும் வழிகள் மூடப் பட்டிருந்த காரணத்தால் கிழக்கு பெய்ரூத்தில் அலைந்து திரிய ஒருநாள் கிடைத்தது. ஊருக்குப் புதியவள் என்பதால், அங்குள்ள அமைப்புகளையும் அதன் ஆதரவாளர்களையும் குறித்து நன்கறியும் வரை கண்களையும் காதுகளையும் கவனமாகக் கையாளும்படியும், குறைந்தபட்சம் இராணுவத்துக்கும் போராளிகளுக்கும் முன்னால்

அமைதியாக இருக்கும்படியும் நான் எச்சரிக்கப் பட்டிருந்தேன். சிறிய நாக்குப்பிழைகூட என்னையும் தோழர் களையும் அபாயத்தில் தள்ளிவிடக்கூடும். உதாரணமாக, இஸ்ரேலுக்கு எதிரான கருத்துக்களைச் சொன்னால், அவர்களின் தோழர்களான சில கிறித்தவப் போராளிகளையும், இராணுவத்தின் ஒரு பிரிவையும் நமக்கு எதிராகத் திருப்பிவிடலாம்.

கிழக்கு பெய்ரூத் பரபரப்பான பெரிய நகரம். எங்கு நோக்கினும் கடைகள், வங்கிகள், கார்கள், எச்சரிக்கை விளக்குகள், வேலைக்குச் செல்லும் மக்கள் எனக் கூட்டம் நிரம்பி வழிந்தது. லெபனானிய மக்கள் மாநிறமாகவும், தெற்கு ஐரோப்பியர்களின் சாயலுடனும் மொத்தத்தில் பார்ப்பதற்கு மிக அழகாக இருந்தார்கள். குறிப்பாகப் பெண்கள், வெப்ப மண்டலத்திற்கே உரித்தான சுறுசுறுப்புடனும், மிகுந்த மென்மையுடனும் கவர்ச்சியாக இருந்தனர். ஆங்காங்குக் காணப்பட்ட இராணுவ வீரர்களும், அவர்களின் வாகனங்களும், தளவாடங்களும்தான் அங்கு போர் நடக்கிறதென்பதை நினைவூட்டிக் கொண்டிருந்தன. படை வீரர்களின் சீருடைகள் விசித்திரமாக இருந்தன. சிலர் கரும்பச்சை நிறத்திலும், சிலர் இளம் பச்சை நிறத்திலும், வேறு சிலர் காக்கிநிறத்திலும் சீருடை அணிந்திருந்தார்கள். சிலருக்கு வித்தியாசமான அடையாளங்களிருந்தன. மற்றும் சிலருடைய சீருடையில் வண்ணக் கோடுகளிருந்தன. இஸ்ரேலிய இராணுவத்தின் வண்ணங்களையும், அடையாளங்களையும் வெகுவிரைவில் நான் புரிந்துகொண்டேன். லெபனானிய இளம் பெண்கள் அவர்களுக்குப் பூக்களை அன்பளிப்பாகக் கொடுப்பதைக் கண்டு நான் வியப்படைந்தேன்.

சிறிது தூரம் நடந்ததும் கூட்டம் நிறைந்த ஒரு பெரிய அஞ்சல் நிலையத்தைக் கண்டேன். மூன்று நிமிட இலண்டன் தொடர்புக்கு நூறு 'லிரா'வை (இலண்டனில் பத்து ஸ்டர்லிங்) கட்டணமாகச் செலுத்தி என் கணவர் பிரான்சிஸுடன் பேசினேன். நான் பாதுகாப்பாக இருப்பதாகவும், நாளை காலை எல்லைகள் திறக்கப்பட்டதும் லெபனானின் மேற்குப் பகுதிக்குச் செல்லப் போவதாகவும் சொன்னேன்.

பேசி முடித்ததும் அருகில் கண்ட ஒரு புத்தகக் கடைக்குச் சென்றேன். அங்கிருந்து ஒரு ஆங்கில-பிரஞ்சு அகராதியை வாங்கினேன். காரணம் நான் சந்தித்த பெரும்பாலான லெபனான் மக்களும் பிரஞ்சுமொழியைத் தெரிந்து வைத்திருந்தார்கள். அங்கிருந்து நகர்ந்து

வேறு ஒரு கடைக்குள் நுழைந்து, லெபனானின் இனிப்பு வகையான நறுமணம் கமழும் பாஸ்ட்ரியை வாங்கிக்கொண்டு அதற்குப் பக்கத்திலிருந்த ஒரு பெரிய அலுவலகத்தின் படிகளில் அமர்ந்து இனிப்பைச் சுவைத்தவாறு அகராதியைப் புரட்டிப் பார்த்தேன். பலகாரம் சுவைத்தாலும் பிரஞ்சு கற்றுக்கொள்வது கசப்பானதாகத் தோன்றியது.

நாள் முழுக்க நகரத்தை வலம் வந்தபின் மருத்துவமனைக்குத் திரும்பிய நான் நேராகப் படுக்கைக்குச் சென்றேன். சிறிது நேரத்தில் தூங்கிவிட்டேன்.

மறுநாள் விடியலில் துயிலுணர்ந்தோம். பசுமைக் கோட்டைக் கடந்து மேற்கு பெய்ரூத் சென்றாக வேண்டும். புழுதி படர்ந்த குறுக்குவழி களில் நடந்து செல்கையில், ஒவ்வொரு ஐம்பது அல்லது நூறு மீட்டர் இடைவெளியிலும் அடுக்கப்பட்ட மணல் மூட்டைகளுக்கு அருகில் படைவீரர்கள் காவலிருந்தார்கள். அந்த சோதனைச் சாவடிகள் அனைத்தும் பல்வேறு போராளிக் குழுக்களின் கட்டுப்பாட்டில் இருந்தன. ஒவ்வொரு இடத்திலும் எங்களைத் தடுத்து நிறுத்தி, எங்களின் பைகளைச் சோதனை செய்து தொல்லை தந்ததைத் தவிர்த்தால் பயணம் அப்படியொன்றும் கடினமானதாக இல்லை. மேற்கு பெய்ரூத்தை நெருங்கியதும் சாலைகள் அதிகப் புழுதியுடன் காணப்பட்டன. சட்டென்று நாங்கள் பசுமைக் கோட்டைக் கடந்து மேற்கு பெய்ரூத்திற்குள் காலடியெடுத்து வைத்தோம். தொலைக் காட்சிகளில் ஏற்கனவே பார்த்தது போன்ற அதே காட்சிகள்! சின்ன வித்தியாசம், இப்போது அவற்றை நேரிடையாக அதன் முக்கோண பரிமாணத்தில் பார்க்கிறேன், அவ்வளவுதான்!

நான் மேற்கு பெய்ரூத்திற்கு வந்த வேளையில் அதுவரை நடந்து கொண்டிருந்த மோசமான விமானத் தாக்குதல்கள் நின்றுபோயிருந்தன. வெடிகுண்டுகளும், ஏவுகணைகளும் சீறிப் பாயாமலிருந்தது ஆறுதல் அளித்த போதிலும், அங்கு கண்ட சீரழிவு என்னைத் திகைக்க வைத்தது. தகர்க்கப்பட்டக் கட்டடங்கள், குவிந்து கிடக்கும் சேதாரங்கள், இடியும் நிலையிலுள்ள சுவர்கள், குண்டுகளும் ஏவுகணைகளும் விழுந்து குழிகளான சாலைகள்... எல்லாம் தாறுமாறாகக் கிடந்தன! அங்குள்ள மக்களுக்கு இதெல்லாம் ஏதோ பயங்கரமான கனவாகத் தோன்றியது. அதேசமயம்,

அழிவிலிருந்து தப்பித்த பெய்ரூத்தின் சில பகுதிகள் இப்போதும் பார்க்க அழகாக இருந்தன. போர் தொடங்கு வதற்கு முன்பிருந்த நகரத்தின் அழகை மனக்கண்ணில் கண்டேன். 'மத்திய தரைக்கடலின் முத்து' என்றழைக்கப்படும் இந்த நகரத்தை மலைகள் சூழ்ந்திருக்க, அதன் ஓர் எல்லையை மத்திய தரைக்கடல் அலைகள் தழுவிக் கொண்டிருந்தன. நதிகளால் நனைக்கப்பட்டும், சூரியனால் ஆசீர்வதிக்கப்பட்டும் செழித்து வளர்ந்திருந்த செடார் மரங்களும், ஆரஞ்சு மரங்களும், ரோஜாச் செடிகளும், மல்லிகைப் பூக்களும் நிறைந்த இந்த மாநகரம் ஒரு சொர்க்கமாகத்தான் இருந்திருக்க வேண்டும்.

ஆனால், வழுவழுப்பான கற்களும், மார்பிளும் உள்ள அழகிய கட்டடங்கள் பலவும் குண்டுவீச்சுக்கு இரையாகி இருந்தன. இந்த அழகிய முத்தை போர் சிதைத்திருந்தது. ஒருபோதும் ஆறாத ஆழமான காயங்களை அது ஏற்படுத்தியிருந்தது. சேதமடைந்து கிடக்கும் அனைத்துக் கட்டடங்களும் இஸ்ரேலியர்களின் குண்டு வீச்சினால் தகர்ந்தவையல்ல என்றும், சில கட்டடங்கள் 1970 மத்தியில் நடந்த முதல் உள்நாட்டுப் போரின்போது சேதமடைந்தவை என்றும் எங்களது ஓட்டுநர் சொன்னார். அந்த ஓட்டுநருக்கும் போர்மீது வெறுப்பிருந்தது.

பல புதிய ஆயுதங்களும் இந்த நகரத்தின் மீது சோதித்துப் பார்க்கப் பட்டன. ஒரு பத்துமாடிக் கட்டடத்தைச் சில நொடிகளில் உறிஞ்சி யெடுத்து, அதில் வசிக்கும் அனைவரையும் உயிரோடு புதைத்துவிடும் ஆற்றல் மிக்க, ஊடுருவிச் சென்று வெடிக்கும் 'வாக்வம்' குண்டு அவற்றில் ஒன்று! நொடிகளில் பலமாடிக் கட்டடத்தைத் தரை மட்டமாக்கி, இடிபாடுகளின் குவியலாக அதை மாற்றி விடும்! இவை பாஸ்பரஸ் குண்டுகள் போன்றவையல்ல, எல்லாவற்றையும் உடனே அழிந்துவிடும். பாஸ்பரஸ் குண்டுகள் நீண்ட காலம் அதன் இரைகளின் தோலிலும், தொண்டையிலும், உணவுக் குழலிலும் தங்கியிருந்து, தொடர்ச்சியான எரிச்சலை ஏற்படுத்தி இன்னல்களைத் தரும். இரசாயன வகுப்பறையில் பாஸ்பரஸ் ஓர் உலோகமென்று படித்ததைப் பலரும் நினைவு வைத்திருப்பார்கள். இது தண்ணீருக்குள் சாந்தமாயிருக்கும்; வெளியே எடுத்ததும் பெரிதாக எரியத் தொடங்கும். மூச்சுக் குழாய்க்குள் பாஸ்பரஸ் சென்றுவிட்டால் மக்கள் நாசமடைவார்கள். இறுதிமூச்சு வரை அவர்கள் பாஸ்பரஸின் புகையைக் கக்கிக்கொண்டிருப்பார்கள். தோலில் காணும் தீப்புண்கள் உள்ளுக்குள் ஊடுருவி சதை நார்களையும் எலும்பையும் அரித்துக் கொண்டிருக்கும்.

மற்றொன்று 'கிளஸ்டர் பாம்' எனப்படும் கண்ணிவெடிகள் நிறைந்த பெரிய வெடிகுண்டு. இவை வெடித்ததும் அதிலுள்ள சிறிய கண்ணிவெடிகள் நாலாபுறமும் வெகுதூரம் சிதறித் தெறித்து மண்ணில் புதைந்து கிடக்கும். கவனக் குறைவாக யாரேனும், பெரும்பாலும் விளையாடச் செல்லும் குழந்தைகள் அவற்றை எடுத்ததும் எண்ணற்ற கூரிய துகள்களாக அது வெடித்துச் சிதறும். இந்தக் கூர்மையான சிதறல்கள் அருகிலிருப்பவர்களின் முகம், கண்கள், எலும்புகள், வயிறு எனப் பல இடங்களையும் தாக்கி காயங்கள் ஏற்படுத்தும். தாமதமாகப் பாதிப்பை ஏற்படுத்தும் கிளஸ்டர் குண்டுகளை மக்கள் நெருக்கமாக வசிக்கும் பகுதிகள்மீது வீசுவார்கள். வேண்டுமென்றே பொதுமக்களைக் குறிவைத்து, அதிலும் குழந்தைகளை இலக்காக்கி வீசுவார்கள். இது போன்ற நவீன ஆயுதங்களோடு சாதாரணமாகப் பயன்படுத்தும் சக்திவாய்ந்த வேறு வெடிகுண்டுகளும் ஏவுகணைகளும் கையாளப்பட்டன.

ஆக, இஸ்ரேலியர்கள் சொல்கிற 'ஆம்லட்' என்பது இதுதானா? அல்லது வெறும் 'முட்டைகள் உடைக்கும்' வேலையா?

எனது லெபனான் பொறுப்பாளர்களின் அலுவலகம் மேற்கு பெய்ரூத்திலுள்ள ஹம்ரா மாவட்டத்தில் இருந்தது. அங்குதான் அமெரிக்கப் பல்கலைக்கழக மருத்துவமனையும், பல்வேறு அலுவலகங் களும், உணவு விடுதிகளும், ஆடம்பரக் குடியிருப்புகளும், வங்கிகளும், வணிக வளாகங்களும் நிறைந்திருந்தன. அவையெல்லாம் குண்டுவீச்சிலிருந்து தப்பியிருந்தன. ஆடம்பர ஹோட்டல்களில் பத்திரிகையாளர்கள் தங்கியிருந்தனர். பெய்ரூத் போர் அவர்களுக்குச் சூடான விஷயம். அதன் காரணமாக விடுதிகளின் வாடகை வெகுவாக உயர்ந்திருந்தது. பொறித்த மாமிசமும் ஒயினும், மீனும் ஷாம்பைனும், இசையும் நாட்டியமும் கையில் பணமுள்ளவர்களுக்கு அந்த ஹோட்டல்களில் சுதந்திரமாக எப்போதும் கிடைத்தன. அதேசமயம், வாடிக்கையாளர்களின் கேளிக்கைக்காக ஹோட்டல்கள் தங்களது நீச்சல்குளங்களை நிறைத்தபோது, நகரத்தின் எஞ்சிய மக்கள் குடிநீருக்காக வரிசையில் நின்றார்கள்.

ஹம்ராவில் இரண்டு வகையான உலகமிருந்தன: உயர்ந்த ஊதியம் பெறும் வெளிநாட்டுச் செய்தியாளர்களும், நவீன வசதிகள் கொண்ட ஹோட்டல்களும் அடங்கிய ஓர் உலகம். மற்றொன்று,

சொந்தமென்று சொல்ல வீடேதுமற்ற அகதிகள் வாழ்கின்ற உலகம். ஹம்ராவில் பெரும்பாலான அலுவலகங்களும், வீடுகளும் காலியாகக் கிடந்தன. வசதிமிக்க அதன் உரிமையாளர்கள் சுவிட்சர்லாந்திலோ, பிரான்சிலோ, குறைந்தபட்சம் கிழக்கு பெய்ரூத்தின் மலைகளின் மீதோ குடியேறி வாழ்ந்தார்கள். லெபனானிலுள்ள பணக்காரர்களுக்குப் பல நாடுகளிலும் மூன்றோ நான்கோ வீடுகள் இருந்தன. லெபனானில் அவர்களுக்குச் சொந்தமான, காலியாகக் கிடந்த பல கட்டடங்களிலும் பெய்ரூத்தின் புறநகர் பகுதியிலிருந்தும் தெற்கு லெபனானிலிருந்தும் துரத்தியடிக்கப்பட்ட மக்கள் குடிபுகுந்து இருந்தனர். அங்கெல்லாம் சரமாரியாகப் பொழிந்த குண்டுகள் அவர்களின் வீடுகளை அழித்திருந்தன.

காலியாகக் கிடந்த கட்டடங்களிலும், பணித்தளங்களிலும், படிக்கட்டுகளின் கீழேயுமெல்லாம் அகதிகளைத் தற்காலிகமாகத் தங்க வைத்திருந்தார்கள். இடம்பெயர்ந்தவர்கள், வீடிழந்தவர்களின் குடும்பங்களுக்கென சேவை மையங்கள் திறக்கப்பட்டிருந்தன. அவர்களுக்குத் தண்ணீர், உணவு மற்றும் படுக்கை வசதிகளைச் சில சேவை நிறுவனங்களும் ஐநா சபையும் வழங்கின.

அந்த ஏழை மக்களின் அவலங்களைக் காண்கையில், சொந்தப் பிரச்சினைகள் எதுவும் எங்களுக்குப் பெரிதாகத் தோன்றவில்லை. கைதுடைக்கும் காகிதம், டானிஷ் பால்கட்டி, தண்ணீர், மின்சாரம் இவையெல்லாம் இல்லாவிட்டால்தான் என்ன? திரும்பிச் செல்ல எங்களுக்கென ஒரு தங்குமிடமாவது இருக்கிறதென்பதை நாங்கள் அறிவோம். நாங்கள் பெய்ரூத்தில் இருக்கப் போவது ஏதோ சில மாதங்களோ ஒரு வருடமோ மட்டும்தான்! ஆனால் இந்த அகதிகளைப் பொறுத்தவரை, இருண்ட குகையின் மறுமுனையில் கூட வெளிச்சத்தைக் காணோம்.

உண்மை என்னவென்றால், ஆறாண்டுகளுக்குப் பிறகு நான் மீண்டும் பெய்ரூத் சென்றபோதும் நிலைமை அப்படியே இருந்தது. அகதிகள் பலரும் அதே தற்காலிக முகாம்களில் —பணித்தளங்களில் —காலியாகக் கிடந்த கட்டடங்களில் மங்கிய வெளிச்சத்தில் நெருக்கியடித்து இப்போதும் வாழ்ந்துகொண்டிருந்தார்கள். அன்று போலவே இன்றும் பசியால் வாடும் குழந்தைகளின் அதே அழுகுரலையும், தாய்மார்களின் கதறலையும் நான் கேட்டேன். ஆயினும் ஒரு வித்தியாசமிருந்தது. 1982இல், படையெடுப்பு முடிந்ததும் அகதிகளின் பிரச்சினைகள் தீர்க்கப்படுமென

பெய்ரூத்தை நோக்கியப் பயணம் ✤ 23

நினைத்திருந்தேன். ஆனால் ஆறாண்டுகள் கழிந்த பின்னர், இன்று 1988இல், இனியும் பல ஆண்டுகள் பாலஸ்தீனர்களும், லெபனானியர் களும் வீடற்றவர்களாகவே வாழவேண்டியிருக்கு மென்பதைப் புரிந்துகொண்டேன்.

நாள் முழுக்கத் தொடர்ந்து நீண்ட விளக்கவுரையைக் கேட்டு, சோர்ந்து போன மருத்துவத் தன்னார்வ ஊழியர்கள் மாலையில் தற்காலிக குடியிருப்புக்குத் திரும்பினார்கள். அமெரிக்கப் பல்கலைக்கழகத்தைச் சேர்ந்த நர்சுகள் தங்கும் விடுதி அது. மருத்துவமனையிலிருந்து நடந்து செல்லும் தூரத்தில் அது இருந்தது. கட்டடத்தின் பெரும் பான்மைப் பகுதியும் காலியாகவே இருந்தது. போர்க் காரணமாக அதிக மாணவர்களும், நர்சுகளும் ஓடிப்போயிருந்தார்கள். பிலிப்பைன் நாட்டைச் சேர்ந்த சில நர்சுகள் மட்டுமே அங்கு தங்கியிருந்தார்கள்.

நாங்கள் அவர்களுடன் பேசினோம்: 'இப்படிப்பட்ட ஒரு சூழ்நிலை யில் இங்கு தங்கியிருந்து போரில் காயமடைந்தவர்களுக்கு சிகிச்சை செய்வது நல்ல காரியம்தான்! ஆனாலும் உங்களுக்குப் பயமில்லையா?'

ஒரு பிலிப்பைன் நர்ஸ் பதில் சொன்னாள்: 'எங்களுக்கும் பயம்தான், என்ன செய்ய? எங்களது பாஸ்போர்ட்டுகள் நிர்வாகி களிடம் இருக்கின்றன. ஆக, நாங்கள் விரும்பினாலும் வெளியேற முடியாது.'

அமெரிக்காவிலிருந்து புதிதாக வந்த மூன்று நர்சுகள் இதைக் கேட்டதும் விரக்தியடைந்தார்கள். பிலிப்பைன் நர்சுகளின் பாஸ்போர்ட்டைக் கைப்பற்றி வைத்திருப்பது தவறென்று அவர்கள் கருதினார்கள்.

அமெரிக்கப் பல்கலைக்கழகத்தின் மருத்துவமனை எண்ணிக்கை யற்ற உயிர்களைக் காப்பாற்றியிருந்தது. பயிற்சி பெற்ற ஊழியர்களும், நவீன பரிசோதனைக் கூடமும், தொழில்நுட்ப வசதியும் கொண்ட அந்த மருத்துவமனை, பிரிட்டனில் உள்ள எந்த மருத்துவக் கல்விக் கூடத் துடனும் ஒப்பிடுமளவுக்கு அற்புதமான தரத்துடன் விளங்கியது. அங்கு பணியாற்றும் மருத்துவர்களும் சர்ஜன்களும் பன்னாட்டுத் தரத்துடன் விளங்கினார்கள்.

ஆனால் இந்த மருத்துவமனை தனியார் துறையைச் சேர்ந்ததாக இருந்தது. சிகிச்சைக்கு வருகிற ஒரு நோயாளிக்கு அங்கு இடம்

கிடைக்க வேண்டுமானால் ஆயிரம் லெபனான் லிரா (பிரிட்டனின் 3000 ஸ்டெர்லிங்க்) முன்பணமாகக் கட்டவேண்டும். பணம் இல்லாதவர்கள் திருப்பியனுப்பப்படுவார்கள். பிரிட்டனின் தேசிய பொதுநலத்துறையில் பல ஆண்டுகள் பணியாற்றிய என்னைப் போன்ற ஒருத்திக்கு இதுபோன்று 'பணமிருந்தால் சிகிச்சை' என்கிற முறையை ஏற்றுக் கொள்வது சிரமமான விஷயம். அதிலும் குறிப்பாக, காயமடைந்தவர் களுக்குச் சிகிச்சையளிக்க வேண்டிய அவசர கட்டத்தில்கூட கட்டணம் வசூலிப்பது பாதகமாகத் தோன்றியது.

லெபனானில் ஏறக்குறைய எல்லா மருத்துவமனைகளும் தனியார் வசமிருந்தன. மிகச் சிறந்த ஒன்றான அமெரிக்க மருத்துவமனை உயர்ந்த கட்டணத்தை ஈடாக்கியது. அத்தனை வசதியில்லாத மருத்துவமனைகள் குறைந்த கட்டணத்தை வசூலித்தன. அதாவது, நீங்கள் கொடுக்கிற கட்டணத்துக்கு இணையான சிகிச்சை உங்களுக்குக் கிடைக்கும். அந்த வசதியைக்கூட இஸ்ரேலியத் தாக்குதல் இடையூறுக்குள்ளாக்கியது. பல மருத்துவமனைகளும் தாக்கப்பட்டன. செஞ்சிலுவை சங்கத்தின் கொடி பறக்கும் எந்தக் கட்டடமும் இஸ்ரேலின் குண்டுவீச்சுக்கு இலக்காகு மென்று லெபனானியர்கள் சொன்னார்கள். மகஸ்ஸத், பாபிர், அக்வா மற்றும் காஸா மருத்துவமனைகள் அனைத்தும் தாக்கப்பட்டுச் செயலிழந்து போயின. தெற்குப் பகுதியில் நபித்தீ, சைதா மருத்துவ மனைகளும் தாக்கப் பட்டன. ஆனால் அமெரிக்க மருத்துவமனையைத் தாக்க அவர்களுக்குத் தைரியமில்லை. அதனால், அதிகப் பணச் செலவு ஆனாலும், நல்ல முறையில் செயல்படும் ஒரு மருத்துவமனையாவது கதியற்ற லெபனானியர்களுக்கு மிஞ்சியது.

ஆனால் நான் பெய்ரூத்திற்கு வந்தது ஒரு தனியார் மருத்துவ மனையில் பணியாற்றுவதற்கல்ல! சிகிச்சை தேவையான அனைவருக்கும் உதவிட, அதிலும் குறிப்பாகக் கையில் காசில்லாத ஏழைகளுக்கு உதவவே நான் இங்கு வந்தேன்.

மறுநாள் காலை மீண்டும் நாங்கள் லெபனான் பொறுப்பாளரின் அலுவலகத்திற்கு வந்தபோது, மருத்துவர் ரியோ ஸ்பிருகியுடன் அறிமுக மானோம். பிறப்பால் இத்தாலியரும், தற்போது சுவிஸ் நாட்டைச் சேர்ந்தவருமான அந்த மெலிந்த, பலமான மனிதர்

பன்னாட்டு செஞ்சிலுவை சங்கத்தில் பணியாற்றியவர். தற்போது பால்தீன செம்பிறைச் சங்கத்தின் (PRCS) ஒருங்கிணைப்பாளராகப் பணியாற்றிக் கொண்டிருந்தார். காஸா மருத்துவமனையில் பணிபுரிய சர்ஜன், அனஸ்திசியன், ஆபரேஷன் தியேட்டர் நர்சுகள் என ஒரு குழுவைத் தேர்ந்தெடுக்க அவர் வந்திருந்தார். செம்பிறைச் சங்கத்தால் நடத்தப்படும் அந்த மருத்துவமனையில், எல்லா நோயாளிகளுக்கும் இலவச சிகிச்சை வழங்கப்படுவதாக மருத்துவர் ஸ்பிருகி விளக்கினார். அதைக் கேட்டதும் நான் ஆச்சரியத்தில் மூழ்கினேன். சைப்ரஸில் நான் சந்தித்த ஒரு பாலஸ்தீனர் செம்பிறைச் சங்கத்தின் மருத்துவ சேவைகளைக் குறித்துப் சொன்னது நினைவுக்கு வந்தது. அப்போது, செம்பிறைச் சங்கத்தில் பணியாற்றுவது குறித்து நான் நினைத்துக்கூடப் பார்க்கவில்லை.

எங்களில் ஆறுபேர் மருத்துவர் ஸ்பிருகியுடன் பணியாற்ற முன்வந்தோம். இலண்டன் செயின்ட் தாமஸ் மருத்துவமனையின் திறமை மிக்க பிளாஸ்டிக் சர்ஜனான மருத்துவர் பிரியான் மயோ எங்கள் குழுவிற்குத் தலைவரானார். ஏறக்குறைய எல்லா வகையான புனரமைப்பு அறுவை சிகிச்சையையும், நுண்ணிய அறுவை சிகிச்சை யையும் நான் கற்றது அவரிடமிருந்துதான். அவர் என்னுடைய ஆசிரியராக இருந்தாலும் எனது சிறந்த நண்பராகவும் விளங்கினார். லெபனான் சேவைக்கான வேண்டுகோளை எனது கவனத்திற்குக் கொண்டு வந்ததும் அவர்தான். எங்களது குழுவில் அவரைத் தவிர, லிவர்பூலைச் சேர்ந்த மருத்துவர் டேவிட் கிரேயும், ஜெர்மனியைச் சேர்ந்த மருத்துவர் எகோனும் (இருவரும் அனஸ்தடிஸ்ட்), டென்மார்க்கைச் சேர்ந்த தியேட்டர் நர்சுகளான ரூத், ஷீலா மற்றும் நானும் இருந்தோம். தமக்குக் கிடைத்த ஒரு சிறிய குழுவில் மருத்துவர் ஸ்பிருகி மகிழ்ச்சி அடைந்ததாகத் தோன்றியது. அவர் எங்களைச் செம்பிறைச் சங்கத்தின் முத்திரை பதித்த நீல நிற பியூஜோ எஸ்டேட் வண்டியில் காஸா மருத்துவமனைக்கு அழைத்துச் சென்றார்.

அவர் என்னைப் பார்த்துச் சொன்னார்: 'உனக்குத் தெரியுமா, வியட்நாம்மீது அமெரிக்கா போர் நடத்தியபோது, பன்னாட்டு செஞ்சிலுவை சங்கத்தின் ஓர் அங்கமாக நான் தெற்கு வியட்நாமில் பணியாற்றிக்கொண்டிருந்தேன். எதிர்பாராத விதமாக அந்த நாட்டின் குடியரசுத் தலைவர் தியு என்னை வியட்நாமிலிருந்து வெளியேற்றினார்.'

என்னை ஒரு வியட்நாமியென்று அவர் கருதுவதாக நான்

ஊகித்தேன். நான் ஒரு சிங்கப்பூர்காரி என்பதை அவரிடம் விளக்கிச் சொன்னேன்.

வண்டியை ஓட்டிக்கொண்டே அவர் சொன்னார்: 'உங்களில் பலரும் ஐரோப்பாவுக்கு வெளியே, வேறு பல நாடுகளிலும் வேலை செய்திருப்பீர்கள். ஒன்றை நீங்கள் புரிந்துகொள்ள வேண்டும், இஸ்ரேலியப் படையெடுப்பிற்கு முன்பு செம்பிறைச் சங்கத்திற்கு மருத்துவ ஊழியர்களின் பஞ்சம் ஏற்பட்டதில்லை. ஆனால் படையெடுப்பு தொடங்கிய ஒரு வாரத்திற்குள் நூற்று ஐம்பதுக்கும் மேற்பட்ட மருத்துவர்களும், நர்சுகளும் அவர்களால் கைது செய்யப் பட்டார்கள். அவர்களில் பலரும் இன்றுவரை இருக்குமிடம் தெரியாமல் போனார்கள். தொடர்ந்து பணியாற்றிய பலரும் மிகவும் சோர்ந்து போனார்கள்.'

அந்நேரம் ஒரு தொலைக்காட்சி வாகனத்தை நாங்கள் முன்கடந்து சென்றோம். அவர்களைப் பார்த்து 'உல்லாசப் பயணிகள்' என்று மருத்துவர் ஸ்பிருகி சொன்னார். அவர் மேலும் தொடர்ந்தார்: 'இங்கு வருகிற பத்திரிகையாளர்கள் வெறும் உல்லாசப் பயணிகள்தாம்! போரை அவர்கள் பெரிய வாணவேடிக்கையாகக் கருதுகிறார்கள். பிரமிப்பான காட்சிகளைத் தேடி அலைகிறார்கள். அவர்களுக்கு எதிலும் பொறுப்புணர்ச்சி இல்லை. இங்குள்ள மக்களைப் பற்றி அவர்கள் கவலைப்படுவதில்லை.'

அந்தப் பத்திரிகையாளர்கள் வந்த வாகனம் எங்களுக்குப் பின்னால் மறைந்து போனது. மருத்துவர் ஸ்பிருகி ஒருவேளை அவர்களை விரும்பாமல் இருக்கலாம். ஆனால், இந்த 'உல்லாசப் பயணிகள்' கூட இல்லாதிருந்தால் எப்படிப் பிற நாட்டவர் இஸ்ரேலிய ஆக்கிரமிப்பு குறித்து அறிந்திருக்க முடியுமென்று நினைத்து நான் ஆச்சரியப் பட்டேன்.

அவர் தொடர்ந்தார்: 'சிந்தித்துப் பாருங்கள். இன்று காலை அலுவலகத்திலிருந்த சில கிறுக்கர்களிடம் எனக்குப் பிரச்சினை ஏற்பட்டது. காஸாவில் பணியாற்றுவதற்கென உங்களில் சிலரைத் தேர்ந்தெடுக்க நான் விரும்புவதாக அவர்களிடம் சொன்னபோது அவர்களுக்குத் தெரிய வேண்டியதெல்லாம், விடுமுறை நாள்களில் அவர்கள் வழக்கமாக நடத்தும் மலை மீதான உல்லாசப் பயணத்தில் புதிதாக வருகிறவர்கள் கலந்துகொள்வார்களா என்பதைப் பற்றித்தான்! இரத்தம் சிந்தும் போரின் மத்தியில் நாம் இருக்கிறோம். இறைவன் மன்னிக்கட்டும், அவர்களோ விடுமுறை நாள்களைக் குறித்தும்,

சுற்றுலாப் பயணத்தைக் குறித்தும் அக்கறை காட்டுகிறார்கள். இது முட்டாள்தனமில்லையா?'

இதைச் சொல்லி விட்டு அவர் வாய்விட்டுச் சிரித்தார். எனக்கு அதில் தவறாக எதுவும் தோன்றவில்லை. போர் எல்லா இடங்களிலும் நடக்கவில்லை. குறிப்பாகக் கிழக்கு பெய்ரூத்தில் யுத்தமில்லை. எங்களின் லெபனானிய மேலாளர்கள் மேற்கு பெய்ரூத்தின் சீரழிவை மட்டும் நாங்கள் பார்ப்பதோடு நிறுத்திக்கொள்ளாமல், லெபனானின் பிற பகுதிகளையும் பார்க்க வேண்டுமென நினைத்திருக்கலாம். இருந்த போதிலும், மருத்துவமனைக்கு எங்களின் சேவை தேவைப் படுமானால் விடுமுறை நாள்களின் உல்லாசத்தை நிச்சயம் தவிர்த்து விடுவதாக மருத்துவர் ஸ்பிருகியிடம் உறுதி அளித்தோம். அந்த பதிலில் அவர் அளவற்ற மகிழ்ச்சியடைந்தார்.

முதல் தடவையாக மேற்கு பெய்ரூத்தை வலம் வருகிறோம். பழைய சில வாகனங்களைத் தவிர, சாலைகளில் போக்குவரத்து அதிகமில்லை. மருத்துவர் ஸ்பிருகி வேகமாக வண்டியை ஓட்டினார். நல்லவேளை யாகக் காரின் பின்பகுதியிலிருந்த குளோரின் கவிழ்ந்து விடுமோ என்கிற கவலை அவருக்கு இருந்தது. அதுகூட இல்லா திருந்தால் ஒருவேளை இதைவிட வேகமாக காரை ஓட்டக்கூடும்.

'குளோரினைக் கவனியுங்கள்! மேற்கு பெய்ரூத் முழுவதற்குமான கிருமி நாசினி அது' — வளைவுகளில் காரைத் திருப்பும் போதெல்லாம் அவர் இப்படிச் சொன்னார். லெபனானிலிருந்த இரண்டு முக்கிய மருத்துவமனைகளான பாபிருக்கும் மகஸ்ஸத்துக்கும் ஏற்பட்ட அழிவை எங்களுக்குக் காட்ட விரும்பிய அவர் அதற்குத் தோதான வழியில் காரை வேகமாக ஓட்டினார்.

'பிஎல்ஓவை வெளியேற்றும் வேலை சீக்கிரமே ஆரம்பித்துவிடும். அது முடிவடைந்ததும் காயமடைந்த நோயாளிகளைத் தற்காலிக மருத்துவமனையிலிருந்து மாற்றி காஸா மற்றும் அக்வா மருத்துவமனை களுக்குக் கொண்டு வரலாம்' என்றார்.

ஒருவழியாக நாங்கள் அக்வா மருத்துவமனைக்கு வந்து சேர்ந்தோம். அங்கு நாங்கள் கண்ட காட்சி எங்களைத் திடுக்கிட வைத்தது.

எங்கு பார்த்தாலும் கட்டட இடிபாடுகளின் குவியல்கள் அதன் சிதறல்கள். எல்லாம் உடைத்து நொறுக்கப்பட்ட இடமாக அது காட்சியளித்தது. மருத்துவமனையென்று சொல்லிக்கொள்ள அங்கு ஏதுமில்லை!

காரை ஓர் ஓரமாக நிறுத்தியதும், திரும்பவும் ஒருமுறை பார்க்கக்கூட வாய்ப்பளிக்காமல் மருத்துவர் ஸ்பிருகி எங்களை அழைத்துக் கொண்டு வேகமாக இடிபாடுகளுக்கு இடையில் நடந்தார். அங்கு பிய்ந்துக் கிடந்த கம்பிகளுக்கும், குவிந்து கிடந்த கட்டடச் சிதறல்களுக்கும் மத்தியில் கால்தவறி விழுந்துவிடாமல் அவரைக் கவனமாகப் பின்தொடர்ந்த நாங்கள் இறுதியில், சரிந்து கிடந்த சுவரையொட்டி கீழிறங்கிச் செல்லும் படிகளைக் கண்டோம்...

ஒருகணம் பிரமை பிடித்த நிலையானேன். அந்தப் படிகள் சீரானவையாக இல்லை. கீழிறங்கிச் செல்லச் செல்ல என் விரல்களையே என்னால் பார்க்க முடியாத அளவுக்கு இருட்டாகிப் போனது. சற்று நேரத்திற்குள் எனது கண்கள் இருளுக்குப் பழகிப் போயின. மருத்துவர் ஸ்பிருகி தம் ஆடையிலிருந்த எட்டு பைகளில் ஒன்றிலிருந்து ஒரு டார்ச் விளக்கையெடுத்து ஒளி பாய்ச்சினார். நாங்கள் தடுமாறியபடி கீழிறங்கினோம். நாங்கள் செல்வது சுரங்கத்திற்குள்ளா? அக்வா மருத்துவமனையின் அடித்தளம் என்பதை பிறகுதான் நான் புரிந்துகொண்டேன். மேல் பகுதியில் குவிந்து கிடக்கும் டன் கணக்கான கான்கிரீட் இடிபாடுகள் கீழ்த்தளத்தை நொறுங்கவிடாமல் தடுத்திருந்தன.

மருத்துவர் ஸ்பிருகி யாரையோ அழைத்தார். அரபு மொழியாக இருக்கலாம்—சைனீஸோ, பிரஞ்சோ, மலாயோ அல்ல என்பதை நானறிவேன். அவரது குரலைக் கேட்டதும் ஓர் அறையிலிருந்து சிலர் வெளியே வந்து அவரை வரவேற்றார்கள். ஆண்களும், பெண்களுமாக ஐந்தோ ஆறோ பேரடங்கிய ஒரு சிறிய குழு அது. பாலஸ்தீன செம்பிறைச் சங்கத்தின் ஊழியர்களான அவர்கள் மிகவும் சோர்ந்து, பயந்த நிலையில் காணப்பட்டார்கள். வெடிகுண்டுகளின் பீதி அவர்களை வேட்டையாடுவதாக எனக்குத் தோன்றியது. நாங்கள் ஒருவருக் கொருவர் அறிமுகமானதும் அவர்கள் எங்களை அழைத்துச் சென்று அந்த இடத்தைச் சுற்றிக் காண்பித்தார்கள்.

சாதாரண நிலையில், நான் பல கேள்விகளையும் கேட்டிருப்பேன். பேசாமடந்தையாக இருக்க நான் பழகியதில்லை. ஆனால் இது போன்ற சூழ்நிலையில், நரக வாழ்க்கை அனுபவிக்கும் இவர்களிடம் மருத்துவமனைக்கு ஏற்பட்ட கதியைப் பற்றி எப்படிக் கேட்கத் தோன்றும்?

அக்வா மருத்துவமனையிலிருந்து நான் கற்றுக்கொண்ட முதல் அரபு வார்த்தை 'கலாஸ்'—'முடிந்து போனது' என்று பொருள்!

அக்வா மருத்துவமனையிலிருந்த நர்சிங் பயிற்சிப் பள்ளியும், சிறப்பு சிகிச்சைக்கான ஆராய்ச்சி மையமும் 'கலாஸ்' ஆகியிருந்தன. பாலஸ்தீன செம்பிறைச் சங்கத்திற்கு நஷ்டமானது இந்த ஒரு மருத்துவமனை மட்டுமல்ல, லெபனான் முழுக்க பதின்மூன்று கிளினிக்குகளும் ஒன்பது மருத்துவமனைகளும் இதேபோன்று தகர்த்தெறியப் பட்டிருந்தன. காஸா மருத்துவமனை மட்டும் தாக்குதலிலிருந்து தப்பியிருந்தது.

அதற்கான காரணத்தை நான் மூன்றாண்டுகளுக்குப் பின்னரே தெரிந்துகொண்டேன். விமானத் தாக்குததலின் உச்சகட்டத்தில், செம்பிறைச் சங்கத்தின் அனைத்து மருத்துவமனைகளும், கிளினிக்கு களும் தொடர்ச்சியாகத் தாக்கப்படுவதைப் புரிந்துகொண்ட பாலஸ்தீனப் போராளிகள் தெற்கு லெபனானில் அவர்கள் கைது செய்த மூன்று இஸ்ரேலிய இராணுவ வீரர்களைக் காஸா மருத்துவமனையின் மேல் தளத்தில் அடைத்து வைத்து, அதை வானொலி மூலமாக இஸ்ரேலியர் களுக்கு அறிவித்தார்களாம். அத்துடன், காஸா மருத்துவமனையைத் தாக்கினால் அங்கு சிறை வைக்கப்பட்டிருக்கும் இஸ்ரேலிய இராணுவ வீரர்களின் உயிருக்கும் ஆபத்தாக முடியுமென்று எச்சரித்தார்களாம்! அந்த மிரட்டல் காஸா மருத்துவமனையைக் காப்பாற்றுவதற்கு உதவியது.

இஸ்ரேலியத் தாக்குதலுக்கு முன்பு அக்வா மருத்துவமனை ஐந்து மாடிகள் கொண்ட கட்டடமாக இருந்ததாக ஆங்கிலம் பேசத் தெரிந்த ஓர் ஊழியர் சொன்னார்: 'இதய அறுவை சிகிச்சைக்கான பிரிவை திறந்து வைத்து அதிக நாள் ஆகவில்லை. ஆனால் இப்போது எதுவுமே பாக்கியில்லை.'

விரக்தியோடு சொன்ன அவர் திடீரென எதையோ நினைத்துக் கொண்டு, தம்மைப் பின்தொடர்ந்து வரும்படி சைகை காட்டினார். நாங்கள் அதே படிகள் வழியாக மேலேறிச் சென்றோம். இருளடைந்த கீழ்த்தளத்திலிருந்து திறந்த வெளிக்கு வந்ததும் ஒருகணம் சூரிய ஒளியில் கண்கள் கூசின. பாதிக்கும் மேல் இடிந்து கிடந்த சுவர்களின் இடைவெளியில் நாங்கள் அவரைப் பின்தொடர்ந்தோம்.

ஒடிந்து வளைந்து கிடந்த, ஒரு நோயாளியின் படுக்கை போலிருந்த ஏதோ ஒன்றின்மீது குவிந்து கிடந்த இடிபாடுகளை அவர்கள் நீக்க ஆரம்பித்தார்கள். அதற்குப் பக்கத்தில் நசுங்கிக் கிடந்த இரும்புக் குழாயில் இரத்தம் நிரம்பிய உறையொன்று தொங்கிக் கிடந்தது. அது ஒன்பது வயதான ஏதோ ஒரு சிறுமியின் நரம்பு வழியாகச்

செலுத்தப்பட்டுக் கொண்டிருந்த இரத்தமென்பதை அதன்மீது ஒட்டியிருந்த குறிப்பிலிருந்து நான் அறிந்துகொண்டேன். அவளுக்கு அளித்துக் கொண்டிருந்த சிகிச்சையையும், அவளையும் ஏதோ ஒரு விமானத் தாக்குதல் முடிவுக்குக் கொண்டு வந்திருந்தது.

'என்னுடைய நோயாளி..' அந்த மனிதர் நிதானமாகச் சொன்னார்.

நாங்கள் மௌனமாக மீண்டும் கீழ்த்தளத்திற்குத் திரும்பினோம். செம்பிறைச் சங்கத்தினர் எங்களுக்குக் காபி வழங்க விரும்பினார்கள். ஆனால் எங்கள் சார்பாக மருத்துவர் ஸ்பிருகி வேண்டாமென்று மறுத்துவிட்டார். இரத்தம் கொண்டுசெல்லப் பயன்படும் பெட்டியொன்றை கையிலெடுத்தவாறு அவர் சொன்னார்: 'நாங்கள் போக வேண்டும். காபி குடிக்க நேரத்தை வீணாக்கினால் எங்களால் எதுவும் செய்ய இயலாது.'

நாங்கள் மீண்டும் படியேறத் தொடங்கியதும், மருத்துவர் ஸ்பிருகி திரும்பவும் கீழிறங்கிச் சென்று, அங்குள்ள தண்ணீர்க் குழாய்கள் சரியாக மூடப்பட்டு இருக்கின்றனவா என்று சோதித்துப் பார்த்தார். இது மிகவும் முக்கியமானது. காரணம், குழாய்களில் தண்ணீர் வர ஆரம்பித்தால் கவனக் குறைவினால் விலை மதிப்பற்ற தண்ணீர் வீணாகும். அதனால் குழாய்களை மூடுவதில் கவனம் செலுத்தும்படி அங்கிருந்தவர்களிடம் எச்சரித்துவிட்டுத் திரும்பி வந்தார்.

எங்களின் அடுத்த இலக்கு காஸா மருத்துவமனை. அதைப் பார்த்த வுடன் எனக்குப் பிடித்துப் போனது. கம்பீரமான பதினொரு மாடிக் கட்டடம். உச்சியிலுள்ள இரண்டு தளங்கள் குண்டுவீச்சால் மோசமாக சேதமடைந்திருந்தன. அதன் ஒன்பதாவது மாடியின் மேற்கூரையில் பல இடங்களிலும் ஏவுகணைகள் தாக்கியதால் ஓட்டைகள் விழுந்திருந்தன. அழிவு அந்த அளவோடு நின்று போனதற்கான காரணத்தை நான் ஏற்கனவே குறிப்பிட்டு இருக்கிறேன். அக்வா மருத்துவமனையைப் போலவே இங்கும் தண்ணீரும் மின்சாரமும் இல்லை.

நோயாளிகள் தங்குவதற்கான வசதிகளுடன் அக்வா மருத்துவ மனையில் மூன்று ஆபரேஷன் தியேட்டர்கள், ஆறு படுக்கைகள் கொண்ட தீவிர கண்காணிப்புப் பிரிவு, நவீன இரத்த சேமிப்பு வங்கி, லெபாரட்டரி, எக்ஸ்ரே பிரிவு, விசாலமான அவசர சிகிச்சைப் பிரிவு, வெளி நோயாளிகள் சிகிச்சைப் பிரிவு ஆகியன இருந்தன. மருத்துவ மனையின் ஒவ்வொரு தளமும் வெவ்வேறு செயல்பாடுகளுக்கென

ஒதுக்கப்பட்டிருந்தன. முதல் தளத்தில் தீவிரக் கண்காணிப்புப் பிரிவு, ஆபரேஷன் தியேட்டர்கள், மீட்பு அறைகள் ஆகியவை இருந்தன. இரண்டாவது தளத்தில் எலும்பு சிகிச்சை நோயாளிகளுக்கான வார்டுகள் இருந்தன. மூன்றாவது தளத்தில் பொதுமருத்துவ சிகிச்சைப் பிரிவும், நான்காவது தளத்தில் பல தரப்பட்ட அறுவை சிகிச்சை நோயாளிகளும் இருந்தனர். அப்படிப் பல.

ரமல்லாவில் இயங்கிவந்த மகப்பேறு மற்றும் மகளிர் சிகிச்சைக்கான மருத்துவமனை காஸா மருத்துவமனையின் இணைப்பாக இருந்தது. மிகக் குறைந்த ஊழியர்களைத் தவிர்த்தால் காஸா மருத்துவமனை காலியாகக் கிடந்தது. விசாரித்தபோது, நோயாளிகள் தற்காலிக முகாம்களுக்கு மாற்றப்பட்டதாகவும், ஊழியர்களில் அதிகம்பேர் அங்கிருப்பதாகவும் தகவல் கிடைத்தது. மிகக் கடுமையான தாக்குதல் நடந்த பகுதியில் காஸா மருத்துவமனை இருந்ததால் பணிக்கு வருவதும், திரும்பிச் செல்வதும் பல சமயங்களில் சிரமமாக இருந்தது. அங்கிருந்த நிர்வாகிகளும் ஊழியர்களும் கடந்த மூன்று மாதங்களாக மருத்துவமனைக்கு வெளியே சென்றதில்லை என்றும் அறிந்தேன்.

1982 படையெடுப்பிற்கு முன்பு செம்பிறைச் சங்கம் வருடத்தில் பத்து லட்சம் நோயாளிகளை—கிளினிக்கிற்கு வந்து போகிறவர்களையும், மருத்துவமனையில் தங்கி சிகிச்சை பெறுகிறவர்களையும் கணக்கிட்டால்—கையாண்டது. இனம்-மதம்-வசதி என்ற பாகுபாடுகளின்றி தேவைப்படுகிற எல்லோருக்கும் இலவசமாக அது சிகிச்சையளித்தது. ஏழைகளான பல லெபனானியர்களும் இலவச சிகிச்சை பெற்றனர். முழுக்க முழுக்க ஒரு மனித நல அமைப்பாகவும், செஞ்சிலுவை சங்கத்தின் கண்காணிப்பிற்கு உட்பட்ட அங்கமாகவும் அது இருந்ததால், தங்களது மருத்துவ மனைகளும் கிளினிக்குகளும் இஸ்ரேலிய குண்டுவீச்சுக்கு இலக்காகுமென்று பாலஸ்தீன செம்பிறைச் சங்கத்தினர் ஒருபோதும் நினைக்கவில்லை. ஆனால் ஆக்கிரமிப்பின் போது செம்பிறை சங்கத்தின் மருத்துவமனைகளும் கிளினிக்குகளும் தாக்கி அழிக்கப்பட்டதால் போரின் இரைகளுக்குத் தேவையான மருத்துவ சிகிச்சை கிடைக்காமல் போனது.

தங்களது நோயாளிகளில் அதிகம் பேரை பாலஸ்தீன செம்பிறைச் சங்கம் தாற்காலிக மருத்துவமனைகளுக்கு மாற்றியிருந்தது. திறந்த வெளி மருத்துவமனைகள் என அவை அழைக்கப்பட்டன.

ஆனாலும் அப்போதைய சூழ்நிலையில், திறந்தவெளியில் எந்த மருத்துவமனை யும் நீண்டகாலம் செயல்பட பெய்ரூத்தில் வாய்ப்பு கிடையாது. தற்காலிக மருத்துவமனைகள் பெரும்பாலும் பெரிய கட்டடங்களின் அடித்தளங்களில் செயலாற்றின.

நேரடியாகச் செயலில் இறங்கும்படி மருத்துவர் ஸ்பிருகி எங்களை உற்சாகப்படுத்தினார். மறுநாள் தொட்டு லாஹூத் மருத்துவமனையில் பணிகளைத் தொடங்கும்படி அவர் ஆலோசனை சொன்னார்.

நாங்கள் உடனே லாஹூத் மருத்துவமனைக்குப் புறப்பட்டோம். பூமிக்கடியில் மூன்று தளங்கள் உள்ள ஒரு முழு மருத்துவமனையை அங்கே கண்டோம். ஆபரேஷன் தியேட்டர்கள், வார்டுகள், அவசரப் பிரிவு, உயிர்காப்புப் பிரிவு, எக்ஸ்ரே வசதிகள் ஆகியன அங்கிருந்தன. அகதி முகாம்களுக்கும், பெய்ரூத்தின் தெற்குப் புறநகருக்கும் அப்பால் ஹம்ராவின் மையத்தில் இருந்துகொண்டு செம்பிறைச் சங்கம் நோயாளிகளையும், காயமடைந்தவர்களையும் கவனித்தவாறு தன் சேவையைத் தொடர்ந்தது. அக்வா மருத்துவமனையிலிருந்த மருந்தகம் முழுவதுமாக லாஹூத்துக்கு மாற்றப்பட்டிருந்தது. எங்களை மற்ற ஊழியர்களுக்கு அறிமுகப்படுத்திய மருத்துவர் ஸ்பிருகி, மறுநாள் காலையிலிருந்து எங்களை வேலையில் ஈடுபடுத்தும்படி அவர்களிடம் கேட்டு கொண்டார்.

‘காஸா மருத்துவமனை மீண்டும் திறக்கப்படும்வரை நீங்கள் இங்கே பணியாற்றலாம். பிரச்சினைகள் தீர்க்கப்படும்வரை ஆரம்ப சேவைகளை உங்களிடமிருந்து எதிர்பார்க்கிறேன்’ என்றார் அவர்.

அவர் மேலும் சொன்னார்: ‘மறந்துவிடாதீர்கள், கடந்த மூன்று மாதங்களாகப் பெரும்பாலான மக்களும் நரக வாழ்க்கை அனுபவிக் கிறார்கள். சிறிய உதவி கிடைத்தாலே போதும், மற்றதை அவர்கள் சமாளித்துக்கொள்வார்கள். உதாரணத்திற்கு மருத்துவர் ஹபீபை எடுத்துக்கொள்ளுங்கள். மரணத்தைத் தொட்டவர் அவர். இப்போதும் ஏவுகணைத் தாக்குதல் தந்த அதிர்ச்சியிலிருந்து அவர் விடுபடவில்லை. அவருக்கு நல்லது உடனடியாக வேலையில் சேருவதுதான்! வேலையில் மும்முரமாக ஈடுபடும்போது பல விஷயங்களை மறக்கமுடியும். ஆனால் அவரைக் கட்டாயப்படுத்த முடியாது. இங்கிருக்கும் மக்களில் பெரும்பாலோரும் போரில் தங்களின் வீடுகளையும் உறவினர்களையும் இழந்தவர்கள். இந்த அதிர்ச்சியிலிருந்து மீள காலதாமதமாகும். உற்சாகமும் துடிப்பும் உங்களிடம் உள்ளன.

உங்களின் உதவி அவர்களுக்குத் தேவைப்படுகிறது என்பதை மறந்து விடாதீர்கள்.'

உண்மையில் நான் உற்சாகமாகவோ, துடிப்பாகவோ இல்லை. அது மருத்துவர் ஸ்பிருகிக்குத்தான் பொருந்தும். அவர் சோர்வில்லாதவர். நாள் முழுவதும் அவர் செயல்படுவதை நான் கண்ணுற்றேன். அவர் ஒரே சமயம் மூன்று காரியங்களைச் செய்தார். ஐந்து அல்லது ஆறு பேருடன் மாறிமாறிப் பேசினார். அரை டஜன் திட்டங்களை ஒரே நேரத்தில் மனதில் கணக்கிட்டார். அவரது உத்வேகம் எல்லோரையும் செயல்பட வைத்தது. மிகவும் குழப்பமான, நம்பிக்கையற்ற சூழ்நிலையில் அது மாபெரும் சாதனைதான்! பாலஸ்தீனர்களுக்காகப் பணியாற்றும் வாய்ப்பையும், பெருமையையும் எனக்கு அளித்ததற்காக மருத்துவர் ஸ்பிருகியிடம் நன்றி சொன்னேன். அவரது மனவுறுதி தான் முதலில் லாஹூத் மருத்துவ மனையிலும், பின்னர் காஸா மருத்துவமனையிலும் என்னைத் தொடர்ச்சியாகப் பணியாற்ற வைத்தது. எங்கள் குழுவிலிருந்த பலருக்கும் போரின் இரைகளுடன் பணியாற்றும் வாய்ப்புக் கிடைக்கவில்லை. அவர்களில் பலரும் லெபனானின் வடக்கு மற்றும் கிழக்குப் பகுதிகளுக்கு அனுப்பப் பட்டார்கள். அந்த இடங்களில் பொதுவாகவே அமைதி நிலவியது.

அன்றைய இரவு நாங்கள் ஒரு பெரிய சிக்கலில் மாட்டிக்கொண்டோம். ஹம்ரா பகுதியிலிருந்த 'மேஃபேர் ரெஸிடென்ஸி'யில்தான் பிரிட்டிஷ் பிளாஸ்டிக் சர்ஜனான மருத்துவர் பிரியான் மயோ தங்கியிருந்தார். வசதிமிக்க குடியிருப்பென்றாலும் அங்கும் தண்ணீர்ப் பஞ்சம் இருந்தது. பெண் மருத்துவ வாலண்டியர்கள் அமெரிக்கப் பல்கலைக் கழகத்தின் நர்சுகள் விடுதியில் தங்கியிருந்தார்கள். அங்குத் தேவையான அளவுக்குத் தண்ணீர் இருந்தது. அங்கு ஆண்கள் நுழைவதற்கு அனுமதியில்லை. அப்படியிருந்தும் அவரைப் போர்வையால் மறைத்து விடுதிக்குள் அழைத்து வந்து குளிக்க உதவலாமென நாங்கள் நினைத்தோம்.

எங்கள் திட்டப்படி மருத்துவர் பிரியான் குளித்து முடித்து வெளியே வந்ததும் விடுதியின் காவலர் அவரை அடையாளம் கண்டுகொண்டு எரிச்சலுடன் வெளியேற்றினார். அரைகுறை ஆடையில் ஆறடி உயரமுள்ள வெள்ளையனை, பெண்களின் குளியலறையிலிருந்து

வெளியேற்றிய விதம் எங்கள் அனைவரையும் குலுங்கச் சிரிக்க வைத்தது. ஆனால் இந்த நிகழ்ச்சி ஒழுங்கு மீறலாகக் கருதப்பட்டதோடு, எங்களது லெபனான் மேலாளர்களுக்குத் தலை குனிவையும் ஏற்படுத்தியது. அந்நாட்டின் பண்பாட்டை மதித்து நடக்கும்படி நாங்கள் அறிவுறுத்தப்பட்டோம். பெண்களின் குளியலறையில் ஆண்கள் நுழைவது ஒழுக்க மற்றச் செயலாக அங்குக் கருதப்பட்டது.

இதிலிருந்து தப்பியதும் நாங்கள் நிவாரண மையத்தில் உண வருந்தச் சென்றோம். அது பெரிய சிற்றுண்டிக் கூடம். அப்போதைய நெருக்கடியான சூழ்நிலையிலும் எங்களை நன்கு கவனித்தார்கள். ஒவ்வொருவருக்கும் பீன்ஸ், பச்சை பட்டாணி, சிறு துண்டு மாமிசம், சோறு, தயிர், ரொட்டி எனப் பலவகை உணவுகள் வழங்கப்பட்டன. ஒரு கவளம் உணவை விழுங்கியபோது நினைவுக்கு வந்தது, இது நான் மேற்கு பெய்ரூத் வந்த பின்னர் உண்ணுகின்ற ஆறாவது உணவு என்று! இதுவரை ஒரு நோயாளிக்குக்கூட நான் சிகிச்சை அளிக்கவில்லை. வெட்கமாக இருந்தது! 'இது போன்று சாப்பிட்டுக் காலம் கழிக்கக் கூடாது, நாளை முதல் வேலை செய்து சாப்பிட வேண்டும்' என்று மனதுக்குள் தீர்மானித்தேன்.

அங்கிருந்து வெளியேறி எனது இளம் லெபனானிய நண்பருடன் அமெரிக்கப் பல்கலைக்கழகத்தை நோக்கி நடந்தேன். மேற்கில் சூரியன் மறைந்துகொண்டிருந்தது. மூன்று மாதங்களுக்கு முன் ஒளி சிந்தியிருந்த தெருவிளக்குகள் தற்போது அணைந்து கிடந்தன. இருண்ட கட்டடங்களுக்கும், இடிபாடுகளுக்கும் இடையிலும் பெய்ரூத்தின் அழகைக் காண முடிந்தது. மத்திய தரைக் கடற்கரையும், ஜொலிக்கும் காட்டு மரங்களும், பல வண்ணங்களில் பூக்கள் நிறைந்த போகன் வில்லா மரங்களும், பெரிய செம்பருத்திப் பூக்களும் செழித்து வளர்ந்திருந்த செடார் மரங்களும் சங்கீர்த்தனம் 92ஆம் பகுதி வரிகளை நினைவுபடுத்தின: 'நேர்மையாளர் பனைமரம் போன்று செழிப்பாகவும், லெபனானின் செடார் மரம் போன்று உயரமாகவும் வளர்வார்கள்.'

விரைவிலேயே சிவந்து பழுத்த சூரியன் கடலுக்குள் மூழ்கியது. ஆயிரக்கணக்காக நட்சத்திரங்கள் கருத்த நீலவானில் கண்கள் சிமிட்டின.

பல்கலைக்கழகத்திற்கு வெளியே, ஏதோ ஒரு வீதியிலிருந்து மெல்லிய இனிமையான அரபுப் பாடல் காற்றில் மிதந்து வந்தது.

எனது லெபனானிய நண்பன் சொன்னான்: 'நாளை காலை இங்கிருந்து இடம் மாறும் பாலஸ்தீன போராளிகள்தாம் அதைப் பாடுகிறார்கள்.'

நான் அவனிடம் விளக்கமாகச் சொல்லும்படிக் கேட்டேன். அவனோ கண்களில் நீர்வழிய, பாடலைச் செவிமடுத்துக் கொண்டிருந்தான். அதை மொழிபெயர்த்துச் சொல்லும் நிலையில் அவனில்லை. அவன் சிறியவன், வாலிபம் இன்னும் தாண்டவில்லை. கடந்த பத்து வாரங்களும் அவனைப் பொறுத்தவரை மிகவும் கடுமையானதாக இருந்திருக்கக் கூடும். பெய்ரூத்தில் தகர்க்கப்பட்ட மருத்துவமனைகள், படுகாயம் அடைந்தவர்கள், வீடிழந்தவர்கள் எல்லாம் நினைவுக்கு வந்த காரணத்தால் மேலும் துருவிக் கேட்பதை நிறுத்திக்கொண்டேன். இறைவனின் விதியிருந்தால், என்றாவது ஒருநாள் அந்தப் பாடலின் பொருளை நானறியக்கூடும்! இப்போதைக்கு சற்று முன்னதாகவே உறங்கச் செல்வோம். அதன் மூலம் அதிகாலை துயிலெழுந்து பயனுள்ள வேலைகளுக்குத் தயாராக முடியும்.

4

தொலைவில் எங்கோ தொடர்ச்சியாக முழங்கிய இயந்திரத் துப்பாக்கியின் ஓசை கேட்டு நான் அதிகாலையிலேயே கண் விழித்தேன். சீனர்களின் புத்தாண்டு நாளன்று சிங்கப்பூரில் நடக்கும் வாண வேடிக்கையைக் கேட்டு நான் துயிலெழுவதை அது நினைவுபடுத்தியது. நான் திரும்பவும் தூங்க முயன்றேன். ஆனால் அமெரிக்க நர்ஸ் 'ஜில்' என்னைத் தட்டியெழுப்பினாள். அப்போது காலை ஆறரை மணிதான் ஆகியிருந்தது. இருந்தாலும் பெரும்பாலான மருத்துவ ஊழியர்கள் முன்கூட்டியே எழுந்து குளித்து, உடைமாற்றித் தயாராக இருந்தார்கள். அன்றைய முக்கிய நிகழ்ச்சியான, பாலஸ்தீன விடுதலைப் போராளிகளின் இடம்பெயர்தலை நேரில் காண அவர்கள் துறைமுகப் பகுதிக்குச் செல்லத் திட்டமிட்டிருந்தனர். வெகுதூரத்தில், இரண்டு பெரிய கண்காணிப்புப் படகுகள் கடலில் நகர்வதைத் திறந்திருந்த ஜன்னல் வழியாக என்னால் பார்க்க முடிந்தது. அவை பிரான்ஸ், இத்தாலிய நாடுகளைச் சேர்ந்தவை என்றும், இடம்பெயர்தலை மேற்பார்வையிட வந்துள்ளதாகவும் எனது நண்பர் தகவல் சொன்னார். பன்னாட்டு அமைதிக் காப்புப் படை பெய்ரூத்தை நோக்கி வந்தது. பாலஸ்தீனப் போராளிகள்

வெளியேறுவதால் உருவாகும் குழப்பமான சூழ்நிலையை இஸ்ரேலியர்கள் தங்களுக்குச் சாதகமாகப் பயன்படுத்திக் கொள்வதைத் தடுக்கவும், பொதுமக்களுக்குப் பாதுகாப்பளிக்கவும் அவர்கள் நகருக்குள் நுழைந்தார்கள்.

'நீ வருகிறாயா, இல்லையா ஸ்வீ...' —என்னுடைய மற்றொரு சக ஊழியரான அமெரிக்க நர்ஸ் மேரி பொறுமையிழந்து கத்தினாள். நான் அவர்களுடன் போவதா, வேண்டாமா? யோசித்தேன்.

'இல்லை, நான் வரவில்லை!' —சிறிது நேரத் தயக்கத்திற்குப்பின் பதில் சொன்னேன். பிஎல்ஓவின் இடம்பெயர்தல் என்பது தெளிவான அரசியல் தொடர்பான விஷயம். பாலஸ்தீன போராளிகளுடன் கலப்பதை நான் விரும்பவில்லை. பயம் ஒரு காரணமாக இருக்கலாம். அல்லது பிஎல்ஓவை இன்னமும் நான் பயங்கரவாதிகளாக நினைப்பதும் ஒரு காரணமாக இருக்கலாம். எதுவாக இருந்தாலும், நான் இங்கே வந்தது காயம்பட்டவர்களுக்குச் சிகிச்சை அளிப்பதற்காகவே அன்றி, பிஎல்ஓவுடன் உறவாடுவதற்காக அல்ல! அவர்களுடன் நான் உறவாடினால் —அதைச் சிங்கப்பூர் அரசாங்கம் அறிந்தால்—என்ன நடக்கும்? எனது கிறித்தவ நண்பர்கள் என்ன சொல்வார்கள்? எனது பெற்றோர்கள் என்ன நினைப்பார்கள்? பிரிட்டனிலுள்ள எனது சக மருத்துவர்கள் என்ன நினைப்பார்கள்? இப்படியெல்லாம் ஆழமாக சிந்தித்தபோது, பாலஸ்தீன போராளி களுக்கு அருகில்கூடச் செல்லாமல் இருப்பதற்கான அதிகப்படியான காரணங்களை நான் கண்டறிந்தேன். ஆனாலும் இந்தக் காரணங்கள் எதையும் நான் மேரியிடமோ, ஜில்லிடமோ வெளிப்படுத்த விரும்பாமல் ஒரு பொய் சொல்லித் தப்பித்துக் கொண்டேன்.

'வர எனக்கும் விருப்பம்தான் மேரி! ஆனால், லாஹூத்தில் சில நோயாளிகளைப் பார்ப்பதாக நான் உறுதியளித்துள்ளேன். நீ அங்குக் கண்டதை இரவில் என்னிடம் சொல். நல்வாழ்த்துகள்.' அந்த இரண்டு அமெரிக்க நர்சுகளும் புறப்பட்டார்கள். நானோ லாஹூத் செல்லத் தயாரானேன்.

அமெரிக்கப் பல்கலைக்கழகத்திலிருந்து வெளியே வந்ததும், செவ்வண்ணச் சுவரொட்டிகள் என் கண்களை வரவேற்றன. பிரெஞ்சு, அரபு, ஆங்கில மொழிகளில் எழுதப்பட்டிருந்த அவை மரங்களிலும், விளக்குக் கம்பங்களிலும், கட்டடங்களின் மீதும் தொங்கவிடப்

பட்டிருந்தன. அந்தச் சுவரொட்டிகள் பலவற்றிலும், 'விடை பெறுகிறோம் பெய்ரூத்! நாங்கள் பெய்ரூத்தை நேசிக்கிறோம்!' என்று எழுதப்பட்டிருந்தது. நகரிலிருந்து வெளியேறுகிற பிஎல்ஓவினர் அவற்றைத் தொங்கவிட்டிருக்கக்கூடும். 'நேசம்' என்கிற அந்தச் சொல் என்னைத் தாக்கியது. பயங்கரவாதிகள் அந்தச் சொல்லைப் பயன்படுத்துவது பொருத்தமற்றதாகத் தோன்றியது. நான் லாஹூத் மருத்துவமனை நோக்கி விரைந்தேன். போகிற வழியில் கூடாரமொன்றில் கவலையுடன் காணப்பட்ட ஒரு பெண்ணையும் அவளது சிறு குழந்தையையும் கண்டதும் அவளுடன் பேச்சுக் கொடுத்தேன். அவளது கணவரும் இரண்டு குழந்தைகளும் அன்று வெளியேற்றப் படுகிறார்கள். லெபனானின் தெற்குப் பகுதியிலிருந்த அவர்களின் வீடு இஸ்ரேலியர்களால் இடித்துத் தரைமட்டமாக்கப் பட்டதாம்! அந்த மூன்று பேரும் உள்ள புகைப்படத்தை அவள் எனக்குக் காட்டினாள். இளைய பையனுக்குப் பதினான்கு வயதிருக்கக் கூடும்.

'உன்னுடைய கணவரும் மூத்த இரண்டு குழந்தைகளும் இல்லாமல் எப்படி நீ இந்தப் பூமியில் சமாளிக்கப் போகிறாய்? தகர்க்கப்பட்ட உன் வீட்டை மீண்டும் கட்டியெழுப்புவது எப்படி? தனியாக எப்படிக் குடும்பத்தைக் காப்பாற்றுவாய்?' என்று கேட்டேன்.

அந்த அளவுக்கு அவள் சிந்திக்கவில்லை. கணவரும் குழந்தைகளும் ஒருமுறை படகில் ஏறிவிட்டால் பிறகு அவர்களை ஒருநாளும் பார்க்க இயலாதென்கிற நடுக்கமே அவளிடம் மேலோங்கியிருந்தது. அவளும் குடும்பமும் காஸாமுனையிலிருந்து வந்தவர்கள். பாலஸ்தீன மண்ணைவிட்டு வந்த பிறகு ஏழுமுறை வீடு மாறியிருந்தார்கள். வறுமை, போர், சித்ரவதைகளுக்கு மத்தியில் வளர்ந்துவந்த அவள் இன்று சொந்தமென்று சொல்ல ஒரு வீடில்லாததை நினைத்தும், குடும்பம் சிதைந்து போவதை நினைத்தும் கண்ணீர்விட்டு அழுதாள்! அவளைத் தேற்ற முடியாதென்பதை நான் உணர்ந்தேன். வாய்மூடி அவள் சொல்வதைக் கேட்டுக்கொண்டிருந்தேன். சட்டென அழுகையை நிறுத்திய அவள் என்னைக் காபி குடிக்கக் கூடாரத்திற்குள் வரும்படி அழைத்தாள். இவ்வளவு துயரங்களுக்கு மத்தியிலும் இவர்களால் எப்படி மற்றவர்களை உபசரிக்க முடிகிறது?

லெபனானில், சொந்தமாக வீடும் குடும்பமும் உள்ளவர்கள்தாம் பாலஸ்தீன போராளிகள் என்பதை நான் இப்போதுதான் முதல் முறையாக அறிகிறேன். அவர்கள் தங்களின் மனைவிகள், குழந்தைகள்,

சகோதர சகோதரிகள், பெற்றோர்கள் என அனைவரையும் துறந்து வேறெங்கோ பயணமாகிறார்கள். இந்த நாடுகடத்தல் ஆண்களையும், பெண்களையும் வலுக்கட்டாயமாகப் பிரிக்கிறது. குடும்பக் கட்டமைப்பை மிகவும் திறமையாகச் சீரழிக்கிறது.

நோயாளிகளைப் பார்வையிடச் செல்லும் சரியான நேரத்தில் நான் லாஹூத் மருத்துவமனையை அடைந்தேன். பாலஸ்தீன் செம்பிறைச் சங்கத்தில் பணியாற்றும் இரண்டு மருத்துவர்களையும், பிரிட்டனைச் சேர்ந்த மருத்துவர் பால் மோறிஸையும் அங்கு எனக்கு அறிமுகப்படுத்தி வைத்தார்கள். நாங்கள் எல்லா நோயாளிகளையும் பார்வையிட்டோம். பிரிட்டன் அனுப்பிய சிங்கப்பூரைச் சேர்ந்த ஆர்த்தோபீடிக் சர்ஜனாக நான் அறிமுகப்படுத்தப்பட்டேன். ஐம்பதுக்கும் மேலான உள்நோயாளிகள் அங்கிருந்தனர். அனைவருமே போரில் காயமடைந்த பொதுமக்கள். அவர்களில் நிறைய குழந்தைகளும் இருந்தன. தாக்குதலுக்கு இலக்காகப் போகிறோம் என்பதை உணராத பொதுமக்கள்தாம் இந்தப் படையெடுப்பின் முக்கிய இரைகள்.

பலவிதமான போர்க் காயங்களையும் நான் அங்கு கண்டேன். கூர்மையான —சில நேரங்களில் கான்கிரீட் பாளம் போன்ற ஏதேனும் ஒன்று, கணநேரத்தில் ஒரு காலைத் துண்டித்துவிடவோ, ஒரு உயிரை மாய்த்துவிடவோ செய்யும். சிலருக்குச் சாதாரணமான தீக்காயங்கள் இருந்தன. வேறு சிலருக்கோ, சதை நார்களைக் கிழித்து உள்ளிறங்கிய ஆழமான தீக்காயங்கள் இருந்தன. அவற்றில் பல வாரக் கணக்கில் புரையோடிப் போன காயங்கள். இதைத் தவிர, அமெரிக்க நர்சுகளால் 'ரீகன்-பெகின் சின்ட்ரோம்' என்றழைக்கப்படும் வித்தியாசமான பாதிப்புக்கும் இலக்காகியிருந்தது மிகவும் பரிதாபகரமானது: உடல் மெலிந்து, பீதியடைந்த நிலையில், பேச்சுவார்த்தையின்றி, உண்ணவோ அருந்தவோ மறுக்கின்ற, எந்நேரமும் ஏவுகணைகளை நினைத்துப் பயந்து சாகிற குழந்தைகள் அவர்கள். அவர்களின் உறவினர்கள் பலரும் குண்டுவீச்சுகளில் இறந்துவிட்டனர். மருத்துவ விதிப்படி 'ரீகன்-பெகின் சின்ட்ரோம்' என்றால் ஒன்றோ இரண்டோ கால்கள் துண்டிக்கப்பட்டதாக இருக்கலாம். அல்லது நுரையீரலைத் தாக்குமளவிற்கு மார்பில் ஏற்பட்ட பெரிய காயமாக இருக்கலாம். அல்லது உள் உறுப்புகளைப் பாதிக்கும் அளவுக்கு வயிற்றில் விழுந்த ஆழமான காயங்களாக இருக்கலாம். அத்துடன், எலும்புகள் ஒடிந்து வெளியே துருத்திக்கொண்டிருக்கும் புரையோடிய காயங்களாகவும் இருக்கலாம்.

அந்தக் குழந்தைகளுக்குத் தேவையான சிகிச்சை அளிக்கையில் இஸ்ரேலியத் தலைவரின் வார்த்தைகள் என் காதுகளில் ஒலித்தன: 'ஆம்லட்டைத் தயாரிக்க முதலில் முட்டையை உடைத்தாக வேண்டும்.'

நான் ஒருத்தி மட்டுமே எலும்பு முறிவு சர்ஜனாக இருந்த காரணத்தால், எல்லா எலும்பு முறிவு நோயாளிகளையும் பரிபாலிக்கும் பொறுப்பை ஏற்றுக்கொள்ளும்படிச் சொன்னார்கள். தோலைக் கிழித்து வெளியே துருத்திக்கொண்டிருக்கும் உடைந்த எலும்புகள் சர்வ சாதாரணம். அவர்களுக்கு அளிக்கப்படுகிற சிகிச்சைமுறையில் எனக்கு முழு அளவில் திருப்தியில்லை. திறந்து கிடக்கும் காயங்கள் வழியே உடைந்த எலும்புகளை ஸ்டீல் பிளேட்டுகள், திருகாணி, ஆணி ஆகியவற்றைப் பயன்படுத்தி நேரிடையாக இணைக்கும் 'உள் சீரமைப்பு' முறையை மருத்துவர்கள் கையாண்டனர். அதன் பிறகு மேற்காயங்களை இணைத்துத் தைக்கிறார்கள். இந்த முறையைத் 'தொடக்கநிலை அடைப்பு' என்கிறார்கள். இந்த நவீன சிகிச்சை முறையானது ஏற்கனவே பழக்கத்திலிருந்த சிகிச்சை முறையைக் குறைத்து மதிப்பிடுவதாக இருந்தது.

ஐரோப்பாவிலோ அமெரிக்காவிலோ, நவீன வசதிகளுடன் கூடிய மிகவும் சுகாதாரமான ஆபரேஷன் தியேட்டர்களில் இதுபோன்ற 'உடனடி உள்சீரமைப்பு' மற்றும் 'தொடக்கநிலை அடைப்பு' முறையில் சாதாரணக் காயங்களுக்குச் சிகிச்சையளித்தால் அது பலன் தரக்கூடும். ஆனால் இங்கு, வெடிகுண்டுகளும் தோட்டாக்களும் ஏற்படுத்திய சிதைந்த காயங்களை—அதுவும் சுகாதாரமற்ற சூழ்நிலையில் சிகிச்சை செய்ய வேண்டியிருப்பதால் இது போன்ற நவீன சிகிச்சைமுறை மோசமான விளைவையே ஏற்படுத்தும். பெய்ரூத்தின் போர் மண்டலத்தில், இதுபோன்ற நவீன முறையில் சிகிச்சைக்குள்ளான அனைத்து நோயாளி களுக்கும் புண்கள் பழுத்துப் புரையோடி, காலை வெட்ட வேண்டிய நிலையோ எலும்புகளில் பாதிப்பு ஏற்பட்டுக் குணப்படுத்த முடியாத நிலையோ ஏற்பட்டிருந்தது. இதுபோன்ற சந்தர்ப்பங்களில் பழைய முறைதான் சிறந்தது. நன்றாகச் சுத்தம் செய்து, உயிரற்ற அல்லது சீர்கெட்ட சதைகளை வெட்டியெறிந்து, மென்மையாகத் துணியால் கட்டுப் போட வேண்டும். எலும்பு முறிவை வெளியிலிருந்து சீர்படுத்தும் கருவி இருந்தால் அதைப் பயன்படுத்திக் குணப்படுத்தலாம். இல்லையென்றால் உலோகத் தகடுகளை வைத்து இணைப்பதோ உள்ளழுத்தி சீர் செய்வதோதான் நல்லது.

காயத்தைத் தினமும் கண்காணிக்க வேண்டும். காயங்கள் ஆறத் தொடங்கியதும் அதைச் சுற்றியுள்ள தோலை இணைத்தோ வேறு தோலை வெட்டியெடுத்து இணைத்துத் தைத்தோ காயங்களை மூட வேண்டும். அதன் பிறகு, எல்லாவித தொற்றுகளும் நீங்கிய பின்னரே எலும்புத் துண்டுகளை இணைப்பதோ உள்ளழுத்தி சீர்செய்வதோ நன்றாக இருக்கும். இது, சுற்றிவளைக்கும் அணுகுமுறையாகச் சிலருக்குத் தோன்றலாம். ஆனால், தொடக்கத்திலேயே மூடப்பட்ட பல புண்களும் பின்னர் பழுத்துப் புரையோடிப் போவதை நான் பலமுறை நேரில் பார்த்திருக்கிறேன். ஆகவே பழைய முறைதான் இப்போதைக்குச் சிறந்தது. நோயாளியை வேறிடத்திற்கு மாற்றும் அளவிற்கு முறிந்த எலும்பு சீரடைந்திருந்தாலோ வெளி சீரமைப்புக் கருவி இல்லாவிட்டாலோ லிவர்பூலைச் சேர்ந்த ஹக் ஓவன் தாமஸ் என்பவரால் வடிவமைக்கப்பட்ட—சோதித்து நிரூபணமான—உலோகப் படிமங்களைப் பயன்படுத்துவது நல்லது. அல்லது பிளாஸ்டர் ஆஃப் பாரீஸ் படிமங்களையும் பயன்படுத்தலாம்.

விமானத் தாக்குதல் நடந்த குழப்பமான சூழ்நிலையில், உலகின் பல்வேறு நாடுகளிலிருந்து வந்த மருத்துவ ஊழியர்கள் ஒவ்வொருவரும் தங்களுக்குச் சரியென்று தோன்றியதைப் பிடிவாதமாகச் செய்கின்ற கட்டத்தில், எலும்பு முறிவு சிகிச்சைக்கு மிகவும் அடிப்படையானதும் பாதுகாப்பானதுமான முறைகள் கையாளப்படுகின்றனவா என்பதை உறுதிப்படுத்துவது மிகவும் சிரமமான பணியாகத் தோன்றியது.

பாலஸ்தீன போராளிகள் வெளியேற்றப்பட்டதும் மேற்குப் பெய்ரூத்தில் அமைதி திரும்பியது. விமானத் தாக்குதல் முற்றிலுமாக நின்று போனது. ஏவுகணைத் தாக்குதலும் இல்லாததால் பொதுமக்கள் கூடாரங்களிலிருந்தும் மறைவிடங்களிலிருந்தும் வெளியேறித் தங்களின் வீடுகளை நோக்கிச் சென்றார்கள். வேலைக்கு வராதிருந்த பல நர்சுகளும் திரும்ப வந்த காரணத்தால் நான் அமெரிக்கப் பல்கலைக்கழகத்தின் நர்சுகள் விடுதியை விட்டு வெளியேற நேர்ந்தது. மற்ற தன்னார்வ ஊழியர்கள் (வாலண்டியர்கள்) தங்கியிருந்த மேஃபேர் ரெஸிடென்ஸிக்கு நானும் இடம் மாறினேன். ஆனால், அங்கிருந்து காஸா மருத்துவமனைக்கு தினமும் போய்வர அசௌகரியமாக இருந்த காரணத்தால் நானும் சில சர்ஜன்களும்

மருத்துவமனையிலேயே தங்குவதென முடிவெடுத்தோம். எங்களுக்காகக் காஸா மருத்துவமனையின் ஒன்பதாவது மாடியில் காலியாகக் கிடந்த பெரிய அறையை ஒதுக்கினார்கள். அதன் ஜன்னல்கள் உடைந்திருந்தாலும் குண்டுவீச்சின் பாதிப்பு குறைவாகவே இருந்தது. கட்டடத்தின் உயரத்தில் இருப்பது ஒருவகையில் நல்லதுதான். காரணம் கொசுக்கடி இருக்காது. அத்துடன் இரவில் நல்ல குளிராகவும் இருந்தது.

காஸா மருத்துவமனைக்கு மாறியதும், வீட்டை ஒழுங்கு படுத்துவதில் முன்பு போலவே இப்போதும் நான் சாமர்த்தியமற்றவள் என்பதை உணர்ந்தேன். எனது சக ஊழியர்கள் மிகவும் அக்கறை எடுத்துக்கொண்டு 'வெளிநாட்டு மருத்துவர் விடுதி' உருவாக்க ஆர்வம் காட்டினார்கள். முதலில் அவர்கள் தரையில் கிடந்த இடிபாடுகளை நீக்கி சுத்தம் செய்தார்கள். பிறகு, வீட்டு உபகரணங்களான குக்கர், கெட்டில், பாத்திரங்கள், மளிகைபொருள்கள் போன்றவற்றைக் கொஞ்சம் கொஞ்சமாகக் கொண்டுவந்து நிறைத்து, காலியாகக் கிடந்த இடத்தை ஒரு வீடாக மாற்றினார்கள்.

அதற்கிடையில், லாஹூத்திலும், புரொட்டஸ்டண்ட் கல்லூரி யிலும், அதுபோன்று வேறு சில தற்காலிக சிகிச்சை மையங்களிலும் தங்கியிருந்த நோயாளிகள் சாவகாசமாக மாற்றப்பட்டார்கள். காஸா மருத்துவமனை நிரம்பத் தொடங்கியது. நோயாளிகள் பல இடங்களிலுமாக சிதறியிருந்த காரணத்தால் லாஹூத், காஸா ஆகிய இரண்டு மருத்துவமனைகளுக்கும் நான் செல்ல வேண்டியிருந்தது. சொற்பமாக இருந்த கையிருப்புகளைக்கூட அவசர தேவைகளுக்கென ஒதுக்கி வைத்திருந்த காரணத்தால் அதிகமாகச் செய்வதற்கு ஏதுமில்லை. காயங்களைப் பரிசோதித்து, சேதமடைந்த தசைகளை நீக்கி, கழுவி சுத்தம் செய்து மருந்திட்டுக் கட்டுவதும், பிளாஸ்டர்கள் மாற்றி நோய்த்தடுப்பு மருந்துகள் கொடுப்பதுமாக எனது பணி வரையறுக்கப் பட்டிருந்தது. வித்தியாசமான பலவித நோய்த்தடுப்பு மருந்துகளைக் கொடுத்ததால் சில நோயாளிகள் சீக்கிரமே குணமடைந்தார்கள். இதுபோன்ற நோய்த்தடுப்பு மருந்துகளை வழங்குவதிலும் சில விதிமுறைகள் இருந்தாக வேண்டும். ஆனால் அது அத்தனை எளிதானதல்ல!

ஒருநாள், காஸா மருத்துவமனைக்குப் போக ஜீப்புக்காகக் காத்திருந்த வேளையில் செம்பிறைச் சங்கத்தைச் சேர்ந்த ஒரு நர்சுடன் உரையாட நேர்ந்தது. அவளிடம் ஒரு முகாமைப் பார்வையிட முடியுமா என்று கேட்டேன். பலரும் அகதி முகாம்களைக் குறித்துப் பேசிக் கொண்டிருந்தார்கள். நான் ஒருத்தி மட்டும் இதுவரை அங்குச் சென்றதில்லை.

'முகாம்களா?' அவள் வியப்புடன் கேட்டாள். பிறகு, புன்னகை யுடன் என்னை அணைத்தவாறு மருத்துவமனை வாசல் நோக்கி நடந்தாள். கடைகளும் குடியிருப்புகளும் உள்ள பலமாடிக் கட்டடங்கள் வரிசையாக இருந்த பகுதிக்கும், மருத்துவமனைக்கும் இடையில் சிறிய தெருவொன்று இருந்தது. நாங்கள் வலப்பக்கம் திரும்ப, தினமும் நான் கடந்து செல்கிற அதே சாலையிலிருந்த பல்பொருள் அங்காடி நோக்கி சிறிது தூரம் நடந்தோம். இந்த அங்காடியிலிருந்துதான் மருத்துவர் இகோன் எங்களுக்குத் தேவையான ஆரஞ்சு, தக்காளி, காய்கறிகள் வாங்கி வந்தார். அங்காடியை ஒட்டி மஸ்ஜித் ஒன்றும், அதற்குப் பக்கத்தில் பல கட்டடங்களும் இருந்தன. கறுப்பு, வெள்ளை மற்றும் பல்வேறு நிறங்களைக் கொண்ட மெல்லிய துணிகளால் தலையை மறைத்திருந்த பெண்கள் பொருள்களை வாங்கியவாறு விரைந்து கொண்டிருந்தார்கள். கற்களையும் கட்டுமானப் பொருள்களையும் சிறிய சக்கர வண்டிகளில் நிறைத்து அதைச் சிதைந்து கிடக்கும் கட்டடங்களை நோக்கி சிறுவர்கள் நகர்த்திச் சென்றார்கள். எங்கு திரும்பினாலும் மக்கள் தங்கள் வீடுகளைப் பழுதுபார்ப்பதைக் காண முடிந்தது.

என்னுடன் வந்த நர்ஸ் என்னை அணைத்தவாறு சொன்னாள்: 'சப்ராவும் ஷத்திலாவும் உங்களை வரவேற்கிறது மருத்துவர்' ஸ்வீ!'

காய்கறிக் கடைகள், பழக்கடைகள், கால்நடைகள் என சப்ரா கடைவீதி திணறிக்கொண்டிருந்தது. கடைவீதிக்குச் சுற்றிலுமுள்ள கட்டடங்கள் ஷத்திலா முகாமென்றும், காஸா மருத்துவமனைக்குச் சுற்றிலுமுள்ள கட்டடங்கள் சப்ரா முகாமென்றும் அழைக்கப்பட்டன.

கடந்த சில நாள்களாக, குண்டுவீச்சுக்காளான கட்டடங்களைச் செப்பனிட வருகிற குடும்பங்களை நான் ஆவலுடன் கண்காணித்துக் கொண்டிருந்தேன். ஒவ்வொரு நாள் காலையிலும் காஸா மருத்துவ மனையின் ஒன்பதாவது மாடியிலிருந்து ஜன்னல் வழியாகப் பார்வை

யிட்டேன்: புதிது புதிதாக மனிதர்கள் தங்களுக்குச் சொந்தமான பெட்டி, படுக்கை, தலையணை போன்ற சிறிய மூட்டை முடிச்சுகளுடன் சிதைந்து கிடந்த கட்டடங்களில் தங்குவதற்கென வந்து கொண்டு இருந்தார்கள். அழுக்கும் தூசும் நிறைந்த—உடைந்த கதவுகளும், ஓட்டை விழுந்த சுவர்களும் உள்ள—இடத்திற்கு ஒருநாள் அவர்கள் வருகிறார்கள். மறுநாள் காலையில் பார்த்தால் அதே கட்டடம் மிகவும் மாறியிருக்கும். புதிய கற்களால் சுவர்களிலுள்ள ஓட்டைகள் அடைக்கப்பட்டிருக்கும். புதிய ஜன்னல்கள் பொருத்தப்பட்டிருக்கும். துவைத்த துணிகள் வெளியில் காய்ந்துகொண்டிருக்கும். குழந்தைகளின் சிரிப்புச் சத்தம் கேட்டுக்கொண்டிருக்கும். இவையெல்லாம் மேற்கு பெய்ரூத் பழைய நிலைக்குத் திரும்புவதற்கான அறிகுறிகளென்றே நான் நினைத்தேன். இதற்கு மத்தியில்தான் நானுமிருந்தேன்.

அகதி முகாமென்றால் திறந்த வெளியில் வரிசையாக இருக்கும் கூடாரங்களை மனதில் கண்டிருந்த நான் வியப்புடன் அந்த நர்ஸிடம் கேட்டேன்: 'கூடாரங்கள் எங்கே காணோம்? இங்கு முகாம்கள் அல்லவா இருக்க வேண்டும்? சரிதானே நான் கேட்பது?'

அவள் விளக்கினாள்: '1948இல் கலிலீயின் வடக்குப் பகுதியிலிருந்து பாலஸ்தீனர்கள் அடித்து விரட்டப்பட்டனர். அவர்களில் பலரும் வடக்கு எல்லையைக் கடந்து லெபனானில் தஞ்சமடைந்தனர். அவர்கள்தாம் இங்குள்ள அகதிகள். பாலஸ்தீனில் எஞ்சிய மற்ற சமூகங்கள் ஜோர்டான், எகிப்து, சிரியா, ஈராக் எனப் பல அரபு நாடுகளுக்கும் ஓடிப்போனார்கள். உலக வரைபடத்தில் பாலஸ்தீன் என்கிற நாடு இல்லாது போனாலும், நாடிழந்த ஏழரை இலட்சம் மக்கள் தங்களது தாய்நாட்டைப் பற்றிய கனவைச் சுமப்பதை அதனால் தடுக்க முடியாது. அகதிகளாகத் தஞ்சம் புகுந்தவர்கள் அந்தந்த அரபு நாடுகளில் மூழ்கிப் போவார்களென்றும், வரலாற்றில் காணாமல் போன எண்ணற்ற சமூகங்களைப் போல் அவர்களும் மாறுவார்களென்றும் பலரும் எதிர்பார்த்தார்கள். ஐக்கிய நாடுகள் சபையும் மற்ற சில மனிதநல உதவி அமைப்புகளும் சேர்ந்து வீடில்லாத பாலஸ்தீனர்களுக்குக் கூடாரங்களையும், முகாம்களையும் அமைத்துக்கொடுத்தன. கலிலீயைச் சேர்ந்த அகதிகள் தங்களுக்கான தற்காலிக முகாம்களை சப்ரா, ஷத்திலா, பர்ஜுல் பிரஜ்னே என்கிற இடங்களில் அமைத்துக்கொண்டனர்.'

அவள் மேலும் விளக்கினாள்: 'அகதிகள் எங்கேயும் மூழ்கிவிட வில்லை. ஏனெனில், உண்மையில் அவர்கள் அகதிகள் அல்லர், நாடு கடத்தப்பட்டவர்கள்! அதுதான் வித்தியாசம். நாடுகடத்தப் பட்டவர்கள் எப்போதும் தங்கள் சொந்த வீட்டிற்குத் திரும்பவே நினைப்பர். விரைவிலேயே அவர்கள் தங்கள் கூடாரங்களை அழித்துக் கொண்டனர். சொந்தம் நினைவிலிருந்த வீட்டின் புகைப்படத்தைக் கண்டு ஊக்கமடைந்த அவர்கள் அந்நிய மண்ணில், தங்களது சமூகத்தை மீண்டும் கட்டியெழுப்பினார்கள். தங்களின் பிரியமான பழைய வீடுகளைப் போன்ற அதே தோற்றத்தில் புதிய பல வீடுகளும் கட்டப்பட்டன. கூடாரங்கள் கல் கட்டடங்களாகவும், குடியிருப்பு வசதிகளாகவும் மாறின. நர்ஸரிகள், பாடசாலைகள், பணித்தளங்கள், கிளினிக்குகள் மருத்துவமனைகள் எல்லாம் முகாம்களில் இயங்க வந்ததும் அதுவே அவர்களின் நகரமானது. தங்களது வேர்களை ஒருபோதும் மறந்து போகாமலிருக்க அவர்கள் பாலஸ்தீன நகரங்களான காஸா, ஹைஃபா, அக்வா என்கிற பெயர்களைத் தங்களது மருத்துவமனைகளுக்குச் சூட்டினார்கள்.'

கூடாரங்கள் இல்லையென்பதும், அகதிகள் என்று அழைக்கப் படுகிறவர்கள் உண்மையில் புலம்பெயர்ந்தவர்கள் என்பதும் எனக்குப் புதிய அறிவாக இருந்தது. அதுபோன்று, உலக அளவில் தவறாகக் கணிக்கப்பட்ட மற்றொரு விஷயம், 'பாலஸ்தீன அகதி முகாம்கள்' என்கிற வார்த்தையில் உள்ள 'பாலஸ்தீன்' என்ற அடைமொழி!' பாலஸ்தீன அகதிகளுக்காகவே முகாம்கள் அமைக்கப் பட்டன என்பது உண்மையாக இருந்தாலும் அங்கு பாலஸ்தீனர் அல்லாதவரும் இருந்தனர். பாலஸ்தீனர்கள் தங்களது இல்லாமையிலும் இயலாமையிலும் பாகுபாடற்ற தன்மையைக் கடைப்பிடித்ததால் அவர்களுக்குச் சொந்தமான அனைத்திலும் அந்தக் கொள்கை பரவியது. அதன் காரணமாக முகாம்கள் பாலஸ்தீனர்களுக்கு மட்டுமல்ல என்கிற நிலை உருவானது.

'பாலஸ்தீன செம்பிறைச் சங்கத்தின் நிர்வாகத்திலிருந்த மருத்துவ மனைகள் அனைத்துமே பொதுவாக அனைவருக்கும் இலவசமாக சிகிச்சையளித்தன. நோயாளி எந்த நாடென்றோ, இனமென்றோ, மதமென்றோ அவர்கள் பார்ப்பதில்லை'—நர்ஸ் என்னை நினைவு படுத்தினாள்.

பாலஸ்தீன பாடசாலைகள் அனைவருக்கும் இலவசக் கல்வி வழங்கின. அவர்களின் தொழில்பயிற்சிக் கூடங்களும், மகளிர்

அமைப்புகளும் அனைவருக்கும் கதவைத் திறந்து வைத்தன. அதன் பலனாக, சப்ராவிலும் ஷத்திலாவிலுமிருந்த பொதுமக்களில் மூன்றில் ஒரு பங்கு லெபனானியர்களாக இருந்தனர். பாலஸ்தீனர்களின் ஏழ்மையிலும் வறுமையிலும் அவர்களும் பங்காளிகளாய் இருந்தனர்.

அந்த நர்ஸ் சொன்ன தகவல்களில் என்னை மிகவும் வியக்கவைத்த விஷயம், பாலஸ்தீன மக்களுக்கு மத்தியில் சில யூத குடும்பங்களும் வாழ்கின்றன என்பதுதான்! அவர்கள் அதிக எண்ணிக்கையில் இல்லையென்றாலும், கலிலீயிலிருந்து பாலஸ்தீனர்கள் வெளியேற்றப் பட்டதற்கு எதிர்ப்பு தெரிவித்து அவர்களுடன் கூடவந்தவர்கள் தான் அந்த யூதர்கள். முகாம்களில் அவர்கள் ஒரு குழுவாகத் தங்கியிருந்தனர். என்னை ஆச்சரியப்படுத்திய மற்றொரு விஷயம், பாலஸ்தீனர்களில் ஐந்திலொரு பங்கு கிறித்தவர்கள் என்பதுதான்!

அறியாமை காரணமாகக் குழம்பிப் போயிருந்த என் முகத்தைப் பார்த்து அந்த நர்ஸ் சிரித்தாள். காபி குடிக்க தன் வீட்டிற்கு வரும்படி என்னை அழைத்தாள். மருத்துவமனையின் ஜீப்பைப் பிடித்து நான் லாஹூத் செல்ல வேண்டியிருந்ததால் அந்த அழைப்பை மறுத்து ‘புக்ரா’ என்றேன். நான் கற்ற இரண்டாவது அரபு வார்த்தை அது. அதன் பொருள் ‘நாளை’ என்பதாகும்!

மறுநாள் நான் முகாமுக்குத் திரும்ப வந்தபோது அந்த இடம் மேலும் பரபரப்பாக இருந்தது. முகாம்களைச் சீர் செய்யும் பணி மும்முரமாக நடந்துகொண்டிருந்தது. நிறைய குடும்பங்கள் திரும்ப வந்திருந்தன. மருத்துவமனையும் சுறுசுறுப்புடன் இயங்கிக்கொண்டிருந்தது. சிறையில் அடைபடாமலும், மரணத்திற்கு ஆளாகாமலும் தப்பித்த ஊழியர்கள் முழு உற்சாகத்துடன் வேலைக்கு வந்திருந்தார்கள். சிதறிக் கிடந்த குப்பைக் கூளங்களை நீக்கி, தரையைக் கழுவி சுத்தம் செய்தும், மருந்து வகைகளைக் கணக்கெடுத்தும், வரப்போகும் நோயாளி களுக்காக வார்டுகளைத் தயார்படுத்தியும், படுக்கைகளையும் கருவிகளையும் கீழும் மேலும் உள்ள தளங்களுக்கு மாற்றியும் பரபரப்பாகச் செயல்பட்டனர். ஒரு வாரம் முன்பு நாங்கள் கண்ட இடிபாடுகளின் குவியல்கள் அனைத்தும் அகற்றப்பட்டு, அக்வா மருத்துவமனையின் கீழ்த்தளம் செயல்பட ஆயத்தமான நிலை யிலிருந்தது. உடைந்த பகுதிகளைப் பழுது பார்ப்பதற்கெனக் கற்களும் இரும்புக் குழாய்களும் தருவிக்கப் பட்டிருந்தன.

இது மிகவும் உற்சாகமான வேளை. படைப்பு சக்தியின் ஆவேசத்தில் நானும் ஒரு கணம் அதில் மூழ்கினேன். என் கணவர் பிரான்சிஸ் என்னுடன் இருந்திருந்தால் அவருக்கும் இந்த உற்சாகத்தில் பங்கேற்க வாய்ப்பு கிடைத்திருக்கும். இந்த உற்சாகத்தை இஸ்ரேலிய இராணுவ பலத்தால் தோல்வியுறச் செய்யமுடியாது. குறைந்தபட்சம் முதலுதவி சிகிச்சைக் கான பயிற்சியை அவருக்கு அளித்திருந்தால் ஓர் ஆம்புலன்ஸ் வண்டியின் ஓட்டுநராகவாவது பிரான்சிஸை இங்குக் கொண்டு வந்திருக்கலாமே என்று நினைத்துக்கொண்டேன். நாங்கள்கூட அகதிகள் தான்! ஆனாலும் இங்குள்ள மக்களிடமிருந்து நிறையக் கற்றுக்கொள்ள வேண்டியிருந்தது. மீட்சியடைய வேண்டுமென்கிற அவர்களின் ஆர்வத்தையும், யுத்தம் கிழித்தெறிந்த முகாமின் எச்சங்களைப் புதிய வீடுகளாக்கும் விடாமுயற்சியையும் அனைவரும் கற்க வேண்டும். எங்களுக்கென்று சொந்தமாக ஒரு வீடு கட்டுவதைப் பற்றிய நினைவு திடீரென என்னைச் சுட்டது. இலண்டனின் நெரிசலான மையப் பகுதியில், நூற்றுக்கணக்கான பூக்களால் அலங்கரிக்கப்பட்ட ஒரு சிறிய வீட்டைப் பற்றி நானும் இப்போது கனவு கண்டேன். வறுமைக்கும் அநீதிக்கும் இடையிலும் சப்ரா-ஷத்திலா முகாம்களில் கைவிடப்பட்ட வாழ்க்கை மெல்ல மீட்சியடைகிறது. குண்டுகளோ, ஏவுகணைகளோ, வெளியேற்றத்தின் வேதனைகளோ, எவருடைய முயற்சியோ அதைத் தடுத்துவிட முடியாது.

இதன் பின்னர், ஒவ்வொரு நாள் காலையிலும் நான் காஸா மருத்துவமனையின் ஆறாவது தளத்திற்கு விரைந்து சென்று, செம்பிறைச் சங்கத்தின் மருத்துவர்களுடனும் நர்சுகளுடனும் காலைச் சிற்றுண்டி யைப் பகிர்ந்துகொண்டேன். முகாம்களைப் பற்றியும், தங்களைப் பற்றியும் ஏதேனும் சொல்லும்படி நான் அவர்களை அடிக்கடித் தூண்டினேன். அதே வேளையில், திறந்து கிடக்கும் சன்னல்கள் வழியாக முகாம்களில் நிகழும் மாற்றங்களை நான் ஆர்வத்துடன் கவனித்துக்கொண்டிருந்தேன். புதிய கதவுகள், புதிய சன்னல்கள், சாயம் பூசிய சுவர்கள், ஒரே இரவில் பழுது பார்க்கப்பட்ட விரிசல்கள்—இதையெல்லாம் நான் ஆர்வத்துடன் நோக்கி வியந்தேன். அந்த மக்களின் அயராத உழைப்பின் திறனை நான் பெரிதும் ஆராதித்தேன்.

காஸா மருத்துவமனையின் மறு திறப்பு விழா 1982 ஆகஸ்ட் 29ஆம் நாள் என நிச்சயிக்கப்பட்டது. ஆனால் அதற்கு முன்பாகவே பொதுமக்கள் சிகிச்சைக்காக வர ஆரம்பித்தார்கள். இருமல்-சளிக்கும், மூன்று மாதங்களுக்கும் மேலான போர்க் காயங்களுக்கும் சிகிச்சை பெற அவர்கள் வந்தனர். முகாம்களிலிருந்த மக்கள் காஸா மருத்துவ மனையைத் தங்களின் சொந்த மருத்துவமனையாகவே கருதினர். 'அபு அம்மார்' என்று அவர்கள் அன்புடன் அழைக்கும் பிஎல்ஓ தலைவர் யாசர் அரஃபாத்தைப் பற்றிய சுவையான கதையொன்றை என்னிடம் சொல்ல சிலர் ஆர்வம் காட்டினார்கள். அவர் நோய்வாய்ப்பட்டிருந்த வேளையில், அமெரிக்க மருத்துவ மனையின் நவீன சிகிச்சை வசதியை வேண்டாமென்று மறுத்ததாகவும், சிகிச்சைக்கென காஸா மருத்துவ மனையைத் தேர்ந்தெடுத்ததாகவும் சொன்னார்கள்.

காஸா மருத்துவமனையில் பணியாற்றிய செம்பிறைச் சங்கத்தின் ஊழியர்கள் அனைவருமே தைரியம்மிக்கவர்கள். வேலையின் பளுவைப் பற்றி சிறிய முணுமுணுப்புகூட அவர் களிடமிருந்து வந்ததில்லை. முகாம்களிலுள்ள மக்களைப் போலவே அவர்களும் தங்களின் வீட்டையும், உறவினர்களையும் போரில் இழந்தவர்கள்தான். ஆனால் தங்களின் அபாரமான சகிப்புத் தன்மையால் அவர்கள் அதை மறந்து வாழ்ந்தார்கள். குறிப்பாகச் சொல்வதென்றால், தெற்கு லெபனானைச் சேர்ந்த ஓர் இளம் ஆர்த்தோபீடிக் சர்ஜனைப் பற்றிச் சொல்ல வேண்டும். அந்த இளைஞன் அதிகாலையில் எழுந்து இறைவனை வணங்கும் பயபக்தியுள்ள ஒரு முஸ்லிம். இஸ்ரேல் லெபனான்மீது படையெடுத்த வேளையில், மருத்துவமனையிலிருந்த எல்லா நோயாளிகளும் ஊழியர்களும் வெளியேறுகிற வரை அவன் தன் பணியிடத்தை விட்டு வெளியேற மறுத்தான். இறுதியில் இஸ்ரேலியர்கள் உள்ளே நுழைந்து அவனை வெளியேறும்படி உத்தரவிட்ட பின்னரே அவன் சென்றான். போரின் காரணமாக அவனது எடை பத்தொன்பது கிலோ குறைந்து போனது. தெற்கு லெபனானில் அவனுக்குச் சொந்தமான வீட்டையும் பணியாற்றிய மருத்துவமனையையும் இஸ்ரேலியர்கள் நொறுக்கியதால் அவன் அனைத்தையும் இழக்க நேர்ந்தது. அப்படியிருந்தும், பகையும் வெறுப்பும் மறந்து அந்த இளைஞன் காஸா மருத்துவமனையைக் கட்டியெழுப்பும் முயற்சியில் தன்னை மறந்து மூழ்கினான்.

காஸா மருத்துவமனையின் மருத்துவ இயக்குநராக லெபனானைச் சேர்ந்த ஆமிர் ஹமாவி என்கிற ஓர் இளம் அறுவை சிகிச்சை வல்லுநர் இருந்தார். அவரது சிரித்த முகமும், அணுகுமுறையும், அக்கறையும், ஆர்வமும் நிச்சயமாக மற்றவர்களின் துயரங்களைத் துடைக்க உதவியாக இருந்தன. லெபனான் மருத்துவர்களும் பாலஸ்தீன மருத்துவர்களும் நர்சுகளும் நல்லிணக்கத்துடன் ஒற்றுமையாகக் காஸாவில் பணியாற்றினார்கள். பொது அறுவைச் சிகிச்சைப் பிரிவின் பேராசிரியர் பெய்ரூத்தில் மிகவும் பிரபலமான வல்லுநர். ஆனாலும் அவர் அமைதியும், எளிமையும், தன்னடக்கமும் கொண்டவராக விளங்கினார். அவரிடமிருந்து நான் நிறையவே கற்றுக்கொண்டேன். அதே போன்று, அவருக்கு எதிர்மறையான குணத்துடன், மிகவும் கண்டிப்புடன் நடந்து கொள்கிற ஒருங்கிணைப்பாளரிடமிருந்தும் நான் சிலவற்றைக் கற்றுக்கொள்ள முயன்றேன். காரணம், ஒரு படைத் தளபதி தனது இராணுவ வீரர்களைப் பார்வையிடுவது போன்று அவர் வார்டுகளில் வளைய வந்த முறை எனக்குப் பிடித்திருந்தது. இது மிகவும் பயனுள்ள தந்திரமென்று நான் நினைத்தேன். அந்த முறையைக் கையாள நானும் முயன்றேன். ஆனால் அவரளவுக்கு நானும் மதிக்கப்படுவதில் என்னால் வெற்றி பெற முடியவில்லை.

வெளிநாடுகளைச் சேர்ந்த மருத்துவ ஊழியர்களான நாங்கள் வித்தியாசமான பின்னணியிலிருந்து வந்தவர்கள் என்பதால் சில நேரங்களில் பிரச்சினைகள் எழுந்தன. செம்பிறைச் சங்கத்தின் மருத்துவ ஊழியர்கள் எங்களுடன் எப்போதும் நட்புடனும், மரியாதையுடனும் பழகினார்கள். அதேசமயம் மேற்கத்திய நாடுகளைச் சேர்ந்த சிலர் திமிராகவும் கோபமாகவும் பேசினார்கள். வேறு சிலரோ தங்களின் பயிற்சியின்மையையும் அறியாமையையும் மறைத்து வைக்க ஒழுக்கக் கேடாக நடந்துகொண்டார்கள். இது லெபனானில் மட்டும் உள்ள பிரச்சினையல்ல! வளர்ச்சியடைந்த நாடுகளிலிருந்து வருகிற மருத்துவ பணியாளர்களுக்குப் பொதுவாகவே 'நாங்கள் மற்றவர்களைவிட உயர்ந்தவர்கள்' என்கிற மனோபாவம் இருக்கிறது. அறியாமையும், தற்பெருமையும் கொண்ட சில வெளிநாட்டினர், தாங்கள் மருத்துவக் கல்லூரியில் காலடியெடுத்து வைப்பதற்கு எத்தனையோ காலம் முன்பே உலக அளவுக்குத் தரம் பெற்ற வல்லுநர்தான் தற்போது காஸா மருத்துவ மனையின் அறுவை சிகிச்சை பேராசிரியராக இருக்கிறார் என்கிற உண்மையை ஏற்றுக் கொள்ளத் தயங்கினார்கள்.

அதுமட்டுமல்ல, லெபனான்-பாலஸ்தீன் மருத்துவர்கள் பல்லாண்டுகளாகப் போர்க் காயங்களுக்கு சிகிச்சையளித்துத் தேர்ச்சிபெற்றவர்கள் என்கிற உண்மையையும் ஏற்றுக்கொள்வது அவர்களுக்குச் சிரமமாக இருந்தது. கொரியா-வியட்நாம் போர் முனைகளில் பணியாற்றிய ஒரு சிலரைத் தவிர, மேற்கத்திய நாடுகளிலிருந்து வந்த மருத்துவர்களுக்கு இதுபோன்ற அனுபவங்கள் இருப்பதில்லை.

காஸா மீண்டும் செயல்படத் தொடங்கினாலும் மின்சாரமும் தண்ணீரும் ஒரு பிரச்சினையாகவே இருந்தன. கச்சா எண்ணெயைப் பயன்படுத்தி ஜெனரேட்டர் மூலம் மின்சாரம் எடுத்தார்கள். நாளொன்றுக்கு மூன்று மணி நேரம் செயல்படவே அது உதவியது. ஜெனரேட்டர் இயங்கத் தொடங்கியதும் சட்டென்று வேலைகள் மும்முரமாக நடக்கும். மேல்தளத்தில் இருக்கும் தண்ணீர்த் தொட்டியில் நீர் நிரப்பப்படும். கழிவறைகள் சுத்தம் செய்யப்படும். பரிசோதனைக் கூடங்களில் இயந்திரங்கள் இயக்கப்பட்டு சோதனைகள் செய்வதும், எக்ஸ்ரே எடுப்பதும் நடக்கும். லிஃப்ட் இயங்கத் தொடங்கி நோயாளிகளும் சாமான்களும் ஒரு தளத்திலிருந்து மற்ற தளத்திற்கு மாற்றப்படுவார்கள். ஆபரேஷன் தியேட்டர்களில் அறுவை சிகிச்சை நடக்கும். அந்த மூன்று மணி நேரமும் பரபரப்பாக ஓடிப்போகும். மீண்டும் பழையபடி இருட்டு. மெழுகுவர்த்திகள் ஏற்றி வைக்கப்படும். மின்சாரத் தடையால் லிஃப்ட் இயக்கம் நின்றுபோன பிறகு, நோயாளிகளைக் கைகளிலேந்தி ஒரு தளத்திலிருந்து மற்ற தளத்திற்கு எடுத்துச் செல்வார்கள்.

அதுபோன்ற ஓர் இருட்டு வேளையில், நோயாளி ஒருவர் ஒருநாள் கொண்டு வரப்பட்டார். மற்றவர்களைப் போலேவே முகாமில் வாழும் ஆசையுடன் திரும்ப வந்த அவர், தன் வீடும் குடும்பமும் விமானத் தாக்குதலில் துடைத்தெறியப்பட்டதை அறிந்து மனம் நொந்து, தன் உயிரை மாய்த்துக்கொள்ள 'ஆர்கானோ பாஸ்பரஸ்' என்கிற விஷத்தைக் குடித்திருந்தார். இது மிகவும் சக்திவாய்ந்த பூச்சிக்கொல்லி மருந்து. அதைக் குடித்தால், கட்டுப்படுத்த முடியாத உடல் நடுக்கமும், தீவிரமான வயிற்று வலியும், மூச்சுத் திணறலும், மாரடைப்பும்கூட ஏற்படும். 'அட்ரோபைன்' என்கிற மருந்தை

அதிக அளவில் மாற்று மருந்தாகக் கொடுக்கலாம். ஆயினும், மிகச் சிறந்த சூழ்நிலையிலும்கூட 'ஆர்கானோ பாஸ்பரஸ்' உள்ளே சென்ற நோயாளி இறந்துபோகலாம். அந்த மனிதன் மூச்சுவிடுவதற்கு முதலில் வழிசெய்தாக வேண்டும். வாரக் கணக்கில் அவருக்கு செயற்கைமுறை சுவாசம் வழங்கப்பட்டது. மின்சாரமில்லாததால் வெறும் கைகளால் அது இயக்கப்பட்டது. நாங்கள் அனைவருமே மாறிமாறி கைகளால் அதை இயக்கினோம். முடிவில் விஷம் வெளியேறி சுயஉணர்வு பெற்றார். ஆத்ம பரிசோதனை நடத்திய அவர் தன்னைத் தானே தேற்றிக்கொண்டதுடன், தான் உயிர் பிழைத்ததில் மகிழ்ச்சியும் அடைந்தார். அனைத்து ஆபத்துகளையும் கடந்து அந்த மனிதன் உயிர் பிழைத்ததற்கு நிச்சயமாக அனஸ்தடிக் பிரிவினர் பெருமைப் படலாம்.

இஸ்ரேலியப் படையெடுப்பின் போதும், பெய்ரூத் நகரம் மீதான முற்றுகையின்போதும், அதன் பின்னரும்கூட அஸீசா காலிதி என்கிற அழகிய இளம் லெபனான்-பாலஸ்தீன பெண்மணிதான் காஸா மருத்துவமனையின் நிர்வாகியாக இருந்தாள். தனது இருபத்தாறாம் வயதில், பெய்ரூத் அமெரிக்கப் பல்கலைக்கழகத்திலிருந்து பிஹெச்டி பட்டம் பெற்ற அறிவார்ந்த பெண்மணி அவள்.

சிவந்த நிறம், அறிவு, அழகு, மாறாத புன்னகை இவையெல்லா வற்றுக்கும் மேலாகத் திறமை வாய்ந்த நிர்வாகியாகவும் அவள் விளங்கினாள். குழப்பமான சூழ்நிலையில் மிகவும் சிரமமான பணியை அவள் மேற்கொண்டாள். எல்லாமே தொல்லை நிறைந்தவை. பணிக்குத் தேவையான ஊழியர்கள் இல்லை. உபகரணங்களும் இல்லை. அரசியல்ரீதியான நெருக்கடி வேறு! எல்லாவற்றுக்கும் மேலாக, கொஞ்சம்கூட பொறுமையில்லாத, எதற்கும் எரிச்சல்படுகிற வெளிநாட்டு ஊழியர்கள். கடந்த மூன்று மாத காலமாக விமானத் தாக்குதலுக்கும் ஏவுகணைத் தாக்குதலுக்கும் ஆளான பெய்ரூத்துடன், தொலைபேசி மூலம் தங்களின் தேவை களுக்கு உத்தரவிடுகிற இலண்டன், நியூயார்க் நகர மருத்துவ மனைகளை ஒப்பிட்டுப் பார்க்கக் கூடாதென்பதை அவர்கள் உணர்ந்ததாகத் தோன்றவில்லை. ஓட்டை விழுந்த சுவர்களுடன், தண்ணீரும் மின்சாரமும் இல்லாத ஆபரேஷன் தியேட்டர்களில் தற்போதைக்கு உயிர்காக்கும் அவசர அறுவை சிகிச்சைகளை மட்டுமே நடத்தமுடியும் என்கிற உண்மையைக்கூட அவர்கள் ஏற்றுக்கொள்ளத் தயங்கினார்கள்.

இதையெல்லாம் நாங்கள் யாரும் அறிந்திருக்கவில்லை. தனது ஊழியர்களின் தனிப்பட்ட பிரச்சினைகளையும் சமூகப் பிரச்சினை களையும் அஸீசா சமாளிக்க வேண்டியிருந்தது. அவர்களில் பலரும் அன்பிற்குரியவர்களையும் வீடுகளையும் இழந்தவர்கள். பலவந்தமான வெளியேற்றம் அல்லது மரணம் காரணமாக உறவினர்களை இழந்த வர்கள். இத்தனைக்கும் மேலாக, காஸா வெறும் மருத்துவமனையாக இல்லாமல் அது ஒரு சமூக சேவை மையமாகவும் விளங்கியது. அங்கு மக்கள் தங்களது பொருளாதார, குடும்பப் பிரச்சினைகளுக்குத் தீர்வு காணவும் வந்தார்கள். தனக்கிருக்கும் ஆறு குழந்தைகளில், ஐந்து குழந்தைகளுக்கும் ஏதாவது உறுப்பு நஷ்டமாகிப்போன நிலையில் வேதனையில் வாடும் ஒரு தாயிடம்—அதுவும் அவளுக்குச் சம்பாதிக்கும் கணவனோ அல்லது முதிர்ந்த மகனோ இல்லாத நிலையில்—நீங்கள் என்ன சொல்லித் தேற்றுவீர்கள்? பலவும் தீர்க்க முடியாத பிரச்சினைகளாக இருந்தன.

சமூக மருத்துவத்தை சிறப்புப் பயிற்சியாக நான் தேர்ந்தெடுத் திருந்தேன். சமூக வாழ்க்கையைப் பற்றி எனக்குள்ள ஞானம் கொஞ்சம்தான் என்றுணர்ந்ததும் மருத்துவமனையிலிருந்து வெளியேறி சிங்கப்பூர் பல்கலைக்கழகத்தில் சமூக மருத்துவப் பிரிவில் சேர்ந்து இரண்டாண்டு காலம் செலவழித்தேன். அப்போது தொழிற்சாலை களைப் பார்வையிடச் சென்றேன். தொழிற்சாலைகளில் காணப்படும் விஷப்புகை பாதிப்பு, இரைச்சலால் ஏற்படுகிற காதடைப்பு, தொழிற்கூட விபத்துகள் பற்றியெல்லாம் நான் ஆராய்ந்தேன். மேலும், தாய்மார்கள், குழந்தைகள் ஆகியோரின் உடல்நலம் குறித்தும் ஆய்வுகள் நடத்தினேன். நோய்களுக்கும் ஏழ்மைக்கும் அறியாமைக்கும் தெளிவான தொடர்பிருப்பதைக் கண்டறிந்தேன். எனக்குத் தோன்றிய தெல்லாம், ஒரு தொழில்நுட்ப வல்லுநர் போல அனைத்துக் கோளாறுகளையும் கண்டறிவதோடு ஒரு மருத்துவர் அந்தக் கோளாறுகளுக்கான அடிப்படைக் காரணங்களையும் கண்டறிந்து களைய முயல்வதோடு தீர்வு காணவேண்டும் என்பதேயாகும்.

நோய்க்கான ஆதாரங்களைத் தாக்க முயல்வது அத்தனை எளிதல்ல! மருத்துவ தொழில்நுட்பத்தைப் பயன்படுத்துவதோடு, பொது மக்களுக்குப் புரிதலை உண்டாக்கி, ஆட்சியாளர்களை வழிக்குக் கொண்டு வரவும் முயல வேண்டும். எனக்கு இது பெரும் சுமையாக இருந்தது. சமூக மருத்துவத்தில் நான் தங்கப் பதக்கம் வென்றிருந்தும் கூட நான் வேலையிலிருந்து விலக நேர்ந்தது. காரணம், அதிகார

வர்க்கத்தையும், கல்விச் சான்றோர்களையும் நான் வெறுப்படையச் செய்ததுதான்.

செய்முறைப் பயிற்சிக்கென மீண்டும் மருத்துவமனைக்கே திரும்பினேன். வார்டுகளுக்கும், ஆபரேஷன் தியேட்டர்களுக்கும் நடுவில், வாரத்தில் நூறு மணிநேரம் உழைத்தேன். சமச்சீரற்றப் பொருளாதார விநியோகம் என்பது சமச்சீரற்ற ஆரோக்கியத்திற்குதான் வழிவகுக்கும் என்கிற உண்மையைப் பரப்புரை செய்து வம்பில் மாட்டிக்கொள்ள நான் தயாராக இல்லை. இதயத்தையும் சிறுநீரகத்தையும் மாற்றி வைக்குமளவுக்குப் பின்னாளில் சிக்கலாகிற 'ஸ்டெப்டோ கோக்கல்' நோயை இளம் வயதிலேயே குணப்படுத்த முயல்வதுதான் சாலச் சிறந்ததென்பதை நான் அறிந்திருந்தேன். எனினும் இந்த உண்மையைச் சொல்வது இப்போது எனது எல்லைக்கு அப்பாற்பட்ட விஷயம். அதனால் செய்முறைப் பயிற்சியில் தேர்ச்சிபெற்றதும் ஒரு சர்ஜனாகப் பிறருக்குப் பயிற்சியளிக்கத் தொடங்கினேன். அதற்குக் காரணமிருந்தது. நான் விரும்பும் மூன்று பாடங்கள், அதாவது மருத்துவம், சமையல், தையல் ஆகியவை அதிலடங்கி இருந்தன. திரும்பவும் எனது தொழிலில் கவனம் செலுத்தி வேலையைத் தொடர்ந்தேன்.

நானொரு சர்ஜனாக இருந்தாலும் அஸீசாவும் அவளுடைய குழுவினரும் சமூகத்தின் பொதுத் தேவைகளையும் கவனிக்கிற அளவுக்கு எப்படி மருத்துவமனையின் பணியை விரிவாக்கினார்கள் என்பதையும் நான் அறிந்திருந்தேன். மக்கள் உணவு தேடி அஸீசாவிடம் வந்தார்கள். அல்லது வீட்டின் கட்டுமானத் தேவைகளுக்காக வந்தார்கள். அல்லது வேலை தேடிவந்தார்கள். இதுபோன்ற கோரிக்கைகளுக்கு மத்தியிலும் அந்த இளம் நிர்வாகி எப்போதும் பொறுமை காத்தார்.

அவளது பணியாளர்களாக மிகவும் நல்லவர்களும், அனுசரணை உள்ளவர்களும் இருந்தனர் என்பது உண்மைதான்! அவர்களில் பெரும்பாலானோர் பெண்கள்தாம். தங்களைப் பாதுகாத்துக்கொள்ள வசதியான இடமிருந்தும்கூட அவர்கள் தாக்குதலின் உச்சக்கட்டத் திலும் மருத்துவமனையைக் கைவிடத் தயாராக இல்லை. மூழ்கும் கப்பலிலிருந்து குதிக்க அவர்கள் மறுத்தார்கள். அந்த அரபுப் பெண்களின் துணிவும், கருணையும் நிறைந்த பெண்சக்தியில் எனது நம்பிக்கை வேரூன்றியது.

5

மருத்துவமனை மீண்டும் திறக்கப்பட்டு ஒருவாரத்திற்குள் அறுபது நோயாளிகள் படுக்கையில் அனுமதிக்கப்பட்டனர். மேலும் இருமடங்கு நோயாளிகள் அனுமதிக்காக வெளியில் காத்திருந்தார்கள். அனுமதிக்கப் பட்டவர்களில் முக்கால் பங்கும் எலும்பு முறிவு தொடர்பான நோயாளிகள். அங்கு பணியாற்றிய மூத்தவரான எலும்பு முறிவு சர்ஜனை இஸ்ரேலியர்கள் ஏற்கனவே வெளியேற்றியிருந்த காரணமாகத்தான் அந்தப் பிரிவின் பொறுப்பை எனக்குத் தந்தார்கள். இந்த வேலையில் போதுமான பயிற்சி எனக்கில்லையென்பதை நானறிவேன். வேறு யாருமில்லாததால் அந்தப் பொறுப்பை ஏற்றுக்கொள்ள வேண்டியதாயிற்று! எனது பயிற்சியின்மையைக் கடுமையான உழைப்பின் மூலம் ஈடுகட்ட முயன்றேன். காரணம், நான் அங்குள்ள மக்களை ஆழமாக நேசிக்கவும், மதிக்கவும் தொடங்கியிருந்தேன். கொஞ்சம் திடகாத்திரமாக இருந்திருந்தால் தூக்கத்தைக் குறைத்து மேலும் உழைத்திருக் கலாமே என்றுகூட நினைத்தேன். மின்சாரமும் தண்ணீரும் இல்லாத சமயங்களில் மட்டும் சிறிது நேரம் ஓய்வெடுத்துக்கொண்டு மற்ற நேரங்களில் தொடர்ச்சியாக உழைத்தேன். அவையிரண்டும் இல்லாத நேரத்திலும்கூட சில வேளைகளில், நர்ஸ் டார்ச் விளக்கின் ஒளியைப் பாய்ச்ச, அந்த வெளிச்சத்தில் சிறு அறுவை சிகிச்சைகளையும் நான் நடத்தினேன்.

மாலை வேளைகளில் சப்ரா, ஷத்தீலா குடியிருப்புப் பகுதிகளைச் சுற்றிப் பார்த்தேன். அந்தத் தொடக்க நாள்கள் இன்றும் என் நினைவில் பசுமையாக உள்ளன. முகாமிலிருந்த மக்களின் நேசமான உபசரிப்பில் சொந்தவீட்டில் இருப்பது போன்று உணர்ந்தேன். எப்படிப்பட்ட துர்கதியான நேரத்திலும், அவர்கள் என்னைத் தங்கள் வீடுகளுக்குக் கனிவுடன் வரவேற்றார்கள். அந்த வீடுகள் விரிசலடைந்த வீடுகளாக இருந்தாலும் அவர்கள் அதைப் பொருட்படுத்தியதில்லை. வீட்டின் தரையை எப்போதும் துடைத்து சுத்தமாக வைத்திருந்தார்கள். சுவையான அரபுக் காபியை அன்புடன் பரிமாறினார்கள். தென்கிழக்கு ஆசியாவைவிட்டு வெளியேறிய பிறகு இதுபோன்ற உபசரிப்பை நீண்ட காலத்திற்கு நான் அனுபவித்தது இல்லை. அங்குள்ள மலாய் மற்றும் சீன மீனவர்களும் புதியவர்களைத் தங்களது வீடுகளுக்கு இருகரம் நீட்டி வரவேற்கும் குணமுடையவர்கள். என்னைப் போன்ற புதியவர்களிடம் இங்குள்ள மக்கள் தங்களின் குடும்ப ஆல்பங்களைக்

காண்பித்தார்கள். அந்தப் படங்களில் அவர்கள் நேசிக்கும் மனிதர்கள், அவர்களின் திருமணங்கள், பிறந்த குழந்தைகள் ஆகியோரின் உருவங்களும், அத்துடன் அவர்களின் தாய்நாடான பாலஸ்தீனக் காட்சிகளும் இருந்தன. விடைபெறும்போது தங்களிடமுள்ள விலை மதிப்புமிக்க பொருள்களை அன்பளிப்பாக அவர்கள் எனக்கு வழங்கவும் செய்தார்கள்.

இளம் பெண்கள் தங்களின் காதணிகள், கை வளையல்கள், நகைகள் இவற்றில் ஏதேனுமொன்றை சர்வ சாதாரணமாகக் கழற்றி எனக்கு பலவந்தமாக அணிவித்தார்கள். குடும்பப் புகைப் படத்தையோ, கைத்துணியையோ ஏற்றுக்கொள்ளும்படி சில ஏழைகள் வற்புறுத்தினார்கள். பாலஸ்தீனர்கள் வீட்டில் நாம் காணும் எந்தப் பொருளைப் பற்றியும் ஆர்வத்துடன் விசாரிக்கக் கூடாதென்பதைப் பிறகுதான் நான் உணர்ந்தேன். ஏனெனில், நாம் எதைப் பற்றியாவது விசாரித்தால் போதும், உடனேயே அதை நமக்கு அன்பளிப்பாக வழங்கிட அவர்கள் முன்வந்தார்கள். அந்தப் பெருந்தன்மை என் சுயநலத்தை எண்ணி என்னை வெட்கப்பட வைத்தது. நான் சேவைக்கென வந்த ஒரு கிறித்தவப் பெண். ‘கருணையுள்ள பெண்மணி’ என்று சில சிங்கப்பூர் பத்திரிகைகள் என்னைப் புகழ்ந்தன. ஆனால் இந்த மக்களுக்கு நான் வழங்கியதென்னவோ மிகவும் கொஞ்சம்தான்! உண்மையைச் சொல்வதென்றால் நான் இவர்களிடமிருந்து பெற்றுக்கொண்ட அன்பு ஆயிரம் மடங்கு அதிகமானது. முகாம்களிலும், காஸா மருத்துவ மனையிலும் நான் கண்ட மக்கள் தங்களது அணுகுமுறையாலும், பழக்கத்தாலும் எனக்குள் ஒளியேற்றினார்கள். முன்பு எப்போதையும் விட நான் இறைவனிடம் நெருங்கியிருப்பதாக உணர்ந்தேன்.

காஸா மருத்துவமனை நாள்தோறும் வளர்ந்தது. பணிச்சுமை அதிகரித்தது. வார்டுகள் நிரம்பி வழிந்தன. தண்ணீரும், மின்சாரமும் தடையின்றிக் கிடைத்ததால் அறுவை சிகிச்சைகள் நிறைய நடந்தன. தலைமறைவாக இருந்த பல நர்சுகளும் வேலைக்கு வரத் தொடங்கினர். அவர்கள் திறமையும் பயிற்சியும் உடையவர்கள். பலரும் எனக்கு நெருங்கிய நண்பர்களானார்கள். ‘ஆட்டோக்ளேவ்’ அணு ஒழிப்பு இயந்திரமும், எக்ஸ்ரே இயந்திரமும், சோதனைச் சாலை வசதிகளும் படிப்படியாக செயல்படத் தொடங்கின. இரண்டு வாரங்களுக்குள் காஸா மருத்துவனை தீவிரமாகச் செயல்படத் தொடங்கியது.

காலையில் வார்டுகளில் நோயாளிகளைப் பார்வையிடுவதும், மருத்துவக் கலந்துரையாடலும் நடைபெறும். அதன் பிறகு வெளி நோயாளிகளைப் பரிசோதித்து முடிந்ததும் கிளினிக்கிற்குச் செல்ல வேண்டும். அப்புறம் அறுவை சிகிச்சை. இதெல்லாம் முடிந்த பின்னர், அன்றைய தினம் அழைப்புப் பணியிருந்தால் அவசர சிகிச்சைப் பிரிவில் பணியாற்ற வேண்டும். மருத்துவமனையின் அன்றாட நடைமுறை இது. பிணைந்த பாதங்கள், இடம்மாறிய தொடை எலும்புகள் போன்ற பிறவி ஊனங்களையும், இடுப்பு வலி, முதுகு வலிபோன்ற முதுமையினால் ஏற்படும் தேய்மானங்களையும் வழக்கமாகப் பரிசோதித்துக் கொண்டிருந்த எனக்கு, எலும்பு தொடர்பான சாதாரண நோய்களைக் கவனிக்கும் பொறுப்பும் அதிகப்படியாக வழங்கப்பட்டது. அன்றாட வாழ்க்கையில் நிகழ்கிற சாதாரண காயங்கள், சிராய்ப்புகள், தீப்புண்கள் ஆகியவற்றுக்கும் சிகிச்சை தேடி மக்கள் வரத் தொடங்கினர்.

வெளிநாட்டைச் சேர்ந்த பல குழுவினரும் மருத்துவமனையைப் பார்வையிட வந்தனர். அவர்களில் மிகவும் முக்கியமானவர்கள் பத்திரிகை, தொலைக்காட்சி வல்லுநர்கள்தான்! அவர்களின் வருகையால் நமது கவனம் திசை திரும்பினாலும், தகவல்துறையின் முக்கியத்துவத்தை உணர்ந்த நான் அவர்களைப் பாராட்டி வரவேற்றேன். முகாம்களையும் அவற்றில் வாழ்கிற மக்களையும் பற்றி பிற நாடுகளில் உள்ளவர்கள் அறிய அவர்கள் உதவினார்கள். நேற்றுவரை செய்தியாளர்கள் போர்களையும் அவற்றின் அழிவு களையும் மட்டுமே படம்பிடித்துக் காட்டினார்கள். இனியாவது முகாம்களில் உள்ள மக்களின் அயராத உழைப்பையும், அவர்கள் உற்சாகத்துடன் புதிய கட்டுமானப் பணிகளில் ஈடுபடுவதையும் உலகுக்குக் காட்டுவார்களென நாங்கள் நம்பினோம். மக்கள் தங்களின் வாழ்க்கையைப் புதுப்பிக்கவும், சிதைந்த வாழ்வையும் சீர்படுத்தவும் காட்டுகின்ற வேட்கையை உலகுக்கு எடுத்துக்காட்டுவதன் மூலம் மேற்கத்திய மக்களின் இதயங்களை அது தொடுமென்று நான் எதிர்பார்த்தேன்.

தகவல் துறையினரிடம் நோயாளிகள் தங்களது போர் அனுபவங் களை விளக்க ஆர்வம் காட்டினார்கள். முதலில் காமராவுக்கு முன்னால் வரத் தயங்கினாலும் சிறிது நேரத்தில் சமாளித்துக்கொண்டு தாமாகவே முன்வந்து போரின் கொடூரத்தைப் பற்றி மனம் திறந்து பேசினார்கள். தங்களுக்கு இழைக்கப்பட்ட அநீதியைக் குறித்து கோபம் கொள்வதற்கு மாறாக, தாங்கள் அடைந்த வெற்றி குறித்தும்,

தாக்குதல்கள் ஒரு வகையிலும் தங்களது மனவுறுதியைச் சிதைத்து விடாதென்றும் தெளிவாகச் சொன்னார்கள்.

எலும்பு சிகிச்சைப் பிரிவிலிருந்த குழந்தைகள் அற்புதமானவர்கள். உயரம் குறைந்த, கறுத்த சுருள் முடியுள்ள, பாலஸ்தீனக் கிறித்தவச் சிறுவனான 'ஈஸா' அவர்களில் ஒருவன். 'கிளஸ்டர் பாம்' குண்டு வெடித்ததில் தாயைப் பறிகொடுத்த அவனுக்குப் படுகாயமும் ஏற்பட்டிருந்தது. அவனது இரு கால்களும் பல இடங்களில் முறிந்திருந்தன. காயங்கள் பழுத்து புரையோடிக் கிடந்தன. புரையோடிய எலும்புகளை அறுவை சிகிச்சை செய்து நீக்க வேண்டும். அதன் பிறகு முறிந்த எலும்புகளைச் சீராக்கி, கால்கள் வளைந்து போகாமல் தடுக்க வேண்டும். அப்படிப்பட்ட நிலையிலிருந்த அவன் தன்னைப் பார்க்க வரும் செய்தியாளர்களிடம், தான் பெரியவனானால் தனது மக்களையும் குடியிருப்புகளையும் பாதுகாக்கப் போராளியாக மாறுவேன் என்று சொல்லத் தொடங்கினான். அதைக் கேட்கும் செய்தியாளர்கள் அவனை ஒரு 'பயங்கரவாதி'யாகச் சித்திரிப்பதற்கும் முன்பாக நர்சுகள் ஓடிச் சென்று அவனது போர்வையை விலக்கி, அவனது வளைந்து கிடக்கும் கால்களையும், பழுத்துப் புரையோடிக் கிடக்கும் ஆழமான காயங்களையும் அவர்களுக்குக் காண்பிக்கவும் செய்தார்கள். அப்போ தெல்லாம் ஏழு வயதான அந்தச் சிறுவன் ஈஸா தன் காயங்களைப் பார்த்து மௌனியானான். எங்களைப் பொறுத்த வரை, அவன் மீண்டும் நடப்பதென்பதே சந்தேகத்திற்குரிய விஷயம். அப்புறம்தானே அவன் பெரிதாவதும், போராளியாவதும்!

மிலாத் பாரூக் எட்டு வயதான லெபனானிய சிறுவன். முன்பு அவனது தந்தைக்குத் தெற்கு லெபனானில் தோட்டமிருந்தது. அங்கு தன் தம்பியுடன் விளையாடிக்கொண்டிருந்த வேளையில், இஸ்ரேலியர்கள் வீசிய குண்டு அவர்களுக்குப் பக்கத்தில் வீழ்ந்து வெடித்தது. கண்ணிமைக்கும் நேரத்தில் அவனது தம்பி சுக்கு நூறாகிப் போனான். மிலாத் பாரூக்கின் பாதங்கள் தெறித்து விழுந்தன. தொடர்ந்து, அந்தத் தோட்டத்தை இஸ்ரேலியர்கள் முழுவதுமாக அழித்தனர். அதிர்ச்சியில் செயலிழந்துபோன அந்தச் சிறுவனின் பயத்தை அகற்றி, அவனை ஏதேனும் சாப்பிட வைக்க எனது பிரிட்டிஷ் தோழர் மருத்துவர் பால் மோறிஸ் மணிக்கணக்கில் பொறுமையுடன் செயல்பட்டார். இறுதியில் அந்த முயற்சியில் அவர் வெற்றி அடைந்தார். வெறும் எலும்பும் தோலுமாக இருந்த சிறுவன் இப்போது ஓரளவுக்கு மெதுவாகத் தேறிவந்தான். மிலாத் முதன் முதலாகச் சிரித்ததைப் பார்த்தபோது, போர் சீரழித்த லெபனானில்

ஒரு தேவதை சிரிப்பதாக நாங்கள் நினைத்தோம். அந்த நேரத்தில் அவன் முகம் அத்தனை அழகாயிருந்தது! கூச்சமும், தயக்கமும் இப்போதும் உடனிருந்தாலும் மிலாத் துணிச்சல்மிக்க சிறுவன். தனது காயங்களுக்கு சுயமாகக் கட்டுப் போட அவன் விரைவிலேயே பழகிக்கொண்டான். ஒருமுறை, தன் முட்டிக்குக் கீழிருந்த கட்டை அவிழ்த்த அவன் காயத்தைக் கண்டு பயந்து அலறினான். ஆனாலும் பற்களைக் கடித்தபடி, மருந்து கலவையால் காயத்தைக் கழுவி சுத்தப்படுத்திக் கட்டுப் போட்டுக் கொண்டான்.

லைலா என்கிற மற்றொரு சிறுமியும் அங்கிருந்தாள். அவளது நெருப்புக் காயத்திற்கு நாங்கள் கட்டு போடும்போது அவள் அனுபவிக்கிற வேதனையை, கூட இருக்கும் அவளது தாயாரும் நர்சுகளும் உணரவே செய்தார்கள். மூன்றே வயதான அந்தச் சிறுமிக்கு மயக்க மருந்து கொடுத்துத்தான் காயத்திற்குக் கட்டுப்போட வேண்டும். ஆனால் மருத்துவமனையில் போதுமான மயக்க மருந்து இல்லை. இந்நிலையில் அவளது தாயாரும் நர்சுகளும் எதையாவது பேசிக் கவனத்தைத் திசை திருப்பியும் அதட்டியும் அந்தக் குழந்தையை ஒத்துழைக்க வைத்தார்கள்.

போரில் காயம்பட்ட குழந்தைகள், உடம்பில் உலோகத் துண்டுகள் பாய்ந்த குழந்தைகள் எனப் பலரும் சிகிச்சைக்காக வந்து கொண்டிருந்தனர். நவீன தொழில்நுட்பம் வடிவமைத்தப் போர் ஆயுதங்கள் தங்களது உடம்பல் பதித்த கொடூரமான அடையாளங் களுடன் வந்த அந்தக் குழந்தைகள் மிகவும் துணிச்சல் மிக்கவர்களாக இருந்தனர். வீடற்ற அநாதைகளாக மாற்றப்பட்ட அந்தக் குழந்தைகள் கூடாரங்களிலோ, பக்கத்து வீடுகளிலோ, தூரத்து உறவினர்களிடமோ தஞ்சமடைந்திருந்தனர்.

இறைவனிடம் பலமுறை வேண்டினேன், எனக்குச் சக்தி தரும்படி —சவாலைச் சமாளிக்க உதவும்படி! மிகச் சாதாரண அறுவை சிகிச்சைகூட திடீரென ஏற்படுகிற மின்சாரத் தடையால் மிகவும் சிக்கல் மிக்கதாக மாறிவிடுகிறது. சிலநேரங்களில் வெறும் தண்ணீரையும், சோப்பையும் பயன்படுத்திக் காயங்களைக் கழுவிக்கட்ட வேண்டியதாயிற்று! போருக்குப் பின்னால் உள்ள நிலைமை இது! ஆனாலும், குறைந்தபட்சம் போர் நிறுத்தம் ஏற்பட்டிருந்தது ஆறுதலாக இருந்தது. குண்டுகளும் ஏவுகணைகளும்

வந்து விழுவது நின்றுபோனதில் முகாம்களிலிருந்த மக்கள் மகிழ்ச்சியடைந்தார்கள். இருந்தும் சில நேரங்களில், வெடிக்காமல் கிடக்கும் குண்டுகளோ கண்ணி வெடிகளோ திடீரென வெடித்து பலருக்கும் காயங்களை ஏற்படுத்தின. நாள்கள் கடந்து செல்ல, அது போன்ற நிகழ்ச்சியும் குறைந்து போனது. முகாம்களுக்கு வெளியே முக்கியமான அரசியல் நிகழ்ச்சிகள் அரங்கேறின.

பலவிதமான சமாதான உடன்படிக்கை பற்றியும் விவாதிக்கப் பட்டது. பிபிசி செய்திகளில் எங்களது கவனத்தைக் கவர்ந்த ஒன்று, லெபனான் நாடாளுமன்றத்தை மீண்டும் உயிர்ப்பிக்கும் முயற்சி நடப்பதாக வெளியான செய்திதான்! கடைவீதிகள், சாலைகள், பயண ஊர்திகள் எனப் பல இடங்களிலும் மக்கள் அதைப் பற்றிப் பேசினார்கள். பன்னாட்டு அமைதிப் படைகள் பல இடங்களிலும் காவலுக்கு நிறுத்தப்பட்டன. மக்கள் அவர்களை வரவேற்றார்கள். லெபனானின் குடியரசுத் தலைவராக பஷீர் கமயேல் பொறுப்பேற்கும் வரையிலும், லெபனானின் இராணுவம் உள்நாட்டுப் பாதுகாப்பைத் தனது கட்டுப் பாட்டிற்குள் கொண்டு வரும் வரையிலும், பன்னாட்டு அமைதிப் படைகள் லெபனானில் தங்குமெனச் செய்திகள் வந்தன.

கடந்த பத்தாண்டுகளாக நடந்த உள்நாட்டுப் போர் லெபனானைப் பலவிதப் போராளிக் குழுக்களின் விளைநிலமாக மாற்றியிருந்தது. தனிப்பட்டவர்கள்கூட இயந்திரத் துப்பாக்கியோ, குறைந்தபட்சம் ஒரு கைத்துப்பாக்கியோ கைவசம் வைத்திருந்தார்கள். ஒவ்வொரு போராளிக் குழுவும் தங்களுக்குச் சொந்தமாக ஏவுகணைகளும், கவசவண்டிகளும் வைத்திருந்தது. ஆயுதங்களைப் பறிமுதல் செய்யும் பணி நடந்துகொண்டிருந்தது. நிலையான அமைதிக்கு நாடு ஆயத்தமாகிக் கொண்டிருந்தது. லெபனான் இராணுவத்தின் ஒரு பிரிவினர் பெய்ரூத் நகரம் முழுவதும் சுற்றிவந்து, மக்கள் தங்களிடமிருக்கும் ஆயுதங்களை இராணுவத்திடம் ஒப்படைக்கும்படி வலியுறுத்தினார்கள். தனியார்களுக்குச் சொந்தமான ஆயுதக் கிடங்குகளை இராணுவம் கைப்பற்றத் தொடங்கியது.

இந்தமுறை போர் முடிவுக்கு வருமென அனைவரும் எதிர்பார்த்தனர். கலாஸ்னிகோவ் இயந்திரத் துப்பாக்கியின் விலை லெபனானின் ஏழு லிராவுக்கு (22.5 பவுண்ட்) வீழ்ச்சியடைந்தது. தனது மகனின் துப்பாக்கியை இராணுவத்திடம் ஒப்படைக்கச் செல்லும் ஒரு பெண்மணியை நானும் கண்டேன். சமாதான

தீர்வுக்கான பேச்சுவார்த்தைகள் மீது மக்கள் நம்பிக்கைகொண்டார்கள். அமைதியை நாடுவதாக அனைவரும் காட்டிக்கொண்டார்கள்.

மணல் மூட்டைகள், சாலைத் தடுப்புகள், கண்ணிவெடிகள் என அனைத்தும் மெல்ல அகற்றப்பட்டன பெரிய ஊர்திகள் கடந்துசெல்ல வசதியாக, சாலைகளில் குவித்துகிடந்த மணல்குன்றுகள் அப்புறப் படுத்தப்பட்டன. கட்டட இடிபாடுகளை நீக்குவதில் பெரிய புல்டோஸர்கள் விரைந்து செயலாற்றின. கடைகள் மீண்டும் திறக்கப்பட்டன. தண்ணீரும் மின்சாரமும் வழங்கப்பட்டன.

ஹம்ரா நகரம் மீண்டும் உயிர் பெற்றது. விலையுயர்ந்த பொருள்கள் கடைகளில் விற்பனைக்கு வந்தன. பிரான்ஸ் தயாரிப்பான 'குரோய்சன்ட்ஸ்' ருசியை நான் மீண்டும் அனுபவித்தேன். சிங்கப்பூர் நாவிற்குப் பழக்கமில்லாத புதுவகையான சுவை அது!

போருக்குப் பிறகு ஏற்படுகிற குதூகலம் எங்கும் நிரம்பி வழிந்தது. பொதுமக்கள் ஆர்வத்துடனும் ஒற்றுமையுடனும் இருந்தார்கள். 'நீங்கள் லெபனானியா அல்லது பாலஸ்தீனரா?' என்று யாரையாவது கேட்டால் 'இரண்டும்தான்' என்று அவர்கள் பதில் சொன்னார்கள். இரண்டு சமூகங்களுக்கும் இடையில் வேற்றுமையேதும் இல்லை என்றும் சாட்சி சொன்னார்கள். படையெடுப்பின் காரணமாக இரண்டு சமூகங்களும் இடையே பிளவு ஏற்படுவதற்கு மாறாக, இஸ்ரேல் மீதிருந்த பொதுவான வெறுப்பு அவர்களை ஒன்று படுத்தியது. குண்டு வீச்சுக்காளான கட்டடங்களைக் காண்பிக்க மக்கள் என்னை அழைத்துச் சென்றார்கள்.

'பாருங்கள் மருத்துவர்! இங்கிருந்த கடைகள், உணவு விடுதிகள் என எல்லாவற்றையும் இஸ்ரேல் துடைத்தெறிந்தது. இப்போது எதுவும் பாக்கியில்லை.' சுற்றிலும் குவிந்து கிடந்த இடிபாடுகள் சுயமாகவே அதற்கு சாட்சி கூறின.

1982 செப்டம்பர் 14 செவ்வாய்க்கிழமை மகிழ்ச்சியான நாள். சாலையிலிருந்த எல்லாத் தடைளும் அன்று முழுவதுமாக நீக்கப் பட்டிருந்தன. மருத்துவமனைக்குத் தண்ணீரும் மின்சாரமும் வழங்கப் பட்டன. மின்சார விளக்குகள் எரிவதைப் பார்ப்பதும், ஒழுகும் தண்ணீரில் கைகள் அலம்ப முடிவதும் மகிழ்ச்சியை ஏற்படுத்தின.

எனது நெருங்கிய தோழியும், அனஸ்தெட்டிஸ்ட்டுமான அயர்லாந்தைச் சேர்ந்த மருத்துவர் பல் மெக்கனா, காஸா மருத்துவ மனையின் அவசர சிகிச்சைப் பிரிவை சீரமைக்க முடிவெடுத்தாள்.

அவள் சொன்னாள்: 'போர் முடிந்துவிட்டதால் அனைத்தையும் ஒழுங்குபடுத்தியாக வேண்டும்.'

அவள் கீழ்த் தளத்திற்குச் சென்று துணியை வாங்கி வந்தாள். அவசர சிகிச்சை அறையிலிருந்த மேசைகள், நாற்காலிகள், உந்திச் செல்லும் உபகரணங்கள் என எல்லாவற்றையும் துடைத்து சுத்தம் செய்தாள். அதன் பின்னர், செயற்கைமுறையில் இதயத் துடிப்பிற்கு உதவும் கருவிகளை ஒழுங்குபடுத்தினாள். இணைப்புக் குழாய்களைத் தரம் பிரித்தாள். இயந்திர இணைப்புகளைச் சரிபார்த்தாள். மயக்க வாயு அடங்கிய சிலிண்டரைப் பரிசோதித்தாள். கையுறைகள், பாண்டேஜ் துணிகள் என எல்லாவற்றையும் கணக்குப் பார்த்து வைத்தாள்.

அறுவை சிகிச்சை முடிந்ததும் கீழிறங்கி வந்த நான் பாண்டேஜ் தயாரிக்க நர்சுகளுக்கு உதவி புரிந்தேன். மெல்லிய துணிகளைச் சிறு துண்டுகளாக்கி மடித்து வைத்தோம். பெரிதாக மடிக்கப்பட்ட துணிகளின் ஓரங்களைத் தைத்தோம். பருத்தியைச் சுருட்டி வைத்து, புதிதாகத் தருவிக்கப்பட்ட 'ஆட்டோக்ளேவ்' இயந்திரத்தில் நிரப்பினோம். மறுநாள் தேவைக்கென அனைத்தையும் ஒழுங்கு படுத்திவைத்தோம். பாண்டேஜ் தயாரிக்க உதவுவது மனநிறைவைத் தந்தது. இது எனக்குப் பிடித்த வேலையும்கூட! நர்சுகளைப் பற்றித் தெரிந்துகொள்ளவும், சில அரபு வாக்கியங்களைக் கற்றுக்கொள்ளவும் அது உதவியது.

ஆபரேஷன் தியேட்டரின் மேற்பார்வையாளராகப் பணியாற்றும் அபுஅலீ நடுத்தர வயதுள்ள மனிதர். நன்றாக ஆங்கிலம் பேசுவார். அன்றைய தினம் அவர் பெருமிதத்தோடும் மகிழ்ச்சியோடும் காணப்பட்டார். 'ஆட்டோக்ளேவ்' இயந்திரத்தின் இணைப்புகளை வெற்றிகரமாக இணைக்க முடிந்ததில் அவர் திருப்தியடைந்தார். இனிமேல் அறுவை சிகிச்சைக்கான அனைத்துக் கருவிகளையும் அணு சுத்திகரிப்பு செய்ய அந்த இயந்திரத்தால் முடியும்.

ஆட்டோக்ளேவ் மூலம் அணு சுத்திகரிப்பு நடத்தும் முறைக்கு 'நீராவி வெப்பம்' என்றும், கொதிக்கும் நீரால் அணு சுத்திகரிப்பு நடத்தும் முறைக்கு 'நீர் வெப்பம்' என்றும் சொன்ன அவர் இரண்டுக்கும் உள்ள வித்தியாசங்களை நர்சுகளிடம் உற்சாகத்துடன் விளக்கினார். பல காரணங்களாலும் 'ஆட்டோக்ளேவ்' அதிகப் பலன் தரக்கூடிய தென்று அவர் சொன்னதை நானும் ஆமோதித்தேன்.

அபுஅலீ எனக்குள் நிரந்தரமான தாக்கத்தை ஏற்படுத்தியவர்.

காரணம் அறுவை சிகிச்சைக்குத் தேவையான அனைத்துக் கருவிகளையும் எப்பாடுபட்டாவது அவர் கொண்டுவந்து தந்தார். பிரிட்டிஷ் மருத்துவமனைகளில் பணியாற்றும் எந்தவொரு தியேட்டர் நர்ஸ் செய்வதைக் காட்டிலும் அவரது பணி மேலோங்கியிருந்தது.

காஸா மருத்துவமனையின் ஊழியர்கள் சிரமப்படக் கூடாது என்றெண்ணி, நவீன ஆயுதங்கள் கேட்பதை நான் பெரும்பாலும் தவிர்க்கவே செய்தேன். இருந்தும், எனக்குத் தேவையான—அதே சமயம் நான் கேட்காத—கருவியைக்கூட என் கையில் தந்து, அங்கிருந்த நர்சுகள் என்னைத் தொடர்ச்சியாகத் திகைக்க வைத்தார்கள். அதற்குக் காரணமாக இருந்தவர் அபுஅலீதான்! சூழ்நிலை மோசமானதாக இருந்தாலும், அறுவை சிகிச்சையின் தரத்தைக் குறைக்கத் தேவையில்லையென்று அருமையான அந்தத் தியேட்டர் மேற்பார்வையாளர் அடிக்கடி என்னிடம் சொல்வார்.

செம்பிறைச் சங்கத்தின் தியேட்டர் பணியாளர்கள் தங்களது பணியைக் குறித்து மிகவும் பெருமைகொண்டதோடு, தரத்தை உயர்த்தவும் முயற்சி செய்தார்கள். சில நேரங்களில் அபுஅலீ வேதனையோடு தலையைக் குலுக்கியவாறு சொல்வார்: 'இஸ்ரேலியப் படையெடுப்பிற்கு முன்பு, மிகச் சிறப்பான நடைமுறை எங்களிடம் இருந்தது. போர் அதையெல்லாம் அழித்துவிட்டது. ஆனாலும் மீண்டும் எங்களின் தரத்தை நாங்கள் இங்கு நிறுவுவோம்.'

மனதில் திருப்தியுடனும், மறு நாளைய வேலையைப் பற்றிய சிந்தனையோடும் நான் அன்றைய இரவு சீக்கிரமே படுக்கையில் சாய்ந்தேன். சில முக்கியமான எலும்புக் கட்டுமான சிகிச்சைகளை மறுநாள் செய்வதென நாங்கள் முடிவெடுத்திருந்தோம். முட்டிக்குக் கீழே ஒடிந்து, பழுத்து, இணையாதிருந்த கால்களுடன் கூடிய மூன்று நோயாளிகளுக்கு சிகிச்சை அளிக்க வேண்டியிருந்தது. பத்து சதவிகிதம் எரிந்துபோனதால் தோல் மாற்றம் செய்ய வேண்டியிருந்த ஒரு நோயாளியும் இருந்தார். அத்துடன் வேறு சில சின்ன அறுவை சிகிச்சைகளும் மறுநாள் செய்ய வேண்டியிருந்தன.

அன்று இரவு பதினோரு மணியளவில் எங்கிருந்தோ ஒரு பெரிய சப்தம் கேட்டு நான் படுக்கையைவிட்டு திடுக்கிட்டு எழுந்தேன். தூரத்திலெங்கோ குண்டு வெடித்தது போன்றிருந்தது. இருந்தும் நானிருந்த கட்டடம் முழுவதும் அதிர்ந்தது. என்ன நடந்ததென்று யாருக்கும் விளங்கவில்லை. சற்று நேரத்திற்கெல்லாம் ஒளிபரப்பாகிய நள்ளிரவுச் செய்தியில், கிழக்குப் பெய்ரூத்தில் வெடித்த மிகப்

பெரிய குண்டில் குடியரசுத் தலைவராகத் தேர்வு செய்யப்பட்டிருந்த பஷீர் கமயேல் உட்பட பலரும் கொல்லப்பட்டார்களென்று செய்தி சொன்னார்கள். செய்தியைக் கேட்டு நாங்கள் அனைவருமே நடுங்கிப் போனோம். இதன் காரணமாக மீண்டும் பிரச்சினைகள் எழக் கூடுமோ?

பகுதி 2

சப்ரா-ஷத்திலா படுகொலைகள்
இலையுதிர் காலம் 1982

6

மறுநாள் செப்டம்பர் 15 காலை, நாங்கள் பயந்தது போலவே நடந்தது. மருத்துவ ஊழியர்கள் தங்கியிருந்த ஹம்ரா குடியிருப்பில் நான் ஆழ்ந்த நித்திரையிலிருந்த வேளையில்தான், தலைக்கு மேலே பறந்து சென்ற போர் விமானங்களின் பேரிரைச்சலைக் கேட்டுத் திடுக்கிட்டு விழித்தேன். மத்தியதரைக் கடற்கரைப் பகுதியிலிருந்து பறந்து வந்த விமானங்கள் தெற்குத் திசையில் திரும்ப, லெபனானின் கிழக்குப் பகுதியிலுள்ள சப்ரா, ஷத்தீலா முகாம்களைக் குறிவைத்துப் பறந்தன. நான் பெய்ரூத்வந்த போதிலிருந்தே பெய்ரூத் விமான நிலையம் அடைந்து கிடந்தது. எல்லை மீறிய ஓசையுடன் விமானங்கள் மிகவும் தாழ்வாகப் பறந்தன. அவை பயணிகள் விமானங்கள் அல்ல!

அப்போது காலை 5.30 மணி ஆகியிருந்தது. இது மற்றொரு இஸ்ரேலிய விமானத் தாக்குதலோ என்ற எண்ணம் மனதில் தோன்றியதும் காஸா மருத்துவமனையும், முகாம்களும் உடனே நினைவுக்கு வந்தன. நான் படுக்கையில் இருந்து துள்ளியெழுந்தேன். அவசரமாகப் பல்தேய்த்து, குளித்துச் சுத்தமாகி, கையில் கிடைத்த ஆடையை எடுத்து அணிந்துகொண்டு, மற்றவர்களை அவர்களின் படுக்கையிலேயே விட்டுவிட்டு, முகாம்களுக்குச் செல்லும் நோக்கத்துடன் டாக்ஸியைப் பிடிக்க அவசரமாகப் படிக்கட்டுகள் வழியாகக் கீழ்நோக்கி விரைந்தேன். நேரத்தை வீணாக்க முடியாது. விமானத் தாக்குதல் ஆரம்பித்துவிட்டால் பின்னர் முகாம்களுக்குச் செல்லவோ, காயமடைந்தவர்களுக்குச் சிகிச்சை செய்யவோ முடியாது.

உடனே முகாம்களுக்குச் சென்றாக வேண்டுமே என்கிற பதற்றத்தில் டாக்ஸி டிரைவரிடம் கெஞ்சினேன்: ‘அவசரம்... தயவுசெய்து வேகமாகச் செல்!'

பழுதடைந்த சாலை வெறிச்சோடிக் கிடந்தது. வாகனங்களோ, நடந்து செல்பவர்களோ இல்லை. சோதனைச் சாவடிகளில் யாரையும் காணோம். எங்கே போனார்கள் இந்த மனிதர்களெல்லாம்?வழியில் யாரும் தடுக்க இல்லாததால் டாக்ஸி வேகமாக விரைந்தது. 6.30க்குக்

காஸா மருத்துவமனையை அடைந்தேன். அந்த டாக்ஸி டிரைவருக்கு எவ்வளவு பணம் கொடுத்தேனென்று நினைவில்லை. மற்ற டிரைவர்கள் வர மறுத்தபோது அவர் மட்டும்தான் வரத் துணிந்தார். நான் இறங்கியதும் அவர் வந்த வேகத்திலேயே திரும்பிச் சென்றார். அதற்குள் பொழுது புலர்ந்து எங்கும் வெளிச்சம் பரவியது.

அவசர சிகிச்சைப் பிரிவுக்குள் வேகமாக நுழைந்தேன். அங்கு நோயாளிகள் யாருமில்லை. செம்பிறைச் சங்கத்தின் ஊழியர்கள் மாடியில் ஆலோசனை செய்துகொண்டு இருந்தார்கள். சூழ்நிலை பதற்றமாக இருந்தது. விமானங்களின் இரைச்சல் அப்போதைக்கு நின்று போயிருந்தது. குண்டுகள் ஏதும் வீழ்ந்ததாகத் தெரியவில்லை. பிஎல்ஓ லெபனானில் விட்டுச் சென்ற இரண்டாயிரம் 'பயங்கரவாதி களைத்' துரத்தும் நோக்கத்துடன் இஸ்ரேல் மீண்டும் மேற்குப் பெய்ரூத்தின் மீது படையெடுத்திருப்பதாகச் செய்தியறிக்கை கூறியது. முகாம்களுக்கு ஆபத்தென்று எங்களுக்குப் புரிந்தது. ஆனாலும், இதுவரை குண்டுகள் ஏதும் வீசப்படாததை எண்ணி நாங்கள் ஆச்சரியப்பட்டோம்.

மருத்துவ ஊழியர்கள் அதிகாலையிலேயே முடிந்த அளவுக்கு நோயாளிகளை வீடுகளுக்குத் திருப்பி அனுப்பியிருந்தார்கள். காய மடைந்த புதிய நோயாளிகளை எதிர்பார்த்து படுக்கைகளைத் தயார் செய்து வைத்தார்கள். ஏற்கனவே நிச்சயிக்கப்பட்ட அறுவை சிகிச்சைகள் அனைத்தும் தள்ளி வைக்கப்பட்டன. எலும்பு சிகிச்சைப் பிரிவுக்குச் சென்ற நான் அங்கிருந்த நோயாளிகளிடம், காயமடைந்து புதிதாக வரக்கூடிய நோயாளிகளுக்காக ஆபரேஷன் தியேட்டரை ஒதுக்க வேண்டியிருப்பதால், இன்று நடக்கவேண்டிய அறுவை சிகிச்சைகளை நடத்த முடியாத நிலையிருப்பதாக விளக்கினேன்.

ஒரு நோயாளி சொன்னார்: 'பரவாயில்லை மருத்துவர். எங்களுக்குத் தெரியும், அறுவை சிகிச்சையை நீங்கள் ரத்து செய்யமாட்டீர்கள்! ஷரோன்தான் அதைச் செய்திருக்கிறார்.' அப்போது இஸ்ரேலிய இராணுவத் துறை அமைச்சராக 'ஏரியல் ஷரோன்' என்பவர் இருந்தார்.

காலை 8 மணி வரை எதுவும் நடக்கவில்லை. அதன் பின்னர் முதல் வெடிகுண்டின் சப்தம் கேட்டது. அது வானிலிருந்து வீசப்பட்ட வெடிகுண்டல்ல, இராணுவக் கவச வண்டியிலிருந்து தொடுத்து விடும் ஏவுகணையென்பது புரிந்தது. மருத்துவமனையின் பத்தாவது மாடியில் நின்றுகொண்டு, மேற்குப் பெய்ரூத்தின் வீடுகளில் ஏவுகணைகள் வெடித்துச் சிதறுவதைப் பார்த்துக்கொண்டிருந்தேன். ஏவுகணைத்

தாக்குதலின்போது உயர்ந்த கட்டடங்கள் பாதுகாப்பான இடமல்ல என்பதை இப்போது நான் உணர்கிறேன். ஆயினும் எதுவும் என்மீது விழவில்லை. குண்டுகள் விழுந்து வெடிப்பதைக் காணும் ஆர்வத்துடன் மற்ற வெளிநாட்டு ஊழியர்களும் என்னுடன் சேர்ந்து கொண்டார்கள். தொடக்கத்தில் நாங்களிருந்த பகுதியிலிருந்து ஷெல்லுகள் ஒரே திசையில் பாய்ந்து சென்றன. ஆனால் நண்பகல் வேளை நெருங்கியதும் காஸா மருத்துவமனையின் பத்து கிலோ மீட்டர் சுற்றளவில் ஏவுகணைகள் வந்து விழத் தொடங்கின. கடந்த சில நாள்களாக சாலைகளில் குவிந்துகிடந்த மணலையும், தடைகளையும் நீக்கி சுத்தம் செய்ததை நினைத்துப் பார்த்தேன். அப்படிச் செய்ததுகூட, கவச வண்டிகள் மேற்குப் பெய்ரூத்தின் சாலைகளில் தங்குதடையின்றி நுழைவதற்காக இருக்குமோ என்கிற சந்தேகம் மனதில் எழுந்தது. கொழுந்து விட்டெரியும் கட்டடங்களின் புகைப்படலங்கள் காஸா மருத்துவமனையைச் சற்று நேரத்திற் கெல்லாம் சூழ்ந்துகொண்டது.

ஆம்புலன்ஸ் வர முடியாதபடி சாலைகள் அடைக்கப்பட்டதால், நடக்க முடிந்த நோயாளிகள் மட்டுமே காலையில் மருத்துவ மனைக்கு வந்தார்கள். வெடித்துச் சிதறிய குண்டுகளிலிருந்து பாய்ந்த கூர்மையான உலோகச் சிதறல்கள் உடம்பில் தாக்கியதால் காயமடைந்த நோயாளிகள் அவர்கள். சற்று நேரம் கழிந்ததும், படுகாயமடைந்த நோயாளிகளை உறவினர்கள் விபத்துப் பிரிவுக்குத் தூக்கிக்கொண்டு வந்தனர். பல திசைகளிலிருந்தும் மேற்கு பெய்ரூத்திற்குள் நுழையும் இஸ்ரேலியக் கவசவண்டிகள் கண்மூடித்தனமாகத் தாக்குவதாக நோயாளிகள் சொன்னார்கள். மீட்புப் பணிகளுக்கென ஏற்கனவே அனுப்பப்பட்ட இரண்டு ஆம்புலன்சுகள் இதுவரை திரும்பி வரவில்லை.

தாக்குதல் நெருங்கிக்கொண்டிருந்தது. மாலை நான்கு மணிக் குள்ளாகவே மருத்துவமனையிலிருந்து முக்கால் கிலோ மீட்டர் தொலைவில் குண்டுகள் வெடிப்பதை நாங்கள் ஊகித்தோம். முகாம்களைவிட்டு வெளியேற முயன்ற மக்கள் திரும்பவந்து, சாலைகள் அனைத்தையும் இஸ்ரேலியக் கவச வண்டிகள் அடைத்திருப்பதாகச் சொன்னார்கள்.

அக்வா மருத்துவமனைக்குள் இஸ்ரேலியப் படை வீரர்கள் புகுந்து மருத்துவர்களையும், நர்சுகளையும், நோயாளிகளையும் சுட்டுக் கொன்றதாக மாலை 4.30 மணி அளவில் காஸா மருத்துவமனைக்குத்

தகவல் கிடைத்தது. சப்ரா-ஷத்திலா முகாம்களை இராணுவம் சுற்றி வளைக்கத் தொடங்கியிருந்தது. முகாம்களுக்குள் ஓடிச் சென்று ஒளிந்து கொண்ட மக்களைத் தேடி கவச வண்டிகள் பின்தொடர்வதாகச் செய்திவந்தது. மாலை 5.00 மணியளவில் இஸ்ரேலிய இராணுவ வீரர்கள் முகாம்களின் பிரதான சாலைகளில் நின்றுகொண்டிருப்பதாகக் கேள்விப்பட்டோம்.

கிழக்கு பெய்ரூத்திலிருந்து பசுமைக் கோட்டைக் கடந்து மேற்குப் பகுதிக்கு வந்த பின்னர் இன்றுவரை நான் ஒரு இஸ்ரேலிய இராணுவ வீரனையும் பார்த்ததில்லை. எப்போதுமே அவர்கள் மேற்குப் பெய்ரூத்தை வானிலிருந்தோ, கடலிலிருந்தோ மலைகளின் மீதிருந்தோதான் இதுவரை தாக்கினார்கள். இப்போது மட்டும் எதனால் தரை வழியாகத் தாக்குதல் நடத்துகிறார்கள்? ஒருவேளை, பிஎல்ஓ போராளிகள் இங்கிருந்து வெளியேறிவிட்ட தைரியத்தினால் வந்திருக்கலாம். அல்லது, பயங்கரவாதிகள் யாரேனும் முகாம்களுக்குள் ஒளிந்திருக் கிறார்களா என்று சோதித்துப் பார்க்க நினைத்திருக்கலாம். நோக்கம் இரண்டாவதாக இருந்தால், உண்மையிலேயே பிஎல்ஓ போராளிகள் வெளியேறிவிட்டார்கள் என்பதை அவர்களுக்கு எளிதாக விளக்கியிருக்க முடியுமென்று நான் நினைத்துக்கொண்டேன்.

நாங்கள் முற்றிலுமாக இராணுவத்தினரால் சூழப்பட்டுள்ளோம் என்பதை இரவானதும் உறுதிப்படுத்திக்கொண்டோம். ஏவுகணைத் தாக்குதல் நின்று போயிருந்தாலும் இயந்திரத் துப்பாக்கிகளின் வெடியோசை இரவு முழுவதும் தொடர்ந்துகொண்டேயிருந்தது. சப்ரா-ஷத்திலா முகாம்களுக்கு மேலே வானத்தில் ஒளிப் பிழம்புகள் மின்னின. எப்போது தூங்கினேன் என்று நினைவில்லை. காலை 4 மணிக்குப் பிறகாக இருக்கலாம். ஏனெனில், நான் கடைசியாக கடிகாரத்தைப் பார்த்தபோது மணி நான்கைக் கடந்திருந்தது மட்டும் நினைவிருந்தது.

செப்டம்பர் 16 வியாழன் காலை. மிகவும் தாழ்வாகப் பறந்த விமானத்தின் இரைச்சலைக் கேட்டு நான் எழுந்தேன். தொடர்ந்து இடைவிடாமல் ஏவுகணைகளின் சத்தமும், வெடி முழக்கமும் கேட்டுக்கொண்டிருந்தன. இதற்கு மத்தியில் இயந்திரத் துப்பாக்கி களின் முழக்கத்தையும் நாங்கள் கேட்டோம். இப்படித் தொடர்ச்சியாக வெடிச் சத்தம் கேட்பதற்குக் காரணம், அந்தப் பகுதிகளில் பிஎல்ஓ போராளிகள் யாரேனும் இருப்பார்களோ என்றுகூட நான் நினைத்துப் பார்த்தேன்.

மக்கள் பீதியுடன் மருத்துவமனைக்கு வர ஆரம்பித்தார்கள். நண்பகலுக்கு முன்பாகவே காயமடைந்த மக்கள் நிரம்பி வழிந்தனர். கைமுட்டியில் துப்பாக்கிக் குண்டு பாய்ந்த ஒரு பெண்தான் முதலில் வந்த நோயாளி. அவளது கைமுட்டியின் இணைப்பு சிதறிப் போயிருந்தது. சிதறித் தெறித்த சதை நார்கள் வழியாக இரத்தம் பீறிட்டு வழிய, அதனிடையே மேல் கையெலும்பும், கீழ் கையெலும்பும் துருத்திக் கொண்டு நின்றன. அவள் முகாமைச் சேர்ந்தவள். தன் வீட்டுக் கதவைத் திறந்து வெளியே எட்டிப் பார்த்த வேளையில் சுடப்பட்டிருந்தாள். அவளைத் தொடர்ந்து, தாடை, தலை, மார்பு, வயிறு எனப் பல இடங்களிலும் சுடப்பட்ட பெண்கள் வரிசையாக வந்தார்கள். முகாம்களையொட்டிய தெருக்களில் சுடப்பட்டவர்களில் பலரும் அப்பாவிப் பெண்கள். உணவுப் பொருள்களை வாங்கவோ குழாயில் தண்ணீர் பிடிக்கவோ வெளியே சென்றவர்கள். மறைந்திருந்து, மின்னல் வேகத்தில் தாக்கியதால் ஏற்பட்ட காயங்கள். அப்படிப்பட்டவர்கள் தொடர்ந்து வந்து கொண்டேயிருந்தனர்.

ஆனால், இரண்டு ஆபரேஷன் தியேட்டர்களை வைத்துக்கொண்டு அனைவரையும் சாமாளிக்க முடியாமல் காஸா மருத்துவமனை திணறியது. சிலரைப் பக்கத்திலுள்ள மகஸ்ஸத் மருத்துவமனைக்கு செம்பிறைச் சங்கத்தின் ஆம்புலன்சில் அனுப்பி வைத்தோம். உயிர்பிழைக்க வாய்ப்புள்ள நோயாளிகளை மட்டுமே அங்கு அனுப்பினோம். சாகக் கிடந்த நோயாளிகளுக்குப் பிராணவாயு செலுத்தியும், வலிநிவாரண மருந்து கொடுத்தும் கிடத்தினோம். மற்றவர்களுக்குக் காஸா மருத்துவமனையின் அடித்தளத்தில் உள்ள ஆபரேஷன் தியேட்டரில் அறுவை சிகிச்சை நடத்தினோம்.

மிக விரைவிலேயே நிலைமை மேலும் சீர்கெட்டது. நண்பகல் வேளையில் கொண்டுவரப்பட்ட நோயாளிகளைப் பார்த்ததும் புரிந்து கொண்டோம், ஆயுததாரிகள் சப்ரா-ஷத்தீலா முகாம்களில் உள்ள வீடுகளுக்குள் நுழைந்து மக்களைச் சுடத் தொடங்கிவிட்டார்கள் என்று! வீட்டிற்குள் நுழைந்து தாக்கியவர்கள் இஸ்ரேலியர்கள் அல்லவென்றும், பால்பெக் வட்டார உச்சரிப்புடன் பேசக் கூடிய அரபிகள் என்றும் அறிந்தோம். கேள்வி கேட்டுக்கொண்டிருக்க நேரம் இல்லாததால், கேட்டதை மனதில் குறித்துக்கொண்டேன். காயமடைந்த நோயாளிகளைப் பரிசோதிப்பதும், அறுவை சிகிச்சை செய்வதுமாக பரபரப்பாக இருந்தேன். நல்லவேளை, தண்ணீரும் மின்சாரமும் இருந்தன. இரண்டு நாள்களுக்கு முன்புதான் அவை சீராக்கப்பட்டிருந்தன.

இரண்டு சர்ஜன்கள், இரண்டு அனஸ்தட்டிஸ்ட், ஐந்து மருத்துவர்கள் என ஒரு குழுவினர் ஓய்வின்றி உழைத்தனர். கடந்த 24 மணி நேரத்திற்குள், படுகாயமடைந்த நிலையில் மருத்துவமனைக்குக் கொண்டு வரப்பட்ட முப்பது நோயாளிகள் முதலுதவி சிகிச்சையின் போதே மரணமடைந்தனர். மேலும் முப்பது நோயாளிகள் அறுவை சிகிச்சைக்குக் காத்திருந்தார்கள். விபத்துப் பிரிவில் நூற்றுக்கணக்கான நோயாளிகள் சிகிச்சை பெற்றார்கள். இவர்களைத் தவிர, முப்பது நோயாளிகள் மகஸ்ஸத் மருத்துவமனைக்கு அனுப்பப்பட்டார்கள்.

24 மணி நேரத்திற்குள்ளாகவே மருத்துவமனையில் உணவுகள் தீர்ந்து போயின. அங்கு அடைக்கலம் புகுந்த நூற்றுக்கணக்கான மக்களுக்கு வழங்குவதற்கு ஏதுமில்லாத நிலை. தொடர்ச்சியாக நடந்து கொண்டிருந்த துப்பாக்கிச் சூட்டினாலும் ஏவுகணைத் தாக்குதலாலும் உணவுப்பொருள்களை வாங்குவதற்கென்று யாரும் வெளியே செல்ல முடியவில்லை. சாப்பிடக்கூட நேரமின்றி நான் தொடர்ந்து பணியாற்றினேன். ஒரு கட்டத்தில், மருத்துவமனையின் நிர்வாகி அஸீசா காலிதி என்னிடம் வந்து, அறுவை சிகிச்சையைச் சற்று நேரத்திற்கு நிறுத்திவைத்து, தான் கொண்டு வந்துள்ள ரொட்டித் துண்டுகளையும், ஆலிவ் காய்களையும் உண்ணும்படி வற்புறுத்தினாள். அவற்றை எடுத்துக்கொண்டு அவள் ஆபரேஷன் தியேட்டரின் வாயிலுக்கே வந்திருந்தாள். அவள் எனக்குத் தந்த உணவு மருத்துவமனையின் கடைசி உணவென்பதை தாமதமாகத்தான் நானறிந்தேன். இதுபோல பாலஸ்தீனர்களின் கனிவுக்கும் கவனிப்பிற்கும் நான் எத்தனையோ முறை பாத்திரமாகியிருக்கிறேன்.

இரவானதும் இரண்டாயிரத்திற்கும் மேற்பட்ட மக்கள் மருத்துவமனைக்குள் அகதிகளாகத் தஞ்சம் புகுந்திருப்பதாக நாங்கள் கணக்கிட்டோம். அவர்கள் தரையிலும் படிக்கட்டுகளிலும் படுத்து உறங்கினர். காயம்பட்டவர்களைக் கணக்கிடும் பொருட்டு அடித்தள ஆபரேஷன் தியேட்டரிலிருந்து விபத்துப் பிரிவு வரை நடந்து செல்லும் போது தரையில் படுத்துக் கிடந்த பல குடும்பங்களையும் தாண்டிச் செல்ல வேண்டிய நிலையேற்பட்டது. மிகக் குறுகிய நேரத்தில் அனுமதிக்கப்பட்ட நோயாளிகளின் எண்ணிக்கை 45லிருந்து 80 ஆக உயர்ந்தது. அதில் எட்டுபேரின் நிலை கவலைக்கிடமாக இருந்தது.

இரவு முழுவதும் காஸா மருத்துவமனையைச் சுற்றிலுமிருந்த முகாம்களில் துப்பாக்கிச் சூடு தொடர்ந்தது. வெடிகளின் ஒளிச்

சிதறல்கள் வானில் ஒளிர்ந்தன. அன்றிரவு நாங்கள் யாருமே உறங்கவில்லை. வழக்கமான சில அறுவை சிகிச்சைகளோடு அன்றிரவு சிலருடைய கால்களை வெட்டி மாற்றினேன். சில நோயாளிகளின் மார்பையும் வயிற்றையும் கீறி, பழுதடைந்த—இரத்தம் கசிகின்ற உள்ளுறுப்புகளை நீக்கம் செய்தேன். அதிவேக குண்டுகள் பாய்ந்த காயங்களை சிகிச்சை செய்ய அதிக நேரம் பிடிக்கும். இந்த நிலையில், சங்கிலித் தொடர் போல நோயாளிகள் வந்துகொண்டே இருந்தால் சமாளிக்க முடியாது. வயிற்றில் துளைத்துச் சென்ற ஒரு தோட்டா குடலின் பல இடங்களை சேதப்படுத்தும். நுரையீரலையும் சிறுநீரகத்தையும் சிதற வைக்கும். முதுகெலும்பையும் இடுப்பெலும்பையும் முறிக்கும். துளைத்துச் சென்ற வழியெங்கும் சேதத்தை விளைவிக்கும்.

மிகவும் தேர்ச்சிபெற்ற ஒரு சர்ஜனாக இருந்தாலும், வசதிகள் மிக்க ஒரு ஆபரேஷன் தியேட்டரில், அதிவேக குண்டுகள் பாய்ந்த ஒரு நோயாளியின் வயிற்றைக் கீறி, சரியான சிகிச்சையளிக்க குறைந்தபட்சம் நான்கு அல்லது ஆறு மணி நேரமாவது தேவைப்படும். ஆனால் இங்கு ஒரு நோயாளிக்கு இரண்டு மணி நேரத்திற்கு மேல் ஒதுக்கினால் வேலை தீராதென்பதை விரைவிலேயே உணர்ந்தேன். மற்றொரு தியேட்டரில் அறுவை சிகிச்சை நடத்திக் கொண்டிருந்த நார்வே சர்ஜன் மருத்துவர் பீர் மெஹ்லம் ஸாஜன் என்பவரும் அதையே கூறினார். நெருக்கடியான இந்தச் சூழ்நிலையில் செம்பிறைச் சங்கத்தைச் சேர்ந்த மருத்துவர்களும் நர்சுகளும் மிகச் சிறந்த முறையில் நாள் முழுக்க துணையாக இருந்தார்கள். அவர்களை வாழ்த்தக்கூட நேரமில்லாது போனதற்காக நான் மிகவும் வருத்தப்பட்டேன்.

மறுநாள் செப்டம்பர் 17 வெள்ளிக்கிழமை காலைவரை நானும் மருத்துவர் பீரும் அறுவை சிகிச்சையைத் தொடர்ந்தோம். அப்போதும் இயந்திரத் துப்பாக்கிகளின் கர்ஜனை கேட்டுக் கொண்டேயிருந்தது. காயமடைந்தவர்கள் தொடர்ந்து கொண்டு வரப்பட்டார்கள். காலை ஏழு மணியளவில் என்னைக்காண வந்த மருத்துவர் பீர், நோயாளிகளின் மத்தியில் நாங்கள் இருவரும் சிக்கிக்கொண்டிருப்பதாகவும், மீண்டும் பணியைத் தொடங்குவதற்கு முன்பாக சற்றுநேரம் ஓய்வெடுத்துக் கொள்ளும்படியும் அறிவுரை வழங்கினார்.

'நீங்கள் என்ன செய்யப் போகிறீர்கள்?' நான் கேட்டேன்.

'நான் ஏற்கனவே சற்று நேரம் ஓய்வெடுத்துக்கொண்டேன்' —அவர்

பதில் சொன்னார். அதை நான் நம்பவில்லையென்றாலும் அவருடன் வாக்குவாதம் செய்ய முடியாத அளவுக்குச் சோர்வடைந்திருந்தேன்.

சற்று நேரம் ஓய்வெடுப்பதற்காகப் படுக்கையில் தலை சாய்த்தும் பதற்றம் காரணமாகத் தூக்கம் வர மறுத்தது. ஆகவே நான் அஸீசாவைக் காணச் சென்றேன். இந்த உலகில் என்ன நடக்கிறது என்பதைப் பற்றி அவளிடம் கேட்டுத் தெரிந்துகொள்ளலாமென்று நினைத்தேன்.

'சில பயங்கரங்கள் நிகழ்கின்றன!' என்று மட்டுமே அவளால் சொல்ல முடிந்தது. அவளது வேதனை நிறைந்த வெளிறிய தோற்றத்தைக் கண்டபோது, எதையும் கணக்கிட்டுப் பார்க்கக்கூட அவளுக்கு நேரமில்லையென்று புரிந்துகொண்டேன். ஆயினும், செஞ்சிலுவை சங்கத்துடன் தொடர்புகொள்ள வேண்டியதன் அவசியத்தைப் பற்றி அவள் சொன்னாள். உணவு வகைகள் ஏதும் மீதமில்லை. காயம்பட்டவர்கள் நிரம்பி வழிகிறார்கள். மருந்துகளும் கருவிகளும் காலியாகிக் கொண்டிருந்தன. முகாம்களில் நுழைந்த ஆயுதமேந்திய போராளிகள் தங்கள் விருப்பம் போல அங்குள்ள மக்களைச் சுட்டுத் தள்ளுகிறார்கள். இந்த நிலையில், அதிகப்படியான மருத்துவப் பணியாளர்களையும், மருந்து மற்றும் கருவிகளையும் தந்து உதவுவதோடு, மருத்துவமனையில் தஞ்சம் புகுந்துள்ள மக்களுக்குத் தேவையான உணவை வழங்கும்படியும் வேண்டுகோள் விடுக்கப் போவதாக அவள் சொன்னாள். அத்துடன், ஐரோப்பாவிலிருந்தும் அமெரிக்காவிலிருந்தும் வந்து இங்கு பணியாற்றும் இருபத்திரண்டு மருத்துவ ஊழியர்களைப் பற்றியும் செஞ்சிலுவை சங்கத்தின் கவனத்திற்குக் கொண்டுவந்து, மருத்துவமனையில் பணியாற்றும் வெளிநாட்டினருக்குத் தகுந்த பாதுகாப்பு வழங்கும்படிக் கோரப் போவதாகவும் சொன்னாள்.

மேலும், அகதி முகாம்களில் வெறித் தாண்டவமாடும் பயங்கரவாதி களைக் கட்டுப்படுத்தும்படி இஸ்ரேலிய இராணுவத்துடன் தொடர்புகொண்டு வேண்டுகோள் விடுக்கவும் அவள் விரும்பினாள். அதன் பொருட்டு அவள் காலை பத்து மணிக்குப் புறப்பட்டுச் சென்றாள்.

அவள் சென்றதும், கடந்த இரண்டு நாள்களாக நான் அறுவை சிகிச்சை செய்த நோயாளிகளின் தற்போதைய நிலைமையைக் கண்டறிய வேண்டி தீவிரக் கண்காணிப்புப் பிரிவுக்குச் சென்றேன்.

மிகவும் மோசமான நிலையிலிருந்த நோயாளிகள் அங்கு நிரம்பி இருந்தனர். பலருக்கும் குழாய் மூலம் மருந்தும், உணவும் வழங்கப் பட்டன. சிலருக்குச் செயற்கை முறையில் பிராணவாயு வழங்கப் பட்டது. நான் மருத்துவர் பால் மோறிஸிடம் சென்று தற்போதைய நிலை குறித்து விளக்கம் கேட்டேன். சவஅறை முழுக்க சடலங்கள் நிறைந்து கிடப்பதாக அவர் சொன்னார். இருவரும் பிணவறைக்குச் சென்றோம். அறுவை சிகிச்சைக்கு முன்பாகவே இறந்துபோன மனிதர்களின் சடலங்கள் அங்கு நெருக்கியடித்துக் கிடந்தன. வயதானவர்களும், பெண்களும், குழந்தைகளும் அதில் இருந்தனர். இடமில்லாத காரணத்தால் ஒன்றின் மீது ஒன்றாகச் சடலங்கள் அடுக்கி வைக்கப் பட்டிருந்தன. என்ன கொடுமை!

மருத்துவமனையின் அடித்தளத்தில் ஆள்கள் நிரம்பியிருந்தார்கள். சிகிச்சைக்குக் காத்திருக்கும் காயமடைந்த நோயாளிகள் அதில் இருந்தனர். மற்றவர்கள் எல்லாம் பயத்தில் நடுங்கிக்கொண்டிருக்கும் பொதுமக்கள். பலரும் வாய்திறக்கவே பயந்தார்கள். அப்போது அவர்களால் செய்ய முடிந்ததெல்லாம், தங்களைக் கடந்து செல்லும் மருத்துவரையோ, நர்சையோ இறுகப் பற்றிக்கொண்டு பாதுகாப்புக் கோருவதுதான்! அவர்களைப் பாதுகாக்குமளவுக்கு ஏதோ அமானுஷ்ய சக்தியுள்ளவர்களாக எங்களை அவர்கள் நினைத்துக்கொண்டு இருப்பதாகத் தோன்றியது!

மருத்துவமனைக்கு வெளியே என்ன நடக்கிறதென்றோ, எதனால் இவர்கள் பயந்து சாகிறார்களென்றோ இன்னமும் நான் சரிவரப் புரிந்துகொள்ளவில்லை. எனக்குப் பயமில்லை என்றெண்ணிய சிறு குழந்தைகள் என்னை அணைத்தவாறு, ‘பயமில்லாத மருத்துவர்’ என்றழைத்தார்கள். நான் அப்படியொன்றும் எதற்கும் பயப்படாத பெண்ணல்ல! வெளியே நடப்பதை யாரும் என்னிடம் விளக்கிச் சொல்லவில்லை, அவ்வளவுதான்! சொல்லப் போனால், ஓய்வின்றி உழைத்ததால் பயப்படுவதற்கு நேரம் கிடைக்கவில்லை.

நண்பகல் ஆனதும் அஸீஸா திரும்பி வந்தாள். தான் செய்ய நினைத்த காரியங்களைச் செய்து முடித்ததாக அவள் என்னிடம் சொன்னாள். ஆயினும், ஏதோ ஒரு பயங்கரம் நிகழப் போவதாக அச்சம் தெரிவித்தாள். அதைச் சொல்லி முடித்ததும், அங்கு ஒளிந்திருக்கும் மக்களிடம் சென்று, காஸா மருத்துவமனை பாதுகாப்பான இடமில்லையென்றும்,

கத்தேபுகளோ அதைவிட மோசமான ஹத்தாதுகளோ எந்த நிமிடமும் மருத்துவமனைக்குள் நுழையக்கூடுமென்றும் எச்சரித்தாள் (கத்தேபும் ஹத்தாதும் கிறித்தவப் போராளிக் குழுக்கள். கத்தேபுகள் இஸ்ரேலியர்களின் தோழர்கள். ஹத்தாதுகள் அவர்களின் கூலிப் படையினர்).

அதைக் கேட்ட உடனேயே அங்கிருந்த இரண்டாயிரத்திற்கும் மேற்பட்ட அகதிகள் வேகமாக மருத்துவமனையை ட்டு வெளியேறினார்கள். காயமடைந்த பலரையும் அவர்களின் உறவினர்கள் தோளில் சுமந்து சென்றார்கள். அவர்கள் சென்றதும், செம்பிறைச் சங்கத்தின் ஊழியர்களைப் பார்த்து, உடனே வெளியேறும்படி அஸீஸா பணித்தாள். சில ஊழியர்கள் முதலில் வெளியேற மறுத்தாலும், அஸீஸாவின் கண்டிப்புக் காரணமாக அவர்களும் வெளியேறினார்கள்.

வெளிநாட்டைச் சேர்ந்த மருத்துவக் குழுவினரான எங்களிடம் மாலை 4.30 மணியளவில் அஸீஸா வந்தாள். தானும் வெளியேறப் போவதாகவும், லெபனான் குடிமகள் என்கிற அடையாள அட்டை தன்னிடமிருந்த போதிலும், தனது உயிருக்கும் ஆபத்து ஏற்பட வாய்ப்பிருப்பதாகவும் சொன்னாள். மேலும், மருத்துவமனைக்குள் ஏற்கனவே சிலர் ஊடுருவி இருப்பதாகவும், கவனமாக இருக்கும்படியும் எச்சரித்தாள். அப்போதைய இறுக்கமான சூழ்நிலையில், மருத்துவமனைக்குள் ஊடுருவியிருப்பது யாரென்று கேட்கக்கூட எனக்குத் தோன்றவில்லை.

அதன் பின்னர், பன்னாட்டு செஞ்சிலுவை சங்கத்தைச் சேர்ந்த சிலர் கொஞ்சம் உணவுப் பண்டங்களையும், முதல் உதவி சிகிச்சைக்கான கருவிகளையும் கொண்டு வந்தார்கள். அவர்களுடன், மத்திய கிழக்காசிய சர்ச் கவுன்சிலைச் சேர்ந்த இரண்டு மருத்துவர்களும், இரண்டு நர்சுகளும் எங்களின் உதவிக்காக வந்திருந்தனர். கூடவே நார்வே நாட்டுத் தூதரகப் பொறுப்பாளரும் வந்திருந்தார். அவர் நார்வேயைச் சேர்ந்த மருத்துவப் பணியாளர்களை உடன் வெளியேறும்படி வற்புறுத்தினார். ஆனால், காயமடைந்த நோயாளிகளுடன் மருத்துவமனையிலேயே தங்குவதெனத் தீர்மானித்திருந்த அவர்கள் தூதரகப் பொறுப்பாளருடன் செல்ல மறுத்தனர்.

செஞ்சிலுவை சங்கத்தினர் திரும்பிச் செல்லும்போது தங்களுடன் ஆபத்தான நிலையிலிருந்த ஆறு குழந்தைகளையும், அஸீஸா காலிதியையும் உடன் அழைத்துச் சென்றார்கள். மறுநாள் திரும்ப வருவதாக உறுதியளித்த அஸீஸா, மருத்துவமனையின் பல்வேறு பிரிவுகளுக்கான சாவிக் கொத்தை எங்களிடம் ஒப்படைத்தாள்.

அன்றிரவு மருத்துவமனைக்குள் அமைதி நிலவிய போதிலும், முகாம்களுக்கு வெளியே ஏவுகணைகளும், இயந்திரத் துப்பாக்கிகளும் தொடர்ந்து இயங்கிக் கொண்டிருந்தன. வெடிச்சத்தங்கள் மிக அருகில் கேட்டன. குண்டு வெடிப்பின் அதிர்வுகளால் தீவிர கண்காணிப்புப் பிரிவின் கண்ணாடி சன்னல்கள் நொறுங்கத் தொடங்கின. எஞ்சியிருந்த நோயாளிகளில் சிலர் சுயமாகவே வெளியேறினர். வேறு சிலரை உறவினர்கள் அழைத்துச் சென்றனர்.

அன்று மாலை, பதினோரு வயதான சிறுவன் ஒருவன் மருத்துவ மனைக்குக் கடைசியாக வந்தான். இயந்திரத் துப்பாக்கியால் அவன் மூன்று முறை சுடப்பட்டிருந்தான். இருபத்தியேழு சடலங்களுக்கு அடியில் கிடந்த அவனைச் செத்துப் போனதாகக் கருதி கொலையாளிகள் விட்டுச் சென்றனர். அவர்கள் போனதும், நண்பர்கள் அவனை மருத்து வமனைக்குக் கொண்டு வந்திருந்தார்கள். இஸ்ரேலியர்களும், கத்தேபுகளும், ஹத்தாதுகளும்தான் கொலையாளிகள் என்று மட்டுமே அவனால் எங்களிடம் சொல்ல முடிந்தது. அதற்குள் அவன் உணர் விழந்தான். அவனது கையிலும், காலிலும், சுட்டு விரலிலும் காயங்கள் இருந்தன. ஆனாலும் அவன் பிழைத்துக்கொண்டான்.

ஆபரேஷன் தியேட்டரில் ஒரு பெண்ணுக்கும், பையனுக்கும் அறுவை சிகிச்சை செய்தேன். அந்தப் பெண்ணின் வயிற்றில் குண்டு பாய்ந்திருந்தது. அது ஒரு சிக்கலான அறுவை சிகிச்சை. அவளது நுரையீரலின் மூன்றிலொரு பங்கை நீக்கினேன். சிதைந்த பெருங் குடலையும் சிறுகுடலையும் இணைத்துத் தையல் போட்டேன். அவள் மயக்கநிலையிலிருந்து மீண்ட வேளையில், தியேட்டரின் மீட்பறை யிலிருந்து அந்தப் பையனையும் கொண்டு வந்தார்கள். இருவரையும் காண தீவிரக் கண்காணிப்புப் பிரிவிற்குச் சென்ற நான் அங்கிருந்த நர்சுகளிடம் இருவருக்கும் இரத்தம் வழங்கும்படிச் சொன்னேன். அந்தப் பெண்ணுக்கு தற்போது வழங்கிக்கொண்டிருக்கும் இரத்தமே கடைசியென்று பதில் வந்தது. பையனுக்குக் கொடுக்க இரத்தம் இருப்பு இல்லை. தெருவில் விளையாடிக்கொண்டிருந்த குழந்தைகளுக்கு மத்தியில் கொலையாளிகள் எறிந்த கைக்குண்டு வெடித்ததில் அந்தப் பையன் காயமடைந்திருந்தான். அவன் நிறையவே இரத்தத்தை இழந்திருந்தான். ஆனாலும், அறுவை சிகிச்சைக்குப் பிறகு அவனது நிலை சீரடைந்திருந்தது. தற்போது

இருவருக்குமே இரத்தம் வழங்க வேண்டியது அவசியமானது. இருவரது இரத்தமும் ஒரே பிரிவைச் சேர்ந்தவை. நர்சுகள் என்னிடம் சொன்ன பதிலைச் செவிமடுத்த அந்தப் பெண், தனக்குப் பதிலாக அந்தப் பையனுக்கு இரத்தம் வழங்கும்படி என்னிடம் வேண்டினாள். பதிலுக்கு சில வலி நிவாரண மாத்திரைகளைத் தரும்படி என்னிடம் கேட்ட அவள் சீக்கிரமே இறந்துபோனாள்.

அன்று மாலை வெளிநாட்டினரான நாங்கள் ஒன்றுகூடி, இஸ்ரேலியர்களோ, கத்தேபுகளோ, ஹத்தாதுகளோ மருத்துவ மனைக்குள் நுழைந்தால் என்ன செய்வதென்று ஆலோசித்தோம். அவர்களுடன் பேச்சுவார்த்தை நடத்த முடிந்தால், நோயாளிகளின் உயிருக்குப் பாதுகாப்பளிக்க வேண்டுமெனக் கேட்டுக்கொள்வதென முடிவு எடுத்தோம். அந்த ஆலோசனைக் கூட்டத்தில் அறிவுப் பூர்வமான பங்களிப்பை வழங்குவதற்கு என்னிடத்தில் ஏதுமில்லை. காரணம்', 'மேஜர் சாத் ஹத்தாத் மருத்துவமனைக்குள் நுழைந்து எப்போது எங்களைக் கொல்லப் போகிறார்?' என்று கேட்டுக் கொண்டிருக்கும் சிறு குழந்தைகளின் பயந்த முகங்கள் என்னைத் தடுமாறச் செய்திருந்தன.

அந்த நேரத்தில், சாத் ஹத்தாத் யாரென்பதே எனக்குத் தெரியாது. எனினும் அந்தக் குழந்தைகளிடம், 'அந்த மனிதனால் தொல்லையேதும் ஏற்படுமானால் அவனை மருத்துவமனைக்குள் நான் நுழைய அனுமதிக்கமாட்டேன்' என்று பதில் சொன்னேன். 'இங்கு நடக்கும் கொடுமைகளுக்கு ஹத்தாத் என்பவன்தான் காரணமோ?' என்கிற கேள்வியை எனக்குள் அந்தக் குழந்தைகள் எழுப்பினார்கள். ஆனாலும் அதைப் பற்றி நான் அதிக நேரம் சிந்தித்துக்கொண்டிருக்கவில்லை..

1982 செப்டம்பர் 15-இலிருந்து 18 வரை எழுபத்திரண்டு மணி நேரம் தொடர்ச்சியாக காஸா மருத்துவமனையின் அடித்தள ஆபரேஷன் தியேட்டரில் வேலை செய்துகொண்டிருந்தேன். இடையில் புது நோயாளிகள் எவரேனும் வந்தால் அவர்களைப் பார்வையிடுவதற்காக சில நிமிடங்களுக்கு நான் மேலே செல்வதுண்டு. யாருக்கு அறுவை சிகிச்சை செய்ய வேண்டும் அல்லது யாருக்குக் கட்டுப் போட்டுத் திருப்பியனுப்ப வேண்டுமென்பதைத் தீர்மானிக்க அந்த நேரத்தைப் பயன்படுத்தினேன்.

அன்று இரவு, பால் மோறிஸ் தன் மனைவி மேரிக்குக் கடிதமொன்றை எழுதினான். அந்தக் கடிதத்தை என்னிடம் தந்த அவன், தனக்கு ஆபத்து ஏதேனும் நிகழுமானால் கடிதத்தைத் தன் மனைவியிடம் சேர்ப்பிக்க வேண்டுமெனக் கேட்டுக்கொண்டான்.

'ஏய் பால்! நீயென்னவோ சாகப் போவதாக நினைத்துக் கொண்டல்லவா பேசுகிறாய்? சும்மா வேடிக்கை காட்டுகிறாய், சரிதானே?'

ஆனால் பால் மோறிஸ் நிஜமாகக் கவலையோடு இருந்தான். ஆகவே, அவனது விருப்பத்தை நிறைவேற்றுவதாக நான் அவனுக்கு வாக்களித்தேன்.

செப்டம்பர் 18 சனிக்கிழமை. காலை 6.45 மணியளவில், போராளிகள் சிலரை மருத்துவமனைக்கு வெளியே கண்டதாக ஒரு அமெரிக்க நர்ஸ் எங்களிடம் தெரிவித்த உடனேயே ஒரு மருத்துவர் அவர்களிடம் பேச்சுவார்த்தை நடத்துவதற்கெனக் கீழிறங்கிச் சென்றார். சிறிது நேரத்திற்குப் பிறகு நானும் கீழிறங்கிச் சென்று அவருடன் சேர்ந்து கொண்டேன். இருவரும் அங்கிருந்த போராளி களிடம் அவர்களது பொறுப்பாளரைப் பற்றி விசாரித்தோம். மீசை வைத்த இளைஞன் ஒருவன் முன்னுக்கு வந்து ஆங்கிலத்தில் சொன்னான்: 'பயப்பட வேண்டாம், நாங்கள் லெபனானியர்கள்.'

அவனது சீருடை சுத்தமாகவும், மடிப்புக் கலையாமலும் இருந்தது. கடந்த மூன்று நாள்களாக முகாம்களிலுள்ள மனிதர்களைக் கொன்று குவிக்கும் கூட்டத்தில் இந்த இளைஞன் இருக்க மாட்டான் என்று தான் நினைக்கத் தோன்றியது.

நான் சொன்னேன்: 'சரி, நாங்கள் பயப்படவில்லை. உனக்கென்ன வேண்டும்?'

வெளிநாட்டைச் சேர்ந்த அனைவரும் விசாரணைக்கு வரவேண்டு மென்று அவன் அழைத்தான். சிறிது நேரப் பேச்சு வார்த்தைக்குப் பின்னர், தீவிரக் கண்காணிப்புப் பிரிவிலிருக்கும் நோயாளிகளைக் கவனித்துக்கொள்ள சுவீடன் மற்றும் ஜெர்மனியைச் சேர்ந்த இருவரை மருத்துவமனையில் தங்கியிருக்க அந்த இளைஞன் அனுமதித்தான்.

காஸா மருத்துவமனையிலிருந்து அழைத்துச் சென்றார்கள். வெளிநாட்டினரான எங்களை அவர்கள் முகாமின் பிரதான சாலை

வழியாக அழைத்துச் சென்றார்கள். வழியெங்கும் முரட்டுத்தனமாகவும், அசுத்தமாகவும், பார்க்க அருவருப்பாகவும் காணப்பட்ட ஆயுதமேந்திய போராளிகளைக் கடந்து நாங்கள் சென்றோம். துப்பாக்கி முனையால் அவர்கள் வெறுமனே எங்களைச் சீண்டினார்கள். ஒன்றிரண்டு முறை 'தள்ளி நில்' என்று அவர்களிடம் நான் சொல்ல வேண்டியதாயிற்று! பிரதான சாலையான ரியு சப்ரா வழியாக நாங்கள் நடத்தப்பட்டோம். சாலை யோரங்களில் சில சடலங்கள் தென்பட்டன. ஒரு கட்டத்தில், ஒரு சடலத்தில் கால் தடுக்கி நான் விழப் போனேன். அது ஒரு முதியவரின் சடலம். நீலநிறத்தில் நீண்ட அங்கியும், தலையில் வெள்ளைநிற ஹஜ் தொப்பியும் அணிந்திருந்தார். ஒருவேளை எனக்குத் தெரிந்தவராக இருக்கக் கூடுமோ என்று நினைத்து அவரது முகத்தைப் பார்க்க முயன்றேன். அவரது தலையில் சுடப்பட்டிருந்தது. கண்களைத் தோண்டியெடுத்திருந்தார்கள்.

சாலையின் இரு புறங்களிலும் போராளிகள் பெண்களையும், குழந்தைகளையும் சுற்றிவளைத்துப் போட்டு காவல் நின்றார்கள். பச்சை சீருடையும், பச்சை நிறத் தொப்பியும் அணிந்திருந்தார்கள். ஆனால் ஆடையில் முத்திரையேதும் காணவில்லை. குறைந்தபட்சம் எண்ணூறி லிருந்து ஆயிரம் வரையிலான பெண்களும், குழந்தைகளும் அந்தக் கூட்டத்தில் இருந்தார்கள். அவர்களில் சிலர் நேற்றைய இரவு காஸா மருத்துவமனையில் ஒளிந்திருந்தவர்கள் என்பதை அடையாளம் கண்டேன்.

குண்டுவீச்சில் தகர்ந்த கட்டடங்களைப் பெரிய புல்டோஸர்களைப் பயன்படுத்தி மேலும் இடித்துத் தரை மட்டமாக்கியும், இடிபாடுகளுக் கிடையில் மனித சடலங்களைப் புதைத்து மூடியும் வேகமாக இஸ்ரேலிய இராணுவம் செயல்பட்டுக் கொண்டிருந்தது. முகாம்கள் அடையாளம் காணமுடியாதபடி அழிக்கப்பட்டு இருந்தன. வீடுகள் எல்லாம் நொறுங்கி, வெறும் கற்குவியலாகக் கிடந்தன. அந்தக் குவியல்களுக்கு இடையில் புதிய சன்னல் திரைகளும், சுவர் சித்திரங் களும் கலந்து கிடந்ததை என்னால் பார்க்க முடிந்தது. வெடித்துச் சிதறிய வீடுகளில் எஞ்சி நின்ற சுவர்களில் புதிய சாயத்தின் நிறமிருந்தது.

துப்பாக்கி முனையில் எங்களை ரியு சப்ரா சாலை வழியாக நடத்திச் சென்றபோது வழியெங்கும் ஆயுதம் ஏந்திய போராளிகள் வரிசையாக நின்றிருந்தனர். என்ன நடந்தது என்பதை நாங்கள் கண்கூடாகக் கண்டோம். எங்கு நோக்கினும் உயிரிழந்த சடலங்கள், நொறுங்கிய வீடுகள், இடிபாடுகளின் குவியல்கள், பயத்தில்

உறைந்து போன முகங்கள்! விரக்தியடைந்த நிலையில் ஒரு தாய் தனது பச்சிளம் ஆண் குழந்தையை என்னிடம் நீட்டினாள். இரக்கமற்ற போராளி ஒருவன் அந்தக் குழந்தையை என்னிடமிருந்து தட்டிப் பறிப்பதற்கு முன்பு கணநேரம் அந்தக் குழந்தையை நான் கையிலேந்தினேன். பிறகு என்ன நடந்திருக்குமென்று நாங்கள் ஊகித்துக்கொண்டோம்.

சற்று நேரம் கழித்து, நாங்கள் அந்த வழியாகத் திரும்பி வந்தபோது முகாம்களின் மூலை முடுக்கெல்லாம் அந்தக் குழந்தையையும் தாயை யும் நான் தேடினேன். யாரையும் காணோம். செம்பிறைச் சங்கத்தைச் சேர்ந்த பாலஸ்தீன ஊழியர் ஒருவர் எங்கள் கூட்டத்தில் இருந்தார். அவரைச் சட்டென்று அடையாளம் கண்ட போராளிகள் அவரை எங்களிடமிருந்து பிரித்துத் தனியே எங்கோ அழைத்துச் சென்று சுட்டுக் கொன்றார்கள். வெளிநாட்டினரைத் தவிர்க்கும்படியும், பாலஸ்தீனர் களைக் கொல்லும்படியும் அவர்களுக்குக் கட்டளை இருந்திருக்கலாம். அதை அவர்கள் நிறைவேற்றவும் செய்தார்கள்.

இறந்து போனவர்களைப் பற்றியும், போராளிகள் வளைத்துப் போட்ட மக்களைப் பற்றியும் நான் நினைத்துப் பார்த்தேன். அவர்களின் முகங்களில் கண்ட பீதியிலிருந்தே தாங்கள் கொல்லப்படுவோம் என்பதை அவர்கள் உணர்ந்திருந்ததாக எனக்குத் தோன்றியது. பிஎல்ஓவின் போராளிகளைப் பெய்ரூத்திலிருந்து வெளியேற்றாமல் இருந்திருந்தால் எவ்வளவு நன்றாக இருந்திருக்குமென நான் நினைத்துக் கொண்டேன். குறைந்தபட்சம் அவர்கள் இருந்திருந்தால், தங்களது மக்களைக் காப்பாற்ற அவர்கள் போராடியிருப்பார்கள்! சாலையில் ஒவ்வொர் அடி முன்னேறும் தோறும் எனது கோபம் அதிகரித்துக் கொண்டே யிருந்தது. மருத்துவரென்றாலும் நானொரு மனிதப் பிறவிதானே?

ஷத்திலா முகாமைக் கடந்து அதன் இறுதியில் ஒதுக்குப்புறமாக இருந்த ஐநா சபையின் கட்டடத்திற்கு எங்களை அழைத்துச் சென்றார்கள். முகாமிலிருந்து பத்து நிமிட நடைதூரத்தில் அது இருந்தது.

‘லெபனான் கிறித்தவர்கள்’ என்று தங்களை அடையாளம் காட்டிக் கொண்ட இராணுவத்தினர் ஐநா சபையின் கட்டடத்தைக் கைப்பற்றியிருந்தார்கள். அதற்கு வெளியே எங்களை நிற்க வைத்து, எங்களிடமிருந்த அத்தாட்சிகளை அவர்கள் பரிசோதித்தார்கள். எங்களுக்குள்ள அரசியல் தொடர்பு பற்றி விசாரித்தார்கள். அங்கிருந்த இராணுவத்தினர் தங்களை லெபனானிகள் என்று

காட்டிக்கொள்ள முயன்ற போதிலும் எனக்கென்னவோ அதில் சந்தேகம் தோன்றியது. அங்குச் சிதறிக் கிடந்த செய்தித்தாள்கள், புத்தகங்கள் எல்லாமே ஹீப்ரு மொழியிலிருந்தன. உணவு-தானிய டின்களில் இஸ்ரேலிய லேபிள்கள் இருந்தன. அவர்கள் இஸ்ரேலிய இராணுவத்தின் கட்டளைகளை நேரடியாகப் பெற்றனர். அவர்கள் தன்னிச்சையாகச் செயல்படும் இராணுவமல்ல! நேரடியாகவோ, வயர்லெஸ் மூலமாகவோ இஸ்ரேலிய அதிகாரிகளிடம் கேட்காமல் சுயமாக அவர்கள் எதுவும் செய்வதில்லை.

அவர்களுக்கு எங்கள்மீதுள்ள பகையின் மீது எங்களுக்கு சந்தேக மில்லை. பாலஸ்தீனர்களின் நண்பர்களாகவும், ஆதரவாளர்களாகவும் நாங்கள் இருப்பதாக நினைத்துக்கொண்டு அவர்கள் எங்களைத் திட்டவும், அவமானப்படுத்தவும் செய்தார்கள். அங்கிருந்த ஒரு பெண் போராளி பார்க்க மிகவும் அழகாக இருந்தாள். நீண்டு கறுத்த சுருள் முடி, குளிர்மையான நீலக் கண்கள்! ஆனால் அவள் முரட்டுத்தனமாக நடந்துகொண்டாள். நானொரு கிறித்தவப் பெண்ணென்று அவளிடம் சொன்னதும் காட்டுத்தனமாகக் கத்தினாள்: 'ஓ, நீயொரு கிறித்தவளாக இருந்தும் பாலஸ்தீனர்களுக்கு உதவத் துணிந்தாய் இல்லையா? நீ மிகவும் கேவலமானவள்.'

அதற்கிடையில் அவர்கள் எங்களை மரண ஒத்திகைக்குத் தயார் படுத்தினார்கள். அங்கிருந்த இராணுவத்திடம் நான் கடுமையாக வாதாடிக் கொண்டிருந்ததால் அப்படியொரு நிகழ்ச்சி நடப்பதை நான் அறியவில்லை. எனது சிந்தனையெல்லாம், இந்தக் கொடுமைக் காரர்கள் எங்களை மருத்துவமனையிலிருந்து இழுத்துக்கொண்டு வந்ததைப் பற்றியும், அதன் பிறகு அங்குள்ள நோயாளிகளைக் கொன்று குவித்த தைப் பற்றியும்தான்!

நடந்த நிகழ்வுகளைப் பற்றி எனது சக ஊழியர்கள் பிறகு விளக்கிச் சொன்னார்கள்: தங்களுக்குச் சொந்தமான உடைமைகளை ஒப்படைத்துவிட்டு, நாங்கள் அணிந்துள்ள வெள்ளைச் சீருடையைக் கழற்றி வைத்து, சுவருக்கு எதிர்முகமாக நிற்கச் சொன்னார்களாம். சுவருக்கு மறுபுறத்தில் இரண்டு புல்டோஸர்கள் சுவரை இடித்து எங்கள்மீது தள்ளிவிட தயாராக நிறுத்தி வைக்கப்பட்டிருந்ததாம். போராளிகள் இயந்திரத் துப்பாக்கிகளால் எங்களைக் குறிவைத்தபடி எந்நேரமும் சுடுவதற்குத் தயாராக நின்றார்களாம்!

அன்று நடந்ததை நினைத்துப் பார்த்தபோது சக ஊழியர்கள் என்னிடம் சொன்னது போலவே நடந்திருக்கும் என்று நினைக்கிறேன். காரணம், அன்றைய தினம் நானும்கூட எனது மருத்துவ அங்கியைக் களைந்து சுவரை நோக்கி நடந்துசென்றது இப்போது நினைவுக்கு வந்தது. சுவரை இடித்து எங்களைப் புதைத்துவிடத் தயாராக நின்ற புல்டோஸர்களைக் கண்ட நினைவும்கூட பசுமையாக இருந்தது. ஆனால் அப்போதைக்குக் கோபம் என் கண்களை மறைத்திருந்தது! பைத்தியம் பிடித்தது போன்று நான் மிகவும் கோபமாக இருந்தேன். இது போன்ற மரண ஒத்திகை பயத்தை ஏற்படுத்தும். ஆனால் அன்று காலை பயமறியாத அளவுக்கு நான் கடுமையான கோபத்திலிருந்தேன்.

ஒரு மணி நேரத்திற்கும் அதிகமாக நாங்கள் திறந்த வெளியில் நிறுத்தி வைக்கப்பட்டோம். காலை 9.15 அல்லது 9.30 மணியளவில் ஒரு இஸ்ரேலிய அதிகாரி அங்கு வந்து எங்களை இஸ்ரேலியத் தலைமை அலுவலகத்திற்குக் கொண்டு செல்லும்படி உத்தரவிட்டார். பிரதான சாலையை ஒட்டியுள்ள மற்றொரு சாலையில், நடந்து செல்லும் தூரத்தில் அந்த அலுவலகம் இருந்தது. அதன் ஆறாவது மாடியில் சில இஸ்ரேலிய வீரர்கள் தொலைநோக்கியால் முகாம்களைக் கண்காணிப்பதைக் காண முடிந்தது.

அங்குக் குழுமியிருந்த இஸ்ரேலியத் தொலைக்காட்சி செய்தியாளர்களுக்கு முன்னால் இஸ்ரேலிய அதிகாரிகள் நோயாளி களைப் பாதுகாக்க முடிந்ததெல்லாம் செய்வதாகவும், மேற்குப் பெய்ரூத்தை விட்டு நாங்கள் வெளியேற ஆவன செய்வதாகவும், அதற்கிடையில் எங்களுக்குத் தேவையான உணவும் தண்ணீரும் அளிப்பதாகவும் வாக்குறுதி வழங்கினார்கள். காஸா மருத்துவ மனைக்குத் திரும்பிச் செல்ல இரண்டு ஆண் மருத்துவர்களையும், ஒரு ஆண் நர்சையும் அனுமதித்தார்கள். எஞ்சியிருந்த எங்களை இஸ்ரேலிய இராணுவ வண்டிகளில் ஏற்றி அமெரிக்கத் தூதரகத்திற்கு அழைத்துச் சென்று, அங்கேயே தங்கச் சென்னார்கள். நாங்கள் மீண்டும் காஸா மருத்துவமனைக்குச் செல்ல விரும்புவதாக இஸ்ரேலிய அதிகாரிகளிடம் சொன்னபோது, அது மிகவும் ஆபத்தானதென்று எச்சரித்தார். அந்த மூன்று பேர்கள் மட்டும் பாதுகாப்புடன் திரும்பிச் சென்றார்கள்.

தொடர்ந்து முகாம்களில் கொலையாளிகள் தங்கள் கைவரிசை யைக் காட்டிக்கொண்டிருந்தார்கள். காஸா மருத்துவமனையிலிருந்து கடைசியாகத் திரும்பிய ஸ்வீடன் நர்ஸ் நடந்ததை விவரித்தாள்.

நாங்கள் மருத்துவமனையிலிருந்து வெளியேறிய அரைமணி நேரத்திற்குள்ளாகவே இயந்திரத் துப்பாக்கிகளின் கர்ஜனை இருபது அல்லது முப்பது நிமிடங்களுக்கு நீடித்ததாகவும், பெண்கள் மற்றும் குழந்தை களின் கூக்குரலைக் கேட்டதாகவும், தொடர்ந்து ஓசையடங்கி நிரந்தர அமைதி ஏற்பட்டதாகவும் அவள் சொன்னாள். காலை 7.30-8.30 மணிக்கு இடையில் இதெல்லாம் நடந்தேறின.

காலை 9.30 மணிக்கு காஸா மருத்துவமனைக்கு வந்த பிபிசி செய்தியாளர் ஒருவர் முகாம்களைச் சுற்றியுள்ள சாலையோரங்களில் பல இடங்களிலும் பத்துக்கும் மேற்பட்ட சடலங்களை ஒன்றின் மீது ஒன்றாகக் குவித்து வைத்திருப்பதாகத் தகவல் சொன்னார். காலையில் எங்களை அழைத்துச் சென்ற அதே சாலையது. கொல்லப் பட்டவர்களில் அதிகம் பேர் பெண்களும் குழந்தைகளும்தான்! அரை மணிநேரம் கழித்து அங்கு வந்த கனடா நாட்டின் தொலைக்காட்சிக் குழுவினர் அந்தக் காட்சிகளைப் பதிவு செய்தார்கள். அதன் பின்னர் அங்கு வந்த பத்திரிகைச் செய்தியாளர்கள் புல்டோஸர்கள் கட்டடங்களை இடித்துத் தரைமட்ட மாக்குவதையும், இறந்துபோன மனிதர்கள் இடிபாடுகளுக்கிடையில் புதைக்கப்படுதையும் நேரில் கண்டார்கள். காஸா மருத்துவமனையில் எஞ்சியிருந்த நோயாளி களையும் ஜெர்மனியைச் சேர்ந்த மருத்துவரையும் சுவீடன் நர்ஸையும் செஞ்சிலுவை சங்கத்தினர் மீட்டனர்.

இஸ்ரேலியர்கள் மேற்குப் பெய்ரூத்திலுள்ள அமெரிக்கத் தூதரக வளாகத்தில் எங்களை இறக்கினார்கள். நான் உள்ளே செல்ல விரும்ப வில்லை. முகாம்களுக்குத் திரும்பிச் செல்வதற்காகக் காத்திருந்தேன். அது முடியாத காரியமென்று அறிந்திருந்தேன். எங்கள் குழுவைச் சேர்ந்த மற்றவர்கள் தூதரகத்திற்குள் சென்றதும் நான் கோம்மோடர் ஹோட்டலுக்குச் செல்லத் தீர்மானித்தேன். அங்கிருக்கும் பத்திரிகை செய்தியாளர்களைச் சந்தித்துப் பேசினால் நிறைய விஷயங்களை அறியலாம். பால் மோறிஸ் எனக்குத் துணையாக என்னுடன் வந்தார்.

நண்பகலுக்குப் பிறகு நாங்கள் கோம்மோடரை அடைந்தோம். நேராகச் செய்தியாளர்களிடம் சென்றோம். சற்று நேரத்திற்கு முன்பு ஹோட்டலுக்குத் திரும்பியிருந்த அவர்கள் தாங்கள் படம் பிடித்திருந்த சப்ரா-ஷத்திலா முகாம்களின் கோரக் காட்சிகளின் வீடியோவைப் போட்டு பார்த்துக்கொண்டிருந்தார்கள்.

வீடியோ காட்சிகளின் தொடக்கத்தில் காலையில் நாங்கள் நடந்து சென்ற அதே பிரதான சாலையும், அதன் இருபுறங்களிலும் குவிந்து கிடக்கும் மனித சடலங்களும் காட்சிகளாக விரிந்தன. ஆயுதமேந்திய போராளிகள் சுற்றிவளைத்திருந்த அப்பாவி மனிதர்களை நாங்கள் சென்றதும் சுட்டுக் கொன்று இருந்தார்கள். தொடர்ந்து, முகாம்களுக்கு அருகில் ஒன்றின்மீது ஒன்றாகக் குவிந்து கிடக்கும் சடலங்களின் நெருக்கமான காட்சிகள் வந்தன. சிதைக்கப்பட்ட உடல்கள், வெட்டி யெறியப்பட்ட கைகள், இரண்டு மூன்று நாள்களாக அழுகிக் கிடக்கும் சடலங்கள், கொல்லப்படுவதற்கு முன்பாகச் சித்திரவதை செய்யப் பட்டு, கைகள் பின்னுக்குக் கட்டப்பட்ட நிலையில் உடல் முழுவதும் அடிபட்ட தழும்புகளுடன் கிடந்த பிணங்கள், குழந்தைகள், சிறுவர்கள், சிறுமிகள், பெண்கள், முதியவர்கள் எனப் பலவிதமான சடலங்கள். சில சடலங்களில் இன்னமும் இரத்தம் உறையாமல் சிவப்பு நிறமாகக் காட்சியளித்தது. சில சடலங்களில் இரத்தம் உறைந்து கறுப்பு நிறத்தில் இருந்தது. இவைகளுக்கு மத்தியில் நிர்வாணமாகக் கிடந்த பெண் களின் சடலங்கள் வேறு. கற்பழிக்கப்பட்டதாகவோ சித்திரவதை செய்யப்பட்டதாகவோ சொல்ல முடியாத அளவுக்கு அதேசமயம் சிதைக்கப்பட்டுக் கிடந்தார்கள்.

அந்தக் கொடுமைகளைக் கண்டு நான் அழத் தொடங்கினேன். நடந்து முடிந்த கொடுமையின் ஆழத்தை நான் முற்றிலுமாக உணர்ந்தேன். அந்த உண்மை என்னை வேதனைப்படுத்தியது. இந்தக் கொடுமைகள் நடந்த நேரத்தில் நான் ஓய்வின்றி உழைத்துக் கொண்டிருந்ததால் எதைப் பற்றியும் சிந்திக்க எனக்கு நேரமில்லாமல் போனது. ஆபரேஷன் தியேட்டரில் மிகச் சில உயிர்களைக் காப்பாற்ற நாங்கள் முயன்றுகொண்டிருந்த அதே வேளையில், மருத்துவ மனைக்கு வெளியே முகாம்களில் ஆயிரக்கணக்கான மக்கள் செத்துக்கொண்டிருந்தார்கள் என்கிற உண்மையை இப்போதுதான் நான் அறிகிறேன். சுட்டுக் கொல்லப்படுவதற்கு முன்பு அந்த மக்கள் சித்திரவதை செய்யப்பட்டார்கள். அடித்துத் துன்புறுத்தப்பட்டார்கள். கை கால்களில் கம்பிகளை இணைத்து மின்சாரத்தைப் பாய்ச்சினார்கள். கண்களைத் தோண்டியெடுத்தார்கள். பெண்கள் கற்பழிக்கப்பட்டார்கள். இத்தனையும் போதாதென்று, குழந்தைகளுக்கு மத்தியில் வெடிகுண்டுகளை வீசி அவர்களைச் சிதறடித்தார்கள். சிதைந்து கிடந்த அந்த மனித சடலங்களைப் பார்த்துக்கொண்டிருந்தபோது நான் நினைத்தேன், இந்தக் கொடுமைகளுக்கு இடையில் சீக்கிரமே இறந்து போனவர்கள் எத்தனை பாக்கியசாலிகள் என்று!

மருத்துவமனையில் இருந்தபோது அன்று நாங்கள் கேட்ட வெடிச் சத்தங்கள் அப்போது நான் நினைத்தது போல, பிஎல்ஓவுக்கும் இஸ்ரேலியர்களுக்கும் இடையில் மூண்ட சண்டை காரணமாக எழுந்த வெடியோசையல்ல! மாறாக, குடும்பங்கள் ஒவ்வொன்றாகத் துப்பாக்கிச் சூட்டுக்குப் பலியாகி இரத்த வெள்ளத்தில் மிதந்த ஓசையது! நாங்கள் கேட்ட பெரிய வெடிச்சத்தங்கள் எல்லாம் முகாம்களிலிருந்த வீடுகள் மீதான இஸ்ரேலிய குண்டு வீச்சினால் எழுந்தவை. இஸ்ரேலியக் கவச வண்டிகள் முகாம்களை முற்றிலுமாகச் சூழ்ந்திருந்தன. சிறு குழந்தைகள்கூட தப்பிக்க முடியாத அளவுக்கு நிலைமையிருந்தது. மருத்துவமனையில் தஞ்சமடைந்திருந்த இரண்டாயிரத்திற்கும் அதிகமான மக்களை நாங்கள் வெளியேறச் சொன்னபோது அவர்களுக்குப் புகலிடம் செல்ல வேறெங்கும் இடமில்லை. அதனால் அவர்கள் தெருவுக்குச் சென்றதும் கையோடு பிடிக்கப்பட்டார்கள். அவர்களில் பலரும் அன்று காலையிலேயே சுட்டுக்கொல்லப்பட்டிருந்தார்கள். எதிர்காலத்தைப் பற்றிய நம்பிக்கையோடு வாழ்நாளைக் கழித்த அந்த மக்கள் தற்போது சின்னாபின்னமாக்கப்பட்டு வெறும் சடலங்களாகத் தரையில் கிடந்தார்கள். மாதக் கணக்கில் விமானத் தாக்குதல் நடந்த போது உயிருக்குப் பயந்து பாதுகாப்பு அறைகளில் பதுங்கியிருந்த பிறகு, வாழும் ஆசையோடு முகாம்களுக்குத் திரும்பிவந்த அதே மக்கள்! சில நாள்களுக்கு முன்புவரை அவர்கள் மிகுந்த எதிர்பார்ப்புகளுடன் இருந்தனர். பிஎல்ஓ வெளியேறினால் அமைதி ஏற்படுமென்று அமெரிக்கா உள்ளிட்ட வல்லரசு நாடுகள் தந்த வாக்குறுதியை அவர்களும் நம்பினார்கள். பூமியில் வாழ்வதற்கான உரிமை தங்களுக்கும் கிடைத்ததாக அனைவரும் அப்போது நினைத்தார்கள்.

அந்த நம்பிக்கையின் காரணமாக இடிந்த வீட்டையும், சிதைந்த வாழ்க்கையையும் மீண்டெடுக்க அவர்கள் அயராது உழைத்ததைச் சில நாள்களுக்கு முன்புவரை நான் கண்ணால் கண்டிருந்தேன். சமாதான உடன்படிக்கையை முன்னிட்டுத் தனது பிள்ளைகளும், சகோதரர்களும், கணவரும் பிஎல்ஓ குழுவினருடன் வெளியேற்றப் படுவதை வேடிக்கை பார்த்துக்கொண்டிருந்த ஒரு பெண்மணியிடம் நானும்கூட பேசியிருக்கிறேன். அதன் பிறகு, உறவினர்கள் விட்டுச் சென்ற துப்பாக்கிகளை லெபனான் இராணுவத்திடம் ஒப்படைக்கவோ குப்பைக் கூடையில் தூக்கி எறியவோ வேண்டி, அந்த ஆயுதங்களை அவர்கள் கையிலேந்திச் சென்றதையும் நான் பார்த்திருக்கிறேன். அவர்களது வீடுகளில் நான் உண்ணவும், அரபுக் காபி அருந்தவும்

செய்திருக்கிறேன். அறுவை சிகிச்சையில் எனக்குள்ள திறமையால் பலருக்கும் சிகிச்சையளித்த நான், அதில் உயிர் பிழைத்தவர்கள் நிராயுதபாணிகளாகத் தெருவில் நடந்து செல்கையில் சுட்டுக் கொல்லப் படுவதற்குக் காரணமாகவும் இருந்திருக்கிறேன். சப்ரா-ஷத்தீலா முகாம்களில் நிச்சயமாக அமைதி திரும்புமென்றும், புதிய வாழ்க்கை மலருமென்றும் நம்பிய என் அறியாமையை நினைத்து நான் வெட்கப் பட்டேன். மேற்கத்திய நாடுகளைச் சேர்ந்த ஒரு சாதாரண மனிதனைப் போல நானும்கூட பிஎல்ஓவினர் வெளியேறினால் எல்லாம் சீராகுமென்று முட்டாள்தனமாக நம்பினேன். அவர்களிருந்த காரணத்தால் தான் முகாம்களின்மீது தாக்குதல் நடந்தது என்று நானும் மற்றவர்களைப் போல தவறாகக் கணித்திருந்தேன்.

நான் அப்போது நினைத்தேன்: பிஎல்ஓ வெளியேறினால் முதியவர்கள் சமாதானத்துடன் ஓய்வு பெறலாம். குழந்தைகள் நல்ல நிலையில் வளருவார்கள். தலையில் குண்டு பாயுமோ, தொண்டை அறுக்கப்படுமோ என்கிற பயமெல்லாம் இருக்காது. எல்லாம் பொய்யானது! நானொரு முட்டாள்; உண்மையாகவே அறிவு கெட்டவள்! இப்படி யெல்லாம் நடக்குமென அப்போது நான் நினைத்துப் பார்க்கவில்லை. இது மிகவும் கொடுமையானது! இறைவனாலும், மனிதர்களாலும், மனசாட்சியற்ற உலகத்தாலும் ஏமாற்றப்பட்டதாக நான் உணர்ந்தேன். சித்திரவதைக் காட்சிகளையும், அன்பான உறவினர்கள் கொல்லப்படுவதையும், சொந்த வீடுகள் தகர்க்கப்பட்டுப் புல்டோஸர்கள் அவற்றைத் தரைமட்டமாக்குவதையும் நேரில் காணும் சின்னக் குழந்தைகள் இந்த அதிர்ச்சியையும், கொடுமையையும் எப்படித் தாங்குவார்கள்? அவர்களது மனதில் ஏற்பட்ட ஆழமான காயங்களும், பயமும் ஒரு நாளும் ஆறாது. திடீரென இறந்துபோவது சாதாரண விஷயம். ஆனால், தனது முடிவுக்காகக் காத்திருக்கும் அதே வேளையில் தனது அன்பிற்குரியவர்கள் சித்திரவதை செய்யப்படுவதையும், கொல்லப்படுவதையும் பார்த்துக் கொண்டிருப்பது நிச்சயமாக வித்தி யாசமான ஒன்றுதான்!

கோம்மோடர் ஹோட்டலில் செய்தியாளர்கள் அறையிலிருந்து வெளியேறும்போது எனது உள்ளமும் உடலும் சோர்ந்திருந்தன. யாரையும் பார்க்கவோ, பேசவோ நான் விரும்பவில்லை. ஆகவே பால் மோறிஸ் என்னை அவனது நண்பனின் வீட்டிற்கு அழைத்துச் சென்றான். அது காலியாகக் கிடந்தது. நான் அங்கு தனிமையில் இருந்தேன். எதனால் இப்படியெல்லாம் நிகழ்ந்தன? நான் உணர்ச்சியற்றுப் போயிருந்தேன். சப்ரா-ஷத்திலாவின் குறுகிய

தெருக்களில் மிதிக்கப்பட்டுக் கொலை செய்யப்பட்ட என் இதயம் அங்கேயே புதைக்கப்பட்டது. என் வாழ்க்கையில் மதிப்புடையதாக எதுவும் பாக்கியில்லை. எல்லாமே முடிந்து போயிருந்தது.

அன்று மாலை பீர் மெஹ்லம் என்னைப் பார்க்க வந்தார். மறுநாள் முகாம்களைப் பார்வையிட, போதுமான திடகாத்திரமான மன நிலையில் நான் இருக்கிறேனா என்று அவர் என்னிடம் கேட்டார். அதற்கு ஒத்துக்கொண்டேனா அல்லது மறுத்தேனா என்பது இப்போது எனக்கு நினைவில்லை.

ஆனாலும் மறுநாள், அதாவது செப்டம்பர் 19ஆம் தேதியன்று காலையில் எங்களால் சப்ரா-ஷத்தீலா முகாம்களுக்குத் திரும்பிச் செல்ல முடிந்தது. எல்லா இடங்களிலும் உயிரற்ற சடலங்களை நாங்கள் கண்டோம். குடும்பங்களை ஒட்டுமொத்தமாகச் சுட்டுக் கொன்றிருந்தனர். அதில் குறிப்பிடத்தக்க ஒரு நிகழ்ச்சி என்ன வென்றால், ஒரு மனிதர் (தகப்பனாக இருக்கலாம்) கொலைகாரர் களிடமிருந்து தனது மனைவியையும், குழந்தைகளையும் காப்பாற்றும் பொருட்டு தன் உடலையே கவசமாக மாற்றிய நிலையில் இறந்து கிடந்தார். அவர்கள் அனைவரும் ஈவிரக்கமின்றிக் கசாப்பு செய்யப்பட்டிருந்தார்கள்.

அதுவரை கணக்கிடப்பட்ட சடலங்களின் எண்ணிக்கை ஆயிரத்து ஐநூறுக்கும் மேலிருந்தன. திரும்பவும் நண்பகல் வேளையில் முகாம் களுக்குச் செல்ல நாங்கள் முயன்றோம். ஆனால் லெபனானியக் கவச வண்டிகளும், இராணுவமும் சாலையை மூடியிருந்தன. அந்த இடத்திலிருந்து பத்து, பதினைந்து இஸ்ரேலியக் கவச வண்டிகள் வெளியேறுவதை நாங்கள் கண்டோம்.

இதற்கெல்லாம் யார் பொறுப்பு? யார் விசையை அழுத்தினார்கள் என்பது என்னைப் பொறுத்தவரை முக்கியமல்ல! யார் இதற்கான ஏற்பாடுகளைச் செய்துகொடுத்து இயக்கினார்கள் என்பதே முக்கியம். தெளிவாக இஸ்ரேலியர்கள்தான் பொறுப்பு! அவர்கள் லெபனான்மீது படையெடுத்தார்கள். மேற்குப் பெய்ரூத்திற்குள் நுழைந்ததும் அவர்கள்தான். இந்தப் படுகொலைகளில் அவர்களுக்குப் பங்கில்லை என்று சொல்வது அர்த்தமற்றது. காரணம், பாலஸ்தீன 'பயங்கர வாதிகளைத்' துரத்தும் நோக்கத்துடன் இஸ்ரேலியர்கள் மேற்குப் பெய்ரூத்திற்குள் நுழைந்த பின்னர்தான் நிச்சயமாக இது நடந்தது.

சந்தேகத்திற்கிடமின்றி, பாலஸ்தீன அகதி முகாம்கள்தான் அவர்களின் முக்கிய இலக்குகள்! ஆனால் அதே சமயம், முகாம்களுக்குள் நுழைந்து பாதுகாப்பற்ற மக்களைச் சுட்டுக்கொன்ற தனிப்பட்ட நபர்கள் இஸ்ரேலியர்கள் அல்லர் என்பது உண்மைதான்! அதனால் என்ன? அவர்கள் இஸ்ரேலியர்களிடமிருந்து உத்தரவு பெற்றார்கள். இஸ்ரேலிய உணவால் வயிற்றை நிரப்பினார்கள். இஸ்ரேலிய செய்தித்தாள்களைப் படித்தார்கள். அவர்கள் இஸ்ரேலியர்களின் கூலிப் படையினர்தான்! அன்றைய இரவு முழுவதும் வானத்தை நோக்கிச் சுட்ட இஸ்ரேலியர்கள், முகாம்கள் மீதான வானவெளியை தீப்பிழம்பாக்கி, கொலையாளிகள் குற்றங்களைச் செய்ய வசதி செய்து கொடுத்தார்கள்.

சக்திவாய்ந்த இஸ்ரேலிய இராணுவம் தெளிவாகவும் பாலஸ்தீனர் களைப் பிடிக்கும் எண்ணத்துடனும்தான் மேற்குப் பெய்ரூத்திற்குள் நுழைந்தார்கள் என்றும், அவர்களது மூக்குக்குக் கீழே எப்படியோ முகாம்களுக்குள் நுழைந்த தனிப்பட்ட போராளிகள் பெண்களையும், குழந்தைகளையும், முதியவர்களையும் படுகொலை செய்யும் வரை நீண்ட நேரத்திற்கு இஸ்ரேலியர்கள் எப்படியோ தங்களின் இலக்கை மறந்துபோனார்கள் என்றும் சொல்லி, சிலர் எங்களை நம்பவைக்க முயன்றார்கள். அது கறைகளைக் கழுவாது!

நாங்கள் எதற்கெல்லாம் சாட்சியானோம் என்பதைப் பட்டியலிட எங்களில் சிலர் விரும்பினார்கள். எங்களுக்கிருந்த கோபத்தில் இஸ்ரேலியர்கள்மீது பழிபோடுவது சுலபம். ஆனால் உண்மை என்னவென்றால் கொலையாளிகள் யாரும் இஸ்ரேலிய சீருடையை அணிந்திருக்கவில்லை. ஆகவே செப்டம்பர் 20 திங்களன்று நாங்கள் சிலர் ஒன்றுகூடி படுகொலைகள் பற்றி விவாதித்து சில உண்மைகளைக் கண்டறிந்தோம்:

1. வெள்ளிக்கிழமை மாலை, அதாவது பாலஸ்தீன ஊழியர்களும் அஸீஸா காலிதியும் மருத்துவமனையைவிட்டு வெளியேறிய பின்னர், பழக்கமில்லாத இளைஞர் கூட்டமொன்று காஸா மருத்துவமனைக்குள் நுழைந்தது. அவர்கள் சுத்தமான ஆடை அணிந்திருந்தார்கள். முகாம் மனிதர்களைப் போலன்றி அவர்கள் கவலையற்றவர்களாக இருந்தனர். வெளிநாட்டினரிடம் அவர்கள் முதலில் அரபியில் பேசினார்கள். அரபியைத் தொடர முடியாமல் ஜெர்மன் மொழிக்குத் தாவினார்கள். 'காலையில் கத்தேபுகள் கழுத்தறுத்த குழந்தைகள் எங்கே'யென்று

விசாரித்தார்கள். அவர்கள் சுத்தமான ஜெர்மன் மொழியைப் பேசியதாக ஜெர்மன் ஊழியர் சாட்சியப்படுத்தினார். யார் அவர்கள்?

2. வெளிநாட்டு மருத்துவர்கள் சிலருக்கு நன்கு அறிமுகமான ஒரு சிறுவனை வெள்ளிக்கிழமை காலை 10 முதல் 11 மணிக்கு இடையில் காஸா மருத்துவமனையில் உயிரோடு பார்த்தவர்கள் இருந்தனர். அவன் மறுநாள் சனிக்கிழமையன்று விளையாட்டுத் திடலில் வேறு சில குழந்தைகளுடன் கொல்லப்பட்ட நிலையில் கிடந்தான். செப்டம்பர் 18ஆம் தேதி இஸ்ரேலியத் தலைமை அலுவலகத்தில் எங்களைப் பிடித்து வைத்திருந்த வேளையில், விளையாட்டுத் திடல் தங்களது பாதுகாப்பில் இருப்பதாகவும், அங்கு சில கிளினிக்குகளை அமைத்திருப்பதாகவும் இஸ்ரேலிய இராணுவ அதிகாரி எங்களிடம் தெளிவுபடச் சொல்லியிருந்தார். செப்டம்பர் 17 காலை 11 மணிக்கு மேல்தான் அந்தச் சிறுவன் கொல்லப்பட்டான். அந்த இடம் இஸ்ரேலியர்களின் கட்டுப்பாட்டிற்குள் இருந்தது!

3. சப்ரா-ஷத்திலா முகாம்களில் படுகொலைகள் நடந்த பெரும்பாலான பகுதியை இஸ்ரேலியர்கள் தங்களின் தலைமை அலுவலகத்திலிருந்து பார்க்கமுடியும். ஆகவே, இஸ்ரேலியர்கள் அறியாமையைக் காரணம் காட்டுவதை மன்னிக்க முடியாது.

4. முகாம்களுக்குச் செல்லும் அனைத்துப் பாதைகளும் இஸ்ரேலியர்களின் கட்டுப்பாட்டில் இருந்தன. முகாம்களிலிருந்து மக்கள் தப்பிச் செல்வதையும் அது தடை செய்தது. அப்படி வெளியேற முயன்றவர்களைத் திரும்பவும் முகாம்களுக்குத் துரத்தியதும், அங்கிருந்த கொலையாளிகளுக்கு அவர்களைக் கொல்ல வாய்ப்பளித்ததும் இஸ்ரேலியர்கள்தாம்! இரத்தக் குளியல் முடிந்ததும் பத்திரிகைச் செய்தியாளர்கள் அங்கு செல்ல பிறகு அனுமதி வழங்கியதும் அவர்கள்தான்!

5. ஹத்தாதுகளிடம் இருந்து எங்களைக் காப்பாற்றியதே இஸ்ரேலி யர்கள்தாம் என்று எங்களை நம்பவைக்கப் பலமுறை சிரமங்கள் நடந்தன. குறைந்தபட்சம் மூன்று முறையாவது இஸ்ரேலியர்கள் ஹத்தாதுகளுடன் நாங்கள் கேட்கும்படி—அதுவும் ஆங்கிலத்தில்—எங்களின் பாதுகாப்புக் குறித்துப் பேசுவதாகக் காட்டிக்கொண்டார்கள். சிறுபிள்ளைத்தனமான விளையாட்டு இது! ஹத்தாதுகளிடமிருந்து எங்களைக்

காப்பாற்றியது அவர்கள்தாம் என்கிற எண்ணத்தை எங்கள் மீது திணிக்கும் முயற்சியாக இருக்குமோ? அப்படியானால், பாதுகாப்பற்ற பாலஸ்தீனர்களை ஏன் அவர்கள் காப்பாற்ற வில்லை?

6. படுகொலைகள் நடப்பதற்கு முன்பு முகாம்களின் பிரதான சாலையான ரியு சப்ராவில் நாங்கள் கண்டதெல்லாம் ஹத்தாதுகளும், சில கத்தேபுகளும்தான் என்கிற எண்ணத்தை எங்களிடம் பலமாகத் திணித்தார்கள். வெளிநாட்டினரான நாங்களும், ஊடகச் செய்தியாளர்களும், அங்கிருந்த பொது மக்களும் அடையாளம் காணும் வகையில் அந்த இரண்டு அமைப்பைச் சேர்ந்தவர்களும் சுயமாகச் சுற்றித் திரிந்தார்கள் என்பதும், தொடர்ந்து நடந்த படுகொலைக்கும் தங்களுக்கும் தொடர்பில்லை என்பதும் விசித்திரமாக இருந்தன. அப்படியானால் அந்தக் கொலையாளிகள் யாராக இருக்கும் என்கிற ஐயத்தை எங்களுக்குள் எழுப்பியது. இஸ்ரேலிய அரசின் பலதரப்பட்ட அறிக்கைகளில் படுகொலைகளுக்குப் பொறுப்பு கத்தேபுகள் அல்லது ஹத்தாதுகள்தான் என்று குற்றம்சாட்டின. பொறுப்பென்றும் சுட்டிக் காட்டின. யார் செய்தார்களென்று நிச்சயமாக இஸ்ரேலியர்களுக்குத் தெரியும் — காரணம், சம்பவம் நிகழ்ந்த பகுதிகளுக்கு மத்தியிலிருக்கும் இராணுவத் தலைமையகத்தில் உள்ளவர்களுக்கு, ஒரு கிலோ மீட்டர் சுற்றளவில் அட்டகாசம் செய்யும் போராளிகளை அடையாளம் காணமுடியுமென்பதை எவரும் நிச்சயமாக ஒப்புக்கொள்வார்கள். முகாம்களுக்கும், இஸ்ரேலிய இராணுவத் தலைமையகத்திற்கும் இடையிலுள்ள தூரம் ஒரு கிலோ மீட்டருக்கும் குறைவுதான்!

செப்டம்பர் 22 புதன்கிழமையன்று, திரும்பவும் நாங்கள் இரண்டு பேர் சப்ரா-ஷத்திலா முகாம்களுக்குச் சென்றோம். அங்கு உயிர் பிழைத்தவர்களுடன் பேசுவதே எங்களின் நோக்கமாக இருந்தது. கொலைகள் நடத்திய பலரும் அரபு பேசத் தெரியாதவர்கள் என்றும், அவர்களில் சில கறுத்த ஆப்பிரிக்கர் இருந்ததாகவும் உயிர்பிழைத்தவர்களிடமிருந்து நாங்கள் அறிந்துகொண்டோம். ஆயுதமேந்திய அந்தக் கறுத்த ஆப்பிரிக்கர் யார்? காரியத்தை நடத்த இஸ்ரேலியர்களால் இறக்குமதி செய்யப்பட்ட கூலிப்படையா அது? அவர்கள் எந்த நாட்டிலிருந்து வந்தார்கள்?

கொலையாளிகளில் சிலர் அரபிகளோ, லெபனானிகளோ அல்ல என்பதற்கு வேறு சில அத்தாட்சிகளும் இருந்தன. செப்டம்பர் 18ஆம் நாளன்று இரண்டு மருத்துவர்களும் ஒரு நர்சும் இஸ்ரேலியத் தலைமை அலுவலகத்திலிருந்து காஸா மருத்துவமனைக்குத் திரும்பிச் செல்ல அனுமதி வழங்கப்பட்டது. அவர்களிடம் இஸ்ரேலிய இராணுவ அதிகாரி ஒருவர் ஹீப்ரு மொழியில் தன் கைப்பட எழுதிய கடிதம் ஒன்றைக் கொடுத்து, இதைக் காட்டினால் தடையின்றி முகாம்களுக்குள் நுழையலாமென்று சொல்லியிருந்தார். இஸ்ரேலிய வாகனத்தில் அவர்களை ஏற்றிச் சென்ற அதிகாரி மருத்துவமனைக்குச் சற்று அருகே அவர்களை இறக்கிவிட்டு, நடந்து செல்லும்படி பணித்தார். அதற்கு முன்பாக ஒரு மருத்துவர், ஹத்தாதுகளும் லெபனானியர்கள் என்பதால் அவர்களுக்கு ஹீப்ரு மொழி வாசிக்கத் தெரியாதென்றும், அதனால் அரபியிலும் எழுதித் தர வேண்டும் என்றும் கேட்டுக்கொண்டார். அதற்கு அந்த அதிகாரி ஹீப்ருவில் எழுதியதைக் காண்பித்தாலே போதுமென்றும், பாதுகாப்பாகச் செல்ல அது உத்திரவாதம் அளிக்கு மென்றும் பதில் சொன்னார். எனினும் அந்த மருத்துவர் வற்புறுத்தியதால் அதன் அரபு மொழிபெயர்ப்பும் வழங்கப்பட்டது. இதிலிருந்து, முகாம்களைக் கட்டுப்பாட்டிற்குள் வைத்திருந்தவர்கள் யாராக இருந்தாலும் அவர்களுக்கு ஹீப்ரு தெரியும், அரபு தெரியாது என்பதும் வெளிச்சமானது!

மேலும் திறந்த வெளியில் எங்களை விசாரணை நடத்திய வேளை யில், தானொரு பிஎல்ஓ ஆதரவாளர் அல்ல என்பதற்கான சாட்சிப் பத்திரத்தை எங்களது குழுவைச் சேர்ந்த ஒரு பெண்மணி காட்டினாள். ஆங்கிலத்திலும் அரபியிலும் எழுதப்பட்டிருந்த அதை வாங்கிய போராளிகள் ஆங்கிலத்தில் எழுதியதைப் படிக்க சிரமப்பட்டார்கள். அரபு மொழிபெயர்ப்பை அவர்கள் ஏறெடுத்தும் பார்க்கவில்லை.

இன்றைக்கும், முகாம்களின் மூலைமுடுக்கெல்லாம் நுழைந்து அங்கிருந்த மக்களைக் கொன்றுகுவித்த கொலையாளிகள் உண்மையில் யாரென்பதை நினைத்து நான் ஆச்சரியப்படுவதுண்டு! யாராக இருந்தாலும் இந்தப் படுகொலையைத் திட்டமிட்டது இஸ்ரேலியர்கள் தாம் என்கிற முடிவுக்கு நாங்கள் வந்திருந்தோம். அதற்காகக் கூலிப்படையை ஏவிவிட்டார்களா அல்லது சுயமாகவே செய்தார்களா என்பது அத்தனை முக்கியமல்ல! போராளிக் குழுக்கள்மீது பழியைப் போடுவதற்கு இரண்டு காரணங்கள் இருந்தன: ஒன்று, முஸ்லிம்களுக்கும் கிறித்தவர்களுக்கும் இடையில்

பகைமையை உருவாக்குவது! இரண்டு, லெபனானைச் சீர்குலைய வைப்பது! இந்தப் படுகொலைகளைத் திட்டமிட்டு நடத்தியவர்களுக்குத் தெரியும், ஒருநாள் இங்கிருந்து வெளியேற வேண்டுமென்று! ஆனால் அதேசமயம், லெபனானியர்களான ஹத்தாபுகளும் கத்தேபுகளும் இங்கேயே இருப்பார்கள். அதன் காரணமாக இஸ்ரேலிய இராணுவம் லெபனானிலிருந்து வெளியேறிய பின்னரும்கூட, உயிர் பிழைத்தவர்கள் மனதில் பீதியுடன் வாழ வேண்டிய நிலையேற்படும். அவர்களது வாழ்வில் ஒருபோதும் அமைதியிருக்காது!

இதற்கெல்லாம் எதிர்மறையான சம்பவங்களும் நடக்குமென்று நான் எதிர்பார்த்தேன். இந்த விஷயத்தில் இஸ்ரேலியர்கள் தங்களைப் பலியாடாக்கியதை இங்குள்ள கிறித்தவர்கள் ஒருவேளை புரிந்து கொள்வார்கள் என்றே நான் நினைத்தேன். சப்ரா-ஷத்தீலா முகாம்களில் வாழ்ந்திருந்த இரண்டாயிரத்து நானூறு பாலஸ்தீனர்கள் லெபனானியர்கள் ஆகியோரின் உயிர்த் தியாகம் (செப்டம்பர் 22இல் செஞ்சிலுவை சங்கம் வெளியிட்ட அறிக்கையின்படி. இது உண்மையான கணக்கைவிடக் குறைவுதான்!) ஒருபோதும் வீணாகாதென்றும், அது வரும் காலங்களில் பாலஸ்தீன-லெபனான் மக்களின் ஒற்றுமைக்கு வழிவகுக்குமென்றும் நான் எதிர்பார்த்தேன்.

7

அமெரிக்கத் தூதரகத்தில் தற்காலிகமாகத் தங்கியிருந்த எனது சக ஊழியர்களில் பலரும் அங்கிருந்து வெளியேறினார்கள். ஆனால் நான் உட்பட சிலர் மட்டும் அங்கேயே இருந்தோம். காரணம், எனது நெருங்கிய நண்பர்கள் சிலர் உயிரோடு இருக்கிறார்களா அல்லது கொல்லப்பட்டார்களா என்று அறிய வேண்டும். அப்படி அவர்களில் யாரேனும் கொல்லப்பட்டிருந்தால் அவர்களின் உடல் கிடைத்ததா, அடக்கம் செய்யப்பட்டதா என்றும் நான் அறிந்தாக வேண்டும். காஸா மருத்துவமனை ஊழியர்களின் கதியென்ன? அவர்கள் மறைந்து போனார்களா, அவர்கள் உயிரோடு இருக்கிறார்களா, இறந்து போனார்களா அல்லது சிறையில் அடைக்கப்பட்டார்களா? இதைப் பற்றி ஏதேனும் தகவல் கிடைக்கும் வரை என்னால் இங்கிருந்து வெளியேற முடியாது.

நானொரு பாலஸ்தீனனாக இருந்திருந்தால், நிச்சயமாக நானும் பிறரைப் போலவே கசாப்பு செய்யப்பட்டிருப்பேன். ஆனால் அவர்கள் எனது அத்தாட்சிப் பத்திரங்களைப் பார்க்கக்கூட அக்கறை காட்ட வில்லை. ஒரு சைனாக்காரியை யாரும் அரபியாகக் கணிக்கமாட்டார்கள். அவர்கள் வெறுமனே எனக்கு நேராகத் துப்பாக்கியை நீட்டி கெட்ட வார்த்தையால் திட்டினார்கள். நான் உயிரோடும், சாகாமலும் இருப்பதே இறந்தவர்களுக்காக—இடிபாடுகளுக்கடியில் புதைக்கப் பட்டவர்களுக்காக, எதையும் பேச முடியாத ஊமைகளுக்காக— குரலெழுப்ப வேண்டிய கடமை எனக்கிருப்பதால்தான்! உயிரோடு இருந்தும் அமைதியாக, ஓசையின்றி, நாள்தோறும் துயரங்களைத் தாங்கும் மனிதர்களுக்காக நான் பேசியாக வேண்டும்! கடந்த சில வாரங்களில் நான் யாரை நேசிக்கத் தொடங்கினேனோ, அவர்களுக்காக என் குரலை எழுப்பாமல் போனால் அது குற்றம். நான் வெறுமொரு உயிர் பிழைத்தவள் மட்டுமல்ல, நானொரு சாட்சியும்கூட!

அமெரிக்கத் தூதரகத்திலேயே தங்கிய நாங்கள் ஒன்று சேர்ந்து, படுகொலைக்கான பின்புலங்களைப் பற்றி விளக்கமான ஓர் அறிக்கை யைத் தயாரித்தோம். அதில் பல தகவல்களும் எனது டைரியிலிருந்து எடுக்கப்பட்டதும், மற்றவை சக ஊழியர்களிடமிருந்து சேகரிக்கப் பட்டதுமாகும். அந்த அறிக்கைக்கு அங்கீகாரமாக என் பெயரை அதில் போட்டேன். கொலைகாரர்களுக்கு எதிரான ஓர் அறிக்கையில் எனது பெயரை இடுவது எனக்கு மகிழ்ச்சியான செய்தியல்ல. அதனால் உயிருக்கே ஆபத்து ஏற்படலாம்.

ஆனாலும் நான் சொன்ன விஷயங்களுக்கு நானே பொறுப்பேற்க வேண்டியிருந்ததால் அந்த அறிக்கையில் கையெழுத்திட்டேன். அதன் சில பகுதிகளில் மருத்துவர் பால் மோறிஸும், மருத்துவர் பீர் மெஹ்லம்ஸாஜனும் கையெழுத்திட ஒப்புக்கொண்டது எனக்குப் பெரிய உதவியாக இருந்தது.

எனக்கு ஓய்வு தேவையென்று முடிவெடுத்த அவர்கள் என்னைப் படுக்கைக்கு அனுப்பினார்கள். ஆனால் நானோ அந்த அறிக்கையை உடனே அனுப்பியாக வேண்டுமென விரும்பினேன். ஏனெனில் நான் கொல்லப்பட்டால், குறைந்தபட்சம் என்ன நடந்தது என்பதைப் பற்றியும், படுகொலைகளுக்குக் காரணமானவர்களைப் பற்றியும் இந்த உலகம் அறிந்துகொள்ள எனது பதிவுகள் உதவும்.

இது எங்களின் சாட்சி மொழி, உண்மையின் பதிவுகள்! இலண்டனிலிருந்து தொலைபேசி வந்தது. உடன் அறிக்கையை

அனுப்பும்படிச் சொன்னார்கள். நான் உடனே எழுந்து பக்கத்திலிருந்த தர்ம நிலையத்திற்குச் சென்று அறிக்கையை என் கணவர் பிரான்சிஸுக்கு டெலக்ஸ் செய்தேன். அன்பான ஒரு கிறித்தவப் பெண் அறிக்கையை எனக்காக டைப் செய்தாள். அதை அனுப்ப நாற்பது நிமிடங்கள் ஆனது. முகாம்களில் வாழ்ந்த மக்களுக்கு நேர்ந்த கதியை அறிந்து அவள் மிகவும் மனம் நொந்தாள். அறிக்கை போய்ச் சேர்ந்ததற்கான பதில் வந்ததும், எங்களது சாட்சி மொழிகள் சென்றடைந்ததில் மனம் ஆறுதலடைந்தது. அத்துடன், அறிக்கையை முடிந்தவரை பரவலாக விநியோகிக்கும்படி பிரான்சிஸை கேட்டுக்கொண்டதோடு, மண்ணில் புதையுண்டு கிடக்கும் வெடிகுண்டுமீது நான் நடந்ததாகத் தகவல் வந்தால் அது விபத்தாக இருக்காதென்று எச்சரிக்கவும் செய்தேன்.

அங்கிருந்த சன்னல் வழியாக நான் வெளியே பார்த்தபோது, சாலை முழுக்க இஸ்ரேலிய இராணுவ வீரர்களும், அவர்களது ஆயுத ஊர்திகளும் கவச வண்டிகளும் நிறைந்திருப்பதைக் கண்டேன். நான் என்னிடமே சொல்லிக்கொண்டேன்: அவர்களுக்கு இத்தனை வலிமையிருந்தும் எங்களின் அறிக்கை உலகெங்கும் சென்றடைவதை இப்போது அவர்களால் தடுக்க முடியவில்லை.

தர்ம நிலையத்தைவிட்டு வெளியே வந்த பின்னர் என்னிடம் கலக்கமில்லை. எதையும் நான் பொருட்படுத்தவுமில்லை. இந்த நிமிடத்திலிருந்து நான் திடீரென மரணத்தில் தள்ளப்பட்டால்கூட பரவாயில்லை, நான் எதைச் செய்ய நினைத்தேனோ அதைச் செய்து முடித்திருக்கிறேன், அதுவே போதும்!

மறுநாள் நான் திரும்பவும் சப்ரா-ஷத்தீலாவுக்குச் சென்றேன். இடிபாடுகளுக்கிடையிலிருந்து மேலும் சில சடலங்கள் கண்டெடுக்கப் பட்டன. அழுகிய உடல்கள் காற்றில் துர்நாற்றத்தைப் பரப்பின. அது என்னை மிகவும் சிரமப்படுத்தியது. இருந்தும் மக்கள் முகாம்களுக்குத் திரும்ப வந்துகொண்டிருந்தார்கள். பாலஸ்தீனர்கள் வேறெங்கு செல்வது? சொந்தம் பாலஸ்தீன மண்ணிலிருந்து துரத்தியடிக்கப் பட்ட பின்னர் அவர்கள் ஒரு அரபுநாட்டிலிருந்து மற்றொரு அரபு நாட்டிற்கும், லெபனானின் தெற்குப் பகுதியிலிருந்து பெய்ரூத்திற்குமாக விரட்டப்படுகிறார்கள். அலைந்து திரிந்து பலரும் சோர்ந்து போனார்கள். படுகொலைகளில் அனைவரும் மனம்நொந்து

போயிருந்தாலும் அவர்களுக்குத் தெரியும், தங்களது முன்னோர்கள் பாலஸ்தீனில் நடந்த படுகொலைகளுக்குப் பயந்து ஓடி வந்ததால் தான் சொந்த வீடுகளை இழந்தார்களென்று! அதனால்தான் இந்த வேளையிலும் அவர்கள் சப்ரா-ஷத்திலா முகாம்களில் வாழ்வை நிலைநாட்ட வந்துகொண்டிருக்கிறார்கள்!

முகாம்களுக்கு நாங்கள் திரும்ப வந்த நேரம் மிகவும் சோகமானது. காரணம், எங்களின் நண்பர்களுக்கும் அறிமுகமானவர்களுக்கும் நேர்ந்த கொடுமைகளைப் பற்றி நாங்கள் அறிந்தோம். அதேசமயம், இறந்து போயிருக்கலாமென்று நாங்கள் சந்தேகித்த சிலரை உயிரோடு பார்க்க முடிந்ததில் அளவிலா குதூகலத்தை அனுபவித்த நேரமாகவும் அது இருந்தது.

காஸா மருத்துவமனையின் துப்புரவுத் தொழிலாளியான ஒரு பெண் என்னைக் கண்டதும் ஓடிவந்து கட்டியணைத்து, நான் உயிரோடு இருப்பதில் மகிழ்ந்து பெருமூச்சுவிட்டாள். திடீரென என் கழுத்தில் தொங்கிக் கிடந்த சிலுவையைக் கண்டதும் ஒருகணம் பிரமித்து, என்னிடமிருந்து விலகிக்கொண்டாள். காரணம், தங்களைக் கிறித்த வர்கள் என்று சொல்லிக்கொண்ட சிலர்தான் அவளது இரண்டு குழந்தைகளின் குரல்வளையை அறுத்துக் கொன்றார்களாம். அதனால் கிறித்தவச் சின்னமென்பது அவளைப் பொறுத்தவரை மரணத்தின் அடையாளமாகத் தோன்றியது. ஆனாலும் தன்னைக் கட்டுப்படுத்திக்கொண்ட அவள் படுகொலைகளுக்குக் கிறித்தவ மதத்தோடு தொடர்பில்லையென்பதை ஒப்புக்கொண்டாள். இறைவன் மனிதனை ஏமாற்றியதில்லை. ஒருபோதும் இல்லை. முன்போ, இப்போதோ இல்லை! அதற்கு மாறாகவே நடக்கிறது. மீண்டும் ஒருமுறை மனிதன் இறைவனை ஏமாற்றியுள்ளான்! அவளை நான் எனது மார்போடு சேர்த்தணைத்தேன். அவள் மிக நீண்ட நேரம் கண்ணீர் விட்டழுதாள்.

காஸா மருத்துவமனை சீரழிக்கப்பட்டிருந்தது. போராளிகள் அங்கிருந்த மருத்துவக் கருவிகளை எல்லாம் கொள்ளையடித்துச் சென்றுவிட்டார்கள். மருத்துவமனையின் விதி நிர்ணயிக்க முடியாமல் கிடந்தது. பாலஸ்தீனர்களுக்குச் சொந்தமான அனைத்து நிறுவனங் களையும் மூடிவிட இஸ்ரேலியர்கள் விரும்பினர். பெய்ரூத்திலுள்ள பாலஸ்தீன ஆய்வு மையம் மூடப்பட்டது. அங்கிருந்த கலைப் பொருள்கள் அனைத்தையும் இஸ்ரேலியர்கள் கொண்டு போனார்கள். பாலஸ்தீன செம்பிறைச் சங்கத்தையும் சட்ட விரோதமாக்க விரும்பினார்கள்.

இஸ்ரேலிய இராணுவம் பெய்ரூத் முழுவதிலும் சாலைத் தடைகளை ஏற்படுத்தி, அனைத்து வாகனங்களையும் பரிசோதித்தது. பயணிகளைக் கண்காணித்து, பாலஸ்தீனர்களைக் கைது செய்தது! சாலைகளின் சில பகுதிகளை வழி மறித்து, வீடுகள்தோறும் ஏறியிறங்கி பாலஸ்தீனர்களை வேட்டையாடினார்கள். கட்டட உரிமையாளர்களிடம் அவர்களது கட்டடங்களில் வாடகைக்குத் தங்கியிருக்கும் பாலஸ்தீனர்களை ஒப்படைக்கும்படிக் கட்டளையிட்டார்கள். அவர்களை ஒளித்துவைக்கிற லெபனானியரை அடித்துத் துன்புறுத்தினர். பாலஸ்தீனர்களின் சொத்து வகைகள் அனைத்துமே போர்க் கொள் முதலாகக் கருதப்பட்டன.

பாலஸ்தீன அடையாள அட்டையைக் கையில் வைத்திருப்ப தென்றால் அந்த நாள்களில் அதன் பொருள், அந்த மனிதன் எவ்விதக் காரணமுமின்றி எந்நேரமும் கைது செய்யப்படலாம் என்பதுதான்! பலரும் காணாமல் போனார்கள். ஆக, இப்படிப்பட்ட ஒரு சூழ்நிலையில் செஞ்சிலுவை சங்க அலுவலகத்தின் ஆறாவது மாடியில், செம்பிறைச் சங்கத்தின் ஊழியர்கள் பலரையும் உயிரோடு காண முடிந்ததில் நான் எந்த அளவுக்கு ஆறுதலடைந்திருப்பேன் என்பதை நீங்களே கற்பனை செய்துபாருங்கள்! அவர்களில் செம்பிறைச் சங்கத்தின் லெபனான் இயக்குநர் உம் வாலிது, அதன் மக்கள்தொடர்பு அதிகாரி ஹத்லா அய்யூபி, காஸா மருத்துவமனையின் நிர்வாகி எனது தோழி அஸீஸா காலிதி—ஆக இந்த மூவரின் முகங்களையும் மீண்டும் பார்த்த போது அதிகமாக மகிழ்ச்சியடைந்தேன். பன்னாட்டு செஞ்சிலுவை சங்கம் அவர்களுக்கெல்லாம் தங்க இடமளித்து, அவர்கள் கடத்தப்படவோ, கொல்லப்படவோ வாய்ப்பளிக்காது பாதுகாத்தது.

அந்த மூன்று பேரின் உயிர்களும் ஒரு நூலிழையில் தொங்கிக் கொண்டிருந்தது. இருந்தும் அவர்கள் கௌரவத்துடனும், தைரிய மாகவும் இருந்தார்கள். அவர்களைக் கண்டதும் நான் அழுதுவிட்டேன். ஹத்லா என்னிடம் திடமாக இருக்கச் சொல்லி தேற்றினாள். உறுதியாக இருக்கச் சொன்னாள். இரண்டு நாள்களுக்குப் பிறகு அவர்கள் சுயமாகவே செஞ்சிலுவை சங்கத்தின் பாதுகாப்பிலிருந்து தங்களை விடுவித்துக்கொண்டு வேலைக்குச் செல்ல நினைத்தார்கள். அது அத்தனை எளிதல்ல: காரணம், அதற்கு முன்பாக அவர்கள் செம்பிறைச் சங்கத்தின் சட்டப்பூர்வமான அங்கீகாரம் குறித்தும், காஸா மருத்துவமனை மீண்டும் திறப்பது குறித்தும், ஊழியர்கள் மற்றும் நோயாளிகளின் பாதுகாப்பு குறித்தும் பேச்சுவார்த்தை நடத்தவேண்டியிருந்தது.

இஸ்ரேலியப் படையெடுப்புக் கட்டத்தில், லெபனானில் பணியாற்றிய நூற்றுக்கும் மேற்பட்ட வெளிநாட்டு மருத்துவ ஊழியர்களை ஒருங்கிணைத்துச் செல்லும் பொறுப்பு ஹத்லா அய்யூபிக்கு இருந்தது. இது மிகவும் கடினமான வேலை. அதற்கு அளவற்ற பொறுமையும், சாமர்த்தியமும், புரிதலும் தேவைப்பட்டன. இஸ்ரேலியப் படையெடுப்பு வேளையில் செம்பிறைச் சங்கத்திற்கு அடிமேல் அடி விழுந்தது. இதைப் பல வெளிநாட்டினரும் புரிந்து கொள்ளவில்லை. அக்வா மருத்துவமனை குண்டுவீச்சுக்கு ஆளாகி, அது செப்பனிடப்படும் வரை செயல்பட முடியாத நிலையும் இருக்குமானால், வெளிநாட்டு மருத்துவர்கள் இரண்டு வழிகளில் செயல்படலாம். சிலர் நிலைமையைப் புரிந்துகொள்ளத் தயாராவதோடு, செம்பிறைச் சங்கத்தின் ஊழியர்களோடு சேர்ந்து கொண்டு இடிபாடுகளை நீக்குவதற்கு உதவுவார்கள். ஆனால் வேறு சிலர் மேற்கத்திய பத்திரிகையாளர்களிடம் ஓடிச் சென்று, 'பெய்ரூத்திற்கு வருவது நேரத்தை வீணாக்கும்' என்று சொல்வார்கள். அவர்களது விளக்கத்தின்படி, 'செய்வதற்கு வேலையில்லாத' கட்டத்தில், வெளிநாட்டு மருத்துவ ஊழியர்களை அனுப்பச் சொல்லி செம்பிறைச் சங்கம் கேட்கக்கூடாது! அதே சமயம், 'சமாளிக்க வேண்டிய மருத்துவத் தேவைகள் நிறைய இருக்கும் வேளையில் மருத்துவமனை தகர்க்கப் பட்டது' குறித்து விளக்கமாட்டார்கள்.

இடிபாடுகளை நீக்கவும், தரையைச் சுத்தம் செய்யவும் அவர்களையும் அழைக்க வேண்டுமென நான் பலமுறை நினைத்ததுண்டு. அவர்களும் உதவினால் கிளினிக்கையும், ஆபரேஷன் தியேட்டரையும் மிக விரைவில் செப்பனிட உதவியாக இருக்கும். மருத்துவப் பணியும் தொடர்ந்து செயல்படும். ஆனால், இது போன்ற மனிதர்கள் தொல்லை செய்வார்கள். மிகச் சாதாரண விஷயங்களைக்கூட கவனிக்கும்படிக் கோரி எப்போதும் ஹத்லாவிடம் வழக்காடுவார்கள். இருந்தும் அவள் எப்போதுமே கனிவாகவும், புரிந்துகொண்டும் செயல்படுவாள். அவர்களது செயல் கண்டு நான் பொறுமும் வேளைகளில் அவள் என்னைப் பார்த்துப் புன்னகை செய்வாள். மேலும், பாலஸ்தீனர்களுக்கு உதவும் நோக்கத்தோடு இவ்வளவு தூரம் தாண்டி வந்த எவரையும் மரியாதையுடன் நடத்தவேண்டுமென்று எனக்கு நினைவூட்டுவாள்.

அதே போன்று செம்பிறைச் சங்கத்தின் அனைத்து மருத்துவ மனைகளிலும், கிளினிக்குகளிலும் ஹத்லா சுற்றி வந்து அங்குள்ள ஊழியர்களிடம் நிறுவனத்திற்குள் ஆயுதங்கள் கொண்டுவருவதற்கு ஏற்படுத்திய தடையைக் கண்டிப்புடன் கண்காணிக்க வேண்டு

மென்று நினைவூட்டுவாள். ஆயுதங்களுடன் வருவது லெபனானியோ பாலஸ்தீனியோ, யாராக இருந்தாலும், அவர்கள் வற்புறுத்தினாலும் சரி, மருத்துவமனைக்குள்ளோ கிளினிக்கிற்கு உள்ளேயோ வர அனுமதிக்கக் கூடாது. இஸ்ரேலியப் படையெடுப்பின் உச்சகட்ட வேளையிலும்கூட, போராளிகள் தங்களது ஆயுதங்களை மருத்துவமனைக்கு வெளியே ஒப்படைத்தாக வேண்டும். செம்பிறைச் சங்கத்தின் மருத்துவ நிறுவனங்கள் முழுமையாக மனித நலத்திற்காகச் செயல்படுவதாலும், போராளிகள் சுற்றித்திரியும் இடமல்ல என்பதாலும் இந்தக் கண்டிப்பு மிகவும் முக்கியமானதென்று அவள் என்னிடம் விளக்கினாள். ஆனாலும் இதுபோன்ற உயரிய கொள்கையைக் கடைப் பிடித்தும், செம்பிறைச் சங்கத்தின் மருத்துவ மனைகள், கிளினிக்குகள் தாக்கப்படுவதை அது தடுக்கவில்லை.

ஹத்லா கண்ணியமானவள். ஜெரிக்கோவிலிருந்து புலம்பெயர்ந்த அவள் தான் ஜமீன் குடும்பத்தைச் சேர்ந்தவளென்று ஒப்புக்கொண்டாள். செம்பிறைச் சங்கத்தின் வாயிலாகத் தன் வாழ்நாளை தன் இனத்தவருக்கு அர்ப்பணித்த பெண்மணி அவள். கட்டுப்பாடும், ஒழுங்கும், நளினமும் மிக்கவள். செம்பிறைச் சங்கத்தின் கொள்கை தொடர்பான விஷயங்களைக் கையாள்வதில் வல்லமை பெற்றவள். எங்களின் அன்பிற்கும், ஆராதனைக்கும் உரியவள். ஹத்லாவைப் பற்றி பலமுறை நான் என் கணவரிடம் சொல்லியிருக்கிறேன். பின்னாளில் அவளைச் சந்தித்த பிரான்சிஸ் அவளைப் பற்றி இப்படிச் சொன்னார்: 'ஹத்லா ஒரு முழுமையான பெண்.'

காஸா மருத்துவமனை அடைந்துக் கிடந்தது. நோயாளிகள் மீண்டும் திறந்தவெளி கிளினிக்குகளில் அடைக்கலம் புகுந்தனர். பெய்ரூத்தின் தெற்குப் புறநகர் பகுதியில் அதுபோன்ற ஒரு தற்காலிக மருத்துவமனையில் நான் பணியாற்றினேன். கிளினிக்காக மாற்றம் கொண்ட ஒரு கடை அது. நெருக்கடியாகவும், புழுக்கமாகவும் இருந்தது. படுகொலைகளிலிருந்து உயிர் பிழைத்த அக்வா, காஸா மருத்துவமனைகளின் நோயாளிகள் மடக்கும் கட்டில்களில் கிடந்தார்கள். அவர்களின் எதிர்காலம் கேள்விக்குறியாக இருந்தது. இராணுவவீரர்கள் எப்போது வேண்டுமானலும் வந்து அவர்களை மிரட்டுவார்கள். பன்னாட்டு செஞ்சிலுவை சங்கத்தின் தொடர்ச்சியான தலையீட்டால் அவர்கள் கைது செய்யப்படாமல் இருந்தார்கள்.

அங்கு பணியாற்றத் தொடங்கிய சில நாள்களுக்குப் பிறகு உம் வாலிதும், ஹத்லாவும் நோயாளிகளைப் பார்க்க வந்தார்கள். நோயாளிகளுடன் பேசுவதற்குத் தயக்கமாக இருந்த போதிலும் அவர்கள் இருவரும் அதற்குத் துணிந்தார்கள். ஒவ்வொரு நோயாளிக்கும் சிறிய தொகையொன்றை வழங்கினார்கள். தூங்கிக் கொண்டிருந்த நோயாளிகளின் தலையணைக்கடியில் பணத்தைச் செருகி வைத்தார்கள். அதுவரை எல்லாமே நல்லபடியாக நடந்தது. அதன் பின்னர் இருவரும் மருத்துவமனையை விட்டு வெளியே சென்றதும் உம் வாலித் கதறி அழுவதையும், ஹத்லா அவளைத் தன் கைகளால் அணைத்து ஆறுதல் சொல்வதையும் என்னால் பார்க்க முடிந்தது.

வீடிழந்த பாலஸ்தீனர்கள் தெருக்களில் வாழ்ந்தார்கள். பலரும் தெருமுனைகளிலும், கடைத் திண்ணைகளிலும் சாய்ந்து கிடந்தார்கள். சில வேளைகளில் நடைபாதை ஓரங்களில் பாய் அல்லது போர்வையை விரித்துப் படுத்துக் கிடந்தார்கள். ஒவ்வொரு நாளும் பலர் காணாமல் போனார்கள். இரவு நேரங்களில் இஸ்ரேலிய இராணுவம் அவர்களைப் பிடித்துக்கொண்டு போனது. அந்த நாள்கள் பயங்கரமானவை! சப்ரா, ஷத்திலா முகாம்களின் தொடக்கம் முதல் இறுதிவரை நான் நடக்க வேண்டிய கட்டாயமிருந்தது. தினமும் நடந்து செல்வது எனக்கு அவசியமாகத் தோன்றியது. ஆனாலும் அது சிரமமான காரியமென்று உணர்ந்தேன். எனக்கு நெருக்கமான அந்தத் தாயும் கைக்குழந்தையும், காஸாவில் ஒளிந்திருந்த மக்கள்—ஊஹூம், அவர்கள் யாரையும் நான் காணவில்லை!

மாறாக நான் கண்டது அதிகப்படியான அழிவுகளையும், உறவினர்கள் அடையாளம் காண்பதற்காக கிடத்தப்பட்டிருந்த மேலும் சில அழுகிய பிணங்களையும்தான்! முகாம்களில் ஒழுகிய இரத்தத்தை நான் உணர்ந்தேன். சிதிலமான ஒழுங்கற்ற தரைகள், அழிக்கப்பட்ட வீடுகள், அலைந்து திரியும் கணக்கற்ற ஜீவன்கள், இறந்தவர்களைத் தேடுகிறவர்கள். ஒவ்வொரு மணற் குவியலும் பிணங்கள் மொத்தமாகப் புதைக்கப்பட்ட கல்லறைகள் என்பதை நாங்கள் கணித்தோம். அழுகிய வாசனையைப் பின்தொடர்ந்து சென்றால் நம்மால் சடலங்களைக் கண்டெடுக்க முடியும். இறந்தவர்களை அடையாளம் காண வேண்டி, கல்லறைகளைத் தோண்டியெடுக்க உறவினர்களை அனுமதிப்ப தில்லை. மாறாக, எஞ்சியிருக்கும் மாமிசம் கரைவதற்காக வெள்ளைச் சுண்ணாம்பைப் புதைகுழிகளில் இராணுவம் வாரியிறைத்தது. இந்த நிலையில் ஒரு வளையல், நெக்லஸ் அல்லது ஆடை—இவைதான் சடலத்தை அடையாளம் காண உதவின.

இரண்டாயிரத்து நானூறு சடலங்களைக் கண்டெடுத்ததாக செப்டம்பர் 22ஆம் நாள் வெளியான அதிகாரப்பூர்வமான அறிக்கைக்குப் பின்னரும் இடிபாடுகளோடு கலந்தும், காலியான கட்டடங்களிலும், கைவிடப்பட்ட கிடங்குகளிலும் பிணங்கள் கண்டெடுக்கப்பட்டன. முகாம்களுக்கு வெளியிலும், அக்வா மருத்துவமனைக்கு உள்ளேயும் நர்சுகள் கற்பழிக்கப்பட்டுக் கொலை செய்யப்பட்டனர். மருத்துவர்களும் நோயாளிகளும் சுட்டுக் கொல்லப்பட்டனர்.

முகாமின் குறுகிய சந்துகள் வழியே நடந்து செல்லும்போது நொறுங்கிக் கிடந்த வீடுகளைப் பார்த்ததும் உரக்க அழத் தோன்றும். ஆனால் அப்படிச் செய்யக்கூட முடியாத அளவுக்கு நான் மிகவும் சோர்ந்து போயிருந்தேன். தங்களது உறவினர்கள் சித்திரவதைக்கு ஆளாகிக் கொலை செய்யப்பட்ட அறைகளில் சின்னக் குழந்தைகள் திரும்ப வந்து வாழ முடியுமா? சட்டரீதியாகச் செம்பிறைச் சங்கத்தைச் செயல்பட அனுமதிக்காதிருந்தால் இந்த விதவைகளையும் அநாதைகளையும் யார் கவனிக்கப் போகிறார்கள்?

திடீரென ஒரு சிறுவன் தன் கைகளால் என்னை அணைத்தான். அது மஹ்மூத். சிதைந்த வீட்டைச் செப்பனிடும் தகப்பனாருக்கு உதவ முயன்றபோது முழங்கையை உடைத்துக்கொண்ட சிறுவன்! அவன் பிழைத்ததோடு அவனது கையும் சரியாகியிருந்தது. ஆனால் அவனது தகப்பனார் மட்டும் இறந்துபோனார். அதை நினைத்து மஹ்மூத் அழுதாலும், என்னை உயிரோடு பார்த்ததில் அவனுக்கு மகிழ்ச்சி ஏற்பட்டது. காரணம், படுகொலைகள் அரங்கேறிய அன்று எங்களை இராணுவம் அழைத்துச் சென்றதை அவன் மறைவிடத்திருந்து பார்த்திருந்தான். அவர்கள் என்னைக் கொன்றுவிட்டதாகவே அவன் நினைத்திருந்தான்.

சற்று நேரத்திற்கெல்லாம் குழந்தைகளால் நான் சூழப்பட்டேன். சொந்த வீடில்லாத—பெற்றோர்கள் இல்லாத—எதிர்காலம் இல்லாத குழந்தைகள்! ஆனாலும் அவர்கள் சப்ரா-ஷத்திலா முகாம்களின் குழந்தைகள்! என்னிடமிருந்த காமராவைக் கண்ட ஒரு சிறுவன் அவர்களின் புகைப்படமொன்றை எடுக்கச் சொன்னான். பிறகு அவர்கள் அனைவரும் ஒன்றாக நின்று ‘போஸ்’ கொடுத்தார்கள். அந்தப் படத்தை உலகுக்குக் காண்பிக்க வேண்டுமென்று என்னிடம் சொன்னார்கள். ஒருவேளை அவர்கள் கொல்லப்பட்டு, முகாம்கள் இடிக்கப்பட்டாலும்

கூட, சப்ரா-ஷத்திலாவின் பயமறியாத குழந்தைகளை உலகம் காணட்டுமென அவர்கள் நினைத்திருக்கலாம்! நான் எனது காமராவை சரிபார்த்ததும், உறவினர்கள் பலரும் கொல்லப்பட்ட இடிந்த வீடுகளுக்கு முன்னால் வரிசையாக நின்ற அவர்கள் தங்களின் விரல்களைப் பிரித்து வெற்றிச் சின்னத்தை உயர்த்திக் காண்பித்தார்கள். அன்பான சிறு நண்பர்களே, வீரமும், போராட்டமும் என்னவென்பதை நீங்கள் எனக்குக் கற்றுத் தந்தீர்கள்!

அன்று மாலை, ஹம்ராவில் உள்ள மேஃபேர் ரெஸிடென்ஸிக்கு நான் சென்றுகொண்டிருந்தேன். முகாம்களுக்கு சற்று தூரத்தில் எனது தங்குமிடம் இருந்தது. வழியில், இராணுவ வீரர்களுடன் அடங்கிய பெரிய இஸ்ரேலியக் கவச வண்டிகளைத் தாண்டி நான் வேகமாக நடந்தேன். பாலஸ்தீன இளம் சிறார்கள் அஞ்சாமையுடன் உயர்த்திக் காட்டிய வெற்றிச் சின்னம்தான் அப்போதும் என் மனக் கண்ணில் தெரிந்தது. பாலஸ்தீன குழந்தைகள் இருக்கும் வரை பாலஸ்தீனர்களும் அங்கு வாழ்ந்துகொண்டிருப்பார்கள்.

அன்று மாலை மிகவும் சோர்ந்த நிலையிருந்தும் நான் இலண்டனில் இருக்கும் என் அன்புக் கணவருக்கு ஒரு கடிதம் எழுதத் தொடங்கினேன்:

'**அ**ன்பிற்குரியவரே,

உடல் சோர்வு, வரும் போகும்! ஆயினும் எனக்குப் பயமோ, சித்த பிரமையோ இல்லை. மாறான ஒன்றை நமது வரலாறும் கற்றுத் தரவில்லை! நேற்றைய அடிமைகள் என்றாவது ஒருநாள் தாங்கள் சுதந்திரமாவோம் என்றோ, தாங்களும் மனிதர்களாக அழைக்கப்படுவோம் என்றோ எப்போதேனும் கனவு கண்டிருப்பார்களா? ஆயினும் இது எங்களின் சாட்சிமொழி— நாங்கள் வெல்வோம் என்பது வரலாற்று நீதி! ஒருவேளை இன்றல்ல, நாளையுமல்ல, இந்தத் தலைமுறையிலும் அல்ல — அதற்கடுத்த தலைமுறையிலும்கூட நடவாது போகலாம்! ஆனால் நாங்களும் மனிதர்கள் என்பதால் ஒருநாள் நிச்சயம் வெற்றி பெறுவோம்! ஆம், அதற்கு விடாமுயற்சி, கட்டுப்பாடு, தியாகம், மாபெரும் விலை கொடுத்தாக வேண்டும். ஆனாலும், நியாயமாக எங்களுக்குச் சொந்தமானதால் அதை என்றாவது ஒருநாள் நாங்கள் மீட்கவே செய்வோம்!

அன்பே, இந்த வரலாற்று விடுதலைப் பெருவெள்ளத்தில் நாமிருவரும் சிறு அடையாளங்கள். ஒருவேளை நாம் எங்காவது

கரைந்து போகலாம், தவறாகக் கணிக்கப்படலாம், ஓர் ஓரமாக தள்ளப்படலாம்—ஆனாலும் நாமறிவோம், பெருவெள்ளம் எங்கே ஒழுகுமென்று! எதுவும் அதைத் தடுத்திடாது. இது வெறும் அலங்காரச் சொற்களாகத் தோன்றலாம்—ஆனால், நீதிக்காகப் போராடும் ஒடுக்கப்பட்ட மக்களின் வரலாறு முழுவதிலும் அலங்காரச் சொற்களாக எதுவும் ஒலிக்காது.

போருக்கு ஆயத்தமாகிப் புறப்படத் தயாராக இருந்த ஓர் இளம் வீரன், போருக்கு முன்பாகவே வீழ்ந்து போனது போல நான் அழுகிறேன். ஆயினும் நான் புன்னகை செய்கிறேன், வெற்றிப் பெருமிதத்தோடு சிரிக்கிறேன்! ஏனென்றால் எனக்குப் பின்னர் இந்தப் போராட்டத்தைத் தொடர்ந்து நடத்த இலட்சக் கணக்கானோர் இருக்கிறார்கள் என்பதை நானறிவேன்.

வெறுமனே நான் மரணத்தின் முகத்தைப் பார்த்தேன். அதன் சக்தியையும் கோரத்தையும் நான் கண்டேன். ஆயினும் அதன் கண்களையும் நான் உற்றுப் பார்த்தேன். அதில் பீதியைக் கண்டேன். காரணம் எங்களது குழந்தைகள் வருகிறார்கள். அவர்கள் பயப்படுவதில்லை.'

8

தவிர்க்க முடியாதது நடந்தது: ஆம், 1982 அக்டோபர் மாதம் 1ஆம் நாள் காஸா மருத்துவமனை மீண்டும் திறக்கப்பட்டது! தங்களுக்கு ஆபத்திருந்தும் அதைப் பொருட்படுத்தாமல் பாலஸ்தீன ஊழியர்கள் வேலைக்கு வந்தனர். சூழ்நிலை கடுமையானது. இராணுவம் மக்களைப் பிடித்துச் செல்லும். பலரும் திரும்ப வரமாட்டார்கள். செம்பிறைச் சங்கம் சட்டரீதியான ஓர் அமைப்பாகச் செயல்பட இன்னமும் அனுமதிக்கப்படவில்லை. செஞ்சிலுவை சங்கத்தின் கொடியின்கீழ் பாலஸ்தீனர்கள் பணியாற்றினார்கள். மருத்துவ மனையை நடத்திச் செல்லும் பொறுப்பைப் பாலஸ்தீனர்களுக்கு வழங்கி அது கௌரவமாக நடந்துகொண்டது. சிரமம் என்ன வென்றால், மருத்துவமனையில் பணியாற்ற வரவழைக்கப்பட்ட வெளிநாட்டினர்தாம்! பலரும் புதியவர்கள் என்பதால் அவர்களில் சிலருக்குப் பாலஸ்தீனர்கள் இதுவரை செய்து வந்ததைப் பாராட்ட மனமில்லை. இந்த மனோபாவம் சிறிய அளவுக்கு உரசலை உருவாக்கியது. செம்பிறைச் சங்கத்திற்கு ஓர் இயக்கமென்கிற

நிலையில் மறைந்திருந்து செயல்பட வேண்டியது போதுமான சிரமங்களை ஏற்படுத்தியது. அதைவிட மோசமான நிலை என்னவென்றால், பாலஸ்தீனிய மருத்துவர்களும், நர்சுகளும் தங்களின் சொந்த மருத்துவமனையில் வெளிநாட்டினரின் கட்டளைக்குக் கீழ்ப்படிந்து (அவர்களில் பெரும்பாலோரும் தகுதியற்றவர்கள்) நடக்கவேண்டியிருந்தது.

படுகொலைகள் குறித்த செய்தி பரவியதும் பல நாள்களாக சிரியாவின் தலைநகரமான டமாஸ்கஸிலிருந்து டாக்ஸிகள் நாள்தோறும் காஸா மருத்துவமனைக்கு வந்தவண்ணமிருந்தன. சிரியாவிற்கு அனுப்பப்பட்ட பாலஸ்தீனப் போராளிகள் அவற்றை அனுப்பினார்கள். டாக்ஸி ஓட்டுநர் தன் கையில் பெயர்கள் அடங்கிய ஒரு பட்டியலுடன் மருத்துவமனைக்குள் நுழைந்ததும், செம்பிறைச் சங்கத்தின் யாரேனும் ஓர் ஊழியர் அவருடன் சென்று பட்டியலில் உள்ளவர்களைத் தேடுவார். வழக்கம்போல, நாடுகடத்தப்பட்ட போராளிகளின் உறவினர்களாக அவர்கள் இருப்பார்கள். இனியுமொரு படுகொலை அரங்கேறுவதற்கு முன்பு தங்களது குடும்பத்தினரை அழைத்துச் செல்ல விரும்பினார்கள். அங்கு ஆவலுடன் போராளிகளுக்கு, தாங்கள் நேசிக்கிற யாரும் அங்கில்லை என்கிற வேதனைச் செய்தியோடு டாக்ஸிகள் காலியாகச் செல்வதுமுண்டு!

நாடு கடத்தப்பட்ட பாலஸ்தீனப் போராளிகள் அனுபவிக்கும் வேதனையை என்னால் ஊகிக்கத்தான் முடியும். தங்களது குடும்பத்தைத் தனிமைப்படுத்திச் சென்ற வேளையில் அவர்கள் குடும்பத்தினரின் பாதுகாப்புக்கு வல்லரசுகள் அளித்த வாக்குறுதியை அவர்கள் நம்பினார்கள். பத்து வாரங்களாகத் தொடர்ந்த இஸ்ரேலிய குண்டு வீச்சுக்குப் பின்னர் அவர்கள் வெளியேற சம்மதித்தது, அப்படியாவது இஸ்ரேலியத் தாக்குதல் முடிவுக்கு வந்து, பொதுமக்கள் காப்பாற்றப் படுவார்கள் என்கிற நம்பிக்கையில்தான்! லெபனானியர்களும், அரபிகளுமான பல தலைவர்களும் விடுத்த வேண்டுகோளை ஏற்று அவ்வாறு செய்தார்கள். அதன் காரணமாகத் தற்போது சிரியாவிலும், துனீஸியா, அல்ஜீரியா, கிரீஸ் போன்ற பல நாடுகளிலும் முடங்கிக் கிடந்தார்கள். சந்தேகத்திற்கிடமின்றி தாங்கள் ஏமாற்றப்பட்டதாக அவர்கள் நினைத்தார்கள்! யாரென்ன சொன்னாலும், இங்கேயே தங்கியிருந்தால் நன்றாக இருந்திருக்குமே என்று நினைக்கவும் செய்தார்கள். அப்படி அவர்கள் தங்கியிருந்தால் இஸ்ரேல் லெபனானைத் தரைமட்ட மாக்கியிருக்கும். சென்றதால் குடும்பங்கள் படுகொலை செய்யப்பட்டன.

முகாம்களில் வாழும் மனிதர்களின் மன உறுதி முன்பு எப்போதிருந்ததையும்விட மிகவும் தாழ்ந்து போயிருந்தது. மருத்துவர் மோறிஸ் சில செய்தியாளர்களிடம் சொன்னது போல, 'படுகொலைகள் இஸ்ரேலின் கடைசி ஆயுதம்.' நண்பகல் வேளையிலும், மாலை நேரங்களிலும் நான் முகாம்களுக்கு அன்றாடம் சென்றேன்—வெறுமனே அங்குள்ள மக்களிடம் பேசவும், அவர்கள் சொல்வதைக் கேட்கவும் வேண்டி!

படுகொலைகளுக்குப் பின்னர்தான் எனக்கு லைலா ஷாஹிதுடன் பழக்கமேற்பட்டது. அவள் பாலஸ்தீன்—லெபனான் கலவை. அப்போது செம்பிறைச் சங்கத்தில் பணியாற்றிக்கொண்டிருந்தாள். படுகொலையின் போது உயிர் தப்பிய வெளிநாட்டு ஊழியர்கள் பெய்ரூத்திலிருந்து வெளியேறத் தேவையான உதவிகளைச் செய்வதாக அவள் சொன்னதால் நான் அவளைச் சந்தித்தேன். நான் வெளியேற வில்லை. சக ஊழியர்கள் சிலர் வெளியேறிய பின்னர் நாங்கள் இருவரும் ஒருவரையொருவர் புரிந்துகொண்டோம். அவள் உயர்ந்த கல்வியறிவு பெற்றிருந்தாள். பல மொழிகள் பேசினாள். உணர்ச்சிவசப் படுகிறவளாகவும், துடுக்குத்தனம் நிறைந்தவளாகவும் இருந்தாள். நான் அவளைக் கண்டேன், ஆராதித்தேன்! படுகொலைகளுக்குப் பின்னர் என்னைத் தொடர்ந்து செயல்பட வைத்ததில் அவளுக்கு முக்கிய பங்குண்டு. காரணம், செயல்பட அவள் என்னை உற்சாகப் படுத்தினாள். எனது சக்தியெல்லாம் அவளிடமிருந்து நான் பெற்றதுதான். அவள் என்னை உண்ணச் சொல்லி, நேரத்திற்கு உறங்கச் சொல்லி, நான் மிகவும் கலக்கமடைந்த வேளைகளில் எனக்கு ஆறுதலாகவும் இருந்தாள்.

படுகொலைகளிலிருந்து உயிர்பிழைத்த பாலஸ்தீனர்கள் பலரிடமும் அவள் என்னை அழைத்துச் சென்று சாட்சியங்களைப் பதிவு செய்ய உதவினாள். பாலஸ்தீனர்களின் துயரம் மிகுந்த வரலாற்றில் இதுபோன்ற பதிவுகள் இன்றியமையாததென்று நானறிவேன். லைலா தன் மக்களை அளவுகடந்து நேசித்தாள். இது என்னை வெகுவாகக் கவர்ந்தது. உயிர் பிழைத்தவர்கள் தங்களது அனுபவங்களை விவரிக்கும் போது—அது சிறுவர்களாக இருந்தாலும்—அதை மணிக்கணக்கில் செவிமடுத்துக் கொண்டிருக்கும் அவளது அணுகுமுறை மனதைத் தொட்டது. அவர்களுக்கு நேர்ந்த கொடுமை களைக் கேட்டு அவள் பலமுறை அழுதிருக்கிறாள்.

அவள் சொன்னாள்: 'உனக்குத் தெரியுமா? படுகொலைகளின் நோக்கம் வெறுமனே மக்களைக் கொல்வதல்ல! எங்களது சமூகத்தைக் கூட்டத்தோடு அழிக்கும் முயற்சி அது! நாடு கடத்தல் வாயிலாக எங்களின் குடும்ப அமைப்பு சீர்குலைந்தது. எங்கள் மக்களின் வாழ்வாதாரங்களான தொழிற்சாலைககள், பணித்தளங்கள், பயிற்சி மையங்கள், வியாபார நிறுவனங்கள் போன்ற கட்டுமானங்கள் எல்லாமே போரினால் சீரழிந்தன. மற்றவர்களைப் போல பாலஸ்தீனர் களும் வாழவேண்டும் என்பதற்காக நீண்டகால கடின உழைப்பில் உருவானவை அவை! அவற்றின் அழிவோடு எங்களில் பலரும் அகதிகளைப் போல, வெளிநாட்டு உதவியைச் சார்ந்து வாழவேண்டிய நிலைக்குத் தள்ளப்பட்டோம். உயிர் பிழைத்தவர்கள் வாழ்வதற்கு என்ன செய்வார்கள்?'

பாலஸ்தீனர்களைக் குறித்து எனக்கிருந்த அறிவு கொஞ்சம்தான்! பாலஸ்தீனர்கள் லெபனானில் மட்டுமின்றி இஸ்ரேலிய ஆக்கிரமிப்புப் பூமியிலும் எந்த அளவுக்குத் துயரங்களை அனுபவிக் கிறார்கள் என்பதை லைலா பொறுமையோடு என்னிடம் விளக்கினாள்.

லைலா, ஹத்லா, அஸீஸா, உம் வாலித் போன்ற செம்பிறைச் சங்கத்தின் அதிகாரிகள் என் மனதில் தாக்கத்தை ஏற்படுத்திய மிகச் சிறந்த பெண்கள். அவர்கள் திறமைசாலிகளும், தங்களை அர்ப்பணித்துக் கொண்டவர்களும் மட்டுமல்ல, அபாரமான மனிதத் தன்மை மிக்கவர்களாகவும் இருந்தனர். அவர்களின் கவனிப்பைத் தேடிவரும் மனிதர்களுக்குப் பொறுமை மிக்கவர்களாக, அணுகக் கூடியவர்களாக எப்போதும் விளங்கினர். அவர்கள் பணியாற்றுவதைக் காண்பது வேடிக்கையாக இருக்கும். அவர்கள் தங்களது அலுவலகத்தில் இருப்பார்கள். கதவு திறந்தே இருக்கும். மனிதர்கள் உள்ளே நுழைந்து அவர்களுக்குச் சுற்றிலும் அமர்வார்கள். ஒவ்வொருவரும் தங்களது பிரச்சினைகள் தீர்க்கப்படும்வரை பேசிக்கொண்டிருப்பார்கள். ஒருவர் மாற்றி ஒருவருடன் எந்தவித மோதலுமின்றி சமாளிக்கும் அவர்களின் திறமை கண்டு வியந்தேன். சில பிரச்சினைகள் நடுக்கத்தை ஏற்படுத்தும்!

மருத்துவமனை திறக்கப்பட்ட அன்று மாலை நானும், எனது தோழி லைலாவும் ஷத்திலா முகாமின் சிறிய கடையொன்றில் மொனாவின் பாட்டியை சந்தித்தோம். மொனா பதினோரு வயதான சிறுவன். எங்களைக் கொலையாளிகள் காஸா மருத்துவமனை

யிலிருந்து கூட்டிச் சென்றதற்கு சற்று முன்பாக நாங்கள் சிகிச்சையளித்த, படுகொலைகளின் கடைசி இரை அவன். செத்துப் போனதாகக் கருதி, சடலங்களின் குவியலுக்கடியில் தூக்கியெறியப்பட்ட அதே சிறுவன்! அவனது குடும்பத்தைச் சேர்ந்த இருபத்தியேழு பேர்கள் கொல்லப் பட்டிருந்தார்கள். அவனது காயங்கள் மெதுவாகவே ஆறி வந்தன. ஆனால் அவனது பாட்டியின் மனக் காயங்கள் ஆறவேயில்லை.

எழுபது வயதான அந்த மூதாட்டி தனது பிள்ளைகளையும், பேரப்பிள்ளைகளையும் காண்பதற்காகத் தெற்கு லெபனானிலிருந்து ஷத்திலா முகாம் வரை இருபது கிலோமீட்டர் நடந்தே வந்தாள். அங்கு வந்து சேர்ந்த பின்னர்தான் அவள் வயதான தன் கணவரையும், சிறுவன் மொனாவையும் தவிர்த்து மற்ற அனைவரும் கொல்லப் பட்டதை அறிந்தாள்.

அவரது மூத்த மகன் அபு சுஹைர் பழைய 'தெல் அல்-சாத்தர்' போராளி! பாலஸ்தீன அகதி முகாமாக இருந்த அது 1976இல் தாக்கப்பட்டு ஆறுமாத காலம் முற்றுகையிடப்பட்டது. பிறகு, முகாமில் உள்ள மக்களை வெளியேற்றும் நிபந்தனையுடன் சண்டை நிறுத்தம் ஏற்பட்டது. ஆனால், அவர்களை வெளியேற்றும் வேளையில் மூவாயிரம் பாலஸ்தீனர்கள் கொல்லப்பட்டனர். அந்தப் படுகொலை குறித்து குறைந்த அளவில்தான் உலகம் அறிந்தது. புல் டோஸர்கள் வந்து முகாமையும், மனிதர்களையும் நசுக்கி தரை மட்டமாக்கின. சடலங்கள் மீது வெள்ளைச் சுண்ணாம்பைத் தெளித்தார்கள். சதைகள் கரைந்து போயின. தெல் அல்-சாத்தர் முகாமானது பூமியிலிருந்தே மறைந்து போனது.

அந்தப் படுகொலையிலிருந்து தப்பித்த அபு சுஹைர் - அவளது மூத்த மகன், நடைபயணமாகவே மலைகளைத் தாண்டி ஷத்திலா முகாமுக்கு வந்தான். புண்ணிய ஹஜ் செய்திருந்த மொனாவின் பாட்டி நீண்ட வெள்ளைத் துணியால் தன் தலையை மறைத்திருந்தாள். கண்களில் நீர்வழிய அவள் பேசிக்கொண்டிருக்க, நானும் லைலாவும் அதை கவனமாகச் செவிமடுத்தோம்:

> ஏன் மரணித்தாய் அபு சுஹைர்? காடு மலைகளைத் தாண்டி, கையில் ஒரு 'கலாஸ்னிகோவ்' துப்பாக்கியுடன் என்னைத் தேடி நீ ஷத்திலா முகாமுக்கு வந்தது, ஓர் ஆட்டைப் போல கசாப்பு செய்யப்படுவதற்காகவா? சொல்வதற்கு என்ன மிச்சமிருக்கிறது?
>
> எங்களது பறவைகள் இங்கேயே இருக்கின்றன. இலவங்கப் பூக்கள் மணம் பரப்புகின்றன. மைனாக்கள் வழக்கம்போலப்

பாடுகின்றன. இருந்தும், அபு சுஹைரை மட்டும் எங்கேயும் காணவில்லை.

பெய்ரூத் நகரமே, எனக்குள்ளதை நீ பறித்துக்கொண்டாய்! என் வாழ்வின் கடைசி ஒளியையும் நீ அணைத்துவிட்டாய்! உனது தெருவில் எனது இதயம் செத்துக் கிடக்கிறது.

அபு சுஹைர்—செழித்து வளர்ந்த இளம் மரம், உனது மண்ணிலிருந்து கொடூரமாக அவன் வேரோடு பிடித்தெறியப்பட்டான்! அவனைக் கொன்றவனின் இரத்தமும் உன்னோடு கலக்கட்டும்! அவனது தாயும் இதே வேதனையை அனுபவிக்கட்டும்.

உனது கல்லறையை யார் தோண்டினார்கள் அபு சுஹைர்? இந்தப் பேரழிவை எங்களுக்கு வழங்கியது யார்? உன் நினைவுகளைப் பற்றி நான் என்ன சொல்ல?

உணர்ச்சியற்ற இந்த உலகை மனம் நிறைய சபிக்கிறேன். என் மனதிலுள்ள வேதனையைச் சுமக்க நூறு கப்பல்களோ, இருநூறு ஆண் குதிரைகளோ போதாது.

நான் என்ன சொல்ல? நீதான் சொன்னாய்: 'தாயே, எங்களது கல்லறைகளுக்குச் சென்று அங்கு புதையுண்டவர்களுக்காக பிரார்த்தனை செய்!'

நான் கல்லறைக்குச் சென்றேன். பாசத்தோடு அதன் கற்களை அணைத்துக்கொண்டேன். நீ சுவாசிக்க வசதியாக விரிவாகும்படி அதனிடம் கெஞ்சினேன்.

அதனிடம் சொன்னேன்: 'உனக்குள்ளே இருக்கும் எனது பிரியமானவர்களின் உடல்களை நீ மென்மையாக அணைத்துக் கொள்வாயாக! அவர்களை நன்றாகக் கவனித்துக்கொள்வாயாக! மிகுந்த நம்பிக்கையுடன் அவர்களை நான் உன்னிடம் ஒப்படைத்துள்ளேன்.

நான் உனது இளமையை எண்ணி—வாழ்வின் சந்தோஷத்தை ஒருபோதும் அறியாத இளம் பெண்களை எண்ணி — கதறுகிறேன். மிகுந்த நம்பிக்கையோடும், ஆர்வத்தோடும் வாழ்க்கையைத் தேடிச் சென்ற அவர்கள், அதன் வெறியில் மிதிபட்டும், கிழித்தெறியப் பட்டும் மடிந்துபோனார்கள்.

ஓ, இறைவா! இனியும் தாங்க இயலாது! அவன் ஆண்களில் அழகானவன் —இளைஞர்களில் வலுவானவன். அவன் பிறருக்கு சுகமான பாதை அமைத்துக்கொடுத்தான்.

உனது இளம் உடலானது மண்ணுடன் விரைவாகக் கலந்து போனது. உனது கண்களில் மணல் மூடிக்கொண்டது.

இதற்கு மேல் எனது நாட்டிற்கு வேறென்ன நான் வழங்க? என் இதயம் முழுவதும் வேதனையும், வாழ்க்கைமீதான பகையும்தான்!

எனது பிரியமானவர்கள் இறந்தபோது அருகிலிருந்த உங்கள்மீது எப்படி நான் பொறாமை கொள்வேன்? அவர்கள் தாகத்தோடு இறந்தார்களா? அல்லது, அவர்களுக்குத் தண்ணீர் வழங்குமளவுக்கு நீங்கள் கருணை மிகுந்தவரா?

என்னைக் கடந்து செல்லும் ஒவ்வொரு பறவையிடமும் நான் கெஞ்சினேன்: எனது வேதனையையும், நேசத்தையும் உங்களிடத்தில் கொண்டுசெல்லும்படி! பிறகு, பிரியமானவர்களைப் பற்றிய செய்தியுடன் திரும்பி வரும்படி!

என் மகனே, உனது உடல் தோட்டாக்களால் சல்லடையானது. உன்னை என்னிடம் அனுப்பி வைத்தது யார், துர்விதியின் காகங்களா? ஓ, இறைவா! ஒருசேர எல்லா அழிவுகளையும் ஏன் என்மீது திணித்தாய்? கொஞ்சமாவது மாற்றி வைத்திருக்கக் கூடாதா? இறைவா, குறைந்தது ஓர் ஆண்டாவது காத்திருந்து அதை நடத்தியிருக்கலாம்!

சவ மஞ்சத்தைச் சுமப்பவர்களே! உங்களிடம் கெஞ்சுகிறேன், மெதுவாகச் செல்லுங்கள்! அவசரப்படாதீர்கள், பிரியமானவர்களை மீண்டும் ஒருமுறை பார்க்க வாய்ப்பளியுங்கள்!

நான் கல்லறைகளுக்குச் சென்று அடையாளம் தெரியாமல் அலைந்தேன். அபுசுஹைரை அழைத்தேன். அதன் பிறகு, அவனது சகோதரி உம் வாலிதை அழைத்தேன். எனது அழைப்புக்குப் பதிலில்லை. அவர்கள் யாரும் அங்கில்லை. அவர்கள் அவனது அபு சுஹைறின் மனைவி மற்றும் பிள்ளைகளை பின்தொடர்ந்து சென்றிருந்தார்கள். நான் நேசித்த அனைவரும் ஒரே இரவில் நிலா வெளிச்சத்தில் மறைந்தார்கள்.

என் குழந்தாய், இனி நீ எனக்குப் பக்கத்தில் இருக்கப்போவ தில்லை. மலைகளுக்கான இடைவெளி நமக்கிடையில் உள்ளது!

அபுசுஹைறின் மருமகப் பிள்ளை நபில் தன் தாயிடம் கேட்டான்: ‘அம்மா, யாரிடம் என்னை விட்டுச் சென்றாய்?’

தாய் சஹ்ரா பதில் சொன்னாள்: ‘நான் உன்னைத் தாய் மாமன்களின் பாதுகாப்பில் விட்டுச் சென்றேன். அவர்கள்

என்னைப் பற்றி உன்னிடம் சொல்வார்கள். எனது கல்லறைக்கு உன்னை அழைத்துச் செல்வார்கள். அப்போது என் கண்களால் நான் உன்னைப் பார்ப்பேன். எனது இதயம் உன்னிடத்தில் வந்து சேரும்.'

ஆனால், அந்த அபுசுஹைறும் சென்றுவிட்டான். சஹ்ராவின் விருப்பத்தை அவனால் நிறைவேற்ற முடியவில்லை.

அபு சுஹைறின் மகன் தன் தந்தையிடம் கேட்டான்: 'யாரை நம்பி என்னை ஒப்படைத்தீர்கள்?'

'உன்னைக் காக்க உன் தாத்தா வருவார். அவரது வாழ்வின் தொடர்ச்சியன்றோ நீ!'

ஆனாலும் வாழ்க்கையே, நீ எங்களுக்காக எந்த வாழ்க்கையை மீதம் வைத்தாய்? இறந்துபோன எல்லா இளைஞர்களையும், இளம் பெண்களையும் நினைத்து எங்களது இதயங்கள் மரணித்தன, எங்களது கண்ணீர் வற்றிப்போனது!

நான் எந்தப் பக்கம் திரும்ப? எனது குழந்தைகள் எங்கே?

என் குழந்தாய், இறைவன் உனக்குப் புண்ணிய பாதையைக் காண்பிக்கட்டும்! எனது அன்பும் அக்கறையும் வழியெங்கும் உனக்குத் துணையாகட்டும்!

சர்வ சக்தியும் உள்ள இறைவா, எனக்குப் பொறுமையைத் தா! இளைஞர்களே, தயவுசெய்து விலகி நில்லுங்கள்! நீங்கள் என் காயங்களைப் புதுப்பிக்கிறீர்கள். நான் தளர்ந்த நிலையில் இருக்கிறேன். வேறென்ன சொல்ல?'

யூசுப் ஹசன் முஹம்மதின் மனைவியான அந்த மூதாட்டியின் விளக்கத்தைக் கேட்டு எனது பாலஸ்தீன தோழி லைலா கண்ணீர்க் கடலில் மூழ்கினாள். அந்த மூதாட்டி அரபியில் சொன்னதை அவள் என்னிடம் மொழிபெயர்த்துச் சொன்னாள் (இதன் ஆங்கில மொழி பெயர்ப்பை ஒலிநாடாவில் பதிவுசெய்து இன்றும் இலண்டனில் வைத்துள்ளேன்). பல மேற்கத்திய நாட்டவரும் மத்திய கிழக்கில் வாழ்க்கை அத்தனை உயரியதல்ல என்றும், மேற்கத்திய நாடுகளின் வாழ்க்கை மற்றும் மரணத்தின் தரத்தோடு பாலஸ்தீனர்களை ஒப்பிடக்கூடாது என்றும் நினைத்தார்கள். அப்படிச் சொன்னவர்கள் யாராக இருந்தாலும் அவர்களை நான் வெறுக்கிறேன். காரணம் அவர்கள் மூடர்கள், இனவெறியர்கள்! பாலஸ்தீனர்களை வலியில்லாத

மிருகங்கள் என்று சொல்வது அரக்கத்தனம்! தனது பிள்ளைகளையும், பேரக் குழந்தைகளையும் நினைத்து அந்த மூதாட்டியின் மனக் குமுறலைப் படிக்கும் ஒவ்வொரு முறையும் நான் அழுகிறேன். ஆனாலும் அவளது வேதனையின் சிறிய பங்கையாவது நான் உணர்ந்தேன் என்று சொல்ல இயலாது.

அன்று இரவு, ஷத்திலா முகாமை விட்டு வெளியே வந்த நான் மிகவும் மனம் குன்றியிருந்தேன். லைலா மறுநாள் இலண்டன் செல்வதாக இருந்தாள். மனம் சோர்ந்த நிலையிலும் உலகத்தின் மனசாட்சியைத் தட்டியெழுப்ப ஒரு திறந்தமடலை எழுதத் தொடங்கினேன். பிரிட்டன் செய்தித்தாள்கள் ஒருவேளை இதை வெளியிடாமல் போகலாம். இருந்தாலும் அப்படியொரு கடிதத்தை எழுதிய திருப்தியாவது மிச்சமிருக்கும். இதைத் தவிர முகாம்களில் உள்ள மக்களுக்காக வேறென்ன நான் செய்ய முடியும்?

திறந்த மடல் (1982 அக்டோபர் 1)

எனது பெயர் மருத்துவர் ஸ்வீ சாய் ஆங்க் (திருமதி கூ). ஆர்த்தோ பீடிக் சர்ஜனாக பணியாற்றும் பெண். பிரிட்டிஷ் மெடிக்கல் அசோசியேஷன் உறுப்பினர். இலண்டன் ராயல் காலேஜ் ஆஃப் சர்ஜனில் சிறப்பு உறுப்பினர். நிரந்தரமாக பிரிட்டனில் தங்கியிருக்கிறேன். ஆர்த்தோபீடிக் சர்ஜன்கள் வேண்டுமென்று பெய்ரூத் விடுத்த வேண்டுகோளின்படி 1982 ஆகஸ்ட் 15ஆம் நாள் இலண்டனை விட்டுச் சென்றேன்.

நான் இந்தக் கடிதத்தை மேற்குப் பெய்ரூத்தில் உள்ள காஸா மருத்துவமனையிலிருந்து எழுதுகிறேன். சப்ரா-ஷத்திலா முகாம் களுக்கான மருத்துவமனை இது. 1982 செப்டம்பர் 15-18 கால அளவில், பெய்ரூத் முகாம்களில் ஆயிரக்கணக்கான லெபனான் மற்றும் பாலஸ்தீன மக்கள் கொன்று குவிக்கப்பட்ட வேளையில் இங்கு பணியாற்றிக்கொண்டிருந்த வெளிநாட்டு மருத்துவக் குழுவில் நானும் ஒருத்தி. படுகொலைகளின் இரைகளுக்கு நானும் சிகிச்சையளித்தேன். வெடிகுண்டுகளின் வீச்சுக்கும், வீடுகள் தகர்க்கப்பட்டதற்கும் நான் சாட்சியானேன். அந்த வீடுகள் எல்லாமே ஆயிரக்கணக்கான லெபனானிய, பாலஸ்தீனிய மக்களுக்குச் சொந்தமானவை!

இறந்து போனவர்கள் இறந்து போனார்கள்; நம்மால் அவர்களைத் திரும்பவும் உயிர்ப்பிக்க முடியாது. ஆனால், அந்தப் படுகொலை களிலிருந்து உயிர்பிழைத்த — பெரும்பாலோர் பெண்களும்,

குழந்தைகளும்தான்—மக்களின் சார்பாக நான் இந்த வேண்டுகோளை விடுக்கிறேன். அவர்களது வீடுகள் பலவும் குண்டுவீச்சிலோ, ஏவுகணைத் தாக்குதலிலோ தரைமட்டமாயின. பலவும் கொள்ளையடிக்கப்பட்டன. மின்சாரமும், குடிநீரும் அவர்களுக்கு மறுக்கப்பட்டன. அப்படியிருந்தும், வேறெங்கும் செல்ல வழியில்லாததால் அவர்கள் மீண்டும் அந்த இடிபாடுகளின் குவியலுக்கிடையில் வாழ்வதற்காகத் திரும்ப வந்துள்ளனர்.

லெபனானில் குளிர்காலம் வருகிறது. ஆயிரக்கணக்கான மக்களுக்கு அவர்களது தலைக்கு மேலே மேற்கூரையில்லை. அடுத்தது வாழ்வாதாரப் பிரச்சினை! பதினைந்து முதல் அறுபது வயதுக்குள்ளான எல்லா ஆண்களும் கொல்லப்படவோ, கைது செய்யப்படவோ, வெளியேற்றப்படவோ செய்தார்கள். குடும்பத்திற்காக சம்பாதிக்க யாருமில்லை. சின்னஞ்சிறு குழந்தைகளுக்கு உணவூட்ட, தெருக்களில் பிச்சையெடுக்கும் பெண்களை நான் நிறையவே கண்டேன். அவர்களது கலாச்சாரத்தில் பெண்கள் பிச்சையெடுப்பது இழிவான செயல். குறிப்பாக, இறந்துபோன அவர்களது கணவன்மார்களின் உடல்கள் இப்போதும் இடிபாடுகளுக்கு இடையில் அழுகிக் கிடக்கும் நிலையில் இது மானக்கேடானது!

பெய்ரூத்தில் அமைதி திரும்பியதும் இரவு விடுதிகள், திரைப்பட அரங்குகள், விபச்சாரச் சாலைகள், உல்லாசப் பூங்காக்கள் என எல்லாம் மீண்டும் திறக்கப்பட்டன. பெரிய பொருளாதார நிறுவனங்களும் வங்கிகளும் செயல்படத் தொடங்கின. இருந்தும், இரண்டரை லட்சத்திற்கும் அதிகமான மக்கள் பெருந்துயரிலும், பாதுகாப்பின்றியும் வாழ்கிறார்கள். அவர்களுக்கு எந்தவித உரிமையும் இல்லை. வேலை செய்வதற்கான அனுமதியும் இல்லை. மேலும், இடிந்த வீடுகளிலும், இடிபாடுகளிலும் வாழ்வது சட்ட விரோதமென்று அறிவித்த அரசாங்கம் அவர்கள் எங்கே செல்வர் என்பது குறித்துகூட யோசிக்காமல் மிகவும் குறுகிய காலக் கெடுவில் அங்கிருந்து வெளியேறும்படி உத்தரவிட்டுள்ளது.

ஒரு மூன்றாம் உலக நாட்டைச் சேர்ந்த நான் வறுமையையும், வேதனையையும் அளவுக்கதிகமாகவே பார்த்திருக்கிறேன். ஆனால் இங்குள்ள படுமோசமான நிலைமையை நான் ஒருபோதும் பார்த்ததில்லை.

உங்களால் முடிந்த உதவியும், ஆதரவும் அவர்களுக்குத் தேவைப்

படுகின்றன. அவர்களில் பலரும் பட்டினி கிடக்கவோ செத்து மடியவோ உணர்ச்சிப்பூர்வமாகத் தங்களைத் தயார்படுத்திக் கொண்டுள்ளனர். எனினும் தங்களையும் மனிதர்களாக —உங்களைப் போன்ற மனிதர்களாக—அங்கீகரிக்க வேண்டுமென்று உங்களிடம் யாசிக்கிறார்கள். மனிதனுக்கான கௌரவத்துடன் தாங்களும் நடத்தப்பட வேண்டுமென்று விரும்புகிறார்கள்.

அந்த மக்களுக்கு உங்களது இதயத்தில் இடமிருந்தால் அவர்களைத் தொடர்புகொள்ளுங்கள், என் வழியாக—காஸா மருத்துவமனை வழியாக!

நன்றி.

மருத்துவர் ஸ்வீ சாய் அங்க் எம்பிபிஎஸ், எம்எஸ்சி, எஃப்ஆர்சிஎஸ்
ஆர்த்தோபீடிக் சர்ஜன்,
காஸா மருத்துவமனை, சப்ரா-ஷத்திலா முகாம்,
பெய்ரூத் (மேற்கு)

பிரான்சிஸின் தீவிர முயற்சி காரணமாக இது இலண்டனிலிருந்து வெளியாகும் நியூ ஸ்டேட்ஸ்மேன் என்கிற பத்திரிகையில் வந்தும்கூட எந்தவிதமான பயனும் கிடைக்கவில்லை. மற்ற பிரிட்டிஷ் பத்திரிகைகள் இதுபோன்ற 'முக்கியத்துவமற்ற செய்தியை' வெளியிட அக்கறை காட்டவில்லை. எனது பெயரிலுள்ள அந்நியத்தனமோ, முகாம்களில் உயிர் பிழைத்திருக்கும் மக்களின் துயரங்களோ எதுவும் படுகொலைகள் நடந்து வெறும் இரண்டு வாரங்களே ஆகியிருந்த நிலையிலும்கூட 'முக்கியத்துவமற்ற செய்தியாக' அவர்களுக்குப் பட்டது. பெய்ரூத்தில் நாங்கள் சிரமப்பட்டோம்.

படுகொலைகளும், அதன் பின்விளைவுகளும் என்னை நோயாளி யாக்கியதாக உணர்ந்தேன். உடலின் வெப்பநிலை உயர்ந்தது. குறைவாகவே தூங்கினேன். கொஞ்சம் கொஞ்சமாகத் தன்னிலை யடைந்து காரியங்களைச் செய்தேன். புதிய கொடுமைகளைக் கண்டறியும் போது ஏற்படுகிற மன உளைச்சல் காரணமாகப் பலமுறை நிலை தடுமாறினேன்.

காஸா மருத்துவமனை ஒவ்வொரு தளமாகச் செயல்படத் தொடங்கியது. ஆனால் அது வெறுமொரு மருத்துவமனையல்ல! புகலிடம் இல்லாத சில குடும்பங்கள் அதன் மேல் தளங்களில்

குடியேறியிருந்தனர். அனுமதிக்கப்பட்ட நோயாளிகளில் பலரும் மருத்துவமனையில் தங்கியிருந்து சிகிச்சை பெற வேண்டியவர்கள் அல்ல! வீடோ, உறவினர்களோ இல்லாத பலரும் மருத்துவமனையின் படுக்கைகளில் இருந்தனர். பண்டைய காலங்களில் மருத்துவமனைகள் சத்திரமாக விளங்கியதாம்! மீண்டும் திறக்கப்பட்ட காஸா மருத்துவமனை இரண்டு வகையிலும் செயல்பட்டது. ஆயினும் அதன் தற்போதைய நிர்வாகியாக இருக்கும் ஒரு பிரிட்டிஷ்காரருக்கு இதெல்லாம் பிடிக்கவில்லை. ஒருநாள், சக ஊழியர் ஒருவர் என்னிடம் வந்து பரிகாசத்துடன் சொன்னார்: 'நீங்கள் உடனே சென்று, இங்குள்ள சில பிச்சைக்காரர்களை வெளியேற்றுவீர்களா? இது ஒரு மருத்துவமனைதானே தவிர, பிச்சைக்காரர்களுக்கு உதவ நாம் தர்ம ஸ்தாபனம் நடத்தவில்லை!'

அதைக் கேட்டதும் எனக்குப் பற்றிக்கொண்டு வந்தது. இந்த மனிதன் எல்லாப் பாலஸ்தீனர்களையும் பிச்சைக்காரர்கள் என்று அவர்களுக்குச் சொந்தமான மருத்துவமனையில் இருந்துகொண்டே சொல்லத் துணிகிறான்!

நான் சொன்னேன்: 'ஏன் நீங்களே அதைச் செய்யக்கூடாது? உங்களை இங்கே நியமித்து, கௌரவமான பொறுப்பையும் தந்திருக் கிறார்கள் இல்லையா? நீங்களே அதைச் செய்யுங்கள்! என்னைப் பொறுத்தவரை அவர்கள் இங்கே தங்குவதற்கான காரணங்கள் இருக்கின்றன. முனைவர் அர்னோட்டியை எடுத்துக்கொள்ளுங்கள், அவருக்கு எழுபத்திரண்டு வயதாகிறது! எனக்குத் தெரியும், பிரிட்டனில் நீங்கள் மூச்சுவிட சிரமப்படுகிற மனிதனை வெளி நோயாளியாகக் கருதி சிகிச்சையளித்து அனுப்புவீர்கள் என்று! பிரிட்டனில் சொந்தமாக வீடுள்ள நோயாளிகளுக்கு அது பொருந்தும். ஆனால், அர்னோட்டியின் வீடும் குடும்பமும் ஜெருசலேமில் உள்ளன. நல்லது, சிகிச்சைக்காக அவரை ஜெருசலேம் அனுப்ப முடியுமானால் அதைச் செய்யுங்கள் முதலில்! அதற்கு உங்களால் முடியும்வரை, அவரை வெளியேற்றும்படி என்னிடம் சொல்லத் துணியாதீர்கள். நீங்கள் ஒன்றுமறியாத, தரம் கெட்ட...'

எனது நாவின் கடுமையைக் கண்டு எனது சக ஊழியர் திகைத்துப் போனார். அந்தச் செய்தி வெளிநாட்டினரிடம் பரவியது. நானொரு திமிர் பிடித்தவளென்று விமர்சிக்கப்பட்டேன். உண்மைதான். பாலஸ்தீனர்கள் வேண்டுமானால் கதியற்று பிறர் திட்டுவதைக் கேட்டுக்கொண்டிருக்கலாம். ஆனால் நான் அப்படியிருக்கக் காரணம் ஏதுமில்லை. பிரிட்டிஷ் ஆண்களைப் போலவே யாரேனும் சீண்டினால்

கெட்ட வார்த்தைகளைப் பயன்படுத்துகிறவள்தான் நானுமென்பதை அந்த வெளிநாட்டு நிர்வாகி அறிந்துகொண்டார். அன்றிலிருந்து யாரும் என் விஷயத்தில் தலையிடுவதில்லை.

முகாமுக்குள் அமைதியில்லை. படுகொலைகளின் நினைவுகள் இன்னமும் பசுமையாக மக்கள் மனதில் தங்கியிருந்தன. இராணுவம் தொடர்ச்சியாகத் தொல்லைகள் தந்துகொண்டிருந்தது. வீடுகளைச் சோதனையிட்டார்கள். மரச் சாமான்களை நொறுக்கினார்கள். எந்த விதக் காரணமுமின்றி மக்களை இராணுவ விசாரணை மையத்திற்குக் கொண்டு போனார்கள். மக்கள் பரிதவித்தார்கள். இரவு நேரங்களில் குறுகிய வீதிகளில் கவச வண்டிகள் இரைச்சலோடு பாய்ந்து சென்றன.

ஒருநாள் மாலை, பாய்ந்து வந்த ஒரு கவச வண்டி சட்டெனப் பாதியளவு நொறுங்கியிருந்த ஒரு வீட்டின் முன்னால் நின்றது. எந்தவித முன்னறிவிப்புமின்றி ஓர் ஏவுகணையை அந்த வீட்டிற்கு நேரே தொடுத்துவிட்டார்கள். கணநேரத்தில் அந்த வீடு தரைமட்டமானது. அதைப் பார்த்தவாறே நான் மேலும் நடந்தேன். ஷத்திலாவின் ஓர் எல்லையில் அதன் பிரதான சாலை வழியாக வெள்ளம் வழிந்தோடியது. புல்டோஸர்கள் வெறிபிடித்த நிலையில் நாள் முழுவதும் வீடுகளை இடித்துத் தள்ளின. குடிநீர், கழிவுநீர்க் குழாய்கள் பிய்த்தெறியப்பட்டன. இரண்டும் ஒன்றாகக் கலந்து சாலையில் அசுத்தங்கள் மிதந்தன. அந்த இடம் சேறாகிக் கிடந்தது.

குறுகிய சந்துகள் வழியாகத் திரும்பி, விளையாட்டுத் திடலை நோக்கி நடந்தேன். இதற்கு முன்பு அங்கு செல்ல எனக்குத் தைரியம் இருக்கவில்லை. சூரியன் மறைகிற நேரத்தில் அந்த இடம் திகிலாகத் தோன்றியது. இங்கு மனிதர்கள் கொல்லப்பட்டார்கள், யாருமறியாமல் புதைக்கப்பட்டார்கள். காலியாகக் கிடந்த அந்தத் திடலெங்கும் அவர்களின் முனகல் சப்தம் எதிரொலிப்பதாக எனக்குத் தோன்றியது. முற்றுகையின்போது, இஸ்ரேலியப் போர்விமானங்கள் இந்தத் திடலைத் தொடர்ச்சியாக குண்டுகள் வீசித் தாக்கி தவிடுபொடி ஆக்கினார்கள். படுகொலைகள் நடந்தபோது இந்த இடம் இஸ்ரேலியர்களின் கைவசமிருந்தது. ஆண்கள், பெண்கள், குழந்தைகள் எனப் பலரையும் இராணுவ வண்டிகளில் நிறைத்து இந்த விளையாட்டுத் திடலுக்குக் கொண்டுபோனதாக முகாமில் இருந்தவர்கள் சொன்னார்கள். அவர்களில் பலரும் பிறகு 'காணாமல்' போனார்கள்.

முன்பு நான் சிகிச்சையளித்த ஒரு சிறுவனின் உடல் செப்டம்பர் 18ஆம் நாள் படுகொலைகள் நடந்த அதே நாளன்று இதே விளையாட்டுத் திடலில் கண்டெடுக்கப்பட்டது. தங்களுக்கு மத்தியில் எறியப்பட்ட கைக் குண்டு வெடித்து மற்ற குழந்தைகளோடு அவனும் சிதறினான். திடலெங்கும் ஆடைகள்—குறிப்பாகப் பெண்களின் ஆடைகள்—சிதறிக் கிடந்தன. அன்று உயிர் பிழைத்தவர்கள் கோபத்தோடு சொன்னார்கள்: 'சுட்டுக் கொல்லப்படுவதற்கு முன் பெண்கள் பலரும் நிர்வாணமாக்கப்பட்டு, போராளிகளால் கற்பழிக்கப்பட்டார்கள். இஸ்ரேலிய இராணுவம் அதையெல்லாம் வேடிக்கை பார்த்துக்கொண்டிருந்ததே தவிர, தடுக்க முயலவில்லை. அந்தப் போராளிகளை விளையாட்டுத் திடலுக்குக் கொண்டு வந்ததும் இஸ்ரேலியர்கள்தான்!'

படுகொலைகளில் உயிர் பிழைத்த ஒரு லெபனானியக் கிறித்தவர் சேதமடைந்து கிடந்த தன் வீட்டிற்குள் என்னை அழைத்துச் சென்று கொடுத்த சாட்சி மொழியை நான் பதிவு செய்தேன். அவர் விளையாட்டுத் திடலுக்குப் பக்கத்தில் வசித்து வந்தார். சம்பவம் நடந்த அன்று, தான் ஒளிந்திருந்த இடத்திலிருந்து நடந்ததையெல்லாம் அவர் கண்டார். சக ஜீவிகளிடம் மனிதர்கள் இப்படியெல்லாம் கொடூரமாக நடந்துகொண்டதை நினைத்து அவர் கொதிப்படைந்தார். இறுதியில் ஒலிப்பதிவு கருவியை நோக்கி அவர் இப்படிக் கத்தினார்: 'இனியும் இதை அனுமதிக்க முடியாது! அந்தக் கயவர்கள் எழுபது வயதான ஒரு மூதாட்டியைக்கூட கொடூரமாகக் கற்பழித்துக் கொன்றதை என் கண்களால் நான் பார்த்தேன்.' கோபத்தில் அவரது உடல் நடுங்கியது. அவரது மனைவி அருகில் வந்து அவரைச் சமாதானப்படுத்தினாள். சிதைந்து கிடந்த அந்த வீட்டில் அவர்களை விட்டுவிட்டு, நான் அவசரமாக மருத்துவமனை நோக்கி நடந்தேன். அங்கு எனது தேவை இருக்கலாம்!

காஸா மருத்துவமனையின் அவசரப் பிரிவுக்குத் திரும்ப வந்தபோது அங்கே ஓர் இளைஞன் ஆவலுடன் எனக்காகக் காத்திருந்தான். அவன் தன் மனைவியையும் கூட அழைத்து வந்திருந்தான். அவளது மனநிலை பாதிக்கப்பட்டிருப்பதாகச் சொன்னான். அவன் சொன்னது சரிதான். படுகொலைகள் நடந்த பின்னர் கடந்த ஒரு மாத காலமாக அவள் சரிவரத் தூங்கவில்லை. மிகவும் குறைவாகவே உணவருந்தினாள்.

அதிகமான நேரங்களில் அழுதுகொண்டிருந்தாள். இரவுகளில் தூக்கத்தில் பயந்து அலறினாள். அவளை ஓர் உளநோய் மருத்துவரிடம் காண்பிக்க வேண்டும். ஆனால் தற்போது அப்படி யாரும் அங்கில்லை. பெரிய ஊசி நிறைய மருந்தை நிறைத்து அவளது கை நரம்பில் செலுத்தினேன். அவளது கணவரின் பக்கம் திரும்பி சொன்னேன்: 'இந்த மருந்து அவளை நிச்சயமாக இரண்டு மணி நேரம் தூங்க வைக்கும். தூக்கம் கலைந்து எழும்போது அவள் சற்று தேறியிருப்பாள். மனநோய்க்கான மாத்திரைகளைத் தருகிறேன். அவள் தனக்கேற்பட்ட அதிர்ச்சியிலிருந்து மீளும்வரை இந்த மாத்திரைகளைச் சாப்பிட நீங்கள் அவளை ஊக்கவிக்க வேண்டும். அவளுக்குப் பைத்தியம் ஏதுமில்லை! கொடுமைகளை நேரில் கண்ட யாரும் இப்படித்தான் நடந்துகொள்வார்கள்.' அந்த இளைஞன் அவளைத் தூக்கியவாறு முகாமை நோக்கி நடந்தான். இதுபோன்று பல நோயாளிகள்.

அன்று இரவு, வானொலியில் செய்தி சொன்னார்கள்: ஐம்பதாயிரம் பாலஸ்தீனர்களைத் தங்களது நாட்டில் வைத்துக்கொள்ள லெபனான் தயாரானது. பெக்கா பள்ளத்தாக்குக்கு அவர்கள் அனுப்பப்படுவர். ஆனால், லெபனானில் தற்போது இருப்பதோ ஐந்து லட்சம் பாலஸ்தீனர்கள். அப்படியென்றால் மீதமுள்ள பாலஸ்தீனர்கள் எங்கே போவார்கள்?

எனது சிந்தனையை ஓர் இடியோசை கலைத்தது. லெபனானில் நான் கேட்கும் முதல் இடிமின்னல் இது! மழை வரப் போகிறது! சில வாரங்களில் லெபனானில் கடுமையான குளிர்காலம் ஆரம்பமாகும். இந்தக் குளிர் காலத்தைப் பாலஸ்தீனர்கள் எங்கே கழிப்பார்கள்?

தூரத்திலெங்கோ இடிமுழங்கியபோது, மருத்துவமனைக்கு அருகில் வாகனங்களின் இரைச்சல் கேட்டது. ஆயுதம் தாங்கிய ஒரு இராணுவ வண்டியும், அதன் பின்னால் ஒரு ஜீப்பும் நின்றன. இராணுவச் சீருடையில், அதிகாரி போன்று தோற்றமளித்த ஒருவர் வாகனத்திலிருந்து இறங்கி அரபுமொழியில், ஒரு மருத்துவர் வேண்டுமெனக் கத்தினார். பாலஸ்தீனர்களைக் கைது செய்யச் சென்றபோது ஒரு வீட்டின் கூரை இடிந்து அவரது வீரர்களில் ஆறுபேர் காயமடைந்தார்களாம்! அவர் லெபனானியா என்று விசாரித்தேன். ஆம் என்று சொன்ன அவர் தானொரு 'பால்பெக்' என்றும் சொன்னார்.

அவர் 'பால்பெக்' என்று சொன்னதும் நான் பயந்துவிட்டேன். படுகொலைகளின்போது, வீட்டுக் கதவை உடைத்துக்கொண்டு உள்ளே

நுழைந்தவர்கள் இஸ்ரேலியர்களல்ல என்றும், பால்பெக்கைச் சேர்ந்த போராளிகள் என்றும் காயமடைந்தவர்கள் என்னிடம் சொல்லியிருந்தார்கள். அந்த ஆட்களா இவர்கள்? இந்த வீரர்கள் படுகொலைகளில் பங்கெடுத்த பின்னர், இப்போது வீடுகள்தோறும் ஆட்களைக் கைது செய்யும் பணியில் இறங்கியிருக்கலாம். இத்தனைக்கும் மேலாக, பாலஸ்தீனர்களின் மருத்துவமனைக்கே வந்து சிகிச்சை அளிக்கும்படிக் கேட்கிற அளவுக்கு இவர்களுக்குத் திமிரும் இருக்கிறது. எனக்குக் கோபம் வந்தது.

'இதுதான் சரியான சந்தர்ப்பம்' என்று நான் மனதிற்குள் சொல்லிக் கொண்டேன். இங்கு மருத்துவர்கள் யாரும் இல்லையென்று உரக்கக் கத்தினேன். அவர்களை நம்ப வைப்பது எளிது. காரணம் என்னை அவர்கள் ஆசியாவைச் சேர்ந்த ஏதோ ஒரு நர்ஸ் என்றே கருதினார்கள்.

சட்டென்று யாரோ என் மேலங்கியைப் பற்றியிழுப்பதை உணர்ந்து திரும்பினேன். மருத்துவமனை நிர்வாகி அஸீஸா பக்கத்தில் நின்று கொண்டிருந்தாள். அவள் என்னுடன் தனித்து உரையாட விரும் பினாள். அவள் சொன்னாள்: 'ஸ்வீ, தயவுசெய்து நீ அவர்களுக்கு சிகிச்சையளிக்க வேண்டும். நீ என்ன நினைக்கிறாய் என்று எனக்குத் தெரியும். என்னை நம்பு ஸ்வீ, எனது குடும்பம் மிகுந்த துயரங்களுக்கு ஆளாகியுள்ளது. இருந்தாலும், நம்முடைய நன்மைக்காக நீ இதைச் செய்தாக வேண்டும். நாங்கள் ஜெருசலேமை விட்டுப் பலவந்தமாக துரத்தப்பட்டோம். அதன் பிறகு முற்றுகையிடப்பட்டோம். அதன் பின்னர் படுகொலைகளுக்கு இரையானோம். அந்தக் காயங் களெல்லாம் இப்போதும் எரியத்தான் செய்கின்றன. இருந்தாலும் மருத்துவ உதவியை நாம் யாருக்கும் மறுக்கக்கூடாது. நாங்கள் பாலஸ்தீன் செம்பிறைச் சங்கத்தைச் சேர்ந்தவர்கள். எல்லோருக்கும் சமமாக சிகிச்சையளிப்பதுதான் எங்களின் கொள்கை. அவர்கள் எதிரிகளாக இருந்தாலும் சரி!'

அந்த அழகிய இளம் பெண்ணின் முகத்தை நான் உற்று நோக்கினேன். கடந்துவந்த சோகங்களும், கடுமையான வேதனைகளும் அந்த முகத்தில் நிழலாடிய போதும் அவள் நளினமாக இருந்தாள். ஒன்பது ஆண்டுகளுக்கு முன்பு சிங்கப்பூரில் நடந்த பட்டமளிப்பு விழாவில் நான் எடுத்துக்கொண்ட உறுதிமொழி என் நினைவுக்கு வந்தது: 'இனம், நிறம், மத வேற்றுமையின்றி அனைத்து நோயாளி களுக்கும் சிகிச்சையளிப்பேன்.' ஆம், எல்லா மருத்துவர்களும் சொல்கிற கபடமான உறுதிமொழி இது! அதன் பின்னர் நாங்கள்

இலட்சியமுள்ள மருத்துவர்கள் ஆகிறோம். மருத்துவத் தொழிலின் இந்த அடிப்படைக் கொள்கையைத்தான் அஸீஸா எனக்கு நினைவு படுத்தினாள்.

உடனே நான் விபத்துப் பிரிவுக்கு விரைந்து சென்று, எனக்கு அரபு மொழி தெரியாததால் தவறாகப் புரிந்துகொண்டதாக அந்த பால்பெக் அதிகாரியிடம் மன்னிப்புக் கேட்டேன். அவரது வீரர்களுக்கு சிகிச்சை அளிக்கவும் செய்தேன். நல்லவேளையாக அவர்களின் காயங்கள் சாதாரணமானவை. இருந்தாலும் சிகிச்சைக்கு நன்றி சொன்னார்கள்.

அவர்களது காயங்களை சுத்தம் செய்து, தையல் போட்டு, கட்டுப் போட்டு முடிவதற்குள் காலை மூன்று மணியானது. 'டெட்டனஸ் டோக்ஸைடு' ஊசி மருந்தும், காயங்கள் பழுக்காமலிருக்க 'புரோபலாக்டிக்' எதிர்வினை மருந்தையும் அவர்களுக்குக் கொடுத்தேன். சிகிச்சை முடிவதற்குள் நாங்கள் நன்றாகப் பேசத் தொடங்கினோம். ஒரு கட்டத்தில், அவரது வீரர்கள் அதிக நேரம் ஓய்வின்றி உழைப்பதை அந்த அதிகாரியின் கவனத்திற்குக் கொண்டு வந்தேன். அவர்களுக்கு ஊதியம் குறைவுதான் என்றும், குடும்பத்தைப் பால்பெக்கில் விட்டு விட்டு இங்கு வந்து அதிக நேரம் உழைப்பதாகவும் அந்த அதிகாரி சொன்னார். அத்துடன், இந்த விபத்தைக் காரணம் காட்டி சிலரை யாவது வீட்டிற்கு அனுப்பலாமென்றும் அவர் சொன்னார்.

அவர்களது வாகனம் புறப்படும் வேளையில் தங்களின் குடும்பப் படத்தை என்னிடம் காண்பித்து, பால்பெக்கில் உள்ள தங்களது கிராமங்களுக்கு வரும்படி என்னை அழைத்தார்கள். லெபனானில் அது மிகவும் ரம்மியமான இடமென்று பெருமைப்பட்டார்கள். நிச்சயமாக இதுபோன்ற நிகழ்ச்சிகள், மக்கள் ஒருவரையொருவர் புரிந்துகொள்ள வழி செய்கிறது.

ஏறத்தாழ எல்லா நோயாளிகளும் விழித்துக்கொண்டனர். இரண்டு வண்டிகள் வந்து போனதைப் பார்த்த அவர்கள் என்னிடம், 'அவர்களுக்கு மருத்துவமனையில் என்ன வேலை?' என்று கேட்டார்கள். பலரும் எனக்கு அரபுக் காபியைத் தந்தார்கள். எனது நோயாளிகளை நான் மிகவும் நேசித்தேன். அவர்களுடன் நேரத்தைச் செலவிடுவதில் நான் மகிழ்ச்சியடைந்தேன். ஆனால் அன்றைய இரவு நான் வேதனையை அனுபவித்தேன். காரணம், மருத்துவ ஊழியர்களை நியமிக்கும் நிறுவனம் எனது ஒப்பந்தத்தைப் புதுப்பிக்க விரும்பவில்லையென்று நானறிந்தேன். நாட்டை விட்டுச் செல்லும்படி லெபனான் மேலாளர் என்னை அறிவுறுத்தினார்.

'ஓர் ஆர்த்தோபீடிக் சர்ஜன் தற்போது தேவையில்லை' என்றும் சொன்னார். தேவையும், விநியோகமும் தொடர்பான சட்டங்கள் எந்தக் கட்டத்திலும் இதில் தலையிட்டு இருக்காதென்பதை நானறிவேன். காஸா மருத்துவமனையில் எலும்பு சிகிச்சைப் பிரிவை நடத்திச் செல்வது நான்தான்! பிரிட்டனின் அறுவை சிகிச்சைக்கான கௌரவ உறுப்பினர் பதவிபெற்ற ஒரே மருத்துவரும் நான்தான்! போரில் காயமடைந்து சிகிச்சைக்கெனக் காத்திருக்கும் நோயாளிகளின் ஒரு நீண்ட பட்டியல் என்னைப் பயமுறுத்திக்கொண்டிருந்தது.

நான் எனது நோயாளிகளைப் பார்த்தேன்: பழுத்து புரையோடிப் போனவர்கள், ஒடிந்த எலும்புகளுடன் அறுவை சிகிச்சைக்குக் காத்திருப்பவர்கள், வெட்டியோ அல்லது தோலை மாற்றியோ மூட வேண்டிய சிதறிய காயங்கள், உடம்பில் துளைத்த தோட்டாக்களையும் கூர்மையான சிதறல்களையும் நீக்கம் செய்ய வேண்டியவர்கள், முதுகெலும்பை மாற்றி வைக்க வேண்டிய ஒரு பெண் என அந்தப் பட்டியல் நீண்டது.

தியேட்டரின் மேற்பார்வையாளராகப் பணியாற்றும் அபு அலீ ஒரு பாலஸ்தீனர். கடந்த சில நாள்களாக அவர் தன் உயிரையும் பொருட்படுத்தாது, பல சோதனைச் சாவடிகளையும் கடந்து, கட்டுமான அறுவை சிகிச்சைக்குத் தேவையான நவீன ஆயுதங்களை தினமும் கொண்டுவருகிறார். பதினாறுக்கும் அறுபதுக்கும் இடையில் வயதுள்ள எந்தவொரு பாலஸ்தீனனும் ஏதேனும் ஒரு சோதனைச் சாவடியில் 'பயங்கரவாதி'யாகக் கருதப்பட்டுக் கைது செய்யப்படவும், பின்னர் 'காணாமல் போனவர்களின்' பட்டியலில் இடம் பெறவும் வாய்ப்பிருக்கும் நேரமிது. அபுஅலீ என்னிடம் சொல்லியிருந்தார்: 'அடுத்த வார இறுதிக்குள் மேஜர் சர்ஜரிக்கு தியேட்டர் தயாராகிவிடும். அப்புறம், பழைய போர்க் காயங்களுக்கு நம்மால் சிகிச்சை செய்ய முடியும்.' ஆனால், இப்போது நான் உடனே வெளியேறியாக வேண்டுமென என் மேலாளர் கட்டளை யிடுகிறார். இந்தத் துயரமான செய்தியை எனது சக ஊழியர்களிடமோ, நோயாளிகளிடமோ சொல்ல நான் விரும்பவில்லை. அவர்கள் ஏற்கனவே நிறைய துயரங்களை அனுபவித்து விட்டார்கள். 'எலும்பு முறிவு சர்ஜனின் தேவை தற்போதைக்கு இல்லை' என்கிற முட்டாள்தனத்தை அவர்களிடம் சொன்னால் அவர்கள் மேலும் துயரமடைவார்கள் என்பது நிச்சயம்!

என்னை விலக்கியதற்கான உண்மையான காரணங்களை

என்னால் எளிதாக ஊகிக்க முடியும். செம்பிறைச் சங்கத்திற்கு இதில் தொடர் பில்லை. வெளிநாட்டு சக ஊழியர்கள் நான் அவர்களிடம் முரட்டுத்தனமாகவும், அநாகரிகமாகவும் நடந்துகொள்வதாகப் புகார் செய்திருப்பார்கள். வெளிப்படையாக நான் இஸ்ரேல்மீது விரோதம் காட்டுவதால், அது அவர்களுக்கும் ஆபத்தை உருவாக்குவதாகச் சொல்லி யிருப்பார்கள். ஒருவேளை என்னுடன் சேர்ந்து பணியாற்ற அவர்கள் மறுத்தும் இருக்கலாம்.

எல்லோரும் மகிழ்ச்சியாக இருந்தபோது நானும் மகிழ்ச்சியாக இருக்கவே முயன்றேன். பெண்கள் தேநீர் வழங்க, குழந்தைகள் என்னைச் சுற்றிலும் அமர்ந்திருக்க, வானொலியில் முழங்கும் அரபு இசையைக் கேட்டவாறு நாங்கள் சிரித்துப் பேசிக்கொண்டிருந்தோம். நிஜ உலகின் குரூரத்தைக் கொஞ்ச நேரத்திற்காவது நாங்கள் மறந்திருந்தோம். காலை நாலு மணி வரை மகிழ்ச்சியாக இருந்தோம்.

மறுநாள் காலையில் ஆமிர் என்கிற லெபனானிய மருத்துவர் அறுவை சிகிச்சைகளை நடத்தினார். ஆபரேஷன் தியேட்டரின் கண்ணாடி சன்னல் வழியாக அந்த இளம் மருத்துவர் ஆர்வத்துடன் பணியாற்றுவதைப் பார்த்துக்கொண்டிருந்தேன். அவரை நினைத்துப் பெருமைப்பட்டேன். கீழ்த்தளத்தில் இருந்த விபத்துப் பிரிவில் ஒரு பாலஸ்தீன மருத்துவர் நோயாளிகளுக்குச் சிகிச்சையளித்த பின்னர் வார்டுகளுக்குச் சென்று நர்சுகளுக்கு அறிவுரை வழங்கிக் கொண்டிருந்தார். ஒருவேளை எனது மேலாளர் இலக்கை எட்டியிருப்பார். ஒருவேளை இதுவே வெளியேறுவதற்கான நேரம்..

எனது லெபனானிய, பாலஸ்தீனிய ஊழியர்களிடம் தெற்கு லெபனான் செல்ல ஒரு நாள் விடுப்பு எடுத்துக்கொள்வதாகச் சொன்னேன். வியப்படைந்த அவர்கள் என்னைப் போக அனுமதித்தார்கள்.

9

தெற்கு லெபனானுக்கு நான் செல்வது இதுவே முதல்முறை. எலன் சீகலுடன் நான் முகாமிலிருந்து புறப்பட்டேன். படுகொலைகள் அரங்கேறிய நாள் தொட்டு நாங்கள் இருவரும் நெருக்கமானோம். அமெரிக்காவைச் சேர்ந்த யூதப் பெண்ணான அவள் பாலஸ்தீன் மக்களுக்கும் லெபனான் மக்களுக்கும் ஒரு தோழியாகப் பணியாற்ற வந்திருந்தாள். அவள் சொன்னாள்: 'அமெரிக்காவினர் லெபனான் மக்களுக்குப் பரிசாகத் தருவது கூர்மையான ஆயுதங்களை

மட்டுமல்ல!' ஒரு நர்ஸ் என்கிற முறையில் லெபனான் மக்களுக்கு சேவை செய்ய அவள் சுயமாக முன்வந்தாள். ஒரு யூதப் பெண்ணாக இருந்தும் அவள் பாலஸ்தீனர்கள் மீது பரிவுகொண்டாள். தன் இனத்தவரால் பாலஸ்தீனர்கள் மோசமாகத் துன்புறுத்தப்பட்டதாக அவள் சொன்னாள்.

எலன் சுறுசுறுப்பும் துடுக்குத்தனமும் நிறைந்தவள். அவள் அணியும் பெரிய, மங்கிய நிறமுள்ள மூக்குக் கண்ணாடி வழியாக அவளது இளம்பச்சை நிறக் கண்களையும், நீண்ட புருவத்தையும் தெளிவின்றிக் காணலாம். அவளது தலைமுடி கறுப்பாகவும், சுருள்களுடனும் இருந்தது. நீண்டு மெலிந்த உடல்வாகுடன் மெதுவாக, அழுத்தமான அமெரிக்க உச்சரிப்புடன் அவள் பேசுவதைக் காணும்போது திரைப்படங்களில் காணும் ஒரு நடுத்தர வர்க்க அமெரிக்கப் பெண்மணியை நினைக்கத் தோன்றும். எலன் தொடர்பான எல்லாமே அழகுதான்—அவளது அசைவுகள் கனிவானவை, உரையாடல் மென்மையானவை. நான் சந்தித்த பெண்களில் மிகவும் துணிச்சலான பெண் அவள். அமெரிக்க மக்களின் அரபு விரோத இனவெறிக்கு எதிராக அவள் வாழ்நாள் முழுவதும் போராடினாள். இஸ்ரேலுக்கு எதிராகவும், பாலஸ்தீனர்களுக்கு ஆதரவாகவும் செயல்பட்ட காரணத்தால் அமெரிக்க யூதர்களின் தாக்குதலுக்கு அவள் பலமுறை ஆளாக நேர்ந்தது.

எலனால் ஈர்க்கப்பட்ட நான் அவளது வயதைக் கேட்டபோது அவள் நாற்பது என்று பதில் சொன்னாள். நான் சொன்னேன்: 'என்னால் அதை நம்ப முடியவில்லை எலன். உன்னைப் பார்த்தால் முப்பது வயதுக்குள்தான் இருக்குமென்று தோன்றுகிறது.'

அவள் சொன்னாள்: 'ஓ, அது ஒருவேளை வாழ்நாள் முழுவதும் பாலஸ்தீன மக்களுக்காக உழைத்ததால் இருக்கலாம். எனக்கு வயதாவதை நான் மறந்து போனேன். நீ இப்போதுதான் தொடங்கி இருக்கிறாய் ஸ்வீ, இது மிகவும் நீண்ட ஒரு போராட்டம். ஒருநாள் உனக்கும் நாற்பதாகும். அப்போது உனக்கு நாற்பதானதாக நினைக்க மாட்டாய்! காரணம், செய்வதற்கு நிறைய பாக்கி இருக்கும். நீயோ தற்போதுதான் தொடங்கியதாக நினைத்துக்கொண்டிருப்பாய்.'

(எலன் சொன்னது சரியே! எனக்கு நாற்பதான போது, அதுவரை ஆறாண்டுகள் நான் பாலஸ்தீன மக்களுக்கு ஆதரவாக உழைத்திருந்தேன். இருந்தும், தொடக்க நிலையில் இருப்பதாகவே எனக்குத் தோன்றியது. நாளையும் அப்படித்தான் நினைப்பேன்.)

முகாமை விட்டு வெளியேறிய நாங்கள் கோலாவுக்குச் சென்றோம். அரபு பல்கலைக்கழகத்திற்கு அருகில் உள்ள மேம்பாலம் அது. அதற்குப் பக்கத்தில் தெற்கு லெபனான் செல்வதற்கு அங்கீகாரமற்ற 'சர்வீஸ்' வண்டிகள் கிடைக்கும். குறிப்பட்ட இடத்திற்குப் போகும் ஐந்து பேரை ஏற்றிச் செல்லும் 'மெர்சிடஸ்' வண்டிகள் அவை! வாடகையை ஐந்தாகப் பங்கிட்டுக் கொள்வதால் மனிதர்கள் குறைந்த கட்டணத்தில் பயணம் செய்ய உதவியாக இருந்தது. பெய்ரூத்தில் பேருந்துகளோ, இரயிலோ கிடையாது. பணக்காரர்களுக்கு மட்டுமே சொந்தமாக கார்கள் இருந்தன. மற்றவர்கள் நடந்தோ வாடகை வண்டிகளிலோ செல்ல வேண்டும். சைதா, ஸோர்—இவையிரண்டும் தெற்கு லெபனானில் உள்ள இரண்டு முக்கிய நகரங்கள். பண்டைய காலத்தில் இது ஸீடன், டைர் என்று அழைக்கப்பட்டதாம்!

'சைதா.. சைதா..'—சில டாக்சி ஓட்டுநர்கள் கத்தினார்கள். 'ஸோர்.. ஸோர்..' என்று மற்று சில ஓட்டுநர்கள் அதிக உச்சத்தில் கத்தினார்கள். சந்தடி மிக்க சந்திப்பின் மையத்திலிருந்த அந்த இடம் ஒரு மீன் மார்க்கட் போல இரைச்சலாக இருந்தது.

இருபது நிமிடம் கத்திய பின்னர் எங்களது சர்வீஸ் வண்டியின் ஓட்டுநருக்கு ஐந்து பயணிகள் கிடைத்தனர். பின் இருக்கையில் நானும், எலனும், மற்றொரு பெண்ணும் அமர்ந்தோம். எங்களுடன் அமர்ந்திருந்த பெண்ணிடம் நாங்கள் பாலஸ்தீனியா, லெபனானியா என்று கேட்கவில்லை. அன்றைய சூழ்நிலையில், பாலஸ்தீனர்கள் யாரும் தங்களைப் பாலஸ்தீனர்களாக அடையாளம் காட்டிக்கொள்ள விரும்புவதில்லை. நடுத்தர வயதுள்ள பெண் தலைமுடியைத் துப்பட்டாவால் மறைத்து இருந்தாள். உடல் முழுவதும் மூடிய ஆடை. அவள் எங்களுடன் மிகவும் உற்சாகத்துடனும் தோழமையுடனும் பேசினாள். கூண்டிலடைத்த இரண்டு கோழிகளுடன் பயணம் செய்வது போல சலசலப்பாக இருந்தது. முன் இருக்கையில் இரண்டு ஆண்கள் அமர்ந்திருந்தனர். வண்டியிலேறி அமர்ந்தது முதல் அவர்கள் இருவரும் ஓட்டுநரிடம் ஏதோ பழைய நண்பர்கள் போல பேசத் தொடங்கினர். சூரியனுக்குக் கீழே உள்ள அனைத்து விஷயங்களைப் பற்றியும் அவர்கள் பேசிக்கொண்டிருந்தனர். தங்களது குடும்பத்தைப் பற்றி—பன்னாட்டு அரசியல் தொட்டு உள்ளூர் அரசியல் வரை—ஆயத்துல்லா குமைனியும் மார்கரெட் தாட்சரும்—பாலஸ்தீனர்களின் எதிர்காலம் எனப் பல்வேறு விஷயங்களைப் பற்றி விவாதித்துக் கொண்டிருந்தார்கள். வார்த்தை களை வாந்தியெடுப்பதாக எனக்குத் தோன்றியது.

சைதா சாலையில் வாகனங்களின் நெருக்கடி பயங்கரமாக இருந்தது. வரிசையாக நெருக்கியடித்து நின்ற வாகனங்களுக்கு மத்தியில் நாங்களும் மாட்டிக்கொண்டோம். என்ன காரணம்? மோசமான சோதனைச் சாவடிகள்! எல்லோரையும் போல நாங்களும் முதலில் லெபனான் இராணுவத்தின் அதிகாரப்பூர்வமான சோதனைச் சாவடியில் தடுத்து நிறுத்தப்பட்டோம். எங்களது சாட்சிப் பத்திரங் களையும் வாகனத்தையும் பரிசோதித்தார்கள். அடுத்ததாக கத்தேபுகளின் சோதனைச் சாவடியில்—படுகொலைகளுக்குப் பொறுப்பாளிகளாக இஸ்ரேல் குற்றம்சாட்டிய கிறித்தவப் போராளிகளால்—தடுக்கப்பட்டோம். அதற்கடுத்தபடியாக, ஹத்தாதுகளின் சோதனைச் சாவடியில் தடுக்கப்பட்டோம். இஸ்ரேலியர்களின் கூலிப் படையான அவர்களும் கிறித்தவர்கள்தாம். ‘தெற்கு லெபனான் இராணுவம்’ என்றே அவர்கள் அழைக்கப் பட்டார்கள். இதையெல்லாம் கடந்தால் அப்புறம் இஸ்ரேலிய இராணுவத்தின் சோதனைச் சாவடி மீண்டும் ஓர் இஸ்ரேலிய சோதனைச் சாவடியெனத் தொடர்ந்தது.

ஒவ்வொரு சோதனைச் சாவடியிலும் எங்களது ஓட்டுநர் அவர் களைப் பழிக்கவும், திட்டவும் செய்தார். அதையும் உறுதியாகச் சொல்வதற்கில்லை! சோதனைச் சாவடியை நெருங்கியதும், இராணுவத்தினர் நீட்டிக் காண்பிக்கும் எம்-16 இயந்திரத் துப்பாக்கி களையும் அங்குள்ள கவச வண்டிகளையும் கண்டதும் ‘இறைவன் உங்களுக்குத் துணையிருப்பானாக!’ என்று அவர்களைப் பார்த்து அரபியில் வாழ்த்துவார். வண்டி அங்கிருந்து நகர்ந்ததும் அவர்களைத் திட்டத் தொடங்குவார்: ‘அப்பன் பேர் தெரியாதவன்’, ‘வேசியின் மகன்’ என்று மொழிபெயர்க்க முடியாத அரபியிலுள்ள கெட்ட வார்த்தைகளால் பழிப்பார்.

போக்குவரத்து நெருக்கடியின் காரணமாக சாலையின் இருபுறங்களையும் கவனிக்கும் வாய்ப்பு எங்களுக்குக் கிடைத்தது. சாலையின் ஒருபக்கம் நாசமாகிக் கிடந்த பூமி: இராணுவ முகாம்கள், கவசவண்டிகள், ஆயுத வண்டிகள், குண்டுகளால் முற்றிலும் துடைத்தெறியப்பட்ட கிராமங்கள், ஹீப்ரு மொழியில் எழுதப் பட்டிருந்த பெரிய புல்டோஸர்கள் (செப்டம்பர் 18இல் ஷத்திலா முகாமில் வீடுகளைத் தரைமட்டமாக்கி, இடிபாடுகளுக்கிடையில் சடலங்களைப் புதைத்த அதே மாதியான புல்டோஸர்கள்) எனக் கண்களில் பட்டன. சாலையின் மறுபக்கம், நீண்டு பரந்து கிடக்கும் மணற் பரப்பைக் கரையாகக்கொண்ட கடல். குறிப்பட்ட சில

இடங்களில் மனிதர்கள் மீன்பிடிக்கவும், வெயில் காயவும் செய்தார்கள். உண்மை யில் லெபனான் வியப்புக்குரிய இடம்தான்!

'சர்வீஸ் டாக்ஸி' எங்களை சைதா நகருக்குள் கொண்டுவந்து சேர்த்தது. அங்கிருந்து புறநகர்ப் பகுதியில் உள்ள பாலஸ்தீன அகதி முகாமான 'அய்னல் ஹெல்வா' வரை எங்களைக் கொண்டு வந்துவிட அதிகப்படியாக மூன்று லிராவை (லெபனான் நாணயம்) ஓட்டுநர் பெற்றுக் கொண்டார். இஸ்ரேலியப் படையெடுப்புக்கு முன்னர் 'அய்னல் ஹெல்வா' (அழகிய கண்கள் அல்லது இனிய காட்சிகள் என்று பொருள்) முகாம் எழுபதினாயிரம் பாலஸ்தீனர்களின் வாழிடமாக இருந்தது.

நானும் எலனும் அந்த முகாமுக்குள் நடந்தபோது எங்கள் கண்களை அங்குக் கருகிக் கிடந்த பூமியும், மூன்று அல்லது நான்கு அடிக்கு மேல் உயரமில்லாத மொட்டையான கற்சுவர்களும் வரவேற்றன. மரங்களோ, வீடுகளோ, கடைகளோ—ஏன், குண்டுவீச்சில் தகர்ந்த கட்டடங்களின் எச்சங்களோகூட இல்லை. அதன் ஓர் எல்லையில் புதிதாகக் கட்டப்பட்ட தகரம் வேய்ந்த குடிசைகள் வரிசையாக இருந்தன. சமீப காலத்தில் குடியேறிய பாலஸ்தீன குடும்பங்கள் அவற்றில் தங்கியிருந்தன.

குழந்தைகளைப் பார்த்து நாங்கள் 'ஹலோ' சொன்னோம். சப்ரா-ஷத்திலாவின் குழந்தைகளைப் போலவே அவர்களும் புன்னகை செய்தார்கள். எனக்குத் தெரியும், இந்தக் குழந்தைகளும் தங்களுக்கு வடக்குப் பகுதியிலிருக்கும் குழந்தைகளைப் போலவே பாலஸ்தீன வரலாற்றின் புதிய அத்தியாயத்தை எழுதுவார்களென்று! காரணம் இந்தக் குழந்தைகளும் எதற்கும் பயப்படுவதில்லை..

சைதாவிற்குப் பக்கத்திலிருந்த மற்ற முகாம்கள் சுத்தமாக அழிக்கப்பட்டிருந்தன. புல்டோஸர்கள் இடிபாடுகளை நீக்கிக் கொண்டிருக்கும் போது, பாலஸ்தீன குடும்பங்கள் தங்களது வீடுகளின் கடைசி அடையாளங்களும் மறைவதை வேதனையோடு கவனித்துக் கொண்டிருந்தார்கள்.

நேரமாகிக் கொண்டிருந்தது. நாங்கள் உடனே பெய்ரூத்திற்குத் திரும்பியாக வேண்டும். விருப்பமான இரண்டு இடங்களை நாங்கள் சைதாவில் பார்த்தோம். அதிலொன்று, 'சிலுவை யுத்த' காலத்தில் மத்தியதரைக் கடலுக்குள் கட்டப்பட்ட கோட்டை!

இஸ்ரேலிய ஆயுதப் படகுகளைத் தவிர துறைமுகத்தில் வேறெந்தப் படகுமில்லை. இஸ்ரேலியர்களும் ஹத்தாதுகளும் கோட்டையைக் கைப்பற்றி இருந்தார்கள். பெண்களும் குழந்தைகளும் அடங்கிய கூட்டம் அவர்களைச் சூழ்ந்து நின்றது. அந்தப் பெண்கள் காணாமல்போன தங்களது உறவினர்களைப் பற்றி விசாரித்துக் கொண்டிருந்தார்கள். 'தகப்பனைத் தேடும்' அநாதைகளைப் போன்றிருந்த அந்தக் குழந்தைகளோ இராணுவ வீரர்களின் துப்பாக்கியையும், தலைக் கவசத்தையும் தொட ஆசைப்பட்டார்கள். அந்தக் குழந்தைகளில் சிலராவது இங்குள்ள இராணுவ வீரர்களால் அநாதையாக்கப்பட்டிருப்பார்கள் என்று நிச்சயமாகச் சொல்லலாம்!

ஹீப்ரு மொழியில் புதிதாக எழுதப்பட்ட சாலை அறிவிப்புகள்—இஸ்ரேலியர்கள் மற்றும் ஹத்தாதுகளின் முழுக் கட்டுப்பாட்டிலுள்ள சாலைகளின் பல்வேறு சந்திப்புகள்—இவையெல்லாம் தெற்கு லெபனான் இஸ்ரேலின் ஆக்கிரமிப்பில் உள்ளதையும், இன்னும் பல ஆண்டுகளுக்கு அது நீடிக்குமென்பதையும் தெளிவுபடுத்தின.

நானும் எலனும் கண்ட மற்றொரு இடம் சைதாவிலுள்ள பள்ளி வாசல். முன்பு, மலேசியாவிலுள்ள தேசிய பள்ளிவாசலுக்குச் சென்றிருந்த நான், ஆறு ஆண்டுகளுக்குப் பிறகு முதன் முறையாக ஒரு பள்ளிவாசலுக்குள் நுழைந்தேன். மலேசியாவின் தேசிய மஸ்ஜிதைவிட சைதா மஸ்ஜித் மிகச் சிறியதுதான். ஆனாலும் அழகில் சமானமானவை! சைதா மஸ்ஜிதின் ரம்மியமான சூழலும், கச்சிதமான பளிங்குக் கற்களும், சிறப்பான கட்டட அமைப்பும் வித்தியாசமான ஓர் உலகத்தை—இறைவனின் சொர்க்க உலகத்தைப் பிரதிபலித்தன. இஸ்லாமியக் கலாச்சாரம் நிச்சயமாக அழகானதும், குறையற்றதும், தெய்வீகமானதும்தான்! ஆனால், எனக்குச் சுற்றிலும் உள்ள முஸ்லிம்களின் உலகமானது வறுமையும், துயரங்களும், போர்களும் நிறைந்த உலகமாக—நரகமாக இருந்தது.

சைதா மஸ்ஜிதைக் கண்ட பின்னர் நாங்கள் வடக்குப் பகுதிக்குச் செல்வதற்கு நேரமானது. நானும் எலனும் பெய்ரூத்தைச் சென்றடை வதற்குள் மிகவும் சோர்ந்து போயிருந்தோம். ஆகவே, சப்ரா முகாமுக்குச் செல்வதற்குப் பதிலாக, ஹம்ராவிலுள்ள 'மேஃபேர் ரெஸிடென்ஸி'க்குச் செல்வதென முடிவெடுத்தோம். காரணம், கடந்த சில நாள்களாக நாங்கள் சரியாகத் தூங்கவோ குளிக்கவோ இல்லை...

10

குடியிருப்பில் காலடி வைத்ததும் உற்சாகம் தோன்றியது. தனி நபர்களுக்கான 'ஸ்டுடியோ ஃப்ளாட்டுகள்' நிறைந்த கவர்ச்சியான கட்டடம்தான் 'மேஃபேர் ரெஸிடென்ஸி.' ஒவ்வொரு குடியிருப்பிலும் படுக்கை வசதியுடன் கூடிய பெரிய அறையொன்றும், அதையொட்டி ஒரு குளியலறை, ஒரு சமையலறை, பால்கனி ஆகியவையும் இருந்தன. பால்கனியில் நின்றவாறு நவீன ஹம்ரா நகரத்தைப் பார்வையிடலாம். அந்த பால்கனியிலிருந்துதான் நான் ஒருமுறை இரண்டு பெரிய கவசவண்டிகள் வீதி முழுவதையும் அடைத்துக் கொண்டு நிற்பதையும், இராணுவ வண்டியிலிருந்து இறங்கிய வீரர்கள் மக்களைக் கைதுசெய்ய வீடுகள்தோறும் நுழைவதையும் படம் பிடித்தேன். கைது செய்யப்பட்டவர்களில் பெரும்பாலோரும் 14-க்கும் 60-க்கும் இடையிலுள்ள இடைப்பட்ட வயதிலுள்ள பாலஸ்தீன ஆண்களும், சில லெபனானிகளும் இருந்தனர்.

ஒருநாள் மேஃபேரின் குடியிருப்புக் கட்டடங்கள் ஒன்றில், அதன் வரவேற்பறையில் கலாட்டா நடந்தது. நெதர்லாந்தைச் சேர்ந்த 'பென் அலோஃப்ஸ்' அந்தக் கட்டட உரிமையாளரின் கழுத்தைப் பிடித்து நெருக்கியவாறு, 'தந்தையில்லாதவனே, நீயொரு ஒற்றன்' என்று திட்டியவாறு, ஒரு குழந்தையை உலுக்குவது போல உலுக்கவும் செய்தார். பென் எப்போதுமே மென்மையாகவும் நாகரிகமாகவும் பேசக்கூடியவர். சிறிது காலம் பாதிரியாராகப் பயிற்சி பெற்றவர். அவரைக் கோபக்காரராகப் பார்ப்பது சற்று வித்தியாசமானது! கலாட்டாவுக்கான காரணம் வெளிப்படையானது—அந்தக் கட்டட உரிமையாளர் அங்கு வாடகைக்குத் தங்கியிருந்த ஒரு பாலஸ்தீன குடும்பத்தை இராணுவத்திற்குக் காட்டிக்கொடுத்தார். இருந்தும்கூட இராணுவம் அங்கிருந்த அனைத்துக் குடியிருப்புகளையும் சோதனையிட்டது.

பாலஸ்தீனர்களும், அவர்களின் நண்பர்களான லெபனானியர்களும் நரிகளைப் போல வேட்டையாடப் பட்டார்கள். சிறையிலடைக்கப்பட்டு, பின்னர் உயிரோடு விடுதலையாகி வெளியே வந்த பாக்கியசாலிகள் சித்திரவதை செய்யப்பட்டதன் அடையாளங்களோடு வந்தார்கள். அவர்களில் சிலர் ஊனமுற்றோராய் ஆகியிருந்தனர். ஆனாலும்,

காணாமல் போனவர்களைவிட திரும்பி வந்தவர்கள் பாக்கியசாலிகள் தானே!

மேஃபேரில் எனது அறைத் தோழியாக, நியூஜெர்ஸியைச் சேர்ந்த அழகான ஓர் இளம் அமெரிக்க நர்ஸ் இருந்தாள். நாங்கள் அவளை 'மேரி எலிசபெத் டெய்லர்' என்ற புனைபெயரில் அழைத்தோம். காரணம், அவள் தனது அழகிய தோற்றத்தினால் நிறைய ரசிகர்களைப் பெற்றிருந்தாள். மேரி அழகானவள் மட்டுமல்ல—கனிவும், தாராள மனப்பான்மையும் கொண்டவள். நான் பெய்ரூத்திற்கு வந்த அதே கட்டத்தில்தான் அவளும், சில அமெரிக்கப் பெண்களுடன் பெய்ரூத் வந்தாள். அப்படி வந்தபோது அவள் தன்னுடன் உணவுப் பொருள்கள், மருந்துவகைகள், சலவைப் பொடிகள், பாட்டரிகள் போன்ற பலவற்றையும் கொண்ட பெரிய அட்டைப் பெட்டிகளைக் கொண்டு வந்திருந்தாள். தேவைப்படுகிறவர்களுக்கு அவற்றையெல்லாம் பங்கிட்டுக் கொடுத்தாள். மேரியும் மற்ற அமெரிக்கர்களைப் போலவே லெபனான் மக்களுக்கு உதவும் எண்ணத்துடன் வந்திருந்தாலும், அமெரிக்காவின் 'லெபனான் யுத்த உதவிக் கொள்கை'க்கு எதிராகக் குரலெழுப்பினாள். அவள் என்னிடம் சொன்னாள்: 'எங்களது அரசாங்கம் இந்த வெடிகுண்டுகளை இஸ்ரேலுக்கு அனுப்பாதிருந்தால் லெபனான் இப்படி ஆகியிருக்காது.'

பாலஸ்தீன அகதி முகாம்களில் எங்களுடன் சேர்ந்து பணியாற்ற மேரி விரும்பிய போதிலும், அவளது பிரிட்டிஷ் நர்சிங் அதிகாரி அமெரிக்கப் பல்கலைக்கழகத்தில் முழுநேரப் பணியாற்ற அவளை அனுப்பி வைத்தார். காரணம், முகாம்களில் பணியாற்றும் பிரிட்டிஷ் ஊழியர்களுக்கிடையில் கடுமையான அமெரிக்க விரோதமிருந்தது. அவர்களில் சிலர் கண்மூடித்தனமாக லெபனானின் பேரழிவிற்கு அனைத்து அமெரிக்கர்களையும் குற்றம் சாட்டினார்கள். போரின் இரைகளான பொதுமக்களுக்குச் சேவை செய்யும் நோக்கத்துடன் வந்த அமெரிக்க மருத்துவர்களும் நர்சுகளும் சில பிரிட்டிஷ் ஊழியர்களின் தாக்குதலுக்கு இலக்கானார்கள். அவர்களைப் பொறுத்தவரை, அமெரிக்க அரசின் வெறிபிடித்த வெளிநாட்டுக் கொள்கைக்கும், அதன் காரணமாகப் பாதிக்கப்பட்ட மக்களின் பக்கம் சேர்ந்து நிற்க இவ்வளவு தூரம் தாண்டி வந்த அமெரிக்கக் குடிமக்களுக்கும் இடையில் எந்த விதமான வேறுபாட்டையும் அவர்களால் காண முடியவில்லை.

'இத்தனை குழப்பங்களுக்கும் அமெரிக்கர்களாகிய நீங்களே

காரணமாக இருக்கும்போது, மற்றவர்களைப் போல விலகியிருப்பதே உனக்கும் நல்லது! அதனால் நீ அமெரிக்கப் பல்கலைக்கழகத்தில் தங்கிவிடு' —அவர்கள் மேரியிடம் சொன்னார்கள்.

வாரத்தில் நாற்பது மணி நேரம் அமெரிக்கப் பல்கலைக்கழகத்தில் பணியாற்றிய பின்னர், அதிகப்படியாக வாரத்தில் முப்பது மணி நேரம் அபுஅலீக்கு உதவியாக காஸா மருத்துவமனையின் ஆபரேஷன் தியேட்டர்களை இயங்கச் செய்தும், அறுவை சிகிச்சைக் கருவிகளை ஒழுங்குபடுத்தியும் பணியாற்றிய அவள் வழக்கமான நடைமுறையைத் தோற்கடித்தாள்.

இரத்தம் தொடர்பாக நானும், என் கணவர் பிரான்சிசும் ஓர் எளிய தத்துவத்தைப் பின்பற்றினோம்: அதாவது, தாராள மனதுள்ளவர்களின் இரத்தம் 'ஓ' பிரிவைச் சேர்ந்ததாக இருக்கும் என்பதே அது! அந்தத் தத்துவத்துடன் மேரியும் பொருந்தினாள். அவளது இரத்தமும் 'ஓ' பிரிவைச் சேர்ந்ததுதான்! அத்துடன் அது 'ஆர்எச் நெகடிவ்' ஆகவும் இருந்தது. அதன் பொருள், அவளது இரத்தத்தை யாருக்கு வேண்டு மானாலும் கொடுக்கலாம் என்பதுதான்!

மூன்று மாதங்களில் ஒரு தடவைக்கு மேல் இரத்தம் வழங்குவதை பொதுவாக யாரும் பரிந்துரைப்பதில்லை. ஆனால் மேரி பொய் சொல்லி, சில தினங்களில் இரண்டு முறை இரத்தம் வழங்கிய பயங்கரத்தை நான் கண்டுபிடித்தேன். அது கூடாதென்று நான் விலக்கியபோது அவள் சர்வசாதாரணமாகச் சொன்னாள்: 'கவலைப் படாதே ஸ்வீ, எனது மூதாதையர்கள் அயர்லாந்திலிருந்து வந்தவர்கள். நாங்கள் அனைவரும் பலம் பொருந்திய பாயும் குதிரைகள். கவனி, நானும்கூட பலமானவள்தான்—ஒரு பாயும் குதிரையைப் போன்று!'

மேரியின் அடையாளம் அது: தனது தாராள மனப்பான்மை யாலும், ஆழ்ந்த நட்பினாலும் மேரி எந்த அளவுக்கு எங்களுக்கிடையில் மகிழ்ச்சியைக் கொண்டுவந்தாள் என்பதை சொற்களால் வர்ணிக்க முடியாது.

அன்றிரவு நானும், எலன் சீகலும் சைதாவிலிருந்து திரும்பிய போது மேரி அறையிலிருந்தாள். எனது மேலங்கியைத் துவைத்துப் போட்ட அவள் எங்களுக்காக சிற்றுண்டியையும் தயார் செய்து வைத்திருந்தாள். என்னைக் கண்டதும் மேரி கடிந்துகொண்டாள்:

'இதோ பார், இப்படி நேரம் கடந்து வருவது அத்தனை நல்லதல்ல! சிப்ஸ் எண்ணெயில் நனைந்து சில்லிட்டுப் போய்விட்டது.'

நாங்கள் மேரி தயாரித்த சிப்ஸை உண்ண அமர்ந்த நேரத்தில் எலன் சீகலுக்கு ஒரு தொலைபேசி அழைப்பு வந்தது. இஸ்ரேல் அமைத்த கஹான் விசாரணைக் குழுவுக்கு முன்னால் சாட்சி மொழி வழங்குவது தொடர்பாக வந்த அழைப்பு அது. எலன் ஒருத்தி மட்டும்தான் கஹான் விசாரணைக் குழுவிற்கு முன்னால் சாட்சியளிக்க ஆர்வமும், அக்கறையும் கொண்டிருந்தாள். அதை ஏற்கனவே வெறுமொரு 'இஸ்ரேலியக் கண்துடைப்பாக' எண்ணி ஒதுக்கியிருந்த நான் அதைப்பற்றி மேலும் சிந்திக்கவே இல்லை. இஸ்ரேலின் லெபனான் ஆக்கிரமிப்பிற்கும், அகதி முகாம்களில் நடந்த படுகொலைகளுக்கும் எதிராக அவற்றைக் கண்டித்து, தலைநகரான டெல் அவீவில் நான்கு இலட்சம் இஸ்ரேலியப் பொதுமக்கள் ஆர்ப்பாட்டம் நடத்தியதை நானும் அறிந்திருந்தேன். லெபனானுக்குச் செல்ல மறுத்ததற்காகக் குறிப்பிடத்தக்க அளவில் இஸ்ரேலிய இராணுவவீரர்கள் சிறையில் அடைக்கப்பட்டதாகக் கேள்விப் பட்டேன். இஸ்ரேலியர்கள் அமைத்த விசாரணைக் குழு மட்டுமல்ல, உலகின் பல்வேறு பகுதிகளில் எனக்குத் தெரிந்து குறைந்தது ஐந்து விசாரணைக் குழுக்களாவது அமைக்கப்பட்டுள்ளன என்பதையும் நானறிவேன்.

லெபனான் மக்களுக்கு இஸ்ரேல் வழங்கிய மரணத்தையும் அழிவையும் அளவுக்கதிகமாகவே நான் நேரில் கண்டிருந்தேன். அதன் காரணமாக எலன் தொலைபேசித் தொடர்பைத் துண்டித்ததும் நான் அவளைப் பார்த்துச் சொன்னேன்: 'இதுபோன்ற எதையும் அமைக்க அவர்களுக்கு உரிமையில்லை.'

ஆனால் எலன் அந்த விஷயத்தில் கண்டிப்புடன் இருந்தாள். அவள் சொன்னாள்: 'நாம் கண்டிப்பாக ஜெருசலேம் சென்றாக வேண்டும். இஸ்ரேலுக்கு முன்னால் சாட்சியளிக்க வேண்டும். இந்த விவகாரத்தில் தனக்குள்ள பொறுப்பை இஸ்ரேல் உணரும்படி எடுத்துரைக்க வேண்டும்.'

அவள் தான் எழுதி வைத்திருந்த சாட்சி மொழிகளை என்னிடம் காண்பித்தாள். கஹான் விசாரணைக் குழுவினருக்கு முன்னால் ஆதாரங்களாகக் கணிக்கப்படும் சாட்சியங்களைப் பதிவு செய்வதற்காக ஜெருசலேம் செல்ல இருக்கிற பத்திரிகைச் செய்தியாளரான நண்பர் ஒருவரிடம் அதைக் கொடுத்து அனுப்ப அவள் திட்டமிட்டிருந்தாள்.

'நீ என்னுடன் வருவாயா ஸவீ?'—அவள் என்னிடம் கேட்டாள். 'நீயும் என்கூட வந்தால் அது சிறப்பாக இருக்கும். காரணம் இந்த விவகாரங்களில் இப்போது பிறந்த குழந்தையைப் போல நீ பரிசுத்த மானவள். மத்திய கிழக்கில் நடக்கும் நியாய—அநியாயங்களைப் பற்றி உனக்குள்ள முன்னறிவின் காரணமாக யாரும் உன்னை ஏமாற்ற முடியாது. விசாரணைக் குழுவிற்கு உனது சாட்சியங்கள் முக்கியமானவையாக இருக்கும். போர்க் குற்றவாளிகளான ஜெர்மன் நாஸிகளைக் கண்டறிந்தது போல நாமும் குற்றவாளிகளை அடை யாளம் காட்டுவோம். அத்துடன், சப்ரா-ஷத்திலா முகாம்களில் என்ன நடந்தது என்பதை உலகின் முன்னால் வெளிச்சத்திற்குக் கொண்டு வருவோம். நீ வருவதாக இருந்தால், ஒருவேளை பால் மோறிஸும், லூயிசும், பென்னும் நம்மோடு கூடவரத் தயாராவார்கள்.' எலன் என்னை வற்புறுத்தினாள். அதைப் பற்றிச் சிந்திக்க எனக்கு நேரம் வேண்டுமென நான் அவளிடம் சொன்னேன்.

அன்று இரவு படுக்கையிலிருந்து எழுந்து நான் என் மனசாட்சியோடு உரையாடினேன். நான் மிகவும் கவனமாக இருந்தாக வேண்டும். போர் வெறியும், வன்செயலும் கொண்ட இஸ்ரேல் (ஒரு இலட்சம் லெபனான் மக்கள் வீடிழந்து, வறுமையில் வாடுவதற்கு இஸ்ரேல் நடத்திய படையெடுப்புதான் காரணம்) என்கிற நாட்டையும், டெல் அவீவ் வீதிகளில் போர்நிறுத்தம் கோரி ஊர்வலம் நடத்திய நான்கு இலட்சம் இஸ்ரேலிய மக்களையும் ஒன்றாகக் கணித்துக் குழப்பிக் கொள்ளக் கூடாது! கஹான் விசாரணைக் குழு தானே உருவானதல்ல; அது வற்புறுத்தல் காரணமாக அமைக்கப்பட்ட ஒன்று. இஸ்ரேல் என்கிற நாடு உருவாக்கப்பட்ட பின்னர் பாலஸ்தீனர்கள் பலமுறை படுகொலைகளுக்கு இரையாகினர். தெயர் யாசின் முகாமிலிருந்து தெல் அல்-சாத்தர் முகாம் வரை — ஜோர்தானிலிருந்து லெபனான் வரை—தெற்கு லெபனானிலிருந்து பெய்ரூத் வரை—இப்படி எத்தனையோ கொலைக் களங்கள்! ஆனாலும், இதுபோன்ற ஒரு விசாரணைக் குழுவை இஸ்ரேல் அமைப்பது இதுவே முதல் தடவை.

இஸ்ரேலியப் படையெடுப்பிற்கும், படுகொலைகளுக்கும் இடையில் உயிர்பிழைத்த மனிதர்கள் இன்று அனுபவிக்கும் இழிவான நிலையை நினைத்துப் பார்த்தேன். கட்டட இடிபாடுகளுக்கு

இடையிலும், பெரிய கல்லறைகளில் கூட்டமாகப் புதைக்கப்பட்ட மனித சடலங்களைப் பற்றியும் நினைத்துப் பார்த்தேன். மேலும், படுகொலைகள் குறித்த உண்மைகளைக் கண்டறிய எந்த அளவுக்கு நான் கடினமாக முயன்றேன் என்பதையும், எந்த அளவுக்கு மேற்கத்திய செய்தியாளர்கள் பலரும் அந்த உண்மைகளைச் செவிமடுக்க மறுத்தார்கள் என்பதையும்கூட நினைத்துப் பார்த்தேன். நானொரு மூன்றாம் உலக நாடுகளைச் சேர்ந்த, நிறம் மங்கிய பெண் என்கிற காரணத்தால் என்னை ஒரு நேர்காணலுக்குக்கூட அவர்கள் அழைக்க வில்லை. படுகொலைகள் குறித்து நான் தயாரித்த அறிக்கையைத் தடைசெய்ய பிரிட்டிஷ்காரரான எங்களது மேலாளர் எப்படியெல்லாம் முயன்றார் என்பதையும் நினைத்துப் பார்த்தேன். அவரும், அவரைச் சார்ந்தவர்களும் மருத்துவர்கள் தங்களது வேலையைச் செய்துகொண்டு அமைதியாக இருக்க வேண்டுமென்றும், நான் செய்தது போல எதையும் வெளிப்படையாகப் பேசுவதென்பது கடமை மீறிய செயலாகுமென்றும், இத்தனைக்கும் மேலாக இஸ்ரேலுக்கு எதிராகப் பேசுவது எனக்கு நல்லதல்ல என்றும் தெளிவுபடுத்தினார்கள்!

எப்படியெல்லாம் என் வாயை அடைக்க அவர்கள் விரும்பினார்கள் என்பதையும் நினைத்துப் பார்த்தேன். அப்போதெல்லாம் நான் அவர்களிடம், இந்தப் படுகொலைகள் நடக்காமல் இருந்திருந்தால் அதுவே நன்றாக இருந்திருக்குமென்றும், காரணம் கொலையாளி களுக்கு எதிராக நான் எதையும் பேசியிருக்க மாட்டேன் என்றும் பதில் சொல்லியிருந்தேன். இதையெல்லாம் நினைத்துப் பார்த்தபோது முதல் முறையாக பாலஸ்தீனர்கள் எந்த அளவுக்கு வேதனைப்பட்டு இருப்பார்களென்பதை உணர்ந்தேன். பாலஸ்தீனர்கள் திரும்பத் திரும்பக் காயம் பட்டார்கள். தங்களது நியாயத்தை எடுத்துரைக்கக்கூட அவர்களுக்கு வாய்ப்பளிக்கப்படவில்லை.

நான் முடிவு செய்தேன்: இஸ்ரேலிய அரசியல் மிகவும் சிக்கல் நிறைந்ததாகவும் வெறித்தனமாகவும் இருக்கலாம். ஆனாலும், கஹான் விசாரணைக் குழுவுக்குத் தனிப்பட்ட நோக்கமிருக்கும். கூட்டிக் கழித்து பார்த்தபோது, அதெல்லாம் பெரிய விஷயங்கள் அல்லவென்றும், நான் சொல்வதைக் கவனத்துடன் கேட்கத் தயாராக இருக்கும் யார் முன்னிலும் முகாம்களில் வாழும் மக்களின் நியாயங்களை சாட்சியளிப்பதன் மூலம் விளக்கிட வாய்ப்பு கிடைக்கும் என்றும் நினைத்தேன்.

மறுநாள் அதிகாலையில், நானும் வருவதாக எலனிடம் சொன்னேன். அவள் உற்சாகமடைந்தாள். அதன் பிறகு நாங்கள் இருவரும் எங்கள் குழுவைச் சேர்ந்த மருத்துவர் பால் மோறிஸ், லூயிஸ் நோர்மான், பென் அலோஃப்ஸ் ஆகிய மூவரையும் சந்தித்தோம். என்னிடம் சொன்னது போலேவே அவர்களிடமும் எலன் தன் விருப்பத்தை விளக்கினாள். அவர்களும் எங்களுடன் வர ஒப்புக்கொண்டார்கள்.

செப்டம்பர் 18 அன்று காலையில், நான் உட்பட இருபது பேரை வெளியே வரும்படி போராளிகள் கட்டளையிட்டபோது, காஸா மருத்துவமனையின் தீவிரக் கண்காணிப்பு பிரிவிலேயே தங்குவதற்கு அனுமதிக்கப்பட்ட ஸ்வீடன் நர்சுதான் லூயிஸ் போர்மான்! எலனின் நண்பரான செய்தியாளர் மூலம் விசாரணைக் குழுவிடம் சேர்ப்பிக்க வேண்டி, நாங்கள் எங்களைப் பற்றிய விவரங்களை ஒரு வெள்ளைத் தாளில் விரிவாக எழுதி எலனிடம் கொடுத்தோம்.

இரண்டு நாள்களுக்குப் பிறகு கஹான் விசாரணைக் குழுவினர் எலனுடன் தொடர்புகொண்டார்கள். செஞ்சிலுவை சங்கம் வழியாக அவர்கள் அனுப்பிய டெலக்ஸில், அவளது சாட்சிமொழியும் சாட்சியளிக்க விருப்பம் தெரிவித்தவர்களின் பட்டியலும் கிடைத்ததாகவும், இருப்பிடத்தைக் கண்டறிந்து எங்களை விசாரணைக் குழுவிற்கு முன்னால் தகுந்த பாதுகாப்புடன் அழைத்து வரும்படி இஸ்ரேலியப் பாதுகாப்பு அமைச்சர் ஏரியல் ஷரோனுக்கும், இஸ்ரேலியப் பாதுகாப்புப் படைக்கும் உத்தரவு பிறப்பித்துள்ளதாகவும் தகவல் இருந்தது. நான் ஆச்சரியமடைந்தேன். எனது அறிக்கையைத் தடைசெய்ய விரும்பிய ஆட்கள் இந்த விஷயத்தை அறியும்வரை காத்திருக்க எனக்கு ஏனோ பொறுமையில்லை!

மறுநாள் காஸா மருத்துவமனையில் பாலஸ்தீன செம்பிறைச் சங்கத்தினரிடம் எனது நிலையைத் தெளிவுபடுத்தினேன். எனது ஒப்பந்தத்தைப் புதுப்பிக்கப் போவதில்லையென்கிற விவரத்தை அஸீஸாவிடம் சொன்னேன். முக்கியமாக, இஸ்ரேல் சென்று சாட்சியளிப்பதென நாங்கள் எடுத்த முடிவை அவளிடம் சொன்னேன். காஸா மருத்துவமனையில் எனது நாள்கள் எண்ணப்பட்டதாகவும், இந்த விஷயத்தை நோயாளிகளிடம் தெரிவிக்க வேண்டாமென்றும், அவர்களிடம் விடைபெறுவதை என்னால் சமாளிக்க முடியாதென்றும்

விளக்கினேன். அதன் பிறகு, வழக்கம் போல எனது வார்டுகளைப் பார்வையிடச் சென்ற நான் ஆங்காங்கு நின்று எனது நோயாளிகளின் படங்களை எடுத்தேன்.

டைபாயிடு நோய் பாதித்திருந்த சிறுவன் இப்போது சற்று தேறியிருந்தான். சில நாள்களுக்கு முன்புவரை அவனது குடலிலிருந்து இரத்தம் வெளியானது. அவனுக்குத் தொடர்ந்து இரத்தம் செலுத்த வேண்டும். ஆனால் இரத்தம் பற்றாக்குறையாக இருந்தது. அவனை கவனித்துக்கொண்டிருந்த பாலஸ்தீன ஆண் நர்ஸ் ஒருநாள் மாலை என்னிடம் வந்து, இரத்தம் தீர்ந்து போனதாகச் சொன்னார். நாங்கள் பன்னாட்டு அமைதிப் படையிடம் சென்று இரத்தம் கேட்பதென முடிவு செய்தோம்.

நாங்கள் பிரெஞ்சு சேனையின் பொறுப்பாளரான ஓர் அதிகாரியிடம் சென்று, அவரது குழுவைச் சேர்ந்த யாரேனும் ‘ஓ பாஸிட்டிவ்’ இரத்தம் வழங்க முன்வருவார்களா என்று கேட்டோம். வாய்ப்புக் கேடாக, இரண்டு நாள்கள் முன்பு அவரது குழுவினர் அனைவரும் மற்றொரு மருத்துவமனையில் இரத்தம் வழங்கியதாகவும், அதனால் தற்போது உதவ முடியாதென்றும் அந்த அதிகாரி பதில் சொன்னார். ஆனால், சாலையின் மற்றொரு பகுதியிலிருந்த இத்தாலியர்களின் நினைவு வந்ததும், அவர்கள் ஏதேனும் செய்யக்கூடுமென்று எங்களிடம் சொன்னார். அத்தோடு நில்லாமல், எங்களை இத்தாலியர் களின் கூடாரத்திற்கு அழைத்துச் செல்லும்படி ஓர் இராணுவ வீரரிடம் பணித்தார். மேலும் இத்தாலிய மொழியில், ‘எங்களுக்கு ஓ பிரிவு இரத்தம் வேண்டும்’ என்பதை எப்படிக் கேட்பதென்று கற்றுத் தரவும் செய்தார்.

இத்தாலியச் கூடாரத்திற்குச் சென்றதும், அங்கிருந்த அதிகாரிக்கு விஷயத்தைப் புரியவைக்க நான் கொஞ்சம் சிரமப்பட வேண்டிய தாயிற்று! இரத்தம் வழங்குவதற்கென்றாலும் தன்னுடைய வீரர்களை பாலஸ்தீன அகதி முகாமுக்கு அனுப்பிவைக்க அந்த அதிகாரி விரும்பவில்லை என்பதைச் சீக்கிரமே நான் புரிந்துகொண்டேன். தனது வீரர்களின் இரத்தத்தைக் கொடுத்து ‘பயங்கரவாதி’களுக்கு உதவுவானேன் என்றும் ஒருவேளை நினைத்திருக்கலாம். தொடர்ந்து வற்புறுத்திய பிறகு அவர் சம்மதித்தார். ‘ஓ’ பிரிவு இரத்தமுள்ள மூன்று இத்தாலிய வீரர்களை, மூன்று ஆயுத வண்டிகளின் பாதுகாப்போடு அனுப்பி வைக்க, காலை ஐந்து மணியளவில் இறுதியாக அவர்கள் காஸா மருத்துவமனைக்கு வந்து சேர்ந்தார்கள்.

பாலஸ்தீனர்களைப் பயங்கரவாதிகளாக இந்த உலகம் எந்த அளவுக்குக் கருதுகிறது என்பதை மீண்டும் நினைவுபடுத்திக்கொள்ள இந்தச் சம்பவம் உதவியது. பாலஸ்தீன அகதி முகாமை இத்தாலியப் போர்வீரர்கள் காண்பது ஒருவேளை இதுவே முதல் முறையாக இருக்கும்!

இத்தாலியப் போர் வீரர்களைக் காஸா மருத்துவமனையின் மேல்தளத்திற்கு அழைத்துச் சென்று, அங்கு ஆபத்தான நிலையில் கிடக்கும் அந்தச் சிறுவனைக் காண்பிக்க வேண்டுமென நான் முடிவெடுத்தேன். காய மடைந்த ஏதோ ஒரு பயங்கரவாதியைப் பார்க்கப் போவதாக நினைத்த படைவீரர்கள் அந்தச் சிறுவனைக் கண்டதும் அதிர்ந்து போனார்கள். இரத்தம் வழங்கிய பின்னர் திரும்பிச் சென்ற அவர்கள் சில நாள்களுக்குப் பின்னர் அதே நோயாளியைக் காணும் நோக்கத்துடன் மீண்டும் மருத்துவமனைக்கு வந்தார்கள். அந்தச் சிறுவனுக்கு அவர்கள் பூச்செண்டையும், சிறிய பரிசுகளையும் கொண்டு வந்தார்கள். அவர்களில் ஒருவன் அந்தச் சிறுவனின் குடும்ப நண்பனானான். மேலும் அந்தச் சிறுவனுடனும், அவனது தகப்பனுடனும் சேர்ந்து நின்று புகைப்படத்திற்கு 'போஸ்' கொடுத்தான். அந்தப் புகைப்படத்தை பெருமிதத்துடன் நான் எடுத்தேன்.

அதன் பின்னர் நான் முதியவரான முனைவர் அர்னோட்டியைக் காணச் சென்றேன். எனது பிரிட்டிஷ் மேலாளர் வெளியேற்றச் சொன்ன, ஜெருசலேமிலிருந்து வந்த, அதே 'பிச்சைக்காரர்.' முனைவர் அர்னோட்டி இரண்டு முறை வீடிழந்தவர்: ஜெருசலேமை விட்டு வெளியேற நேர்ந்தபோது ஒருமுறை சொந்த வீட்டை இழந்தார். இரண்டாவது முறையாக, இஸ்ரேலியர்கள் பெய்ரூத்திலிருந்த அவரது வீட்டைக் குண்டுவீசித் தகர்த்த வேளையில்! நாங்கள் அவரை சாக்ரடீஸ் என்று அழைத்தோம். காரணம் எங்கள் கண்கண்ட ஞானியாக அவர் இருந்தார். பல மொழிகளும் அறிந்தவர். அரசியல் அறிவு நிரம்பப் பெற்றவர். இப்போது அவருக்கு வயதாகிவிட்டது. தமது பிறப்பிடமான ஜெருசலேமைத் தவிர வேறெங்கும் போக அவர் விரும்பவில்லை. இருந்தாலும் செம்பிறைச் சங்கத்தின் ஏதேனும் ஒரு மருத்துவமனையில் தாம் இறக்க நேருமோ என்று அவர் பயந்தார். ஆக்ஸ்ஃபோர்டு உச்சரிப்பில் தெளிவான ஆங்கிலத்தில் அவர் பேசினார். அந்த வயதான முனைவரிடம் விடைபெற்றுக்கொள்ள மனதார விரும்பியது உண்மை. ஆனாலும் வேண்டாமென முடிவு செய்தேன். அமைதியாக அவருக்கு நல்லது வரட்டுமென வாழ்த்தினேன். நேசத்திற்குரிய ஜெருசலேமை மரணத்திற்கு

முன்பு அவரால் காண முடியுமென்று நம்பவும் செய்தேன்.

விடைபெற மேலும் பலர் இருந்தார்கள். மிலாத், மொனா, ஈஸா என்கிற சிறுவர்கள், அடுத்த அறையிலிருந்த லைலா, பாத்திமா மற்றும் அவளது சகோதரிகள். அடுத்த வாரம் தங்களின் அறுவை சிகிச்சை நடக்குமென்று ஆவலுடன் காத்திருக்கும் காயம்பட்ட ஆண்களும் பெண்களும். இவர்களையெல்லாம் விட்டுப் பிரிந்து செல்வதை எண்ணி என் மனம் மிகவும் வேதனைப்பட்டது.

லெபனான் குடியரசுத் தலைவருக்கு நான் எழுதிய ‘வேண்டுகோள் கடிதம்’ என் கையில் இருந்தது. இருபதுக்கும் மேற்பட்ட வெளிநாட்டு மருத்துவ ஊழியர்கள் அதில் கையெழுத்துப் போட்டிருந்தார்கள். போரின் காரணமாக அகதிகளாக மாற்றப்பட்ட மனிதர்களைப் பற்றியும், காரணமேதுமின்றி கைது செய்யப்பட்டு சிறையிலடைக்கப்பட்ட மனிதர்களைப் பற்றியும் எங்களுக்குள்ள ஆதங்கத்தையும், வேதனையையும் கடிதத்தில் விளக்கியிருந்தோம். ஆனால் அதை அனுப்புவதால் செம்பிறைச் சங்கத்திற்கு பிரச்சினைகள் எழக் கூடுமென்று எங்களுக்கே தோன்றியதால் அதை நாங்கள் அனுப்பவில்லை. காரணம் அதில் கையெழுத்திட்டவர்களில் பெரும்பாலோர் செம்பிறைச் சங்கத்தின் கீழ் பணியாற்றுகிற ஊழியர்கள். யாரையும் சீண்டிப் பார்க்கும் தருணமல்ல இது!

11

முஸ்லிம்கள் யாரேனும் இறந்து போனால், நாற்பதாவது நாளைத் துக்க நாளாகக் கொண்டாடுவார்கள். அதன்படி அக்டோபர் 26, பெய்ரூத் படுகொலைகள் நடந்து நாற்பதாவது நாளாகிறது. வெளிநாட்டு மருத்துவ ஊழியர்கள் அன்றைய தினம் காஸா மருத்துவமனை யிலிருந்து கூட்டமாகச் சென்று, மனிதர்களை ஒருசேரப் புதைத்த கல்லறையின் மீது மலர்வளையம் வைக்கலாமென்று எலன் ஆலோசனை சொன்னாள். உலகின் கவனத்தைக் கவர, அந்த நிகழ்ச்சிக்குப் பத்திரிகை செய்தியாளர்களையும் வரவழைத்தோம். மலர்வளையம் தயாராக இருந்தது. செய்தியாளர்களும் வந்தார்கள். ஆனால் கடைசி நேரத்தில் அதைக் கைவிடும்படி நேர்ந்துவிட்டது. செம்பிறைச் சங்கத்தை இழுத்து மூடவேண்டுமென்று ஏற்கனவே இஸ்ரேல் லெபனான் அரசாங்கத்தை வற்புறுத்திக்கொண்டிருந்தது.

இந்நிலையில் ஓர் ஊர்வலம் முகாம்களை யும், படுகொலைகளையும் கவனத்தில் கொண்டுவந்தால், அது இஸ்ரேலின் எதிர்ப்புக்கு வழிவகுக்குமென்றும், அதையே காரணம் காட்டி செம்பிறைச் சங்கத்தை மூட இஸ்ரேல் முயலுமென்றும் நாங்கள் அறிவுறுத்தப் பட்டோம். அதனால் ஊர்வலத்தை ரத்து செய்ததோடு, செய்தியாளர் களிடம் மன்னிப்பும் கேட்டோம். இருந்தும் எங்களில் சிலர் அமைதியாகக் கல்லறைக்குச் சென்று மரியாதை செலுத்தினோம்.

எங்களுக்கு முன்பாகவே முகாம்களில் உள்ள மக்கள் அங்கு கூடியிருந்தார்கள். பிரம்மாண்டமான அந்த மண்குவியலின் மீது மலர்களும், கறுப்பு நிறத்திலுள்ள துணிப் பதாகைகளும் இருந்தன. ஷத்திலா முகாமின் பெரும்பகுதி ஏற்கனவே ஒரு கால்பந்து மைதானம் போல தரைமட்டமாக்கப்பட்டிருந்தது. அங்கு புற்கள்கூட இல்லை என்பதே உண்மை!

அங்கிருந்த சில இளம் விதவைகளிடம் நான் பேச்சுக் கொடுத்தேன். அவர்களில் ஒருத்தி என்னிடம் சொன்னாள்: விடியலில் ஒரு வெண் புறா கல்லறையிலிருந்து பறந்து செல்வதை அவர்கள் பார்த்தார்களாம்! கொல்லப்பட்ட தங்களின் அன்பான குழந்தைகள், கணவர்களின் ஆன்மாக்கள் சாந்தி அடைந்ததற்கான அடையாளமாக அதை அவர்கள் கருதினார்கள்.

எதேச்சையாக அன்றுதான் என் பிறந்த நாள்—சோகமான ஒரு பிறந்த நாள்! தெளிவான நீலவானும், இதமான சூரியஒளியும் எங்களது இதய வேதனையைக் குறைக்கவில்லை. ஊரறிய வெளிப் படையாக இறந்தவர்களுக்கு அஞ்சலி செலுத்த முடியாமல் போனதில் நாங்கள் அதிக வேதனையடைந்தோம்.

நானும் எலனும் மருத்துவமனைக்குத் திரும்பினோம். அங்கு, வழியனுப்பு விழாவுக்கான ஏற்பாடுகள் நடந்துகொண்டிருந்தன. இனிப்பு வகைகளும், கேக்கும் வாங்க திட்டமிட்டிருந்தார்கள். தக்க நேரத்தில் நான் திரும்பி வந்ததால் அதையெல்லாம் தடுக்க முடிந்தது.

'அதெல்லாம் தேவையில்லை. வழியனுப்பு விழாவும் கிடையாது! உடனடியாக நாங்கள் ஜெருசலேம் செல்கிறோம். எங்களுக்காக நீங்கள் இங்கே காத்திருங்கள். திரும்ப வந்து உங்களைச் சந்திக்கிறோம்.'

இந்தச் சமயத்தில் காஸா மருத்துவமனைக்கு வெளியே சிறிய கூட்டமொன்று கூடியது. முகாமைச் சேர்ந்தவர்கள் காஸா

மருத்துவமனையிலிருந்து சில மருத்துவர்களும் நர்சுகளும் ஜெருசலேம் சென்று, அவர்களின் சார்பாக சாட்சியளிக்கப் போவதாகக் கேள்விப்பட்டு வந்திருந்தார்கள். அவர்கள் வியப்படைந்து ஜெருசலேம் பற்றியும் பாலஸ்தீன் பற்றியும் பேசத் தொடங்கினார்கள். அவர்கள் சொன்னார்கள்: 'மருத்துவர், அக்வா மற்றும் ஹைஃபாவுக்கு எங்களது வாழ்த்துகளைச் சொல்லுங்கள். எங்களின் சார்பாக ஜெருசலேம் மண்ணை முத்தமிடுங்கள். இறைவன் உங்களைப் பாதுகாப்பானாக!'

வரலாற்றின் ஒவ்வொரு கட்டத்திலும் ஜெருசலேம்மீது பலரும் உரிமை கொண்டாடினார்கள். தாவீது மன்னர் ஜெருசலேமை அவளது நிஜமான வாரிசுகளிடமிருந்து கைப்பற்றினார். அதன் பின்னர் ரோமானியர்கள் அவளைக் கைப்பற்றிக் கொள்ளையடித்தார்கள். அதன் பின்னர் ஒட்டோமன் முஸ்லிம்கள், பிரிட்டிஷ் பேரரசு, சியோனிஸ்டுகள் பலரும் ஜெருசலேமை மதத்தின் அடிப்படையிலோ தங்களுடைய சாம்ராஜ்யத்தின் ஒரு பாகமென்றோ சொந்தம் கொண்டாடினார்கள்.

ஆனால் முகாம்களில் வாழும் பாலஸ்தீனர்களுக்கு ஜெருசலேம் சொந்த வீடாக இருந்தது. இப்போது அவர்கள் அங்கிருந்தால் எங்களை வரவேற்க வரிசையாக நின்றிருப்பார்கள். புலம்பெயர்ந்த நிலையில் அரபு உபசரிப்பை சரியான முறையில் எங்களுக்குத் தர அவர்களால் முடியவில்லை. என்றாவது ஒருநாள், ஒருவேளை அவர்கள் தங்களது மூதாதையர்களின் இல்லங்களுக்குத் திரும்பிச் செல்வார்கள். வெளிநாட்டிலிருந்து வரும் நண்பர்களை வரவேற்கக் காத்திருப்பார்கள்.

எலன் தனது பெட்டிகளைக் கட்டினாள். நாங்கள் புறப்படத் தயாரானோம். காஸா மருத்துவமனையின் ஊழியர்களுக்கு 'குட் பை' சொன்னோம். மிகவும் நெருக்கடியான கட்டங்களில் எல்லோரையும் அரவணைத்துச் சென்ற ஹத்லா, உம் வாலித், அஸீஸா என்கிற மூன்று பெண்களிடமும், உடலாலும் உள்ளத்தாலும் எல்லா விதமான நெருக்கடிகளையும் உறுதியோடு சமாளித்த வண்ணம் போராடிய அனைவரிடமும் விடைபெற்றோம். எங்களுக்கு 'குட் பை' சொல்லி அஸீஸா அகன்றதும் எனது கண்கள் பனித்தன. மயக்கம் வருவது போலிருந்தது.

'ஸ்வீ, நீ சிறிதளவும் மனம் குன்றக் கூடாது'—காதில் யாரோ முணுமுணுக்கும் சப்தம். 'இப்படி உணர்ச்சி வசப்பட்டால், இந்த மக்களுக்காக உன்னால் எதையும் செய்ய முடியாது.'

அதைச் சொன்னது எனது அன்பான எலன்தான்! நான் சமாளித்துக் கொண்டேன். பிறகு இருவருமாக நாங்கள் தங்கியிருந்த ஹம்ரா குடியிருப்பு நோக்கிச் சென்றோம்.

நாங்கள் ஹம்ராவுக்குச் சென்றதும் முதலில் என் காதில் விழுந்த செய்தி, எனது இலண்டன் பயணத்திற்கான விமான டிக்கட் அக்டோபர் 30ஆம் தேதிக்கு எடுக்கப்பட்டிருப்பதாக ஒரு பிரிட்டிஷ் மருத்துவர் உற்சாகத்துடன் பலரிடமும் சொல்லிக்கொண்டிருந்தாராம்! என்னை இங்கிருந்து துரத்துவதில் வெளிநாட்டினரான என் சக ஊழியர்களில் சிலருக்கு உண்மையில் ஆனந்தம் இருந்தது.

சப்ரா-ஷத்தீலா முகாம்களை விட்டு விலகியிருந்த அடுத்த இரண்டு நாள்களில் பெய்ரூத்தின் சமாதானத்தை நான் அனுபவித்தறிந்தேன். ஒருநாள் நண்பகல் அமாவின் தாயார் இருந்த குடியிருப்பை நோக்கி நான் நடந்துகொண்டிருந்த வேளையில் ஒரு மனிதர் என்னை நோக்கி வேகமாக வந்தார். அரபியில் எனக்கிருந்த அரைகுறைப் புரிதலில், அவருடன் நான் செல்ல வேண்டுமென்று அவர் விரும்புவதாக ஊகித்தேன். இதுபோன்று யாரேனும் தன்னோடு வரும்படி என்னை அழைத்தால் அது பெரும்பாலும் ஏதேனும் நோயாளியைச் சிகிச்சை செய்வதற்காகத்தானிருக்கும். அதனால் அந்த மனிதரின் உறவினர் யாரேனும் நோய்வாய்ப்பட்டு இருப்பார்களென்றே சட்டென்று தோன்றியது. ஆனால் அந்த மனிதரோ என் கையைப் பிடித்திழுத்து நூறு, இருநூறு, மூந்நூறு, நானூறு, கடைசியில் ஐநூறு லிரா (லெபனான் நாணயம்) என்றும், ஒரு மணிநேரம்-அரைமணி நேரம் என்றெல்லாம் சொன்னதையும் கேட்ட பின்னர்தான் அவர் என்னை ஒரு விலைமாது என்று தவறாகக் கணித்திருக்கிறார் என்பதை உணர்ந்தேன். உடனடியாக நான் எனது மருத்துவக் கார்டைக் காட்டியதும் இந்த பேரம் சட்டென நின்றுபோனதோடு, அந்த மனிதர் அவமானப்பட்டு வேகமாக வீதியிலெங்கோ ஓடி மறைந்தார்.

அமா ஓடிவந்தான். இதையெல்லாம் தூரத்திலிருந்து கவனித்துக் கொண்டிருந்த அவன் கவலைகொண்டான். ஒரு வழியாக நானொரு 'முதிர்ந்த' பெண்ணென்றும், இறுதியில் எல்லாம் நல்லபடியாக முடியுமென்றும் அவனைத் தேற்றினேன். அவன் என்னைத் தன் தாயார் இருக்கும் குடியிருப்புக்கு அழைத்துச் சென்று

நடந்ததையெல்லாம் அவளிடம் விளக்கினான். பெய்ரூத்தின் சமூக வாழ்க்கையின் சீரழிந்த ஒரு பகுதியை எனக்கு அறிமுகப்படுத்திய முதல் நிகழ்ச்சி இது!

அமா மிஷாவுக்கும், மிஷா பால் மோறிஸுக்கும் நண்பர்கள். அப்படித்தான் நாங்கள் பழக்கமானோம். ஆனால், அமாவின் தாயார் எனக்குத் தோழியும், வழிகாட்டியுமாக இருந்தாள். பாலஸ்தீன தாய்மார்கள் பலரையும் போல அவளும் தனது புதல்வர்களான இரண்டு இளைஞர்களைப் பற்றிக் கவலைகொண்டிருந்தாள். இருவருக்கும் பதினான்கு வயதுக்கு மேலாகிறது. 14-60 வயதுக்குள்ளான பாலஸ்தீன ஆண்கள் எந்நேரமும் கைது செய்யப்பட்டு, விசாரணைக்குக் கொண்டு செல்லப்படும் நிலை பெய்ரூத்தில் இருந்தது. அதனால் அமாவின் தாயார் மனதில் அமைதியில்லை. நல்லவேளையாக அவளது கணவர் ஏற்கனவே ஓடிப் போயிருந்தார்.

மேற்குப் பெய்ரூத்தை இஸ்ரேலியர்கள் கைப்பற்றியபோது அவளது குடியிருப்பு இருந்த கட்டடம் பலமுறை சோதனையிடப் பட்டது. ஆனால் அப்போதெல்லாம் அந்த இளைஞர்கள் இருவரும் எங்கேயோ பதுங்கியிருந்து தப்பித்துக்கொண்டார்கள். ஹம்ராவில் விலை மதிப்புள்ள இடத்தில் சொந்தமாக ஆடம்பரக் குடியிருப்பு இருந்தும், அது தொல்லைகளிலிருந்து அவர்களை மீட்கவில்லை.

என்னைப் பொறுத்தவரை, அமாவின் தாயார் பாலஸ்தீன வரலாற்றின் தங்கச் சுரங்கமாக இருந்தாள். பாலஸ்தீனைப் பற்றி அவள் சொன்ன எல்லாத் தகவல்களையும் நான் ஆர்வத்துடன் கேட்டேன். செய்தித்தாள் களில் வெளியாகும் நடப்பு நிகழ்வுகளைப் பற்றி மணிக்கணக்கில் நாங்கள் பேசும்போது, நான் அவளிடம் கேட்கும் கேள்விகளுக்கு முடிவே இருக்காது. அமாவின் தகப்பனார் உன்னதமான பாலஸ்தீன அறிவாளியும், அரசியல் விற்பன்னருமாக இருந்தார். அவரைச் சந்திக்க முடியாமல் போனது என்னுடைய வாய்ப்புக்கேடுதான்! அதேசமயம், அமாவின் தாயாரும் நமது சிந்தனையைக் கிளறுவாள். சிரியாவின் உயர்குடியில் பிறந்த பாலஸ்தீனப் பெண்மணியான அவள் அழகும், சொல்லாற்றலும் மிக்கவள். பல தரப்பட்ட சமாதான உடன்படிக்கைகள் குறித்தும், பாலஸ்தீனின் எதிர்காலம் குறித்தும் என்னுடன் அலசும் போதுகூட, அவள் தனது கைப்பின்னலை நிறுத்துவதில்லை. முகாம்களிலுள்ள பாலஸ்தீன பெண்களைப் போல அவளும் தனது குழந்தைப் பருவ பாலஸ்தீனை ஒரு நீளமான துணியில் சித்திரமாகப் பின்னினாள்.

‘பல வருடங்களுக்கு முன்பு, ஜோர்டானில்தான் பாலஸ்தீனர்களை முதன் முதலாகக் கூடாரங்களில் தங்க வைத்தார்கள்’—அவள் சொன்னாள். ‘பிறகு, கூடாரங்களுக்கு இடையே ஒரு சுவர் எழுந்தது. சாவகாசமாக ஒரு மேற்கூரை போடப்பட்டது. ஒரு பச்சைநிற செடி வளர்ந்தது, பின்னர் மேலும் பல செடிகள் வளர்ந்தன. பிறகு கோழிகளின் சப்தம், ஆட்டின் கனைப்புகள்... அதிக தாமதமின்றி அது ஒரு கிராமமாக மாறியது. பள்ளிக்கூடம், கடைகள் எனப் பலவும் வந்தன.’ அவள் சிறிது நேரம் மௌனமானாள். பிறகு தொடர்ந்தாள்: ‘ஒவ்வொரு முறையும் நாங்கள் தவறுகள் செய்தோம். ஒவ்வொரு தவறுக்கும் நாங்கள் தண்டனை அனுபவித்தோம். முகாம்களை கிராமங்களாக மாற்றுவதற்கு ஒருவேளை, ஒன்று அல்லது இரண்டு தலைமுறைகள் பாலஸ்தீனர் களுக்குத் தேவைப்படலாம். ஆனாலும் அது மீண்டும் ஒருமுறை நடக்கவே செய்யும்.’

‘பாலஸ்தீனர்கள் யார்?’ அவள் கேட்ட கேள்விக்கு அவளே பதிலையும் சொன்னாள்: ‘நாங்கள் உலகெங்கும் இருக்கிறோம். இஸ்ரேலோ —வேறு யாருமோ நினைத்தாலும் எங்களைத் துடைத்தெறிய முடியாது! ஒவ்வொரு தலைமுறையும் முந்தைய தலைமுறையைவிட சக்தி வாய்ந்தது. நாங்கள் கற்கிறோம்—நிஜமாகவே கற்கிறோம்! எங்களின் தவறுகளிலிருந்து—எங்களின் சக்தியிலிருந்து பாடம் கற்றுக் கொள்கிறோம். வெற்றிதான் எங்களின் ஒரே இலட்சியம்! அதி விரைவாக அல்ல—அதிக காலதாமதமாகவும் அல்ல —சரியான நேரத்தில் வெற்றியடைவோம்!’

அமாவின் தாயார் சிரியாவுக்கு அனுப்புவதற்காகத் தன்னிடமுள்ள புத்தகங்களைப் பல கட்டுகளாகக் கட்டினாள். அங்கிருந்தால் இஸ்ரேலியர்களிடமிருந்து அவை பாதுபாப்பாக இருக்கும். அவளைப் பொறுத்தவரை, அந்தப் புத்தகங்கள் தங்கத்தையும் நகைகளையும் விட முக்கியமானவை!

‘இவையெல்லாம் பாஸ்தீனப் போராட்டத்தின்போது எழுதப்பட்ட சரித்திரங்கள்’ என்று சொன்னாள். அமாவின் தாயாருடன் செலவழித்த சந்தர்ப்பங்களைப் பொக்கிஷமாகக் கருதினேன். அவளது குடியிருப்பு எனக்கு இரண்டாவது வீடாக இருந்தது.

எனது மூன்றாவது வீடென்பது ‘பன்னாட்டு மாணவர்களின் கிறித்தவக் கூட்டமைப்பு’ அலுவலகமாக இருந்தது. அதன் ஒரு கிளையான ‘சிங்கப்பூர் மாணவர் கிறித்தவ இயக்க’த்தின் தீவிர ஆதவாளராக என் கணவர் பிரான்சிஸ் இருந்தார். சிங்கப்பூர்

இயக்கத்தை அரசு தடைசெய்யுமோ என்கிற பீதி நிரந்தரமாக இருந்தது. ஒடுக்கப்பட்ட மக்களின் உரிமைப் போராட்டங்களுக்கு அது எப்போதுமே ஆதரவாக இருந்தது. பணவசதி படைத்த ஏனைய ஐரோப்பிய அமைப்புகளோடு ஒப்பிடும் போது, பெய்ரூத்தில் உள்ள கிறித்தவக் கூட்டமைப்பு மிகவும் எளிமையானதும், ஏழ்மையானதும், குறைந்த வசதிகள் மட்டுமே உள்ளதுமாக இருந்தது. ஆனாலும், என்னைப் போன்ற புறசாதியினருக்கு அதன் கதவுகள் எப்போதும் திறந்தே கிடந்தன. அதன் செயலாளரான யூசுப் ஹஜ்ஜார் சுவையான அரபுக் காபி தயாரிப்பதில் வல்லவர். அவரும், அவரது சக ஊழியரான ஜாக்குலினும் அர்த்தமற்ற எனது புகார்களைப் பொறுமையுடன் கேட்பார்கள். அதேசமயம், நான் சொல்வதை முழுவதுமாக அவர்கள் நம்புவதுமில்லை! பாலஸ்தீனர்கள் தொடர்பான திறந்த மடல்களையும், அறிக்கைகளையும் தயாரிக்க நான் அவர்களது தட்டெழுத்து இயந்திரத்தையும் நகலெடுக்கும் இயந்திரத்தையும் பலமுறை பயன்படுத்தினேன்.

அந்த அலுவலகத்தில்தான் நான் ஜேனட் ஸ்டீவனைச் சந்தித்தேன். ஓர் அமெரிக்கச் செய்தியாளரான அவள் சில ஆண்டுகளுக்குப் பிறகு, பெய்ரூத்திலுள்ள அமெரிக்கத் தூதரகத்தில் நடந்த குண்டு வெடிப்பில் உயிரிழந்து போனாள். அவளது மரணத்திற்குப் பிறகு, மத்திய கிழக்கின் பத்திரிகைகள் அவளை 'அமெரிக்க அழகி' என்று வர்ணித்தார்கள். இஸ்ரேலிய அத்துமீறல் குறித்து பத்திரிகையில் அவள் எழுதியிருந்த கட்டுரையை நான் படித்தது நினைவுக்கு வந்தது. ஒரு செய்தியாளர் என்கிற முறையில் அவளது எழுத்துகள் அநீதியுடன் சமரசப்படாதவை. அவளை நான் பெரிதும் மதித்தேன். லெபனான்-பாலஸ்தீன் மக்களின் நிஜமான—பயமில்லாத தோழியாக அவள் இருந்தாள். அது சோதனை மிகுந்த காலம். யூசுபின் அலுவலகமும் கண்காணிக்கப்பட்டது.

நானும் பிரான்சிஸும் ஒடுக்கப்பட்ட மக்களின் அறிக்கைகளையும் இலக்கியத்தையும் தட்டச்சு செய்யவும், நகலெடுக்கவும் மணிக்கணக்கில் நேரத்தைச் செலவிட்ட சிங்கப்பூர் மாணவர் கிறித்தவ இயக்கத்தின் அலுவலகத்தை யூசுபின் அலுவலகம் எனக்கு நினைவூட்டியது. யூசுப் எப்போதும் சொல்வார்: 'ஓர் இயக்கம் சோர்வடையத் தொடங்கினால் அதை நடத்திச் செல்வது சிரமமானது! அந்நிலையில், போராட்டத்தைத் தொடர்ந்து நடத்த கிறித்தவர்கள் மட்டுமே எஞ்சியிருப்பார்கள்.'

நான் கிண்டலாகக் கேட்பேன்: 'சில கிறித்தவர்களை மட்டும்தானே நீங்கள் குறிப்பிடுகிறீர்கள்?'

1982 அக்டோபர் 28ஆம் நாள். காஸா மருத்துவமனையை விட்டு நாங்கள் புறப்பட்டு இரண்டு நாள்கள் ஆகியிருந்தன. இஸ்ரேலிய வெளியுறவுத் துறையைச் சேர்ந்த ஐசக் லியோருடன் தொடர்புகொள்ளும்படி எலனுக்குத் தகவல் கிடைத்தது. அவருடன் தொடர்புகொண்டு பேசியபோது, அவர் தங்கியிருக்கும் பாப்தாவுக்கு —கிழக்குப் பெய்ரூத்தைச் சேர்ந்த இடம்—வந்து சேரும்படிச் சொன்னார். நவம்பர் முதல் தேதியன்று நாங்கள் கஹான் விசாரணைக் குழுவுக்கு முன்னால் சாட்சியளிக்க வேண்டுமென்று நிச்சயிக்கப் பட்டிருந்தது. எனது எண்ணத்தை லெபனான் பொறுப்பாளரிடம் தெரிவிக்க வேண்டிய நேரம் நெருங்கிவிட்டது.

12

எனது லெபனான் வருகைக்குப் பொறுப்பேற்றிருந்த அமைப்புக்குத் தலைவராக இருப்பவர் செல்வந்தரான ஒரு லெபனானியக் கிறித்தவர். அவர் ஓர் அமெரிக்கப் பெண்ணைத் திருமணம் செய்திருந்தார். அவரைச் சந்தித்துப் பேசுவதென்பது அத்தனை முக்கியமானதாக எனக்குத் தோன்றவில்லை. ஆனால் நான் இஸ்ரேலியர்களுக்கு முன்னால் சாட்சியளிக்க விரும்புவதாகக் கேள்விப்பட்ட அவர் என்னைப் பார்க்க வேண்டுமென்று அழைத்திருந்தார். நான் அங்குச் சென்றபோது, அலுவலகத்தில் அவர் சில முக்கிய பிரமுகர்களுடன் பேசிக்கொண்டிருந்ததால் நான் வெளியே காத்திருந்தேன். சிறிது நேரத்திற்குப் பிறகு அவர்கள் வெளியே சென்றதும், அவருடைய செயலாளர் என்னை உள்ளே செல்லும்படி பணித்தார்.

ஆடம்பரமான குளிர்பதன அறையில் உட்கார்ந்திருந்த அவர் நான் உள்ளே நுழைந்ததும் என்னை ஏறெடுத்துக்கூடப் பார்க்காமல் எங்கேயோ வெறித்துப் பார்த்துக்கொண்டிருந்தார். பிறகு, தனது சுழல் நாற்காலியைச் சற்றுத் திருப்ப என்னை உட்காரும்படி சைகை காண்பித்த அவர், தனது ஓரக்கண்ணால் என்னைப் பார்த்தவாறு தயக்கத்துடன் கேட்டார்: 'தொடர்ச்சியாக ஏன் எனக்குத் தொல்லை தருகிறாய்?'

'என்ன தொல்லை?' நான் கேட்டேன்.

அவர் சொன்னார்: 'நல்லது, முதலாவது உன்னுடைய டெலக்ஸ் செய்தி. அதுவே போதுமான தொல்லைதான்! அடுத்ததாக, மத்திய கிழக்கின் நாளிதழ்களிலும், புத்தகங்களிலும் உன்னைப் பற்றிய செய்திகள் வர நீ எடுத்துக்கொண்ட முயற்சிகள். பிறகு, உனது பாதுகாப்பைக் கருத்தில்கொண்டு இங்கிருந்து போக ஆலோசனை சொன்னேன். ஆனால் நீயோ உன்னை நாங்கள் துரத்த விரும்புவதாக எடுத்துக்கொண்டாய். அப்படியொரு எண்ணம் எங்களுக்கில்லை. இப்போது நீ இஸ்ரேல் செல்லப் போவதாகக் கேள்விப்பட்டேன். இஸ்ரேலும், லெபனானும் இன்னமும் போர்முனையில் உள்ளன என்பதையும், இதுபோன்ற ஒரு விசாரணைக் குழுவில் பங்கேற்க நீ இஸ்ரேல் செல்வது அரசியல் தொடர்பின்றி நடவாதென்பதையும் நீ புரிந்துகொள்வாயென நான் எதிர்பார்க்கிறேன்.'

இப்போது திரும்பிப் பார்க்கையில், அன்று அவர் சொன்னது சரியென்றே எனக்குத் தோன்றுகிறது. ஆனால் அன்று எனக்குப் பிடிவாத குணமிருந்தது. அதனால் அவரது நியாயங்களைக் கேட்க நான் மறுத்தேன். அதற்கு மாறாக, போகவேண்டுமென்று விடாமல் வாதாடினேன். நாங்கள் சிக்கலில் அகப்பட்டதும் அவரது குரல் மிரட்டலாக மாறியது. என்னை அனுப்பிய பிரிட்டன் தர்ம ஸ்தாபனத்துடன் எனக்குள்ள ஒப்பந்தத்தை அவர் நினைவுபடுத்தினார். சுய விளம்பரத்திற்காகத் தன்னிச்சையாகச் செயல்பட நானொன்றும் சுதந்திர மனிதனல்ல என்றும் சாடினார். ஒப்பந்தத்தை மீறியதற்காக என்மீது சட்டபூர்வமான நடவடிக்கையெடுக்க பிரிட்டன் தர்ம ஸ்தாபனம் தயங்காதென்றும் பயமுறுத்தினார். இதையெல்லாம் கேட்ட பின்னர் தான், அவர் வெளியிலிருந்து வருகிற ஏகப்பட்ட நெருக்கடிகளுக்கு மத்தியில் இருக்கிறார் என்பதும், உண்மையில் அவருக்கு நானொரு தலைவலியாக இருக்கிறேன் என்பதும் எனக்குப் புரிந்தது.

என் செயலுக்கான பொறுப்பிலிருந்து அவரை விடுவிக்க வேண்டி நான் எனது வேலையை ராஜினாமா செய்வதாகச் சொன்னேன். அதன் பிறகு அவருடைய அமைப்போடு எந்தவிதத் தொடர்புமில்லாத, சுதந்திரமான பெண்ணாக நான் ஜெருசலேம் செல்ல முடியுமென்றும் விளக்கினேன். அதை அவரும் ஒப்புக்கொண்டார்.

ஆனாலும், அப்படி நான் செய்தால் லெபனானில் தொடர்ந்து பணியாற்ற முடியாதென்று என்னை எச்சரித்தார். காரணம், பாலஸ்தீனர்களுடன் பணியாற்ற வேண்டுமென்றால் ஏதாவதொரு

லெபனானிய அமைப்பைச் சேர்ந்தவளாக நான் இருந்தாக வேண்டும் என்றும் விளக்கினார். அத்துடன், நான் வாயை மூடிக்கொண்டு, பாலஸ்தீனர்களுக்குச் சேவை செய்யும் 'பொருத்தமான சர்ஜனாக' பணியாற்றுவதாக இருந்தால், அது மேலும் புத்திசாலித்தனமாக இருக்குமென்று புரியவைக்கவும் அவர் முயன்றார். இத்தனைக்கும் மேலாக, நானொரு நாடில்லாத அகதியென்றும், பயனற்ற விளம்பரத்திற்காக அதிகப்படியாக முயன்றால் பிரிட்டனுக்குத் திரும்பச் செல்ல முடியாதென்றும், மிகப் பெரிய சிக்கலில் நான் மாட்டிக்கொள்வேன் என்றும் அறிவுரை வழங்கினார். ஆனால் அதனால் பயனேதுமில்லை. நான் போவதெனத் தீர்மானித்து விட்டேன். அவ்வளவுதான்!

சேவையாளர்கள் நடுநிலையாக இருக்கவேண்டுமென்கிற வாதத்தைப் பொறுத்தவரை, அதில் எனக்கு அக்கறையில்லை. ஒருமுறை பிரான்சிஸ் என்னிடம் படித்துக் காட்டிய, பாதிரி நிமோலரின் கவிதையை நான் நினைத்துக்கொண்டேன். பேசாமலிருப்பது பற்றிய கவிதையது! ஜெர்மனியின் நாஸிகள் கம்யூனிஸ்டுகளையும், யூதர்களையும், தொழிற்சங்க ஊழியர்களையும், ஊனமுற்றவர் களையும் வேட்டையாடியபோது எவரும் பேசவில்லை. மற்றவர் களைத் தேடி நாஸிகள் வந்தபோது அவர்களுக்காகப் பேச யாரும் மீதமில்லை, அனைவரும் கொல்லப்பட்டிருந்த காரணத்தால்!

நான் உயிரோடிருக்கும் வரை — எனக்குக் குரல் இருக்கும் வரை —நான் எதையாவது பேசியாக வேண்டும். நானிருந்த அதே அமைப்பின் கீழ் பணியாற்றிய பென்னும் லூயிசும் சாட்சி யளிப்பதிலிருந்து விலகிக்கொண்டார்கள். இறுதியில் நானும், எலனும், பால் மோறிஸும் மட்டுமே எஞ்சியிருந்தோம். அவர்கள் இருவரும் நான் பணியாற்றிய அமைப்பின் கீழ் இல்லாததால் அந்த நெருக்கடிக்கு ஆளாகவில்லை.

மேஃபேருக்குத் திரும்ப வந்ததும் எனது பொறுப்பாளருக்குக் கடிதம் எழுதினேன். அதில் முதலாவதாக, வேலையிலிருந்து விலகிக்கொள்வதாக எழுதினேன். இரண்டாவதாக, சப்ரா-ஷத்திலா மக்களுக்காக நான் குரலெழுப்பியாக வேண்டுமென்றும், லெபனானைவிட்டு வெளியேற நேர்வதும்—எனது எதிர்காலத் திட்டங்கள் பாழாகிப் போவதும் அதற்கான விலையென்றால்

அது மிகவும் மோசமான நிலையென்றும் விளக்கினேன். மேலும், எனக்கு வாய்ப்பளித்த அமைப்புக்கு நன்றி தெரிவித்தேன். உண்மை என்னவென்றால், அவர்கள் மருத்துவ ஊழியர்களிடம் நல்ல முறையில் நடந்துகொண்டார்கள். அவர்களது அறிவுரைக்கு மாறாகச் செயல்பட நேர்ந்தமைக்கு மன்னிப்பு கேட்டேன்.

அன்று மாலை பிரிட்டனையும் ஐரோப்பாவையும் சேர்ந்த சில மருத்துவ ஊழியர்கள் என்னைக் காண மேஃபேருக்கு வந்தார்கள். எவரேனும் தூண்டியதால் வந்தார்களா அல்லது குழப்பமடைந்து வந்தார்களா? அதைப் பற்றி எனக்கெதுவும் தெரியாது. எதுவாக இருந்தாலும், ஜெருசலேம் சென்று சாட்சியளிப்பதன் மூலம், அவர்களின் பாதுகாப்புக்கு நான் ஊறுவிளைவிப்பதாகக் குற்றம் சாட்டினார்கள். 'இப்படி நீங்கள் பேசினால், உங்களைப் போன்று நாங்களும் கரி பூசப்படுவோமென்று நீங்கள் உணரவில்லையா?' — வந்தவர்களில் ஒருவர் கேட்டார்.

வேறொருவர் சொன்னார்: 'அனைவரின் வாழ்க்கைக்கும் நீங்கள் அபாயம் ஏற்படுத்துகிறீர்கள். நாங்கள் சிறந்த முறையில் இங்கு பணியாற்றிக் கொண்டிருக்கிறோம். இஸ்ரேல் மீதான விரோதத்தை நீங்கள் இப்படி வெளிப்படையாகக் காட்டினால், ஐநூறு கிலோ எடையுள்ள பெரிய வெடிகுண்டை வீசி இந்தப் பகுதி முழுவதையும் அவர்கள் அழித்துவிடுவார்கள். அதற்கான முழுப் பொறுப்பும் உங்களைத்தான் சேரும்.'

சொந்தக் குழுவைச் சேர்ந்தவர்களிடமிருந்து வருகிற இதுபோன்ற மிரட்டல்களையும், நெருக்கடியையும் சமாளிப்பதென்பது மிகவும் கடினமானது. இறுதியில் மேரி தலையிட்டாள். கீழ்த் தளத்திலிருந்த அவளது தோழி ஜில் டிரீவின் குடியிருப்பிற்கு என்னை அழைத்துச் சென்றாள். அதன் பிறகு, 'மருத்துவர் ஸ்வீ மேஃபேரிலிருந்து வெளியேறி விட்டாள். இனிமேல் அவளை இங்கு காணமுடியாது!' என்று எழுதப்பட்ட அறிவிப்பைக் கதவில் ஒட்டிவைத்தாள். பெய்ரூத்திலேயே இருந்தும் சக ஊழியர்களிடமிருந்து பாதி மறைந்து வாழும்நிலை எனக்கேற்பட்டது! ஜில் என்னைக் கவனித்துக்கொண்டாள்.

சிலர் சொல்வது போல நான் உண்மையில் அனைவரின் பாதுகாப்புக்கும் ஊறுவிளைவிக்கிறேனா? நான் ஆழ்ந்து சிந்திக்க வேண்டிய விஷயம் இது! நான் ஏற்கனவே வேலையிலிருந்து விலகி விட்டேன். இப்போது மேஃபேரிலிருந்தும் வெளியேறிவிட்டேன். எனக்குச் சரியென்று தோன்றுவதாலும், முகாம் மக்களுக்காக என்

குரலை எழுப்பியாக வேண்டுமென்ற விருப்பத்தாலும்தான் நான் இதை யெல்லாம் செய்கிறேன்.

என்னிடம் சத்தமிட்ட அந்த ஐரோப்பய சக ஊழியர்கள் யாரும் ஒருமுறைகூட முகாம்களுக்குச் சென்றது கிடையாது. என் தோழி லைலா முன்பு சொன்னதை நினைத்துப் பார்த்தேன்—அவள்தான் ஹஜ்தியைக் (யூசுப் ஹஸன் முஹம்மதின் மனைவி) காண என்னை ஷத்திலா முகாமுக்கு அழைத்துச் சென்றாள்—அவள் சொன்னாள்: 'ஸ்வீ, உன்னிடம் இதைச் சொல்வதற்காக நீ என்னை மன்னிக்க வேண்டும். ஆனால் சொல்லித்தானாக வேண்டும். வெளிநாட்டு சக ஊழியர்கள் சிலர் இங்கு வருவதை ஏதோ பெரிய ஒரு சுற்றுலாவாகக் கருதுகிறார்கள். இதற்கிடையில் எங்கள் மக்கள் வேதனையில் வாடுகிறார்கள். செத்து மடிகிறார்கள்.'

படுகொலைகளைப் பற்றிய செய்தி வெளியான தருணத்தில் சில பிரிட்டிஷ் ஊழியர்கள் எந்தவித உணர்ச்சியுமின்றி 'டிஸ்கோ பார்ட்டி' நடத்தியது பெய்ரூத்தில் அனைவருக்கும் தெரிந்த விஷயம். அவர்களின் நடவடிக்கையால் நான் மிகவும் பாதிக்கப்பட்டிருந்தேன்.

ஜில்லும், மேரியும், சார்லட்டும், வேறு சில அமெரிக்க நர்சுகளும் நான் செய்வது சரியென்று உறுதிப்படுத்தி தங்களின் சார்பாக முக்கிய பங்களிப்பை அளித்தார்கள். நான் இஸ்ரேல் செல்வதை ஏன் பிரிட்டிஷ்சார் வெறுத்தார்கள் என்பதும், அமெரிக்கர்கள் எதனால் ஆதரவளித்தார்கள் என்பதும் எனக்குப் புரியாத புதிராக இருந்தது. இறுதியாக நான் ஒரு முடிவுக்கு வந்தேன்: சப்ரா-ஷத்திலா முகாம் களிலுள்ள ஏதேனுமொரு பாலஸ்தீனியன் நான் இஸ்ரேல் செல்வதை எதிர்த்தானென்றால், எல்லாவற்றையும் நிறுத்திவிடுவதென நான் முடிவு செய்தேன்.

என்னை உற்சாகப்படுத்த ஜில் டிரீவ் ஒரு வேடிக்கை காட்டினாள். அங்கிருந்த நாங்கள் அனைவரும் மற்றொரு தொலை பேசியில் கேட்பதற்குத் தயாராக நிற்கவும், அவள் ஐசக் லியோரின் எண்களைச் சுழற்றினாள். மறுமுனையில், ஒரு இஸ்ரேலிய இராணுவ வீரன் தொலைபேசியை எடுத்தான். சுத்தமான அரபு உச்சரிப்புடன் ஐசக் லியோர் வேண்டுமென ஜில் கேட்டாள். அந்த இராணுவ வீரன் 'ஐசக் இங்கில்லை'யென்று சொன்னதும் ஜில் அவனிடம் சொன்னாள்: 'தயவுசெய்து அவர் வந்ததும் ஜமிலாவை அழைக்கும் படிச் சொல்லுங்கள். அவருக்கு என் நம்பர் தெரியும். இன்று நாங்கள் சந்திக்கும் நாள். அவருக்காக நான் காத்திருக்கிறேன்.'

'ஜமிலா' என்பது பெண்களுக்கு வைக்கும் பிரபலமான அரபுப் பெயர். 'அழகி'யென்பது அதன் பொருள். இந்தத் தகவல் கிடைத்ததும் ஐசக் லியோரின் முகம் வெட்கத்தில் சிவப்பதை மனதில் கண்டு நாங்கள் எல்லோரும் குலுங்கிச் சிரித்தோம். இது அதர்மமான செயலாக இருந்தாலும், அது என்னைப் பெருமளவு சமாதானப்படுத்த உதவியது.

அன்று இரவு ஜில் டிரீவின் குடியிருப்பில் உணவருந்திய நாங்கள் கிறித்தவப் பாடலொன்றைப் பாடினோம்:

எனக்கொரு பக்கத்து வீட்டுக்காரனின் தேவை வந்தபோது நீ அங்கிருந்தாயா? நான் பசியோடும், தாகத்தோடும் தவித்தபோது நீ அங்கிருந்தாயா?

அன்றிரவு மீண்டும் ஒருமுறை நாங்கள் 'நல்ல சமாரியர்கள்' கதையை வாசித்தோம். அதன் மூலம், எங்களது கிறித்தவக் கடமைகளை புதுப்பித்துக்கொள்ள வேண்டியதன் அவசியத்தை நாங்கள் நினைவு படுத்திக்கொண்டோம். சாட்சியளிக்க முடிவு செய்தது தவறான முடிவாக இருக்குமானால், தலைக்கனம் காரணமாக அறிவுரையைக் கேட்க மறுத்திருந்தால், என்னை மன்னிக்கும்படி இறைவனிடம் மனமுருகிப் பிரார்த்தனை செய்தேன். சில வேளைகளில் என்ன செய்வதென்று முடிவு செய்வது சிரமமான காரியம்.

பகுதி 3

ஜெருசலேமிலிருந்து பிரிட்டனுக்கு
1982-1984

13

மறுநாள் அதிகாலையில் நானும் எலனும் புறப்பட்டோம். அமெரிக்க நர்சுகள் வழியனுப்ப வந்தார்கள். அதே போன்று பென்னும் லூயிசும் வந்தார்கள், அவ்வளவுதான்! வழக்கமாக நடைபெறும் ஆடம்பரமான வழியனுப்பு விழா எங்களுக்குக் கிடைக்கவில்லை. மேஃபேருக்கு வெளியே மருத்துவர் பால் மோறிஸ் எங்களுக்காகக் காத்திருந்தார். அவர் குடியிருப்புக்குள் வர மறுத்தார். காரணம், அங்குள்ள வெளிநாட்டு மருத்துவ ஊழியர்களைப் பார்க்க அவர் விரும்பவில்லை. அதன் பிறகு, எவ்வளவு தூரம் வரமுடியுமோ அதுவரை எங்களுடன் வருவதென ஜில் முடிவு செய்தாள்.

நாங்கள் நால்வரும் ஒரு டாக்ஸியைப் பிடித்து, ஓட்டுநரிடம் எங்களைக் கிழக்கு பெய்ரூத்தின் பாப்தாவுக்குக் கொண்டு செல்லும்படி கேட்டோம். மிகப் பெரிய ஒரு வணிக வளாகத்திற்குப் பக்கத்தில் இஸ்ரேலிய வெளியுறவுத் துறையின் அலுவலகம் இருப்பதைக் கண்டோம். சீருடையணிந்த இஸ்ரேலிய இராணுவ வீரர்களின் முழுக் கட்டுப்பாட்டிலிருந்த அலுவலகத்தை நோக்கி நாங்கள் எங்களின் சுமைகளுடன் நடந்து சென்றோம். பாலஸ்தீன அகதி முகாமிலிருந்து வருகிற காரணத்தால் அவர்கள் எங்களை வியப்புடன் பார்த்தார்கள்.

ஜில் திரும்பிச் சென்றாக வேண்டும். அவளைப் பிரிவது வேதனை மிக்கது. கிழக்கு பெய்ரூத்திலிருந்து முகாம் வரை நடந்து செல்வதென ஜில் தீர்மானித்தாள். அதன் மூலம் நாங்கள் பாதுகாப்புடன் இலக்கை அடைந்ததை முகாம் மக்கள் அறிய வாய்ப்புக் கிடைக்கும். மேற்கு பெய்ரூத்திற்கும், இஸ்ரேலிய அலுவலகத்திற்கும் இடையில் எங்களுக்கு ஏதேனும் அசம்பாவிதம் நிகழுமோ என்கிற கவலை அவளுக்கு இருந்தது. காரணம் சாலையின் ஒரு பகுதியிலும் மனித நடமாட்டம் கிடையாது. எவரேனும் ஒரு வெடிகுண்டை வீசியெறிந்து எங்களைக் கொல்வதன் வாயிலாக முகாம்களிலிருந்து வருகிற சாட்சிகளை அழிக்கமுடியும். பிறகு, பாலஸ்தீனர்கள் மீது பழி போடவும் செய்யலாம். நல்லவேளையாக அப்படியேதும்

நடக்கவில்லை. ஒருவேளை நாங்கள் அந்த அளவுக்கு முக்கியத்துவம் இல்லாதவர்களாக இருக்கலாம்! இங்கு வந்து சேர்ந்த பிறகு எங்களுக்கு ஏதேனும் நிகழுமானால் அதற்கான முழு பொறுப்பும் இஸ்ரேலியர்களைத்தான் சாரும்!

இஸ்ரேலிய வெளியுறவுத்துறை அமைச்சகம் பிரம்மாண்டமான, ஒளிமயமான கட்டடமாக இருந்தது. சிங்கப்பூரிலிருக்கும் பெரிய கல்விக்கூடத்தை அது நினைவுபடுத்தியது. அதன் கீழ்த்தளம் சாதாரண நிலையிலும், மேல் தளங்கள் நவீன வசதிகளுடனும் இருந்தன. ஆனால் சுவர்களில் பூசியிருந்த வண்ணங்கள் மங்கலாகவும் கவர்ச்சியற்றும் காணப்பட்டன. சாம்பல் நிறத்திலான உலோகத்தாலான மேசைகள் கிடந்தன. கீழ்த் தளத்தின் கூடம் முழுக்க அச்சடிக்கப்பட்ட காகிதங்கள் சிதறிக் கிடந்தன.

அழிக்கப்படாத எழுத்துகளுடன் பெரிய கரும்பலகையொன்று அங்கிருந்தது. சற்று நேரத்திற்கு முன்பு அங்கு ஏதேனும் கூட்டம் நடந்திருக்கலாம்! கரும்பலகையிலிருந்த எழுத்துகளையும், அச்சடிக்கப் பட்ட காகிதங்களையும் அவசரமாகப் பார்வையிட்டதிலிருந்து அங்கு நடந்தது இஸ்ரேலியப் படையெடுப்பின் 'பலனுள்ள செலவுகள்' பற்றிய வகுப்பறையென்று புரிந்தது! 1948-1982 கால அளவில் அமெரிக்கா இஸ்ரேலுக்கு வழங்கிய பில்லியன் கணக்கிலான 'போர் உதவி' பற்றிய புள்ளிவிவரங்களும், அந்தப் பணத்தைப் பயனுள்ள வழிகளில் செலவிட்டது பற்றிய கணக்குகளும் அதில் எழுதப்பட்டிருந்தன. பாலஸ்தீனிய-லெபனானிய மக்கள்மீது துயரங்களை விதைத்து, அதைப் 'பயனுள்ள செலவாகக்' கணக்கிடும் இவர்களது மனப்பான்மை எத்தனை வெறுப்பானது!

ஐசக் லியோர் எங்களை இஸ்ரேலியப் பாதுகாப்புப் படை அதிகாரி களான அவிக்கிற்கும், இகாலுக்கும் அறிமுகப்படுத்தி வைத்தார். அவர்கள் இருவரும்தான் எங்களைப் பாதுகாப்புடன் இஸ்ரேலுக்கு அழைத்துச் செல்வதாக இருந்தார்கள். உண்மையைச் சொல்ல வேண்டுமென அவர் எங்களை எச்சரிக்கவும் செய்தார். அதற்காகத்தான் ஜெருசலேம் செல்வதாக நான் அவருக்குப் பதிலளித்தேன். அதன் பிறகு, ஒரு நீல நிற 'வோல்ஸ்வாகன்' வண்டியில் நாங்கள் ஏறினோம். எங்களை அழைத்துச் செல்வதற்கென சிறப்பாக தருவிக்கப்பட்ட வாடகை வண்டி அது. வழக்கமான இராணுவ ஜீப்பில் பயணிக்க வேண்டிய நிலை எங்களுக்கு ஏற்படவில்லை. அதில் ஏற்கனவே மூன்று இஸ்ரேலிய வீரர்கள் இருந்தனர். இராணுவ வீரர்கள் அடங்கிய

இரண்டு ஆயுத வண்டிகள் பாதுகாப்புக் கவசமாக எங்களது வாகனத்திற்கு முன்னும் பின்னுமாக வந்தன. நாங்கள் சைதா நோக்கிச் சென்றோம். சில நாள்களுக்கு முன்பு நாங்கள் சென்ற அதே பாதை. இம்முறை, சோதனைச் சாவடிகள் எதிலும் நாங்கள் தடுக்கப்பட வில்லை. கத்தேபுகளும், ஹத்தாதுகளும் கையசைத்து வழியனுப் பினார்கள். ஒன்றிரண்டு இடங்களில் இராணுவ வீரர்களுடன் குசலம் விசாரிக்க நிறுத்தியதைத் தவிர, இஸ்ரேலியர்களும் கையசைத்து வழியனுப்பினார்கள். முன்பிருந்ததைவிட இப்போது சாலை மிகவும் மேடுபள்ளமாக இருந்தது. ஏவுகணைகளும் வெடிகுண்டுகளும் ஏற்படுத்திய பெரிய குழிகள் பல இடங்களிலும் இருந்தன. கனமான இராணுவ வண்டிகள் சாலையை சிதைத்திருந்தன. அடர்த்தியான புழுதி கண்களை எரிய வைத்தது. சூரிய ஒளி தகித்தது. புழுதியும் சூரிய ஒளியும் என்னைத் தாக்காமலிருக்க ஒரு கோட்டை எடுத்து என் முகத்தை மறைத்துக்கொண்டேன். இஸ்ரேலியர்களுடன் நான் பயணம் செய்வதைப் பாலஸ்தீனர்கள் யாரும் பார்த்துவிடாமல் அதன் மூலம் தடுக்கவும் செய்தேன்.

இகாலும் அவியும் ஏறக்குறைய நாற்பது வயதானவர்கள். சிறப்பாக ஆங்கிலம் பேசினார்கள். அவி சாதாரண உடையிலிருந்தார். அவரது இடுப்புப் பட்டையில் கவர்ச்சியான துப்பாக்கியொன்று தொங்கிக் கொண்டிருந்தது. துப்பாக்கிகளைப் பற்றி நன்கு தெரிந்து வைத்திருந்த பால் அது கைத்துப்பாக்கியல்ல என்றும், சிறியதாக வடிவமைத்த இயந்திரத் துப்பாக்கியென்றும் என்னிடம் சொன்னார். எத்தனை கச்சிதமாக இருக்கிறது! அது போல் ஒன்றை என்றாவது ஒருநாள் வாங்க வேண்டுமென்று நினைத்துக்கொண்டேன்.

இகால் இராணுவச் சீருடையில் இருந்தார். அதில் நட்சத்திரங்கள் செருகப்பட்டிருந்தன. ஆக, அவர் ஓர் அதிகாரியாக இருக்க வேண்டும். அவர் ஜாலியான மனிதர். எந்த அளவுக்கு அவர் இனிமையும், நட்பும் கொண்டவர் என்பதை அவரைப் பார்க்கும் யாரும் அறிய முடியும். அதற்கு மாறாக அவி மிகவும் அமைதியானவர். அசாதாரண உயரமுள்ளவர். ஆறடி நான்கு அங்குலம் இருப்பாரென நான் கணித்தேன். பால் என்னிடம் சொன்னார், அவர் இஸ்ரேலிய உளவுப் பிரிவான மொஸாதைச் சேர்ந்தவரென்று! 'சூப்பர்மேன்' கிறிஸ்டோஃபர் ரீவ்ஸை அவர் நினைவுபடுத்துவதாக நான் அவரிடம் சொன்னபோதும்கூட அவி அதை சட்டை செய்யவில்லை. பால் சொன்னது சரியாகத்தானிருக்கும்!

மற்ற மூன்று இஸ்ரேலிய வீரர்களும் நேர்மாறாக மிகவும் இளைஞர்கள். ஒருவேளை இருபதுக்குள் அல்லது இருபதுக்குச் சற்று அதிகமான வயதிருக்கும். அவர்களில் ஒருவன் என் கையிலிருந்த மண்டே மார்னிங் செய்தி இதழை வெறுமனே பார்த்துக்கொண்டு இருந்தான். 'வேண்டுமா?' என்று அவனைப் பார்த்து நான் கேட்டதும் ஆனந்தமடைந்தான். கையில் வாங்கிய அவன் பயணம் முடியும்வரை அதைப் படித்துக்கொண்டிருந்தான். மற்ற இருவரும் பாலுடன் வாக்குவாதத்தில் ஈடுபட்டார்கள். லெபனான் விஷயத்தில் இஸ்ரேல் கையாண்ட வெளியுறவுக் கொள்கையை பால் கடுமையாகச் சாடினார். அந்த வாக்குவாதம் நீண்டுகொண்டே போனதால் எரிச்சலை ஏற்படுத்தியது. காரணம் இரு தரப்பினரும் எந்த முடிவுக்கும் வரவில்லை. வாயை மூடும்படியும் நேரத்தை வீணாக்க வேண்டா மென்றும் பாலிடம் நான் சொல்லியும்கூட அவர் பிடிவாதமாக இருந்தார்.

பாலின் வாயை அடைக்க இந்த உலகில் யாராலும் முடியாது. சில நாள்களுக்கு முன்பு தெற்கு லெபனானில் அவர் இஸ்ரேலியர்களும் ஹத்தாதுகளும் ஒருசேர இருந்த சோதனைச் சாவடியொன்றைக் கடந்துசெல்ல முயன்றபோது இஸ்ரேலிய வீரன் ஒருவன் அவரைத் தடுத்து நிறுத்தி, சாட்சிப் பத்திரங்களைக் கேட்டானாம். பால் அவனிடம் கேட்டார்: 'எனது சாட்சிப் பத்திரங்களைப் பார்க்க வேண்டும் என்று சொல்வதற்கு நீ யார்? என்னைப் போல நீயும் இந்த நாட்டில் ஒரு அந்நியன்தான்! அதனால், எனது சாட்சிப் பத்திரங் களைக் கேட்க உனக்கு எந்த உரிமையும் கிடையாது.'

அங்கிருந்த அனைவரும் மௌனமானார்கள். சற்று தூரத்தில், கவச வண்டிகளில் அமர்ந்திருக்கும் இராணுவ வீரர்கள் வேடிக்கை பார்த்துக் கொண்டிருக்க, இயந்திரத் துப்பாக்கியுடன் நிற்கும் அந்த வீரனின் அறிவைப் பால் சோதித்துப் பார்த்தார். இப்படியெல்லாம் கேட்பதற்கு வேறு ஏதேனும் பாதுகாப்பான இடத்தை அவர் தேர்ந்தெடுத்திருக்கலாம்! ஆனால், ஆச்சரியம் என்னவென்றால் அவர் அப்படியே சென்றார்—எந்தக் காகிதத்தையும் காண்பிக்காமல் சோதனைச் சாவடியைக் கடந்து சென்றார்! வேடிக்கையான மனிதர்களுக்கு, வேடிக்கையாக அதிருஷ்டமும் இருக்கிறது!

வேனில் அமர்ந்த நிலையில் மத்திய தரைக் கடற்கரையை என்னால் பார்க்க முடிந்தது. கடந்த சில மாதங்களாக மத்தியதரைக் கடலை நான் நேசிக்கத் தொடங்கியிருந்தேன். அமைதியானதும், சலனமற்றதும், நீல நிறத்திலுமான தண்ணீரால் லெபனான், பாலஸ்தீன் கடற்கரையை அவள் தழுவிக்கொண்டிருந்தாள். அவ்வளவு வேதனைகளுக்கும், இரத்தப் பெருக்குக்கும் வரலாற்றில் அவள் சாட்சியானாள்? இருந்தும் அவள் அமைதியானது உணர்ச்சியற்றதாலா? அல்லது, அவளது ஆழ்ந்த ஞானத்தின் காரணமாக, மனிதப் போராட்டங்களைச் சிறுபிள்ளைத்தனமென்று எண்ணுகிறளா? மனிதனின் மரண வேதனைகள் ஆழ்கடலின் நீல அமைதியில் எங்கோ காணாமல் போயிருந்தன.

இடையில் எப்போதோ நான் உறங்கிப் போயிருந்தேன். ஏதோ ஓசை கேட்டு நான் கண் விழித்தேன். சாலையோரமாக வண்டி நிறுத்தப் பட்டிருந்தது. 'இஸ்ரேல் உங்களை வரவேற்கிறது' என்ற அறிவிப்புப் பலகை எங்களை வரவேற்றது.

இகால் வண்டியிலிருந்து இறங்கி, வெகு உற்சாகத்தோடு எங்கள் மூவரிடமும் உரத்த குரலில் சொன்னார்: 'இனி சாலைகள் நேர்த்தியாகவும் மிருதுவாகவும் இருக்கும். நீங்கள் ஓய்வெடுத்துக் கொள்ளலாம்.' லெபனானின் சீரழிந்த சாலையில் பயணம் செய்வதை அவரும் ரசிக்கவில்லையென்று தெரிந்தது.

உண்மையில், இஸ்ரேலிய சாலைகள் நேர்த்தியாகவும், மிருதுவாகவும் இருந்தன. குழிகள் ஏதுமில்லை. நல்ல முறையில் தாரிடப்பட்டிருந்தன. அந்த இடமெங்கும், பள்ளிக்கூடக் குழந்தைகள் கையில் மலர்க் கொத்துகளுடன் கூட்டம் கூட்டமாகக் காணப்பட்டனர். எல்லைப் பகுதிக்குச் சுற்றுலா வந்திருக்கலாம். நீண்ட இடைவெளிக்குப் பிறகு, குழந்தைகள் மகிழ்ச்சியோடிருப்பதை இப்போதுதான் பார்க்கிறேன். ஆங்கிலேய குழந்தைகளின் சுற்றுலாவை அந்தக் காட்சி நினைவு படுத்தியது. என் மனம் திடீரென முகாம்களுக்குத் தாவியது.

பாலஸ்தீன குழந்தைகளுக்கும் இதே வயதுதான்! அவர்கள் முகாம்களில் முடங்கிக் கிடந்தார்கள். அழிவுக்கும், இடிபாடுகளுக்கும் மத்தியில் அலைகிறார்கள். பலரும் தாய்-தகப்பனற்ற அநாதைகள். வீடுகள் இல்லாத குழந்தைகளுக்கு இந்தக் குளிர்காலம் சோதனை மயமானது. குறைந்தபட்சம், இறந்தவர்கள் இனி வேதனைப்பட

அவசியமிருக்காது. ஆனால், வெடிகுண்டுகளின் சிதறல்கள் தாக்கிக் காயமடைந்து, மருத்துவமனையில் கிடக்கும் சின்னஞ்சிறு குழந்தைகளின் கதியென்ன? அவர்களில் பலராலும் இனி நடக்க முடியாது. இந்த நிலையில்தான் இங்குள்ள இஸ்ரேலியக் குழந்தைகள் களங்கமற்று மகிழ்ச்சியோடு காணப்படுகிறார்கள். இறைவா! இந்த எல்லைக்கு அப்பால் தங்களைப் போன்ற குழந்தைகள் இழிவான நிலையில் வேதனைகளை அனுபவித்துக்கொண்டிருப்பதை இந்தக் குழந்தைகள் ஒருபோதும் அறியக் கூடாது! பெரியவர்கள் என்னதான் பாதகம் செய்திருந்தாலும், உலகெங்கும் உள்ள குழந்தைகளுக்கு அவர்கள் மகிழ்ச்சியாகவும் பாதுகாப்பாகவும் வாழ்வதற்கான உரிமை இருக்கிறது. அவர்களது முதியவர்களும் பெற்றோர்களும் பிற குழந்தைகளுக்கு இழைத்த கொடுமைகளுக்காக இந்தக் குழந்தைகள் தண்டிக்கப்படக் கூடாதென்று நான் இறைவனிடம் மனமுருகி வேண்டினேன்.

நாங்கள் 'கிப்பட்ஸ் ஹோட்டலுக்கு' முன்னால் வண்டியை நிறுத்தி கீழிறங்கினோம். பல மாதங்களுக்குப் பிறகு முதல் முறையாகப் பச்சைப் புல்தரையை நான் காண்கிறேன். எலன் மிகவும் நொந்து போயிருந்தாள். நான் அவளைப் பின்தொடர்ந்து பொருள்கள் வைக்கும் அறைக்குச் சென்றேன். அங்குச் சென்றதும் அவள் கண்ணீர்விட்டாள். அவள் சொன்னாள்: 'உனக்குத் தெரியுமா ஸ்வீ? இது மிகவும் கொடுமையானது. இங்குக் கட்டப்பட்டுள்ள வீடுகள் ஒவ்வொன்றும் பிறருக்குச் சொந்தமான வீடுகளின் மீது கட்டப்பட்டவை. இங்கிருக்கும் சமூகம் முழுவதுமே அநீதியில் கட்டப்பட்டது!' ஏறக்குறைய மூன்று மாதங்களுக்கு முன்னால் நான் முதன்முதலாகச் சந்தித்த பாலஸ்தீனியன் சொன்னதைக் கருத்தில் கொண்டால்கூட, அவள் சொன்னதை ஏற்றுக் கொள்ள சிரமமாக இருந்தது.

நாங்கள் இஸ்ரேலுக்குப் புறப்படுவதற்கு முன்பாக யாரோ ஒருவர் கூடை நிறைய சிவப்பு ரோஜாக்களை எலனுக்குப் பரிசாகத் தந்திருந்தார். இப்போது, அவளைப் பின்தொடர்ந்து வயலுக்குச் சென்ற நான் ஒரு காலத்தில் பாலஸ்தீனாக இருந்த அந்த மண்ணில் மலர்களை வைக்க எலனுக்கு உதவி செய்தேன். இந்தச் சிறிய ஆவலை நிறைவேற்றியபோது நேரம் இருட்டியிருந்தது. நாங்கள் ஹோட்டலுக்கு திரும்ப நடந்தோம். கிப்பட்ஸ் ஹோட்டலின் வரவேற்பறையில்

தனது மேலதிகாரியை—இஸ்ரேலியப் பாதுகாப்புப் படையின் முக்கிய அதிகாரியாகத் தோற்ற மளிக்கும் நபரை—இகால் எங்களுக்கு அறிமுகப்படுத்தினார். இந்த வேளையில், சில சந்தேகங்களை எனக்கு நானே தீர்த்துக்கொள்ள விரும்பினேன். உடனடியாக, லெபனானியப் படையெடுப்பில் இஸ்ரேலியப் பாதுகாப்புப் படையின் பங்களிப்பு என்னவென்று தெரிந்தாக வேண்டும். இகாலின் உயர் அதிகாரியிடம் கேட்பதென முடிவெடுத்தேன்.

'ஸார், லெபனானைத் தற்போது கைப்பற்றியிருக்கும் இஸ்ரேலிய இராணுவத்தின் பெயரென்ன?' எனது அறியாமை காரணமாக, இஸ்ரேலியப் பாதுகாப்புப் படை இஸ்ரேலைப் பாதுகாக்க அமைக்கப் பட்டதென்றும், இராணுவத்தின் வேறு ஏதேனும் பிரிவினர்தான் லெபனான் மீது படையெடுப்பு நடத்தியிருப்பார்களென்றும் நான் தவறாக எண்ணியிருந்தேன்.

இகாலின் உயர் அதிகாரிக்கு என் கேள்வியில் ஆச்சரியம் தோன்ற வில்லை. அவர் முகத்தைக் கடுமையாக்கிக் கொண்டு பதிலளித்தார்: 'சந்தேகமென்ன, லெபனான் மீது படையெடுப்பு நடத்தியது இஸ்ரேலியப் பாதுகாப்புப் படைதான்! இஸ்ரேலில் எங்களுக்குப் பொதுவான ஒரே ஒரு இராணுவம்தான் இருக்கிறது. நீங்கள் எங்கிருந்து வந்தீர்களோ, அங்குள்ளது போல பல்வேறு இராணுவங்கள் இங்கே இல்லை. லெபனானும், அதனுடைய பதினேழு இராணுவங்களும் போல் அல்லாது, நாங்கள் இங்கு ஒருங்கிணைந்த ஒரே இராணுவமாக உள்ளோம்.'

முதல் முறையாக, 'பாதுகாப்பு' என்றால் அதற்குத் 'தாக்குதல்' என்கிற மறைமுகமான பொருளும் உள்ளதென்றும், இஸ்ரேலியப் பாதுகாப்புப் படை என்றால் 'தாக்கும் படை' என்றும் புரிந்து கொண்டேன்.

கிப்பட்ஸில் உணவருந்தியபின், டெல் அவீவ் நோக்கி எங்களது பயணத்தைத் தொடர்ந்தோம். நேரம் இருட்டியிருந்த போதிலும் அறிவிப்புக் கம்பங்களில் ஒளிர்ந்த எழுத்துக்கள் கடந்து செல்லும் இடங்களை அக்வா, ஹைஃபா, ஜாஃபா என்று அடையாளம் காட்டின. அந்த இடங்களைக் காணும்போது வாழ்த்துகளைச் சொல்லும்படி வேண்டுகோள் விடுத்த பாலஸ்தீன நண்பர்களை அப்போது நினைத்துக் கொண்டேன் - அவர்களின் சொந்த மண்ணல்லவா இது!

மிகவும் தாமதமாகவே நாங்கள் டெல் அவீவ் சென்றடைந்தோம். நாங்கள் தங்குவதற்கு ஐந்து நட்சத்திர ஹோட்டலான மோரியாவில் அறைகளை விசாரணைக் கமிஷன் ஏற்பாடு செய்திருந்தது. இதுபோன்ற ஆடம்பர ஹோட்டலில் இதற்கு முன்பு நான் தங்கிய தில்லை. மிகவும் பெரிதான அறைகள். ஒவ்வொரு அறையிலும் இரண்டு கட்டில்கள். நான் என்னிடமே கேட்டுக்கொண்டேன்: 'இதென்ன முட்டாள்தனம்! ஒரு மனிதன் இரண்டு படுக்கைகளில் எப்படித் தூங்க முடியும்? ஒருவேளை, காலை மூன்று மணிக்கு அலாரம் வைத்து எழுந்து, வேறு படுக்கைக்கு மாறிக்கொள்வேன் என்று நினைக்கிறார்களா என்ன?'

விசாலமான குளியலறையில் குளிர்ந்த நீரும் வெந்நீரும் வருகிற இரண்டு ஷவர்கள், ஒரு பெரிய குளிக்கும் தொட்டி, நீளமான துண்டுகள்! கண் கவரும் பச்சைநிறக் கோடுகள் உள்ள டைல்ஸ் பதிக்கப்பட்ட சுவர்களும், தரையும்! கெட்டியான திரைச்சீலைகள் தொங்கிக்கொண்டிருக்கும் அகன்ற கண்ணாடி சன்னல்கள். எனக்கும், எலன், பால், அவி, இகால் ஆகிய ஒவ்வொருவருக்கும் தனித் தனி அறைகள். எனக்கு இதெல்லாம் பெரிய, காலியான, தற்பெருமை கொண்ட இடமாக—அதே சமயம் முகாம்களின் வீடுகளில் உள்ள நேசமோ, உபசரிப்போ இல்லாத—இடமாகத் தோன்றியது. மேலும், நான் ஒவ்வொரு முறை வீடு திரும்பும்போது என்னைக் காணக் காத்திருக்கும், மேரியின் எண்ணெய் தோய்ந்த சிப்ஸ் உள்ள மேஃபேர் விடுதியின் மனநிறைவும் எனக்கு இங்கு தோன்றவில்லை.

அதே போன்று உணவுக் கூடமும் ஆடம்பரமானதாக, விருப்ப மானதைத் தேர்ந்தெடுக்கப் பலவிதமான உணவுகள் அடங்கியதுமாக இருந்தது. ஆனால் சாப்பிடுவதற்கான ஆர்வம் அறவே இல்லாததால் நான் என்னிடமிருந்த காளான் ஆம்லெட்டை பாலிடம் கொடுத்து எனக்காக அதைச் சாப்பிடச் சொன்னேன். உணவை வீணாக்க நான் கற்றதில்லை —அது இஸ்ரேலிய உணவாக இருந்தாலும்! சாப்பிட்டு முடித்ததும் இகாலும், அவியும் எங்களை ஹோட்டலின் மதுக் கூடத்திற்கு அழைத்துச் சென்று பயர் வாங்கித் தந்தனர். எங்களுடன் நல்ல முறையிலும், நட்பாகவும் நடந்துகொள்வதாகக் காட்டிக்கொள்ள மிகவும் சிரமப்பட்டார்கள். மதுக் கூடத்தில் ஒரு இசைக் கச்சேரி நடந்து கொண்டிருந்தது. அந்த இசைக்கேற்ப எதையோ பாடியவாறு இகால் எங்களை உற்சாகப்படுத்த முயன்றார். ஆயினும், தன்னிலை

இழந்திருந்த என்னால் தோழமை காட்ட முடியவில்லை. மிகவும் மோசமான நிலையில் மனம் நொந்து போயிருந்த காரணத்தால் அன்றிரவு தூங்க, ஐந்து மில்லி கிராம் 'வாலியம்' தூக்க மாத்திரையை விழுங்க வேண்டியதாயிற்று! மறுநாள் நடக்கப் போகும் விசாரணையின் முடிவு என்னவாக இருக்குமென்று நாங்கள் எவரும் அறிந்திருக்க வில்லை!

அன்று நவம்பர் முதல் தேதி. விசாரணைக் கமிஷன் நியமிக்கப் பட்டிருந்த பல்கலைக்கழகத்திற்கு அவியும் இகாலும் எங்களை அழைத்துச் சென்றனர். அங்கு வெளிப்படையான விசாரணை நடப்பதால் செய்தியாளர்கள் குழுமியிருந்தனர். ஆதாரங்களை வழங்க வந்திருந்தவர்களில் இஸ்ரேலியரல்லாதவர்கள் நாங்கள் மட்டும்தான்! செய்தியாளர்களைத் தவிர, பெருமளவில் பாதுகாப்புப் படையினரும் இராணுவ அதிகாரிகளும் வந்திருந்தனர்.

வழக்கம் போல, தவறாகக் கணித்தேன்: 'காஸா மருத்துவமனை யிலிருந்து நாம் இங்கு வந்திருப்பது இந்த அரங்கையும், நீதி மன்றத்தையும் சிதற வைக்கத்தான் என்று இஸ்ரேலியர்கள் நினைக்கிறார்களா என்ன?'—நான் கோபத்தோடு எலனிடம் கேட்டேன். இறுக்கமான பாதுகாப்பு ஏற்பாடுகள் எங்களை அவமதிப்பதாக எனக்குத் தோன்றியது. காரணம் அதுவல்ல என்றும், லெபனானில் நடைபெற்ற படுகொலைகளைப் பற்றி விசாரிக்க ஒரு விசாரணைக் கமிஷன் அமைத்ததைக்கூட விரும்பாத தீவிரவாதிகள் நிறைய பேர் இஸ்ரேலுக்குள்ளேயே இருப்பதாகவும், அதன் காரணமாகவே சட்டம்-ஒழுங்கை நிலைநாட்ட பாதுகாப்புப் படையினரும் இராணுவமும் இங்கு வந்துள்ளதாகவும் எலன் விளக்கினாள்.

குழுமியிருந்த பெரிய கூட்டத்தையும், தொடர்ச்சியாக மின்னும் காமரா ஒளியையும் கண்டு நான் திகைத்த போதிலும், இதெல்லாம் அதிகப்படியான விளம்பரமாகவே எனக்குத் தோன்றியது. சப்ரா- ஷத்திலா படுகொலைகள் என்பது, 1948இல் நடந்த தெயர் யாசின் சோகத்தைத் தொடர்ந்து பாலஸ்தீன மக்களுக்கெதிராக நடைபெற்ற எண்ணிலடங்கா கொடுமைகளில் ஒன்று மட்டும்தான் என்பதை இப்போது நான் அறிந்திருந்தேன். அப்படியிருக்க, இதற்கு மட்டும் ஏனிந்த திடீர் விளம்பரம்?

யோசித்துக்கொண்டிருக்க நேரமில்லாதபடி எங்களை அவசரமாக விசாரணை நடக்கும் கூடத்திற்குள் அழைத்துச் சென்றார்கள். எலன் தான் முதலாவது சாட்சி. ஹீப்ரு மொழியிலான நாளிதழ்களும், புத்தகங்களும் அடங்கிய பெரிய பிளாஸ்டிக் பையொன்று அவள் கையிலிருந்தது. செப்டம்பர் 18ஆம் தேதியன்று நாங்கள் காவலில் வைக்கப்பட்ட ஐநா சபையின் கட்டடத்திலிருந்து சேமித்த, படுகொலைகள் நடந்த செப்டம்பர் 15-19 வரையிலான நாளிதழ்கள் அதிலிருந்தன. விசாரணைக் கூடத்திற்குள் செல்லும் முன்பாக அவள் என்னிடம் சொன்னாள்: 'இதையெல்லாம் இஸ்ரேலியர்கள் கொண்டுவந்தார்கள். இப்போது அவர்களிடமே திரும்பச் செல்லட்டும்.'

பாலும் நானும் எங்களது அழைப்பிற்காக வெளியே காத்திருந்தோம். எனது முறை வந்தது. ஒரு மருத்துவர் என்கிற முறையில் பலருக்கும் ஆதரவாகவும் எதிராகவும் மருத்துவ ஆதாரங்களைக் கொடுப்பதற்காக பலமுறை நான் நீதிமன்றங்களுக்குச் சென்றிருந்தேன். ஆனால், விசாரணைக் கமிஷனில் நீதிபதிகள் நேரிடையாகவே கேள்விகள் கேட்பார்களென்றும், வக்கீல்கள் குறுக்கு விசாரணை நடத்தமாட்டார்களென்றும் எனக்குத் தெரியாது. வழக்கமான உறுதிமொழிக்குப் பிறகு, செப்டம்பர் 15-18 காலை வரை, மூன்று நாள்களில் நடந்த நிகழ்வுகளை விரிவாக விளக்கும்படி நீதிபதிகள் என்னிடம் பணித்தார்கள். இந்த வேளையில், அங்கிருந்த பார்வையாளர்கள்—செய்தியாளர்கள்—ஏன், நீதிபதிகள்கூட எனது நம்பிக்கைக்கு அப்பாற்பட்டவர்களாக ஆகியிருந்தனர். நான் மிகவும் சோர்ந்து போயிருந்தேன். காரணம் அங்கிருந்தவர்களில் முகாம் மக்களின் மீது அக்கறை உள்ளவர்கள் மிகச் சிலர்தான் என்பது எனக்குப் புரிந்தது.

செய்தியாளர்களுக்குத் தேவை வெறும் கதைகள்தான்! இஸ்ரேலியர்களின் தேவையெல்லாம், தங்களது வாதத்தை எடுத்துரைக்க பாலஸ்தீனர்களுக்குக்கூட வாய்ப்பளிக்கும் அளவுக்கு தங்களது மக்களாட்சி முறை மிகவும் மகத்தானதென்று உலகின் முன்னால் தம்பட்டமடிக்க வேண்டும் என்பது மட்டும்தான்! இந்த முழு நீள நாடகத்தைக்கூட, 'பாலஸ்தீன அகதி முகாம்களில் நடந்த படுகொலைகள் பற்றிய விசாரணை' என்றே அழைத்திருக்க வேண்டும். மாறாக, 'லெபனான் விசாரணை' என்றழைத்து 'பாலஸ்தீனர்கள்' என்று சொல்வதைத் தவிர்த்தார்கள்.

ஆக, கொல்லப்பட்ட பின்னரும்கூட பாலஸ்தீனர்களின் இருப்பு மறுக்கப்பட்டது. எனது உள்மனதில் நிரந்தரமாக ஒலிக்கும் 'பாலஸ்தீனர்கள், பாலஸ்தீனர்கள்' என்கிற குரல், நான் சாட்சி சொன்ன வேளையிலும் என் காதுகளில் எதிரொலித்துக் கொண்டிருந்தது. நான் மிகவும் நேசிக்கிற மக்களுக்கு நீதி கிடைக்க இந்த மேடை போதாதென்று எனக்குத் தெரியும். சற்று நேரத்தில், சோர்வைக் களைந்து கோபம் கொண்ட நான் நடந்ததை விசாரணைக் குழுவிடம் விரிவாகவே விளக்கினேன். அதற்கு இஸ்ரேலியர்கள், தங்களுக்கு இதைப் பற்றியெல்லாம் ஒன்றும் தெரியாதென்றும், ஆனால் படுகொலைகளை நிறுத்தச் சொல்லி வானொலி மூலம் கோரிக்கை விடுத்ததாகவும் பதில் சொன்னார்கள். வெளிநாட்டினர் கொல்லப்படுவதை அவர்கள் தடுத்தார்கள்தான்! ஆனால், பாலஸ்தீனர்களைக் கொல்ல அவர்கள் உத்தரவிடவில்லையா? துப்பாக்கிகளின் விசைகளை அழுத்திய போராளிகள் எல்லோரும் முழு அளவில் இஸ்ரேலிய அதிகாரிகளுக்குக் கட்டுப்பட்டவர்கள் என்பதை நாங்கள் அறிவோம்.

நான் சாட்சியளித்து முடிந்ததும், எனது சாட்சி மொழி இஸ்ரேலியப் பாதுகாப்புப் படை அதிகாரிகளின் சாட்சி மொழிக்கு முரண்பாடாக இருப்பதாக என்னிடம் தெரிவித்தார்கள். 'அப்படியென்றால் அவர்கள் பொய் சொல்லியிருக்கிறார்கள் என்றே பொருள்'—வெளியில் காத்திருந்த செய்தியாளர்களிடம் நான் விளக்கினேன்: 'விசாரணைக் கமிஷனுக்கு முன்னால் அவர்கள் என்ன சொன்னார்கள் என்பது எனக்குத் தெரியாது. ஆனால், உறுதிமொழிக்குக் கீழில் நான் சொன்னதெல்லாம் அப்படியே என் நாள்குறிப்பில் நான் குறித்து வைத்த நிகழ்ச்சிகள்தான்.'

பிடிவாதம் பிடித்த செய்தியாளர்கள் குறுக்கு விசாரணை செய்யும் வழக்கறிஞர்களின் வேலையைச் செய்தார்கள். அவர்களின் கேள்விகளுக்கெல்லாம் பதில் சொல்ல வேண்டிய பொறுப்பு எனக்கில்லை என்பதை நானறிவேன். என்றாலும், முகாம் மக்கள்மீது எனக்கிருந்த பாசம், எனது கருத்தைக் கேட்கத் தயாராக இருக்கும் யாரிடமும் பேசுவதற்கு என்னைத் தூண்டியது. அந்தக் கூட்டத்தில், 'தலைப்புச் செய்திகள்' தவிர வேறெதுவும் வேண்டாத பத்திரிகையாளர்கள்-பிஎல்ஓ மீது கனிவுள்ள பெண்ணாக என்னை ஒருவேளை கணித் திருக்கும் நீதிபதிகள்— பாலஸ்தீனர்களைத் தாழ்ந்த இழிபிறவிகளாகக் கருதும் பொதுமக்களில் சிலர் எனப் பலரும் இருந்தனர். பெய்ரூத்திலுள்ள முகாம்களும், அங்கு வாழும் என்

நேசத்திற்குரிய மக்களும், காஸா மருத்துவமனையின் ஆறாவது மாடியும் எனக்குள் வீட்டு நினைப்பைத் தட்டியெழுப்பின..

செய்தியாளர்களிடம் சொன்னதையே திரும்பத் திரும்பச் சொல்ல வேண்டி வந்ததால் நான் எரிந்து விழுந்தேன்: 'இருபத்திரண்டு பேரடங்கிய எங்களின் குழுவானது உணவும், தண்ணீரும், உறக்கமும் இன்றி 72 மணி நேரம் சோர்வறியாது மூன்று நாள்கள் தொடர்ச்சியாக வேலை செய்து சிலரின் உயிர்களைக் காப்பாற்றிக்கொண்டிருந்த வேளையில், முகாம்களில் ஆயிரக்கணக்கான மக்கள் கொன்று குவிக்கப்பட்டனர். இதை நான் அறிந்திருந்தால், வீதிகளுக்கு ஓடிச் சென்று, அதைத் தடுக்க ஏதேனும் முயற்சிகளைச் செய்திருப்பேன்.'

நான் சொன்ன அந்த வரிகளுக்கு முக்கியத்துவம் கொடுத்து ஏறத்தாழ எல்லாப் பத்திரிகைகளும் மறுநாள் செய்தி வெளியிட்டிருந்தன. ஆனால் அதைவிட மிகவும் முக்கியமான, எல்லோருக்கும் எட்ட வேண்டுமென்று நினைத்து நான் சொன்ன விஷயத்தை யாருமே அச்சடிக்க முன்வரவில்லை! அது: 'இறந்து போனவர்களுக்குத் திரும்பவும் வாழ்வளிக்க நம்மால் முடியாதுதான். ஆயினும், இன்றும் உயிரோடிருந்துகொண்டு வாழ்வில் கொடும் வேதனைகளை அனுபவிக்கும் மக்களுக்காக நாம் நிறைய செய்ய முடியும்! இன்றளவும் அவர்கள் சீரழிவிற்கும், இடிபாடுகளுக்கும் இடையில் வாழ்ந்து கொண்டிருக்கிறார்கள். வாழ்வாதாரம் ஏதுமின்றி, கொடிய துயரத்தில் வாடும் மக்களைக் குளிர்காலம் நெருங்கிக் கொண்டிருக்கிறது.'

1982ஆம் ஆண்டில் நான் இதைச் சொன்னபோது ஜெருசலேமில் யாரும் கேட்க விரும்பவில்லை. ஒருவேளை, கஹான் விசாரணைக் குழு இஸ்ரேலின் மக்களாட்சிக்கு மகுடம் சூட்டினாலும், பாலஸ்தீன மக்களின் வேதனைகளைக் குறைக்க அது ஒன்றும் செய்யவில்லை. நாங்கள் வெளியே வந்ததும் பிரிட்டிஷ் உயரதிகாரி எங்களைச் சந்தித்தார். எங்களைக் குறித்து கவலைகொண்டிருந்த அவர், நேரில் கண்டு நலமறியும் நோக்கத்துடன் மிகவும் சிரமப்பட்டுப் பல்கலைக் கழகத்திற்கு வந்திருந்தார். அவர் என்னைப் பார்த்ததும் நான் சிங்கப்பூரா, மலேசியாவா, பிரிட்டனா என்று புரியாமல் சிறிது நேரம் குழம்பினார். எனக்கும் அது நிச்சயமில்லை! ஆனாலும் ஏதோ எண்ணத்துடன் நான் சொன்னேன். 'குழப்பம் நீங்க நானொரு நல்லவழி சொல்கிறேன், நான் இங்கே இறந்து போனால் எனது உடல் இலண்டனுக்குச் சென்றாக வேண்டும். ஒருவேளை அதுவே உங்களது இலாகாவின் கவலையாக இருக்கலாம்!'

ஓர் உயர் அதிகாரியிடம் அப்படிச் சொன்னது திமிரானதென்று பால் நினைத்தார். ஆனால், இதெல்லாம் என்னை அடையாளம் காட்ட நான் கையாளும் நடைமுறை. அந்த நேரத்தில் என்னால் அப்படித்தான் சொல்ல முடியும். உண்மை என்னவென்றால், ஒருவேளை நான் இறந்துபோனால் என்னை எங்கே அடக்கம் செய்வார்கள் என்று நினைத்து சில நேரங்களில் கவலைப்பட்டிருக்கிறேன்.

விசாரணைக் கமிஷனுக்கு முன்னால் ஆதாரங்களைக் கொடுத்து வெளியே வந்த எங்களை இகாலும் அவியும் இஸ்ரேலில் உள்ள சில முக்கிய இடங்களைச் சுற்றிக் காண்பிக்க அழைத்துச் சென்றனர். தென்கிழக்காசியாவிலிருந்து வருகிற யாருக்கும் 'விசும்பும் சுவர்' உள்ள இடத்தின் முக்கியத்துவம் பெரிதாகத் தோன்றாது. இயேசுவின் பிறந்த இடமான பெத்லகேம் சந்தடிமிக்க ஒரு தேவாலயமாக—சுற்றுலா மையமாக—மாற்றப்பட்டிருந்தது. இயேசு பிறந்த இடமான தொழுவத் துடன் அது ஒத்துப்போகவில்லை.

இஸ்ரேலின் மிகப் பெரிய மருத்துவமனையான ஹதஸ்ஸாவுக்குச் சென்றோம். நவீன கருவிகளுடன் சிறப்பாக அமைக்கப்பட்டிருந்த அது, பிரிட்டனிலுள்ள எந்தவொரு மருத்துவக் கல்லூரியையும் போலவே இருந்தது. காஸா மருத்துவமனையில் காணப்படுவது போன்று, வெடிகுண்டுகள் வீழ்த்திய துளைகளோ, விரிசல் கண்ட சுவர்களோ, உடைந்த கண்ணாடி சன்னல்களோ, இடிபாடுகளின் குவியலோ ஏதும் அங்கில்லை. காயமடைந்து கிடக்கும் சில இஸ்ரேலிய வீரர்களைத் தவிர்த்தால், நடந்துகொண்டிருக்கும் போரை நினைவூட்டும் அடையாளங்கள் ஏதுமில்லை. அங்கிருந்த மற்ற நோயாளிகள் எல்லோருமே, வேறெந்த மருத்துவமனையிலும் நாம் எதிர்பார்க்கும் வழக்கமான நோயாளிகள்தாம்! புற்றுநோய், சர்க்கரை நோய், இதயநோய் தொடர்பான நோயாளிகளும், அறுவை சிகிச்சைக்கு ஆளாகி படுக்கையிலிருக்கும் நோயாளிகளும்தான் அங்கிருந்தனர். 'ரீகன்-பெகின் சிண்ட்ரோம்' பாதித்த குழந்தைகள், கிளஸ்டர் குண்டுகளால் காயமடைந்தவர்கள், பாஸ்பரஸ் புகையில் வெந்துபோன குழந்தைகள் என்றெல்லாம் சொல்ல யாருமில்லை. தண்ணீரும், மின்சாரமும், செடிச் சட்டிகளும், திரைச் சீலைகளும் பளிங்கு தரைகளும்... இப்படி எல்லாமே அங்கிருந்தன!

காஸா மருத்துவமனையில் மருத்துவர் ஹபீபின் அறை நினைவுக்கு

வந்தது. அவர் சென்றதும் அந்த அறையை எனக்கென ஒதுக்குவதாக இருந்தது. ஒருநாள் அதன் சுவரைத் துளைத்துக்கொண்டு வந்த ஓர் ஏவுகணை அந்த அறையையும், அதிலிருந்த எல்லாவற்றையும் குப்பைக் கூளமாக நொடியில் மாற்றியது. நல்லவேளையாக யாருக்கும் காயமில்லை.

பிறகு எங்களை 'யாத் வாஷெம்' என்கிற இடத்திற்கு அழைத்துச் சென்றார்கள். சாதாரண நிலையில், இதுபோன்ற இடங்களுக்கு வர நான் விரும்பியிருக்க மாட்டேன். காரணம், ஐரோப்பியர்கள் யூதர்களுக்கு இழைத்த அநீதியை (முதலில் ரஷ்யாவின் ஜார்கள், பிறகு ஜெர்மனியின் நாஸிகள்) எண்ணி கடந்த காலங்களில் நான் பலமுறை அழுதும், கனவுகள் கண்டு பயந்தும் பலமணி நேரங்களைச் செலவிட்டும் இருக்கிறேன். எனினும், எனது இஸ்ரேலிய நண்பர்களைப் புண்படுத்த விரும்பாமல் அதையும் நான் சுற்றிப் பார்த்தேன்.

இரண்டாம் உலகப் போரின்போது ஆஷ்விட்ச் முகாமில் நடந்த படுகொலையிலிருந்து தப்பிப் பிழைத்து, இப்போது இஸ்ரேலில் வரலாறு போதிக்கும் முனைவராகப் பணியாற்றும் ஒரு யூதப் பெண்மணிதான் எங்களுக்கு வழிகாட்டியாக வந்திருந்தாள். சப்ரா-ஷத்திலா படுகொலைகளைப் பற்றி நான் அவளுக்கு நினைவூட்டியதும் கருணையுள்ளம் கொண்ட அவள் மிகவும் வேதனையடைந்தாள். திரும்பிப் பார்த்து என் கையைப் பிடித்தவாறு அவள் சொன்னாள்: 'மருத்துவர், யூதர்கள் கடந்து வந்த துயரங்களை நீங்கள் இப்போது நேரில் கண்டீர்கள் இல்லையா? தயவுசெய்து என்னை நம்புங்கள், லெபனானிய அகதி முகாம்களில் நடந்ததை நினைத்து நாங்கள் மிகவும் வருத்தப்படுகிறோம். 'ரோஸ் ஹஸானா' பண்டிகைக்கு சற்று முன்னர்தான் செய்தி வெளியானது. எங்கள் கிராமம் முழுவதும் கொண்டாட்டத்தை உடனே நிறுத்தி வைத்தது. அந்த அளவுக்கு நாங்கள் நொந்து போயிருந்தோம். எங்களில் பலரும் இரங்கல் கூட்டம் நடத்தினார்கள்.'

அவளது தெளிவான விளக்கத்தையும், அவளது முகத்தில் பிரதிபலித்த வேதனையையும் பார்த்தபோது, எல்லா இஸ்ரேலியர் களும் பாலஸ்தீனர்களைக் கொடுமைப்படுத்தவோ, கொன்று குவிக்கவோ விரும்பவில்லையென்று புரிந்துகொண்டேன். நாஸிகளின்

கொடுமைகளுக்கு இரையான யூதர்களுக்கு, தங்களின் இனத்தவர் பிறருக்குத் தீங்கிழைப்பதைக் காண நேர்வது கொடுமையான அனுபவம்தான்!

இங்கு இரண்டு வகையான மக்கள் - யூதர்களும், பாலஸ்தீனர்களும். இருவருக்கும் பொதுவான பிரச்சினைகள்! யாத் வாஷெமில் நான் பார்த்த ஒரு திரைப்படத்தில், யூத விரோதத்தை நாஸிகள் எப்படி தங்கள் இனத்தவர்களிடம் திணித்தார்களென்பதைக் காட்டினார்கள். அதில் முதலாவது, யூதர்களைத் தாழ்ந்தவர்களாகவும், இழிபிறவி களாகவுமாக சித்திரித்ததுதான்! சில இஸ்ரேலிய இராணுவ வீரர்களும் அரபிகளைத் தாழ்ந்தவர்கள், ஈனப் பிறவிகள் என்றே சித்திரிக் கிறார்கள். அவர்கள் ஏன் பாடம் கற்றுக்கொள்ளவில்லை? நாஸிகளின் கொடுமைக்கும், ஐரோப்பியர்களின் இனவெறிக்கும் பலியானவர் களுக்காக உருவாக்கப்பட்ட ஒரு நாடு, வேறு இனத்தவரை— பாலஸ்தீனர்களை —கொடுமைப்படுத்துவதும், துயரத்திலாழ்த்துவதும் தேவையானதுதானா?

ஒருவேளை ஏதேனுமொரு தீயசக்தி இடையில் புகுந்து யூதர்களும் பாலஸ்தீனர்களும் ஒருவர் மாற்றி ஒருவராகத் துன்புறட்டுமென்று விளையாட்டு காட்டுகிறதோ? யூதர்களும், பாலஸ்தீனர்களும் ஒன்றுசேர்ந்து இந்த ஆட்டமெல்லாம் வேண்டாமென முடிவெடுத்தால் என்ன? ஓர் இனத்தவரை வெளியேற்றி, அந்த இடத்தில் பிற இனத்த வருக்கு வீடுகள் அமைப்பது தேவையில்லாதது! இரு இனத்தவரும் ஒருங்கிணைந்து ஒற்றுமை யுடன் வாழமுடியும்! பலரும் சொல்கிறார்கள், யூதர்களும், பாலஸ்தீனர்களும் ஒருங்கிணைந்து வாழப் போதுமான இடம் இஸ்ரேலில் இல்லையென்று! அது வெறுமொரு கற்பனை என்றுதான் நான் நினைக்கிறேன். உலகில் மிகவும் மக்கள்நெருக்கடியான ஒரு நாட்டில்—சிங்கப்பூரில்—வளர்ந்த எனக்கு இஸ்ரேலும் பாலஸ்தீனும் விசாலமானதாகவே தோன்றுகிறது. சில லட்சம் யூதர்களும், பாலஸ்தீனர்களும் மனது வைத்தால் ஒரே குடிமக்களாக அங்கு வாழமுடியும்!

சிங்கப்பூரின் மக்கள்தொகை இஸ்ரேலுக்குச் சமமானது. இருந்தும், 226 சதுரமைல் நிலப்பரப்பில் அங்குள்ள மக்கள் அனைவருக்கும் வீடமைத்துக் கொடுக்க எங்களால் முடிந்தது. சிங்கப்பூரைவிட இஸ்ரேல் எத்தனையோ மடங்கு பெரியது. ஆக, 'மக்கள்நெருக்கடி' என்கிற வாதத்தை ஒரு சிங்கப்பூர்க்காரனிடம் யாரும் முன்வைக்கக்கூடாது!

மற்றொரு உதாரணம் ஷத்திலா முகாம். வெறும் இருநூறு சதுர மீட்டர் பரப்பளவு, பல்லாயிரம் பாலஸ்தீனர்களின் வாழ்விடமாக இருந்தது. ஒரு பழமொழி சொல்வார்கள்: 'உனக்கு வீடு வேண்டுமென்றால் நீ அதை கட்டிக்கொள்வாய்.' ஆகவே, இடமென்பது ஒரு பிரச்சினை அல்ல—சகிப்புத்தன்மை இல்லாத ஒரு கொள்கைதான் அதற்குக் காரணம்!

இஸ்ரேலிய முனைவரை வழியனுப்பி வைத்த நான் அங்கு வரிசையாக நடப்பட்டிருந்த மரங்களைப் பார்த்தேன். நாஸிகளிடமிருந்து யூதர்களைப் பாதுகாத்த, பிறரைக் காப்பாற்றத் தங்களின் உயிரைப் பணயம் வைத்தவர்களின் நினைவாக நடப்பட்டிருந்த அந்த மரங்களைப் பார்த்து நான் கண்ணீர்விட்டேன். ஒருவேளை இதற்கு முந்தைய தலைமுறையில், தென்கிழக்காசியாவுக்குப் பதிலாக ஐரோப்பாவில் நான் பிறந்திருந்தால்—ஒருவேளை நானும்கூட, நாஸிகளின் 'ஹோலோகாஸ்ட்' என்று சொல்லப்படும் யூதர்களுக்கு இழைக்கப்பட்ட அநீதியால் பாதிக்கப்பட்டு—பாலஸ்தீனர்கள் சொந்த மண்ணிலிருந்து விரட்டியடிக்கப்பட்டதையும், அவர்கள் அனுபவிக்கும் துயரங்களையும் பார்க்க முடியாத வெறுமொரு குருடியாக ஆகியிருப்பேன்.

'ஒருவேளை'—'ஆனால்' என்கிற குறியீடுகள் எதுவும் இனி வேண்டாம்! பாலஸ்தீனிய அகதி முகாம்களின் நரக வாழ்க்கையிலிருந்து நான் இங்கு வந்துள்ளேன். இங்குள்ள மக்கள் 'ஒழுக்கம், மனசாட்சி, தர்மம், தெய்வத்தன்மை' என்றெல்லாம் பேசிக் கொண்டிருக்கும் அதே வேளையில்தான், அங்கு இடிபாடுகளுக்கு இடையிலும், கல்லறைகளில் கூட்டமாகவும் புதைக்கப்பட்ட சிதறிய உடல்கள் இவர்கள் சொல்லும் 'ஒழுக்க'த்திற்காகத் தங்களின் உயிர்களைப் பறிகொடுத்தார்கள். வீடுகளை இழந்து, அநாதைகளாக இப்போதும் வாழ்ந்துகொண்டிருக்கும் மனிதர்கள் தங்களது பிறப்புரிமையை ஒரு 'தெய்வீக' நாட்டின் உருவாக்கத்திற்கு விலையாகக் கொடுத்தார்கள். சிறைச்சாலைகளிலும் இரகசிய அறைகளிலும் அடைக்கப்பட்டு சித்திரவதைக்கு ஆளாகிக் கொண்டிருக்கும் பாலஸ்தீனர்கள் தங்களின் சுதந்திரத்தை இஸ்ரேல் நாட்டின் 'மக்களாட்சி'க்கு விலையாகக் கொடுத்தார்கள். பாலஸ்தீனர்களின் அபகரிக்கப்பட்ட குழந்தைப் பருவமும் பெண்மையும் இஸ்ரேலின் 'முற்போக்கான பெண்ணிய'த்திற்குப் பலி கொடுக்கப்பட்டன.

இதையெல்லாம்தான் மேற்கத்திய நாடுகள் பாராட்டிக் கொண்டிருக்கின்றன.

மோரியா ஹோட்டலுக்குத் திரும்பியதும் நாங்கள் புறப்படத் தயாரானோம். நானும் எலனும் மத்திய கிழக்கிலிருந்து வெளியேறிச் செல்கிறோம். ஆனால் பால் மோறிஸ் திரும்பவும் லெபனான் செல்கிறார். ஜெருசலேம் பயணத்தின் எதிர்விளைவுகளைப் பற்றி அவர் கொஞ்சம்கூட கவலைப்படவில்லை. ஜெருசலேம் நகரில் அரபிகள் வாழும் பகுதிகளில் சுற்றித் திரிந்த அவர் முகாம்களில் உள்ள குழந்தைகளுக்காக சில பொம்மைகளை வாங்கி வந்தார். கிளஸ்டர் குண்டில் காயமடைந்த ஈஸாவுக்கு ஒரு மத்தளமும் அதிலிருந்தது. ஈஸா என்னை மிகவும் நேசிக்கிற காரணத்தால் அந்த பொம்மையைக் கொடுக்கும் போது, 'இது மருத்துவர் ஸ்வீயின் விசேஷமான அன்பளிப்பு' என்று சொல்லிக் கொடுப்பதென அவர் திட்ட மிட்டிருந்தார். இதைக் கேட்டதும், அந்தச் சிறுவனை மீண்டும் காண வாய்ப்பில்லையே என்றெண்ணி நான் வேதனையடைந்தேன்.

இந்த நேரத்தில், ஒரு இஸ்ரேலிய வழக்கறிஞரான ஃபெலிஸியா லேஞ்சர் எங்களைக் காண வருவதாகத் தகவல் கிடைத்தது. மொஸாத் ஒற்றராகவும் இருக்கக்கூடுமென்று நாங்கள் நினைத்திருந்த, இஸ்ரேலியப் பாதுகாப்புப் படை அதிகாரியான அவிக்கு அவள்மீது வெறுப்பிருந்தது. அவள் மோசமானவளென்றும், கிழவியென்றும், அருவருப்பானவள் என்றும், இரக்கமற்றவள் என்றும் அவர் வர்ணிக்கவும் செய்தார். அதன் காரணமாக, ஹோட்டலின் வரவேற்பறையில் காத்திருந்த நான் அழகற்ற, வயதான பெண்களைக் கண்டால் உடனே 'இது ஃபெலிஸியாவாக இருக்குமோ?' என்றெண்ணி விசாரிக்க முற்பட்டேன். அதைப் பல பெண்களும் ரசிக்கவில்லை. ஒரு பெண் மட்டும் அதற்கான காரணத்தை ஆராய்ந்தாள். நானும் கொஞ்சம்கூட யோசிக்காமல், 'ஃபெலிஸியா வயதான, கோரமான முகத்தைக் கொண்டவள்' என்று உளறப் போனேன்.

இறுதியில் அவள் வந்தாள், அவியின் வர்ணனைக்கு நேர் விபரீதமான தோற்றத்தில்! ஃபெலிஸியா இளமையானவள்—அழகானவள்—மென்மையானவள். நான் அவியைத் திரும்பிப் பார்த்து முறைத்தேன். அவர் கூச்சமடைந்தார்—காதுவரை வெட்கத்தால் சிவந்தார்—உடனடியாக மன்னிப்பும் கேட்டார். ஃபெலிஸியாவைப்

பார்த்ததும் எனக்குப் பிடித்துப் போனது. அவளும், எலனும் உரையாடுவதை நான் ஆவலுடன் கேட்டுக்கொண்டிருந்தேன். மிகவும் தாமத மாகத்தான் ஃபெலிஸியா ஓர் உண்மையான வீராங்கனையென்றும், பாலஸ்தீனிய மக்களுக்கு நீதி கிடைக்க முழு அர்ப்பணிப்புடன் போராடியவள் என்றும் நானறிந்தேன். அவளைச் சந்திக்கவும், அவள் சொல்வதைக் கேட்கவும் வாய்ப்புக் கிடைத்ததில் நான் மிகவும் மகிழ்ச்சியடைந்தேன். படுகொலைகள் குறித்து நான் தயாரித்த அறிக்கையின் நகலொன்றை அவளிடம் கொடுத்தேன்.

அவளைச் சந்தித்துப் பேசியது குறைந்த நேரம்தான் என்றாலும் அதன் தாக்கம் அதிகமாகவே இருந்தது. விளங்கிக்கொள்ள முடியாத ஆனந்தத்தை அது எனக்கு வழங்கியது.

அவி என்னையும், எலனையும் விமான நிலையத்திற்கு அழைத்துச் சென்றார். அதற்குள் அவருக்குத் தலைவலி வந்தது. ஒருவேளை எங்களுடன் அலைந்ததால் வந்திருக்கலாம்! அவர் எங்களை விமான நிலையத்தில் இறக்கிவிட்டதும் பாலுடன் லெபனான் பயணமானார்.

நான் பெய்ரூத்தில் இருந்தபோது 'லெபனானில் எனது நாள்கள் முடிந்துவிட்டன' என்று சொன்னேன். அது சரியாயிற்று! ஆயினும், ஜெருசலேம் செல்ல முடிந்ததில் நான் மகிழ்ச்சியடைந்தேன். அது புதுமையான அனுபவம். ஜெருசலேம், 'ஏக இறைக்' கொள்கை கொண்ட மூன்று மதங்கள் சங்கமிக்கும் புண்ணிய நகரம்! ஒரு கிறித்தவளான நான் நீண்ட காலமாகவே ஜெருசலேமிற்கு புனிதப் பயணம் செல்ல விரும்பினேன். இறுதியில், பாலஸ்தீனர்கள் என்னை அங்கு அழைத்து வந்திருக்கிறார்கள்! சப்ரா-ஷத்திலா மக்களின் சார்பாகப் பேச முடிந்ததோடு, இஸ்ரேலியக் குடிமக்கள் சிலரையும் சந்திக்கும் வாய்ப்பு எனக்குக் கிடைத்தது. அவர்கள் எல்லாம் அமைதிக்காகவும் நீதிக்காகவும் போராட உறுதிபூண்டவர்கள்— எதிர்ப்புக் குரல் எழுப்பியவர்கள்! அதற்கான விலையைப் பலரும் கொடுக்கவும் செய்தார்கள். லெபனான் செல்ல மறுத்த இஸ்ரேலியப் பாதுகாப்புப் படையைச் சேர்ந்த சில வீரர்கள் சிறைகளில் அடைக்கப்பட்டார்கள். எப்போது கொல்லப்படுவோம் என்பது பற்றி ஃபெலிஸியாவுக்குக்கூட நிச்சயமில்லாதிருந்தது! எனினும் அவளைப் போன்றவர்கள் அநீதிக்கு எதிராக இஸ்ரேலுக்குள்ளே இருந்துகொண்டு போராடினார்கள். துணிவுமிக்க யூதர்களையும் பாலஸ்தீனர்களையும் நான் கண்டேன்.

நாங்கள் விமானத்தில் ஏறி அமர்ந்து, கதவுகள் மூடப்பட்டதும் எனக்கு வீட்டு நினைவு வந்தது. டெல்அவீவ் விமான நிலையம் சிங்கப்பூர் விமான நிலையத்தை நினைவூட்டியது. விமானம் மேல்நோக்கி எழும்பியதும் மீண்டும் புலம்பெயர்ந்து செல்வதாகத் தோன்றியது. இந்த முறை சிங்கப்பூரில் இருந்தல்ல, மத்திய கிழக்கிலிருந்து! சூரியன் மறைவதை சன்னல் வழியாகப் பார்த்துக் கொண்டிருந்தேன். அழகானதும், பொன்னிறமானதுமான அஸ்தமன சூரியன் தனது இதமான ஒளியை லெபனான், பாலஸ்தீன், பெய்ரூத், ஜெருசலேம் மீதெல்லாம் வென்றவர்கள்—அந்த வெற்றியின் இரைகள் என்கிற பாகுபாடின்றி முழு நம்பிக்கையோடு வழக்கம்போல சொரிந்துகொண்டிருந்தது. நானும் இப்போது ஜெருசலேமிலிருந்து புலம் பெயர்ந்துள்ளேன். பாலஸ்தீனர்கள் அனுபவித்த வேதனைகளை நன்றாக உணர முடிந்தது.

எலன் எனது மன ஓட்டத்தைப் புரிந்துகொண்டவளாக புலம் பெயர்தலைப் பற்றியும், திரும்ப வரும் உரிமை பற்றியும் பேசத் தொடங்கினாள். பத்து வருடங்களுக்கு முன்பு அவளும், பாலஸ்தீன மருத்துவர் காதா கர்மியும் ஒருநாள் இஸ்ரேலியத் தூதரகத்திற்கு முன்னால், தங்களது கைகளில் அட்டைகளை ஏந்தியவாறு நின்றார்கள். மருத்துவர் காதாவின் கையிலிருந்த அட்டையில், 'நானொரு பாலஸ்தீன அரபி. நான் பிறந்தது ஜெருசலேமில்! ஜெருசலேம் என் தாய்நாடு! இருந்தும் அங்கு திரும்பிச் செல்ல எனக்கு அனுமதியில்லை' என்றும், எலனின் கையிலிருந்த அட்டையில், 'நான் அமெரிக்காவைச் சேர்ந்த யூதப் பெண். நான் பிறந்தது அமெரிக்காவில்! இஸ்ரேல் எனது தாயகமல்ல! ஆனாலும் அங்குச் செல்ல எனக்கு உரிமை உண்டு!' என்றும் எழுதப்பட்டிருந்தன.

எலன் சொன்னாள்: 'அதிலுள்ள அநீதியைப் பற்றி சிந்தித்துப் பார் ஸ்வீ... எனக்கெதற்கு இரண்டு வீடுகள், அமெரிக்காவில் ஒன்றும் இஸ்ரேலில் மற்றொன்றும்? அதுவும், பாலஸ்தீனர்களுக்கு எதுவுமே இல்லாத நிலையில்? இஸ்ரேல் திரும்பிச் செல்ல எனக்குள்ள உரிமையை, பாலஸ்தீனர்களுக்கும் அந்த உரிமை வழங்கப்படாத வரை நான் எப்படிச் செயல்படுத்துவேன்?'

நான் விமான சன்னல் வழியாக வெளியே நோக்கினேன். சூரியன் மறைந்திருந்தது. பெய்ரூத்தும் ஜெருசலேமும் மைல்களுக்கு அப்பால்

காணாமல்போயின. வானமெங்கும் இருள் சூழ்ந்திருந்தது. நான் எங்கோ தனிமைப்பட்டு எதையோ இழந்ததாகவும் எனக்குத் தோன்றியது.

14

இலண்டன் ஹீத்ரு விமான நிலையத்தில் வந்திறங்கிய என்னை வரவேற்க எனது அன்புக் கணவர் வந்திருந்தார். என்னைப் பிரிந்திருந்த காரணத்தால் பதினைந்து கிலோ எடை குறைந்திருந்தார். அந்த வேளையில்தான், படுகொலைகளில் நானும் கொல்லப்பட்டதாக அவர் உண்மையாகவே நினைத்திருந்தார் என்பது எனக்குத் தெரிந்தது. படுகொலைகளில் உயிர் பிழைத்தவர்களின் பட்டியலை பிரிட்டன் பத்திரிகைகள் வெளியிட்டதில் எனது பெயர் இல்லை. அதனால்தான் இந்தப் பிழை ஏற்பட்டது. அதை இப்படி எளிதாக விளக்கலாம்: நானொரு நிறம் மங்கிய அகதியாக இருந்ததால் ஒருவேளை பிரிட்டிஷ் பத்திரிகையாளர்கள் உயிர் பிழைத்த பிரிட்டன் குடிமக்களின் பட்டியலில் என் பெயரைச் சேர்க்காமல் விட்டிருக்கலாம். ஒருவேளை என்னை அனுப்பிய சாரிட்டிக்கு, நான் உயிரோடு இருக்கிறேனா என்பதைக் கண்டறியும் பொறுப்பு தங்களுக்கிருப்பதை மறந்திருக்கலாம்.

எனது கணவர் பிரான்சிஸ் வாஷிங்டனில் உள்ள அமெரிக்க உள்துறை அமைச்சரகத்துடன் தொடர்புகொண்டு விசாரித்தாராம்! அவர்கள் பெய்ரூத்தில் உள்ள அமெரிக்கத் தூதரகத்துடன் தொடர்பு கொண்டனர். பெய்ரூத் அமெரிக்கத் தூதரகம் என்னைக் கண்டு பிடிக்கும் முயற்சியில் இறங்கியது. எனது லெபனான் மேலாளரின் அலுவலகத்தில் விசாரிக்கவும் செய்தார்களாம்! எப்படியோ என்னைப் பற்றிய தகவல்கள் கைமாறப்படவில்லை. இதற்காக யாரையும் நான் குற்றம் சொல்ல விரும்பவில்லை. காரணம், என்னைப் போன்ற அகதிகளின் பொறுப்பை ஏற்க யாரும் முன்வருவதில்லை. இதுபோன்ற தவறுகள் சாதாரணம்.

ஆனால் பிரான்சிசுக்கு அது சாதாரண விஷய மல்ல! செப்டம்பர் 15ஆம் தேதிக்குப் பிறகு என்னைப் பற்றிய எந்தவித தகவலும் அவருக்குக் கிடைக்கவில்லை—ஆயிரக் கணக்கானோர் கசாப்பு செய்யப்பட்ட சப்ரா-ஷத்திலா முகாம்களில் நானும் இருந்தேன் என்கிற

தகவலைத் தவிர! பரவலாக விநியோகம் செய்ய வேண்டுமென்ற வேண்டுகோளுடன் 1982 செப்டம்பர் 22ஆம் தேதியன்று நான் அனுப்பிய டெலக்ஸ் கிடைத்தபோதுதான் நான் உயிரோடிருப்பதையும், நலமாக இருப்பதையும் அவர் முதன் முதலாக அறிந்துகொண்டார்.

நான் இலண்டனுக்குத் திரும்பியதை அறிந்து எனது பழைய நண்பர்கள் எல்லோரும் மகிழ்ச்சியடைந்தனர். ஆயினும் நான் ஐந்து கிலோ எடை குறைந்து, மிகவும் பலவீனமாக இருந்தேன்.

நேரத்தை வீணாக்கக் கூடாது. லெபனான்மீது இஸ்ரேல் நடத்திய படையெடுப்பின் காரணமாகத்தான் என்னைப் போலவே பலரும் பாலஸ்தீனர்களைப் பற்றி அறிந்துகொண்டார்கள். லெபனானில் உயிர் பிழைத்த பாலஸ்தீன மக்களின் நிலை நிச்சயமாக அபாய கட்டத்தில் உள்ளது. காலம் குறைவாகவே உள்ளது. அங்குள்ள பன்னாட்டு அமைதிப் படையினர் வெளியேறியதும் மீண்டுமொரு படுகொலையோ தாக்குதலோ நடக்கலாம்! சீரழிவிற்கு மத்தியில் இன்னமும் வாழ்ந்துகொண்டிருக்கும் அநாதைக் குழந்தைள் மற்றும் விதவைகளின் அவல நிலையை உலகறிய வெளிச்சம் போட்டுக் காட்ட எல்லாவித முயற்சி களையும் உடனே செய்தாக வேண்டும். அவர்களது நியாயங்களை உலகம் கேட்டாக வேண்டும்.

படுகொலைகள் வேதனை மிகுந்த ஒரு பாடத்தை எனக்குக் கற்றுத் தந்தன. அறுவை சிகிச்சையின் திறமையால் பயனேதுமில்லை என்கிற பாடம்! ஏதோ சில உயிர்களைக் காப்பாற்ற முடிந்ததில் நான் திருப்தி பட்டுக் கொள்ளலாம்தான்! ஆனால், அங்கு நடப்பதை உலகம் உடன் அறிந்திருந்தால் ஆயிரக்கணக்கான உயிர்களைக் காப்பாற்றி யிருக்கலாம்! ஒருவேளை நானாவது அதைப் புரிந்து கொண்டிருந்தால், அறுவை சிகிச்சையை நிறுத்தி வைத்துவிட்டு, அன்றும், அதற்குப் பின்னரும் அங்கு படுகொலைகள் தொடர்ந்து நடப்பதை விளம்பரப் படுத்தியிருக்கலாம். இனி பின்வாங்குவதில்லை என்று முடிவு செய்தேன்.

நான் காப்பாற்றத் தவறிய உயிர்கள்மீது சத்தியம் செய்தேன். மனமுடைந்த வேளைகளில், சில மனிதர்கள் படுகொலைகள் நடப்பதை அறிந்திருந்தாலும்—அதைத் தடுக்க வழியிருந்தாலும்—விலகித்தான் சென்றிருப்பார்களென நம்பத் தோன்றியது. ஒருவேளை உண்மை யாகவே அவர்கள் அறியாமல் போயிருந்தால், அங்கு நடப்பதைப் பற்றி அவர்களிடம் அன்று சொல்லாமலிருந்தது என்னுடைய தவறு! ஆனால் நான் சொன்ன பிறகும்—அவர்கள் அறிந்த பிறகும் —அந்தக்

கொடுமைகள் தொடர்ந்து நடக்க அனுமதித்தார்களென்றால், சொந்த மனசாட்சியோடு போராடி வாழ வேண்டியது அவர்கள் மட்டும்தான்!

எதுவாக இருந்தாலும், அவநம்பிக்கையின் இரையாக இனியும் நான் வீழ்ந்துகிடக்கப் போவதில்லை. மீண்டுமொரு படுகொலைகள் நடக்குமானால், 'எங்களுக்குத் தெரியாது' என்று சொல்ல யாருக்கும் வாய்ப்பளிக்காமல்—குறைந்தபட்சம் 'எங்களுக்கு அக்கறையில்லை' என்று ஒத்துக்கொள்ளுமளவுக்கு— செயல்படுவதென உறுதிப்படுத்திக் கொண்டேன்.

நான் மிகவும் சோர்வடைந்து, உடல் தளர்ந்த நிலையிலிருந்தாலும் நான் சொல்வதைக் கேட்கத் தயாராக இருக்கும் யாரிடமும், எவ்வளவு நேரம் வேண்டுமானாலும் பேசுவதற்கு நான் தயாராக இருந்தேன். ஒரு மருத்துவர், ஒரு சர்ஜன் என்கிற முறையில் எனக்குள்ள குறைந்த தகுதிகளை, முதலாவது நானொரு மனிதப் பிறவி என்கிற முறையில் ஈடுகட்டியாக வேண்டும்.

வாழ்க்கையில் முதல் முறையாக எனக்கு நீலக் கண்களும், வெள்ளை நிற முடியும், 'ஸ்வீ சாய்' என்கிற பெயருக்குப் பதிலாக 'மேரி' என்கிற பெயரும் இருந்திருந்தால் எவ்வளவு நன்றாக இருக்குமென ஆசைப்பட்டேன். என்னுடைய தென்கிழக்காசிய சாயலும், வெளிநாட்டுப் பெயரும், வெளிநாட்டு உச்சரிப்பும் காரணமாக பிரிட்டனில் ஒரு சர்ஜன் வேலை கிடைப்பதற்குத் தொடக்க காலத் தடைகளாக இருந்தன. அதே காரணங்கள் இப்போதும் பாலஸ்தீன பிரச்சினைகளைப் பொதுமக்கள் மத்தியில் கொண்டுவர எனக்குத் தடைகளாக இருக்கின்றன.

சில நாளிதழ்களைத் தவிர, வேறு யாரும் என்னைப் பேட்டி காண விரும்பவில்லை. உண்மை என்னவென்றால், பல செய்தியாளர்களும் பிரிட்டிஷ் குடிமகனான யாரேனும் மருத்துவக் குழுவில் இருந்தால், அவர் முகாம்களைப் பற்றிச் சொல்வதை வெளியிடத் தயாராக இருப்பதாகச் சொன்னார்கள். பத்திரிகைகளின் நிலை எனக்குப் புரிந்தது. பிரிட்டனில் யார்தான் மூவாயிரம் மைல்களுக்கப்பாலிருந்து வந்த வித்தியாசமான, சைனாக்காரியான ஒரு பெண் மருத்துவர் சொல்வதைக் கேட்கத் தயாராக இருப்பார்கள்? பத்திரிகையாளர்களிடம் பேசுவதற்குத் தயாராக இருக்கும் ஒரேயொரு பிரிட்டிஷ் மருத்துவர் பால் மோறிஸ் மட்டும்தான்! வாய்ப்புக் கேடாக அவர் லெபனானுக்குத் திரும்பிச் சென்றுவிட்டார். அவரைத் தொடர்பு கொள்ளவும் முடியவில்லை.

இதுபோன்ற வேளைகளில், லெபனானில் சேவைக்கெனச் சென்ற பிரிட்டிஷ்காரர்களான பிற மருத்துவர்கள் நர்சுகள் மீதும் எனக்கு வெறுப்பேற்பட்டது! காரணம், வாய் திறந்து பேசுவதன் மூலம் பாலஸ்தீன மக்களுக்கு எளிதாக உதவ வாய்ப்பிருந்தும் அதைச் செய்ய அவர்கள் மறுத்தனர்.

ஆகவே 'நேருக்கு நேர்' பரப்புரையில் நான் இறங்கினேன். பிரிட்டன் முழுவதும் அலைந்து சிறிய கூட்டங்களில்—பாடசாலைகள், கல்லூரிகள், சர்ச்சுகள், மஸ்ஜித்கள் எனப் பல இடங்களிலும்—பெண்கள் பங்கெடுக்கும் தேநீர் விருந்துகளிலோ எனது நண்பர்களின் கூட்டத்திலோ கலந்துகொண்டு உரையாற்றினேன். இது சோர்வை மட்டுமல்ல, பணச் செலவையும் ஏற்படுத்தியது. எனக்கு வேலை ஏதுமில்லாததால் பிரான்சிஸ்தான் இதற்கான செலவை ஏற்க வேண்டியிருந்தது.

சில மாதங்களுக்குள் இருநூறுக்கும் அதிகமான கூட்டங்களை நான் நடத்தினேன். பள்ளிக்கூடக் குழந்தைகளுடன் இலண்டனில் காலையிலும், பல்கலைக்கழக மாணவர்களுடன் மிட்லாண்டில் நண்பகல் உணவு வேளையிலும், ஸ்காட்லாந்தில் ஏதேனும் ஆலயங்களில் மாலைக் கூட்டங்களிலும் கலந்துகொள்வதைச் சில நேரங்களில் நானே உணர்ந்தேன். எனது காமராவில் நான் எடுத்த, முகாம்களில் வாழும் மக்களின் சிலைடுகளைப் போட்டுக் காண்பித்து, அவர்களின் கதையை விளக்கினேன். இது ஒரு திறமையற்ற பரப்புரையாக இருந்தும்கூட, பொறுப்புணர்ச்சியுள்ள எத்தனையோ மனிதர்களைச் சந்திக்க இது எனக்கு உதவியது. அவர்கள் உண்மையில் பாலஸ்தீன மக்களுக்கு உதவ விரும்பினார்கள். இதற்காக நானெடுத்துக் கொண்ட சிரம மெல்லாம் இறுதியில் பலன் கண்டது.

இதற்காகப் பிரான்சிஸ் ஒரு சிறிய சிலைடு புரொஜக்டரை வாங்கி வந்தார். அதில், எனது சேமிப்பிலிருந்த சிலைடுகளைப் பிறருக்குக் காட்டவேண்டி வரிசையாக அடுக்கி வைப்பேன். இதை நான் செய்யும் போது எனது பரப்புரையை 'தெருக் காட்சி' என்று என் கணவர் கேலி செய்வதைக் கேட்டு நாங்கள் இருவரும் வாய்விட்டுச் சிரிப்போம்!

இறுதியில் முக்கியமான மாற்றம் நிகழ்ந்தது. பிரிட்டன் மக்கள் அக்கறை காட்டினார்கள். பொருளாதார வீழ்ச்சியில் நாடு அகப் பட்டிருந்த வேளையிலும், பாலஸ்தீனர்களின் அவல நிலைக்குக் காது கொடுக்க முன்வந்தனர். 'தெருக் காட்சி' நடத்த நான் சென்ற இடங்களிலெல்லாம் பார்வையாளர்கள் என்னிடம், 'எந்த வகையில்

நாங்கள் உதவ முடியும்?' என்று கேட்டார்கள். அவர்களில் பலரும் வாழ்க்கையில் ஒருமுறைகூட ஒரு பாலஸ்தீனரைச் சந்தித்ததில்லை. என்றாலும், பாலஸ்தீனர்களுக்கு இழைக்கப்பட்ட அநீதியில் மனம் நொந்து உதவி செய்ய முன்வந்தார்கள்.

சமூகத்தின் பல்வேறு துறைகளையும் சேர்ந்த, மாறுபட்ட அரசியல் கண்ணோட்டம் உள்ள, பொதுமக்கள் உதவி வழங்கத் தயாரானார்கள். அவர்களில் பெரும்பாலோரும் என்னைப் போன்ற சாதாரண தொழிலாளிகளாக இருந்தும், இதை மனித இனத்தின் சோகமாகக் கருதி உதவ விரும்பினார்கள். பொதுவாகவே, தேவையானவர் களுக்கு உதவி செய்கிற மனப்பான்மை பிரிட்டிஷ் பொதுமக்களின் பாரம்பரியமாக இருந்த காரணத்தால், பாலஸ்தீனர்கள் விஷயத்தில் அவர்கள் காட்டுகிற அக்கறை அதற்கு அப்பாற்பட்டதாக இருக்காது. அவர்கள் கம்பூசியாவுக்கும், வங்கதேசத்திற்கும், ஆப்ரிக்காவைச் சேர்ந்த சில நாடுகளுக்கும் உதவியது போல, பாலஸ்தீனர்களுக்கும் உதவி வழங்க விரும்பினார்கள். இந்தச் சூழ்நிலைக்கான அரசியல் பின்னணியைப் பற்றி அவர்களுக்கு எதுவும் தெரியாது. யார் செய்வது சரி, யார் செய்வது தவறு என்பதில் அவர்கள் அக்கறை காட்டவில்லை. அவர்கள் வெறுமொரு நல்ல சமாரியர்களாகத் தங்களைக் காட்டிக்கொண்டார்கள். துயரத்தில் உதவ நினைத்தார்கள். வேலை யற்றவர்கள், ஓய்வூதியம் பெறுகிறவர்கள், மாணவ-மாணவிகள், குறைந்த ஊதியம் பெறும் தொழிலாளிகள், சிறுபான்மைச் சமூகத்தினர்—இப்படி எல்லோருமே ஏதேனுமொரு வகையில் உதவ விரும்பினர்.

அதன் தொடர்ச்சியாக நான், பிரான்சிஸ், லெபனான்-பாலஸ்தீனி லிருந்து இலண்டனுக்குத் திரும்பியிருந்த ஊழியர்கள் ஆகிய அனைவரும் ஒன்றுகூடி எந்த வகையில் முகாம்களில் உள்ள மக்களுக்கு உதவுவது என்பது குறித்து ஆராய்ந்தோம். எங்களில் யாரும் அரசியல்வாதிகளங இல்லையென்றாலும், பலரும் மருத்துவத்திலும் பொதுநலச் சேவையிலும் ஏற்கனவே ஈடுபட்டவர்கள். லெபனானிய மக்களுக்கு உதவுவதற்கென்று ஒரு மருத்துவ அறக்கட்டளை அமைப்பதென்று நாங்கள் இறுதியாக முடிவெடுத்தோம். இந்த அறக்கட்டளை இனப் பாகுபாடற்ற முறையில் தேவ்வப்படுகிற எல்லோருக்கும் உதவக்கூடிய தாகவும்—அரசியல் தொடர்பின்றி முற்றிலும் மனித மேம்பாட்டிற்கெனச் செயலாற்றக் கூடியதாகவும் — பிரிட்டிஷ் பொதுமக்களின் கருணையை வேதனையில் வாடும் மக்களிடம் கொண்டுசேர்க்கும் ஒரு பாலமாகவும் அமைப்பை

உருவாக்குவதென்று நாங்கள் முடிவு செய்தோம்.

அந்த அமைப்புக்கு 'பாலஸ்தீனர்களுக்கான மருத்துவ உதவி' (Medical Aid for Palestinians) என்று பெயர் சூட்டினோம். அப்படிச் செய்ததால் 'பாலஸ்தீன்' என்கிற அரசியல் பிரச்சினையைத் தவிர்த்தோம்! மேலும் பாலஸ்தீனர்கள் வாழும் இடங்களில்—அது ஆக்கிரமிப்பு பூமியோ, புலம்பெயர்ந்த நாடோ எதுவாக இருந்தாலும்—அங்கெல்லாம் இந்த அமைப்பின் மூலம் செயல்படுவதென முடிவு செய்தோம்.

15

எலன் சீகல் வாஷிங்டனுக்குத் திரும்பிச் சென்றாள். ஓர் ஆண்டு கடந்தும் அவளால் லெபனான் அகதி முகாம்களில் வாழ்ந்த மக்களை மறக்க முடியவில்லை. அமெரிக்காவிலுள்ள சில அமைப்புகளின் ஆதரவோடு சப்ரா-ஷத்திலா படுகொலைகளின் முதலாவது ஆண்டு நினைவுநாளில் இரங்கல் கூட்டம் நடத்த அவள் ஏற்பாடு செய்திருந்தாள். 1983 செப்டம்பர் மாதம் வாஷிங்டனில் நடக்கவிருந்த அந்தக் கூட்டத்தில் கலந்துகொள்ள வரும்படி என்னையும், பென் அலோஃபையும், லூயிஸ் நோர்மனையும் அவள் அழைத்திருந்தாள். சப்ரா-ஷத்திலா பலிகளைப் பற்றி மீண்டும் நினைத்துப் பார்க்க இது எங்களுக்கு வாய்ப்பளித்தது.

நான் மேற்கொள்ளும் முதல் அமெரிக்கப் பயணம் இது! பிரிட்டனிலிருந்து உலக வரைபடத்தில் அட்லாண்டிக்கை நோக்கினாலும் சிங்கப்பூரிலிருந்து பசிபக்கை நோக்கினாலும் பரந்து கிடக்கும் சக்தி வாய்ந்த நாடு அது!

நாங்கள் அமெரிக்கா சென்றடைந்ததும் எங்கள் மூவரையும், எலனின் சினகோகில் (யூத தேவாலயம்) நடக்கும் 'யோம் கிப்புர்' என்கிற பிரார்த்தனைக் கூட்டத்தில் கலந்துகொள்ள அவள் அழைத்துச் சென்றாள். ஹீப்ரு மொழியில் நடத்தப்பட்ட அந்த நீண்ட நிகழ்ச்சி முழுவதும் எனக்குப் புரியாததாக இருந்தது. அது பாவமன்னிப்புக்கான பிரார்த்தனைக் கூட்டமென்று எனது அமெரிக்கத் தோழி விளக்கினாள். யூதர்களைப் பொறுத்தவரை, பாவங்களைச் செய்வது போலவே அதைத் தடுக்காமலிருப்பதும் வேதனைக்குரியது. பிரார்த்தனையின் பொருளை அறியாமலிருப்பதே நல்லதென்று எனக்குத் தோன்றியது. காரணம், நிகழ்ச்சி முழுவதும் சோகமும்,

தீவிரமான வேதனையும் நிறைந்ததாக இருப்பதைக் கண்டுபிடித்தேன். யூதமத குருவான ரபி சொல்வது எனக்குப் புரிந்திருந்தால், ஒருவேளை அது என்னையும் கலங்க வைத்திருக்கும்!

சில நாள்களுக்குப் பின்னர் சீலோவாவில், கறுப்பர்களின் கிறித்தவ தேவாலயமொன்றில் நடந்த பிரார்த்தனைக் கூட்டத்தில் நான் கலந்துகொண்டபோது அது என்னை மிகவும் கவர்ந்தது. பிரார்த்தனைக் கூட்டத்தையும், அந்தக் கூட்டத்தில் முகாம்களில் பலியானவர்களை நினைவுகூர்ந்ததற்கும் பாஸ்டரிடம் நன்றி கூறிய நான் தொடர்ந்து நடந்த, 'வியப்பூட்டும் கருணை' பாடலுக்கு மத்தியில் மனமொடிந்து அழுதேன். லெபனானிலிருந்து வந்த பிறகு பொதுஇடத்தில் கதறியழுவது இதுவே முதல்முறை!

எனக்குப் பக்கத்தில் அமர்ந்திருந்த கறுப்பர் இனத்தைச் சேர்ந்த ஒரு பெண் கருணையோடு முகம் துடைக்கும் மென் காகிதத்தை நிகழ்ச்சி முடியும்வரை என்னிடம் தந்துகொண்டிருந்தாள். முகாம் மக்களுக்காக என்னாலான எல்லா உதவிகளையும் செய்திருந்த போதிலும் அவர்களை இறைவனுக்கு முன்னால் நினைவுகூர்ந்ததும், அவர்களுக்காகப் பிரார்த்தனை செய்ததும் இதுவே முதல் தடவை!

வழக்கம் போல வானொலிக்கும், தொலைக்காட்சிக்கும் நாங்கள் பேட்டியளித்தோம். மறக்க முடியாத ஒரு நிகழ்ச்சியைச் சொல்வ தென்றால் அது எங்களின் சார்பாக, நியூயார்க்கிலுள்ள ஐக்கிய நாடுகள் சபையின் பிஎல்ஓ பிரதிநிதிகள் ஏற்பாடு செய்திருந்த செய்தியாளர்கள் கூட்டம்தான்! நானும் ஜில் டிரீவும் செய்தியாளர் களிடம் பேசினோம். பிஎல்ஓ பிரதிநிதிகள் அனுப்பிய பத்திரிகைக் குறிப்பைத் தவறாகப் புரிந்துகொண்டு செய்தியாளர்கள் கூட்டமாக வந்திருந்தனர். லெபனான் நிகழ்வுகளைக் குறித்து பிஎல்ஓவின் கருத்தறியவே அவர்கள் வந்திருந்தனர்.

வடக்கு லெபனான் நகரமான திரிப்போலியில் நடந்த சண்டைக்கு முக்கியத்துவம் கொடுத்து அமெரிக்கப் பத்திரிகைகள் அந்த வேளையில் தலைப்புச் செய்தியாக வெளியிட்டிருந்தன. அதன்படி, லெபனானில் உள்ள பிஎல்ஓவினர் இரண்டு குழுக்களாக —யாஸர் அரஃபாத்துக்கு ஆதரவாகவும், எதிராகவும்—பிரிந்து சென்று, ஒருவரோடு ஒருவர் மோதிக்கொண்டதாக செய்திகள் வெளியாகியிருந்தன. இது பலரையும் குழப்பத்தில் ஆழ்த்தியதால், அங்கு உண்மையில் என்ன நடக்கிறது என்பதை அறிந்துகொள்ள பத்திரிகைகள் ஆர்வம் காட்டின.

அதற்குப் பதிலாக பிஎல்ஓ பிரதிநிதிகள் என்னையும், ஜில் டிரீவையும்—ஒரு மருத்துவரையும் ஒரு நர்சையும்—செய்தியாளர்களுக்கு முன்னால் நிறுத்தியிருந்தார்கள். நாங்களோ ஓராண்டு முன்பு நடந்த சப்ரா-ஷத்திலா படுகொலைகளைப் பற்றியும் பாலஸ்தீனர்கள் அனுபவிக்கிற இன்னல்களைப் பற்றியும் பேசிக் கொண்டிருந்தோம். இதைக் கேட்டதும் இரக்கமில்லாத சில செய்தியாளர்கள் எரிச்சலடைந்து, 'முக்கியத்துவமற்ற' கதைகளைச் சொல்லி தங்களின் நேரத்தை வீணடித்ததாக என்னையும் ஜில்லையும் குற்றம் சாட்டினார்கள்.

ஆனாலும் மொத்தத்தில், அந்தச் செய்தியாளர்கள் கூட்டம் சிறப்பான ஒன்றாக இருந்தது. ஆசியா, ஆப்பிரிக்கா நாடுகளைச் சேர்ந்த பத்திரிகைகள் பலவும் படுகொலைகளின் ஓராண்டு நினைவுநாளை யொட்டிய செய்திகளை வெளியிட்டு, பாலஸ்தீனர்கள் அனுபவிக்கும் துயரங்களை தங்களது வாசகர்களின் கவனத்திற்குக் கொண்டுவந்தன.

நிகழ்ச்சி முடிந்ததும் பிஎல்ஓ துணைப் பிரதிநிதியுடன் ஐநா சபையின் உணவுக் கூடத்தில் நாங்கள் உணவருந்தினோம். கடலைப் பார்த்தபடி, மிகவும் ரம்மியமாக அந்த உணவுக்கூடம் இருந்தது. நாங்கள் சாப்பிட்ட உணவைப் பற்றி நினைவில்லையென்றாலும், எங்களை விருந்துக்கு அழைத்துச் சென்ற பிரதிநிதிக்குக் கிடைத்த பில்லை நான் இப்போதும் நினைவில் வைத்துள்ளேன். அந்த ரசீதில் கையெழுத்திட்ட அவர், அதற்குக் கீழே பெரிய எழுத்துகளில் பிஎல்ஓ என்று எழுதியதைப் பார்த்தேன். குறைந்தபட்சம் நியூயார்க் நகர மையத்தில்—ஐநா சபையின் உணவுக்கூடத்திலாவது—பிஎல்ஓவினர் மற்ற பிரதிநிதிகளுக்குச் சமமாக நடத்தப்படுகிறார்கள் என்றும், பல இடங்களிலும் நான் கண்டது போல அவர்களை இங்கு யாரும் அவமானப்படுத்தவோ, கெட்ட வார்த்தைகளால் திட்டவோ இல்லையென்றும் அறிந்து மகிழ்ச்சியடைந்தேன். பிஎல்ஓ மரியாதையுடன் நடத்தப்படுவதைப் பார்ப்பது நல்ல விஷயம்தான்!

அமெரிக்கா முழுவதிலும் மார்ட்டின் லூதர் கிங்கைப் பற்றியும், அவருடைய கனவுகளைப் பற்றியும் மக்கள் நிறையவே பேசிக் கொண்டிருந்தார்கள். அமெரிக்காவின் கறுப்பர் இனத்தவரைப் போலவே பாலஸ்தீன மக்களுக்கும் கனவுகள் உள்ளன. நீதியுடன் கூடிய அமைதி, பாதுகாப்புடன் கூடிய சுதந்திரம்—இதுவே அவர்களது கனவுகள்! மனிதனாகப் பிறந்த எல்லோரும் தாலாட்டுகிற கனவுகள் தான் அவை! 'அந்தக் கனவுகள் நனவாக நாம் ஒருங்கிணைந்து

பணியாற்றுவோம், போராடுவோம்!'—இதைத்தான் நான் எனது அமெரிக்க நண்பர்களிடம் வலியுறுத்தினேன்.

16

எங்களது அறக்கட்டளையான 'பாலஸ்தீனர்களுக்கான மருத்துவ உதவி' (எம்ஏபி) 1984ஆம் ஆண்டு உயிர்பெற்றது. ஒருங்கிணைந்து செயல்பட எங்களுக்கு ஏறத்தாழ இரண்டாண்டுகள் தேவைப்பட்டது. ஆயினும், செயல்படத் தொடங்கியதும் அது சீராக முன்னேறியது. அதற்காக, தங்களது நேரத்தையும் பணத்தையும் பொருட்களையும் தந்து உதவிய, பலதரப்பட்ட பிரிட்டிஷ் பொதுமக்களுக்குத்தான் நாங்கள் நன்றி சொல்ல வேண்டும்.

அகதி முகாம்களில் வாழும் பாலஸ்தீனர்களுடன் நாங்கள் நெருங்கிய தொடர்பை ஏற்படுத்திக் கொண்டோம். காரணம், எங்களின் அமைப்பு மிகவும் சிறியது. பெரிய அமைப்புகளைப் போல எங்களிடம் பணவசதி இல்லை. சில 'சாரிட்டி'கள் நினைப்பது போலன்றி, நாங்கள் எங்களைப் பாலஸ்தீனர்களின் நண்பர்களாக மட்டுமே நினைத்துக்கொண்டோம்.

முகாம்களில் வாழும் மக்களுடன் ஏற்கனவே நெருங்கிய தொடர்பிருந்த எங்களில் சிலருக்கு, தானமாக எதையும் பெறுவதை அவர்கள் இழிவாகக் கருதுவார்களென்பது தெரிந்த விஷயம். ஆனால், பிரிட்டிஷ் பொதுமக்களின் நல்லெண்ணத்தை பாலஸ்தீன மக்களிடம் ஒப்படைக்கும் வெறுமொரு மார்க்கமாகவே நாங்கள் இருந்தோம். எங்களது ஆதரவாளர்கள் பிறரைப் போல தானம் செய்வதில்லை. பரஸ்பர மரியாதையின் அடிப்படையில், கொள்கை ரீதியான ஆதரவை அளித்தார்கள். எங்களுக்கிடையில் யாருக்கோ நாங்கள் 'ரட்சகர்கள்' என்கிற எண்ணம் உருவாவதை நாங்கள் யாருமே விரும்பவில்லை.

ஒரு விஷயத்திற்கு நான் முக்கியமாக நன்றி செலுத்தியாக வேண்டும்: பிரிட்டிஷ் மக்களைப் புரிந்துகொள்ள பாலஸ்தீனர்களுடன் எனக்கிருந்த அனுபவம் வாய்ப்பளித்தது. உயரம் குறைந்த, நிறம் மங்கிய ஒரு பெண்ணாகிய நான் என் தகுதிக்கும் மேலாக இந்த உலகை அது பார்க்க வைத்தது. பாலஸ்தீனர்களுக்காகப் பேசுவதும், நன்கொடை வசூலிப்பதும் உண்மையான பிரிட்டிஷ் மக்களுடன்

எனக்குத் தொடர்பை ஏற்படுத்தியது. துயரத்தில் வாடும் மக்களிடம் அவர்கள் காட்டிய பரிவும், நட்பும், கருணையும் எப்போதும் என் நினைவிலிருக்கும்! அதுவரை நான் அறியாதிருந்த பிரிட்டனின் மற்றொரு பகுதியைக் கண்டறிய வாய்ப்புக் கிடைத்ததற்கு நன்றி செலுத்தினேன்.

அறக்கட்டளையென்பது வெறும் இரக்கமல்ல! 'சாரிட்டி' என்கிற ஆங்கில வார்த்தைக்கு உண்மையில் அன்பு என்றுதான் பொருள்! பிரிட்டிஷ் பொதுமக்கள் பலரும், இதுவரை சந்திக்காத மனிதர்களைக்கூட நேசிக்குமளவுக்குத் தகுதி பெற்றிருந்ததை நான் கண்டறிந்தேன்.

எங்களது அமைப்பின் சார்பாக சிறிய அளவில் பணம் வசூலிப்பதைத் தொடர்ந்தோம். எங்களது குறைந்த வருமானத்தை பாலஸ்தீனர்களுக்கான ஆரோக்கிய திட்டங்களில் செலவழித்தோம். மருந்துகளையும், மருத்துவக் கருவிகளையும் கப்பல் மார்க்கமாக தேவையான நேரங்களில் அனுப்பி வைத்தோம். அல்லது, இஸ்ரேலின் ஆக்கிரமிப்புப் பூமியில் வாழும் மருத்துவப் பணியாளர்களின் கல்விக்கு நன்கொடை வழங்கி உதவினோம். சிலசமயம், காயமடைந்த சிலரை சிகிச்சைக்கென பிரிட்டனுக்கு கொண்டு வந்தோம். மிலாத் பாரூக் அவர்களில் ஒருவன். 1982இல் இஸ்ரேலிய குண்டுவீச்சில் காயமடைந்த லெபனானிய சிறுவன் அவன். பால் மோறிஸ் தன் கையால் உணவூட்டி வாழ்வளித்த அதே சிறுவன். கண்முன்னால் சொந்தத் தம்பி வெடித்துச் சிதறியதைப் பார்த்த அதிர்ச்சியில் உண்ணவோ, அருந்தவோ மறுத்தான்.

நானும் எலன் சீகலும் 1982இல் லெபனானைவிட்டு வெளியேறிய பின்னரும் பால் மோறிஸ் அங்கேயே தொடர்ந்து பணியாற்றினார். பெய்ரூத்தில் பரம ஏழைகளான முஸ்லிம்கள் மத்தியில் அவர் சிறிய கிளினிக் ஒன்றை நடத்திவந்தார். அதன் மூலம் தமது மருத்துவப் பணியை அங்கேயே தொடர முயன்றார். வாய்ப்புக் கேடாக அவர் மிரட்டலுக்கு ஆளாகியதோடு, அவரது கிளினிக்கைப் பகைமை கொண்ட போராளிகள் மூட வைத்தனர். லெபனானைவிட்டு பால் வெளியேறிய போதிலும் திரும்பவும் 1984ஆம் ஆண்டு பெய்ரூத் வந்தார். ஓர் அகதி முகாமில் மிலாத் இருப்பதைக் கண்டறிந்தார். அப்போது பதினோரு வயது மட்டுமே ஆகியிருந்த மிலாத் வெறும் 25 கிலோ எடையிருந்தான். அந்த வயதுள்ள குழந்தைகளுக்கு இருக்கவேண்டிய சராசரி எடையில் பத்து-பதினைந்து கிலோ

குறைவாக இருந்தான். அவனது பாதங்களில் உள்ள காயங்கள் புரையோடிக் கிடந்தன. அவனால் நடக்க முடியவில்லை.

மிலாதுக்கு இலண்டனில் சிகிச்சையளிக்கும் பொறுப்பை எங்களது அமைப்பு ஏற்றுக்கொள்ள வேண்டுமென பால் கேட்டுக்கொண்டார். நாங்களும் ஒப்புக்கொண்டோம். அவனது சிகிச்சைக்குத் தேவையான பணம் எங்களிடம் இல்லை. நன்கொடை வசூலித்தாக வேண்டும்.

நான் அப்போது பணியாற்றிக்கொண்டிருந்த 'நியூகாஸ்டல் அப்பான் டைன்' மருத்துவமனையில் எலும்பு முறிவு சிகிச்சைப் பிரிவின் தலைவராக இருந்த முனைவர் ஜாக் ஸ்டீவன் மிலானுக்கு இலவச சிகிச்சையளிப்பதாக ஒப்புக்கொண்டார். ஆகையால், மிலானின் பயணத்திற்கான விமானக் கட்டணம், தங்கும் வசதி போன்ற செலவுகளுக்கு மட்டும் பணம் வசூலிக்க வேண்டியிருந்தது.

இதற்கிடையில் சைப்ரஸ் வந்து சேர்ந்த மிலாத் மூன்று மாதங்களாக பிரிட்டன் விசாவுக்காக அங்கு காத்திருந்தான். சைப்ரஸ் நாட்டின் அமைதியான சூழ்நிலை காரணமாக அங்கு தங்கியிருந்த காலத்தில் அவனது எடை பதினைந்து கிலோ அதிகரித்தது. அவன் வேகமாக வளர்ந்ததோடு அவனது காயம்பட்ட கால்களும் ஓரளவுக்குத் தேறியிருந்தன.

அவன் பிரிட்டன் வந்த சமயத்தில் ஒரு முக்கியமான அறுவை சிகிச்சை செய்ய வேண்டிய தேவை இல்லாதிருந்தது! யுத்தம் கிழித்தெறிந்த லெபனானுக்கு வெகுதூரத்தில், சாப்பிடத் தேவையான உணவு கிடைத்ததால் மிலான் மிகவும் தேறியிருந்தான். அவனை 'ஸ்கேன்' செய்து பார்த்ததில், அவனது கால் எலும்புகளும் இரத்தக் குழாய்களும் சீராகி வருவதைக் கண்டறிந்தோம். மொத்தத்தில், அவன் பார்ப்பதற்கு வலுவாகவும் ஆரோக்கியமாகவும் இருந்தான்.

1982இல் அவனை நேரில் பார்த்த எங்களில் சிலருக்கு மிலாத் இந்த அளவுக்குத் தேறியிருப்பதைக் கண்டு அளவிலா ஆனந்தம் ஏற்பட்டது. சுபமாக முடியும் அபூர்வமான கதைகளில் இதுவும் ஒன்று. தோட்டாக்களுக்குப் பதிலாக லெபனானுக்கு உணவு கிடைத்திருந்தால் மிலாதைப் போன்ற சிறுவர்களை ஆயிரக் கணக்கான மைல்கள் தாண்டி பிரிட்டனுக்கு அழைத்து வரவேண்டிய தேவையிருந்திருக்காது!

பகுதி 4

மீண்டும் பெய்ரூத்திற்கு...
கோடை 1985

17

1985இல் பிரிட்டனில் வசந்த காலம் மிகவும் தாமதமாகத்தான் வந்தது. அப்போது நான் முதுநிலை எலும்பு சிகிச்சைப் பதிவாளராகப் பிரிட்டனின் வடகிழக்குப் பகுதியைச் சேர்ந்த அழகிய பழம்பெரும் நகரமான துர்ஹாமில், 'டிரைபர்ன் மருத்துவமனை'யில் பணியாற்றிக் கொண்டிருந்தேன். சப்ரா-ஷத்திலாவின் பயங்கரமான நினைவுகளிலிருந்து விடுபடத் தொடங்கிய நான், எல்லாக் கொடுமைகளையும் என்னுள்ள அருங்காட்சியகத்தில் ஒளித்து வைத்தேன். படுகொலைகளின் நினைவு நாட்களில் நாங்கள் நடத்தும் இரங்கல் கூட்டங்களில் மட்டும்தான் அவற்றை நினைவுகூர்ந்தோம். 1982இல் உயிர் பிழைத்த பிறரைப் போல நானும் வாழ்க்கையென்னும் கயிற்றை இறுகப் பற்றிக் கரைசேர வேண்டியிருந்தது.

சமீப காலத்தில் பிரிட்டனைவிட்டு வெளியேறிய மிலாத், சைப்ரஸ் நாட்டில் படித்துக்கொண்டிருந்தான். லெபனானில் இழந்த பள்ளிக்கூட பாடங்களைக் கற்க அவன் நிறையப் படிக்க வேண்டியிருந்தது. காலம் கடந்து செல்வதற்கு முன்பாக இழந்த குழந்தைப் பருவத்தை மீட்டாக வேண்டும். பெய்ரூத்தின் முகாம்களிலிருந்து முனா, நபில், ஹுதா, அலீ ஆகிய நண்பர்கள் அவனைச் சந்திக்க சைப்ரஸ் சென்றார்கள். போர் ஏற்படுத்திய காயங்கள்—மிலாதின் கால்களைப் போல— மெதுவாகக் குணமாகிக் கொண்டிருந்தன. எலும்பு முறிவு சிகிச்சை தொடர்பான ஓர் ஆய்வு நடத்துவது பற்றி, 1982-க்குப் பிறகு இப்போதுதான் முதன்முறையாகச் சிந்திக்கத் தோன்றியது. மனம் தன்னிலை அடையாதிருந்தால் இந்த ஆய்வில் ஈடுபட என்னால் முடிந்திருக்காது.

அங்கிருந்து வந்த பிறகு, சப்ரா-ஷத்திலா முகாம்களுக்குத் திரும்பவும் சென்றதில்லை. ஆனாலும் இந்த மூன்று ஆண்டுகளில் அங்கிருந்த குழந்தைகள் வளர்ந்து, இளைஞர்களுக்குத் திருமணமாகி, புதிய குழந்தைகளும் பிறந்திருக்குமென்பதை நானறிவேன்! இடிந்த வீடுகளைச் சீரமைத்து, புல்டோஸர்கள் தரைமட்டமாக்கிய இடத்தில் புதிய கட்டடங்கள் எழும்பியிருக்கும். நாடு கடத்தல்,

கைது காரணமாகப் பிள்ளைகளை—பிதாக்களை—கணவர்களை இழந்து தனித்தான பெண்கள் வாழ்வின் எச்சங்களில் வாழ்க்கையைத் தொடங்கியிருப்பார்கள்.

பாலஸ்தீன செம்பிறைச் சங்கம், காஸா மற்றும் அக்வா மருத்துவ மனைகளை முழு அளவில் செயல்பட வைத்தது. சப்ரா முகாமில் வாய்க்கால்களைச் சீரமைக்க, கொஞ்சம் நிதி உதவியை எங்களது அமைப்பு வழங்கியது. புதிய படுகொலைகள் நடக்கக்கூடும் என்கிற அச்சுறுத்தல் இருந்தும், அதைப்பற்றிக் கவலைப்படாமல் முகாம் மக்கள் இடிந்த வீடுகளைப் புதுப்பிக்கத்தொடங்கினார்கள். ஒவ்வொரு கல்லாக, ஒவ்வொரு மூலையாக, ஒவ்வொரு வீதியாக, எப்போதும் அவர்கள் காண்பிக்கும் அதே வேகத்தோடு, விடாமுயற்சியோடு மீண்டும் ஒருமுறை செயலாற்றினார்கள்.

மே மாதத்தில் மரங்கள் புதுப்பொலிவோடு காட்சியளித்தன. காரணம், அந்த ஆண்டில் வசந்தம் அதிக நாள் நீடித்ததோடு, அது தீவிரமாகவும் இருந்தது. அதனால்தானோ என்னவோ, வசந்தம் களையிழந்து போனது.

துர்ஹாமில், வழக்கமாக நான் நடந்து செல்லும் விருப்பமான அதே பாதை வழியாக டிரைபர்ன் மருத்துவமனை நோக்கி நடந்து கொண்டிருந்தேன். வழியெங்கும் வெண்மையும், செந்நிறமும் கலந்த அழகிய மேகங்கள் வரிசையாக நகர்ந்துகொண்டிருக்க, அடர்த்தியான பச்சைநிறப் புற்கள் பட்டுப்போல மிருதுவாக இருந்தன. இந்த மகிழ்ச்சியான வேளையில்தான் எனது 'ப்ளீப்' கருவியிலிருந்து ஒன்றன்பின் ஒன்றாக ஒலியெழுந்தது. அதன் பொருள் நான் அவசரமாகச் சென்றாக வேண்டும்! வேகமாக மருத்துவமனைக்கு ஓடிச்சென்ற நான் முதலில் கண்ட தொலைபேசியை எடுத்துப் பேசினேன்.

தொலைபேசி இணைப்பாளர் சொன்னார்: 'மிஸ் ஸ்வீ, வெகு தொலைவிலிருந்து, அதாவது பெய்ரூத்தில் இருந்து, உங்களுக்கொரு அழைப்பு வந்தது.' நான் சமாதானமடைந்தேன். எதுவாயினும் ஓர் அறுவை சிகிச்சைக்கான அழைப்பல்ல என்றறிந்ததும் மகிழ்ச்சி யடைந்தேன்.

தொலைவிலிருந்து ஒரு குரல்: 'ஸ்வீ, நம்முடைய முகாம்களை அவர்கள் மீண்டும் தாக்கினார்கள். காஸா மருத்துவமனையைக் கைப்பற்றிக்கொண்டார்கள். நோயாளிகளையும் நர்சுகளையும்

சுட்டுக்கொன்றார்கள். மருத்துவக் கிடங்கையும் கொளுத்தினார்கள். நாங்கள் மிகவும் கலங்கியுள்ளோம் ஸ்வீ.,.'

நான் திகைத்தேன்! இப்படி நடக்குமென்று நான் பயந்திருந்தேன். இன்னும் நான்கு மாதங்களில் சப்ரா-ஷத்திலா படுகொலைகளின் மூன்றாம் ஆண்டு நினைவுநாள் வருகிறது. இந்த நிலையில் மீண்டுமொரு படுகொலை! தாக்கியது யாரென்று எனக்குத் தெரியாது. ஆனாலும், புலம்பெயர்ந்தவர்கள் என்கிற நிலையிலும் பாலஸ்தீனர்களின் வாழ்வுரிமை மீண்டும் மறுக்கப்படுகிறது! கடந்த நாற்பதாண்டு காலமாக முகாம் மக்கள் சொந்த நாடு என்கிற உரிமை யின்றி, புலம்பெயர்ந்தவர்களாக வாழ்ந்துகொண்டிருக்கிறார்கள். படுகொலைகள், வெடிகுண்டுகள், ஏவுகணைகள், நாடு கடத்தல் போன்ற கொடுமைகளால் அவர்கள் திரும்பத் திரும்ப மிரட்டப் படுகிறார்கள். கடத்திச் செல்லப்பட்ட பலரும் பூமியிலிருந்தே மறைந்துபோனார்கள். இருந்தும், தங்களது அடையாளத்தை நிலைநாட்டவும், இழந்துபோன பிறப்புரிமையை மீட்டெடுக்கவும், சொந்தமான தாயகத்திற்காகவும் தொடர்ந்து அவர்கள் போராடிக் கொண்டிருக்கிறார்கள்.

பழைய காயங்கள் ஆறத் தொடங்கும் வேளையில், புதிய காயங்களை அவர்கள்மீது திணிப்பதாகவே ஒவ்வொரு முறையும் தோன்றுகிறது! ஒரு சமூகம் எந்த அளவுக்குத் துரோகத்தையும், வலியையும் தாங்கிக்கொள்ளும்? இன்னும் எத்தனை காலத்திற்கு உறுதியோடு போராடும்?

மறுநாள் பெய்ரூத்திலிருந்து தோழி மீண்டும் தொடர்புகொண்டாள்: 'ஸ்வீ, நம்முடைய பெண்கள், மருத்துவமனைக்குள் புகுந்து போராளி களை எதிர்த்துப் போராடி மருத்துவமனையை மீட்டுவிட்டார்கள்...'

ஆனால் இந்த வெற்றிக்கு அற்ப ஆயுள்தான். எனது தோழி திரும்பவும் என்னுடன் தொடர்புகொள்ளவில்லை. ஆனாலும், காஸா மருத்துவமனை திரும்பவும் வீழ்ந்ததாகச் செய்தித்தாள்கள் மூலம் அறிந்தேன். மருத்துவமனையை மீட்கப் போராடிய பெண்களில் பெரும்பாலோர் கொல்லப்பட்டனர். சப்ரா-ஷத்திலா முகாம்கள், மிலாதின் வீடு, பர்ஜூல் பிரஜ்னே முகாம் எல்லாம் எதிரிகளின் கவச வண்டிகளால் சுற்றி வளைக்கப்பட்டு, நிரந்தரமாக மே மாதம் முழுவதும்—அதுவும் முஸ்லிம்களின் புண்ணிய மாதமான

ரமளானில்—ஏவுகணைத் தாக்குதலுக்கு ஆளாயின! 1982இல் படுகொலைகள் நடந்த நேரத்தில் நிகழ்ந்தது போலவே இப்போதும் முகாம்கள் முழு அளவில் முற்றுகையிடப்பட்டன. யாரையும்—செஞ்சிலுவை சங்கத் தினரையும்கூட—முகாம்களுக்குள் செல்லவோ, காயமடைந்தவர்களை அங்கிருந்து வெளியேற்றவோ அனுமதிக்க வில்லை.

ஆக, மூன்றாண்டு கால அமைதிக்குப் பிறகு முகாம்கள் மீண்டும் உலகத்தின் கவனத்திற்கு வந்தன. மீடியா ஆய்வாளர்களும் விற்பன்னர்களும் மத்திய கிழக்கில் உருவாகும் சூழ்நிலையை அலசினார்கள். முன்பு திரிபோலியில் நடந்தது போல பாலஸ்தீனர்கள் இங்கேயும் பிளவுபட்டுத் தங்களுக்குள் சண்டையிட்டுக் கொண்டார்களா? அல்லது வேறு ஏதேனும் காரணங்கள் இருக்குமோ? பத்திரிகைகள் இது போன்ற பல சந்தேகங்களையும் எழுப்பிக் கொண்டே இருந்தன.

ஆனால், இந்தக் கற்பனைகளிலிருந்து இரண்டு விஷயங்கள் வெளிப்பட்டன: முதலாவதாக, முகாம்கள் எதிர்த்துப் போராடின—அந்த எதிர்ப்பில் ஒற்றுமையிருந்தது! 1982இல் படுகொலைகள் நடந்தபோது யாரும் எதிர்த்துப் போராடவில்லை. இந்த முறை திருப்பிச் சுட்டார்கள். இரண்டாவதாக, 1983இல் திரிபோலியில் நடந்த சண்டையின்போது பாலஸ்தீனர்கள் தங்களுக்குள் மோதிக் கொண்டார்கள். இந்த முறை அப்படியேதும் நடக்கவில்லை.

கொல்லப்பட்டவர்களையும் காயமடைந்தவர்களையும் பற்றிய கொடுமையான தகவல்களுடன் பட்டினியாலும், தொற்றுநோயாலும் சாகின்ற குழந்தைகள் பற்றிய தகவல்களும் வந்துகொண்டிருந்தன! மரணத்தின் விளிம்பிலும் பாலஸ்தீனர்கள் இப்படிச் சொல்வதாக நாங்கள் கேள்விப்பட்டோம்: 'ஒருவேளை நான் இறந்துபோனாலும், என்னை ஏதேனும் ஒரு குறிப்பட்ட பிரிவைச் சேர்ந்தவனாக நினைக்கப்படுவதை நான் விரும்பவில்லை. சப்ரா-ஷத்திலாவைச் சேர்ந்த பாலஸ்தீனன் என்று பொதுவாகக் குறிப்பிடப்படுவதையே விரும்புகிறேன்.'

வேறு சில தகவல்களும் வந்தன: முகாம்களைச் சேர்ந்த இளம் பெண்கள் தங்களது உடம்பில் வெடிகுண்டுகளைக் கட்டி வைத்துக்கொண்டு எதிரிகளின் கவச வண்டிகளுக்கு மேல் பாய்ந்தார்களாம்! பத்திரிகைகள் அவர்களைத் 'தற்கொலைப் படையினர்' என்றழைத்தன! ஆனால் முகாம் மக்கள் அவர்களை

'உயிர்த் தியாகிகள்' என்றழைத்தனர். முகாம்களைச் சுற்றிலும் கிடங்குகள் தோண்டி, கடைசியாக உள்ள ஆண், பெண், குழந்தை வரை தற்காப்புக்காக போராடுவதென உறுதி பூண்டார்கள். பாலஸ்தீனப் போராளிகள் இருபதுக்கு ஒன்று என்கிற விகிதத்தில், அதுவும் தேவையான ஆயுதங்கள் இன்றி எதிர்த்துநின்றார்கள். கவச வண்டிகள், ஏவுகணைகள், வெடிகுண்டுகள் ஆகியவற்றின் தாக்குதலிலிருந்து முகாம்களைப் பாதுகாக்க அவர்கள் கையிலிருந்தது வெறும் சாதாரண துப்பாக்கிகளும், கைக்குண்டுகளும் மட்டும்தான்! பாலஸ்தீன வரலாற்றில் புதிய அத்தியாயத்தை முகாம்கள் எழுதின — உயிர்த்தெழுந்த பாலஸ்தீன எதிர்ப்பு சக்தியின் புதிய அத்தியாயம்!

எனது பதிவுகளை ஒழுங்குபடுத்தும் நோக்கத்துடன், சூழ்நிலை குறித்தான எனது கருத்துகளைப் பின்வருமாறு தணிக்கை செய்தேன்:

சப்ரா-ஷத்திலா: பாலஸ்தீனப் போராட்டத்தின் அடையாளம்

பல்லாண்டு காலம் அனுபவித்த வேதனையில் பிறந்த பாலஸ்தீன இயக்கத்திற்கு இரண்டு முக்கியமான தூண்கள் உள்ளன: ஒன்று, எதிர்த்துப் போராடும் மன உறுதி. இரண்டாவது, ஒருங்கிணையும் திறன்.

பெய்ரூத்தில் 1982 காலகட்டத்தில், பாலஸ்தீனர்கள் ஒருங்கிணைந்து இருந்தும்கூட, அவர்களது வாழ்வாதாரங்கள் பெரிதும் தகர்க்கப் பட்டன. முதலில், ஆண்களை நாடு கடத்தியதால் குடும்பங்கள் பிளவுபட்டன. அதன் பிறகு பெண்களும், குழந்தைகளும் படுகொலை செய்யப்பட்டனர். வீடுகள் தகர்க்கப்பட்டு, புல்டோஸர்கள் அவற்றைத் தரைமட்டமாக்கின. இவையெல்லாம் பாலஸ்தீனர்களின் அனைத்து அடையாளங்களையும் சப்ரா-ஷத்திலா முகாம்களிலிருந்து துடைத்தெறியும் நோக்கத்தோடு வடிவமைக்கப்பட்ட தாக்குதல்களாய் இருந்தன!

அதன் காரணமாக, எதிர்த்துப் போராடுவதற்கான மனவுறுதி நொறுங்கிப் போனது. இரண்டு தூண்களில் ஒன்று வலுவிழந்ததும் பாலஸ்தீனர்களின் போராட்ட சக்தியும் சிதிலமானது. மேலும், ஒருங்கிணையும் வேட்கையும் வலுவிழந்தது. அது 1983இல் திரிபோலியில் நடந்த சண்டையில் வெளிப்பட்டது!

எதிர்த்துப் போராடும் ஆர்வமும், ஒற்றுமை உணர்வும் குன்றினால் என்ன நடக்குமென்பதை 1982ஆம் ஆண்டிலிருந்து பாலஸ்தீன போராட்டம் கண்டது! ஆனால், பாலஸ்தீனர்களின் எதிர்ப்பு சக்தியை 1985இல் சப்ரா-ஷத்திலா உலகுக்கு எடுத்துக் காட்டியது!

எதிர்த்துப் போராடும் மனவுறுதியை அவர்கள் திரும்பப் பெற்றிருந்தார்கள்.

எனவே, 1982இல் நடந்த சப்ரா-ஷத்திலா படுகொலைகளை மீண்டும் அரங்கேற்ற பாலஸ்தீன மக்களின் எதிரிகள் துணிந்த போது, அவர்கள் கடுமையான எதிர்த் தாக்குதல் நடத்தினார்கள். அதோடு, முகாம்களின் மக்கள் நடத்திய துணிவான எதிர்த் தாக்குதல் பாலஸ்தீனர்கள் அனைவருக்கும் உற்சாகமூட்டியதோடு பாலஸ்தீன இயக்கத்தின் ஒற்றுமைக்கும் தூண்டுதலாக அமைந்தது. 1982இல் எந்தவித எதிர்ப்புமின்றி சப்ரா-ஷத்திலா முகாம்கள் படுகொலைகளுக்கு இரையாயின! ஆனால் 1985இல் அதே சப்ரா-ஷத்திலா முகாம்கள், ஒருங்கிணைந்த பாலஸ்தீன மக்களின் ஒற்றுமையும் உறுதியும்கொண்ட எதிர்த்தாக்குதலுக்குச் சாட்சியானது.

இந்தச் சண்டையிலும் சப்ரா-ஷத்திலா முகாம்கள் ஒருவேளை அழிக்கப்பட்டிருக்கலாம்! ஆனால் மக்கள் அதை மீண்டும் கட்டியெழுப்புவார்கள். ஒற்றுமை, எதிர்த் தாக்குதல், துணிவு, விடாமுயற்சி ஆகியவற்றுக்கான வீர முத்திரைகளை அவர்கள் உலகின் முன்வைத்தார்கள். சப்ரா-ஷத்திலாவின் அந்த வேட்கையானது அனைத்துப் பாலஸ்தீனர்களின் நீதிக்காகவும், விடுதலைக்காகவும் போராடுகின்ற உலகெங்குமுள்ள மக்களின் உள்ளங்களில் நிலையாக வாழ்ந்துகொண்டிருக்கும்!

(2 ஜூன் 1985 பிரிட்டன்)

ஆனால், நம்பிக்கை தொனிக்கும் இந்த வரிகளை எழுதியதற்குப் பிறகு நான் மிகவும் கலங்கினேன். காரணம், அவர்களின் வீரத்தையும் மனவுறுதியையும் கடந்து, சப்ரா-ஷத்திலா முகாம்கள் வீழ்ச்சி அடையுமென்றும், அங்குள்ள மக்கள் படுகொலைகளுக்கு இரையாகி, எஞ்சு கிறவர்கள் நாடு கடத்தப்படுவார்களென்றும் நான் அஞ்சினேன்.

பாலஸ்தீன வரலாற்றில் இதுபோன்ற வீரம் செறிந்த அத்தியாயங்கள் நிறைய உண்டு 1968இல் ஜோர்டானின் கராமாவில் நடந்த சண்டையும் 1976இல் டெல் அல்சாத்தர் முற்றுகையும் இதற்குச் சிறந்த எடுத்துக் காட்டுகள் இங்கெல்லாம் அரங்கேறிய வீரம் செறிந்த போராட்டங்கள், இன்று பாலஸ்தீனர்களுக்கு மட்டும் சொந்தமான ஒன்றல்ல—

மாறாக, இவையெல்லாம் உலகெங்குமுள்ள ஒடுக்கப்பட்ட மக்களின் பரம்பரைச் சொத்தாகவும் விளங்குகின்றன.

இதுபோன்ற ஒரு சூழ்நிலையில் என்னைப் போன்ற ஒரு மருத்துவர் செய்ய வேண்டியதென்ன? என்னைப் பொறுத்தவரை சப்ராவும், ஷத்திலாவும் எந்த அளவுக்கு விலை மதிக்க முடியாத ஒன்றென்பதை நான் உணர்கிறேன். நான் பிறந்த 1948ஆம் ஆண்டிலிருந்தே பாலஸ்தீனர்கள் புலம்பெயர்ந்தவர்களாக உரிமைக்காகப் போராடிக் கொண்டிருக்கிறார்கள். இருந்தபோதிலும், மிகவும் மோசமான சூழ்நிலையிலும் அவர்கள் முழுமை பெற்ற மனிதர்களாகவே வாழ்கின்றனர்.

நாளை சப்ராவும் ஷத்திலாவும் இல்லாமல் போகலாம்! ஆனால், பாலஸ்தீனர்களின் நண்பர்களாக மதிக்கப்படும் நாங்கள், தாமதமின்றி எங்களின் ஒத்துழைப்பை அளிப்பது கடமையாகிறது.

1982இல் பெய்ரூத் முற்றுகையின் உச்ச கட்டத்தில் ஏறத்தாழ நூறு மருத்துவ ஊழியர்கள்—உலகின் பல பாகங்களிலிருந்தும் வந்தவர்கள்—பாலஸ்தீன செம்பிறைச் சங்கத்தின் அமைப்பின் கீழ், லெபனானில் காயமடைந்தவர்களைக் கவனிக்கும் பணியில் ஈடுபட்டிருந்தோம்! சப்ரா-ஷத்திலாவில் படுகொலைகள் அரங்கேறிய வேளை, வெளிநாடுகளைச் சேர்ந்த இருபத்திரண்டு மருத்துவர்களும், நர்சுகளும் காஸா மருத்துவமனையில் இருந்தனர். காயம்பட்ட நோயாளிகளுக்கு நாங்கள் சிகிச்சையளித்ததோடு, முகாம்களை மறக்கவேண்டாமென உலகத்திற்கு வேண்டுகோள் விடுத்தோம்.

இப்போது பாலஸ்தீனர்கள் மீண்டும் ஒருமுறை தாக்கப்பட்டுள்ளனர். முந்நூறு மைல்களுக்கு அப்பால் உள்ள நாங்கள் அவர்களின் துயரங்களையும் வேதனைகளையும் உணர்கிறோம். நாங்கள் திரும்பவும் முகாம்களுக்குச் செல்ல விரும்பினோம்.

ஆனால், இப்போதைய சூழ்நிலைகள் வித்தியாசமானவை. உலகத்தின் கண்கள் எத்தியோப்பிய வறட்சியின் பக்கம் திரும்பி இருக்கிறது. திரும்பச் செல்வதற்கு அங்கு காஸா மருத்துவமனை இல்லை. சப்ரா முகாமைச் சேர்ந்த மருத்துவமனையை வன்முறையாளர்கள் தீயிட்டுக் கொள்ளையடித்துக் கைப்பற்றி உள்ளனர். அக்வா மருத்துவமனையும் போராளிகளால் சூழப்பட்ட போதிலும் அது எரிக்கப்படவில்லை. ஆனாலும், ஒரு மருத்துவமனை யாகச் செயல்பட முடியாத நிலைக்கு ஆளாகியிருந்தது. இந்த இரண்டு மருத்துவமனைகளும் செயலிழந்து போனதால்,

காயமடைந்தவர்களுக்கு சிகிச்சையளிப்பது அறவே முடியாதென்று சொல்ல முடியாதென்றாலும், மிகவும் சிரமமானதாக இருக்கும்!

மேற்கு பெய்ரூத்தும்—ஏன், லெபனான் முழுவதும்—வெளிநாட்டினர் தங்குவதற்குப் பாதுகாப்பான இடமல்ல! குறிப்பாக அவர்கள் கடத்தப்படலாம்! ஒரு விமானக் கடத்தலை முன்னிட்டு பெய்ரூத் விமான நிலையம் குழம்பிக் கிடப்பதால், வெளிநாட்டினர் பொதுவாக அங்குச் செல்ல விரும்பமாட்டார்கள். பெய்ரூத்திலிருந்து புறப்படும் பல விமானங்களிலும் லெபனானைவிட்டு வெளியேறுகின்ற வேற்று நாட்டவர்கள் நிரம்பி வழிந்தனர்.

முகாம்களைக் கவச வண்டிகளும் ஆயுததாரிகளும் வளைத்து இருப்பதால், செஞ்சிலுவை சங்கப் பிரதிநிதிகளால்கூட, காயமடைந்த சிறுவர்களை வெளியேற்ற முடியாதிருந்தது. ஒரு மருத்துவரோ நர்ஸோ முகாமுக்குள் செல்ல என்ன வாய்ப்புள்ளது?

எங்களது அறக்கட்டளை ஒன்றுகூடி, எந்த வகையில் உதவ முடியுமென்று ஆராய்ந்தோம். ஏற்கனவே அங்கு பணியாற்றிய தன்னார்வ ஊழியர்களான மருத்துவர்களையும், நர்சுகளையும் முகாம்களுக்குத் திரும்பச் செல்லும்படி ஒரு விளம்பரம் கொடுக்கலாமென்று ஒரு பெண் சொன்னாள். இந்த ஆலோசனையைக் கேட்டு மற்ற உறுப்பினர்கள் திகைத்தனர். காரணம், அதிலடங்கிய ஆபத்தை நாங்கள் அனைவரும் உணர்ந்திருந்தோம். யாரோ ஒருவர் அந்தப் பெண்ணிடம், 'தனிப்பட்ட முறையில் நீங்கள் அங்குச் செல்லத் தயார்தானா?' என்று கேட்டார். இதனால், இயற்கையான சலசலப்பு ஏற்பட்டது.

இறுதியாக, எங்களில் சிலர் முகாம்களுக்கு முதலில் செல்வதென முடிவு செய்தோம்! நான் ஏற்கனவே அங்கு பணியாற்றியவள் என்பதால் உடனடியாகப் பதிலளிக்க வேண்டிய கடமை எனக்கிருந்தது. நான் செல்வதாக விருப்பம் தெரிவித்தேன். அதேசமயம், முகாம்கள் எந்த வகையிலான கசாப்புச் சாலையாகத் தரம் தாழ்ந்திருக்குமென்றும், அதனை என்னால் சமாளிக்க முடியுமென்றும் நன்றாகவே நான் உணர்ந்திருந்தேன். ஒரு பகுதி சேதமடைந்த கட்டடங்களில், மின்சாரமும் தண்ணீரும் இல்லாத நிலையில் ஒரு சர்ஜன் என்கிற முறையில் ஏற்கனவே அறுவை சிகிச்சைகளை நடத்திய அனுபவம் எனக்கு இருப்பதால் நிச்சயமாக அதே போல என்னால் பணியாற்ற முடியும்!

ஒருவேளை, நான் அங்கு செல்வதற்குள் சப்ரா-ஷத்திலா முகாம்கள் முற்றிலுமாக அழிக்கப்படாலும்கூட, எஞ்சியிருக்கும் மக்களைச் சந்தித்து, நாங்கள் அவர்களை நினைவில் வைத்திருப்பதாகவும், அதனால்தான் அவர்களைப் பார்க்க வந்திருப்பதாகவும் நம்பிக்கை யூட்ட வேண்டும். ஒரு தோழி என்கிற முறையில் குறைந்தபட்சம் இதையாவது நான் செய்தாக வேண்டும்!

முகாம்களுக்கு ஒரு மருத்துவக் குழுவை அனுப்புவதென்பது மிகவும் ஆபத்தான காரியமென்பதை நாங்கள் அறிவோம். சில பிரிட்டிஷ் அமைப்புகள் மட்டுமே அதற்குத் தயாராவார்கள். எங்களது அமைப்புக்கு ஒரு வயதுகூட ஆகாத நிலையில், எங்களைப் பிறர் முன்பின் யோசிக்காத பொறுப்பற்றவர்களாகக் கருதுவார்களோ என்கிற கவலை எங்களில் பலருக்கும் இருந்தது.

பல மணி நேரம் விவாதித்த பின் இறுதியில் வாக்கெடுப்பு நடத்து வதெனத் தீர்மானித்தோம்! எனது பயணத்திற்கு எதிராக ஒன்பது பேரும், ஆதரவாக இரண்டு பேரும் வாக்களித்தனர். ஆதரித்து வாக்களித்தது நானும் எனது கணவர் பிரான்சிசும்தான். அவரது சொந்தக் கணிப்பிற்கு எதிராக அவரை எனக்கு ஆதரவாக வாக்களிக்கும்படி தூண்டியது நான்தான். எனது பாதுகாப்பில் அக்கறைகொண்டிருந்த காரணத்தால்தான் எனது நண்பர்கள் எனது பயணத்திற்கு எதிராக வாக்களித்தார்கள். ஆனாலும் இறுதியில் தங்களின் மனதை மாற்றிக் கொண்ட அவர்கள், நான் திரும்பவும் முகாம்களுக்குச் செல்வதற்கான அனைத்து உதவிகளையும் செய்தார்கள். அத்துடன் நில்லாமல், மருத்துவ ஊழியர்கள் தேவையென்று பொதுமக்களுக்கு வேண்டுகோள் விடுத்தோம். அதைக் கேட்டு நிறைய மருத்துவர்களும், நர்சுகளும், தொழில்நுட்பப் பணியாளர்களும் ஆபத்தைப் பொருட்படுத்தாமல் லெபனான் செல்ல முன்வந்ததைக் கண்டு நாங்கள் பிரமித்துவிட்டோம்.

நான்கு வாரத்திற்குள், ஆறு பேரடங்கிய ஒரு மருத்துவக் குழுவையும், அரை டன் எடையுள்ள மருத்துவக் கருவிகளையும் எங்களது அமைப்பு தயார் செய்தது. ஜூலை முதல் வாரத்தில் பெய்ரூத் புறப்பட நாங்கள் தயாராக இருந்தோம். ஷத்திலாவின் தெற்குப் பகுதியிலுள்ள பர்ஜூல் பிரஜ்னே முகாமைச் சேர்ந்த ஹைஃபா மருத்துவமனைக்கு அந்த மருத்துவக் கருவிகள் போய்ச் சேர வேண்டும். முகாம்களின் மீதான இந்தத் தாக்குதல் நடக்கும்வரை ஹைஃபா மருத்துவமனை, கைகால்கள் தளர்ந்து போன நோயாளிகளுக்கு மறுவாழ்வளிக்கும் மையமாக செயல்பட்டுக்கொண்டிருந்தது.

முற்றுகை நடந்தபோது பர்ஜூல் பிரஜ்னே முகாமில் பலரும் இறந்து போனார்கள். காரணம், அங்கு மருத்துவ வசதிகள் இல்லை. உடல் நலம் குன்றியவர்களையும் காயமடைந்தவர்களையும் முகாமிலிருந்து வெளியே கொண்டு செல்ல முடியாமல் போனது. எனவேதான், அறுவை சிகிச்சை வசதியுடன்—விபத்து மற்றும் அவசரப் பிரிவுகள் உள்ளிட்ட—ஒரு பொதுமருத்துவமனையாக ஹைஃபா மருத்துவ மனையை மாற்றியமைக்கப் பாலஸ்தீன செம்பிறைச் சங்கம் திட்ட மிட்டது. மருத்துவக் கருவிகளைத் தவிர, நடமாடும் கிளினிக்காக செயல்படுவதற்கு ஒரு மருத்துவ வண்டியை வாங்குவதற்கும் பிரிட்டிஷ் பொதுமக்கள் நன்கொடை தந்து உதவினார்கள்.

நான் அப்போது பணியாற்றிக்கொண்டிருந்த டிரைபர்ன் மருத்துவ மனை நிர்வாகிகளிடம் நான் கோடை விடுமுறையில் செல்வதாகவும், எனது வருடாந்திர விடுப்பில் ஆறு வாரங்களை எடுத்துக்கொள்வ தாகவும் தெரிவித்தேன்.

புறப்படுவதற்கான ஆயத்தங்களை நாங்கள் செய்துகொண்டிருந்த போது, சண்டை நிறுத்தம் பற்றிய தகவல் கிடைத்தது. நாற்பது நாள்களாகத் தொடர்ந்த தாக்குதலுக்கும், முற்றுகைக்கும் ஆளான பின்னரும் முகாம் சரணடைய மறுத்தது. தேவையான ஆயுதங்களோ, ஆள் பலமோ இல்லாதிருந்த முகாம் மக்கள் மிகவும் துணிச்சலாக எதிர்த்து நின்று போராடியதன் காரணமாக ஆயிரத்திற்கும் அதிகமான போராளிகள் காயமடைந்ததாகத் தகவல் வந்தது. பாலஸ்தீனர்களின் இழப்பு மிகவும் அதிகம்: 680 பேர் கொல்லப்பட்டனர், 2000 பேர் படுகாயமடைந்தனர், 1500 பேர் காணாமல் போனார்கள். ஏவுகணை களால் தொடர்ச்சியாக நாற்பது நாள்கள் தாக்கப்பட்ட முகாம்கள் குப்பைமேடாகச் சிதைந்தன. முப்பதாயிரம் பாலஸ்தீனர்கள் வீடிழந்தனர். ஆனாலும் முகாம்களில், மக்களின் தன்னம்பிக்கை உயர்ந்திருந்தது!

மகப்பேறு மருத்துவம் பார்க்கும் பிரிட்டிஷ் நர்ஸான அலிஸன் ஹவோர்த், மீட்புப் பணியில் அனுபவம் மிக்க, சிறப்புப் பயிற்சி பெற்ற நர்ஸ் ஜான் தோர்ன்டிக், அனஸ்தடிக் உதவியாளரான ஜான் கிராஃப்ட், 1982 கால கட்டத்திலிருந்தே எனக்கு நண்பராக இருக்கும் லெபனானியரான இம்மாத், பழைய நண்பரும் நல்லவருமான 'பக் பென்' என்கிற டச்சுக்காரரான பென் அலோஃப் இவர்களுடன் நானும் எங்கள் மருத்துவக் குழுவில் இருந்தேன். பென் தெளிவாக அரபு பேசுவார். நாங்கள் எல்லோரும் அவரை மிகவும் நேசித்தோம்.

முகாம்களைப் பற்றிய பயங்கரச் செய்தியை அறிந்த உடனேயே அவர் ஆம்ஸ்டர்டாமில் இருந்து புறப்பட்டு எங்களிடம் வந்து சேர்ந்தார்.

18

1982இல் நாங்கள் சென்ற விமானத்தில் நிறைய உல்லாசப் பயணிகள் இருந்தனர். இந்த முறை விமானம் பெருமளவு காலியாக இருந்தது. எனினும் விமானம் பெய்ரூத் நோக்கிப் பறந்தது. மருந்துகளையும், கருவிகளையும் இலவசமாகக் கொண்டுசெல்ல விமான நிர்வாகிகள் ஒப்புக்கொண்டிருந்தனர்.

விமானம் பெய்ரூத்தில் இறங்கியதும், அண்மையில் கடத்தப்பட்ட TWA ஜெட் விமானம் ஓடுதளத்திற்குச் சற்று ஓரமாக நிறுத்தி வைக்கப் பட்டுள்ளதை நாங்கள் பார்த்தோம். விமான நிலையத்தில் பாதுகாப்பு ஏற்பாடுகள் போதுமானவையாக இல்லை. எனது பெட்டியைக்கூட யாரும் சோதனையிடவில்லை.

நார்வே உதவி சங்கத்தின் (நார்வாக்) பிரதிநிதிகள் விமான நிலையத்திற்கு வெளியே எங்களைச் சந்தித்தார்கள். அந்த அமைப்பின் கீழ்தான் நாங்கள் இணைந்து செயல்பட வேண்டியிருந்தது. நார்வே சங்கம் லெபனானில் மிகவும் மதிக்கப்பட்டது. முதலாவது உள்நாட்டுப் போர் லெபனானில் நடந்த காலத்திலிருந்தே அவர்கள் இங்கு பணியாற்றுகிறார்கள். இனப் பாகுபாடின்றி, கலவரத்தில் பாதிக்கப்பட்ட அனைத்துப் பிரிவினருக்கும் ஒரே மாதிரி அவர்கள் உதவினார்கள். லெபனானில் இப்படிச் செய்வதென்பது சிரமமான காரியம். காரணம் நாடு பிளவுபட்டுக் கிடக்கையில் அனைவருக்கும் உதவுதல் என்பது மிகவும் சிரமம். ஆனாலும், அரசியல் வேறுபாடு களைப் பொருட்படுத்தாமல் அவர்களால் செயல்பட முடிந்தது.

நார்வே சங்கத்தின் ஒருங்கிணைப்பாளர் சின்னி, எங்களை அழைத்துச் செல்ல வந்த ஆம்புலன்ஸின் ஓட்டுநராக இருந்தாள். வயது முப்பதைத் தாண்டியிருக்கும். பார்ப்பதற்கு அழகாகவும், வெள்ளை நிறத்திலும் இருந்த அவள், துடிப்பும் திறமையும் மிக்கவளாய்த் தோன்றினாள்.

விமான நிலையத்திலிருந்து பெய்ரூத்தின் தெற்கிலுள்ள முகாம் களுக்கு எங்களை அழைத்துச் சென்றார்கள். அந்தப் பாதையில்

பர்ஜுல் பிரஜ்னே முகாம்தான் முதலாவதாக உள்ளது. இதற்கு முன்பு நான் அங்குப் பணியாற்றியதில்லை. ஆனாலும், பெருமளவில் லெபனானியர்களும், பாலஸ்தீனர்களும் சேர்ந்து வாழ்கிற முகாம் அது என்பது நினைவிலிருந்தது. உண்மையில், சப்ரா-ஷத்திலா முகாம்களின் அழிவுக்குப் பிறகு, பெய்ரூத்தில் தற்போதுள்ள பெரிய முகாம் அது.

ஆனால், பர்ஜுல் பிரஜ்னே முகாமின் நுழைவாயிலைக் கடந்து எங்கள் வண்டி சென்றபோது, அதன் வெளித்தோற்றம் அசாதாரணமான காட்சிகளை எங்களுக்குத் தந்தது. அதற்குள்ளிருந்த குடியிருப்புகள் திறந்து கிடக்கும் தாறுமாறான தேன்கூடுகளைப் போன்றிருந்தன. முகாம் சீரழிந்து கிடப்பதை நாங்கள் கண்டோம். சுவர்கள் இல்லாத கட்டடங்கள் இடிந்து விழும் நிலையில் இருந்தன. முகாமின் வாசலில் இயந்திரத் துப்பாக்கிகளும் ஏவுகணைகளும் தாங்கியவாறு இராணுவ வீரர்கள் காவலிருந்தார்கள். சின்னி எங்களிடம் சொன்னாள்: 'இப்போதே முகாமுக்குச் செல்வதாக இருந்தால், உங்களிடமுள்ள எல்லாப் பெட்டிகளையும் சோதனை செய்து முடிப்பதற்குள் உங்களுக்கெல்லாம் வயதாகிவிடும். நேரமாகிவிட்டதால் உடனே செம்பிறைச் சங்கத்தின் இயக்குநர் உம் வாலிதைப் பார்க்கச் செல்வோம்.'

உம் வாலிதின் சக்தியையும், மிகவும் மோசமான சூழ்நிலையிலும் செயல்படும் அவளது திறமையையும் அனைவரும் அறிவார்கள். உண்மையில், தகராறு செய்தோ தன்னிலை மறந்தோ அவள் நடந்து கொண்டதை ஒருபோதும் நான் பார்த்ததில்லை. விதிவிலக்காக ஒரே ஒருமுறை, அதாவது 1982இல் நடந்த படுகொலைகளுக்குப் பிறகு திறந்தவெளி மருத்துவமனையை விட்டு வெளியேறும் போது அவள் குலுங்கி அழுததை நான் பார்த்திருக்கிறேன்.

ஆனால் இந்த முறை எங்களை வரவேற்ற உம் வாலித் என் நினைவிலிருந்த உம் வாலிதைவிட வித்தியாசமாக இருந்தாள். சமீபத்தில் நடந்த முகாம் போர்கள் இந்தப் பாலஸ்தீனப் பெண்ணிட மிருந்து அதன் விகிதத்தை எடுத்திருக்குமென்று நினைத்தேன். நாங்கள் இருவரும் ஆரத்தழுவிக்கொண்டதும் அவள் என்னிடம் கேட்ட முதல் கேள்வி: 'ஸ்வீ, நீ இப்போதும் வலிமையுடன் இருக்கிறாயா?' அந்தக் கேள்விக்குப் பல அர்த்தங்கள் உண்டென்பதை நான் உணர்ந்தேன்.

சோதனையான ஆண்டுகளில் அவள் லெபனானிலேயே இருந்தாள். எடை குறைந்து, கண்களைச் சுற்றிலும் கறுப்பு வளையங்களோடு,

சோகமான முகத்துடன் இருந்தாள். எனினும், தோற்க விரும்பாத பெண்ணின் சுவாசக் காற்று அவளிடமிருந்தது. அலைகள் நிரந்தரமாகத் தாக்கிய போதிலும், உறுதியாக நிமிர்ந்து நிற்கும் கலங்கரை விளக்கமாக அவள் காட்சியளித்தாள். அவளைத் திரும்பவும் வந்து சந்திப்பதாக நான் வாக்களித்து இருந்தேன்.

'நிச்சயமாக! நான் இப்போதும் வலுவோடுதான் இருக்கிறேன் உம் வாலித்'—எதையும் யோசிக்காமல் நான் பதில் சொன்னேன். அப்போது என் கண்ணீரைக் கட்டுப்படுத்த முடியாமல் சிரமப்பட்டேன்.

உம் வாலித் சொன்னாள்: 'நாங்கள் காஸா மருத்துவமனையை இழந்தோம் ஸ்வீ! அவர்கள் அதை எரித்துவிட்டார்கள். எங்களில் யாரும் இனி அங்கே போக முடியாது. ஆனாலும் அதை நினைத்து நீ அதிகமாகக் கலங்க வேண்டாம்! நம்முடைய முயற்சியெல்லாம் ஹைஃபா மருத்துவமனையைக் கட்டுவதில் மையப்படுத்தப்பட வேண்டும். யோசித்துப்பார், காஸா மருத்துவமனையை நாம் தரை மட்டத்திலிருந்து மீண்டும் எழுப்பவில்லையா? அதே போல ஹைஃபா மருத்துவமனையை நாம் ஒருநாள் திறந்து வைப்போம்.'

அந்த வார்த்தைகள் எங்களது காதுகளில் முழங்கிக்கொண்டிருக்க, அவளுக்கு 'குட் நைட்' சொல்லிப் பிரிந்த நாங்கள் 'மே ஃப்ளவர் ஹோட்ட'லுக்குச் சென்றோம். அன்றிரவு நாங்கள் அங்கு தங்குவதற்கான ஏற்பாடுகள் செய்யப்பட்டிருந்தன.

1982இல் மே ஃப்ளவர் ஹோட்டல் ஒரு அமைதி தவழும் இடமாக இருந்தது. 'கம்மோடர் ஹோட்டல்' நிரம்பியதும், செய்தியாளர்கள் படையெடுக்கும் இடம் அது. அரசு சார்பற்ற தன்னார்வ ஊழியர்கள் மற்றும் அதிகாரிகள், உதவி மையங்களைச் சேர்ந்தவர்கள் எனப் பலரும் அங்கு தங்கியிருந்தார்கள். பலதரப்பட்ட மக்களை—இஸ்ரேலியப் படையெடுப்புக் குறித்து ஆராய ஐரோப்பிய நாடுகள் அமைத்த பல்வேறு விசாரணைக் கமிஷன்கள் உட்பட பலரையும்—சந்திப்பதற்காக 1982இல் நான் வழக்கமாக அங்கே செல்வதுண்டு! அங்குள்ள மதுக்கூடத்தில், செஞ்சிலுவை சங்கப் பிரதிநிதிகள்—ஆரோக்கியம், நிவாரணம் தொடர்பான பல்வேறு அமைப்புகளைச் சேர்ந்தவர்கள்—வழக்கமாகத் தங்களின் நேரத்தைச் செலவிட அங்கு வருவார்கள். சில நேரங்களில் உட்கார ஒரு நாற்காலிகூட கிடைக்காத அளவுக்கு அங்குக் கூட்டம் நிரம்பி வழியும்.

ஆனால் அதே 'மே ஃப்ளவர் ஹோட்டல்' இப்போது ஆரவாரமற்றுக் கிடந்தது. ஆறு பேரடங்கிய எங்களது குழுவும்,

இரண்டு நார்வே நாட்டினரும், மற்ற நாடுகளைச் சேர்ந்த நான்கு பேரும் மட்டுமே தற்போது அங்கு தங்கியிருக்கும் மொத்த விருந்தாளிகள்! ஹோட்டல் ஊழியர்கள் அதே பழைய ஆட்கள்தாம்— எனினும் அபு ஜார்ஜ், எல்லா வேலைகளையும் செய்தவாறு மதுச் சாலையில் தனியே இருந்தார். முஸ்தபா வரவேற்பறையில்! அது, பழைய நண்பர்கள் மீண்டும் சந்திப்பது போலிருந்தாலும் சூழ்நிலை விசித்திரமாக இருந்தது.

குழுவைச் சேர்ந்த மற்றவர்கள் உணவருந்த வெளியே சென்றனர். ஆனால், நான் தனியாக இருக்க விரும்பியதால் அங்கேயே தங்கினேன். அங்கிருந்த உணவுக்கூடம் மிகவும் பெரிதாகவும், காலியாகவும் இருந்தது. அதன் ஒரு மூலையில் நான் தனியாகச் சென்றமர்ந்தேன். ஒரு 'ஆம்லட்' கேட்டதும், 'முட்டை இல்லை' என்று பதில் வந்தது. என் நினைவிலுள்ள 'மே ஃப்ளவர் ஹோட்டல்' அல்ல இது!

அபு ஜார்ஜும், முஸ்தபாவும் அரசியல் சூழ்நிலையை என்னுடன் விவாதிக்கத் தயாராக இல்லை. எனினும், முகாம்கள் ஏன் தாக்கப் பட்டன என்பது குறித்தும், குறிப்பாகப் பாலஸ்தீனர்களின் தோழர் களாக இருந்த அமல் போராளிகள் எதற்காக முகாம்களைத் தாக்கினார் களென்றும் அறிய நான் ஆவல் கொண்டிருந்தேன். ஹோட்டல் தொழிலாளி ஒருவர் சமீபத்தில் கடத்தப்பட்டிருந்ததால், அங்கு இறுக்கமான ஒரு சூழ்நிலை நிலவியது. சில வீதிகளுக்கு அப்பாலிருந்து கேட்பது போல வெளியில் எங்கோ இயந்திரத் துப்பாக்கியின் முழக்கம் கேட்டது.

அவர்கள் சொன்னார்கள்: 'ஒன்றுமில்லை மருத்துவர் ஸ்வீ! துரூசும் அமலும் ஒருவருக்கொருவர் சண்டை போட்டுக் கொள்கிறார்கள். சீக்கிரமே அவர்கள் அதை நிறுத்திவிடுவார்கள்.'

அவர்கள் சொன்னது சரியானது, ஏறத்தாழ முக்கால் மணி நேரத்தில் வெடிச் சத்தம் நின்று போனது. அமல் லெபனானில் ஓர் அரசியல் கட்சி. அதே போல, வாலித் ஜம்பாலத்தின் தலைமையில் இயங்கும் துரூஸ் ஒரு சோஷலிஸ்ட் கட்சி! லெபனானில் அரசியல் கட்சிகளுக்குச் சொந்தமாக இயந்திரத் துப்பாக்கிகளும், கவச வண்டிகளும் ஏவுகணைகளும் இருந்தன. பேச்சு வார்த்தைகள் நடத்துவதற்குப் பதிலாக அவர்கள் துப்பாக்கியால் சுட்டுக் கொண்டார்கள். அன்றைய நாள்களில் பெய்ரூத்தில் எவரேனும் ஓர் அரசியல் கட்சியில் சேர்ந்தால் போதும், அவருக்குக் கட்சியின் போராளிகள் குழுவிலும் சேர்வதற்கான வாய்ப்பு அளிக்கப்படுகிறது.

அதன் பொருள் அவருக்கு ஓர் இயந்திரத் துப்பாக்கியும், ஒரு கைத் துப்பாக்கியும், அவசியமெனில் சில கைக்குண்டுகளும் கிடைக்கும்!

'அமல்' என்றால் 'எதிர்பார்ப்பு' என்று பொருள். அந்தக் கட்சியை நிறுவிய இமாம் மூஸா சதர் என்கிற மதப் பண்டிதர் பின்னாளில் மர்மமான முறையில் காணாமல் போனார். லெபனானில் பெரும் பான்மைச் சமூகமாக உள்ள ஷியா முஸ்லிம்கள் ஓர் இயக்கமாகச் செயல்பட்டு, அந்தச் சமூகத்தின் மனிதவள மேம்பாட்டை வளர்ச்சி யடையச் செய்வதற்கான வாய்ப்பாக அமையட்டுமென்கிற நோக்கத்தில் தான் இமாம் மூசா சதர் அமல் இயக்கத்தைத் தொடங்கினார். அந்த நோக்கம் மகத்தானதுதான். அமல் வளர்ச்சியடைந்த ஆண்டுகளில் பாலஸ்தீனர்கள் அவர்களுக்குப் பயிற்சியளித்து உதவவும் செய்தார்கள். அதே அமலின் ஒரு பிரிவினர் எப்படிப் பாலஸ்தீனர்களைத் தாக்குகிறார்கள் என்பதைப் புரிந்துகொள்ள முடியாமல் நாங்கள் சிரமப்பட்டோம்.

ஷியா முஸ்லிம்கள் பொதுவாகவே பின்தங்கியவர்கள். பலரும் துயரங்களை அனுபவித்தவர்கள். நல்லவேளையாக, எல்லா ஷியாக்களும் பாலஸ்தீனர்களின் எதிரிகள் அல்ல! பத்து லட்சம் ஷியாக்கள் லெபனானில் இருக்கிறார்கள். அவர்கள் எல்லோரும் முகாம்களுக்கு எதிராகத் திரும்பியிருந்தால் நிலைமை இதைவிடப் படுமோசமாக ஆகியிருக்கும். அமல் போராளிகள் தங்களைத் தாக்கியதிலும், அதற்கு முஸ்லிம்களின் புண்ணிய மாதமான ரமளானைத் தேர்ந்தெடுத்ததிலும் பாலஸ்தீனர்களுக்கு அவர்கள்மீது வெறுப்பிருந்தது. ஆனால், தாக்குதலோடு எந்தவிதச் தொடர்பும் இல்லாத பெரும்பான்மை ஷியாக்கள்மீது அவர்களுக்கு எந்தவித விரோதமும் இல்லை.

மறுநாள் ஜூலை 5ஆம் நாள் முகாம்களைக் காணவேண்டும் என்கிற ஆவலில் அதிகாலை நாங்கள் புறப்பட்டோம். சப்ரா முகாமின் பெரும் பகுதியும் அழிக்கப்பட்டு, அதை அமலின் ஆதிக்கத்திற்கு உட்பட்ட இடமாக மாற்றியிருந்தார்கள். அதனால் சப்ராவின் நுழைவாயில் வழியாக ஷத்திலா முகாமுக்குச் செல்வது பாதுகாப்பானதல்ல! அக்வா மருத்துவமனைக்கு எதிரில், விமான நிலையப் பாதையில் மற்றொரு நுழைவாயில் உண்டு. அதன் வழியாகச் செல்வதே நல்லது. காரணம், அந்த நுழைவாயில் அருகில் அமல் போராளிகளுடன், சண்டை நிறுத்த ஒப்பந்தத்தின்

அடிப்படையில் லெபனான் இராணுவமும் காவலிருந்தது. ஆனால், அதற்கும் சற்று முன்பாக இருந்த அமலின் சோதனைச் சாவடிகள் சிலவற்றில் நாங்கள் தடுக்கப்பட்டோம். பாலஸ்தீனர்கள் எதிர்த்துப் போரிட்டதால், முகாமைக் கைப்பற்றுவதில் அமல் போராளிகள் தோல்வியடைந்தனர். அதன் நுழைவாயில் மட்டுமே அவர்களின் கட்டுப்பாட்டிற்குள் வந்தது. சண்டை நிறுத்தம் நடைமுறைக்கு வந்திருந்தும், முகாம்களின் மீதான முற்றுகை மட்டும் தொடர்ந்தது.

ஷத்திலா முகாமுக்குள் கண்ட அழிவுகள் நடுங்கவைத்தன. எல்லாத் தனிக் கட்டடங்களும் தாக்குதலில் சேதமடைந்து கிடந்தன. சில கட்டடங்களில் ஒன்றோ அதற்கு மேலோ துளைகள், சிலவற்றில் கணக்கற்ற சிறிய ஓட்டைகள், மற்ற சிலவற்றில் தோட்டாக்கள் சல்லடையாக்கிய சுவர்கள், வேறு சிலவற்றில் அத்தனையும் ஒன்றாகக் காணப்பட்டன. எங்கும் மலைபோல் குவிந்துகிடக்கும் கட்டட இடிபாடுகள்!

1982இல் நடந்த படையெடுப்பில் தொடாமல் விட்டிருந்த ஷத்திலா மஸ்ஜித் அடையாளம் தெரியாதபடி இப்போது அழிக்கப் பட்டிருந்தது. அதன் கோபுரம்கூட வெடித்துச் சிதறியிருந்தது. காற்றில் துர்நாற்றம்—அழுகிய சடலங்கள், கழிவுகள் கலந்த நாற்றம்! காயமடைந்தவர்கள், இறந்தவர்கள் என யாரையும் முகாமுக்கு வெளியே கொண்டு செல்ல அனுமதிக்கப்படாததால் சில சடலங்களை ஷத்திலா மஸ்ஜிதுக்கு உள்ளேயே புதைத்திருந்தார்கள். குப்பை மேடுகளைச் சுற்றிலும் ஈக்கள் மொய்த்தன. எங்கு பார்த்தாலும் காயமடைந்த மக்கள்...

நார்வேயின் ஆம்புலன்ஸ் விரிசலடைந்த ஒரு கட்டடத்திற்கு அருகில் நின்றது. அந்த இடத்தில்தான் நார்வே கிளினிக் தொடங்குவதாக இருந்தது. சைனியும் மற்றொரு நார்வே நர்சும் சேர்ந்து கிளினிக்கை எப்படி வடிவமைப்பது என்பது பற்றித் திட்டமிட்டார்கள். வெடி குண்டுகள் துளைத்த மூன்று பெரிய ஓட்டைகளில் எங்கே வாசலை வைக்கலாமென்று யோசித்தார்கள். அப்போது எனது கண்கள் முகாமின் குறுகிய சாலைக்கு அப்பால் அலைந்துகொண்டிருந்தன...

குப்பைக் கூளங்களும், இடிபாடுகளும் குவிந்து கிடந்த ஓர் இடத்திலிருந்து சின்ன உருவமொன்று எழுவதைக் கண்டேன். மெலிந்த, உயரம் குறைந்த, வெள்ளைச் சட்டையும் கறுப்பு பேண்ட்டும் அணிந்த, பத்து வயதிற்கு மேல் ஆகாத சிறுவனின் உருவம் அது! அவன் கையசைத்தவாறு எங்களைப் பார்த்துப் பெரிதாகச் சிரித்தான்.

அவனை 1982இல் பார்த்ததாக நினைவில்லை —அப்போது அவனுக்கு ஏழு வயதிருக்கும்! இந்த 'இளைஞன்' இன்று தன் கையில் துப்பாக்கி வைத்திருந்தான்! அவனது முகத்தில் பெருமிதம் தெரிந்தது. ஏதோ ஓர் இலட்சியத்திற்காகப் போராடுவதாக நினைத்திருந்தான். பெரிய பையன் ஒருவன் அவனுக்குப் பின்னாலிருந்து வந்தான். அவனது கையிலும் ஆயுதமிருந்தது. இருவரும் ஷத்திலா மஸ்ஜிதின் பக்கம் சென்று மறைந்தார்கள். ஆக, இவர்களைப் போன்ற வீரர்கள்தாம் அமலைத் தோற்கடித்தார்கள். இந்தக் குழந்தைகள்தான் பாலஸ்தீனர் களின் புதிய போராளிகள். இவர்களைத்தான் அமலும், அவர்களது கவச வண்டிகளும் அழிக்க முயற்சி செய்கின்றன.

அன்று மாலை, பெய்ரூத்தில் தற்போதுள்ள பெரிய முகாமான பர்ஜுல் பிரஜ்னேவுக்கு நாங்கள் சென்றோம். முகாமுக்குச் செல்லும் பாதையின் ஒரு பகுதி தாரிடப்பட்டிருந்தது. அதன் நுழைவாயில், சண்டை நிறுத்த ஒப்பந்தத்தின்படி லெபனான் இராணுவத்தின் ஷியா பிரிவான ஆறாவது படையின் கட்டுப்பாட்டில் இருந்தது. அதற்கும் சற்று அப்பால் அமல் போராளிகளின் சோதனைச் சாவடியொன்றும் இருந்தது. அந்த இடத்திலிருந்து இரண்டாகப் பிரிந்து சென்ற சாலையின் ஒரு கிளை லெபனானியர்கள் வசிக்கும் பகுதிக்கும், மற்றொன்று பாலஸ்தீனர்கள் வசிக்கும் பகுதிக்கும் சென்றது.

முகாமில், பாலஸ்தீனிய பகுதிக்குச் சற்று உள்ளே, பாலஸ்தீனர்கள் ஒரு சோதனைச் சாவடியை அமைத்திருந்தார்கள். பாலஸ்தீனர்கள் ஆயுதம் ஏந்துவதை இயல்பான ஒன்றாக இந்நேரம் நான் நினைக்கத் தொடங்கினேன். ஏன், அவர்களுக்கு மட்டும் ஆகாதா என்ன? லெபனானில் எல்லோரும் ஆயுதம் வைத்திருக்கும்போது பாலஸ்தீனர் களுக்கு மட்டும் ஏன் கூடாது? உண்மை என்னவென்றால், முகாமில் ஆயுதங்கள் இல்லையென்றால் 1982இல் நடந்தது போன்ற படுகொலைகள் இப்போதும் நடந்திருக்கும்! முகாமுக்குள்ளே மேலும் சென்றபோது, சேறும் கழிவு நீரும் ஒன்றாகக் கலந்து பல இடங்களும் அசுத்தமாகக் கிடந்தன.

மக்கள் நெருக்கடியாக வாழுமிடம் பர்ஜுல் பிரஜ்னே. அதிலுள்ள நான்கு மைல் சதுரப் பரப்பளவில் 25,000 பாலஸ்தீனர்கள் வாழ்கின்றனர். ஒன்றையொன்று நெருக்கியடித்து நிற்கும் கட்டடங்கள்.

பலவும் இரண்டு அல்லது மூன்று மாடிக் கட்டடங்கள். குடியிருப்புகள் நிறைந்த அந்தக் கட்டடங்களை இடையிலிருந்த சிறிய சந்துகள் பிரித்தன. ஓர் ஆள் நடக்க மட்டுமே அங்கு இடமிருந்தது. தவறி, இரண்டு பேர் ஒரே சமயத்தில் வந்தால், யாராவது ஒருவர் ஒதுங்கி வழி கொடுக்க வேண்டியிருக்கும்! திறந்து கிடந்த கழிவுநீர்க் கால்வாய்களும், குப்பைக் கூளங்களும், குடிநீர்க் குழாய்களும் இந்தக் குறுகிய சந்துகளில் காணலாம். முகாமின் எல்லையொட்டி இருந்த கட்டடங்கள், ஷத்திலா முகாமின் கட்டடங்களைப் போலவே மோசமாக ஏவுகணைகளால் தாக்கப்பட்டிருந்தன. ஆனால், முகாமுக்குச் சற்று உள்ளடங்கியிருந்த கட்டடங்கள் பலவும் சேதமடையாமல் இருந்தன.

முகாமுக்குச் செல்லும் ஏதோ ஒரு வழியில், ஹைஃபா மருத்துவ மனைக்கு எதிர்ப்புறமாக இடிந்துகிடந்த கட்டடமொன்றில், ஒரு மேசையைச் சுற்றிலும் உட்கார்ந்திருந்த சில மனிதர்களை நாங்கள் கண்டோம். புதிய முகங்களைக் கண்டதும் ஆங்கிலத்தில், ‘நல்வரவு, உங்களின் பெயரென்ன? அமல் சகோதரர்கள் எங்களுக்குத் தந்த சிறிய பரிசைப் பார்க்க வாருங்கள்’ என்றார்கள்.

அந்த மேசை நிறைய ஏவுகணை, ஷெல் மற்றும் வெடிகுண்டுகளின் உதிரிபாகங்கள் அடுக்கி வைக்கப்பட்டிருந்தன. கடந்த நாற்பது நாள்களில் அமல் போராளிகள் முகாமுக்குள் தொடுத்துவிட்ட ஆயுதங்களின் எச்சங்கள் அவை. அத்தனை தாக்குதலையும், முற்றுகை யையும் எதிர்த்து நின்ற மக்கள் இப்போது மிகுந்த தன்னம்பிக்கையுடன் இருந்தனர். வெற்றியும், பெருமிதமும்கொண்ட அவர்கள் மிகுந்த உற்சாகத்துடன் வாயாடிக்கொண்டிருந்தார்கள்.

ஹைஃபா மருத்துவமனையின் சில பகுதிகள்தாம் சேதமடைந் திருந்தன. ஆனாலும், ஒரு மறுவாழ்வு மையத்தை முழு மருத்துவ மனையாக மாற்ற என்னவெல்லாம் திருத்தங்கள் செய்யவேண்டும் என்று கணக்கிடுவதுதான் இப்போதைக்கு நான் உடனடியாகச் செய்ய வேண்டிய வேலை. சில சீரமைப்புப் பணிகளைச் செய்தாக வேண்டும். சீர்ப்படுத்த முடியாத அளவுக்கு ஹைஃபா பாதிக்கப் படவில்லை.

அந்த மருத்துவமனையின் மூன்று தளங்கள் நிலப்பரப்புக்கு மீதும், இரண்டு தளங்கள் பூமிக்கடியிலும் இருந்தன. மேலிரண்டு தளங்கள் முழுவதிலும் குண்டுகள் துளைத்து, ஓட்டைகள் விழுந்திருந்தன. நிறைய சீரமைப்புப் பணிகளைச் செய்தாக வேண்டும்.

பூமிக்கடியிலுள்ள முதல் தளத்தை ஆபரேஷன் தியேட்டராக மாற்றி, வராந்தாவில் விபத்துப் பிரிவை அமைக்கலாம். மிகவும் அடியிலுள்ள தளத்தை பழையபடி பாதுகாப்புக் கிடங்காகவே வைத்திருக்கலாம்!

மருத்துவமனை ஊழியர்கள் கட்டடத்தைச் சுத்தம் செய்து கொண்டிருந்தார்கள். கட்டட வேலையும், சீரமைப்புப் பணிகளும் நடந்துகொண்டிருந்தன. நாங்கள் அனுப்பிய அறுவை சிகிச்சைக்கான கருவிகளும், அனஸ்தடிக் இயந்திரமும் வந்து சேர்ந்தன. நானும், அலிஸனும், இரண்டு ஜான்களும் பொழுது சாயும்வரை இருப்புகளின் கணக்கெடுப்பில் மூழ்கினோம். நாங்கள் தூங்குவதற்கு மருத்துவ மனையில் எங்கும் இடமில்லாத காரணத்தால் இரவில் 'மே ஃப்ளவர்' ஹோட்டலுக்குத் திரும்பினோம். மிகவும் சோர்ந்து போயிருந்த நிலையிலும், அன்றைய நாளைப் பயனுள்ள வழியில் செலவழித்ததை எண்ணி திருப்தியடைந்தேன்.

19

மறுநாளும் நாங்கள் ஹைஃபா மருத்துவமனைக்குச் சென்றோம். அந்த இடம் இப்போது வித்தியாசமாகக் காட்சியளித்தது. முகாமிலிருந்து பார்வையாளர்களாக நிறைய பேர் வந்திருந்தார்கள். முதல் தளத்தின் அறைகளில் கட்டில்கள் போடப்பட்டிருந்ததால் அவை வார்டுகளைப் போல தோற்றமளித்தன. பிரிட்டிஷ் மருத்துவக் குழுவினர் தங்குவதற்காக ஓர் அறையைச் சுத்தம் செய்து கட்டில்களைப் போட்டிருந்தார்கள்.

பாலஸ்தீனப் பெண்கள் எங்களுக்கென சுத்தமான வெள்ளைத் துணிகளைக் கொண்டுவந்தார்கள். அறையைத் துடைத்து சுத்தம் செய்தார்கள். தேநீரும், குடிநீரும் தந்தார்கள். முகாமில் உள்ள மோசமான நிலையுடன் ஒப்படும்போது இதெல்லாம் ஆடம்பரமாகத் தோன்றியது. பூமிக்கடியிலுள்ள முதல் தளத்தில், விபத்து மற்றும் அவசர அறையில் நோயாளிகள் நிறைந்திருந்தனர். ஏற்கனவே அங்கு இரண்டு பாலஸ்தீன மருத்துவர்கள் தீவிரமாகப் பணியாற்றிக் கொண்டிருந்தனர்.

இந்த கோலாகலங்களுக்கு இடையில் உம் வாலித் வந்தாள். புதிய ஆபரேஷன் தியேட்டரின் கட்டுமானப் பணியை மேற்பார்வையிடவும், மருத்துவமனை ஊழியர்கள், கட்டடத் தொழிலாளிகள் ஆகியோருக்குக்

கூலி கொடுப்பதற்கும்தான் அவள் வந்திருந்தாள். கட்டடத்தின் ஒவ்வொரு தளமாகச் சென்று தேவையான ஆலோசனைகளை அரபியில் வழங்கினாள். வாய்ப்புக்கேடாக அவள் சொன்னது எதுவும் எனக்குப் புரியவில்லை. வந்த வேலை முடிந்ததும் அவள் அக்வா மருத்துவமனைக்குப் புறப்பட்டாள்.

ஆபரேஷன் தியேட்டரைக் கட்டும் பணி தொடங்கியிருந்தது. கட்டுமானத் தொழிலாளர்கள் - அனைவரும் முகாமைச் சேர்ந்தவர்கள் —ஆபரேஷன் தியேட்டரின் இடவசதிக்காக ஒரு சுவரை இடித்துக் கொண்டிருந்தார்கள். கோரமான அந்த சப்தத்திற்கிடையில், எந்தவித முன்னறிவிப்புமின்றிச் செய்தியாளர்கள் வந்தது நிலைமையை மேலும் மோசமாக்கியது. அசோஸியேட் பிரஸ்ஸைச் சேர்ந்த அவர்கள் ஹைஃபா மருத்துவமனையின் திறப்புவிழா பற்றிய செய்திகளைச் சேகரிக்கும் ஆவலுடன் வந்திருந்தனர். அதில் ஒரு பெண் செய்தியாளர், ஒரு சீனப் பெண்மணி பிரிட்டிஷ் மருத்துவ குழுவை வழி நடத்துவதைக் கண்டு முதலில் வியந்தாள். ஆனால் நாங்கள் நல்ல முறையில் பழகியதால் சீக்கிரமே அவள் குழுவினர் அனைவரிடமும் சில பாலஸ்தீனர்களுடனும் இயல்பாகப் பேசினாள்.

ஹைஃபா மருத்துவமனையின் ஊழியர்கள், 1982இல் காஸா மருத்துவமனையில் பணியாற்றிய ஊழியர்களைப் போலவே மனதைக் கவர்ந்தார்கள். ஹைஃபாவின் நிர்வாகியான நிதால் பல வகையிலும் அஸீஸாவை நினைவூட்டினாள். ஒரு வித்தியாசம்—அவளுக்குப் பத்து வயது அதிகமிருக்கும், ஏறக்குறைய நாற்பதைத் தாண்டியிருந்தாள்! தன்னலமின்றிக் கடுமையாக உழைத்த காரணத்தால் அவள் அனைவரின் மரியாதைக்கும் உரியவளானாள் (1986 மே மாதத்தில், பர்ஜுல் பிரஜ்னே முகாமிலிருந்த அவளது வீட்டை ஏவுகணை தாக்கியதால் அவள் கொல்லப்பட்டாள். அவளது இறுதி ஊர்வலத்தில் ஐந்தாயிரத்திற்கும் அதிகமான மக்கள் கலந்துகொண்டார்கள். ஆயினும், எங்களைப் பொறுத்தவரை நிதாலுக்கு மரணமில்லை. அவளது தன்னலமற்ற பக்தியும், துணிவும் எந்நாளும் நிலைத்திருக்கும்).

நிதால் அனைவராலும் நேசிக்கப்பட்டாள்! அவளது பணி அத்தனை எளிதானதல்ல—காரணம், ஒரு மருத்துவமனையின் அன்றாட நிர்வாகத்தைச் சமாளித்தவாறு, புதிதாக ‘விபத்து மற்றும் அவசரப் பிரிவைத்’ திறக்கும் அதிகப்படியான வேலையையும் அவள் ஏற்றுக்கொண்டிருந்தாள். மேலும், ஒற்றுமையுடன் பணியாற்ற ஊழியர்களை யும் சமாளிக்க வேண்டியிருந்தது.

1982இல் நடந்த படையெடுப்பையும், படுகொலைகளையும் தொடர்ந்து 1983இல் திரிபோலியில் பாலஸ்தீனர்களுக்குள் சண்டை மூண்டது. அதன் காரணமாக மருத்துவ ஊழியர்களுக்கிடையிலும் ஏதேனுமொரு பிரிவின்மீது அனுதாபம் காட்டும் நிலை வளர்ந்தது. எனினும், வேறுபட்ட பிரிவுகளைச் சேர்ந்த மருத்துவர்கள் அங்கு ஒற்றுமையுடன் பணியாற்றுவதைக் காண்பது நம் கண்களைத் திறக்க வைக்கும்! ஒற்றுமை பற்றி ஊழியர்கள் நிறையவே பேசினார்கள். மூன்று பாலஸ்தீன மருத்துவர்கள்—பல்வேறு பிரிவினர்—தோளோடு தோள் சேர்ந்து நின்றவாறு அவர்களோடு ஒரு படமெடுக்க என்னை அழைத்தார்கள். அவர்களுக்கு ஆங்கிலம் கொஞ்சம் புரிந்தது; எனக்கு அரபு அதைவிடக் குறைவாகவே புரிந்தது. ஆயினும், பாலஸ்தீனர்கள் என்கிற முறையில் தாங்கள் ஒற்றுமையுடன் இருப்பதாக நான் விளங்கிக்கொள்ளவே அப்படியொரு படத்தை எடுக்க என்னிடம் சொன்னார்கள்.

மருத்துவ இயக்குநர் மருத்துவர் ரிதா இளமையும், ஆர்வமும், திறமையும், கடின உழைப்பும் கொண்ட—பாலஸ்தீனர்களுக்காகத் தன் வாழ்வை முற்றிலும் அர்ப்பணித்துக்கொண்ட மனிதர்! ஒரே நேரத்தில் ஐந்து இடங்களில் காட்சியளிக்கக்கூடிய அவர், மருத்துவர் ரியோ ஸ்பிருகியைப் போலவே சுறுசுறுப்பாகவும் தீவிரமாகவும் செயலாற்றினார். ஆனால், அவரைப் போல இவருக்கு முன்கோபம் வருவதில்லை. மருத்துவர் ரிதாவைத் தவிர, ஹைஃபாவில் ஐந்து இளம் பாலஸ்தீன மருத்துவர்களும் இருந்தனர். அவர்கள் தங்களுக்குள் விபத்துப் பிரிவு, புறநோயாளிகளின் பிரிவு, வார்டுகள் ஆகியவற்றை மாறி மாறிப் பங்கிட்டுக்கொண்டு சிறப்பாகச் செயலாற்றினார்கள். ஹைஃபா மருத்துவமனை முழு அளவில் செயல்படத் தொடங்கினால் இவர்கள் வேலையில் ஆழ்ந்து விடுவார்களென்று எனக்குத் தோன்றியது. திரும்பிவரும் அகதிகளின் பிரவாகத்தில் முகாமின் மக்கள்தொகை முப்பதாயிரத்தைக் கடந்து மூச்சு முட்டியது.

வந்திருந்த நோயாளிகள் பலருக்கும் சிகிச்சையளித்து அவர்களை வீடுகளுக்கு அனுப்பிய பிறகு, நண்பகல் உணவுக்காக ஊழியர்கள் அனைவரும் ஒன்றாக அமர்ந்தோம். முகாம் உணவைச் சாப்பிட்டு ஏறத்தாழ மூன்றாண்டுகள் ஆகியிருந்தாலும், அதை நான் மிகவும் விரும்பினேன். நான் இலண்டன் திரும்பிய வேளையில், காஸா மருத்துவமனையின் சமையற்காரர் செய்வது போல சமைக்க விரும்பி, பல மணி நேரம் செலவிட்டுத் தோல்வியடைந்தேன். முகாம் உணவுகள் அந்த அளவுக்கு எனக்குப் பிடித்திருந்தன! எந்த உணவையும்

சுவையாக சமைக்கும் திறமை முகாம் மக்களுக்கு இருந்தன; அது வெறும் கீரையும் பீன்சுமாக இருந்தாலும் சரி!

முகாம் உணவைவிட விலை மதிக்க முடியாத ஒன்றாக எனக்குத் தோன்றியது, செம்பிறைச் சங்கத்தின் ஊழியர்கள் அனைவரும்—இயக்குநரும் துப்புரவுத் தொழிலாளியும் உட்பட—ஒன்றாக அமர்ந்து பகிர்ந்துண்ணும் அருமையான காட்சிதான்! இது பிரிட்டன் தேசிய மருத்துவமனைகளில் காண முடியாத காட்சி! அங்கெல்லாம் ஊழியர்களின் தராதரத்திற்கு ஏற்ப உண்ணும் அறைகள் ஒதுக்கப் பட்டிருந்தன. நான் பணியாற்றிய ஒரு இலண்டன் மருத்துவமனையில் குறைந்தது ஆறு வித்தியாசமான அறைகள்—நிர்வாகிகள், முதுநிலை மருத்துவர்களுக்கென ஒன்று; இளநிலை மருத்துவர்களுக்கென ஒன்று; தொழில் நுட்ப ஊழியர்களுக்கென ஒன்று, நர்சுகளுக்கென ஒன்று, சாதாரண தொழிலாளிகளுக்கென ஒன்று; பொது மக்களுக்கென ஒன்று என ஒதுக்கப்பட்டிருந்தன.

உணவு வேளையில் நண்பர்களிடமிருந்து தகவல்களையும், வாழ்த்து களையும் பரிமாறிக்கொண்டோம். காஸா மருத்துவமனையின் அறுவை சிகிச்சை பேராசிரியரும், எனக்குப் பிடித்தமான சில நர்சுகளும் சக ஊழியர்களும் இப்போதும் உயிரோடிருப்பதாக (சிலருக்கு நலமில்லை என்றாலும்) அறிந்தேன். மத்திய கிழக்கு நாடுகளில் மக்கள் ஒருவரையொருவர் காண்கையில் 'அல்ஹம்துலில்லாஹ்' (எல்லாப் புகழும் இறைவனுக்கே!) சொல்லி வாழ்த்துவார்கள். சில சமயம், யாரேனும் மரணத் தருவாயில் கிடப்பதைக் கண்டாலும் அப்போதும் 'அல்ஹம்துலில்லாஹ்' என்பார்கள். வாழ்க்கையென்பதே இறைவனிடமிருந்து கிடைத்த ஒரு வரம்தானே? குப்பைமேட்டில் அமர்ந்துகொண்டிருந்தாலும், நாம் உயிரோடுதான் இருக்கிறோம் என்கிற உண்மையை உணர்ந்தால், அதுவே இறைவனை வாழ்த்தப் போதுமானது!

காஸா மருத்துவமனையின் தியேட்டர் மேற்பார்வையாளரான அபுஅலீ இப்போதும் எங்கோ பணியில் இருந்தார். ஹைஃபா மருத்துவ மனையில் ஆபரேஷன் தியேட்டரை நிறுவும் பணியில் எங்களுக்கு உதவி செய்ய நாளை அவர் வருவதாகக் கேள்விப்பட்டேன். அவர் உயிரோடிருக்கிறார் என்பதையறிந்து நான் அளவிலா ஆனந்தம் கொண்டேன். அவரை மறுநாள் காண ஆவலுடன் காத்திருந்தேன்.

இருப்புகளைக் கணக்கெடுப்பதற்கும், ஒழுங்குபடுத்துவதற்கும் நண்பகல் வேளையைச் செலவிட்டோம். சில குளறுபடிகள் இருந்தன.

காஸா மருத்துவமனை எரிக்கப்படுவதற்கு முன்பு அங்கிருந்து கடத்திவந்த பொருள்களை எல்லாம் ஒரே இடத்தில் குவித்து வைத்திருந்தார்கள். ஆர்த்தோபீடிக் ஷெட்டில் எஃகு தகடுகளும் ஆணிகளும் கலந்து கிடந்தன. அனஸ்தடிக்ஸ் இயந்திரத்தின் உதிரி பாகங்கள் காணாமல் போயிருந்தன. இப்போதைய குழப்பமான சூழ்நிலையில் மாற்றுக் கருவிகள் கிடைப்பது சிரமமானது.

மறுநாள் காலை, 'விஸ்நியூஸ்' தொலைக்காட்சிக்கு பேட்டி கொடுப்பதற்காக 'மேஃப்ளவர் ஹோட்டலு'க்குச் சென்றேன். இது ஒரு வேடிக்கையான அனுபவமாக அமைந்தது. காரணம், என்னை பேட்டி கண்டவருக்கு ஆங்கிலம் புரியவில்லை. எனக்கோ அவர் பேசிய பிரெஞ்சு மொழி புரியவில்லை. எங்களுக்கிடையில் மொழி பெயர்ப்பாளரும் கிடையாது. அவர் ஒன்றிரண்டு வாசகங்களைச் சொல்லுவார். அவர் இன்னதைப் பற்றித்தான் கேட்டிருப்பாரென நானாக ஊகித்துக்கொண்டு, அதை ஒரு கேள்வியாகப் பாவித்து, என் விருப்பப்படி விரிவாகப் பதில் சொன்னேன். அது சிறப்பாக முடிந்தது. காரணம், நான் சொல்ல விரும்பிய இரண்டு முக்கியமான விஷயங்களை என்னால் சொல்ல முடிந்தது.

'முதலாவதாக, ஹைஃபா மருத்துவமனையை நிறுவுவதற்கு பிரிட்டிஷ் பொதுமக்கள் தங்கள் சேமிப்பையும், ஒத்துழைப்பையும் தந்து உதவியதற்குக் காரணம், தேவையான எல்லோருக்கும் சிகிச்சை அளிக்கின்ற ஒரு சுகாதார நிறுவனத்திற்கு ஆதரவளிக்க விரும்பியதால் தான்! பாலஸ்தீன செம்பிறைச் சங்கத்துடன் நீண்ட காலமாக எனக்குள்ள அனுபவத்தின் வெளிச்சத்தில் சொல்வதென்றால், அவர்களும் இதே கொள்கையின் அடிப்படையில்தான் எப்போதும் செயலாற்றினார்கள். நண்பர்கள்-எதிரிகள் என்கிற வித்தியாசமில்லாமல் அனைவருக்கும் சமமாகவும், எந்தவிதக் கட்டணமுமின்றியும் சிகிச்சையளித்தார்கள். அதனால் அவர்களை ஆதரிக்க நான் தயங்க வேண்டியதில்லை.

இரண்டாவதாக, 1982இன் சோதனையான காலகட்டத்தில் நான் பெய்ரூத்தில் இருந்தேன். ஆனாலும், லெபனானியர்களும் பாலஸ்தீனர்களும் காட்சிக்கு வைத்த மகத்தான மனிதநேயத்தை நான் காணவும் செய்தேன். இஸ்ரேலியத் தாக்குதலுக்கு எதிராக ஒருங்கிணைந்து போராடியதையும், போரின் பலிகளுக்குத் தேவையான உதவிகளைச்

செய்ததையும் நான் நேரில் கண்டேன். பெய்ரூத்திலும் தெற்கு லெபனானிலும் அவர்களுக்கிடையில் அற்புதமான ஒற்றுமை நிலவியது. அவையெல்லாம் 1985இல் சிதைந்து போனதற்கு என்ன காரணம்?

நேற்றிரவு பெய்ரூத்தில், குறைந்தபட்சம் நான்கு இடங்களில் தொடர்ச்சியாகச் சண்டை நடந்தது—ஒரு சோதனைச் சாவடி தொடர்பாக அமல் போராளிகளும் பாலஸ்தீனர்களும் சண்டையிட்டுக் கொண்டார்கள். துரூசும் அமலும் ஹம்ராவின் தெருக்களில் மோதிக்கொண்டார்கள். பசுமைக் கோட்டின் இரு புறங்களிலிருந்தும் கிறித்தவர்களும் முஸ்லிம்களும் ஒருவரையொருவர் சுட்டுக் கொண்டார்கள். மலைகளிலிருந்து பாய்ந்து வரும் ஏவுகணைகள் அவர்களின் இருப்பிடத்தைச் சுட்டிக் காட்டின.

லெபனானியர்கள் தங்களுக்குள்ளேயும் பாலஸ்தீனியர்களுக்கு எதிராகவும் சண்டையிட்டுக் கொண்டிருந்த அதே நேரத்தில், இஸ்ரேலின் கட்டுப்பாட்டிற்குள் இருக்கும் லெபனானின் பூமியில்— அதன் தெற்கு எல்லைப் பகுதியில் எல்லாம் அமைதியாக இருந்தன.

ஒருவேளை, இஸ்ரேலியர்களை எதிர்த்துப் போராடும் நிலைமையில் இல்லாததால் தங்களுக்குள் சண்டை போட்டுக்கொள்கிறார்களோ என்னவோ! அதை 'சகோதரச் சண்டை' என்றே மக்கள் சொல்கிறார்கள்.

இந்த விளக்கமெல்லாம் என்னைப் பேட்டி கண்ட பிரெஞ்சு செய்தியாளருக்கு புரிந்திருக்காதென்று எனக்கு நிச்சயமாகத் தெரியும்! ஆனால் பேட்டியில் அவர் உற்சாகமடைந்ததாகத் தோன்றியது. அதனால்தானோ என்னவோ, என்னைத் திரும்பவும் முகாமில் கொண்டுபோய்விடுவதாகச் சொன்னார்.

அவர் லெபனானியர்களைப் போலவே காரை ஓட்டினார். இது போன்ற கலையைச் சொந்தமாக்க அவர் நீண்ட காலம் லெபனானில் இருந்திருக்க வேண்டும். அவர் வேகமாகவும், அசட்டையாகவும், பொறுமை இழந்தும் வண்டியை ஓட்டினாலும், அவரது அணுகு முறையில் மரியாதையும் நளினமும் இருந்தன.

நான் ஹைஃபா மருத்துவமனைக்குத் திரும்ப வந்ததும், எலும்பு தொடர்பான ஒரு கூட்டமான நோயாளிகளை மருத்துவர் ரிதா தயாராக நிறுத்தியிருந்ததைக் கண்டேன். 1982ஆம் ஆண்டைப் போலல்ல, இம்முறை காயமடைந்தவர்களில் பெரும்பாலோரும் இளைஞர்கள்.

அவர்களின் காயங்கள் முகாமைப் பாதுகாக்கப் போராடியதால் ஏற்பட்டவை! இளைஞர்களும் பையன்களும் அதிகமிருந்தாலும் சில இளம் பெண்களும் அந்தக் கூட்டத்தில் இருந்தனர்.

எலும்பு தொடர்பான காயங்கள் பொதுவாக அதிவேக தோட்டாக்கள் தாக்கியதால் ஏற்பட்டவை. சரியாகச் சொல்வதென்றால் எம்-16 அதிவேக இயந்திரத் துப்பாக்கிகள் மூலம் ஏற்பட்டவை! மனித உறுப்புகளில் எம்-16 தோட்டாக்கள் தாக்கினால், நரம்புகளையும் இரத்தக் குழாய்களையும் சேதப்படுத்தி, ஒட்டுமொத்தமாக எலும்புகளை நொறுக்கிவிடும். இப்படிப்பட்ட நோயாளிகள் என்னைப் பார்ப்பதற்கு முன்பாகவே அவர்களது கையோ, காலோ வெட்டி மாற்றப்பட்டிருக்கும்! காரணம், அக்வா மருத்துவமனை யிலிருந்த செயற்கை உறுப்புகளின் மையம் தாக்குதலுக்கு இரையாகி செயலிழந்து கிடந்தது.

கைகால்கள் முறித்து மாற்றப்பட்ட 167 நோயாளிகள்— பெய்ரூத்தின் மூன்று முகாம்களைச் சேர்ந்தவர்கள்—ஏதேனும் வழி பிறக்கும்வரை காலவரையின்றி காத்திருக்க வேண்டியிருந்தது. இதில் உண்மையான சிரமம் என்பது, அவர்களை முகாமுக்கு வெளியே கொண்டு வருவதுதான். அவர்களில் பலரும் முகாம்களைப் பாதுகாக்க போராடியவர்கள் என்பதால் அமல் போராளிகளின் வேட்டைக்கு இரையானவர்கள். மேற்கு பெய்ரூத்தின் பல பகுதிகளும் சோதனைச் சாவடிகளும் இப்போதும் அமலின் கட்டுப்பாட்டில்தான் இருக்கின்றன.

முகாம்களின் மீதான போர் தொடங்கிய வேளையில், பன்னாட்டு செஞ்சிலுவை சங்கம் பேச்சு வார்த்தை நடத்தி, காயமடைந்தவர்களின் சிகிச்சைக்கென முகாமிலிருந்து வெளியேற அனுமதி பெற்றது. ஆனால், அவர்கள் முகாமைவிட்டு வெளியே வந்த உடனேயே பிடிக்கப்பட்டார்கள். அவர்களில் சிலர் லெபனானியர்களின் மருத்துவமனை யில் சிகிச்சை பெற்றுக்கொண்டிருந்தபோது சுட்டுக் கொல்லப்பட்டார்கள். காயமடைந்தவர்களைப் பொறுத்தவரை, முகாமுக்குள்ளேயே மருத்துவமனை இருக்க வேண்டுமென்று எதிர்பார்த்தார்கள். அதன் மூலம் வெளியே சென்றால் கடத்தப்படுகிற அபாயமின்றி சிகிச்சை பெறலாம். பர்ஜுல் பிரஜ்னே முகாமிலுள்ள காயமடைந்தவர்களைப் பொறுத்தவரை, ஹைஃபா மருத்துவமனை திறக்கப்பட்டால் அறுவை சிகிச்சை நடக்குமென்று நம்பினார்கள்.

மருத்துவமனையின் கட்டுமானப் பணிகள் மும்முரமாய் நடந்துகொண்டிருந்தன. நான் சிரித்தவாறே மருத்துவர் ரிதாவிடம்

சொன்னேன்: 'இந்த வேகத்தில் வேலை நடந்தால், ஆபரேஷன் தியேட்டர் ஒரு வாரத்திற்குள் தயாராகிவிடும். நாங்கள் இலண்டனில், இத்தனை குறுகிய நேரத்தில் வரைபடத்தைத் தயாரிக்க மட்டுமே ஒருவேளை முடிந்திருக்கும்.'

'ஆஹா, இது செம்பிறைச் சங்கத்தின் கட்டுமானப் பணியென்று உங்களுக்குத் தெரியாதா? கட்டடங்களைக் கட்டுவதிலும், புதுப்பிக்கும் பணியிலும் எங்களுக்குப் பல்லாண்டு கால அனுபவமுண்டு!'— மருத்துவர் ரிதா அழுத்தமாகச் சொன்னார்.

காஸா, அக்வா மருத்துவமனைகள் 1982இல் எப்படி அழிக்கப் பட்டன என்பதையும், எவ்வளவு சீக்கிரம் அவை சீரமைக்கப்பட்டன என்பதையும் ஒருபோதும் நான் மறக்கவில்லை. வீடுகளையும், கட்டடங்களையும் வெடிகுண்டுகள் சிதைத்த அதே வேகத்தில் கட்டியெழுப்ப பாலஸ்தீனர்கள் கற்றிருந்தார்கள். கடந்த பல ஆண்டுகளில் சம்பாதித்த அனுபவம் இது!

நண்பகல் உணவு வேளையின்போது அபுஅலீ வந்தார். இந்தப் பழைய நண்பரைச் சந்தித்தபோது எனக்குள் ஏற்பட்ட மகிழ்ச்சியை வர்ணிக்க இயலாது! கடந்த மூன்றாண்டுகளில் ஒரு சின்ன மாற்றம்கூட அவரிடம் தென்படவில்லை. அக்வா மருத்துவமனையிலிருந்து நேராக இங்கு வந்தவர், எங்களுக்காகச் சில 'இனிப்புகள்' கொண்டுவந்திருந்தார். அவர் கையிலிருந்த இரண்டு பாலிதின் உறைகளைக் கவிழ்த்த போது அதிலிருந்து, வயிற்றில் அறுவை சிகிச்சை செய்வதற்கான கருவிகளும் நுண் அறுவை சிகிச்சைக்கான உபகரணங்களும் வெளியில் விழுந்தன.

வியப்புடன் நான் கேட்டேன்: 'பூமியில் எங்கிருந்து இதெல்லாம் உங்களுக்குக் கிடைத்தன?'

அவர் பதில் சொன்னார்: 'காஸாவிலிருந்து! முதலில் அவர்கள் இதைத் திருடிச் சென்றார்கள். ஆனால், இப்போது இவை திருடாமலேயே திரும்பக் கிடைத்தன.'

'திருடாமல்' இதெல்லாம் எப்படி அவருக்குத் திரும்பக் கிடைத்தன என்பது இறைவனுக்கு மட்டுமே தெரியும். அவற்றை ஒரு மேசைமீது கொட்டிய அவர் ஒழுங்குபடுத்தவும் ஆரம்பித்தார். முதலில் கணக்கெடுத்த பின்னர் ஒவ்வொன்றின் ஜோடிகளையும்

ஒவ்வொரு சின்னப் பொருளையும் சரி பார்த்தார். பலவற்றுக்கும் ஜோடிகள் காணாமல் போயிருந்தன, அவை இணை பிரியாத தோழர்களாக இருந்தும்!

அனைத்தையும் ஒழுங்குபடுத்தி முடித்ததும் நான் அவரிடம் சொன்னேன்: 'என்னுடன் வந்து சில பொருள்களைப் பாருங்கள்—சில முக்கியமான பொருள்கள்!'

அவரை அழைத்துக்கொண்டு நான் சர்ஜிக்கல் சேமிப்பறைக்குச் சென்றேன். இலண்டனிலிருந்து வந்த மருந்துகளும், மருத்துவ கருவிகளும் அந்த அறை முழுக்க நிரம்பியிருந்தன. அந்தத் தியேட்டர் மேற்பார்வையாளரின் முகத்தில் பிரதிபலித்த பூரிப்பைக் கண்டதும், இந்தக் கருவிகளையெல்லாம் இங்குக் கொண்டுவர நாங்கள் பட்டபாடு விலை மதிப்புள்ளதாக எனக்குத் தோன்றியது.

மாலையில், பிளாஸ்டர் அரத்திற்கான இணைப்புகளைப் பொருத்தியும் ஒவ்வொரு கருவியிலும் லேபிள் ஒட்டியும், அறுவை சிகிச்சைக்கான பொருள்களை ஒழுங்குபடுத்தியும் அபுஅலீ வேலையில் மும்முரமாக இருந்தார். அதன் பிறகு, செம்பிறைச் சங்கத்தின் நர்சிங் பள்ளியில் படித்துப் பட்டம் பெற்ற தியேட்டர் நர்ஸ் நுஹாவை வந்தார். திறமையாகவும், மென்மையாகவும் பேசும் இயல்பு கொண்ட பாலஸ்தீனப் பெண் அவள்.

நுஹா உடனடியாக மருத்துவமனை ஊழியர்களை ஒருங்கிணைத்து, அறுவை சிகிச்சைக்கு முன்னும் பின்னும் செய்ய வேண்டிய வேலை களில் அவாகளுக்குப் பயிற்சியளித்தாள். முக்கியமான வேலையேதும் இல்லாததால் சற்று ஓய்வாக இருந்த என்னிடம் நுஹா ஊசியையும் வெள்ளை நூலையும் தந்து, வயிற்று அறுவை சிகிச்சையில் பயன் படுத்தும் உறைகளை எப்படித் தைப்பதென்று சொல்லித் தந்தாள்.

கடந்த பத்தாண்டுகளாக நான் சர்ஜனாகப் பணியாற்றினாலும், கையால் அவற்றைத் தைப்பதை இப்போதுதான் முதல் முறையாகப் பார்க்கிறேன். மருத்துவமனைக்குச் சொந்தமான தையல் இயந்திரத்தை முகாமைத் தாக்கியவர்கள் கொள்ளையடித்துச் சென்றிருந்தார்கள் (நான் திரும்பவும் இலண்டன் சென்றபோது டிரைபர்ன் மருத்துவ மனையில் பணியாற்றும் நர்சுகளிடம் இந்த அனுபவத்தை விளக்கிய போது, அனுதாபம்கொண்ட அவர்கள் ஹைஃபா மருத்துவமனைக்கு ஒரு தையல் இயந்திரம் வாங்குவதற்குத் தேவையான பணத்தை வசூலிக்க ஆரம்பித்தார்கள்).

20

மறுநாள் காலை, மேற்கு பெய்ரூத்திலுள்ள பிரிட்டிஷ் அலுவலகத்திலிருந்து ஒரு கார் எங்களை அழைத்துச் செல்ல வந்தது. பிரிட்டிஷ் தூதர் சர் டேவிட் மீர்ஸ் எங்களைப் பார்ப்பதற்காகக் கிழக்கு பெய்ரூத்தைக் கடந்து மேற்கு பெய்ரூத்திற்கு வருகிறாராம். அவருக்காக நாங்கள் அங்குக் காத்திருக்க வேண்டுமாம்! அந்த அலுவலகம் முகாம்களுக்கப்பால் கடற்கரைச் சாலையில் இருந்தது.

வழக்கமான வெம்மையும், பிரகாசமுமான மத்திய தரைக் கடலின் காலை நேரம். போக்குவரத்து நெரிசல் நிறைந்த, கடைகளும் தெருவோரக் கடைகளும் வரிசையாக நிற்கும் சந்தடிமிக்க சாலை வழியாக நாங்கள் பயணம் செய்தோம். 1982இல் இந்த நகரத்தின் ஒரு பாதி கட்டடங்கள் முழுக்கக் குண்டுவீச்சில் தகர்ந்து போயிருந்தன. கடற்கரையிலும், அதையொட்டிய சாலையிலும் நிலக் கண்ணிவெடிகள் (land mines) புதைக்கப்பட்டிருந்தன. ஏதோ ஒரு வகையிலான 'சாதாரண நிலை'க்கு இந்த நகரம் திரும்பியதில் நான் பெரிதும் மகிழ்ச்சிகொண்டேன். எனினும், இந்த அமைதி வெறும் மாயைதான்! விமானத் தாக்குதலோ ஏவுகணைத் தாக்குதலோ இல்லையென்றாலும் பாதுகாப்பு ஏற்பாடுகள் திருப்தியாக இல்லை. இனச் சண்டைகள், கடத்திச் செல்வது, பகை தீர்க்கும் வன்முறைகள் —இதற்கெல்லாம் எந்தவிதக் குறைவுமில்லை!

பிரிட்டிஷ் பிரதிநிதி அலுவலகம் ஒரு நேர்த்தியான கட்டடத்தில் இருந்தது. லெபனானிய இராணுவ வீரர்களின் பலமான காவலில் அது இருந்தது. எங்களின் சாட்சிப் பத்திரங்களைச் சோதித்துப் பார்த்த பின்னர் மனம்நிறைந்து வாழ்த்தினார்கள். அந்நேரம் சர் டேவிட் மீர்ஸிடமிருந்து தொலைபேசி அழைப்பு வந்தது. அன்று காலையில் அவர் பசுமைக் கோட்டைக் கடக்க முயன்றபோது அது மூடப்பட்டதாம்! அலுவலகத்திலிருந்த ஊழியர்கள் தந்த தகவலின்படி, கடந்த சில நாள்களில் அவர் நடத்திய ஆறாவது முயற்சி இதுவென்று தெரிந்து கொண்டோம். ஏமாற்றத்துடன் நாங்கள் முகாமுக்குத் திரும்பினோம்.

பகல் பதினோரு மணிக்கு நாங்கள் ஹைஃபா மருத்துவ மனைக்கு வந்து சேர்ந்தோம். காயங்களுக்குக் கட்டுப்போட அலிஸன் உடனடியாக கிளினிக்கிற்குச் சென்றார். காஸா மருத்துவமனையிலிருந்து மீட்கப்பட்ட அனஸ்தடிக் கருவியைச் சீராக்கும் பயங்கர முயற்சியில்

அனஸ்தடிக் உதவியாளரான ஜான் ஈடுபட்டார். மற்றொரு ஜானும் நானும் அவசர சிகிச்சைப் பிரிவிற்குச் சென்றோம்.

அங்குச் சென்றதும், உடல் முழுவதும் துளைத்துச் சென்றிருந்த கூரிய உலோகத் துண்டுகளை நீக்கவேண்டுமென்று வந்திருந்த குழந்தைகள் எங்களைச் சூழ்ந்துகொண்டார்கள். முகாமிலுள்ள எந்தவொரு சராசரி மனிதனும் (அது ஆணாயினும் பெண்ணாயினும்) குறைந்தபட்சம் இருபது அல்லது முப்பது உலோகத் துண்டுகளைத் தங்களது உடம்பில்' சுமந்துகொண்டிருந்தார்கள். அவை சிறியதாக இருந்தால்—நரம்பில் எரிச்சலையோ பழுத்துப் புரையோடிப் போகாமலோ இருந்தால்—அவற்றை அப்படியே விட்டுவிடுவதுதான் நல்லது! வெடித்துச் சிதறும் குண்டுகள் அல்லது ஏவுகணைகளிலிருந்து பறந்துவரும் பெரிய துண்டுகள் தாக்கினால் கை கால்களைத் துண்டிக்க வேண்டியிருக்கும், அல்லது கடுமையான உள்காயங்களை ஏற்படுத்தும்! ஓரளவுக்கு அமைதி திரும்பியிருந்ததால், குழந்தைகள் தங்கள் உடம்பிலுள்ள துண்டுகளை வெளியிலெடுத்து, அந்த நினைவுச் சின்னங்களைத் தங்களுக்கிடையில் ஒப்பிட்டுப் பார்க்க ஆசைப் பட்டார்கள். இது போன்ற அறுவை சிகிச்சைகளில் ஜான் தோர்ன்டிக் உற்சாகம் காட்டுவதை நான் கவனித்தேன்.

'இது போன்ற உலோகத் துண்டுகளை நீக்குவதற்கென்றே ஒரு கிளினிக் தொடங்க வேண்டும்' என்று அவர் என்னிடம் வற்புறுத்திக் கொண்டிருந்தார். அது நடக்காத காரியமென்று எனக்குத் தெரியும். காரணம், புறத்தாழ ஆபரேஷன் தியேட்டரின் வேலை முடிவடையும் தருவாயில் இருப்பதால், அது வெகு சீக்கிரம் செயல்படத் தொடங்கியதும், வேறு பல வேலைகளும் நாங்கள் செய்ய வேண்டியதிருக்கும்!

இதற்கிடையில், முகாமின் மற்றொரு மூலையில் தொடங்கத் திட்டமிடப்பட்ட கிளினிக்கை, பென் அலோஃப்ஸ் பார்வையிடச் சென்றிருந்தார். அது முன்னாளில் பாலஸ்தீன குழந்தைகளின் பாடசாலையாக இருந்தது. ஆனால் ரமளான் தாக்குதல் அந்தக் கட்டடத்தைப் பரிதாபகரமாக மாற்றியிருந்தது. சுவர்களிலும் மேற்கூரை யிலும் பெரிய துளைகள் விழுந்து, தரை சின்னாபின்னமாகிக் கிடந்தது. அதைச் செப்பனிட்டு ஒரு கிளினிக்காக மாற்றினால், முகாமின் மற்றொரு மூலையில் வாழும் மக்களுக்கு சேவை செய்ய முடியுமென்றும், ஹைஃபா மருத்துவமனையில் நெருக்கடி குறையுமென்றும் செம்பிறைச் சங்கம் எதிர்பார்த்தது! பென்

அலோஃப்ஸ் வழக்கமான தம் கிளினிக் வேலைகளுடன் சாயம்பூசி அலங்காரம் செய்யும் வேலையையும் எடுத்துக்கொண்டு, கட்டுமானப் பணியில் தொழிலாளர்களுடன் கைகோர்த்து உழைக்கவும் செய்தார்.

முறைப்படி அன்று மாலை அலிஸனும், நானும் மருத்துவமனையில் தூங்குவதாக இருந்தது. அதனால் இரண்டு ஜான்களையும் மேஃப்ளவர் ஹோட்டலுக்குக் குளித்து, உடை மாற்ற அனுப்பினோம். பொழுது சாயும் வேளையில் நாங்கள் இருவரும் முகாமைச் சுற்றி நடந்தோம். எந்த அளவுக்கு பர்ஜூல் பிரஜ்னே முகாம் அழிக்கப்பட்டுள்ளது என்பதை அதன் பின்னரே நான் உணர்ந்தேன். ஹைஃபா மருத்துவ மனையின் மேலிரண்டு தளங்கள் வெடித்துச் சிதறியிருந்தாலும், மக்களின் வீடுகளுக்கு நேர்ந்த கதியோடு ஒப்பிட்டுப் பார்த்தால் அது ஒன்றுமில்லை. இடிந்த வீடுகளின் தரைகளில் குண்டுகளால் தகர்க்கப்பட்ட மேற்கூரைகள், சுவர்கள் மற்றும் சன்னல்களின் எச்சங்கள் சிதறிக் கிடந்தன. மரப் பட்டைகள், மரச் சாமான்கள் எல்லாம் எரிந்து கரியாகியிருந்தன. சிதைக்கப்பட்ட எண்பதுக்கும் அதிகமான மனித உடல்கள் அங்கிருந்த பெரிய கல்லறையொன்றில் புதைக்கப் பட்டிருந்தன. குண்டுகள் வீழ்த்திய பெரிய துளைகளினால் பாரம் தாங்காமல் கட்டடங்கள் எந்நேரமும் இடிந்து விழுந்துவிடும் நிலையில் இருந்தன. அழிவின் அளவிலிருந்தே தாக்குதலின் கடுமையைக் கணிக்க முடிந்தது.

திடீரென இளைஞர்களும், சிறுவர்களும் அடங்கிய குழு ஒன்று எங்களைச் சூழ்ந்துகொண்டது. அவர்கள் எங்களிடம், 'ஹலோ, உங்கள் பெயரென்ன? நீங்கள் இங்கே என்ன செய்துகொண்டிருக் கிறீர்கள்?' என்று கேட்டார்கள்.

நாங்கள் பிரிட்டனிலிருந்து வந்த மருத்துவ ஊழியர்கள் என்றும், ஹைஃபா மருத்துவமனையில் பணியாற்றுகிறோம் என்றும் அவர்களிடம் விளக்கினோம். பாலஸ்தீனர்களுக்கு என்ன நடக்கிறது என்பது குறித்து உலகின் பிற நாடுகளுக்கும் தெரிகிறது என்றறிந்து வியப்படைந்த அவர்கள் எங்களை முகாமின் எஞ்சிய பகுதிகளைச் சுற்றிக் காண்பிக்க அழைத்துச் சென்றார்கள்.

அவர்களில், கையில் கட்டுடனிருந்த சற்று முதிர்ந்த பையன் தானொரு மருத்துவக் கல்லூரி மாணவன் என்றும், பெய்ரூத்திலுள்ள அமெரிக்கப் பல்கலைக்கழகத்தில் மருத்துவம் படித்துக்கொண்டிருந்த தாகவும், இஸ்ரேலியப் படையெடுப்பிற்குப் பிறகு கல்லூரிக்குச்

சென்றதில்லை என்றும் விளக்கினான். மருத்துவப் படிப்பைத் தொடர மிகுந்த ஆர்வமிருந்தாலும், இளமையும், திடகாத்திரமான உடலும் கொண்ட தான் தாக்குதல்களுக்கும், படுகொலைகளுக்கும் எதிராகத் தன் மக்களைப் பாதுகாக்க முகாமிலேயே தங்கியிருக்க வேண்டியது அதைவிட முக்கியமானதென்று அவன் நம்பினான். செயல்படுத்த அவன் தேர்ந்தெடுத்த ஒரு தியாகம் அது! மீண்டும் அவனுக்குக் கல்லூரியில் இடமளித்தாலும்கூட, தனது மக்கள் அமைதியுடன் வாழ்கின்ற நிலை உருவாகிற வரை, அவன் பர்ஜுல் பிரஜ்னே முகாமை விட்டு வெளியேறுவதாக இல்லை!

அங்குள்ள அழிவுகளையெல்லாம் எங்களுக்குச் சுற்றிக் காண்பித்த அவன் திரும்பி நின்று எங்களிடம் கேட்டான்: 'பாலஸ்தீனர்களான எங்களை மக்கள் ஏன் வெறுக்கிறார்கள்? இதுபோல எங்களை அழித்து விட ஏன் நினைக்கிறார்கள்?' —அந்தக் கேள்விக்கு என்னிடம் பதில் இல்லை.

முகாம்களின் எதிர்த் தாக்குதலை, இதிகாசமான கராமா போருடன் ஒப்பிட்டு அவனைத் தேற்ற நான் முயன்றேன். 'கராமா' என்ற அரபு வார்த்தைக்குக் 'கண்ணியம்' என்று பொருள். கராமா ஒரு பாலஸ்தீன அகதி முகாம். ஜெரிக்கோ நகருக்குப் பக்கத்தில் அது இருந்தது. 1968ஆம் ஆண்டில், படையெடுத்து வந்த பத்தாயிரத்திற்கும் அதிகமான வலுவான இஸ்ரேலிய இராணுவத்தையும் அதன் கவச வண்டிகளையும் வெறும் நானூற்று ஐம்பது பாலஸ்தீனப் போராளிகள் துரத்தியடித்தார்கள். அதற்குப் பதிலடியாக, இஸ்ரேலிய இராணுவம் போர்விமானங்களை அனுப்பி கராமாமீது குண்டுமழை பொழிந்து, அதைத் துடைத் தெறிந்தது. ஆனால் பாலஸ்தீன எதிர்ப்பு சக்தி பிறவியெடுத்ததும், வளர்ந்ததும் அங்கிருந்துதான்!

எங்களைச் சுற்றி நின்ற கூட்டம், வெளிநாட்டைச் சேர்ந்த ஒரு பெண் கராமாவைப் பற்றிச் சொன்னதும் அளவிலா ஆனந்தம் கொண்டார்கள். அத்துடன், உலகின் பல பாகங்களைச் சேர்ந்த எங்களைப் போன்றோர் பாலஸ்தீன மக்களின் போராட்ட வரலாற்றைக் கற்றுணர்ந்தும், அதில் பெருமிதம் கொண்டும் வாழ்கிறார்கள் என்பதை அவர்களுக்கு அது நினைவூட்டவும் செய்தது.

வெற்றிக் களிப்புடன் நாங்கள் பிரிந்தோம். தாக்குதலுக்கு எதிராகக் கடைசி மனிதன் உள்ளவரை போராடும் ஒரு கோட்டையாக பர்ஜுல் பிரஜ்னே முகாமை மாற்றுவோமென்று அந்த இளைஞர்கள் என்னிடம் உறுதியுடன் சொன்னார்கள்.

இருட்டியதும் அறைக்குத் திரும்பினோம். பல மாதங்களுக்குப் பிறகு, அல்லது சில ஆண்டுகளுக்குப் பிறகு முதல் முறையாக மனதில் உற்சாகமும் நம்பிக்கையும் ஏற்பட்டது. என்னை நானே ஒழுங்கு படுத்திக்கொண்டு, இலண்டனிலுள்ள என் கணவருக்கு ஒரு கடிதம் எழுதத் தொடங்கினேன். எழுதத் தெடங்கி அதிக நேரமாகவில்லை, யாரோ ஒருவர் கதவை மெல்லத் திறந்து அறைக்குள் நுழைவதை உணர்ந்தேன். அது இராணுவ சீருடையிலிருந்த ஓர் இளைஞன். ஜானுக்கும், பென்னுக்கும் பதிலாக நானும், அலிஸனும் அங்கிருப்பதைக் கண்டதும் முதலில் தயங்கினான். நாள்தோறும் வளர்ந்துகொண்டிருக்கும் 'பென் அலோஃப்ஸ் ரசிகர் குழு'வில் அவனும் ஓர் உறுப்பினராக இருக்கக்கூடும்! அந்த அளவுக்கு முகாம் மக்கள் அவரை ஆராதித்தார்கள். ஆனால், உள்நாட்டுக் கலாச்சாரப்படி ஆண்கள் மட்டுமே அவரை நேரில் சந்திக்க முடியும் என்பதால் அவர்களும் தொடர்ச்சியாக அவரை வெளியே அழைத்துச் சென்றார்கள். பென்னுக்குச் சொந்தமான வானொலியைக் கேட்கவே இந்த இளைஞன் வந்திருப்பதாக நான் நினைத்தேன். சிறிது நேரக் கூச்சத்திற்குப்பின் தெளிவடைந்த எங்களின் நண்பர் இறுதியில் உட்காரச் சம்மதித்தார். அவன் மிகவும் இளைஞனாகவும், உயரம் குறைந்தவனாக—ஒருவேளை ஐந்தடி இரண்டங்குலம் இருக்கலாம்— காணப்பட்டான். குழந்தைத் தனமான முகத்துடனும், மாநிறமாகவும், சிக்கலான சுருள்முடியுடனும் இருந்தான்.

அப்போது பென் அறைக்குள் நுழைந்தார் அவனைக் கண்டதும் மகிழ்ச்சியும், வியப்பும் அடைந்தார். 'ஏய்..' அவர் கத்தினார்: ' நீ ஒரு 'ஃபெதயீன்' (போராளி) என்பதை என்னிடம் சொல்லவே இல்லையே? ஆஹா...'—பென் பெரிய சிரிப்பால் முகத்தை அகலமாக்கினார்.

பச்சை நிறத்தில், தவிட்டு நிறக் கோடுகள் உள்ள முழு இராணுவச் சீருடையில் அந்த இளைஞன் இருந்தான். காலணியில் மண் ஒட்டிக் கொண்டிருந்தது. தோளில் துருப்பிடித்த பழைய 'கலஸ்னிகோவ்' இயந்திரத் துப்பாக்கி தொங்கிக் கொண்டிருந்தது. பென்னைப் பார்த்ததும் ஆறுதலடைந்த அவன், அவரிடம் பேசுவதற்காகத் தன் வாயில் மென்றுகொண்டிருந்த விதைகளைத் துப்பிவிட்டு வந்தான்.

தன்னைத் தானே சுட்டிக் காட்டி அவன் சொன்னான்: 'நான் மஹ்மூத்.' ஆங்கிலத்தில் தடுமாறியவாறு தொடர்ந்தான்: 'அமல் மிக மிக மோசம். பாலஸ்தீனர்கள் மிக மிக நல்லவர்கள்...' — அவ்வளவுதான், அவனிடமிருந்த ஆங்கில வார்த்தைகள் தீர்ந்து போயின! பென் இருந்த பக்கம் திரும்பி அரபியில் பேசத் தொடங்கினான். மஹ்மூதுக்குப் பதினாறு வயதாகிறது. லெபனான் ஷியா பிரிவைச் சேர்ந்தவன். ஆனாலும் சிறுவயதிலிருந்தே பாலஸ்தீனப் போராளியாக இருக்கிறான். அவனது குடும்பம் தெற்கு லெபனானில் இருந்தது. அவனது வீட்டை இஸ்ரேலியர்கள் அழித்ததால் குடும்பம் பர்ஜுல் பிரஜ்னே முகாமுக்கு ஓடிவந்தது. தன்னைத்தானே ஒரு பாலஸ்தீனனாக அவன் கருதிக்கொண்டதால் எப்போதும் அவர்களுடன் இருக்கவே விரும்பினான். அவனுடைய தாயாரும் அதையேதான் விரும்பினாள். அவனது மூத்த இரண்டு சகோதரர்கள் அமல் போராளிகளுடன் சேர்ந்தும்கூட, சிறியவனான மஹ்மூதும் அவனது தாயாரும் பாலஸ்தீனர்களுடன் முகாமிலேயே தங்குவதென முடிவெடுத்தார்கள்.

அவன் பென்னிடம், 'தன் தாயார் ஐந்து நாள்களுக்கு முன்னர், முகாமுக்குத் தேவையான உணவை வாங்குவதற்காக வெளியே செல்ல முயன்ற வேளையில் யாரோ மறைந்திருந்து சுட்டார்கள்; காயமடைந்த அவளை செஞ்சிலுவை சங்கத்தினர் ஆம்புலன்ஸில் கொண்டு சென்றார்கள்; அவளைப் பின்தொடர்ந்து செல்ல அவனால் முடியவில்லை; காரணம், அமல் போராளிகள் அவனைக் கண்டால் சுட்டுக் கொல்வது நிச்சயம்! அதன் பிறகு, அவளைப் பற்றிய எந்தச் செய்தியும் இல்லாததால் அவன் மிகவும் கவலைகொண்டிருந்தான். என்னாலும் அலிஸனாலும் தாயாரின் இருப்பிடத்தைக் கண்டறிந்து உதவ முடியுமா? ஒருவேளை அவள் லெபனானியர்களின் மகஸ்ஸத் மருத்துவமனையில் இருக்கக் கூடும்' என்று சொன்னான்.

ஒரு சின்ன பிரச்சினையிருந்தது. சொந்தப் பாதுகாப்பை எண்ணி தனது குடும்பப் பெயரை எங்களிடம் தர அவன் விரும்பவில்லை. மொத்தத்தில் எங்களுக்குத் தெரிந்ததெல்லாம், அவனது அண்ணன் பெயர் அஹம்மத், அதனால் அவளை 'உம்மு அஹமத்' என்று சொல்லலாம் என்பது மட்டுமே! (அரபியில் 'உம்மு' என்றால் 'அம்மா' என்று பொருள். அதாவது, 'அஹமதின் அம்மா.') தனது தாயாரின் படத்துடன் மறுநாள் காலை வருவதாகவும், அவள் உயிரோடிருப்பதை நாங்கள் கண்டுபிடித்தால் மிகுந்த நன்றியுடையவனாக இருப்பேன் என்றும் அந்த இளைஞன் சொன்னான்.

அவனுக்காக இதைச் செய்வதாக நாங்கள் ஒப்புக்கொண்டோம். அதைக் கேட்ட உடன் ஆறுதலடைந்த அவன், அதன் பிறகு பென்னுடன் வேடிக்கையாகப் பேசிக்கொண்டிருந்தான். திடீரென, தனது வீர அடையாளங்களைக் காண்பித்து எங்களை வசீகரிக்க அவன் விரும்பினான். சட்டையைக் கழற்றி மார்பிலும், கைகளிலும் இருந்த வடுக்களை ஒவ்வொன்றாகச் சுட்டிக் காட்டி, 'பாருங்கள், இதெல்லாம் அமலின் எம்-16 தோட்டாக்கள் பாய்ந்ததால் ஏற்பட்ட வடுக்கள். ஆயினும் பிரச்சினையில்லை. நான் எதற்கும் பயப்படவில்லை' என்று சொன்னான்.

அந்த லெபனானிய இளைஞனின் முகத்தை நான் உற்றுப் பார்த்தேன். திடீரென அது ஒரு விடுதலைப் போராளியின் முகமாக உருமாறியது...

மறுநாள் நானும் அலிஸனும் மகஸ்ஸத் மருத்துவமனையின் ஒவ்வொரு தளமாக ஏறியிறங்கி, அந்தத் தாயின் புகைப்படத்தைக் காண்பித்து, 'யாராவது இவளைப் பார்த்தீர்களா?' என்று விசாரித்துக் கொண்டி ருந்தோம்.

லெபனானில் 'அஹமத்' என்ற பெயர் மிகவும் பொதுவானது, பிரிட்டனில் 'ஜான்' என்கிற பெயரைப் போல! இலண்டனில், ஸெனட் தாமஸ் மருத்துவமனையிலோ வேறு ஏதேனும் பெரிய மருத்துவமனைகளிலோ சென்று, ஒவ்வொரு வார்டிலும் 'ஜானின் தாயாரைப் பார்த்தீர்களா?' என்று விசாரிப்பதைப் பற்றி யாரும் கனவு காண முடியாது! 'அவள் ஐந்து நாள்களுக்கு முன்பு சுடப்பட்டாள்' என்கிற தகவல் பலன் தரவில்லை. காரணம், பெய்ரூத்தில் தினந்தோறும்' பலரும் அப்படிச் சுடப்பட்டார்கள்! 'அவள் பர்ஜூல் பிரஜ்னே முகாமைச் சேர்ந்தவள்' என்று சுட்டிக்காட்டினால் உடனேயே பலருக்கும் ஆர்வம் குன்றியது. மகஸ்ஸத் மருத்துவமனையில் பணியாற்றும் யாருக்குத்தான் காயமடைந்த ஒரு பாலஸ்தீன பெண்ணை நினைவிருக்கும்? அவர்கள் ஒத்துழைக்க மறுத்ததால், அவர்களைத் திசை திருப்ப இறுதியில் நான் தந்திரம் கையாண்டேன்.

'இதோ பாருங்கள், இந்தப் பெண்மணி பாலஸ்தீன அகதிமுகாமி லிருந்து வந்தவளாக இருக்கலாம். ஆயினும், அவள் ஒரு லெபனானி. அவளது இரண்டு பிள்ளைகள் அமல் போராளிகளாக இருக்கிறார்கள். குடும்பம் அவளைத் தேடிக் கொண்டிருக்கிறது' என்று சொன்னேன்.

‘அமல்’ என்று சொன்னதும் விபத்துப் பிரிவின் தலைமை நர்ஸ் ஆர்வத்துடன் திரும்ப, புகைப்படத்தை நீண்ட நேரம் உற்று நோக்கினார். பிறகு, தன்னிடமுள்ள நோயாளிகளின் பதிவுப் பட்டியலைப் புரட்டிப் பார்த்த பிறகு‘ஆறு நாள்களுக்கு முன்பு மகஸ்ஸத் அவளுக்கு சிகிச்சை அளித்ததாகவும், மருத்துவமனையில் தங்க வேண்டிய அளவுக்குக் காயங்கள் பெரிதல்ல என்றும், அதனால் அவளை துரூஸ் மருத்துவமனைக்குச் செஞ்சிலுவை சங்கம் மாற்றியதாகவும்’ அவர் தகவல் சொன்னார். பொதுவாக துரூஸ் கட்சியினர் பாலஸ்தீனர்களிடம் இரக்கமுள்ளவர்கள். தங்களது மருத்துவமனையைப் பயன்படுத்திக் கொள்ளவும் தங்களது ஆதிக்கத் திலுள்ள இடங்களில் புகலிடம் தேடுவதற்கும் அவர்கள் பாலஸ்தீனர் களுக்கு அனுமதி அளித்திருந்தார்கள்.

பல்வேறு அரசியல் கட்சிகள் மற்றும் போராளிக் குழுக்களின் ஆதிக்கத்திற்குட்பட்ட பிரதேசங்களாகப் பெய்ரூத் மட்டுமல்ல, லெபனான் முழுவதும் பிளவுபட்டுக் கிடந்தது. தங்களது எல்லைக்குள் பாலஸ்தீனர்களை ஏற்றுக்கொள்ள துரூஸ் முன்வந்ததால், அது எதிரிகளின் தாக்குதலில் இருந்து அகதிகளுக்குப் பாதுகாப்பையும் அளித்தது. ஆனால், அகதிகள் எவரேனும் வழிதவறி துரூஸ் எல்லையைக் கடந்தால், எதிரிகள் அவர்களைக் கடத்திச் செல்லும் ஆபத்தும் இருந்தது! எப்படியோ, உம்மு அஹமத் இப்போது பாதுகாப்பான இடத்தில் இருக்கிறாள், அது போதும்! இந்த நல்ல செய்தியை உடனே மஹ்மூதிடம் சொல்லியாக வேண்டும். நாங்கள் விரைந்தோம்.

போகிற வழியில், பாலஸ்தீனர்கள் அமல்களை ‘சகோதரர்கள்’ என்று குறிப்படுவதையும், அதே அமல்கள் தங்களைத் தாக்கியதால் முகாம்கள் மீதான போர் எந்த அளவு பாலஸ்தீனர்களுக்கு வேதனையாக இருந்திருக்குமென்றும் நினைத்துப் பார்த்தேன். இது, ஒரே குடும்பத்தைச் சேர்ந்த ஒருவர் மற்றவரைத் தாக்குவது போன்றதுதான்! மஹ்மூதின் குடும்பத்தைப் பார்த்தாலும் இந்த உண்மை வெளிப்படும். இந்த ஷியா குடும்பத்தின் சந்ததிகள் பாலஸ்தீனர்களின் நண்பர்களாவும் எதிரிகளாகவும் பிளவுபட்டிருந்தார்கள். அவர்களின் தாயாரோ பாலஸ்தீன நண்பர்களுக்கு உதவும் முயற்சியில் காயமடைந்தாள். இதைவிட நல்ல நண்பர்கள் பாலஸ்தீனர்களுக்குக் கிடைக்கப் போவதில்லை.

தொடர்ந்து வந்த சில நாள்கள் ஓய்வில்லாத நாள்களாக இருந்தன. ஷத்திலா முகாமுக்கும், அக்வா-ஹைஃபா மருத்துவமனைகளுக்கும் இடையில் ஓடிக்கொண்டிருந்தேன். இனியும் ஒரு முற்றுகைக்கு ஆளாகும் நிலையேற்பட்டால், முகாமின் மருத்துவத் தேவைகள் தன்னிறைவில் இருக்க வேண்டும் என்கிற எண்ணத்தில் செம்பிறைச் சங்கம் ஷத்திலா முகாமின் மருத்துவ வசதிகளை மேம்படுத்தும் முயற்சியில் ஈடுபட்டது. பொதுவாக, முகாம்களின் ஏதேனுமொரு எல்லையில்தான் செம்பிறைச் சங்கத்தின் மருத்துவமனைகள் நிறுவப்பட்டிருக்கும். காரணம், லெபனானியர்களுக்கும் பாலஸ்தீனர் களுக்கும் பொதுவாக மருத்துவ சேவைகளை வழங்க செம்பிறைச் சங்கம் எண்ணியது. எனினும், கடந்த ரமளான் போரானது அந்தக் கொள்கையை மறுபரிசீலனை செய்ய செம்பிறைச் சங்கத்தைக் கட்டாயப்படுத்தியது. முகாமுக்கு வெளியே இருக்கும் மருத்துவ மனையால் முற்றுகையிடப்பட்ட முகாமுக்குள்ளிருக்கும் காயம் பட்டவர்களுக்குச் சிகிச்சை செய்ய முடியாதென்பதை அது உணர்ந்தது. அத்துடன், முகாமுக்கு வெளியே இருக்கும் மருத்துவமனைகள் பல்வேறு போராளிக் குழுக்களின் தாக்குதலுக்கும், பாலஸ்தீன ஊழியர்களை அவர்கள் எளிதாகக் கடத்திச் செல்வதற்கும் வாய்ப்பாக இருந்தன. சமீபத்தில் நடந்த தாக்குதல்கள், பாலஸ்தீனர்கள் தங்களைத் தாங்களே பாதுகாத்துக்கொள்ள முடியுமென்பதை நிரூபிக்கவும் செய்தன. முற்றுகை வேளையில் தேவையான மருத்துவ வசதிகள் இருந்தால், அதிக உயிரிழப்பு ஏற்படாது!

நார்வேயின் கிளினிக் ஷத்திலா முகாமில் விரைவிலேயே செயல்படத் தொடங்கியது. எனது நார்வே நண்பர்கள் வாரத்தில் இரண்டு நாள்கள் அங்குள்ள ஆர்த்தோபீடிக் பிரிவுக்கு வந்து சிகிச்சையளிக்கும்படி என்னிடம் கேட்டுக்கொண்டார்கள். இந்த நார்வே கிளினிக், ஷத்திலா முகாமிலுள்ள செம்பிறைச் சங்கத்தின் கிளினிக்கிற்குத் துணையாகச் செயல்பட்டது. செம்பிறைச் சங்கத்தின் மருத்துவர்களும், நர்சுகளும், போர்க் காயங்களுக்கு சிகிச்சையளிக்கும் அளவுக்குப் போதுமான வசதிகள் இல்லாதிருந்த நிலையிலும் பல உயிர்களையும் காப்பாற்று வதற்கு முற்றுகை வேள்ளையில் கடினமாகப் போராடினார்கள். செம்பிறைச் சங்கத்தின் கிளினிக்கை ஒரு மருத்துவமனையாக மாற்றும்

பணிகள் நடந்துகொண்டிருக்கும் இந்த நேரத்தில், தங்களுக்குள்ள வேலையின் சுமைகளை நார்வே கிளினிக் பங்கிட்டுக்கொள்ளுமென அவர்கள் எதிர்பார்த்தார்கள்.

நிர்வாகப் பணிகள் எனது நேரத்தைப் பெருமளவு விழுங்கிக் கொண்டிருந்தன. எனது நார்வே தோழி ஷைனியும் நானும் ஒன்று சேர்ந்துகொண்டு ஆபரேஷன் தியேட்டருக்குத் தேவையான கருவி களையும் உபகரணங்களையும் ஒழுங்குபடுத்துவதிலும், பேச்சு வார்த்தை நடத்துவதிலும் நேரத்தைச் செலவழித்தோம். பிரிட்டிஷ் மருத்துவக் குழுவினர் கடுமையாக உழைத்தும், பொறுப்புணர்வோடு செயல்பட்டும், தொடக்கத்திலிருந்த சில பிரச்சினைகளைச் சமாளித்து சூழ்நிலையோடு ஒத்துப்போனார்கள். அலிஸனும், இரண்டு ஜான்களும் லெபனானுக்கு முதல் முறையாக வந்தவர்களாக இருந்தும்கூட, அவர்கள் நிலைமையைச் சமாளித்த விதத்தைக் கண்டு நான் பூரிப்படைந்தேன்.

வழக்கமான கிளினிக் வேலைகளுடன் நிர்வாகப் பொறுப்புகளையும் கவனிக்க நேர்ந்தது எனக்குச் சிரமத்தை ஏற்படுத்தியது. 1982இல் நான் செய்தது போல, ஓய்வு நேரங்களில் முகாமில் சுற்றித் திரியவும் முடியவில்லை. ஆனாலும், நான் பணியாற்றும் கிளினிக்கின் சுவர்களினூடே—என் முன்னே குவிந்து கிடக்கும் எண்ணற்றக் கோப்புகளினூடே—நான் ஷத்திலா மக்களைக் காணவும், அறியவும் செய்தேன். அவர்களின் எண்ணங்களை அறிய, நான் அவர்களுடன் பேச வேண்டியதில்லை. அவர்களின் தட்டிப் பறிக்க முடியாத வீரத்தைப் புரிந்துகொள்ள, நான் அவர்களைக் காணவேண்டியதில்லை. காயமடைந்தவர்களைப் பரிசோதித்தும், அவர்களின் சிகிச்சைக்கான விரிவான திட்டங்களைத் தீட்டியும் நான் வழக்கமான என் பணிகளில் மூழ்கினேன்.

சிக்கலான காயங்களுக்குச் சிகிச்சையளிக்க போதுமான வசதிகள் இல்லாத நிலையில் ஒரு மாற்றாக அறிக்கைகளும், பரிந்துரைகளும் எழுதவேண்டியிருந்தது. இது மனோரீதியாக நோயாளிகளுக்கு உதவியது. அவர்கள் அலுத்துக்கொள்ளவில்லை. இருந்தாலும், நீண்டகால காத்திருப்பில் பொறுமை இழந்தார்கள். இதுபோன்ற ஒரு சூழ்நிலையைச் சமாளிப்பது ஒருவேளை மருத்துவ ஊழியர்களுக்கு சிரமமாக இருக்கும்.

ஹைஃபா மருத்துவமனையில் எனது வழக்கமான பணிகளை முடித்துக்கொண்டு தகிக்கும் ஒரு நண்பகல் வேளையில் நார்வே கிளினிக்கில் ஆர்த்தோபீடிக் நோயாளிகளைப் பார்க்க நான் ஷத்திலாவுக்கு வந்தேன். விசித்திரமான நிலையில் கிளினிக் பூட்டிக் கிடந்தது. முகாமின் பிரதான பாதையில் யாரையும் காணோம். எல்லா வீடுகளும் காலியாகக் கிடந்தன. நான் திகைத்து நின்ற போது அங்கு வந்த ஒரு சிறுமி எல்லோரும் ஷத்திலா மஸ்ஜிதுக்குச் சென்றிருப்பதாகச் சொன்னாள். முகாம் போரின்போது உயிர்த் தியாகம் செய்த ஐம்பது பாலஸ்தீன வீரர்களின் நாற்பதாவது நாள் சடங்கு அங்கு நடக்கிறதாம்! இடிந்து கிடந்த கட்டடக் குவியலுக்கிடையில் தட்டுத் தடுமாறி நானும் ஷத்திலா மஸ்ஜிதுக்கு நடந்தேன்.

நான் பிரமித்துப் போய்விட்டேன். எனக்கு முன்னால் ஆண்களும், பெண்களும், குழந்தைகளும், முதியவர்களும், இளைஞர்களும் அடங்கிய ஒரு பெரிய கூட்டமிருந்தது. எண்ணிக்கையற்ற பாலஸ்தீனக் கொடிகள் அசைந்துகொண்டிருந்தன. கம்புகளில் கட்டப்பட்ட உயிர்த் தியாகிகளின் பெரிய படங்களை மக்கள் கைகளில் ஏந்தியவாறு நின்றார்கள். வாத்திய கருவிகள் இயங்கின. பாலஸ்தீனக் பாடலொன்று முழங்கியது. மக்கள் நடனமாடியவாறு போர் முழக்கங்களை எழுப்பினர். எனது கன்னங்களில் கண்ணீர் வடிவதை உணர்ந்தேன்.

நான் அழுதேன். காரணம், என்னைச் சுற்றிலும் இடிபாடுகளைத் தவிர வேறெதுவுமில்லை. இங்கிருந்த பலரும் இறந்து போனார்கள். இருந்தும் இன்றைய நினைவுநாள் சோகமானதல்ல— நம்பிக்கையும், வெற்றியும் பறைசாற்றும் ஒன்று அது! 'பாலஸ்தீனர்கள் எப்படி இதை வெற்றியாகக் கொண்டாடுகிறார்கள்?' என்று என்னிடம் நானே கேட்டுக்கொண்டேன். சற்று நேரத்திற்குப் பிறகு, வெற்றியைக் குறித்த தூரப்பார்வையினால் மட்டுமே இறப்பின்—இழப்பின்—பிரிவின் வேதனைகளை நீக்க முடியுமென்று நான் புரிந்துகொண்டேன். ஆகவேதான், ஷத்திலாவின் உடைந்த சுவர்களுக்கும் இடிபாடுகளுக்கும் மத்தியில்—தகர்ந்து கிடக்கும் ஒரு பழைய பள்ளிவாசலுக்குள்ளிருந்து வெற்றியின் துடிப்பை இன்று நம்மால் கேட்க முடிகிறது. எல்லையற்ற துயரங்களுக்கிடையிலும் வெற்றி விழா கொண்டாடும் தன்னம்பிக்கை மிகுந்த ஒளிமயமான காட்சிகளைத்தான் நான் எப்போதும் தாலாட்டினேன். அதைத்தான் உலகெங்கும் வேதனையில் வாடும் மக்களுடன் பங்கிட்டுக்கொள்ள விரும்பினேன்.

ஷத்திலா முகாம் மிகவும் மோசமாகச் சீரழிந்து கிடந்தது. 36,000 சதுர மீட்டர் பரப்பளவில், நாற்பது நாள்களாக, இரவும் பகலும் வெடிகுண்டுகளும், ஏவுகணைகளும் மக்கள் நெருக்கடியான இந்த முகாமின் மீது சரமாரியாக விழுந்தன. அப்படியிருந்தும் ஷத்திலா முகாம் நிமிர்ந்து நின்றது. உயிர்த் தியாகங்களைச் செய்தது. இன்று, முகாம் மக்கள் பெருமிதமும், வெற்றிக் களிப்பும் கொள்கிறார்கள். ஒரே நாளில் அறுநூறுக்கும் அதிகமான வெடிகுண்டுகள், ஏவுகணைகள், ஷெல்லுகள் தங்களது வீடுகளின்மீது மழையாகப் பொழிந்தும்கூட, எப்படிச் சரணடையாமல் எதிர்த்து நின்றோம் என்பதை நினைவுகூர்ந்தார்கள். மற்றொரு நாள், கைவசமிருந்த தோட்டாக்கள் முழுவதும் தீர்ந்த நிலையிலும் துணிவுடன் எதிர்த்து நின்று, பொய்யான வெடிச் சத்தங்களால் எப்படி எதிரிகளைத் திக்குமுக்காட வைத்தார்கள் என்பதையும் நினைவுகூர்ந்தார்கள்.

சரணடைவதற்குப் பதிலாக, நான்கு பாலஸ்தீனப் பெண்கள் பூனை வேடம் தரித்து, சோதனைச் சாவடியைக் கடந்து சென்று, எங்கிருந்தோ வாங்கிவந்த 35,000 தோட்டாக்களை வைத்துக்கொண்டு முகாம் மக்கள் தொடர்ந்து போராடினார்கள். இன்று ஷத்திலா மக்கள், 1982இல் நடந்த படுகொலைகளில் உயிரிழந்தவர்களின் கல்லறைகளைப் பார்த்துக் கண்ணீர் வடிப்பதில்லை. மாறாக, தங்களது வீடுகளைப் பாதுகாக்கும் முயற்சியில் உயிர்த் தியாகம் செய்த வீரர்களின் நினைவுகளுக்கு மரியாதை செலுத்துகிறார்கள்.

அந்த நிகழ்ச்சி முடிந்ததும் நான் கிளினிக்கிற்குத் திரும்பினேன். அங்கு, 1982இல் என்னுடன் காஸா மருத்துவமனையில் பணியாற்றிய நர்ஸ் ஹன்னாவைச் சந்தித்தேன். அவள் மெலிந்திருந்தாள். அவளது கண்களில் சோகம் குடியிருந்தது. மூன்றாண்டுகள் கடந்த போதிலும், காஸா மருத்துவமனையின் அவசர சிகிச்சைப் பிரிவில் அவள் பணியாற்றியது நினைவுக்கு வந்தது. ஒருமுறை, 'நைட்ரஸ் ஆக்ஸைடு' சிலிண்டர் மீது 'ஆக்ஸிஜன்' என்று தவறாக லேபிள் ஒட்டியிருந்ததை அவள் கண்டுபிடித்தபோது, அவளது முகத்தில் தோன்றிய பீதியை இப்போதும் நான் நினைவில் வைத்திருக்கிறேன். 1982 படுகொலை களுக்குப் பிறகும் அவள் கைது செய்யப்படும்வரை, அவள் நீண்ட காலம் பெய்ரூத்திலேயே பணியாற்றிக் கொண்டிருந்தாள். விடுதலைக்குப் பிறகு அவள் வெளிநாட்டிற்குச் சென்றுவிட்டாள்.

பெல்ஜியத்தில் படித்துக்கொண்டிருந்த அவள், முகாம்கள் மீண்டும் தாக்கப்பட்டதை அறிந்ததும் தன் படிப்பை நிறுத்திக்கொண்டு,

தனக்குள்ள ஆபத்தையும் பொருட்படுத்தாமல் திரும்பி வந்திருந்தாள். சோக வடிவான அவளை நான் ஆரத் தழுவியபோதுதான் அவள் எந்த அளவுக்கு மெலிந்திருக்கிறாள் என்பதை உணர்ந்தேன். 'ஹன்னா, தயவுசெய்து, தயவுசெய்து உறுதியாக நில்!' என்று சொன்னேன். அது போன்ற வார்த்தைகள் மனிதர்களை உற்சாகப்படுத்தும்!

ஆனால், அவள் கண்ணீரைத் துடைத்துக்கொண்டு என்னை ஏறிட்டு நோக்கியபடி சொன்னாள்: 'நான் முயற்சி செய்கிறேன். ஆனால் இனியும் எத்தனை காலத்திற்கு?' அதற்கான விடை எனக்குத் தெரியும். எனினும், அதிகமாகப் பேசுவது வாயாடித்தனமாகுமென்று எண்ணி பேசாமலிருந்தேன். நல்லவேளையாக அந்த நேரத்தில் நோயாளிகள் கூட்டமாகக் கிளினிக்கிற்குள் நுழைந்தார்கள். உடனே அவள் தன் சோகத்தைத் துடைத்தெறிந்துத் தனது பணியில் மூழ்கினாள்.

வெகுநேரம் கழித்து, நோயாளிகள் எல்லோரும் சென்ற பின்னர், நான் ஹன்னாவிடம் அவளது நெருங்கிய தோழி நஹ்லாவைப் பற்றி விசாரித்தேன். நஹ்லா காயமடைந்துள்ளதாகவும், ஒளிந்து வாழ்வதாகவும் அறிந்துகொண்டேன்.

ஹன்னா விளக்கினாள்: 'நாற்பது நாள்களாக இரவும், பகலும் அவள் போராடினாள், போராடிக்கொண்டே இருந்தாள். அதன் பிறகு முகாமில் தோட்டாக்கள் தீர்ந்து போயின. தோட்டாக்களை வாங்கி வர நான்கு பெண்கள் முகாமிலிருந்து வெளியே சென்றார்கள். அவர்களில் நஹ்லாவும் இருந்தாள். அவர்கள் நால்வரும் வாங்கிய தோட்டாக்களைத் தங்களது உடம்பில் கட்டி வைத்துக்கொண்டு, அமல் சோதனைச் சாவடியைக் கடந்து முகாமுக்கு வந்தார்கள். பிறகு இந்தச் செய்தியை எப்படியோ உளவறிந்த அமல் போராளிகள் கடும் சினம் கொண்டனர். அவளைக் கொல்ல விரும்பினார்கள். அவளிருக்கும் இடத்திற்கு நீங்கள் செல்ல முடியாது. அமல் உங்களைப் பின்தொடர்ந்து வந்து, அவளைக் கொன்றுவிடுவார்கள்.'

அது மடத்தனம். நஹ்லா ஒரு நர்ஸாக காஸா மருத்துவமனையில் பயிற்சி பெற்றுக்கொண்டிருந்தாள். தன் மக்களைப் பாதுகாக்கப் போராடினாள் என்கிற ஒரே காரணத்திற்காக அவளுக்கு இப்போது மரண வாரண்ட் கிடைத்துள்ளது. நல்ல உயரமும், அழகிய உருவமும், கருணையுள்ளமும் கொண்டிருந்த நஹ்லா, என் வாழ்க்கையில் நான் ஒருபோதும் பார்த்திராத பேரழகிகளில் ஒருத்தியென்பதை நான் சாதாரணமாகச் சொல்வேன். அவள் ஆயுதமேந்தி துணிவுடன் போராடினாள் என்கிற எண்ணமே என்னைப் பெருமிதம்கொள்ள

வைத்தது. ஆனால், அவள் காயமடைந்தாள். அமல் போராளிகள் அவளை நாடெங்கும் வேட்டையாடுகிறார்கள் என்கிற உண்மை என்னைக் கோபமடையச் செய்தது. அவளைச் சந்திப்பதைப் பற்றி நான் இனி கனவு காணமுடியாது. இருந்தாலும் நானும் அவளுக்கொரு தோழியென்கிற எண்ணமே எனக்குப் பெரிய கௌரவத்தைத் தந்தது.

மறுநாள் என்னைப் பார்க்க நஹ்லாவின் தாயார் வந்தாள். அவளுடைய மகள் தனது அன்பையும், பரிசுப் பொருளையும் எனக்காகக் கொடுத்தனுப்பியிருந்தாள். பாலஸ்தீனக் கொடியையும், உதய சூரியனையும் கையால் பின்னிய, துணியிலான மேசை விரிப்பு அது. அவளது வாசிப்பு மேசையை அலங்கரித்த அந்தத் துணியை என்னிடம் தரும்படி நஹ்லா தன் தாயாரிடம் சொல்லியிருந்தாள்.

பாலஸ்தீனக் கொடியின் நிறங்களைப் பார்க்கும் ஒவ்வொரு முறையும் நான் அவளை நினைத்துக்கொள்வேன் என்று அவள் எதிர்பார்ப்பதாகவும் அவள் தாய் சொன்னாள். அதன் பிறகுதான் நஹ்லாவின் தாயாருக்கு, எனக்குத் தருவதற்கென்று தானேதும் பரிசு கொண்டு வராதது சட்டென்று நினைவுக்கு வந்தது. அவசரமாகத் தன் கூடையைத் துழாவிய அவள் ஒரு முள்கரண்டியையும் ஸ்பூனையும் எடுத்து எனக்குப் பரிசாகத் தந்தாள்.

அவளை நான் பெரிதாக அணைத்துப் பலமுறை அவளது கன்னத்தில் முத்தமிட்டேன். அவள் தந்த பரிசுப் பொருள்களை அவளிடமே திருப்பிக் கொடுத்தேன். நஹ்லாவுக்கிருந்த தாராள மனப்பான்மையும், தியாக உள்ளமும் அவளுக்கு எங்கிருந்து கிடைத்ததென்பதை நான் இப்போது புரிந்துகொண்டேன்.

21

அடுத்த நாள் ஹம்ராவுக்குச் சென்றேன். மேற்குப் பெய்ரூத்தின் வியாபார மையம். ஷத்திலா மஸ்ஜிதுக்குள் அடக்கம் செய்யப்பட்ட உயிர்த் தியாகிகளின் கல்லறைகளில் சமர்ப்பிக்கும் நோக்கத்துடன் நிறைய மலர்க்கொத்துகளை வாங்கினேன். ஆனால் வழியிலெங்கோ அதை நான் தவறவிட்டுவிட்டேன்.

இருந்தாலும், அவர்களுக்கு மரியாதை செலுத்த வேண்டி நான் மஸ்ஜிதுக்குள் நுழையவே செய்தேன். சிதைந்து கிடந்த ஷத்திலா மஸஜிதுக்குள் நான் செல்வது இதுவே முதல்முறை! நுழைவாயிலைக் கடந்து உள்ளே சென்றதும், அதன் உள்பகுதி எவ்வளவு சுத்தமாகவும், அழகாகவும் இருக்கிறது என்பதைக் கண்டேன். மஸ்ஜிதின் பிரதான கூடத்தில் ஐம்பது தியாகிகளின் உடல்கள் அடக்கம் செய்யப் பட்டிருந்தன. எல்லா இடங்களிலும் மலர்கள் தூவப்பட்டிருந்தன. கல்லறைகளில் நாட்டும் அடையாளக் கற்களுக்குப் பதிலாகப் படங்களும், பாலஸ்தீனக் கொடிகளும் உயிர்த் தியாகிகள் ஓய்வெடுக்கும் இடத்தை அடையாளம் காட்டின.

அந்தப் படங்களைப் பார்த்தவுடன் அவர்கள் அனைவரும் மிகவும் இளம் வயதினர் என்பது புரிந்தது. அதில் பல இளம் பெண்களும் அடங்கியிருந்தனர். உலகெங்குமுள்ள சாதாரணப் பெண்களைப் போலவே ஒரு வேலை —ஒரு கணவன்—ஒரு குடும்பம் என்று வாழ ஆசைப்பட்ட பெண்கள்! விலை மதிக்க முடியாத தங்களின் இளமை யையும் வாழ்க்கையையும் சொந்த மக்களுக்காக— நாட்டிற்காக— தயக்கமின்றித் தியாகம் செய்த புன்னகை புரியும் அழகான இளைஞர்கள்.

ஷத்திலா முகாமிலிருந்த நோயாளிகள் தனித்தன்மை வாய்ந்தவர்கள்! தங்களது நிலையைக் குறித்து அவர்களுக்கு இருந்த ஞானத்தைக் கண்டு நான் பலமுறை வியந்து போனேன். ஒரு தோட்டாவோ உலோகத் துண்டோ எந்த வழியாக உடலில் துளைத்துச் சென்றது என்பதையும், அது எந்த உள்ளுறுப்பைப் பாதித்திருக்கும் என்பதையும் அவர்கள் தெரிந்து வைத்திருந்தார்கள். எல்லாவற்றையும்விட, என்னிடம் அவர்கள் காட்டிய பொறுமையைக் கண்டு நான் மிகவும் வியந்தேன். அறுவை சிகிச்சைக்குத் தேவையான வசதிகள் இல்லாததால், பெரிதாக என்னால் எதுவும் செய்ய முடியாதென்பதை ஏறக்குறைய எல்லோருமே அறிந்திருந்தார்கள். இருந்தாலும்கூட, அடிக்கடி அவர்கள் என்னைத் தேடிவந்தார்கள். தங்களது பிரச்சினைகள் குறித்து என்னுடன் விவாதிக்கவும் செய்தார்கள்.

நார்வே கிளினிக்கில் பணியாற்றும், பெல்ஜியத்தைச் சேர்ந்த மருத்துவர் ஒருவர், எனது ஆர்த்தோபீடிக் கிளினிக் ஒரு பெரிய சமூக மன்றமாக மாறியதைக் கண்டு வழக்கமாகச் சிரித்து கேலி செய்வார். பத்துக்கும் மேற்பட்ட நோயாளிகள் ஒன்றாக அமர்ந்து, அவரவர் காயங்களைப் பற்றிக் கருத்துப் பரிமாற்றம் நடத்துவதும்,

ஒருவருக்கொருவர் காயங்களுக்குக் கட்டுப் போடுவதும், செயலிழந்த கைகால்களுக்கு ஒருவருக்கொருவர் பயிற்சியளிப்பதும் அவர்களின் தன்னம்பிக்கையை வளர்த்தது. அத்துடன், தகுந்த சிகிச்சை வசதிகள் இல்லாததால் உருவாகும் விரக்தியைத் தீர்க்கவும் அது உதவியது.

விரைவிலேயே, நோயாளிகள் ஒருவருக்கொருவர் பிளாஸ்டர்களை நீக்கிய பின்னர் என்னைக் காண வருகிற அளவுக்கு நிலைமை முன்னேறியது. பலரும் வோல்டேஜ் டிரான்ஸ்ஃபார்மரை கையோடு கொண்டு வந்தார்கள். அதன் மூலம் பிளாஸ்டர் அரத்தைப் பயன்படுத்தத் தேவையான மின்சக்தியை மருத்துவமனையின் ஜெனரேட்டரிலிருந்து எடுக்கமுடியும். சிறிது காலம் சென்றால் இதெல்லாம் சிறந்த ஆர்த்தோபீடிக் உதவியாளர்களை உருவாக்குமென்பதில் எனக்குச் சந்தேகமில்லை! இருந்தாலும், வழக்கத்திற்கு மாறான, தரம் குறைந்த எனது கிளினிக்கைப் பற்றி பிரிட்டிஷ் ஆர்த்தோபீடிக் அசோஸியேஷன் என்ன நினைக்குமென்கிற தயக்கமும் எனக்கிருந்தது. ஆனால் தரமிருக்கிறதோ இல்லையோ, நாங்கள் செயல்பட்டோம் என்பதே முக்கியம்!

ஒருநாள், ஒரு பாலஸ்தீன இளைஞனின் கையில் பாய்ந்திருந்த தோட்டாவை நான் அகற்ற வேண்டியிருந்தது. விரல்களைச் சேர்க்க முடியாதபடி அது தடுத்தது. விரலுக்கிடை யில் அது துளைத்துச் சென்றிருந்தது. மயக்கமருந்து தீர்ந்து போயிருந்தது. கையுறை, முகமூடி, தொப்பி எதுவுமில்லை. நர்ஸ் கையில் பிடித்த டார்ச் ஒளியில் அறுவை சிகிச்சை நடத்த வேண்டியிருந்தது.

அறுவை சிகிச்சையைத் தொடங்கும் முன் அவனை எச்சரித்தேன்: 'இது உனக்குக் கஷ்டமாயிருக்கும். காரணம் இங்கு மயக்க மருந்து கைவசம் இல்லை.'

நிலைமையைப் புரிந்துகொண்டு அவன் பதில் சொன்னான்: 'மருத்துவர், நானொரு பாலஸ்தீனன் என்பதை நீங்கள் மறந்துவிட்டீர்கள்.'

இது போன்ற நோயாளியிடம் நான் என்ன சொல்ல முடியும்? குறிப்பிட்ட இடத்தை மட்டும் மரக்கச் செய்யும் மருந்துகூட கொடுக்காமல் அந்த அறுவை சிகிச்சை நடந்தது.

இதன் பிறகு, இது போன்ற பல அறுவை சிகிச்சைகளை மயக்கமருந்து கொடுத்தும் கொடுக்காமலும், வீடுகளிலும் வரவேற்பறையிலும், சிலசமயம் சமையல் அறையிலும்கூட, நான்

நடத்தினேன். அப்போதெல்லாம் ஏதேனுமொரு பாலஸ்தீன நர்ஸ் என்னுடன் வருவாள். சிதைவடைந்த வீடுகளில் தங்கியிருக்கும் மக்களைக் காணச் செல்லும்போது, சாதாரண அறுவை சிகிச்சைகளை நடத்தத் தேவையான சில புரையெதிர்ப்பு மருந்துகள், கட்டுவதற்கான துணிகள், கத்தி, பிளேடு, ஊசி, நூல் போன்ற அனைத்தையும் நாங்கள் எங்களது கைகளில் சுமந்து செல்வோம்! குறைந்த வசதிகளோடு அறுவை சிகிச்சை செய்ய எவ்வளவு சீக்கிரம் நான் கற்றுக்கொண்டேன் என்பது எனக்கே அதிசயமாகத் தோன்றியது! ஆனால், ஏதேனும் சிக்கலான அறுவை சிகிச்சையென்றால், ஷத்திலாவுக்கு ஒரு சரியான மருத்துவமனை வரும்வரை காத்திருக்க வேண்டியதுதான்!

இதற்கிடையில், ஷத்திலா முகாமில் உள்ள வெடிகுண்டு பாதுகாப்புக் கிடங்கில் பெரிய அளவில் சீரமைப்புப் பணிகள் நடந்துகொண்டு இருந்தன. ஆபரேஷன் தியேட்டர்களும், மயக்கம் தெளியும்வரை படுக்க வைக்கும் மீட்பு அறையும் கொண்ட பிரிவாக அதை மாற்றியாக வேண்டும். வேலை முடிந்ததும் அதைச் செம்பிறைச் சங்கத்தின் கிளினிக்குடன் இணைப்பார்கள். அவையிரண்டும் சேர்ந்து எதிர்காலத்தில் ஷத்திலா மருத்துவமனையாக மாறும். அமல் போராளிகளின் அடுத்த தாக்குதலுக்கு முன்பாகத் தயார் நிலையில் இருக்க வேண்டுமென முகாம் மக்கள் நினைத்தார்கள். விபத்து மற்றும் அவசரப் பிரிவில் நீண்டகால அனுபவமுள்ள ஜான் தோர்ன்டிக்கை இதன் பொருட்டு ஹைஃபா மருத்துவமனையிலிருந்து ஷத்திலா கிளினிக்கிற்கு மாற்றி யிருந்தார்கள்.

ஒருநாள் மாலை, சப்ரா முகாமில் எஞ்சியிருப்பதையும், காஸா மருத்துவமனையையும் பார்க்கச் செல்வதற்கான நேரமிது என்று முடிவு செய்தேன். 1982 செப்டம்பர் 18இல் எங்களை வலுக்கட்டாயமாக அழைத்துச் சென்ற அதே பாதையில் நடப்பதெனத் தீர்மானித்தேன். அன்று என்னுடனிருந்த சக ஊழியர்கள் இப்போதும் என்னோடிருந்தால், அந்தப் பழைய காலடிச் சுவடுகளைப் பின்தொடர்ந்து நடந்திருக்கலா மென்று நான் ஆசைப்பட்டேன். அதைப் பார்க்கும் முகாம் மக்கள் நாங்கள் திரும்ப வந்திருப்பதை அறிந்து மகிழ்ச்சிகொள்வார்கள்.

ஒரு சர்வீஸ் டாக்சி என்னை அக்வா மருத்துவமனைக்கு முன்னால் இறக்கிவிட்டது. சாலையைக் கடந்ததும் ஷத்திலா முகாமின் தெற்கு எல்லையிலும் ரியு சப்ரா சாலையின் தொடக்கத்திலுமாக

நானிருந்தேன். சாலையெங்கும் ஒன்றுக்கொன்று கல்லெறியும் தூரத்தில், சோதனைச் சாவடிகள் நிறைந்திருந்தன. நான் சாலையில் நடக்கத் தொடங்கியதும் யாரோ கத்தினார்கள்: 'இஸ்ரேலிய விசாரணைக் குழுவிற்கு முன்னால் சாட்சியளிக்கச் சென்ற மருத்துவர் வருகிறார்..!'

சாலையின் இரு புறங்களிலிருந்தும் மக்கள் கூச்சலிட்டு என் கவனத்தைக் கவர முயன்றார்கள். சோதனைச் சாவடிகளில் இருந்த இராணுவ வீரர்கள் திகைத்தார்கள். அது ஒரு மிகப்பெரிய சங்கமம்! புல்டோஸர்களையும், எதிரிகளான வீரர்களையும் மறந்து, நாங்கள் ஒருவரையொருவர் ஆரத் தழுவியும், வாழ்த்துகளைப் பறிமாறிக் கொண்டும் இருந்தோம். இடிந்த வீடுகளிலிருந்து விதவைகள், அநாதைகள், முதியவர்கள் என எல்லோரும் வெளியே வந்தார்கள். நாங்கள் அனைவரும் அளவிலா ஆனந்தம் கொண்டோம். அதன் பிறகு குழந்தைகள், வெடிகுண்டுகள் சிதைத்த தங்களின் வீடுகளுக்கு முன்னால், விரல்களை அகல விரித்து வெற்றிச் சின்னத்தைக் காண்பித்த படி நின்றுகொண்டு, தங்களின் புகைப்படத்தை எடுக்கும்படி என்னிடம் சொன்னார்கள். 1982இல் கண்ட அதே மாதிரிக் குழந்தைகள்!

இந்த முறை அந்த வெற்றிச் சின்னம் மிகுந்த தன்னம்பிக்கை யுடனும் ஆவேசத்துடனும் இருந்தது. அவர்களும் பெரிதாகப் புன்னகை செய்தார்கள். படமெடுப்பதில் எனக்குள்ள திறமை முன்னேறியிருப்பதை நானெடுத்த படமும் நிரூபித்தது. முகாம் மக்கள் என்னைத் தங்களது வீடுகளுக்கு அழைத்துச் சென்று காபியும் குளிர்பானமும் தந்தார்கள். மற்றவர்கள் நலம் விசாரித்தார்கள்.

ரியு சப்ரா சாலைக்கப்பால் புல்டோஸர்கள் வீடுகளை இடித்தும், புழுதியையும், இடிபாடுகளையும், கழிவுநீர்க் குழாய்கள் மற்றும் மின்சார கம்பிகளை வாரியிறைத்தும் வெறித்தனமாக இயங்கிக்கொண்டு இருந்தன. அந்த புல்டோஸர்கள் சிரியாவிலிருந்து வந்தவையென்று மக்கள் என்னிடம் சொன்னார்கள். சப்ரா-ஷத்திலா-பர்ஜுல் பிரஜ்னே ஆகிய முகாம்கள் சுரங்கப் பாதை மூலம் இணைக்கப்பட்டுள்ளன என்கிற வதந்தி சிரியர்களையும் பாதித்திருந்தது. பாலஸ்தீனர்கள் இதை மறுத்த போதிலும், முகாம்களைத் தரைமட்டமாக்கி அதை நிரூபிக்கப் போவதாக சிரியர்கள் பயம் காட்டினார்கள்.

சிரியாவின் நாற்பது புல்டோஸர்களும், கட்டட உதவியாளர்கள், பொறியியல் வல்லுநர்கள் அடங்கிய ஐநூறு பேர்கொண்ட குழுவும் சிரியாவிலிருந்து வந்தன. அவர்களின் அறிவிக்கப்பட்ட நோக்கமென்பது,

முகாம்களைப் புதுப்பித்துக் கட்டுவதுதான்! ஆனால் முகாம் மக்கள் இதைப் பற்றி சந்தேகம் கொண்டார்கள். சுரங்கப் பாதை எங்கே? இதுவரை அவர்களால் அதைக் கண்டுபிடிக்க முடியவில்லை என்பதே உண்மை! அவர்கள் கண்டதெல்லாம் கழிவுநீர் அமைப்புகளும், குடிநீர்க் குழாய்களும், இடிந்த வீடுகளும், இடிபாடுகளின் குவியலும், அத்துடன் அஞ்சா நெஞ்சம்கொண்ட பாலஸ்தீன மக்களையும்தான்!

முகாமைச் சேர்ந்த பெண்களும் குழந்தைகளும் தாங்களாகவே ஒன்று சேர்ந்து, இடிந்து கிடந்த தங்களது வீடுகளின் கடைசி கல்லையும் அகற்றுவதைத் தடுக்கும் முயற்சியாகப் புல்டோஸர்களை வழி மறித்தார்கள். ஆனால், குழாய்கள் உடைந்து வெளியே தள்ளப்படும் கழிவுகள் சுத்தமான குடிநீருடன் இரண்டறக் கலந்து முகாம்களின் சந்துகளில் ஒழுகும் அவலத்தை நான் பார்த்துக்கொண்டிருந்த வேளையில், அவர்களுக்கு உதவ முடியாதென்றாலும், ஒரு தவறும் செய்யாத மக்கள்மீது காட்டும் ஈனச் செயலைக் கண்டு நான் வெறுப்படைந்தேன். எந்தவொரு மனிதனின் பிறப்புரிமையான ஒரு தாயகத்தையே அவர்களும் கேட்டார்கள்.

அக்வா மருத்துவமனையிலிருந்து காஸா மருத்துவமனைக்குப் பத்து நிமிடங்களில் கடந்து செல்லும் தூரத்தைக் கடக்க எனக்கு இரண்டு மணி நேரம் ஆனது. காரணம், பல வீடுகளுக்கு முன்னாலும் நின்று வாழ்த்துகளைப் பரிமாறிக்கொண்டிருந்தேன். இறுதியில், காஸா மருத்துவமனை என் கண்ணில் பட்டது. இப்போது அது ஒரு மருத்துவமனையாகவே தோன்றவில்லை. ஏதோ இடிந்து கிடக்கும் கோட்டையைப் போல அது தோற்றமளித்தது. சுவர்கள் எல்லாம் இப்போதும் கருகிய நிலையில் காணப்பட்டன. எல்லாத் தளங்களிலும் கண்ணாடி சன்னல்கள் நொறுங்கிக் கிடந்தன. பிரதான கதவு மூடிக் கிடந்தது. கட்டடத்திற்கு இராணுவ வீரர்கள் காவலிருந்தார்கள்.

அவர்கள் என்னைத் திரும்பிச் செல்லும்படி பணித்தார்கள். நான் திரும்ப முயன்ற வேளையில் எனது பழைய நண்பர் ஒருவர் தென்பட்டார். அவரைப் பார்த்த உடனேயே, அவர் முன்பு காஸா மருத்துவமனையில் நிர்வாக ஊழியராகப் பணியாற்றியவர் என்பதை நான் அடையாளம் கண்டேன். அவர் இராணுவ வீரர்களுக்குப் புரிய வைத்திருக்கக்கூடும். அவர்கள் என்னை உள்ளே போக அனுமதித்தார்கள்.

ஒவ்வொரு தளமாகக் காஸா மருத்துவமனையின் அழிவுகளைப் பார்ப்பதென்பது இதுவரை நான் சந்திக்காத, மிகவும் வேதனை

தரக்கூடிய அனுபவமாக இருந்தது. இந்தச் சீர்கேட்டைப் பார்க்க அஸீஸாவும் ஹத்லாவும் இங்கில்லாமல் போனதற்கு நான் நன்றி செலுத்த வேண்டும். எல்லாத் தளங்களிலும் கண்ணாடிக் கதவுகளும், சன்னல்களும் சிறு துண்டுகளாக உடைத்து நொறுக்கப்பட்டிருந்தன. படுக்கைகளும் தலையணைகளும் கிழித்தெறியப்பட்டு அலங்கோல மாகக் கிடந்தன. மின்சாரக் கம்பிகளும், இணைப்புகளும் உருவி எறியப்பட்டுத் தாறுமாறாகத் தரையில் கிடந்தன. தூக்கிச் செல்ல முடிந்த எல்லாக் கருவிகளும் காணாமல் போயிருந்தன. தூக்கிச் செல்ல முடியாத—கனமான அல்லது விற்பனை செய்ய முடியாத கருவிகளை உடைத்து நொறுக்கியிருந்தார்கள். சுவர்கள் முழுவதும் கரிபிடித்து, தரைகளில் சாம்பல் படிந்து இருந்தன. கரியும் சாம்பலும் நிலைமையை மோசமாக்கின.

மருத்துவமனையின் ஆறு, ஏழு, எட்டாவது தளங்களுக்குச் சென்ற போது, ஆண்டுக் கணக்கில் சுத்தம் செய்யப்படாத வளைக்குள் சென்றிருப்பதாகவே எனக்குத் தோன்றியது. ஒன்பதாம், பத்தாம் தளங்களின் சுவர்களில் துளைத்திருந்த பெரிய ஓட்டைகள் இருந்தன. முகாம்களைக் குறிபார்த்துச் சுடுவதற்காக ஓட்டைகளை உருவாக்கியதும், பயன்படுத்தியதும் ஆக்கிரமிப்பாளர்கள்தாம் என்று கேள்விப்பட்டேன். அவற்றில் ஒரு ஓட்டை வழியாகப் பார்த்தபோது, ஷத்திலா முகாம் முழுவதும் தரைமட்டமாகிக் கிடப்பதைக் காண முடிந்தது. எம்-16 இயந்திரத் துப்பாக்கியிலிருந்து வந்த தோட்டாக்களின் சிதறல்கள் தரையில் கிடந்தன. மேலும், 'மேட் இன் யுஎஸ்ஏ' என்றெழுதிய அடையாளங்களுடன் காலி வெடிகுண்டுப் பெட்டிகளும் கிடந்தன. 1985 ரமளானில், முகாம்களைத் தாக்கியவர்கள் அமெரிக்க ஆயுதங்களைப் பயன்படுத்தியிருந்தார்கள்! தொடக்கத்தில் என் மனதிலிருந்த கோபம் போய் பதிலுக்குக் குளிர்க் காய்ச்சலும் மனப் புழுக்கமும் இப்போது ஏற்பட்டன.

'மருத்துவர், இதையெல்லாம் பெரிதுபடுத்தாதீர்கள்...' —எனது பாலஸ்தீன நண்பர் சொன்னார். 'இந்த மருத்துவமனையை மீண்டும் நாம் உருவாக்குவோம். சுவர்களையெல்லாம் கழுவி சுத்தம் செய்து, தேவையான மருந்துகளை வரவழைத்து இதை மீண்டும் திறப்போம்!'

அவரது குரலின் தொனியிலிருந்தே அவர் சொன்ன ஒவ்வொரு வார்த்தைக்கும் அர்த்தமிருப்பதை நான் உணர்ந்தேன். இதற்கு முன்பு குறைந்தபட்சம் இரண்டு முறையாவது, இந்த வார்த்தைகளை நான் கேட்டதோடு, அவை செயல் வடிவம் பெற்றதையும் கண்டேன்.

1982 ஆகஸ்டில் பெய்ரூத் முற்றுகையிடப்பட்ட பின்னரும், அதே ஆண்டு செப்டம்பரில் படுகொலைகள் அரங்கேறிய பின்னரும்! இந்த மாபெரும் சக்தியை இந்த மக்கள் எங்கிருந்து பெறுகிறார்கள் என்று நான் உண்மையில் ஆச்சரியப்பட்டேன்.

எனக்கு நேரமாகிக்கொண்டிருந்தது! இனியும் தாமதித்தால் சோதனைச் சாவடிகளைக் கடந்து செல்வது பாதுகாப்பற்றதாக மாறும். அருகிலிருந்து ஒரு குரல்: ‘ஸ்வீ, தயவுசெய்து என்னுடன் வாருங்கள்! ஒரு காபி குடிக்க நீங்கள் வரவேண்டுமென்று என் தாயார் ஆசைப் படுகிறாள். தயவுசெய்து...’

நான் திரும்பிப் பார்த்தேன். அது ஓர் இளம் பெண். அந்த முகம் எனக்குப் பழக்கமானது. சரிதான், ஹுதாவின் மூத்த சகோதரி மொனா அல்லவா அது? அவள் மிகவும் வளர்ந்திருந்தாள். இப்போது அவள் உயரமாக, மிக அழகாக இருந்தாலும் அது மொனாதான் என்பதை அடையாளம் காண முடிந்தது. அவளையும் ஹுதாவையும் பார்த்து ஏறத்தாழ மூன்றாண்டுகள் ஆகின்றன. அந்தக் குடும்பத்துடன் சிறிது நேரம் செலவிட நானும் விரும்பினேன்.

காஸா மருத்துவமனைக்கு முன்பாக உள்ள அந்த உயரமான கட்டடத்தை மேல் நோக்கினேன். அதன் ஏழாவது மாடியில் ஒரு பால்கனியில் நின்றிருந்த ஒரு பாலஸ்தீன மூதாட்டி என்னைப் பார்த்துக் கையசைத்துக்கொண்டிருந்தாள். அவள் தன் தலைமுடியை வெள்ளைத் துணியால் மறைத்திருந்தாள். அந்த வீட்டிற்குச் சென்று ஏறக்குறைய மூன்றாண்டுகள் ஆகின்றன. இப்போதும் அந்த வீடு ஆபத்தேதும் இல்லாமல் நிலைத்திருப்பதைக் கண்டு நான் மகிழ்ச்சி யடைந்தேன். மின்சார வெட்டால் லிஃப்ட் வேலை செய்யவில்லை. நானும் மொனாவும் படிகளில் ஓடி ஏறினோம்.

தாக்குதல் காரணமாகப் பாலஸ்தீனக் குடும்பங்கள் ஓடிப்போனதால் கட்டடத்தில் பல குடியிருப்புகளும் காலியாகக் கிடந்தன. ஆனாலும் சில ஷியா குடும்பங்கள் இப்போதும் அதில் தங்கியிருந்தனர். அதன் காரணமாகவே அந்தக் கட்டடம் முழுவதும் அழிவிலிருந்து தப்பியிருந்தது. ஏறத்தாழ மயக்கமாகும் நிலையில் மூச்சிரைத்தவாறு நாங்கள் ஏழாவது மாடியை அடைந்தோம். வாசற்கதவு அகலத் திறந்ததும், மொனாவின் தாயார் என்னை ஆரத்தழுவி முத்தங்கள் தந்து என்னை வரவேற்றாள்.

1982இல் இருந்தது போலவே அந்த வீடு இப்போதும் சுத்தமாக, நேர்த்தியாக, நல்ல முறையில் இருந்தது. ஆனாலும், பல அழகிய மரச் சாமான்களும், மொனாவின் தாயார் தயாரித்த அழகிய பாலஸ்தீனப்

பின்னல்களும் காணாமல் போயிருந்தன. என்ன நடந்தது என்பதை விளக்கிச் சொல்லும்படிக் கேட்க ஏனோ எனக்குத் தோன்றவில்லை.

எங்கள் இருவருக்கும் அரபுக் காபியைத் தந்த பின், எங்களுக் கெதிரில் நாற்காலியில் அமர்ந்த அவள் என்னை உற்றுப்பார்த்து பலமுறை புன்னகை செய்தாள். பிறகு திருக்குர்ஆனில் உள்ள வசனங் களைக் கூறிவிட்டு அல்லாஹ்வுக்கு நன்றி செலுத்தினாள். பெரிய கைப்பிடியுள்ள நாற்காலியொன்றில் நான் அமர்ந்திருந்தேன். ஒருவேளை, தூக்கிச் செல்ல முடியாத அளவுக்கு இது மிகவும் பெரியதாக இருந்ததால் கொள்ளைக்காரர்கள் விட்டுச் சென்றிருக்கலாமென்று நினைத்துக்கொண்டேன்.

1982இல் மொனாவின் வீட்டில் நிறைய பேர் இருந்தது என் நினைவுக்கு வந்தது. மூன்று படுக்கையறைகள்கொண்ட இந்த வீட்டில் அப்பா-அம்மா, இரண்டு பெண் குழந்தைகள், நான்கு ஆண் மக்கள், இரண்டு மருமகள்கள் ஆகியோர் இருந்தனர். எனினும் அகதி முகாமின் நெருக்கடியோடு ஒப்பிட்டால் இந்த வீடு மிகவும் விசாலமானது! இன்று இது, மரச் சாமான்களும் மனிதர்களுமின்றி, ஏறத்தாழ காலி யாகக் கிடந்தது. மொனாவையும் பெற்றோரையும் தவிர, மற்றவர்கள் யாரும் இங்கில்லை!

பல துயரங்களுக்கு ஆளாகிய இந்தக் குடும்பம் தன் பங்குக்கு உயிர்த் தியாகிகளையும் வழங்கி இருந்தது. 1982இல், மூத்த இரண்டு பிள்ளைகளை இஸ்ரேலிய இராணுவம், மோசமான அன்ஸார் கைதிகள் முகாமுக்குப் பிடித்துச் சென்றது. அதன் பிறகு அவர்களைப் பற்றிய தகவல் ஏதுமில்லை! தொடக்கத்தில், அவர்கள் திரும்ப வருவார்களென்று கவலையுடன் இந்தக் குடும்பம் காத்திருந்தது. ஆனால், நாள்கள் மாதங்களாக, மாதங்கள் ஆண்டுகளான பின்னர், அந்த இளைஞர்களை இனி ஒருபோதும் பார்க்க இயலாதென்கிற உண்மையோடு சமரசமானார்கள்.

குடும்பத்தைச் சேர்ந்தவர்கள் யாரேனும் காணாமல் போவது வேதனையானது! தங்களது அன்பிற்குரிய ஒருவர் இறந்து போனால் குடும்பத்தினர் அழுவார்கள். பிறகு, அவர்கள் இறந்துவிட்ட உண்மையை ஏற்றுக்கொள்வார்கள். பிறகு அவர்களை அடக்கம் செய்வார்கள். அதன் பிறகு, அந்தக் கல்லறைகளுக்குச் சென்று, அவர்களின் ஆத்மா சாந்தியடைய பிரார்த்தனை செய்வார்கள். ஆனால், காணாமல் போனவர்களின் குடும்பத்தினர் அவர்கள் எங்கே இருக்கிறார்கள் என்றெண்ணிக் கவலைப்பட்டுக் கொண்டேயிருப்பர்.

ஒருவேளை, அவர்கள் உயிரோடிருந்தால், சித்திரவதைக்கு ஆளாகி வேதனைப்படுகிறார்களோ என்று கலங்குவார்கள். அவர்கள் இறந்து போயிருந்தால், அவர்களின் உடல்களுக்கு நேர்ந்த கதியைப் பற்றி கவலைகொள்வார்கள். எப்போதும் ஒரு கேள்விக்குறி இருந்து கொண்டேயிருக்கும்.

அவளது மூன்றாவது மகனை, 1985இல் முகாம் போரின் முதல் நாளன்றே அமல் போராளிகள் பிடித்துச் சென்றார்கள். சுட்டுக் கொல்வதற்காக அவனையும், பிடிக்கப்பட்ட வேறு சிலரையும் ஒரு சுவருக்கு எதிர்முகமாக வரிசையாக நிற்க வைத்தார்கள். நிச்சயமாக இறைவனுக்கு அந்தத் தாயின் பிரார்த்தனையைக் கேட்டு கருணை தோன்றியிருக்கும்! அப்போது, சில ஷியாக்கள் தலையிட்டு அவனை விடுவிக்க வேண்டினார்கள். அதன் காரணமாக அவனைப் பெக்கா பள்ளத்தாக்குக்குக் கொண்டு சென்றார்கள். அவன் அங்கு உயிரோடி ருப்பதாகக் குடும்பத்தினருக்குத் தகவல் கிடைத்தது.

குடும்ப ஆல்பத்தை வெளியிலெடுத்து, அதிலிருந்த விலைமதிக்க முடியாத புகைப்படங்களை மொனா எனக்குக் காண்பித்தாள். மூத்த இரண்டு சகோதரர்களின் மகிழ்ச்சியான திருமணக் காட்சிகள், தற்போது பெக்கா பள்ளத்தாக்கில் இருக்கும் மூன்றாவது சகோதரனின் படங்கள் ஆகியவற்றைக் காண்பித்தாள். மேலும், பால் மோறிசின் பராமரிப்பில் தற்போது சைப்ரஸில் உள்ள மிலாதுடன் சேர்ந்து படிக்கும் ஹுதா மற்றும் ஹிஷாமின் படங்களும் அந்த ஆல்பத்தில் இருந்தன.

ஆல்பத்தின் இறுதிப் பக்கங்களில், வெகு காலமானதால் மஞ்சள் நிறமாகிப்போன விலைமதிக்க முடியாத பழைய படங்கள்— பாலஸ்தீனில் இளமையோடும், மகிழ்ச்சியோடும் காட்சியளிக்கும் மொனாவின் பெற்றோர்களின் படங்கள் இருந்தன. அதுவரை ஒரு பக்கமாக சாய்ந்து மௌனமாக என்னைப் பார்த்து கனிவோடு புன்னகை புரிந்த அந்தத் தாய் திடீரென பேசத் தொடங்கிளாள்.

மொனா சொன்னாள்: 'நீங்கள் ஏன் திரும்பவும் பெய்ரூத் வந்தீர்களென்று என் தாயார் அறிந்துகொள்ள ஆசைப்படுகிறாள். பெய்ரூத்தில் அப்படியென்ன உங்களுக்குப் பிடித்திருக்கிறது?'

உண்மையான பதில் ஒன்றுதான் இருந்தது! பெய்ரூத்திற்குத் திரும்பி வந்த பின்னரும் நான் அதைச் சொல்லத் துணியவில்லை. ஆனால் இப்போது, அந்த உண்மையை நான் சொல்லியாக வேண்டும்! நான் சொன்னேன்: 'பாலஸ்தீனர்களைப் பார்க்க வந்தேன்.' அதற்கு மேல் எதுவும் நான் சொல்லவில்லை.

'எங்களது அரபுச் சகோதரர்களைவிட நாங்கள் உங்களை அதிகம் நேசிப்பதாக என் தாயார் சொல்கிறாள்.' மொனா மொழிபெயர்த்துச் சொன்னாள்.

எப்போதும் இதை நானறிவேன்! இவர்களது துயரங்களிலும், போராட்டங்களிலும் அதிக அளவில் உறுதுணையாக இருக்க, நான் மேலும் வலுவானவளாக இருக்க வேண்டுமென்று ஆசைப்பட்டேன்.

நான் புறப்படுவதற்காக எழுந்தபோது, மொனாவின் தாயாரும் எழுந்து கீழேயிருந்த ஒரு கூடையை எடுத்தாள். அந்தக் கூடையை தொலைபேசிக் கம்பிகளால் அவள் பின்னியிருந்தாள். அது பாலஸ்தீன கொடியின் நிறங்களைக் கொண்டிருந்தது. எனக்குப் பரிசாகத் தருவதற்கென்று விலைமதிப்பான எந்தப் பொருளும் அந்த வீட்டில் இல்லை. ஏதேனுமொரு வகையில் அழகியதும், விலை மதிப்புள்ளது மான அனைத்துப் பொருள்களையும், அவளது மகனைத் தேடிவந்த இராணுவ வீரர்கள் அள்ளிக்கொண்டு போயிருந்தார்கள்.

உண்மையில், அவளிடமிருந்து எந்தப் பரிசுப் பொருளையும் நான் வாங்கியிருக்கக்கூடாதுதான்! ஆனாலும், இந்தச் சிறிய பொருளில் எவ்வளவோ விஷயங்கள் அடங்கியிருப்பதால் அதை நான் எனது மார்போடு சேர்த்தணைத்துக்கொண்டேன். கம்பிகளால் பின்னிய பாலஸ்தீன தேசிய நிறங்கள்—அந்த செய்தியைத்தான் சப்ராவில் உயிர்பிழைத்த இந்தக் குடும்பம் என்னுடன் கொண்டு செல்ல விரும்புகிறது!

அவர்களிடம் விடைபெறுவது வேதனைக்குரியது. இனி நாங்கள் ஒருவரையொருவர்—குறைந்தபட்சம் நீண்ட காலத்திற்கேனும்—பார்க்க முடியாதென்கிற ஓர் எண்ணம் எனக்குள் தோன்றியது.

22

காஸா மருத்துவமனைக்கு நேர் விபரீதமாக அக்வா மருத்துவமனைக் கட்டடம் அழிவிலிருந்து அதிசயமாகத் தப்பியிருந்தது. அக்வா மருத்துவமனை கட்டப்பட்ட இடம், ஷியா இன செல்வந்தர் ஷெய்க் கபிலனுக்குச் சொந்தமானது. காஸாவைச் சீரழித்த அமல் போராளிகள் அக்வாவைத் தாக்கவோ, அழிக்கவோ முடியாதபடி அந்த மனிதரின் செல்வாக்குத் தடுத்தது. அதனால், பிரிட்டன் மருத்துவக் குழுவினருக்கு நிமிர்ந்து நிற்கும் ஒரு கட்டடத்தைப் பார்க்கும் நல்ல வாய்ப்பு

கிடைத்தது. 1982இல் இஸ்ரேலிய குண்டுகள் தகர்த்தெறிந்த அக்வா மருத்துவமனையைத்தான் நான் முதல் முறையாகப் பார்த்தேன். இப்போது அது மீண்டும் கட்டப்பட்டிருந்தது. வெள்ளை நிறக் கற்கள் பதித்த தரைகளுடன், பூமிக்கு மேலே மூன்று தளங்களும், பூமிக்கடியில் இரண்டு தளங்களுமாக, ஓர் அழகான கட்டடமாக அது இருந்தது. வார்டுகள், ஜீவ இரசதந்திர அறை, இரத்தப் பரிசோதனைக் கூடம், எக்ஸ்ரே பிரிவு, ஆராய்ச்சி மையம், புத்தக சாலை, ஆபரேஷன் தியேட்டர்கள், செம்பிறைச் சங்கத்தின் நர்ஸ் பயிற்சிப் பள்ளி என எல்லாம் இருந்தன. எனினும் முகாம் போருக்குப் பிறகு அது ஒரு மருத்துவமனையாகச் செயல்பட முடியாத நிலையிருந்தது. காரணம், அதன் பெரும்பகுதியும் தற்காலிக அகதி மையமாக மாற்றப் பட்டிருந்தது.

மேலும், பகைமை கொண்ட போராளிகள் மருத்துவமனையின் தண்ணீர் இணைப்பைத் துண்டித்து இருந்தார்கள். அக்வா மருத்துவ மனையில்தான், இடம் மாற்றத்திற்கும் குழப்பத்திற்கும் இடையிலும், 1982இல் பழக்கமான எனது பழைய நண்பர்களை—தாக்குதலில் உயிர் பிழைத்த ஊழியர்கள், மருத்துவர்கள், எங்களில் பலராலும் 'சாக்ரடீஸ்' ஆக நினைக்கப்படும் முதியவரான முனைவர் அர்னோட்டி— ஆகியோரை என்னால் காண முடிந்தது. முனைவரின் சாம்பல் நிற தலைமுடி இப்போது தூயவெள்ளை நிறமாக மாறியிருந்தது. எனினும், நினைவாற்றல் அப்படியே இருந்தது. நான் அவருக்குப் பக்கத்தில் அமர்ந்து, இருவரும் பாலஸ்தீனைப் பற்றியும், ஜெருசலேமைப் பற்றியும் பேசினோம். அவர் கேட்டார்: 'என்றாவது ஒருநாள் பாலஸ்தீனர்கள் தங்களின் தாயகமான பாலஸ்தீனுக்குத் திரும்புவார்களென்று நீ உண்மையில் நம்புகிறாயா?'

நான் பதில் சொன்னேன்: 'நிச்சயமாக! ஆனால் அதைப் பார்க்க அன்று நீங்களோ நானோ உயிரோடு இருப்போமென்று மட்டும் சொல்ல முடியாது.'

எனது பதில் அவரை மகிழ்ச்சிப்படுத்தியது. எனது திடநம்பிக்கை யைக் கண்டு அவர் களிப்படைந்தார். நான் அவரிடம் பேசிக்கொண்டு இருந்தபோது யாரோ ஒருவர் வந்து உம்மு வாலித் என்னைப் பார்க்க விரும்புவதாகச் சொன்னார். நான் அவளது அலுவலகத்திற்குள் நுழைந்தபோது இருபதுக்கும் மேற்பட்டவர்களுடன் பல விதமான விஷயங்களை விவாதித்துக்கொண்டிருந்த உம்மு வாலிதைத்தான் நான் கண்டேன். எல்லோரையும் சமாளித்து அனுப்பிய பின்னர்

என்னையும் ஷைனியையும் அவள் திரும்பிப் பார்த்தாள். தெற்கு லெபனான் நகரமான சைதாவில் உள்ள 'அய்னல் ஹெல்வா' முகாமில் சிறிய அளவில் ஒரு ஆபரேஷன் தியேட்டரை அமைப்பதற்கான சாத்தியக் கூறுகளைப் பற்றி விவாதிக்கவே உம்மு வாலித் எங்களை அழைத்திருந்தாள்.

அய்னல் ஹெல்வா முகாமில் நிலைமை மோசமாக இருந்தது. நாள் தோறும் அங்குள்ள மக்கள் தாக்குதலும், முற்றுகையும் நடக்குமோ என்கிற பயத்தில் வாழ்ந்தார்கள். முகாமிலுள்ள எழுபதினாயிரம் பாலஸ்தீனர்களுக்கு விபத்து மற்றும் அவசரப் பிரிவோ ஆபரேஷன் தியேட்டர் வசதிகளோ கிடையாது. முகாம் முற்றுகையிடப்பட்டால், குண்டுகள் சரமாரியாக விழுந்தால், காயமடைந்தவர்கள் செல்வதற்கு எங்கும் இடமில்லாமல் பலரும் இறக்க நேரிடும். செம்பிறைச் சங்கமும், முகாம் மன்றமும் ஒரு குகையை மருத்துவமனையாக மாற்ற ஏற்கனவே திட்டமிட்டிருந்தார்கள். உம்மு வாலிதுக்கு வேண்டியதெல்லாம் சில பொருள்களை நாங்கள் அய்னல் ஹெல்வாவுக்குக் கொண்டு செல்ல வேண்டும் என்பதுதான்! இந்த வேலைக்கு ஒரு பாலஸ்தீனனைவிட, நாங்கள் சென்றால் வழியெங்குமுள்ள சோதனைச் சாவடிகளில் எங்களைக் கடத்திச் செல்வதற்கோ, கொல்லப்படுவதற்கோ உள்ள வாய்ப்புகள் மிகவும் குறைவாகத்தான் இருக்குமென அவள் நம்பினாள்.

ஆக, மருத்துவமனைக்குத் தேவையான பொருள்களுடன் நானும், ஷைனியும் ஆம்புலன்ஸில் சைதா நோக்கிப் புறப்பட்டோம். 1982இல் நானும் எலனும் ஒரு வாடகை வண்டியில் தெற்கு லெபனானுக்குச் சென்றபோதுதான் முதல் முறையாக நான் சைதா நகரைப் பார்த்தேன். எனது நினைவில், பழைய அய்னல் ஹெல்வா முகாமென்பது தரை மட்டமாகிக் கிடக்கும், குண்டுகள் தகர்த்தெறிந்த பெரிய ஒரு பாழ் நிலம்தான்—1985இல் சப்ரா முகாம் எப்படியிருந்ததோ அதே போன்ற நிலையிலிருந்த ஒரு முகாம்! நான்கடி உயரத்திற்கும் அதிகமான எந்தக் கட்டடமும் அன்று அய்னல் ஹெல்வா முகாமில் இல்லை— அது ஒரு சோகமான காட்சி! ஆனால், மூன்றாண்டுகளுக்குப் பிறகு இன்று, என் கண்களை வரவேற்ற அய்னல் ஹெல்வா முற்றிலும் மாறியிருந்தது.

அது திரும்பவும் கட்டப்பட்டிருந்தது! நேர்த்தியான கல் வீடுகளும், கடைகளும், மின்சார இணைப்புகளும், அலுவலகங்களும் அதில் இருந்தன. முகாமுக்குச் செல்லும் முக்கிய பாதை தாரிடப்பட்டிருந்தது.

கார்களும் மோட்டார் பைக்குகளும் பல திசைகளில் பாய்ந்து சென்றன. சாலையில் புழுதியின் அளவு மிகக் குறைவாகவே இருந்தது. குப்பைகளும் கழிவுகளும் இல்லையென்றே சொல்லலாம். முகாம் சுத்தமாக இருந்தது. முகாம் மக்கள் நன்றாகக் குளித்து, உயர்தர ஆடையாக இல்லையென்றாலும் சுத்தமான ஆடைகளை அணிந்திருந்தார்கள். இந்த அளவுக்கு அய்னல் ஹெல்வா முகாம் சீரமைக்கப் பட்டதை நான் ஏற்கனவே அறிந்திருந்தால், இலண்டனில் அந்த அளவுக்கு நான் வருந்தியிருக்க மாட்டேன். உயிர்த்தெழுந்த அய்னல் ஹெல்வா முகாமைப் பார்த்த இன்றைய நாள், என்னைப் பொறுத்தவரை மகிழ்ச்சியான நாள்!

எதிரிகள் தாக்கும்போது மக்கள் பதுங்க உபயோகித்த ஒரு குகையைத்தான் முகாமின் மருத்துவமனையாக மாற்ற திட்டமிடப் பட்டிருந்தது. கட்டுமானப் பணிகள் மிகுந்த ஆர்வத்துடன் ஏற்கனவே ஆரம்பமாகிவிட்டன. மருத்துவமனையின் வேலையை உடனே முடித்தாக வேண்டுமென்கிற அவசர உணர்வு மக்களுக்கு இடையில் இருந்தது. கால வரம்பை முறியடித்து, அமல் போராளிகள் தாக்கினால் உருவாகும் எண்ணற்ற நோயாளிகளைச் சமாளிக்க, தயார் நிலையில் இருக்க வேண்டுமென்று அவர்கள் நினைத்தார்கள். அந்த மருத்துவ மனைக்கு ஒரு எக்ஸ்ரே கருவி மிகவும் தேவைப்பட்ட நிலையில், நகர்த்திச் செல்லும் வசதியுள்ள ஒரு எக்ஸ்ரே கருவியை வாங்க பிரிட்டிஷ் பொதுமக்கள் பணத்தை நன்கொடையாகத் தந்து உதவியதில் நாங்கள் பூரிப்படைந்தோம்.

அதற்கடுத்த சில நாள்களில், அய்னல் ஹெல்வா முகாமின் நான்கு தலைவர்கள் கொல்லப்பட்டதாக நாளிதழில் நான் படித்தேன். அரஃபாத்துக்கு ஆதரவாகவும் எதிராகவும் முகாமிலிருந்த இரண்டு குழுக்களுக்கு மத்தியில் ஏற்பட்ட பிரச்சினைகள்தான் இதற்குக் காரணமென்று ஒரு வதந்தியும் நிலவியது. அந்த வதந்தி உண்மையான தல்ல என்று பிறகு தெரிந்தது.

நாங்கள் மேலும் சில மருத்துவக் கருவிகளை முகாமுக்குக் கொண்டு சென்ற வேளையில், எஞ்சியிருந்த முகாம் தலைவர்களில் ஒருவருடன் பேசுவதற்கான வாய்ப்பு எங்களுக்கு அமைந்தது. நாளிதழ்கள் அனைத்தையும் திரித்துக் கூறியதாக அவர் சொன்னார். உண்மையான கொலைகாரர்களை முகாம் மக்கள் விரைவிலேயே கைதுசெய்தார்கள். அவர்களும் தாங்கள் இஸ்ரேலின் கூலிகளாகப் பணியாற்றியதை ஒப்புக்கொண்டார்கள். இந்தக் கொலைகளில்

கொதிப்படைந்த மக்கள், ஒற்றுமையை நிலைநாட்ட மாபெரும் முயற்சிகளை மேற்கொள்வோம் என்று சபதம் செய்தார்கள்.

முகாமுக்கு அருகில் வசிக்கும் ஓர் ஆங்கில மாது, கொல்லப்பட்ட தலைவர்களின் இறுதி ஊர்வலம் எப்படியிருந்தது என்பதை எங்களிடம் விளக்கினாள். ஊர்வலத்தின் முன்னால் மலர்கள் தூவப்பட்டு, பாலஸ்தீனக் கொடியால் அலங்கரிக்கப்பட்ட சவப் பெட்டியைச் சுமந்தவாறு சிலர் வந்தனர். அவர்களைத் தொடர்ந்து, துப்பாக்கியேந்திய மக்கள் வானத்தை நோக்கிச் சுட்டவாறு வந்தார்கள். தொடர்ந்து முகாம் மக்கள் தோளோடு தோள் சேர்ந்து அணி வகுத்தார்கள். பிஎல்ஓவின் அனைத்துப் பிரிவுகளின் தலைவர்களும் ஊர்வலத்தில் கலந்துகொண்டார்கள். அனைவரும் ஒரே குரலில் முழக்கமிட்டார்கள். அதன் பொருள் விளங்கவில்லையென்றாலும், அனைவரும் ஒருமித்தக் குரலில் முழக்கமிட்டதாகவும், அது ஒற்றுமைக்கான அறைகூவலென்றும் அவள் சொன்னாள். அய்னல் ஹெல்வா எப்போதேனும் தாக்கப்பட்டால் பாலஸ்தீனர்கள் ஒற்றுமையோடும் துணிவோடும் அதைப் பாதுகாப்பார்கள்.

நாங்கள் சைதாவிலிருந்து திரும்பி வந்ததும், உம்மு வாலித் கடுமையான காய்ச்சலில் விழுந்திருப்பதைக் கண்டோம். முதலில் இதை நம்புவதற்குச் சிரமமாக இருந்தது. காரணம், எவ்வளவு திடமாக இருந்தாலும் உம்மு வாலிதும் ஒரு மானிடப் பெண்தான் என்பதைச் சில வேளைகளில் நாங்கள் மறந்துபோனோம். முதன் முறையாக, உம்மு வாலித் தனக்குள்ள சிரமங்களைப் பற்றிக் கூறினாள். அவள் எப்போதுமே உறுதியின் கோபுரமாக இருந்தாள். தனது இலட்சியத்தில் எத்தடைகளும் குறுக்கிடுவதை அவள் ஒருபோதும் அனுமதிப்பது இல்லை. ஒருவேளை கடுமையான காய்ச்சல் காரணமாக தன் சிரமங்களைச் சொல்லி இருக்கலாம். ஆனால் இந்தக் காய்ச்சல்கூட, தொடர் நிகழ்ச்சிகளின் விளைவாகத் தான் வந்திருக்கும்.

அனைத்தையும் இழந்த பாலஸ்தீனர்கள் நிறையவே இருந்தனர். குறிப்பாக அநாதைகளும் விதவைகளும்! அது ஒரு பிரச்சினைதான்! அத்துடன், மணிக்கணக்கில் அதிகாரிகளுடன் பேச்சுவார்த்தை நடத்தியும், சப்ரா-ஷத்திலா முகாம்களை மீண்டும் கட்டியெழுப்ப அவர்களிடமிருந்து உத்தரவு கிடைக்காததில் ஏற்பட்ட விரக்தியும் அவள் நோய்வாய்ப்பட ஒரு காரணமாக இருக்கலாம். முகாமில் இருநூறு வீடுகளை மீண்டும் கட்டுவதற்கு மட்டுமே அனுமதி கிடைத்

திருந்தது. வீடிழந்த முப்பதாயிரம் மக்கள் எப்படி வெறும் இருநூறு வீடுகளுக்குள் தஞ்சம் புகுவார்கள்? மேலும், காயம்பட்ட நோயாளிகள் தனியார் துறையில் சிகிச்சை பெறத் தேவையான பணத்துக்கும் அவள் வழிகாண வேண்டியிருந்தது. காஸா மருத்துவமனை அழிக்கப் படாமல் இருந்திருந்தால் அங்கே அவர்களுக்கு இலவச சிகிச்சை கிடைத்திருக்கும். அக்வா மருத்துவமனையின் புறநோயாளிகள் பிரிவு இப்போது செயல்படத் தொடங்கியிருந்த போதிலும், அங்கு ஊழியர்கள் அமைதியுடன் பணியாற்றுவதற்கான சூழ்நிலை இல்லை.

காலையில் பல் மருத்துவப் பிரிவில் ஒரு தகராறு எழுந்தபோது உம்மு வாலித் அக்வா மருத்துவமனையில் இருந்தாள். அப்போது, நோயாளிகளின் நீண்ட வரிசையிருந்தது திடீரெனத் தன்னை 'அமல்' என்று அறிமுகப்படுத்திக்கொண்டு வந்த ஒரு ஆள், வரிசையில் நிற்க சம்மதிக்காமல் உடனடியாகத் தன்னைக் கவனித்தாக வேண்டுமென்று அடம்பிடித்தான். பாலஸ்தீனரான பல்மருத்துவர் வரிசையைக் கடந்துவர அவனை அனுமதிக்கவில்லை. கலாட்டா ஏற்பட்டது. 'இனியும் நெருக்கடியைத் தந்தால் தற்கொலை செய்துகொள்வேன்' என்று பல் மருத்துவர் மிரட்டினார். நிலைமையைப் புரிந்துகொண்டு அவனுக்கு உடன் சிகிச்சையளிக்கும்படி உம்மு வாலித் அந்த மருத்துவரிடம் சொன்னாள். அது, எல்லா நோயாளிகளுக்கும் சமமாக சிகிச்சை செய்ய வேண்டும் என்கிற செம்பிறைச் சங்கத்தின் கொள்கைக்கு விரோத மானதாக இருந்தது!

அடுத்தது, ஒரு வாரத்திற்கு முன்பு காணாமல் போயிருந்த செம்பிறைச் சங்கத்தைச் சேர்ந்த ஒரு நர்ஸின் உடல் குப்பைத் தொட்டியில் கண்டெடுக்கப்பட்டது. பலராலும் கொடூரமாகக் கற்பழிக்கப்பட்ட பின்னர் அவள் கொல்லப்பட்டிருந்தாள்! இதெல்லாம் போதாதென்று, போரின் வேளையில் காஸா மருத்துவமனை முகாமிலிருந்து அமல் போராளிகள் களவாடிச் சென்ற, பரிசோதனைச் சாலையின் அத்தனை கருவிகளும் தெருவில் விற்பனைக்கு வைக்கப்பட்டிருந்தன. செம்பிறைச் சங்கம் அதையெல்லாம் பணம் கொடுத்து திரும்ப வாங்கியது!

சொந்த வீட்டுக்குத் திரும்பிய பிறகுதான், தெருவோரத்தில் குடியிருந்த ஒரு குடும்பத்தைச் சேர்ந்த அனைவரையும் எந்தவிதக் காரணமுமின்றி சுட்டுக்கொன்றதாக அவள் அறிந்தாள். அவர்கள் ஒருபோதும் எந்தப் போராட்டத்திலும் பங்கேற்காதவர்கள். இப்படி ஒன்றன்பின் ஒன்றாக, ஏறத்தாழ அனைத்துமே விரும்பத்தகாததும், அசிங்கமானதுமான நிகழ்ச்சிகள். இவையெல்லாம் ஒன்று சேர்ந்து

துணிவும், தன்னம்பிக்கையும்கொண்ட இந்தப் பெண்ணின் உடல்நலத்தைக் கெடுத்திருக்கும்.

மறுநாள் நான் உம்மு வாலிதைச் சந்தித்தபோது அவள் சோர்வாக இருந்தாலும், தன்னைக் கட்டுப்படுத்திக்கொண்டு பழைய நிலைக்குத் திரும்பியிருந்தாள்.

நான் பெய்ரூத்திலிருந்து செல்வதற்கான நேரம் நெருங்கிக் கொண்டிருந்தது. அதற்கு முன்பாக, ஹன்னாவை மீண்டும் ஒருமுறை பார்த்து, நஹ்லாவின் உடல்நலம் குறித்து விசாரிப்பதுடன், 'குட்பை' சொல்லி விடைபெறலாம் என்கிற எண்ணத்தோடு நான் மீண்டும் ஷத்திலா முகாமுக்குச் சென்றேன். ஆயினும் நான் அங்கு செல்வதற்குள் நேரம் கடந்திருந்த காரணத்தால், அவளை நான் தவறவிட்டேன். ஆனால், கனிவான மனிதர் ஒருவர் ஹன்னா இருக்குமிடத்திற்கு என்னை அழைத்துச் செல்வதாகச் சொன்னார். நாங்கள் இருவரும் ஷத்திலா மஸ்ஜிதைக் கடந்து, குறுகிய சந்துகளின் வழியாக நடந்தோம். இரு புறங்களிலும் இடிபாடுகளும், பாதி இடிந்த வீடுகளும் இருந்தன. இறுதியில் முகாமின் ஏதோ ஒரு வீட்டின் முன்னால் வந்து நின்றோம்.

அது ஹன்னாவின் வீடாக இருக்குமென்றே முதலில் நான் நினைத்தேன். பிறகுதான் தெரிந்தது, அது 'பாலஸ்தீனப் பெண்கள் பொதுச் சபை'யின் அலுவலகம் என்று! எனது வழிகாட்டி என்ன நினைத்தாரென்றால், அதன் உறுப்பினரான ஒரு பெண்ணுக்கு அன்றுதான் திருமணம் நடந்திருந்ததால், ஹன்னா அங்கிருக்கக் கூடுமென்று ஊகித்தார். ஆனால் அந்த வரவேற்பு விழாவைத் தம்பதிகள் ரத்து செய்திருந்தார்கள். வாழ்க்கையின் அபூர்வமான இந்த நாளை தம்பதிகள் பல மாதங்களுக்கு முன்பே திட்டமிட்டிருந்தார்கள். ஆனால், முகாமைச் சேர்ந்த பலரும் கொல்லப்பட்ட வேளையில் — அதுவும் அந்தக் காயங்கள் இன்னமும் ஆறாத நிலையில்—ஒரு திருமண விழாவை நடத்துவதற்கு எந்தவிதமான வாய்ப்புமில்லை. அந்த இளம் தம்பதிகளைச் சந்தித்து வாழ்த்துகளைச் சொன்னேன்..

நான் புறப்படத் தயாரானபோது ஒருவர் ஓடிவந்து, ஐந்து பாலஸ்தீனர் களை சோதனைச் சாவடியில் இருந்து அமல் போராளிகள் கடத்திச் சென்றதாகவும், முகாம் சூழப்பட்டு முற்றுகையிடப் பட்டதாகவும் தகவல் சொன்னார். இப்போதைக்கு சோதனைச் சாவடியைக் கடந்து செல்வது ஆபத்தானது. அதாவது நான் இங்கிருந்து

வெளியேற முடியாது என்று அர்த்தம்! அதன் மூலம், என்னை விருந்துக்கழைத்த ஒரு பெண்மணியைப் பற்றி அறியும் வாய்ப்பு எனக்குக் கிடைத்தது.

பாலஸ்தீனப் பெண்கள் பொதுச் சபை பல வழிகளிலும் திறம்படச் செயல்பட்டது. ரமளான் தாக்குதல் வேளையில் முகாமைக் கவனிப்பதற்குத் தாங்களாகவே முன்வந்தார்கள். நோயாளிகளுக்கும் காயமடைந்தவர்களுக்கும் புகலிடம் அளித்து, முகாம் மக்களுக்கு உணவு வழங்கி, போராட்டத்திற்கு ஆதரவாகச் செயல்பட்டார்கள். அமைதி நிலவிய வேளையில், குழந்தைகளைப் பராமரித்தும், ஓய்வு கால பள்ளிக்கூடம் நடத்தியும், பெண்களை ஒருங்கிணைத்து அவர்களுக்குப் பாலஸ்தீனக் கைப் பின்னலில் பயிற்சியளித்தும் உதவினார்கள். கைப்பின்னல் ஒரு வருமான வழி என்பதோடு, பிறந்த மண்ணின் கலை மற்றும் கலாச்சாரத்தை—தலையணிகள், மேசை விரிப்புகள், தலைப்பாகை, ஆடைகள், கைத் துணிகள், புத்தக உறை, கொடிகள் போன்ற பொருள்களில்—பாதுகாக்கவும் உதவியது! எங்கெல்லாம் ஒரு துண்டு துணியும், ஊசியும், நூலும் கிடைக்கிறதோ, அங்கெல்லாம் பாலஸ்தீன மண்ணின் நினைவுகள் நிஜங்களாக உருமாறின!

முகாம் போர் தொடங்கியது முதல் கடத்தப்பட்டவர்கள் மற்றும் காணாமல் போனவர்களின் பட்டியலை அந்தப் பெண்கள் அக்கறையோடு தயாரித்திருந்தார்கள். மேற்குப் பெய்ரூத்தின் மூன்று முகாம்களிலுமாக ஆயிரத்து ஐநூறு பேர்கள் பட்டியலில் இருந்தனர். சித்திரவதைக் கூடங்களுக்கு அவர்களைக் கொண்டுசென்று, பலரையும் கொடுமைப்படுத்திக் கொன்றதற்கு பலமான ஆதாரங்களை சேகரித்திருந்தார்கள். சிலரின் சடலங்கள் கண்டெடுக்கப்பட்டாலும், 1500 பேர் கணக்கில் வரவில்லை. அவர்கள் மாயமாய் மறைந்து போனார்கள்.

இந்த நேரத்தில் ஓர் உயிர்த் தியாகியின் மனைவி உள்ளே நுழைந்தாள். அவளைத் தொடர்ந்து, இரண்டு மகன்களை உயிர்த் தியாகம் செய்த ஒரு தாயும் உள்ளே வந்தாள். வேக வைத்த உருளைக் கிழங்கும், ரொட்டியும், அமூசும் (கடலையும் பூண்டும் சேர்த்து அரைத்தது) அடங்கிய எளிமையான உணவுதான் எங்களுக்குப் பரிமாறப்பட்டது. ஆனாலும், அந்தப் பெண்களுடன் சேர்ந்து சாப்பிடுவது அளவுகடந்த பெருமிதத்தைத் தந்தது. அங்கிருந்த ஒவ்வொருவரும், அவர்களது வழியில் வீராங்கனைகளாக இருந்தார்கள் என்று நான் சொன்னால், அது மிகைப்படுத்தப்பட்ட புகழாகாது!

செய்துமுடிக்க வேண்டிய ஒரு சின்ன காரியம் மீதியிருப்பது திடீரென என் நினைவுக்கு வந்தது. இலண்டனிலிருந்து நான் புறப்படுவதற்கு முன்பாக யார்க்ஷயரைச் சேர்ந்த சுரங்கத் தொழிலாளர்கள் குழுவின் ஒரு பெண் பிரதிநிதி என்னைக் காண வந்திருந்தாள். அவளது கிராமத்தைச் சேர்ந்த 24 சுரங்கத் தொழிலாளர் களின் குடும்பங்கள் 24 வாழ்த்து அட்டைகளை, பெய்ரூத் முகாம்களில் வாழும் மக்களுக்கென அவளிடம் கொடுத்து அனுப்பியிருந்தார்கள்.

பிரிட்டனைச் சேர்ந்த நிலக்கரிச் சுரங்கத் தொழிலாளர்கள் 1984-1985 கால கட்டத்தில் ஓராண்டு காலம் வேலை நிறுத்தம் செய்தார்கள். வேலைநிறுத்த காலம் முழுக்க அவர்களின் நிலைமை மிகவும் மோசமாக இருந்தது. பல தொழிலாளர்களின் குடும்பங்களும் பிழைப்பதற்குத் தங்களின் வீட்டுச் சாமான்களை விற்க வேண்டிய நிலையேற்பட்டது. வேலைநிறுத்த வேளையில், பாலஸ்தீனப் பெண்கள் பொதுச் சபைக்கு சமமான ஒரு கூட்டமைப்பு பிரிட்டன் சுரங்கத் தொழிலாளர்களுக்கும் இருந்தது. தொழிலாளர்களின் மனைவிகள், தாய்மார்கள், சகோதரிகள், பாட்டிகள் எனப் பலரும் ஒன்று சேர்ந்து, சுரங்கத் தொழிலாளர்களுக்கு ஆதரவாகக் குழுக்களை அமைத்தார்கள். தங்களது சமூகத்தின் பட்டினியை மாற்ற 'சூப் கிச்சன்' நடத்தினார்கள். நன்கொடை வசூலிக்க பிரிட்டன் முழுவதும் பயணம் செய்தார்கள். இருள் சூழ்ந்த அந்த நாள்களில், அனைவருக்கும் தன்னம்பிக்கை ஊட்டினார்கள். இங்குள்ள பாலஸ்தீனப் பெண்களைப் போலவே சமூகத்தின் முதுகெலும்பாக மாறினார்கள். வேலை நிறுத்தம் முடிவுக்கு வந்தபோது, பிரிட்டிஷ் பத்திரிகைகள் அதை ஒரு 'தோல்வி'யாகச் சித்திரித்தன. ஆனால், ஷத்திலா முகாமிலிருந்த எனது பாலஸ்தீன நண்பர்கள் அதை ஒரு 'வெற்றி'யென்று சொன்னார்கள். அதற்கு அவர்கள் சொன்ன காரணம் மிகவும் எளிமையானது: இதுபோன்ற மோசமான சூழ்நிலையில், ஓராண்டு காலம் போராட்டத்தைத் தொடந்து நடத்த முடிந்தால், அதுவே மாபெரும் வெற்றிதான்!

பிரிட்டனைச் சேர்ந்த விற்பன்னர்கள் சுரங்கத் தொழிலாளர் களின் தோல்வியைப் பற்றி அலசிக்கொண்டிருந்த வேளையில், பாலஸ்தீனர்கள் அவர்களின் வீரம் செறிந்ததும், வெற்றிகரமானதுமான ஓராண்டு கால போராட்டத்திற்கு வீரவணக்கம் செய்தார்கள். ஒருவேளை, பிரிட்டிஷ் பத்திரிகைகளைவிட, போராட்டமென்றால் என்னவென்பதை பாலஸ்தீனர்கள் நன்றாக அறிந்திருக்கலாம்! சுரங்கத் தொழிலாளர்களை அணுகிய அதே முறையில் பாலஸ்தீனர்

களையும் மேற்கத்திய பத்திரிகைகள் அணுகியதாக ஒரு பெண் என்னிடம் குறைபட்டுக் கொண்டாள்: 'அவர்கள் வேண்டுமென்றே எங்களது செய்திகள் வெளியாவதைப் புறக்கணிக்கவோ மறுக்கவோ செய்தார்கள். எனினும், பத்திரிகைகள் வெளியிட மறுத்தாலும், எங்களது கதை எழுதப்படவே செய்யும்! உயிர்த் தியாகிகளின் இரத்தத்தால் அதை நாங்கள் எழுதுவோம்!'

பாலஸ்தீனப் பெண்கள் பொதுச் சபையின் அறிவிப்புப் பலகை குண்டுவீச்சில் தகர்ந்திருந்தது. ஆகவே, யார்க்ஷயரிலிருந்து வந்த வாழ்த்து அட்டைகளை, சுவரில் தொங்கிய உயிர்த் தியாகிகளின் படங்களுடன் அவற்றைக் காட்சிக்கு வைப்பதென அவர்கள் முடிவு செய்தார்கள்.

பர்ஜூல் பிரஜ்னே முகாமிலுள்ள ஹைஃபா மருத்துவமனை வியப்பூட்டும் வேகத்தில் விரிவாக்கப்பட்டது. ஆபரேஷன் தியேட்டர் முழு அளவில் இப்போது செயல்பட்டது. வார்டுகளில் நோயாளிகள் நிரம்பி வழிந்தனர். பாலஸ்தீன மருத்துவ ஊழியர்கள் ஒருங்கிணைந்து செயலாற்றினார்கள். இதெல்லாம், பாலஸ்தீன நிர்மாணம் மற்றும் சீரமைப்புப் பணிகளின் வெற்றிகரமான புதிய அத்தியாயம்!

ஒரு வேலைகூட மீதியிருந்தது, ஹைஃபா மருத்துவமனைக்கு ஓர் ஆம்புலன்ஸ் வாங்க வேண்டும்! ஆம்புலன்ஸ் ஓடத் தொடங்கினால், பிரிட்டனில் வசூலித்த பணம் முழுவதையும் நான் திறம்படப் பயன்படுத்தியதாகக் கொள்ளலாம்! அதன் பிறகு நிர்வாகப் பொறுப்புகள் ஏதுமில்லை! பிரிட்டிஷ் பொதுமக்கள் தாராள மனப்பான்மை உள்ளவர்கள். போரின் வேளை முகாமில் நாங்கள் வசூலித்த பணத்தின் பெரும்பகுதியும் செல்வந்தர்களிடமிருந்து வந்ததல்ல, மாறாகச் சாதாரண மனிதர்களிடமிருந்து வந்தவை! பிரிட்டனிலிருந்து அனுப்பிய பணத்தின் பெரும் பகுதி எக்ஸ்-ரே மிஷின் வாங்கவும், தியேட்டரைச் சீரமைக்கவும், உயிர் மீட்புக் கருவிகளை வாங்கவும் செலவானது!

எனது இரண்டாவது லெபனான் பயணத்தில், இங்கு நிறைய மாற்றங்கள் நிகழ்ந்துள்ளதை அறிந்தேன். வெளிநாட்டைச் சேர்ந்த எனக்குகூட, இந்தச் சமூகம் எந்த அளவுக்குப் பிளவுபட்ட ஒரு சமூகமாக மாறியிருக்கிறது என்பதை எளிதாகக் காண முடிந்தது. இது உண்மையில் மிகவும் துயரமானது.

ஒருநாள், இருபத்து நான்கு வயதான லெபனான் இளைஞன் ஒருவன் இறந்தபோது, அவனை வேதனையிலிருந்து மீட்டதற்காக இறைவனுக்கு நான் நன்றி செலுத்தினேன். ஏழ்மையான ஷியா குடும்பத்தைச் சேர்ந்த அவன், 1982இல் நடந்த இஸ்ரேலிப் படையெடுப்பின்போது ஏற்பட்ட காயத்தில் இடுப்புக்குக் கீழே செயலிழந்து கிடந்தான். கடந்த மூன்றாண்டுகளாக ஹைஃபா மருத்துவமனைதான் அவனது வீடாக இருந்தது. அண்மைக் காலம் வரை அது மறுவாழ்வு மையமாக இருந்தது. வாய்ப்புக்கேடாக, பர்ஜுல் பிரஜ்னே முகாம் மீது ரமளான் மாதத்தில் நடந்த தாக்குதல் வேளையில் அவனுக்கும், வேறு சிலருக்கும் குடல் வீக்கம் ஏற்பட்டது. நாற்பது நாட்களாக முற்றுகையிலிருந்த முகாமில் தண்ணீரும், உணவும், மருந்துகளும் இல்லை. தொடர்ச்சியாக நடந்த குண்டு வீச்சினால் முகாம் மக்கள் பாதுகாப்புக் கிடங்கில் நெருக்கியடித்துக் கிடந்தார்கள், அதுவும் பல நாள்களாக! இந்நிலையில் வாந்தி பேதி போன்ற தொற்று நோய்களும், தோல் நோயும், மூச்சுத் திணறலும் எளிதாகப் பரவும். ஒரு சாதாரண உடல்வலுவுள்ள மனிதனே இத்தகைய சூழ்நிலையில் பிழைப்பது கடினம்தான்! மரத்துப் போனவனுக்கு வாந்தியும் பேதியும் வந்தால், முடிவு மரணம்தான்!

அவனது உடலின் கீழ்ப்பகுதி என்ன நிகழ்கிறது என்பதை உணரவில்லை. மணிக் கணக்கில், ஒருவேளை நாள்கணக்கில் தனது சொந்தக் கழிவுமீது அவன் உட்கார்ந்தான். முகாம் மீதான முற்றுகை நீங்கு வதற்குள் அவன் மிகவும் மெலிந்து போயிருந்தான். அவனது ஆசனவாயில் பெரிய புண் உருவாகியிருந்தது. அவனுக்குத் தொடர்ச்சியாகப் பேதியானதால் அவனைச் சுத்தம் செய்ய முடியவில்லை. காஸா மருத்துவமனை தகர்க்கப்பட்டுக் கிடந்தது. ஹைஃபா மருத்துவனையில் கட்டுமான பணிகள் நடந்துகொண்டிருந்தன.

வேறு வழியின்றி அவனை அக்வா மருத்துவமனைக்கு மாற்றினோம். ஆனால் இப்படிப்பட்ட நோயாளிகளுக்குச் சிகிச்சையளிக்க அங்கு வசதியில்லை. காரணம், ரமளான் போருக்குப் பிறகுள்ள நிலைமையை அது இப்போதுதான் சீராக்கத் தொடங்கியிருந்தது. மேலும், அங்கு போதுமான தண்ணீர் வசதியில்லை. இந்த நிலையில், தேவையான வசதிகள் உள்ள தனியாரின் லெபனான் மருத்துவமனைக்கு அவனை அனுப்புவதே அறிவுப்பூர்வமான செயல்!

அவனொரு லெபனானி என்பதால், அதற்கான செலவை ஏற்றுக்கொள்ளும்படி லெபனான் தர்ம ஸ்தாபனங்களிடம்

கேட்கலாமென்று நாங்கள் நினைத்தோம். ஆனால், ஓர் ஏழை லெபனானிக்கு மருத்துவ கவனிப்புக் கிடைப்பதென்பது எவ்வளவு சிரமமானதென்று அப்போது தான் நானறிந்தேன். தர்ம ஸ்தாபனங்கள் சன்னிகள், கிறித்தவர்கள், துரூஸ்கள், ஷியாக்கள் என எல்லோருக்கும் இருந்தாலும் அனைவரும் தங்களைச் சேர்ந்தவர்களுக்கு மட்டுமே உதவினார்கள். வழக்கம் போல, அவர்களின் உதவிக்காக ஏற்கனவே பல நோயாளிகளும் காத்திருந்தனர். ஒரு ஷியா தர்ம ஸ்தாபனத்தை நாங்கள் அணுகிய போது அவர்களுக்குத் தெரிய வேண்டியதெல்லாம் அவனும் குடும்பமும் எந்தக் கிராமத்திலிருந்து வந்தவர்கள் என்பதுதான்! காரணம், தெற்கு லெபனானிலும், பெக்கா பள்ளத் தாக்கிலும், அதுபோல வேறு சில பகுதிகளிலும் ஷியா கிராமங்கள் இருந்தன. அவர்கள் கேட்ட தகவல்களையெல்லாம் கொடுத்தபோது, அந்தப் பகுதியைச் சேர்ந்த ஒரு ஷேக்கின் (தனவந்தர்) முகவரியைத் தந்து, அவரிடம் விசாரிக்கும் படி அறிவுரை வழங்கினார்கள். அந்த ஷேக்கோ என்னைப் பார்க்கவே மறுத்தார். ஆக, அந்த இளைஞனின் துயரம் நீடித்தது. அக்வா மருத்துவ மனை நர்சுகள் அவனை பாட்டில் நீரால் (குடிப்பதற்காக மட்டும் உள்ளவை) கழுவி சுத்தம் செய்து கொண்டேயிருந்தார்கள்.

அவனுக்காகப் பொதுநல அமைச்சரகத்திற்கு விண்ணப்பித்து, நீண்ட காலம் ஆகியிருந்தது. ஆனால், எப்போது உதவி வருமென்பது இறைவனுக்கே வெளிச்சம்! இறுதியில், அவன் முற்றிலுமாக உணர்வு இழந்து மரணமடைந்தான், வெறும் எலும்பும் தோலுமாக! என்னைப் பொறுத்தவரை அவனது மரணம் மிகவும் ஆழமானதும், சோகமானது மான பாடத்தை எனக்குக் கற்றுத்தந்தது. முதல் காயத்தை இஸ்ரேலியர்கள் ஏற்படுத்தினார்கள். ஆனால், மேற்கு பெய்ரூத்தின் மீதிருந்த எல்லாவிதத் தடைகளின் காரணமாக அவன் கேவலமான முறையில் மரணமடைந்தான். இறப்பதற்கு இரண்டு நாள்கள் முன்புகூட, ஹைஃபா மருத்துவமனை திறக்கப்பட்டதும் தன்னை அங்கே கொண்டு செல்ல வேண்டுமென்று அவன் என்னிடம் கெஞ்சினான். அந்தக் கோரிக்கையை இனி நிறைவேற்ற முடியாது!

1982இல் இஸ்ரேலியப் படையெடுப்பு வேளையில், லெபனானியர்கள் நேசமும், கருணையும், தோழமையும் கொண்டவர்களாக இருந்ததை எனது மேற்குப் பெய்ரூத் அனுபவத்தின் வாயிலாக நானறிந்தேன்.

பாலஸ்தீனர்கள் மீதோ தங்களுக்குள் மதம்-கட்சி அடிப்படையிலோ அவர்கள் ஒருபோதும் வேற்றுமை காட்டியதில்லை. ஆனால் 1985இல், அவர்களுக்குள் வேற்றுமைகள் தலைதூக்கின. இன்று, ஒரு ஷியா டாக்ஸி சன்னி பகுதிக்கோ, சன்னி டாக்ஸி ஷியா பகுதிக்கோ செல்வதில்லை. 'பாலஸ்தீன அகதி முகாமுக்குப் போக வேண்டும்' என்று சொன்னால் போதும், உடனே டாக்ஸி ஓடி மறைந்துவிடும்.

லாஹுஈத் வழியாகக் கிழக்கு மத பாடசாலையைக் கடந்து செல்லும் போது, அது 1982இல் பாலஸ்தீனர்கள் மற்றும் லெபனானியர்களின் ஒத்துழைப்புடன் எப்படித் தற்காலிக மருத்துவமனையாக மாற்றப் பட்டது என்பதை நினைவுகூர்ந்தேன். அதன் பலனாக அன்று நூற்றுக் கணக்கானோர் உயிர்பிழைத்தனர்.

அன்று எவரும் மற்றவரைப் பாலஸ்தீனியா அல்லது லெபனானியா என்று கேட்பதில்லை. லெபனானியர்கள் தங்களுக்குள் முஸ்லிமா அல்லது கிறித்தவரா என்று விசாரிப்பதில்லை. முஸ்லிம்கள் பிறரிடம் சன்னியா அல்லது ஷியாவா என்று கேட்பதில்லை. அந்த நேசம், கருணை, ஒற்றுமை இன்று இனப்பகையாக, வெறுப்பாக, இயலாமையாக மாறியிருந்தது. பணம் இன்று பலவற்றையும் வாங்கும்: ஆயுதங்கள், பல்வேறு போராளிகளின் பின்பலம், கவனிப்புகள், மருத்துவ சிகிச்சை, ஏன்—கொள்கைகளையும் வாங்கலாம்!

லெபனான் என்னை வேதனைப்படுத்தியது! இந்த நாடு கணக்கற்ற கவச வண்டிகளையும் இயந்திரத் துப்பாக்கிகளையும் எத்தனையோ போர்களையும் கண்டது! பாடசாலைகளுக்கும், பணியிடங்களுக்கும் போக வேண்டிய இளைஞர்கள் கைகளில் ஆயுதங்கள் ஏந்தி வாழ்வதற்காகப் போராடுகிறார்கள். பொதுமக்களின் நலத்திற்காகச் செலவிடப்பட வேண்டிய பணம் ஆயுத விற்பனையாளர்களுக்குப் போனது.

ஒரு லெபனானிய நண்பர் சொன்னார்: 'லெபனான் இன்று, அந்நிய சக்திகளின் யுத்த பூமியாக மாறியுள்ளது. அவர்களின் பீரங்கியின் இரைகளாக லெபனான் மக்கள் ஆனார்கள். வாழ்க்கை என்பது இங்கு அர்த்தமற்றதாக ஆகிவிட்டது. யாரேனும் ஒருவர் சுட்டுக் கொல்லப்பட்டால், 'யார் செய்தார்கள்?—ஏன் செய்தார்கள்?' என்கிற கேள்வியைக்கூட, சிலர் மட்டுமே கேட்கிறார்கள்.'

இளைஞர்கள் இன்று கையில் ஒரு துப்பாக்கி வைத்திருப்பதையும், ஏதேனுமொரு போராளிக் குழுவில் உறுப்பினர் ஆவதையும் தங்களது சக்தியாகக் கருதுவதுதான் என்னை மேலும் அலட்டியது.

1982இல் நாங்கள் தங்கிய மேஃபேர் விடுதியைக் கடந்தபோது இதுபோன்ற சிந்தனைகள் மனதில் அலையடித்தன. திடீரென சாலையின் மறுபுறத்திலிருந்து யாரோ என்னை அழைத்தார்கள்: ‘மருத்துவர், மருத்துவர்.’

அந்த ஆளை எனக்கு அடையாளம் தெரியவில்லை. ஆனால், 1982இல் லாஹுஃத்தில் நான் பணியாற்றியது தனக்குத் தெரியுமென்று அவர் சொன்னார். தன்னை ஒரு மருத்துவராக அறிமுகப்படுத்திக் கொண்ட அவர் ஒரு காபி குடித்து விட்டுப் போகலாமென்று என்னை அழைத்தார். சிரியா முற்போக்கு சோஷலிசக் கட்சியில் உறுப்பினராம் அவர். அந்தக் கட்சியைப் பற்றி எனக்கெதுவும் தெரியாது. தனது கட்சியின் கொள்கைகளைப் பொறுமையுடன் என்னிடம் விளக்கினார். அவர் சொன்ன பலவும் எனக்குத் தேவையில்லாத விஷயங்கள், ஒன்றைத் தவிர! அது ஓர் இனப் பாகுபாடற்ற கட்சி என்று சொன்னதும், அப்படியொரு கட்சியை 1985இல் லெபனானில் காண்பது ஆச்சரிய மாகத் தோன்றியது.

அவரது மேசையின் கண்ணாடிக்குக் கீழே அழகிய ஓர் இளம் பெண்ணின் படமிருந்தது. பெய்ரூத்திலும், தெற்கு லெபனானிலும் அந்த முகத்தைச் சுவரொட்டிகளில் பார்த்து, அது யாராக இருக்குமென்று ஆச்சரியப்பட்டு இருக்கிறேன். தெற்கு லெபனானில், இஸ்ரேலிய இராணுவ முகாமுக்குள் வெடிமருந்துகள் நிறைத்த காரை ஓட்டிச் சென்று, தற்கொலைத் தாக்குதல் நடத்திய பதினெட்டு வயதான முதல் லெபனானியப் பெண்தான் அவளென்று அந்த மருத்துவர் என்னிடம் விளக்கினார்.

தற்கொலைத் தாக்குதல் நடத்திய மற்றொரு பெண்ணைப் பற்றியும் அவர் நெகிழ்ச்சியோடு கூறினார். ஒருநாள் காலையில், கையில் அழகிய மலர்க்கொத்துகளுடன் அவரைப் பார்க்க அவள் வந்தாளாம். தான் எங்கோ ஓரிடத்திற்குச் செல்லப் போவதாகச் சொன்னாளாம். ஆனால் அது எங்கே என்பதை அவள் அவரிடம் சொல்லவில்லை. ‘ஒரு நல்ல காரியத்தைச் செய்யப் போகிறேன். லெபனானுக்குப் பிடித்தமான ஒன்று!’ என்று சொன்னாள். தற்கொலைத் தாக்குதல் நடந்த பிறகுதான் அவள் சென்ற இடம் எதுவென்று அவர் அறிந்தாராம்.

தற்கொலைப் படையினரைப் பல மேற்கத்தியர்களும், ‘கிறுக்கர்கள் அல்லது பயங்கரவாதிகள்’ என்று சொல்லிப் புறக்கணிக்கிறார்கள். அவர்களில் கொஞ்சம் இரக்க குணமுள்ளவர்கள், ‘ஐயோ பாவம்! ஓர் உயிர் அநியாயமாகப் பலியானதே..!’ என்று நொந்து கொள்வார்கள்.

ஆனால், லெபனானியர்கள் பலருக்கும் அவர்கள் வீரம் மிகுந்த உயிர்த் தியாகிகள்! ஷத்திலா மஸ்ஜிதில் துயிலுறங்கும் உயிர்த் தியாகிகளான பெண்களைப் போலவே இவர்களும் மிகவும் அழகானவர்கள். அழகான கணவனை மணமுடித்து, அழகிய குழந்தைகளைப் பெற்றுக் கொண்டு மகிழ்ச்சியாக வாழ்வதை வேண்டுமானால் அவர்களும் தேர்ந்தெடுத்து இருக்கலாம். அதற்கு மாறாக, தங்களது நாட்டின் விடுதலைக்காகவும் மக்களின் விடுதலைக்காகவும் தங்களது உயிர்களைத் தியாகம் செய்வதை அவர்கள் தேர்ந்தெடுத்தார்கள்.

என் கண்களில் நீர் நிறைந்தது. நிலைமை மோசமாவதற்குள் நான் இங்கிருந்து சென்றாக வேண்டும். சற்று நேரத்திற்கு முன்னால் லெபனான் குறித்து எனக்குள் எழுந்த சிந்தனைகளை நினைத்து நான் வருந்தினேன். நான் இங்கு தங்கியிருந்த நாள்களில் அனுபவித்த மோசமான பிரிவினைகள் அனைத்தையும், தங்களது உயிர்த் தியாகம் மூலம் அந்த இரண்டு பெண்களும் துடைத்தெறிந்தார்கள். இஸ்ரேலியர்களை மகிழ்விக்க, பாலஸ்தீனர்களைத் தாக்குவதை அவர்கள் தேர்ந்தெடுக்கவில்லை; லெபனான் பிரச்சினைக்கு நியாய வாதங்களைத் தேடி அவர்கள் அலையவும் இல்லை. அவர்கள் எதிரிகளுடன் போராடுவதெனத் தீர்மானித்தார்கள். மிகுந்த துணிச்சலோடு, சொந்த உயிரைப் பலிகொடுத்து அதை நிறைவேற்றினார்கள்.

பிரிட்டிஷ் மருத்துவக் குழுவினர் திரும்பிச் செல்வதற்கான நேரம் நெருங்கிவிட்டது. நிறைய வேலைகள் எங்களுக்காக பிரிட்டனில் காத்துக் கிடந்தன. பிரச்சார வேலைகள், நன்கொடை வசூலித்தல் போன்ற காரியங்களைச் செய்தாக வேண்டும். லெபனானுக்கென ஒரு நீண்டகால மருத்துவத் திட்டத்தைத் தொடங்க வேண்டிய அவசியத்தையும் நாங்கள் உணர்ந்திருந்தோம். இதைப் பற்றி இலண்டனிலுள்ள எங்களது அமைப்பினருடன் கலந்தாலோசிக்க வேண்டும். எடுத்துக்காட்டாக, ஹைஃபா, ஷத்திலா மருத்துவமனைகள் கட்டி முடிக்கப்பட்டால், அங்கு காத்திருக்கும் நோயாளிகளுக்கு அறுவை சிகிச்சை நடத்த சர்ஜன்கள் தேவைப்படும். முகாம்கள் மீது மீண்டும் தாக்குதல் நடந்தால், நிலைமையைச் சமாளிக்க மேற்கொண்டும் மருத்துவ உதவிகளை அனுப்பியாக வேண்டும்.

1985 ஆகஸ்டில், நாங்கள் புறப்படுவதற்கு முன்பு இமாதும், அலிஸனும் திருமணம் செய்துகொள்ள தீர்மானித்துள்ளதை

நான் அறிந்தேன். அவர்கள் ஒருவரையொருவர் காதலிப்பதைப் பற்றி எதுவும் அறியாத அளவுக்கு நான் அலட்சியமான, உணர்ச்சியற்ற ஒரு குழுத் தலைவியாக இருந்திருக்கிறேன்! அலிஸன் பெய்ரூத்திலிருந்த காலத்தில் கடினமாக உழைத்துக்கொண்டிருந்தாள். இந்தக் காதலைப் பற்றி ஏற்கனவே நான் அறிந்திருந்தால் இருவரையும் சற்று ஓய்வெடுக்கச் சொல்லியிருப்பேன். ஆனால், இதில் வியப்பு என்னவென்றால், இந்த நிலையிலும் அலிஸன் ஹைஃபா மருத்துவமனையைவிட்டு வெளியேற மறுப்பதோடு, முகாம் மக்களுக்கு உதவும் பொருட்டு இங்கேயே தங்க விரும்புகிறாள் என்பது தான்! அவளது கடமையுணர்ச்சியை நான் பெரிதும் மதிக்கிறேன். ஆனால், எங்களுடன் இலண்டன் திரும்ப வேண்டிய இமாதின் நிலை என்னவாகும்? தன்னைப் பெய்ரூத்தில் தங்க அனுமதிக்கும்படி அவள் இமாதிடம் வேண்டினாள். மருத்துவ மனைக்கும் அவளது சேவை தேவையாக இருந்தது. அதனால் இமாதும் அவளது விருப்பத்திற்குச் சம்மதித்தான்.

மீண்டும் நடந்த முற்றுகையில் அவளும் சிக்கினாள். இறுதியில், எப்படியோ அவளை மீட்டு இலண்டன் அனுப்பிவைத்தார்கள். நிமோனியா காய்ச்சலுடன் எடை குறைந்தும் காணப்பட்டாள். அவள் பிழைத்ததே இறைவனின் கருணையால்தான்! அவளுக்கு ஏதேனும் நிகழ்ந்திருந்தால், அவளை அங்கேயே தங்க அனுமதித்ததற்காக, அதற்கான முழு பொறுப்பும் என்னைச் சேர்ந்திருக்கும்!

23

இந்த அத்தியாயத்தை நீங்கள் படிக்கும்போது, 'யாரிந்த நபீலா பிரயர்? அவளைப் பற்றித் திடீரென ஏன் இவள் எழுதத் தொடங்கினாள்?' என்றெல்லாம் வியப்படைவீர்கள்! பாலஸ்தீனர்களின் தனிப்பட்ட வாழ்க்கை குறித்து அவர்களிடம் அதிகமான கேள்விகள் கேட்பதோ, அவர்களைப் புகைப்படம் எடுப்பதோ கூடாதென்று பலரையும் போல நானும் கற்றிருந்தேன். பல வேளைகளிலும், எனது பாலஸ்தீன நண்பர்களைப் பற்றி நான் தெரிந்துகொள்வது, அவர்கள் சற்றும் எதிர்பாராத நிலையில் கொல்லப்பட்ட செய்தியைக் கேட்ட பிறகுதான்! பிறகுதான், அதுவும் மிகவும் தாமதமாக, அவர்களை நான் பாராட்டுவேன். எனது அன்புக்கும் மரியாதைக்கும் உரியவர்களை—நான் சொல்வதைக் கேட்கக்கூடிய நிலையில்

அவர்கள் உயிரோடிருக்கும் போது—என் உணர்வுகளை முறையாக எடுத்துச் சொல்ல நான் கற்றாக வேண்டும்! நபீலா ஓர் எடுத்துக்காட்டு. அவளது உதவி தேவைப்பட்டபோதெல்லாம் நாங்கள் அவளை அழைத்தோம். இருந்தும், இந்தப் புத்தகத்தை எழுதத் தொடங்கிய போது அவளை ஏறக்குறைய நான் மறந்திருந்தேன்!

நாங்கள் பங்கிட்டுக்கொண்ட வாழ்க்கையில் ஓர் இடைவெளியை ஏற்படுத்தி அவள் மறைந்த பிறகுதான் அவளைப் பற்றி நான் சிந்திக்க ஆரம்பித்தேன். காலவோட்டத்தில் அவளது முகம் தெளிவற்றுப் போகாதிருக்க அவசரமாக முயன்றேன். நாங்கள் இருவரும் உயிரோடு, ஒன்றாக இருந்த வேளைகளில், நாங்கள் செய்ய வேண்டிய வேலைகள் தாராளமிருந்தன. ஒருவருக்கொருவர் நேரம் ஒதுக்க முடியாத அளவுக்கு வேலையில் தீவிரமாக இருந்தோம். என்றாவது ஒருநாள் இருவரும் தனியாக அமர்ந்து, வேலையோடு தொடர்பில்லாத விஷயங்களைப் பற்றிப் பேசி ஒருவரையொருவர் புரிந்துகொள்வோமென்று இருவருமே தீர்மானித்திருந்தோம்! அதிலொருத்தி, இனியிது நடவாதென்று திடீரென உணர்ந்தாள்.

நபீலா பிரயர் 1986 டிசம்பர் மாதம் 18ஆம் நாளன்று மேற்கு பெய்ரூத்தில் சுட்டுக் கொல்லப்பட்டாள். அவளை அறிந்த பலரும், உண்மையில் நடந்ததென்ன என்று சிந்திக்கக்கூட முடியாத அளவுக்கு பிரமை பிடித்து நின்றார்கள். அவளை முதல் முறையாக நான் சந்தித்தது தெளிவாக நினைவிருக்கிறது. 1985 ஜூலை மாதக் கடைசியில் ஏதோ ஒரு நாள்! ஹைஃபா மருத்துவமனைக்கு ஓர் ஆம்புலன்ஸ் வாங்க பிரிட்டிஷ் பொதுமக்கள் பணம் தந்திருந்தார்கள். ஒரு மாத காலம், ஒரு பழைய வண்டியைத் தேடி நான் அலைந்தேன். அது ஒரு முடியாத காரியமென்று பிறகு உணர்ந்தேன். ரமளான் போர் முடிந்த வேளையது. ஓரளவுக்கு நல்ல நிலையிலிருக்கும் ஆம்புலன்ஸ் ஏதும் பெய்ரூத்தில் இல்லை. இரண்டு கிலோமீட்டர் தொலைவில் சாலையில் பழுதாகிக் கிடக்கும் சில வண்டிகள்தான் விற்பனைக்கு வந்தன. அதன் முடிவில், எனது நார்வே நண்பர், அன்று யுனிஸெஃப் நிறுவனத்தின் பெய்ரூத் அதிகாரியான நபீலாவைச் சந்தித்துப் பேசும்படி எனக்கு ஆலோசனை வழங்கினார்.

1985இல் நைரோபியில் நடந்த பெண்கள் கருத்தரங்கில் பெய்ரூத்தின் பிரதிநிதியாகக் கலந்துகொண்டு உரையாற்றி, அப்போது தான் நபீலா திரும்பி வந்திருந்தாள். தொடர்புகொண்டபோது, ஆம்புலன்ஸ் பற்றி விவாதிக்க காலை எட்டு மணிக்குள் தன்

அலுவலகத்திற்கு வரச் சொல்லியிருந்தாள். குறிப்பட்ட நேரத்திற்கு முன்பாகவே நான் அங்குச் சென்றபோது, நபீலா எனக்காகக் காத்திருந்தாள். ஒளி பொருந்திய கண்களுடன் முப்பது வயதுக்கு மேலாகாத, கவர்ச்சியான பாலஸ்தீன பெண்! அவளது கைவசம், பாலஸ்தீனப் பெண்கள் பொதுச் சபைக்கு டென்மார்க் மக்கள் அன்பளிப்பாக வழங்கிய ஒரு ஆம்புலன்ஸ் இருந்தது. அது, மீட்புப் பணிகளுக்குப் பயன்படுத்தும் வழக்கமான ஆம்புலன்ஸ் அல்ல! ஆனால், நடமாடும் நிலையிலுள்ள நோயாளிகளை ஒரு மருத்துவமனையிலிருந்து இன்னொரு மருத்துவமனைக்குக் கொண்டு செல்ல அது உதவும்! வேறு வகையாகச் சொல்வதென்றால், அதை ஒரு ஆம்புலன்ஸ் என்பதைவிட மினி பஸ் என்று சொல்லலாம். வீடுகளிலிருந்து பெண்களையும் குழந்தைகளையும் நர்சரிக்கும், மருத்துவமனைக்கும், சிகிச்சை மையத்திற்கும் கொண்டு செல்லவும், திரும்பக் கொண்டு வரவும் உதவுகிற, பெண்களுக்கான வாகனம் அது!

ஐரோப்பாவிலிருந்து வந்த புதிய வண்டி அது. லெபனான் அரசு அதற்கு வாகன வரியாக 50,000 லிரா (2500 ஸ்டெர்லிங்க்) சுமத்தியிருந்த காரணத்தால் அதைச் சாலையில் இறக்க பாலஸ்தீனப் பெண்கள் பொதுச் சபையால் முடியவில்லை. பெய்ரூத்தில் பாதுகாப்பு நிலை மிக மோசமாக இருந்தது. பாலஸ்தீன நிறுவனங்கள் வெளிப்படையாகத் தாக்கப்பட்டன. பாலஸ்தீனப் பெண்கள் பொதுச் சபை வெளிப்படையாகச் செயல்பட முடியாத நிலை. ஆகவே, ஆம்புலன்ஸை எங்களுக்குத் தர அவர்கள் முடிவெடுத்தனர். அப்படியானால் பிரிட்டிஷ் பொதுமக்கள் தந்த பணத்திலிருந்து வாகன வரியைக் கட்டவும் செய்யலாம். எப்படி யாயினும், ஒரு புதிய ஆம்புலன்ஸை வாங்குமளவுக்கு எங்களிடம் பணமில்லையென்றாலும், அந்த வாகன வரியைக் கட்ட போதுமான பணமிருந்தது!

நபீலா துணிச்சலும், தன்னம்பிக்கையும் கொண்ட பெண்! எனினும், எப்படிப்பட்ட நெருக்கடியில் அவள் வாழ்ந்தாள் என்பதை மிகவும் தாமதமாகவே நானறிந்தேன். தனது குடும்பத்தைச் சேர்ந்த பலரையும் அவள் இழந்திருந்தாள். அவள் சொன்னாள்: 'எனது குடும்பம் லெபனானில் தங்களது இரத்தத்தின் பங்கைத் தந்துவிட்டார்கள்.' பலருக்கும் இது பழக்கமில்லாத வார்த்தைகள்! ஆனால் பாலஸ்தீன வரலாறு அறிந்த எவரும், லெபனானிலுள்ள பல பாலஸ்தீனக் குடும்பங்களும் தங்களைச் சேர்ந்த பலரையும் இழந்திருக்கிறார்கள் என்பதை அறிவார்கள்.

பத்திரிகை செய்தியாளர்கள் பலமுறை என்னிடம் கேட்ட ஒரு கேள்வி: 'பாலஸ்தீனர்களுக்கு அமல்கள்மீது பகைமை இல்லையா?' இந்தக் கேள்வி திணிக்கப்படுகிற ஒன்று! அவர்களுக்குத் தெரிய வேண்டியது, அமல்கள் பாலஸ்தீனர்களுக்கு ஏற்படுத்திய வேதனைகள் அவ்வளவு மோசமானதா என்பதுதான்! அது அத்தனை மோசமானதல்ல என்று சுட்டிக் காட்டவே அவர்கள் எப்போதும் விரும்புகிறார்கள். இது போன்று இஸ்ரேலியர்களும், அரபிகளும்கூட பாலஸ்தீனர்களிடம் குரூரமாக நடந்துகொள்வதாக சுட்டிக்காட்டினார்கள்.

அகதி முகாமில் வசிக்கும் ஒரு சாதாரண பாலஸ்தீன் குடும்பத்தில் கூட, இஸ்ரேலியர்களும் அரபிகளும் தாக்கியதால் சிலராவது இறந்திருப்பார்கள். நபீலாவின் குடும்பமும் அதற்கு விதிவிலக்கல்ல! ஆனால், தனது குடும்பத்தின் இரத்தம் தேவையான அளவுக்கு சிந்தப்பட்டுள்ளது என்கிற அவளது எண்ணம் தவறாகிப் போனது. ஒன்றரை ஆண்டுகளுக்குப் பிறகு, தன் உயிரையும் பலிகொடுக்க நேருமென்று அவள் சிறிதுகூட நினைத்திருக்கமாட்டாள்.

நான்கு ஆயுததாரிகள் அவளைச் சுட்டுக் கொன்றார்கள். எத்தனை கருணையற்ற இழிசெயல் இது! தன்னம்பிக்கையும், உண்மையும் தவிர வேறெந்த ஆயுதமும் கைவசமில்லாத இந்தத் துணிச்சலான பாலஸ்தீனப் பெண்ணை அழிப்பதற்கு, துப்பாக்கி ஏந்திய நான்கு கோழைகள் தேவைப்பட்டதோ? இந்தப் பிசாசுகளைத் திருப்திப்படுத்த, நபீலாவின் மரணத்தையும் சேர்த்தால், ஒருவேளை போதுமான இரத்தத்தை அவளது குடும்பம் சிந்தியிருக்கும். அவள் கணநேரத்தில் மரணமடைந்தாள் என்கிற செய்தியில் நான் ஓரளவு ஆறுதல் கொண்டேன். காரணம், அவள் சித்திரவதை செய்யப்படவோ, கற்பழிக்கப்படவோ இல்லை. அவளது உடலைச் சிதைக்கவுமில்லை. கொலையாளிகளின் வழக்கமான செயல்கள்தாம் இவையெல்லாம்!

சுட்டுக் கொல்லப்படுமளவுக்கு நபீலா என்ன செய்தாள்? அவள் ஒரு பாலஸ்தீனப் பெண், சமாதானத்திற்காக மட்டுமே உழைத்தாள். ஒரு மருத்துவர் என்கிற முறையில், லெபனானுக்குத் தேவையான மருத்துவ உதவிகளை ஏற்பாடு செய்வதில் மட்டும்தான் எனக்கு அவளோடு தொடர்பு இருந்தது. பாலஸ்தீன முகாம்களுக்கு மட்டுமல்ல, லெபனானிலுள்ள மற்ற உதவி மையங்களுக்கும் அவை போய்ச் சேர்ந்தன. மருந்துகள், போர்வைகள், துணிமணிகள் எனப் பலவும் கொண்ட பெரிய பெட்டிகள், உலகின் பல பாகங்களிலிருந்தும் அவளது முகவரியில் பெய்ரூத் வந்து சேரும். அதெல்லாம், பாலஸ்தீன

அகதி முகாம்கள், வறட்சிப் பகுதிகளைச் சேர்ந்த ஷியாக்கள் என, தேவைப்படுகிற எல்லோருக்கும் விநியோகமாகும். அதற்கு எந்தவிதக் கட்டணமோ, வரியோ, பங்கோ கிடையாது. அத்துடன், பெய்ரூத் சுங்க அதிகாரிகளிடம் காணப்படும் இலஞ்சமும் இல்லை.

துயர்துடைப்புப் பணிகளில் ஈடுபட்டிருந்த பலருக்கும் நபீலாவின் மரணம் ஓர் எச்சரிக்கையாக இருந்தது. மனிதநேயமும், துயர் துடைப்புப் பணியும்கூட ஒருவரது மரணத்திற்குக் காரணமாகும் என்கிற அச்சுறுத்தல் அதிலடங்கியிருந்தது! அந்தக் குழப்பக்காரர்களின் நோக்கமும் ஒருவேளை அதுவாக இருக்கலாம்—லெபனானில், நலிந்த சமூகங்களுக்கு உதவுவதிலிருந்து விலகி நிற்க மக்களுக்கு விடுத்த எச்சரிக்கை! 1985இல் முகாம்மீது தாக்குதல் நடந்தபோது அவர்கள் யாரையும் பேச அனுமதிக்கவில்லை. அங்குள்ள சூழ்நிலையைப் பற்றி எழுதினால் கொன்றுவிடுவோமென்று செய்தியாளர்களை மிரட்டவும் செய்தார்கள். முகாம் மீதான தாக்குதலுக்கெதிராகப் பேசிய என்னை பயமுறுத்தினார்கள். அவர்களது குற்றங்களுக்கு எதிராக எந்த சாட்சியும் பேசுவதை அவர்கள் விரும்பவில்லை.

முகாம் போர் தொடர்பான ஆதாரப்பூர்வமான தகவல்கள் அனைத்தும் என்னிடம் இருக்கிறதா என்பதை உறுதிப்படுத்தும் நோக்கத்துடன் நபீலா என்னைக் காண மேஃப்ளவர் ஹோட்டலுக்கு வந்தாள். 1985இல் நான் லெபனான் விட்டுப் புறப்படத் தயாரான அன்று காலை நடந்த சம்பவம் இது! முகாம்களின் மீது அண்மையில் நடந்த தாக்குதல் குறித்து யுனிஸெஃப் தயாரித்த அறிக்கையின் நகல் ஒன்றை என்னிடம் தந்தாள். வீடுகளை இழந்த பாலஸ்தீனர்களின் எண்ணிக்கை, பாடசாலைகள்—நர்ஸரி பள்ளிகள்—கிளினிக்குகள் உட்பட முகாம்களுக்கு ஏற்பட்ட அழிவுகள் என எல்லாமே மிகுந்த கவனத்தோடு அந்த அறிக்கையில் பதிவாகியிருந்தன.

முகாம்களைத் தாக்கி அழித்தவர்கள் நபீலா என்னைக் காண வந்ததைக் கவனித்திருக்கலாம். எந்த அளவுக்கு அவள் உண்மைகளை வெளிக்கொணர முயன்றாளோ அந்த அளவுக்கு அவள் தன்னையும் அபாயப்படுத்திக் கொண்டிருந்தாள். ஆனால், அவளைப் போன்றவர்களும் இல்லையென்றால் நிலைமை இன்னும் மோசமாகும்! குற்றங்களும் கொடுமைகளும் வெளியுலகைச்

சென்றடையாது. உண்மைகளை வெளிக்கொணர யாரேனும் தன் வாழ்க்கையைப் பணயம் வைத்திருந்தார்களா என்றால், அது நபீலா மட்டும்தான்!

கொஞ்ச காலமாகவே அவர்கள் நபீலாவைப் பின்தொடர்ந்தார்கள். 1985 டிசம்பர் மாதம் அவளது கணவரிடம், இருவரும் பெய்ரூத்தில் தொடர்ந்தால், கடத்திச் செல்லப் போவதாக யாரோ மிரட்டினர். அவர்கள் பெய்ரூத்திலிருந்து வெளியேறி, எங்களைக் காண இலண்டனுக்கு வந்தார்கள்.

1982இல் காஸா மருத்துவமனையில் பணியாற்றிய ஐரிஷ் அனஸ்தடிஸ்ட் பல் இலண்டனில், எங்களை ஒரு விருந்துக்கு அழைத்தாள். மிக அருமையான சிறிய விருந்து அது! நபீலாவை இலண்டனில் பார்க்க முடிந்தது மகிழ்ச்சியளித்தது. எங்களது உரையாடல் பெரும் பகுதியும் முகாம் மக்களின் தேவைகளைப் பற்றியதாக இருந்தது —வீடற்ற மக்களுக்கு எப்படி ஆடைகளை அனுப்புவது, லெபனான் குளிர்காலத்தைச் சமாளிக்க என்ன செய்யலாம் என்பன போன்ற விஷயங்களை விவாதித்தோம். அந்த விருந்தில்தான் நாங்கள் கடைசியாகச் சந்தித்தோம். நபீலா திரும்பவும் பெய்ரூத் சென்றாள். தன்னைச் சூழும் ஆபத்தைப் பொருட்படுத்தாமல் யுனிசெஃபில் தொடர்ந்து பணியாற்றினாள்.

அவளது மரணம் எங்கள் அனைவரையும் அதிர்ச்சிக்குள்ளாக்கியது. தொலைபேசி மூலம் தகவல் தெரிவித்தபோது, அதைக் கேட்ட என்னுடைய தோழி பல் எதுவும் பேசாது மௌனியானாள். ஆனால், சிறிது நேரத்திற்குப் பிறகு, தாக்குப் பிடிக்காமல் அவள் வெடித்தாள்: 'ஓ, இந்தப் பாலஸ்தீனர்கள், லெபனானியர்கள், இஸ்ரேலியர்கள் — இவர்களைப் பற்றி எனக்கு எதுவுமே தெரியாதிருந்தால் எத்தனை நன்றாக இருந்திருக்கும்! அமைதியே இல்லாமல் போச்சே.' தொலைபேசியின் மறுமுனையில் பல் பெரிதாக விம்மியழுதாள். அந்நேரம் அவள் இலண்டனில், பெரிய மருத்துவமனையொன்றில் தீவிர கண்காணிப்புப் பிரிவில் அனஸ்தடிஸ்டாகப் பணியாற்றிக் கொண்டிருந்தாள்.

தொலைபேசியில் பேசச் சென்றவள் அழுதவாறு திரும்புவதைக் கண்டு அவளது ஊழியர்கள் அவளுக்குச் சித்த பிரமை வந்திருப்பதாக நினைத்திருக்கக்கூடும்! அதற்கு மாறாக, பெய்ரூத்தின் ஒட்டுமொத்த

சூழலும் பைத்தியக்காரத்தனமாக இருந்தது. இறைவா! எங்களுக்கு பொறுமையையும், எதையும் தாங்கும் சக்தியையும் தந்து அருள்வாயாக!

இன்று, முன்னெப்போதையும்விட, போராட்டமென்றால் என்னவென்று எனக்குப் புரிந்தது. இன்று நாம் சேர்ந்திருக்கிறோம், பங்கிட்டுக்கொள்கிறோம், சிரிக்கவும் அழவும் செய்கிறோம்! நாளை, மற்றவர்களை விடுத்து, ஒருவர் மட்டும் என்றென்றைக்குமாக விலகிச் செல்கிறார்! எனினும், நாம் வாழ்ந்தாக வேண்டும். தொடர்ந்து பணியாற்றியாக வேண்டும். இது ஒன்றுதான், மிகப் பெரிய மனதுடன் தங்களின் வாழ்க்கையை அர்ப்பணித்துச் சென்றவர்களுக்கு நாம் மரியாதைசெலுத்தும் வழி!

எனது படுக்கைக்கு அருகில் புகைப்பட சிலைடுகள் அடங்கிய ஒரு பெட்டி இருந்தது. அந்த சிலைடுகள் எல்லாம் இசைக் கருவிகள், கைப்பின்னல், மீனவர்கள், நகைகள், நடனக் கலைஞர்கள், விவசாயிகள், பழத்தோட்டங்கள். மாறுபட்ட மனிதர்களையும், கலாச்சாரங்களையும் பிரதிபலிக்கும் அழகியதும், அபூர்வமானதுமான சிலைடுகள் அவை! அதில், பாலஸ்தீனும், அதன் கலாச்சாரமும் உள்ள சிலைடுகளும் இருந்தன. அவற்றை எனக்குத் தந்த நபீலா, உலக மக்களுக்கு அதைப் போட்டுக் காண்பிக்க வேண்டுமென்று என்னிடம் கேட்டுக் கொண்டாள்.

அன்று அவள் சொன்னதைத் திரும்பச் சொல்வது வேதனை தரக் கூடியது. ஆனால், உரையாடலின் இறுதியில் அவள் சொன்னது இன்றும் தெளிவாக நினைவில் உள்ளது. ‘எங்களது துயரங்கள் வழியாகவே நண்பர்கள் எங்களை அறிகிறார்கள். ஆனால், பாலஸ்தீன வரலாறு என்பது வெறும் படுகொலைகள் மட்டும் நிறைந்ததல்ல என்பதை அவர்கள் முக்கியமாக அறிந்துகொள்ள வேண்டும். எங்களுக்கென ஒரு கலாச்சாரம்கூட இருக்கிறது. மற்றுள்ளவர்களைப் போல நாங்களும் அழகையும் கலையையும் ரசிக்கவே செய்கிறோம்.’

ஒருவேளை நபீலாவை நாம் இப்படி நினைவில் வைத்திருக்கலாம்: ‘அழகும், ஆர்வமும் உள்ள பாலஸ்தீனப் பெண்! தெளிவான சிந்தனையும், கலாச்சாரமும் துணிவும் நிறைந்தவள்! பாலஸ்தீன எதிரிகள் இதிலிருந்து எதையும் அவளிடமிருந்தோ நம்மிடமிருந்தோ எடுத்துச் செல்ல முடியாது!’

பகுதி 5
பெய்ரூத்திலிருந்து ஜெருசலேம் வரை
1985-1988

24

எங்களது மருத்துவக் குழு 1985 ஆகஸ்ட் மாதம் இலண்டன் திரும்பியது. நாங்கள் இல்லாத வேளையிலும் எங்களது அறக்கட்டளையின் பணிகளுக்கு பிரிட்டிஷ் பொதுமக்கள் அமோகமான ஆதரவு அளித்தார்கள். 'பாலஸ்தீனர்களுக்கான மருத்துவ உதவி' அமைப்பின் இயக்குநர் மருத்துவர் ரஃபீக் உசைனி நாங்கள் இல்லாத வேளையிலும் அதற்காகத் தீவிரமாக உழைத்தார். அவர் ஒரு பாலஸ்தீனியர். பிறந்தது ஜெருசலேமில். மணமுடித்தது ஓர் ஆங்கில மாதை! எங்களது அமைப்பின் இயக்குநராவதற்கு முன்பு அவர் லோபோராவில் பட்டம் பெற்று, பர்மிங்ஹாம் பல்கலைக்கழகத்தில் மைக்ரோ பயாலஜியில் ஆய்வாளராக இருந்தார். அந்த வேலையைக் கைவிட்டு, எங்களது அமைப்புக்கு வழிகாட்டவும் கொள்கைகளைச் செயல்படுத்தவும் பொறுப்பேற்றார். மேலும், 1982இல் காஸா மருத்துவமனையின் நிர்வாகியான பாலஸ்தீனப் பெண்மருத்துவர் அஸீஸா காலிதியின் ஒன்றுவிட்ட சகோதரர் அவர். அவளைப் போல இவரும் நற்குணம் கொண்ட பொறுமைசாலி. நெருக்கடியான நேரங்களிலும் நம்பிக்கை யைக் கைவிடாதவர்.

நாங்கள் இலண்டன் வருவதற்கு முன்பே, 'மருத்துவ ஊழியர்கள் தேவை' என்று ஒரு விளம்பரத்தைப் பத்திரிகைகளில் எங்களது அமைப்பு கொடுத்திருந்தது. அதற்கு அறுபது பேரிடமிருந்து விண்ணப்பங்கள் வந்தன. நன்கொடைகள் ஊறி வந்தன. பெரிய நிறுவனங்களின் உதவி குறைவாக இருந்தாலும், தனிப்பட்டவர்களிடமிருந்து நிறைய தொகை கிடைத்தது. ஓய்வூதியம் பெறும் ஒருவரின் ஒரு பவுண்டு, ஒரு விதவையின் ஐந்து பவுண்டு, வேலையேதுமில்லாத ஒருவர்—இப்படி பலரிடமிருந்தும் நன்கொடைகள் வெள்ளமாகப் பெருக்கெடுத்தன. வழக்கம் போல நன்கொடைகளுடன் கடிதங்களும் இருந்தன. ஓர் எடுத்துக்காட்டு:

'அன்புள்ள 'பாலஸ்தீனர்களுக்கான மருத்துவ உதவி'க்கு,

லெபனானில் உங்களது சேவைகளைக் குறித்துப் படித்தேன். உங்களின் நற்பணிக்கு ஆதரவாக நான் அனுப்பும் சிறிய பரிசான

இரண்டு பவுண்டை தயவுசெய்து ஏற்றுக்கொள்ளவும். வேலையேதும் இல்லாத காரணத்தால் இதற்கு மேல் தர முடியாததில் வருந்துகிறேன். உங்கள் அனைவரையும் இறைவன் ஆசீர்வதிக்கட்டும். அன்புடன்...'

நன்கொடைகளோடு வந்த கடிதங்கள் எனக்கு ஒரு விஷயத்தைப் புரியவைத்தன. தயாள குணமும், செல்வமும் விபரீதமான விகிதாசாரத்தில் உள்ளது என்கிற உண்மை அது! ஏழையான ஒரு மனிதன் அதிகமாகக் கொடுக்கத் தயாராவான். ஒரு வேலையில்லாத ஆளிடமிருந்து ஐம்பது பவுண்டிற்கான ஒரு காசோலை எங்களுக்குக் கிடைத்த போது நான் அழுதுவிட்டேன். வேலையற்றவர்களுக்கு வழங்கும் உதவித் தொகை வாரத்திற்கு 21 பவுண்டுதான்! அதன்படி, அந்தக் காசோலை இரண்டு வாரத்திற்கான செலவுத் தொகையாகிறது. இரண்டாவதாக, ஓய்வூதியம் பெறும் ஒரு வயதானவர் அனுப்பிய ஒரு பவுண்டு நோட்டுடன் வந்த குறிப்பு: 'உங்களது பணிக்கு ஆதரவாக இதை ஏற்றுக்கொள்ளுங்கள். மன்னிக்கவும், அதிக மில்லை...' மூன்றா வதாக, முப்பது பவுண்ட் நன்கொடையுடன் ஒரு பெண் எழுதியிருந்தாள்: 'நானொரு விதவை. ஆனாலும், லெபனானில் அகதி முகாம்களில் வாழும் குழந்தைகளுக்காக நான் இதை அனுப்புகிறேன். காரணம், என்னைவிட அவர்களின் தேவைகள் அதிகமானவை.'

எங்களது அலுவலகமும் வளர்ந்தது. பலரும் உதவ முன்வந்தார்கள். அவர்கள், உறைகளின்மீது அஞ்சல்தலைகள் ஒட்டி, கடிதங்களைத் அஞ்சல் பெட்டியில் சேர்த்தார்கள். நன்கொடை வசூலிக்கும் பெட்டிகளைக் கவனித்துக்கொண்டார்கள், பாலஸ்தீனர்களுக்காக பணம் வசூலிக்கும் நிகழ்ச்சிகளை ஏற்பாடு செய்தார்கள். அனைத்து லெபனான் திட்டங்களும் முன்னேறக் காரணமாக இருந்தது, பணம் வசூலித்தும், வேலை செய்தும் உதவிய ஆதரவாளர்கள்தாம்! நான் செய்த பணி களுக்காக லெபனான் மக்கள் எனக்குப் பலமுறை நன்றி தெரிவித்த போதிலும், இதற்கெல்லாம் காரணமாக இருந்த பிரிட்டிஷ் மக்களை அவர்கள் ஏனோ பாராட்டத் தவறிவிட்டார்கள். நேரில் சந்திக்கும் வாய்ப்பு இல்லையென்றாலும் பாலஸ்தீனர்களுக்கும், லெபனானியர்களுக்கும் அவர்கள்தாம் உண்மையான நண்பர்கள்!

1986இல் புதிய கட்டடத்திற்கு எங்களது அமைப்பு இடம் மாறியது. வாடகையைக் குறைக்க எண்ணி மருத்துவர் ரஃபீக் உசைனி

இலண்டனில், ஓர் அலுவலகக் கட்டடத்தின் அடித்தளத்தை வாடகைக்கு எடுத்தார். நாங்கள் அங்கே செல்வதற்கு முன்பு குப்பைக் கூடமாகக் காட்சியளித்த அந்த இடம், சில கடினமான வேலைகளுக்குப் பிறகு மதிப்பான தோற்றத்தைத் தந்தது. சுவர்களுக்கு வெள்ளையடித்து, தரையில் பொருத்தமான கம்பளம் விரித்து, காற்றும் வெளிச்சமும் உள்ள இடமாக அதை மாற்றினோம். அங்கு கணினிகள் அடங்கிய அறைகளும், ஒரு திட்டமிடும் அறையும், ஒரு கண்காட்சிக் கூடமும், ஒரு விற்பனைச் சாலையும் இருந்தன. அத்துடன் ஆறு தொலைபேசிகள், ஒரு டெலக்ஸ், ஒரு ஃபேக்ஸ் இயந்திரம் எனப் பலவும் அமைக்கப் பட்டன.

எங்களது அமைப்பு வாலண்டியர்களைச் சார்ந்து இருந்ததால், அவர்கள் உட்கார்ந்து வேலை செய்ய நிறைய மேசைகளும் நாற்காலி களும் கூடத்தில் போடப்பட்டிருந்தன. அவர்கள் நன்கொடைக் கான ரசீதுகள் எழுதினார்கள். நன்றி தெரிவித்துக் கடிதம் எழுதினார்கள். அச்சடித்த சட்டைகள், கோப்பைகள், வாழ்த்து மடல்கள், பாலஸ்தீன கைப்பின்னல்கள் மற்றும் அதுபோன்ற பொருள்களை விற்பனைக்கு எனப் பொதிந்து வைத்தார்கள். அதன் சுவர்களெங்கும் பொதுமக்கள் அன்பளிப்பாகத் தந்த சித்திரங்களைத் தொங்கவிட்டு, அவற்றை விற்பனை செய்து பணம் ஈட்டினார்கள்.

1985-1987 காலகட்டத்தில் ஒன்பது நாடுகளைச் சேர்ந்த அறுபது மருத்துவ ஊழியர்களை எங்களது சாரிட்டி பெய்ரூத் அனுப்பி வைத்தது. அப்போதெல்லாம் லெபனான் மிகவும் ஆபத்தான இடமாகவே இருந்தது: வெடிகுண்டுகள், ஏவுகணைகள், ஒளிந்திருந்து தாக்குதல்—இதெல்லாம் வாழ்க்கையின் நிஜங்களாக விளங்கின. அத்துடன், ஐரோப்பியர்களைப் பொறுத்தவரை, அவர்கள் கடத்தப் படுவதற்கான அபாயமும் அதிகமாக இருந்தது. ஓரிரு முறை, எங்களது அமைப்பைச் சேர்ந்தவர்களுக்கு நேரடியான மிரட்டல் வந்தபோது, அவர்களை லெபனானிலிருந்து நாங்கள் திரும்ப அழைத்தோம். அப்படியிருந்தும்கூட, மருத்துவர்கள், நர்சுகள், சுகாதார ஊழியர்கள் ஆகியோர் தங்களது உயிர்களைப் பணயப்படுத்திக் கொண்டு, தங்களது திறமைகளை லெபனானில் நோய்வாய்ப்பட்டும் காயமடைந்தும் கிடக்கிற மக்களுக்குச் சேவையாக வழங்க ஆர்வத்துடன் முன்வந்தனர்.

எங்களது ஊழியர்களுக்கு நாங்கள் கொடுத்த ஊதியம் மிகவும் குறைவுதான். அகதி முகாம்களில் வாழ்வதற்குத் தேவையான பணத்தை மட்டுமே நாங்கள் கொடுத்தோம். மிகவும் நல்லவர்களைத் தேர்வு

செய்ய எங்களால் முடிந்தது. பொறுப்புணர்வு உள்ளவர்களையே தேர்ந்தெடுத்தோம். ஊதியத்திற்காக லெபனான் செல்ல விரும்பியவர்களைத் தவிர்த்தோம்! எங்களது மருத்துவர்களும், நர்சுகளும் சில வேளைகளில், பயணச் செலவையும் தாங்களே ஏற்றுக்கொண்டார்கள். இனம்-நிறம்-மதம் என்கிற பாகுபாடின்றி, லெபனானில் உள்ள அனைத்துத் தரப்பினருக்கும் எங்களது ஊழியர்கள் சிகிச்சை அளித்தார்கள். வெளிநாட்டு மருத்துவ ஊழியர்கள் தூண்டாமலேயே, அங்கு ஏற்கனவே போதுமான இனப் பிரிவினைகள் இருந்தன.

லெபனான் திட்டங்களின் 'அதிகார' வரம்பு முக்கியமானது. லெபனானில் சேவை செய்ய முன்வருகிற ஆள்களுக்கு, அங்குள்ள சூழ்நிலையை விளக்கிச் சொன்னதாக நாங்கள் உறுதிப்படுத்திக் கொள்ள வேண்டும். அந்த விஷயத்தில் நாங்கள் ஒழுங்குமுறையைக் கடைப்பிடித்தாக வேண்டும். ஆபத்தை முன்கூட்டி அறிவித்து, 'அதைப் புரிந்துகொண்டு சொந்த விருப்பப்படி, இந்த சாகசமான வேலைக்குச் செல்வதாக' அவர்கள் எழுதிக் கையெழுத்துப் போட வேண்டும்.

மருத்துவ ஊழியர்களுக்கு ஊதியமாக அதிகம் வழங்கவில்லையென்றாலும், போர்—உள்நாட்டுக் கலவரம்—படையெடுப்பு போன்ற விபத்துகளுக்கெதிரான உயிர்க் காப்பீடுக்குப் பெரிய தொகையைச் செலுத்தினோம். சாதாரண உயிர்க் காப்பீடு விதிகளில் இவற்றை இணைத்ததால் அதிகமாகக் கட்ட வேண்டியிருந்தது. அப்படியிருந்தும், லெபனானில் ஊழியர்கள் கடத்தப்படும் அபாயம் உள்ளதால் அதையும் விதிகளில் உட்படுத்த நாங்கள் வேண்டுகோள் விடுத்தும், எந்த ஒரு நிறுவனமும் அதற்கு முன்வராதது நிலைமையை மோசமாக்கியது!

ஒரு நிலையான தர்மசங்கடம் எங்களை வேட்டையாடியது: 'இதுபோன்ற ஆபத்தான, கலவரம் வெடிக்கும் ஓர் இடத்திற்கு மருத்துவ ஊழியர்களை அனுப்ப வேண்டியது அவசியம்தானா?' ஆனால், லெபனானில் உதவி தேவைப்படுகிற மக்களுக்கும், பிரிட்டனில் உதவ விரும்பும் மக்களுக்கும் இடையே ஒரு பாலமாக இருந்து செயல்படுவது எங்களின் கடமையென்றே நாங்கள் நினைத்தோம். அவர்களுக்கிடையே உள்ள தொடர்பைத் துண்டிப்பது பொறுப்பற்ற செயலாகும்!

ஆகவே, மருத்துவ ஊழியர்களை அனுப்பும் திட்டத்தை நாங்கள் தொடர்ந்ததோடு, அதனால் ஏற்படும் இன்னல்களைச் சமாளிக்கவும் முயற்சி செய்தோம். ஊழியர்களை அனுப்பும் திட்டத்தின் எல்லாப் பொறுப்புகளையும் ரஃபீக் உசைனி ஏற்றுக்கொண்டார். இருந்தும்

எங்களில் சிலர்—குறிப்பாக நான் —வெகு தொலைவிலுள்ள எங்களது ஊழியர்களிடமிருந்து, எந்த நேரத்தில் தொலைபேசி அழைப்பு வருமோ என்று பயந்துகொண்டுதான் பெரும்பாலான இரவுகளிலும் நான் தூங்கச் சென்றேன்.

இதற்கிடையில், 'நியூகேசில்—அப்பான்—டைன்' நகரிலுள்ள 'ராயல் விக்டோரியா இன்ஃபர்மரியில்' முதுநிலை எலும்பு சிகிச்சைப் பதிவாளராக நான் திரும்பவும் வேலையில் சேர்ந்திருந்தேன். இந்த வேலையோடு தொடர்புடைய பொறுப்புகள் போதுமான அளவுக்கு இருந்தன. அத்துடன், லெபனான் திட்டங்களின் அதிகப்படியான பொறுப்புகளும் சேர்ந்து எஞ்சியிருந்த என் சக்தியை உறிஞ்சின.

1987 ஜனவரி மாதத்தில், ரஃபீக் உசைனி தம் குடும்பத்தைக் காண ஜோர்தானுக்குச் சென்றிருந்தார். அப்போதுதான், பேரழிவு தாக்கியதாக அதிர்ச்சியூட்டும் டெலக்ஸ் ஒன்று அலுவலகத்திற்கு வந்தது. பர்ஜுல் பிரஜ்னே முகாமில் பணியாற்றும் எங்கள் ஊழியர்கள் அனுப்பி இருந்தார்கள்:

> பர்ஜுல் பிரஜ்னே முகாமில் தங்கியிருக்கும் வெளிநாட்டினரான நாங்கள், இங்குள்ள சூழ்நிலை மிகவும் மோசமானதாகவும், மனிதத்தன்மையற்றதாகவும் இருக்கிறதென்பதை அறிவிக்க விரும்புகிறோம். கடந்த பன்னிரண்டு வாரங்களுக்கும் மேலாக முகாம் முற்றுகையிடப்பட்டுள்ளதால், இங்கு நாங்களும், இருபதினாயிரம் மக்களும் வறுமைக்கும் துயரத்திற்கும் ஆளாகியுள்ளோம்! குடிநீர் என்பது மனிதனின் முக்கியமான அடிப்படைத் தேவையாக இருந்தும், இங்கு பல வீடுகளிலும் குடிநீர் கிடைக்கவில்லை. சொந்த உயிரைப் பணயம் வைத்து, நாள்தோறும் தெருக் குழாய்களில் தண்ணீர்பிடிக்க வேண்டிய நிலையுள்ளது. தங்களது குடும்பத்திற்காகத் தண்ணீர் பிடிக்கச் சென்ற பல பெண்களும் சுட்டுக் கொல்லப்பட்டார்கள். உணவுப் பண்டங்களின் கையிருப்பு அறவே இல்லை. குழந்தைகளுக்கான உணவோ, பாலோ இல்லை. அதனால் குழந்தைகள் தேநீரோ தண்ணீரோ குடிக்கிறார்கள். கோதுமை இல்லாததால் ரொட்டியும் இல்லை, புதிய உணவும் இல்லை. கர்ப்பிணிகளும் குழந்தைகளும் ஊட்டச் சத்தில்லாமல் வாடுகிறார்கள். பழையதைச் சாப்பிடுவதால் பலருக்கும் வாந்தியும் பேதியும் ஏற்பட்டு அவதிப்படுகிறார்கள். பல குடும்பங்களிலும் இப்போது உணவில்லை.

இப்போது குளிர்காலம். இரண்டரை மாதங்களுக்கு முன்பே முகாமுக்கு வரும் மின்சாரத்தைத் துண்டித்துவிட்டார்கள். குளிர் காரணமாக மனிதர்களுக்கு சளியும் இருமலும் அதிகமாக உள்ளன. அப்புறப்படுத்த ஆளில்லாததால் மலைபோல் குவிந்து கிடக்கும் கழிவுப் பொருள்களில் எலிகள் பெருகுகின்றன. படுத்த படுக்கையில் கிடந்த ஒரு வயதான மூதாட்டி, உதவ யாருமின்றி, தொடர்ச்சியாக மூன்று இரவுகள் தன் காலில் எலி கடிப்பதை சகித்துக்கொண்டிருந்தாள். தொடர்ச்சியாக குண்டுகள் வீசித் தாக்குவதால், மக்கள் காற்றோ, வெளிச்சமோ, கழிப்பிடமோ இல்லாத, வசதி இல்லாத கிடங்குகளில் நெருக்கியடித்துப் பதுங்கும் நிலை ஏற்பட் டுள்ளது. இல்லையென்றால் அவர்கள் சொந்தம் வீடுகளோடு எந்நேரமும் வெடித்துச் சிதற வேண்டியிருக்கும். நூற்றுக்கணக்கான குழந்தைகளுக்குச் சொறியும், சிரங்கும், கடுமையான தோல்நோய்களும் உள்ளன. ஏறத்தாழ முப்பத்து ஐந்து சதவிகிதம் வீடுகள் அழிக்கப்பட்டன. மருத்துவமனையில் பல மருந்துகளும் தீர்ந்து போயின. கட்டுப்போடும் மெல்லிய துணிகள் அறவே இல்லை. தொடர் தாக்குதல் காரணமாக மருத்துவமனை கட்டடம் உறுதியற்ற நிலையில் உள்ளது. குண்டுகளின் சிதறல்கள் தாக்கியதால் பல மருத்துவர்களும், நர்சுகளும் காயமடைந்துள்ளனர். மேற்கூரையிலிருந்து சுவர்களில் தண்ணீர் இறங்குகிறது. ஒவ்வொரு அறை யிலும் பாசி படர்ந்து கொண்டிருக்கிறது.

இது மனிதத்தன்மையற்ற சூழ்நிலையென்றும், அதனால் மனித நேயத்தின் அடிப்படையில் உடனடியாக முற்றுகையை அகற்ற வேண்டுமென்றும், பன்னாட்டு உதவி நிறுவனங்களிலிருந்து வருகிற உணவுப் பொருள்களையும், மருந்துகளையும் முகாமுக்குள் கொண்டுவர அனுமதிக்க வேண்டுமென்றும் கேட்டுக்கொள்கிறோம்.

மருத்துவர் பாலின் கட்டிங்க், பிரிட்டிஷ் சர்ஜன்

பென் அலோஃப்ப்ஸ், நார்வே நர்ஸ்

சுசன் வெய்டன், ஸ்காட்லாண்ட் நர்ஸ்

(23 ஜனவரி 1987)

மைக் ஹோம்ஸ் என்னுடன் தொடர்புகொண்டு சூழ்நிலையைக் குறித்து விவாதிக்க அலுவலகத்திற்கு வரும்படி அழைத்தார். நான் அங்குச் சென்றேன். நாங்கள் இருவரும் அறிக்கையைப் படித்து முடித்ததும் மைக் என்னிடம் கேட்டார்: 'ஸ்வீ, இனி நாம் என்ன செய்யப் போகிறோம்?'

மைக் புதிதாக நியமிக்கப்பட்ட பிரச்சாரச் செயலாளர். பாலஸ்தீனர்களின் தீவிர ஆதரவாளர். எங்களது அமைப்பில் சேருவதற்கென்றே ஸ்காட்லாண்டிலிருந்து வந்திருந்தார். பாலஸ்தீனர்களுக்காக ஓயாது உழைக்கும் மற்றவர்களைப் போலவே மைக்கும் மத்திய கிழக்குப் பகுதிக்குச் சென்றதேயில்லை.

'எனக்குத் தெரியாது மைக். ஆனாலும், நீண்ட முற்றுகையின் காரணமாக அவர்களில் பலரும் மெல்ல இறந்துகொண்டிருப்பதாக எனக்குத் தோன்றுகிறது. இன்று வெள்ளிக்கிழமை. பொதுமக்களிடம் அவசர உதவி கோரி, இந்த வார இறுதியை நல்ல முறையில் பயன் படுத்துவோம். எல்லோரையும் பங்கேற்கச் செய்யுங்கள். பாலின் மற்றும் சூஸி குடும்பத்தாரிடம் நிலைமையை விளக்கிச் சொல்ல முடியுமா?'

'நிச்சயமாக!' மைக் உறுதியளித்தார்.

'உம், நாம் ஒன்றை உறுதிப்படுத்தியாக வேண்டும்: எந்நேரமும் பேசிக்கொண்டு, ஒரு வேலையும் செய்யாமலிருக்கும் ஆட்கள் நம் அலுவலகத்திற்கு வந்து, அவர்கள் நம்முடைய வேலையில் தலையிடாமல் பார்த்துக்கொள்ள வேண்டும்.'

மைக் உடனடியாக அதற்கான ஏற்பாடுகளைச் செய்யச் சென்றார். இதில் எங்களது கோபத்தைக் கிளறியது என்னவென்றால், கடந்த மூன்று மாதங்களாக முகாம் முற்றுகையிடப்பட்டிருந்தும்கூட, அதைப் பற்றி பிரிட்டிஷ் பத்திரிகைகள் எந்தச் செய்தியும் வெளியிடாமல் இருந்ததுதான்! அதைக் கண்டு நாங்கள் எரிச்சலடைந்தோம். முகாமில் இருக்கும் ஊழியர்கள் எங்களுடன் தொடர்புகொள்ள முயன்று இருப்பார்கள். அதற்கு முற்றுகை தடையாக இருந்திருக்குமென ஊகித்தோம். சூரிலுள்ள ராஷிதியா அகதி முகாம் முற்றுகையிடப் பட்டதை நாங்கள் அறிந்திருந்தோம். அங்குள்ள மக்களுக்கு உதவ, தேவையான ஏற்பாடுகளைச் செய்துகொண்டிருந்தோம். ஆனால், பர்ஜுல் பிரஜ்னே முகாமும், ஷத்திலா முகாமும் தாக்கப்பட்டு, முற்றுகையிடப்பட்ட விஷயத்தை நாங்கள் அறியவில்லை. மேற்கத்திய பத்திரிகைகள் மக்தவ் என்கிற கிராமத்தை பிஎல்ஓ தாக்கியதற்கு முக்கியத்துவம் அளித்து செய்திகள் வெளியிட்டு இருந்தார்கள். சைதாவுக்கு அருகில், கிறித்தவர்கள் வசிக்கும் கிராமம் அது. ஆனால் முகாம்களைப் பற்றி மூச்சுவிடவில்லை.

அந்த மூன்று ஊழியர்களும் அனுப்பிய அறிக்கையைக் கண்டு நாங்கள் மிகவும் வேதனையடைந்தோம். இந்த அளவுக்கு நடந்தும்

ஒன்றுமறியாமல் போனதையெண்ணி எங்கள்மீதே எங்களுக்குக் கோபம் வந்தது. குறிப்பாக, அங்குள்ள ஊழியர்களின் குடும்பத்தினரிடம் உண்மையை விளக்குவது சிரமமான காரியம். ஆனாலும் நாங்கள் அதைச் செய்தாக வேண்டும். அந்த அறிக்கையில், ஆஸ்திரேலியாவைச் சேர்ந்த பிஸியோதெரப்பிஸ்ட் ஹான்ஸ் கையெழுத்திடவில்லை. அறிக்கை வெளியான பிறகு, பெய்ரூத்தில் இருக்கும் நார்வே குழுவின் ஒருங்கிணைப்பாளர் வானொலி மூலம் ஹான்ஸுடன் தொடர்பு கொண்டு, அவர் உயிரோடிருப்பதை உறுதிப்படுத்தினார்.

ஒருநாள், காவல்துறையினர் எங்களது இலண்டன் அலுவலகத் திற்கு வந்தார்கள். எங்களைப் பற்றி விசாரிக்கும்படி ஆஸ்திரேலியா காவல்துறையினர் தகவல் அனுப்பியிருந்தார்களாம்! காரணம், ஹான்ஸ் இறந்து போயிருக்கலாமென்றும், அந்த உண்மையை நாங்கள் மறைப்பதாகவும் அவரது தாயார் புகார் கொடுத்திருந்தாள். ஆக, ஹான்ஸ் குடும்பம் உட்பட எல்லா ஊழியர்களின் குடும்பங் களுக்கும் என்ன நடக்கிறதென்பதை நாங்கள் விளக்கியாக வேண்டும்.

விரைவிலேயே, கவலைக்கிடமான மற்றொரு அறிக்கையும் பெய்ரூத்திலிருந்து வந்தது:

> பர்ஜுல் பிரஜ்னே முகாமில் நிலைமை சகிக்க முடியாத அளவுக்கு மாறியுள்ளது என்பதை அறிவித்துக்கொள்கிறோம். பதினான்கு வாரங்களாக முகாம் முற்றுகையிடப்பட்டுள்ளது. இரண்டு வாரங் களுக்கு முன்பு நாங்கள் அனுப்பிய ஓர் அறிக்கையில், உணவுப் பண்டங்கள் தீர்ந்து போனதாகவும், சூழ்நிலை கவலைக்கிடமாக உள்ளதென்றும் குறிப்பிட்டிருந்தோம். முற்றுகை இப்போதும் தொடர்வதால் மக்கள் பட்டினி கிடக்கிறார்கள். குப்பைத் தொட்டி களில் உணவின் எச்சத்தைத் தேடி குழந்தைகள் அலைவதை நாங்கள் கண்டோம். இன்று ஒரு தாய், பசியால் வாடும் தனது ஏழு குழந்தை களை ஊட்டுவதற்காகப் பச்சைப் புற்களைப் பறிக்க முகாமுக்கு வெளியே சென்றபோது சுடப்பட்டு இறந்துபோனாள். சில பெண் களும் குழந்தைகளும் ஆபத்தைப் பொருட்படுத்தாமல் முகாமைவிட்டு எப்படியாவது வெளியேற முயலும்போது, குழந்தைகள் பலரும் சிறைபிடிக்கப்படுகிறார்கள். ஒரு சிலராவது, உயிர்பிழைக்க வேண்டி பூனையையும் நாயையும் கொன்று தின்கிறார்கள்.
>
> இந்த நிலையில், உடனடியாகப் போரை நிறுத்தும்படி தொடர்புடைய அனைத்துத் தரப்பினரையும் நாங்கள் கேட்டுக் கொள்கிறோம்.

உடனடியாக சண்டை நிறுத்தம் ஏற்பட ஐநா சபை தேவையான நடவடிக்கை எடுக்கவேண்டுமென்று வேண்டுகிறோம். அதன் வாயிலாக, பன்னாட்டு உதவி நிறுவனங்கள் தேவையான உணவுப் பொருள்களையும், மருத்துவ உதவிகளையும் முகாமுக்குள் கொண்டு வர முடியும், அத்துடன் இந்தப் பேரழிவைத் தடுக்கவும் முடியும்.

இரண்டாவது அறிக்கையும் கையில் கிடைத்தவுடன் அலுவலகத்திலிருந்த அனைவரும் மிகவும் விரக்தி அடைந்தார்கள். வேதனை மிக்க ஏதோவொன்று விரைவிலேயே நடக்கப் போகிறது என்கிற உணர்வு எனக்குள் தோன்றியது. 1982இல் முகாம் சுற்றி வளைக்கப்பட்டபோது ஏற்பட்ட கொடுமைகள் அனைத்தையும் அது நினைவுக்குக் கொண்டு வந்தது. அன்று நாங்கள் உதவி கேட்டு முறையிட்டோம். ஆனால் யாரிடமிருந்தும் பதில் இல்லை. முற்றுகை நீக்கப்பட்டு வெளியுலகம் உள்ளே வர அனுமதிக்கப்பட்டபோது சாலைகள் முழுவதும் சடலங்கள் குவிந்து கிடந்தன. ஆனால் இப்போது முகாம் பாதுகாக்கப்பட்டதால், படுகொலைகள் அவ்வளவு எளிதாக நடக்காது.

ஆனால் இது பாலஸ்தீனர்களைப் படிப்படியாகப் பலவீனப் படுத்தும் ஒரு நீண்ட போராகத் தோன்றியது. ஒருவேளை, சரணடையும் வரை பட்டினி போட்டு, வெளியே வந்ததும் சுட்டுக்கொல்வது எதிரிகளின் நோக்கமாக இருக்கலாம். முன்பும் இதுபோல நிகழ்ந்துள்ளது: 1976இல், டெல்-அல்-சாத்தர் முகாம் மீதான முற்றுகை ஆறுமாத காலத்திற்குப் பிறகு மூவாயிரம் பேர்களின் படுகொலை களில் முடிந்தது. அதுகூட, சண்டை நிறுத்தத்திற்கு முகாம் மக்கள் ஒப்புக்கொண்ட பிறகு, பன்னாட்டு செஞ்சிலுவை சங்கம் அங்கிருந்த மக்களை வெளியேற்றும் வேளையில்தான் நடந்தது. டெல்-அல்-சாத்தர் முற்றுகை முடிவுக்கு வந்ததும் அது எப்படியிருந்தது என்பதை ஒரு பத்திரிகை நண்பர் என்னிடம் விளக்கினார். அவர் முகாமுக்குச் சென்றபோது அது தரை மட்டமாகிக் கிடந்ததாம்! எங்கு பார்த்தாலும் சடலங்கள். அந்தச் சடலங்கள்மீது புல்டோஸர்கள் ஏறியிறங்கி அவற்றை மண்ணோடு கலந்ததாம்!

பட்டினி என்பது பலன் தரும் ஆயுதம். முன்பு பட்டினி கிடந்த எங்களுக்கு அது தெரியும். பசி பாலஸ்தீனர்களைக்கூட சரணடையச் செய்யும். அது போன்றுதான் தாகமும்! டெல்-அல்-சாத்தரைச் சேர்ந்த ஓர் அநாதை சொன்ன கதை நினைவுக்கு வந்தது: 'ஒரு நாள் இரவு தாய்மார்கள் தண்ணீர் பிடிக்க வெளியே சென்றார்கள். எப்போதும்

தோட்டாக்கள் பாயும் திறந்த வெளியில் அந்தக் கிணறு இருந்தது. தண்ணீர்பிடிக்க வெளியே செல்லும் முன்பு தாய்மார்கள் தங்கள் குழந்தைகளை முத்தமிட்டு விடைபெறுவார்கள். காரணம், திரும்பவும் அவர்களைப் பார்க்க முடியுமென்பது அவர்களுக்கே நிச்சயமில்லை என்கிற சந்தேகம் அவர்களுக்கிருந்தது. அன்றிரவு வெளியே சென்ற பத்துப் பெண்களில் நால்வர் மட்டுமே திரும்பினார்கள். மற்றவர்கள் சுட்டுக் கொல்லப்பட்டார்கள்.'

1987ஆம் ஆண்டு ஜனவரி மாத இறுதியில், முகாமிலுள்ள பாலஸ்தீனர்கள் இறந்தவர்களின் சடலங்களைத் தின்பதற்கு 'ஃபத்வா' (இஸ்லாமிய மார்க்கத் தீர்ப்பு) தரும்படி மத பண்டிதர்களிடம் கேட்பதாக, எங்களது அலுவலகத்திற்கு ஒரு தகவல் வந்தது. முகாம் மக்கள் அனைவரும் மரணத்தை நெருங்குகிறார்கள் என்பதன் அறிகுறி அது! 1982இல், இஸ்ரேலிய முற்றுகையின் உச்சக் கட்டத்தில்கூட, யாரும் நாயையும் பூனையையும் தின்னவில்லை. ஆனால் இன்றோ, மனிதர்கள் இறந்தவர்களின் உடலைத் தின்பது குறித்துச் சிந்திக்கிறார்கள்!

அலுவலகத்தின் கேபினைத் திறந்து, 'மருத்துவ ஊழியர்கள்' என்று அடையாளப்படுத்தியிருந்த கோப்பை எடுத்தேன். அதில், பென் அலோஃப்ஸ், பாலின் கட்டிங், சூஸன் வெய்டன், ஹான்ஸ் ஆகியோரது முழு விவரங்களும் அடங்கிய விண்ணப்பங்கள் அவர்களின் படங்களுடன் இருந்தன. அவர்களை மீண்டும் காண முடியாதோ என்றெண்க் கலங்கினேன். பென்னை எனக்கு 1982இல் இருந்தே தெரியும். பாலினை ஒருமுறைதான் சந்தித்து இருக்கிறேன். சூஸனையும் ஹான்ஸையும் அலிஸன் மூலமாகவே அறிவேன். 1985இல், லெபனானுக்குச் சென்ற மருத்துவக் குழுவில் எங்களுடன் இருந்த அலிஸன் அவர்கள் இருவரைப் பற்றியும் சொல்லியிருந்தாள்.

இருந்தும், அவர்களின் விண்ணப்பங்களையும், புகைப்படங் களையும் நான் மாறி மாறிப் பார்த்தேன். என் வாழ்நாள் முழுவதும் அவர்களுடன் நான் பழகியதாக அப்போது எனக்குத் தோன்றியது. அருமையான இந்த நான்கு இளம் பருவத்தினரும் பிறருக்கு உதவி செய்ய வேண்டுமென்கிற நல்லெண்ணத்தோடு அங்குச் சென்றார்கள். இருந்தும், இப்படியொரு விதிக்கு ஆளாக அவர்கள் என்ன தவறு செய்தார்கள்?

1985 ஆகஸ்ட் மாதத்தில், செய்தியாளர்கள் நிரம்பியிருந்த ஒரு சிறிய

அறையில்தான் பாலின் கட்டிங்கை நான் முதல் முறையாகச் சந்தித்தேன். பெய்ரூத்திலிருந்து திரும்பிவந்திருந்த நான், பாலஸ்தீன அகதி முகாம்களின் அவலநிலை குறித்துப் பத்திரிகையாளர்களிடம் பேசிக் கொண்டிருந்தேன். அறை மிகவும் சிறியதும், நான் குள்ளமாகவும் இருந்ததால் பலருக்கும் என்னைப் பார்க்க முடியவில்லை. அதனால் எங்களது அமைப்பின் தலைவரான மேஜர் டெரிக் கூப்பர் ஒரு நாற்காலியைக் கொண்டுவந்து போட்டு, அதன் மீது ஏறி நின்று கொண்டு உரையாற்றும்படிப் பணித்தார். நாற்காலிமீது ஏறுவதற்காக நான் என் காலணியைக் கழற்றிக் கொண்டிருந்தபோது கூப்பர் மெதுவாக என் காதில் சொன்னார்: 'ஓர் அழகிய பெண் சர்ஜன் லெபனானில் சேவை செய்ய விரும்புகிறாள். இது முடிந்ததும் நீ அவளுடன் பேசுவாயா?'

அப்படித்தான் பாலினும் நானும் சந்தித்தோம். அது நடந்து இப்போதைக்கு ஒன்றரையாண்டுகள் ஆகிறதென்றாலும் நான் அவளை நன்றாகவே நினைவில் வைத்துள்ளேன். அவளுக்கு உணர்ச்சிப் பூர்வமான ஒரு முகம் இருந்தது. அந்நியரின் வேதனைகளை அவளும் சுமப்பது போலத் தோன்றியது. அவளுக்கு ஆபத்தேதும் நிகழாமல் இறைவன் காப்பாற்றுவானாக!

முகாமிலிருக்கும் ஊழியர்களின் பாதுகாப்புக் குறித்துப் பயப்படுவதிலும், இந்த அளவுக்கு நிலைமை சிக்கலானதில் குற்றவுணர்வு கொள்வதிலும் எந்தவிதப் பயனுமில்லை. நாங்கள் எதையாவது செய்தாக வேண்டும்: அங்குள்ள சூழ்நிலையை முடிந்த அளவுக்குத் தீவிரமாக மக்களின் கவனத்திற்குக் கொண்டுவர வேண்டும். முற்றுகையை விலக்க பிரச்சாரம் செய்ய வேண்டும். எங்களது ஊழியர்களை எப்படியாவது திரும்பக் கொண்டுவர வேண்டும். இந்தப் பிரச்சினைகள் தீரும்வரை, பிரிட்டன் தேசிய பொது நலத் துறையில் நானொரு ஆர்த்தோபீடிக் சர்ஜன் என்பதை மறப்பதென முடிவு செய்தேன்.

லெபனான் பற்றிய செய்திகள், 1987 பிப்ரவரி தொடக்கத்தில், பிரிட்டிஷ் பத்திரிகைகளில் மீண்டும் இடம் பிடித்தன: குறிப்பிட்ட கால வரம்புக்குள் தங்களது கோரிக்கைகள் நிறைவேற்றப்பட வில்லையென்றால் பணியாளர்களைக் கொன்றுவிடுவோமென்று கடத்தல்காரர்கள் மிரட்டினார்கள். டெரி வெயிட் அப்போதுதான் கடத்தப்பட்டிருந்தார். மைக் ஹோம்ஸ் சிரமம் எடுத்துக்கொண்டு,

பிபிசி தொலைக்காட்சியில் கடத்தல் பற்றி விவாதிப்பதற்கான ஓர் அழைப்பை எனக்காகச் சம்பாதித்தார்.

அந்த நிகழ்ச்சியில், முகாமில் மாட்டிக்கொண்டிருக்கும் எங்களது ஊழியர்களும் பணியாளர்கள்தாம் என்று நான் நிலைநாட்டினேன். உண்மையைச் சொல்வதென்றால், ஷத்திலா—பர்ஜூல் பிரஜ்னே—ராஷிதியா முகாம்களில் முற்றுகை காரணமாக சிக்கிக்கொண்டிருக்கும் அத்தனை பாலஸ்தீனர்களும் ஒரு வகையில் பணியாளர்கள்தாம்!

நிகழ்ச்சி முடிந்ததும், பிபிசி வெளிநாட்டுச் செய்தித் தணிக்கையாளரிடம் என்னை நானே அறிமுகம் செய்துகொண்டேன். மருத்துவ ஊழியர்கள் அனுப்பிய அறிக்கைகளின் நகலை அவரிடம் காண்பித்தேன். முன்பு, அவரே ஒரு பணியாளராக இருந்திருந்த காரணத்தால் அவருக்கு நிலைமை விளங்கியது. நான் அவரிடம், '25,000 பாலஸ்தீனர்கள் மற்றும் எங்களது ஊழியர்களின் வாழ்க்கை, நீங்கள் அங்குள்ள சூழ்நிலை களை வெளிச்சம் போட்டுக் காட்டுவதைப் பொறுத்திருக்கிறது' என்றேன். முகாம் செய்திகளுக்கு முக்கியத்துவம் கொடுப்பதாக அவர் ஒப்புக்கொண்டார். அதன் விளைவாக எங்களது சிறிய அலுவலகம் சில நாள்கள் பத்திரிகையாளர்களின் படையெடுப்பினால் திணறியது.

உலக அளவில் பிரச்சாரம் கிடைத்தும், முற்றுகை நீக்கப்படவில்லை! முகாம்களை முற்றுகை செய்துள்ள அமல் போராளிக் குழுவின் தலைவர் நபி பேரி எப்போதெல்லாம், 'முற்றுகை உடனடியாக நீக்கப்படும்—மருந்து, உணவுப் பொருள்களும் அனுமதிக்கப்படும்' என்று சொல்கிறாரோ அப்போதெல்லாம், உணவுப் பொருள்களை ஏற்றி வந்த வாகனங்கள் திருப்பி அனுப்பப்பட்டதாகவோ சுடப்பட்டதாகவோ செய்திகள் வெளியாயின.

பிப்ரவரி 13 வெள்ளிக்கிழமை அதுபோன்ற ஒரு நாளாக இருந்தது. நபி பேரி முற்றுகையை நீக்கப் போவதாகவும், உணவுப் பொருள்களை முகாமுக்குள் அனுமதிக்கப் போவதாகவும் காலைச் செய்திகளில் அறிவிக்கப்பட்டது. அன்றுதான் பாலின் பெற்றோர்கள், அவளுடன் வானொலி வழியாகத் தொடர்புகொண்டு பேசலாமென்கிற நம்பிக்கையில் எங்களது அலுவலகத்திற்கு வந்திருந்தார்கள். அபாரமான துணிச்சலும், புரிதலும் உள்ள மனிதர்கள்! அவர்கள் எந்த அளவுக்குக் கவலையாக இருப்பார்கள் என்பதை நாங்கள் அனைவரும் அறிந்திருந்தோம். ஆனாலும், இதுபோன்ற ஆபத்தான சூழ்நிலையில் பாலின் சிக்கிக்கொண்டதற்கு எங்களை ஒருபோதும்

அவர்கள் குற்றம் சாட்டவில்லை. மாறாக, நாங்கள் செய்த எல்லாப் பணிகளுக்கும் எப்போதும் ஆதரவாகவே இருந்தார்கள். மகளைப் பற்றி யாராவது கேட்டால், 'முற்றுகையில் சிக்கியிருக்கும் ஆயிரங்களில் அவளும் ஒருத்தி' என்பார்கள்!

அன்றிரவு ஒன்பது மணிக்குப் பாலினுடன் தொடர்புகொள்ள எங்களால் முடிந்தது. முற்றுகை நீக்கப்படவில்லையென்றும், மருத்துவ மனையில் காயம்பட்டவர்கள் நிரம்பி வழிவதாகவும், அன்றைய தினம் அறுவை செய்து பதினான்கு கால்களை நீக்கியதாகவும், ஆறு பேர் கொல்லப்பட்டதாகவும், எட்டுபேர் படுகாயமடைந்ததாகவும், உணவுப் பொருள்களுடன் வந்த வாகனம் சுடப்பட்டதாகவும், ஓட்டுநரின் தலையில் தோட்டா பாய்ந்ததாகவும் அவள் தகவல் சொன்னாள்.

அங்கிருந்த ஊழியர்கள் சொன்னார்கள்: 'அபாயம் நீங்கும் வரை நாங்கள் முகாம் மக்களுடன் இங்கேயே தங்கியிருப்போம். வாழ்வா யினும் மரணமாயினும் இவர்களுடன் இருப்போம்!'

அவர்களை நினைத்து நான் பெருமிதம் கொண்டேன். ஆனால் பாலின், சூஸன் பெற்றோர்களையும், ஹான்ஸின் தாயாரையும் நினைத்தபோது, திரும்பவும் பெய்ரூத் செல்வதற்கான நேரம் நெருங்கி விட்டதாகவே எனக்குத் தோன்றியது.

25

பாலின் மற்றும் குழுவினருக்குப் பதிலாக மற்றொரு புதிய குழுவை பர்ஜுல் பிரஜ்னே முகாமுக்கெனத் தேர்ந்தெடுத்தாக வேண்டும். அத்துடன் மருந்துகளுக்கும் மருத்துவக் கருவிகளுக்கும் தேவையான பணத்திற்கு வழிகாண வேண்டும். அதன் காரணமாகத் தொடர்ந்து வந்த நாள்கள் மிகவும் பரபரப்பானவையாக இருந்தன.

மருத்துவக் குழுவை மாற்றுவதென்பது, சாதாரணமாக இரண்டு குழுக்களைப் பரிமாறிக்கொள்வது போல அத்தனை எளிதானதல்ல! அது சாத்தியமாக அதற்கு முன்பு பலவும் நடந்தாக வேண்டும். முதலில் சண்டை நிறுத்தம் ஏற்பட வேண்டும். முற்றுகை தளர்த்தப்பட வேண்டும். புதிய குழுவினர் உள்ளே செல்லும்போது, அங்கு அகப்பட்டுக் கிடக்கும் குழுவினர் வெளியே வரத் தகுந்த பாதுகாப்பு அளிக்கப்பட வேண்டும். இதெல்லாம் நடப்பதற்கான எந்த அறிகுறியும் தென்படவில்லை. முற்றுகை மேலும் தீவிரமாக்கப்பட்டதால்

நிலைமை மிகவும் மோசமானது. துப்பாக்கிச் சூடும், மறைவிலிருந்து தாக்குவதும் அதிகமாயின. இது போதாதென்று, முகாமுக்கு வெளியே லெபனானியர்களுக்கிடையில் உள்நாட்டுப் போர் மூண்டது. அந்த உரசல் மிகவும் மோசமானதாக இருந்தது.

ஆகவே, நாங்கள் நாலாயிரம் இரத்த உறைகளுக்கு வேண்டுகோள் விடுத்தோம். பாதி, லெபனான் செஞ்சிலுவை சங்கத்திற்கும், மீதி பாலஸ்தீன் செம்பிறைச் சங்கத்திற்கும்! மருத்துவமனைகளுக்குத் தேவையான பலவகை மருந்துகளும், அறுவை சிகிச்சைக் கருவிகளும், கட்டுப் போடுவதற்கான பிளாஸ்டர் பாரிஸ் போன்ற பொருள்களும் நான்கு டன்கள் சேகரித்தோம். அத்துடன் எட்டுப் பேரடங்கிய ஒரு மருத்துவக் குழுவையும் அனுப்பத் தயாரானோம். ஊழியர்கள் கடத்தப்படும் வாய்ப்பைக் குறைக்க வேண்டி, பிரிட்டிஷ் பாஸ்போர்ட் இல்லாதவர்களையே தேர்ந்தெடுத்தோம்.

நாங்கள் 1987 மார்ச் இரண்டாம் தேதி சைப்ரஸ் வழியாகச் சென்றோம். பெய்ரூத் விமான நிலையம் மீண்டும் மூடப்பட்டிருந்தது. ஆனால் நான் மட்டும் சைப்ரஸைத் தாண்டிச் செல்ல முடியவில்லை. பெய்ரூத்திற்குள் நுழைய எனக்கு அனுமதி மறுக்கப்பட்டது. லெபனானிய அதிகாரிகள் என்னை மட்டும் ஒதுக்கிய முறையைக் கண்டு எனக்கு சிறிதளவும் வியப்பு தோன்றவில்லை. பாலஸ்தீனர் களுடன் அவர்களது நண்பர்களும் ஆதரவாளர்களும் இணைவதை அவர்களது எதிரிகள் விரும்பமாட்டார்கள் என்பது நிச்சயம்! அவர்களுக்கு என் பெயரும் தெரியும். எனக்கு விசா வழங்கக் கூடாதென்று அவர்கள் லெபனான் தூதரகத்தை நெருக்கியிருக்கலாம்!

பாலின் கட்டிங்கிற்கு மரண மிரட்டல் வந்ததாக எங்களுக்குச் செய்தி கிடைத்தது. எல்லாம் சிக்கலாகிக்கொண்டிருக்க, நான் செயலிழந்து நின்றேன். பிரிட்டனின் 'கார்டியன்' நாளிதழ் என்னைச் 'சிறகொடிந்த தேவதை' என்று ஒருமுறை அறிமுகப்படுத்தி இருந்தது. அதில், 'சிறகொடிந்த' என்கிற வார்த்தையைப் பொறுத்தவரை, அது அர்த்தமுள்ளதென்று நான் நினைத்தேன்.

குழுவைச் சேர்ந்த மற்றவர்கள் (என்னைத் தவிர்த்து) லெபனானுக்குப் படகில் சென்றார்கள். கூடவே மருந்துகளும் கருவிகளும் அடங்கிய 39 பெட்டிகளும் சென்றன. எங்களது அமைப்பின் தலைவர் மேஜர்

டெரிக் கூப்பர் அவர்களை வழிநடத்தினார். அவர்கள் கிழக்கு பெய்ரூத் சென்றடைந்ததும் அங்குள்ள பிரிட்டிஷ் தூதர் மேஜர் கூப்பர், அவரது மனைவி பமேலா ஆகிய இருவரிடமும் பசுமைக் கோட்டைத் தாண்ட வேண்டாமென அறிவுறுத்தினார். காரணம் பிரிட்டிஷ் பாஸ்போர்ட் வைத்திருக்கும் எல்லோரும் லெபனானில் கடத்தலுக்கான இலக்காக இருந்தனர். பிரிட்டிஷ் தூதருக்கு ஏற்கனவே போதுமான அளவுக்கு பிரச்சினைகள் இருந்தன: டெரி வெயிட்டும் ஜான் மெக்கார்த்தியும் கடத்தப்பட்டு இருந்தார்கள். பாலினும் சூஸனும் முற்றுகையில் அகப்பட்டுக் கிடந்தார்கள். இந்தப் பட்டியலில் மேஜர் கூப்பரையும், அவரது மனைவியையும் பணியாளர்களாகச் சேர்ப்பானேன்?

ஆக, அவர்கள் இருவரையும் தவிர்த்து, பிரிட்டிஷ் பாஸ்போர்ட் கைவசமில்லாத ஐந்து ஊழியர்கள் மேற்கு பெய்ரூத்திற்குச் சென்றார்கள். அவர்களில் எவரும் இதற்கு முன்பு பெய்ரூத் சென்றதில்லை. அவர்கள் செய்ய வேண்டியது: அந்த 39 பெட்டிகளைப் பசுமைக் கோட்டைக் கடந்து பர்ஜூல் பிரஜ்னே முகாமுக்குக் கொண்டு செல்ல வேண்டும். சண்டை நிறுத்தம் ஏற்பட பேச்சு வார்த்தை நடத்த வேண்டும். முகாமுக்கு உள்ளே சென்று அங்கு சிக்கிக் கிடக்கும் குழுவினரை இடமாற்றம் செய்ய வேண்டும். துணிச்சலோடு அதைச் செய்ய அவர்கள் முன்வந்தார்கள். ஒரு குழுவின் தலைவியென்கிற முறையில் அதை அனுமதித்த நான் பைத்தியக்காரியாகத்தான் இருக்க வேண்டும்.

இதற்கிடையில், சைப்ரஸிலிருந்து விமானம் மூலம் நான் எகிப்து சென்றேன். பாலஸ்தீனர்களுக்கு நான் வழங்கும் ஆதரவைப் பற்றி நன்கறிந்த சிலரைச் சந்திக்கத் திட்டமிட்டேன். ஒருவேளை எகிப்தில் இருக்கும் லெபனானிய அதிகாரிகள் எனக்கு விசா தரக்கூடும்! கெய்ரோவிலுள்ள பிரிட்டிஷ் அலுவலகம், பிரெஞ்சு தூதரகத்தின் செயலாளருக்கு, எனது விசாவுக்கான ஏற்பாடுகளை விரைவுபடுத்தும் படியும், எனது மனிதநேயப் பயணத்திற்கு உதவும்படியும் ஒரு கடிதம் அனுப்பியது. இலண்டனிலிருந்து புறப்பட்டு 28 நாள்களுக்குப் பிறகு, அதாவது 1987 மார்ச் மாதம் முப்பதாம் தேதி, எனக்கு விசா கிடைத்தது!

புறப்படுவதற்கு முன்பு, நான் எங்களது இலண்டன் அலுவலகத்தோடு தொடர்புகொண்டபோது சில தகவல்கள் கிடைத்தன: ஐவரடங்கிய குழு இதுவரை முகாமுக்குள் நுழைய முடியவில்லை. முற்றுகை

இன்னமும் நீக்கப்படவில்லை. பட்டினி கிடக்கும் முகாம்களுக்கு உணவுப் பொருள்களைக் கொண்டுவர முயன்ற பெண்களை மறைந் திருந்து சுட்டதில் 63 பேர் காயமடைந்தார்கள்; 21 பேர் உயிரிழந் தார்கள். ஷத்திலா முகாமில் எரிபொருள் தீர்ந்து போனதால், வீடுகளி லுள்ள மரச் சாமான்களை எரிய வைத்து மக்கள் குளிர் காய்ந்தார்கள். பெண்களும் குழந்தைகளும் பசியாற வேண்டி, எஞ்சியிருக்கும் உணவை அவர்களுக்குக் கொடுத்து இளைஞர்கள் பட்டினி கிடக்க முன்வந்தார்கள். கைப்பட எழுதிய மிரட்டல் கடிதம் ஒன்று பாலினுக்குக் கிடைத்தது.

எனினும், பெய்ரூத்திற்குள் நுழைந்த சிரியா அமைதிப் படை முகாம்களுக்கு வெளியே, உள்நாட்டுப் போரை முடிவுக்குக் கொண்டு வந்தது. ஆனால், பாலஸ்தீன முகாம்களுக்கு சிரியா இராணுவத்தின் பாதுகாப்பில்லை. சொல்லப் போனால், முற்றுகையைத் தொடரவும், பெண்களையும் குழந்தைகளையும் ஒளிந்திருந்து தாக்கவும், அமல்களுக்கு சிரியா இராணுவம் அனுமதி தந்திருப்பதாகத் தோன்றியது. முற்றுகையை நீக்கி, மகள் வீடு திரும்ப வழி வகுக்க வேண்டுமென்று கோரி, சிரியாவின் குடியரசுத் தலைவர் ஹஃபீஸ் அல் அஸதுக்கு பாலினது பெற்றோர்கள் ஒரு தந்தி அனுப்பியிருந்தார்கள். ஆனால், எதுவும் நடக்கவில்லை! சிரியாவின் அமைதிப் படை ஒதுங்கியிருக்க, முற்றுகை நீடித்தது.

ஒருவேளை, இப்போதைய சூழ்நிலைக்கான மூல காரணம் சிரியாவாக இருக்குமென்று எனக்குத் தோன்றியது. சிரியாவின் இராணுவம் மிகவும் எளிதாகப் பெய்ரூத்திற்குள் நுழைந்து, லெபனானியர்களுக்கு இடையிலான உள்நாட்டுப் போரை நிறுத்தி இருந்தது. துரூஸ், அமல் மற்றும் அதுபோன்ற வேறு சில குழுக்களுக்கு இடையிலான உள்நாட்டுப் போரை உடன் நிறுத்தும் அளவுக்கு சிரியா இராணுவம் சக்திவாய்ந்ததாக இருக்குமென்றால், அமல் போராளிகள் முகாம் களைத் தாக்குவதையும் நிச்சயமாக அவர்களால் தடுத்து நிறுத்த முடியும்! அகண்ட சிரியாவின் ஒரு பாகம்தான் பாலஸ்தீன் என்கிற நிலைப்பாட்டை சிரியாவின் குடியரசுத் தலைவர் அஸத் கொண்டு இருந்தார். அதன் அடிப்படையில், பாலஸ்தீன் பிரச்சினையை அவர் ஏற்கவும் செய்திருந்தார்.

பல காரணங்களால் சிரியா-பிஎல்ஓ உறவு சுமுகமாக இல்லை. எனினும், சண்டை நிறுத்தம் அமுலுக்குக் கொண்டுவருவதும், பட்டினி கிடக்கும் மக்களுக்குத் தேவையான உணவுப் பொருள்களை அனுமதிப்பதும் மனிதாபிமான கடமையென்று சிரியா உணர்ந்திருக்க

வேண்டும். முகாம்கள் மீதான தாக்குதலை நிறுத்தினால் அமல்களுடன் சிரியாவுக்குள்ள உறவு சீர்குலையுமென்பதை எங்களில் பலரும் உணர்ந்திருந்தார்கள். இஸ்ரேலுக்கு எதிரான போராட்டத்தில் சிரியாவிற்கு முக்கிய பங்களிப்பை அமல் வழங்கியது. ஆனாலும், ஆயிரக் கணக்கான மனித உயிர்களைக் காப்பாற்றும் பொருட்டாவது, அதற்கான நியாயமான விலையைக் கொடுக்க சிரியாவின் குடியரசுத் தலைவர் அஸத் தயாராக வேண்டும். அதற்கு அவர் தயாராக இருப்பாரா?

உடனடியாகவோ சிறிது தாமதித்தோ சிரியா அதிகாரிகளைச் சந்தித்து, முகாமிலிருந்து வெளியேறும் எங்களது ஊழியர்களுக்குப் பாதுகாப்பளிக்க வேண்டுமென்று கேட்பதாக இருந்தேன். பெய்ரூத் புறப்படுவதற்கு முன்பாக, அதற்கான முன்னேற்பாடுகளை உடனடியாகச் செய்ய எண்ணி, முதல் வேலையாக, சிரியாவின் குடியரசுத் தலைவர் அஸதுக்கு ஒரு கடிதம் எழுதினேன்:

மாண்புமிகு சிரியா குடியரசுத் தலைவர் ஹஃபீஸ் அல் அஸத் அவர்களுக்கு,

முகாம் மீதான முற்றுகையை விலக்கி, தங்களின் அன்பு மகள் வீடு திரும்ப வழிசெய்ய வேண்டுமென்ற கோரிக்கையுடன் மருத்துவர் பாலின் கட்டிங்கின் பெற்றோர்கள் தங்களுக்கு அனுப்பிய தந்தி கிடைத்திருக்குமென்று நம்புகிறேன்.

1987 மார்ச் மாதம் இரண்டாம் தேதி இலண்டனிலிருந்து பெய்ரூத் புறப்பட்ட பன்னாட்டு மருத்துவக் குழுவிற்குத் தலைவியாக நான் உள்ளேன். மேற்குப் பெய்ரூத்தைச் சேர்ந்த பர்ஜுல் பிரஜ்னே முகாமில் இருக்கும் மருத்துவர் பாலின் மற்றும் குழுவினரை நாங்கள் அனுப்புவோம் என்கிற நம்பிக்கையில் பிரிட்டிஷ் மக்கள் எங்களை அனுப்பியுள்ளனர். என்னைப் பொறுத்தவரை, மாண்புமிகு குடியரசுத் தலைவருக்கு, ஒரு சாதாரண வெளிநாட்டு மருத்துவரான நான் நேரிடையாகக் கடிதம் எழுதுவதென்பது விவேகமற்ற செயலாகவே நினைக்கிறேன். அதற்காக என்னை மன்னிக்கும்படித் தாழ்மையுடன் வேண்டுவதோடு, பொறுமையுடன் எனது கோரிக்கையை செவிமடுக்க வேண்டுமென இறைஞ்சுகிறேன்.

இஸ்ரேலியப் படையெடுப்பின் இரைகளாகி வேதனைப்படும் லெபனான் மக்களுக்கு எனது சேவையை வழங்கும் நோக்கத்துடன் 1982ஆம் ஆண்டில்தான் நான் முதன் முதலாக லெபனானில் காலடியெடுத்து வைத்தேன். கணக்கற்ற கொடுமைகளையும்,

துயரங்களையும் நேரில் கண்ட நான், படுகொலைகள் நடந்த வேளையில் சப்ரா-ஷத்திலா முகாம்களில் மாட்டிக்கொண்ட மருத்துவர்களில் நானுமிருந்தேன். ஒரு கிறித்தவப் பெண்ணாக வளர்ந்த நான், பாலஸ்தீன மக்களின் உண்மையான வரலாற்றை —இரத்தத்தால் எழுதப்பட்ட வரலாற்றை, அதன் பின்னர்தான் தெரிந்து கொண்டேன். அதைத் தொடர்ந்து, இஸ்ரேலிய கஹான் விசாரணைக் குழுவிற்கு முன்னால், முகாம் மக்களின் சார்பாக சாட்சியளிக்க நான் சென்றேன். இஸ்ரேலியர்கள் ஆதிக்கத்தில், முகாம்களில் கொடூரமாகக் கொல்லப்பட்ட நிரபராதிகளான பெண்களுக்காகவும் குழந்தைகளுக்காகவும் குரல் கொடுப்பதை நான் என் கடமையாகவே கருதினேன்.

மீண்டும் இப்போது, ஷத்திலா மற்றும் பர்ஜுல் பிரஜ்னே முகாம்களில் உள்ள பாலஸ்தீனப் பெண்கள் மற்றும் குழந்தைகளின் அழுகுரல் என் காதுகளில் ஒலிக்கிறது. நான் மட்டுமல்ல, பிரிட்டிஷ் பொதுமக்கள் உட்பட, உலகெங்குமுள்ள சமூகங்கள் அந்த ஓலத்தைக் கேட்கிறார்கள்.

முகாம்களின் மீதான ஐந்து மாதக் கால முற்றுகையின் விளைவு பட்டினியும், மரணங்களும், துயரங்களும்தான்! காயம்பட்டவர்கள் தொடர்ந்து வேதனைப்பட்டு, இறுதியில் செத்து மடிகிறார்கள். பாலஸ்தீனர்களின் துயரங்களைக் கண்டு உலக சமூகமும், பிரிட்டிஷ் பொதுமக்களும் பெருமளவு உதவினார்கள். மருந்துகளும், அறுவை சிகிச்சைக் கருவிகளும், உணவுப் பொருள்களும் நாங்கள் கொண்டு வந்துள்ளோம். உலகின் பல்வேறு நாடுகளைச் சேர்ந்த மருத்துவர்களும், நர்சுகளும் தங்கள் உயிரையும் பொருட்படுத்தாது, பாலஸ்தீனர்களுக்கு உதவும் நோக்கத்துடன், சொந்த நாட்டைத் துறந்து இங்கு வந்துள்ளனர்.

உலகெங்குமுள்ள மக்கள், சிரியா அமைதிப்படையின் தலையீட்டை ஆர்வத்துடன் கவனித்துக்கொண்டிருந்தார்கள். முகாம் களின் மீதான முற்றுகை நீக்கப்படுமென்றும், நீண்ட காலமாகத் துயரங்கள் அனுபவிக்கும் பாலஸ்தீனர்களுக்கு உதவிகள் போய்ச் சேருமென்றும் உலக மக்கள் எதிர்பார்த்தார்கள். அதற்கு மாறாக, சொந்தம் குழந்தைகளின் பசியாற்ற உணவு தேடி வெளியே செல்லும் பெண்கள் சுட்டுக்கொல்லப்படுவதும், உதவிப் பொருள் களை ஏற்றிவரும் வாகனங்கள் தாக்கப்படுவதுமான செய்திகள் தான் வெளியே வருகின்றன. இதுபோன்ற செயல்கள், தங்களின்

விருப்பத்திற்கும், அமைதிப் படையின் நோக்கத்திற்கும் எதிராக நிகழ்வதாகவே நாங்கள் நம்புகிறோம்.

உலக சமூகம் தொடர்ந்தும் உணவுப் பொருள்களையும், மருந்து வகைகளையும் வழங்கத் தயாராக இருக்கிறது! மருத்துவர்களும் நர்சுகளும் தொடர்ந்து சேவை செய்வார்கள். பசியாலும் நோயாலும், காயங்களாலும் அத்தனை பேரும் செத்து மடியும் வரையிலும் பாலினும், குழுவினரும் முற்றுகையிடப்பட்ட முகாமில் தொடர்ந்து உழைக்கக்கூடும்! ஆயினும், மேன்மைக்குரிய தாங்கள் மட்டும் நினைத்தால், இந்த வெறித்தனமான துயரங்களை முடிவுக்குக் கொண்டுவர முடியும்!

1982இல், சப்ரா-ஷத்திலா படுகொலைகளின் உச்ச கட்டத்தில், அதைத் தடுத்து நிறுத்தும்படி இஸ்ரேலியப் பாதுகாப்புப் படையினருக்கு நாங்கள் வேண்டுகோள் விடுத்தோம். ஆனால் எங்கள் கோரிக்கையை அவர்கள் கேட்கவில்லை; படுகொலைகளும் தொடர்ந்தன! இந்த உண்மையை இஸ்ரேலிய கஹான் விசாரணைக் குழுவுக்கு முன்னால் நான் கொண்டு வந்தேன்.

1987இல் இன்று, மேன்மைக்குரிய தங்களின் அதிகாரத்தைப் பயன்படுத்தி, முற்றுகையிடப்பட்ட முகாம்களில் பாலஸ்தீனர்களின் துயரங்களுக்கு முடிவு கட்டவும், பெண்கள் மற்றும் குழந்தைகளின் உயிர்கள் காப்பாற்றப்படவும் ஆனதெல்லாம் செய்ய வேண்டுமென பணிவுடன் வேண்டுகிறேன். அத்துடன், மருத்துவர் பாலின் மற்றும் குழுவினருக்குத் தகுந்த பாதுகாப்பு வழங்க வேண்டுமென்று இறைஞ்சுவதோடு, கடந்த ஒரு மாத காலமாக மேற்குப் பெய்ரூத்தில் காத்திருக்கும் புதிய மருத்துவக் குழுவினரை முகாமுக்குள் செல்ல அனுமதிக்க வேண்டுமென்றும் வேண்டுகிறேன். அப்படிச் செய்வதன் மூலம், கவலையோடு காத்திருக்கும் பிரிட்டிஷ் பெற்றோர்களை மட்டுமல்ல, துயர்துடைப்புப் பணிகளுக்கு அமோக ஆதரவளிக்கும் பிரிட்டிஷ் பொதுமக்களையும் கௌரவித்ததாக ஆகும். தங்களின் பதிலுக்காக ஆவலுடன் காத்திருக்கும் நான், இந்த வாரத்திலேயே சைப்ரஸ் சிரியா தூதரகத்திற்கு நேரில் சென்று விசாரிக்கவும் எண்ணியுள்ளேன்.

மருத்துவர் ஸ்வீ ஆங்க்
1987 மார்ச் 30

இந்தக் கடிதம் சிரியா சென்றடைய, முதலில் இதைக் கெய்ரோவிலிருந்து ஃபேக்ஸ் மூலமாக எங்கள் அமைப்பின் இலண்டன் அலுவலகத்திற்கு மைக் ஹோம்ஸ் பெயரில் அனுப்பினேன். அவரிடம் இந்தக் கடிதத்தை, இலண்டன் லெபனான் தூதரகத்தில், சிரியாவின் விவகாரங்களைக் கவனிக்கும் செயலரிடம் சேர்ப்பிக்கும்படி வேண்டினேன். இலண்டனில் இருந்த சிரியா தூதரகம் அண்மையில் மூடப்பட்டதால், அதன் விவகாரங்களை லெபனான் தூதரகம்தான் கவனித்துக்கொண்டிருந்தது. எனது கடிதத்துடன், என்னைப் பற்றிய சில பத்திரிகைச் செய்திகளையும் தன் சொந்த விருப்பப்படி இணைத்த மைக், அவையெல்லாம் லெபனான் தூதரகத்திலிருந்து செல்லும் சிரியாவின் குடியரசுத் தலைவருக்கான உறையில் போகட்டுமென்று நினைத்தார்.

சிரியாவின் தலைநகர் டமாஸ்கஸில் அந்த உறையைத் திறக்கும் யாரும் என்னை ஒரு பைத்தியக்காரியென நினைத்து, என் கடிதத்தைக் குப்பையில் எறிவார்களென்று நான் அஞ்சினேன். அப்படியேதும் நிகழாமலிருக்க நானொரு உத்தி செய்தேன். குடியரசுத் தலைவருக்கு நான் எழுதிய இந்தக் கடிதத்தை அரபு வானொலியில் ஒலிபரப்பப் போவதாகவும், மத்திய கிழக்கு நாடுகள் அனைத்தும் அதைக் கேட்குமென்றும், அதன் மூலம் சிரியாவின் குடியரசுத் தலைவர் என் கடிதத்தின் உள்ளடக்கத்தை அறியும் வாய்ப்பு கிடைக்குமென்றும் அந்த அதிகாரியிடம் கடிதத்தைக் கொடுக்கும்போது சொல்லும்படி மைக்கிடம் பணித்தேன். அந்த அதிகாரியை மைக் சந்தித்ததாகவும், நான் சொன்னதை அப்படியே சொன்னதாகவும் அன்று மாலை இலண்டனிலிருந்து எனக்குத் தகவல் வந்தது. இனிமேல் நான் செய்ய வேண்டியதெல்லாம், கெய்ரோவிலிருந்து உடனடியாக சைப்ரஸ் சென்று, அங்குள்ள சிரியா தூதரகத்தில் விசாரித்து, என்ன நடக்கிறது என்பதைத் தெரிந்துகொள்வதுதான்!

ஏப்ரல் இரண்டாம் தேதி சைப்ரஸ் சென்ற நான், சிரியா தூதரகத்தில் ஏதேனும் முன்னேற்றம் உண்டா என விசாரித்தேன். அங்கிருந்த எவருக்கும் பிரிட்டிஷ் மருத்துவ ஊழியர்கள் பர்ஜூல் பிரஜ்னே முகாமில் அகப்பட்டிருப்பதைப் பற்றி எதுவும் தெரிந்ததாகத் தோன்றவில்லை. ஆயினும், அங்கிருந்த முதன்மைச் செயலாளர் டமாஸ்கஸில் தொடர்புகொண்டு விசாரிப்பதாக உறுதியளித்தார். எனது தொலைபேசி எண்ணை அவரிடம் கொடுத்து, திரும்பிவந்த நான் தகவலுக்காகக் காத்திருந்தேன்.

மறுநாள் காலை ஒன்பது மணிக்கு, குடியரசுத் தலைவருக்கு நான் அனுப்பிய கடிதத்தின் அசலையும், எனது பயண அனுமதிப் பத்திரங் களையும் எடுத்துக்கொண்டு உடனே சிரியா தூதரகத்திற்கு வரும்படி தொலைபேசியில் சொன்னார்கள். காலையிலேயே அதை சிரியா குடியரசுத் தலைவருக்கு அனுப்பியாக வேண்டுமாம்! இலண்டனில் மைக் சமர்ப்பித்த கடிதத்தின் நகலில் என் கையெழுத்துகூட இல்லை. ஆகவே, இப்போது அத்தாட்சியுடன் சரியான முறையில் அனுப்ப நினைத்தார்கள்.

எனது விசாவுக்காக லெபனான் அதிகாரிகளிடம் ஒரு மாத காலம் அலைந்ததை ஒப்பிட்டால், சிரியா அதிகாரிகளின் செயல்திறனைக் கண்டு நான் பிரமித்ததை நிச்சயமாக ஒப்புக்கொள்ள வேண்டும். ஏதேனும் நிகழ, சில நாள்களாவது காத்திருக்கும்படி முதன்மைச் செயலாளர் அறிவுரை வழங்கினார்.

மூன்று நாள்கள் கடந்து ஏப்ரல் ஆறாம் தேதியன்று, பிபிசி காலைச் செய்தியில் அறிவித்தார்கள்: சண்டை நிறுத்தத்தை முழு அளவில் நிலைநாட்டிட, ஷத்திலா அருகிலுள்ள அமல்களின் சோதனைச் சாவடிகளை சிரியா இராணுவம் தங்களின் கட்டுப்பாட்டிற்குள் கொண்டுவரப் போகிறதாம்! அப்படியானால் ஷத்திலா முகாமுக்குள் இனி உணவுப்பொருள்களை கொண்டு செல்ல முடியுமென்று பொருள். மேலும் இரண்டு நாள்கள் கழித்து, பர்ஜுல் பிரஜ்னே முகாமிலும் சிரியா இராணுவம் சண்டை நிறுத்தத்தை நிலைநாட்டியது.

அதற்கடுத்த நாள், உடனே பெய்ரூத் சென்று பர்ஜுல் பிரஜ்னே முகாமிலுள்ள எங்களது ஊழியர்களைச் சந்திக்கும்படி சிரியா தூதரகத்தின் முதன்மைச் செயலாளர் என்னிடம் சொன்னார். ஒருவேளை நாள்தோறும் நான் சிரியா தூதரகத்திற்குச் சென்று அவரிடம், சிரியா குடியரசுத் தலைவர் அஸதை நேரில் சந்திக்க முடியுமா என்று கேட்பதும், அவருக்கு நான் அனுப்பிய கடிதத்திற்குப் பதிலேதும் வந்ததா என்று விசாரிப்பதும், அவருக்கு மிகுந்த சோர்வைத் தந்திருக்கலாம்! சிரியாவின் கட்டுப்பாட்டிற்குள் உள்ள பெய்ரூத் பகுதிக்குள் நான் கடந்த பிறகு எந்தப் பிரச்சினையும் இருக்காதென்று அவர் எனக்கு உறுதியளித்தார். அவருக்கு நன்றி சொல்லி அங்கிருந்து புறப்பட்ட நான், அன்று மாலை லார்னாகாவிலிருந்து ஜவ்னி துறைமுகம் செல்லும் பயணிகள் படகுக்கான பயணச்சீட்டை வாங்கினேன்.

ஏப்ரல் பத்தாம் தேதி காலை ஏழு மணியளவில், பயணிகள் படகு ஜவ்னி துறைமுகத்தை அடைந்தது. சூரியன் நன்றாக உதித்திருந்தது. நான் கடலை வெறிக்கப் பார்த்துக்கொண்டிருந்தேன். லெபனான் இராணுவத்தினர் சிலர் படகுக்குள் நுழைந்தார்கள். மற்றவர்கள் துறைமுக நுழைவாயில் வரை பாதையோரம் வரிசையாக நின்றார்கள். பாதுகாப்புக் கடுமையாக இருந்தாலும், அவர்கள் முரட்டுத்தனமாக நடந்துகொள்ளவில்லை. பெண் பயணிகள் அவசரமாக உதடுகளில் சாயம் பூசி, வாசனைத் திரவியங்களை ஆடைகளில் தெளித்துக் கொண்டு, வெளியே ஆர்வத்துடன் காத்திருக்கும் மக்களை உற்று நோக்குகிறார்கள். பாதையின் இரு பக்கங்களிலும் காத்திருந்த பிரியமானவர்களைக் கண்டதும் பயணிகள் துள்ளிக் குதித்து, முத்தங்களை சைகையால் காண்பித்தார்கள். ஓர் இளம் இராணுவவீரன் தூரத்திலிருந்து 'ஐ லவ் யு...' என்று ஆங்கிலத்தில் கத்தினான். வெட்கத்தில் முகம் சிவந்த ஒரு பெண், தன் புன்னகையை மறைக்க முயன்றாள்.

கடந்த வார காலம் அனுபவித்த கவலையும், நிச்சயமற்ற தன்மையும், படகில் அனுபவித்த நெரிசலும், தூக்கமின்மையும் ஏற்படுத்திய அயர்ச்சி, நான் திரும்பவும் பெய்ரூத் வந்ததை நம்ப முடியாத அளவுக்கு ஒரு மாயையை தோற்றுவித்து இருக்கலாம்! உண்மையில் நான் இதை சாதித்தேனா? 1982இல் நான் வந்திறங்கிய அதே கிழக்கு பெய்ரூத் துறைமுகம்தானா இது?

துறைமுகப் பரிசோதனைகள் அனைத்தும் முடிந்து நான் வெளியே வந்ததும், வெள்ளையான தலைமுடியுடன் வெளிறிய நீல நிற ஜாக்கட் அணிந்திருந்த நார்வே சங்கத்தின் ஒருங்கிணைப்பாளர் ஒய்விண்டைக் கண்டேன். அவர் உற்சாகத்துடன் என்னை நோக்கிக் கையசைத்தார். நானும் பதிலுக்குக் கையசைத்தேன். கூட்டத்தின் மத்தியிலிருந்து அவர் கத்தினார்: 'நல்வரவு ஸ்வீ.'

முப்பது-முப்பத்தைந்து வயது தோற்றளிக்கும் உயரமான அந்த மனிதர் மிகுந்த பொறுமைசாலியும், மென்மையாகப் பேசக்கூடிய வராகவும் இருந்தார்—ஒரு பாதிரியாகப் பயிற்சி பெற்றதன் பயனாக அது இருக்கலாம்! எப்போதும் சிரித்துக்கொண்டிருக்கும் அந்த மனிதரின் ஒளிவிடும் கண்களைப் பார்த்தாலே தெரியும் அவர் வாழ்வையும் மக்களையும் மிகவும் நேசிப்பவர் என்று!

சாலையோரம் காத்திருந்த வாடகை வண்டியில், 1982இல் நான்

கொண்டு வந்திருந்த அதே பெரிய சூட்கேஸை எடுத்துவைக்க ஒய்விண்ட் உதவினார். டாக்ஸி புறப்பட்டது.

1982இல் நான் கண்டதை விட, கிழக்குப் பெய்ரூத் இப்போது மிகுந்த செழிப்போடும் சுத்தமாகவும் இருந்தது. சாலைகள் நேர்த்தியாக இருந்தன. போக்குவரத்து விளக்குகள் எரிந்துகொண்டிருந்தன. சாலை விதிகளை மக்கள் கடைப்பிடித்தார்கள். எங்கு பார்த்தாலும் கடைகளும், அலுவலகங்களும், லெபனான் குடியரசுத் தலைவர் அமின் கமயேலின் பெரிய உருவப்படமும் காணப்பட்டன. நாங்கள் பசுமைக் கோட்டை நோக்கிச் சென்றோம். மறைந்திருந்து தாக்கும் போராளிகள் இல்லாத —பொதுமக்கள் கடக்கும் வழியாகச் செல்வதென ஒய்விண்ட் தீர்மானித்து இருந்தார். அந்த இடத்தில் போக்குவரத்து நெரிசல் பயங்கரமாக இருந்தது. ஆகவே காரிலிருந்து இறங்கி, நடந்தே செல்வதென முடிவு செய்தோம். எனது பெட்டியையும் சுமந்துகொண்டு பசுமைக் கோட்டைக் கடந்தோம். அங்கிருந்து மற்றொரு டாக்ஸி பிடித்து பயணமானோம்.

மத்திய கிழக்கிலுள்ள பல நகரங்களையும் போலவே கிழக்குப் பெய்ரூத்தும் தோற்றமளித்தது. ஆனால், பசுமைக் கோட்டைத் தாண்டி மேற்குப் பெய்ரூத்திற்குள் நுழைந்ததும் வழியெங்கும் தோட்டாக்கள் துளைத்த சுவர்களும், குண்டுவீச்சில் சேதாரமடைந்த கட்டடங்களும், குப்பையும், புழுதியும் நிறைந்த தெருக்களும், சிக்கலான போக்கு வரத்தும்தான் தென்பட்டன. இதையெல்லாம் கண்டதும் இது கனவல்ல, நான் திரும்பவும் பெய்ரூத் வந்திருக்கிறேன் என்பதை உணர்ந்தேன். எனக்குள் சொல்லிக்கொண்டேன்: 'ஹலோ பெய்ரூத்! இதோ, நான் வந்து விட்டேன்.'

குறுகலான தெருக்கள் வழியாக டாக்ஸி சீறிப் பாய்ந்தது. ஹம்ராவி லுள்ள நார்வே குடியிருப்பில் அவர்களுடன் நானும் தங்குவதற்கு ஏற்பாடாகியிருந்தது. ஒய்விண்ட் என்னிடம் கேட்டார்: 'திரும்ப வந்ததைப் பற்றி என்ன நினைக்கிறாய்?' எனக்கு விசா வழங்க இலண்டன், ரோம், ஏதென்ஸ், சைப்ரஸ் ஆகிய இடங்களில் உள்ள லெபனானிய தூதரகங்கள் மறுத்ததை அவர் ஏற்கனவே அறிந்திருந்தார். ஏறக்குறைய நானாக அதைச் செய்யவில்லையென்றும் புரிந்து கொண்டிருந்தார்.

'அற்புதம்!' என்றேன். எனது உணர்வுகளை வெளிப்படுத்த இதுவே பொருத்தமான ஒரேயொரு வார்த்தை! இத்தனைக் காலம் போர் நடந்தும் பெய்ரூத் இப்போதும் அழகிய நகரமாகவே விளங்குகிறது.

டாக்ஸி டிரைவர் என்னிடம் கேட்டார்: 'நீங்கள் பெய்ரூத் நகரை நேசிக்கிறீர்களா?' நான் ஒப்புக்கொண்டதும் அவர் தொடர்ந்தார்: 'என் இளைய மகனை முதல் முறையாக மலையுச்சிக்கு அழைத்துச் சென்று பெய்ரூத் நகரத்தின் அழகைக் காண்பித்தேன். அப்போது அவன், எதனால் இந்த அழகிய நகரத்தை மக்கள் அழிக்க முயற்சி செய்கிறார்கள்? என்று கேட்டு அழத் தொடங்கினான்.'

26

லெபனான் மக்கள் இப்போதும் அன்போடும், நட்போடும், பிறரை உபசரித்தும் வாழ்ந்தார்கள். அவர்களுக்கிடையே வெறுப்பு ஏற்பட்டாலும், அந்த வெறுப்புகூட அதிக காலம் நீடிப்பதில்லை! நீண்ட காலமாக லெபனான் ஒரு யுத்தக் களமாக இருப்பது வேதனைக்குரிய விஷயம்! தொடர்ச்சியான போர்கள் லெபனானின் பொருளாதார அமைப்பைச் சீர்குலைத்திருந்தன. லெபனான் நாணயமான லிராவின் மதிப்பு பெருமளவில் வீழ்ச்சியடைந்தது. லெபனானைச் சீர்குலைக் கவும், பிளவுபடுத்தவும், அந்நாட்டின் குழந்தைகளைப் பீரங்கிகளுக்கு இரையாக்கவும் பல ஆண்டுகளாகத் தீவிர முயற்சிகள் நடந்தன.

மக்களுக்கு வேலை கிடைப்பது அரிதாக இருந்தது. கிடைத்த வேலைக்கு ஊதியம் மிகவும் குறைவாக இருந்தது. பல இளைஞர்களும் உயிர்வாழ்வதற்காக சண்டை போட வேண்டிய கட்டாயத்திற்கு ஆளானார்கள். பல்வேறு போராளிக் குழுக்களைச் சேர்ந்த அவர்கள் வேலையில் இருக்கும்போது ஒருவரையொருவர் சுட்டுக் கொண்டார்கள். ஆனால், வேலை முடிந்தால் அவர்கள் யாரையும் கொல்வதில்லை. அதற்குப் பிறகுதான் அவர்களின் நல்ல குணங்களை நாம் பாராட்டுவோம். அவர்களிடம் எஞ்சியிருக்கும் அரபிக் கருணையும் நேசமும் அப்போதுதான் கொடுமைகளுக்கு எதிராகத் தலைதூக்கும்! என் கனவுகளில் நான் யாரிடமோ உரக்கத் திட்டுவதை என்னால் கேட்க முடிந்தது: 'லெபனானைத் தனியே விடுங்கள். குழந்தைகள் வளர்வதற்கு வாய்ப்பளியுங்கள். துப்பாக்கிகள் வேண்டாம், கவச வண்டிகள் வேண்டாம்! அவர்களைத் தனியே விடுங்கள்!'

பதின்மூன்று வருட போருக்குப் பின்னர், மக்கள் அமைதியை நாடுவதை நான் உணர்ந்தேன். சகிப்புத்தன்மையின் அளவு வியப் பூட்டியது! எங்கும் போக்குவரத்து விதிகள் இல்லை—ஆனாலும்

மக்கள் பிறருக்கு வழி கொடுத்தும், கேட்டு வாங்கியும் வண்டிகளை ஓட்டினார்கள். எங்காவது ஒரு விபத்து நடந்து, யாருக்கும் காயம் ஏற்படவில்லை என்றால் அது 'மாலிஷ்' (பரவாயில்லை) ஆனது. யாருக்காவது காயம் ஏற்பட்டிருந்தால், 'அல்ஹம்துலில்லாஹ்' (இறைவனுக்கு நன்றி, எவரும் மரணிக்கவில்லையே) என்று சமாதான மடைந்தார்கள். மன்னிப்பை இங்கு எவரும் போதிக்கவில்லை— மாறாக அது இந்த மண்ணோடு கலந்திருந்தது.

கடந்த இரண்டு ஆண்டுகளாக எந்தவிதத் தகவலும் இல்லாதிருந்த பலரையும்—பாலஸ்தீனர்களையும், லெபனானியர்களையும்—நான் பார்க்க விரும்பினேன். பர்ஜூல் பிரஜ்னே முகாமிலிருந்த எங்களது அமைப்பைச் சேர்ந்த அனைவரும் உயிரோடும், நல்ல தன்னம்பிக்கையோடும் இருப்பதாக ஒய்விண்ட் உறுதியளித்தார். நாங்கள் முதலில், மார் எலியாஸ் முகாமிலுள்ள செம்பிறைச் சங்கத்தின் கிளினிக்கிற்குச் சென்றோம். இது ஒரு சிறிய பாலஸ்தீன அகதி முகாம். குறிப்பிடத் தக்க எண்ணிக்கையில் இருந்த பாலஸ்தீன கிறித்தவர்களுக்காகத் தொடங்கப்பட்ட முகாம் இது. அங்கிருந்த கிறித்தவக் குடும்பங்கள் பலவும் கடந்த சில ஆண்டுகளில் வெளியேறி விட்டதால், அந்த முகாம் இப்போது பாலஸ்தீன அரசியல் கட்சிகளின் தலைமை அலுவலகமாக மாறியிருந்தது. பிரதான அரசியல் கட்சியான ஃபத்தாவிலிருந்து பிரிந்து சென்ற அபு மூஸாவின் ஃபத்தா, இன்திஃபாதா, பாலஸ்தீன விடுதலைக்கான ஜனநாயக முன்னணி சைகா, பாலஸ்தீன மக்கள் கட்சியின் இரு பிரிவுகள், அபு நிதாலின் ஃபத்தா புரட்சி இயக்கம், இன்னும் இது போன்ற பல்வேறு அரசியல் கட்சிகளின்—அரஃபாத்தின் பிஎல்ஓ தவிர—தலைமைச் செயலகங்கள் அங்கு இயங்கின. அரஃபாத்தின் ஆதரவாளர்கள் மறைவாகச் செயல்பட வேண்டியிருந்தது. காரணம் அவர்களைக் கண்டால் சிரியா இராணுவம் கைது செய்து கொண்டிருந்தது.

இத்தனை அரசியல் கட்சிகளின் அலுவலகங்களுடன், ஐரோப்பாவின் துயர்துடைப்பு நிறுவனங்களும், ஐநா சபையின் உதவி மையமும், பாலஸ்தீன செம்பிறைச் சங்கமும் தங்களது அலுவலகத்தை அந்த முகாமில் வைத்திருந்தார்கள். பாலஸ்தீன செம்பிறைச் சங்கத்தின் லெபனான் பணிகளுக்கு இப்போதும் உம்மு வாலித் தலைவியாக இருந்தாலும், அதற்குச் சில வட்டார இயக்குநர்களும் — பெய்ரூத்தில் மருத்துவர் முஹம்மது உஸ்மானும், சைதாவில் மருத்துவர் அலீ அப்துல்லாவும்—இருந்தார்கள். உம்மு வாலிதை மீண்டும் சந்திப்பதும், மருத்துவர் உஸ்மானுடன் அறிமுகமாவதும் மகிழ்ச்சியான

விஷயங்கள்! மார் எலியாஸ் முகாமிலுள்ள செம்பிறைச் சங்கத்தின் கிளினிக்கில் தினமும் ஏறத்தாழ இருநூறு நோயாளிகள் சிகிச்சை பெறுகிறார்கள். அங்கு ஒரு புதிய மருத்துவமனை கட்டும் வேலையும் நடந்துகொண்டிருந்தது. நீங்கள் எங்கு சென்றாலும்—அது லெபனான், எகிப்து, சூடான் என எங்காயினும்—அங்கெல்லாம் செம்பிறைச் சங்கம் ஒரு கட்டடமோ, கிளினிக்கோ ஒரு மருத்துவமனையோ கட்டுவதை நீங்கள் பார்க்கலாம்—அங்கு அமைதி நிலவினாலும் சரி, போர் நடந்தாலும் சரி!

சிரியா சண்டை நிறுத்தத்தை நிலைநாட்டியது. முகாம்களும் தாக்கப்படவில்லை. ஆனால், முகாம் மக்கள் இப்போதும் முற்றுகையில் வாழ்ந்தார்கள். முகாம்களின் நுழைவாயில் அடைந்தே கிடந்தது. குடியரசுத் தலைவர் அஸதின் சிறப்புப் படையினரும், சிரியாவின் இரகசியப் பிரிவினரும் அங்குக் காவல் நின்றார்கள். பாலஸ்தீனப் பெண்கள் தங்களது குடும்பத்திற்கான உணவுப் பொருள்களை வாங்கிவர அனுமதிக்கப்பட்டார்கள். சிரியா இராணுவம் வருவதற்கு முன்பு, உணவுப் பொருள்களை வாங்கவும், தண்ணீர் பிடிக்கவும் முகாமுக்கு வெளியே சென்ற பெண்களில் பலரும் சுடப்பட்டு இறந்தார்கள், பலரும் காயமடைந்தார்கள். ஆனால் இன்றோ, சிரியாவின் அமைதிப் படைக்கு முன்னால் பாலஸ்தீனப் பெண்களைச் சுட எவருக்கும் துணிவில்லை. அனைவரும்—லெபனானியர்களும், பாலஸ்தீனர்களும்—சிரியாவைக் கண்டு அஞ்சுவது வியப்பாக இருந்தது!

நண்பகலுக்கு முன்பாக நான் மார் எலியாஸ் முகாமிலிருந்து கிளம்பினேன். ஷத்திலா, பர்ஜுல் பிரஜ்னே முகாம்களைப் பார்க்க வேண்டும். சண்டை நிறுத்த ஒப்பந்தத்தின்படி, முகாமுக்குள் போகவும், வரவும் சிரியா இரகசியப் பிரிவிடமிருந்து பெண்களுக்கு சிறப்பு அனுமதி தேவையில்லை. ஆகவே அந்த வாய்ப்பைப் பயன்படுத்திக் கொள்வதென முடிவெடுத்தேன். ஒரு முக்காடை வாங்கி வந்து, அதை என் தலையில் சுற்றிக்கொண்டு, ஷத்திலா முகாமின் எல்லையான சப்ராவுக்கு வந்து சேர்ந்தேன்.

சப்ரா கடைவீதி கோலாகலமாக இருந்தது. எங்கும் மக்கள் பொருள்களை வாங்குவதும், விற்பதுமாக இருந்தார்கள். துணிகள், காலணிகள், துப்புரவுக்கு உதவும் பொருள்கள், இவற்றுடன் மீன், மாமிசம், பழங்கள், காய்கறிகள் என எல்லாம் சுலபமாகக் கிடைத்தன.

ஷத்திலாவின் உள்பகுதிக்குச் செல்லாமல், இந்த இடத்தை மட்டும் பார்க்கிற யாருக்கும் எல்லாம் நல்ல விதமாக இருப்பதாகத் தோன்றும். ஒருவேளை அவர்களால் உண்மை நிலையை அறியவும் முடியாது! முகாம்களின் அங்காடிகளில் உணவுப் பொருள்கள் தாராளமாகக் கிடைப்பதாக, சில மேற்கத்திய பத்திரிகைகள் கதை கட்டின! ஆனால், கடைவீதி இருப்பது பாலஸ்தீனர்கள் வசிக்கும் பகுதியில் அல்ல! அது லெபனானியர்கள் வசிக்கும் பகுதியில் இருந்தது. 1982இல், பாலஸ்தீனர்களுக்கும், லெபனானியர்களுக்கும் சப்ரா-ஷத்திலா முகாம்கள் சொந்த வீடாக இருந்தன. பல ஆண்டுகளாக அவர்கள் அங்கு சேர்ந்து வாழ்ந்தார்கள். ஆனால், இஸ்ரேலியர்கள் படை யெடுத்தபோது, அவர்கள் தங்களது கூலிப் படையை முகாமுக்குள் அனுப்பி வைத்துப் படுகொலைகள் நடத்தியபோது, இரு தரப்பினரும் பாதிக்கப்பட்டார்கள். ஆனால், 1985இல் நடந்த முகாம் போருக்குப் பிறகு, பாலஸ்தீனர்களைத் தனிமைப்படுத்த ஆக்கிரமிப்பாளர்கள் திட்டமிட்டுச் செயல்பட்டார்கள்.

சப்ரா முகாம் 1985இல் வீழ்ச்சியடைந்தது. பெரும்பாலான பாலஸ்தீன குடும்பங்களும் ஒருவேளை ஓடிப் போகவோ கொல்லப் படவோ செய்தார்கள். தங்களது அயல் வீட்டினரான பாலஸ்தீனர் களுக்கு ஏற்பட்ட கதிக்கு சாட்சிகளாக சில லெபனானிய குடும்பங்கள் மட்டுமே அங்கு எஞ்சியிருந்தன. காஸா மருத்துவமனைக்குப் பக்கத்தில்தான் பாலஸ்தீனர்கள் முன்பு வசித்தார்கள். அங்கிருந்த வீடுகள் எல்லாம் அழிக்கப்பட்டிருந்தன. ஆக, இப்போது சண்டை நிறுத்தம் ஏற்பட்டிருந்தாலும்கூட, போரில் தப்பிப்பிழைத்தவர்கள் திரும்பி வருவதற்கு இடமில்லை. காரணம், இடிந்த வீடுகள் திரும்பவும் கட்டப்படவில்லை. ஷத்திலா முகாம் கடுமையாக எதிர்த்து நின்றதால் அது வீழ்ச்சியடையாமல் தப்பித்தது. அதற்குப் பதிலாக 1985இல் இருந்து அது முற்றுகையிடப்பட்டது.

அந்த முற்றுகை ஏறத்தாழ இரண்டாண்டுகள், 1985 மே மாதம் முதல் 1987 ஏப்ரல் மாதம் வரை நீடித்தது. இடையில் ஒருமுறை சில மாதங்கள் மட்டும்தான் ஓரளவுக்கு முற்றுகை தளர்த்தப்பட்டது. முகாமின் எல்லா வாயில்களிலும் கவச வண்டிகளும் போராளிகளும் சூழ்ந்து நின்றதால் எவரும் வெளியேறவோ நுழையவோ முடிய வில்லை. அத்துடன், முகாம்களின்மீது முழு அளவிலான தாக்குதல் நடந்தது. வெடி குண்டுகளும் ஏவுகணைகளும் வீடுகள்மீது மழையாகப் பொழிந்தன! சில வேளைகளில் தாக்குதல் நின்றாலும், சூழ்நிலை ஊரடங்குச் சட்டம் போலக் கடுமையாக இருந்தது. ஷத்திலா முகாம்

முற்றுகை இடப்பட்ட நிலையிலும், கடந்த ஆறு மாதங்களாகக் கடைவீதியில் பழங்கள், தானியங்கள், காய்கறிகள் என எல்லாமே இருந்தன. அதேசமயம் ஷத்திலா முகாமில் பாலஸ்தீனர்கள் பட்டினி கிடந்தார்கள். அவர்கள் உணவு கேட்டபோது, அவர்களுக்குக் கிடைத்தது தோட்டாக்களும் ஏவுகணைகளும்தான்!

முற்றுகை காரணமாக ஷத்திலாவில் பட்டினி கிடக்கும் பாலஸ்தீனர்கள் தங்களின் உயிரைக் காப்பாற்ற, இறந்தவர்களின் உடலையும் புசிக்கலாமென்று இஸ்லாம் மதப் பண்டிதர்கள் அனுமதி வழங்கியதைத் தொடர்ந்து, அங்குள்ள மக்கள் பதிலுக்கு உலகத்தாரிடம் கேட்டார்கள்:

நாடுகளும் சமூகங்களும் போர்களினாலும், இயற்கையின் சீற்றத் தாலும், தொற்று நோய்களாலும் துடைத்தெறியப்பட்டதாக வரலாறு முழுவதும் காணலாம். ஆனால், இப்போது எங்கள்மீது பிரயோகிப்பது போன்று, திட்டமிட்டுப் பட்டினி போட்டு அழித்த தாகச் சரித்திரமில்லை. எங்களைக் கீழ்படுத்த பசியை ஓர் ஆயுதமாக நீங்கள் பயன்படுத்துகிறீர்களா? இருபதாம் நூற்றாண்டின் மனசாட்சி எங்கே போனது? இதுபோன்று நாங்கள் அழிந்து போனால், ஐந்தாண்டுகளுக்கு முன் சப்ரா-ஷத்திலா படுகொலைகள் நடக்க அனுமதித்த அதே உலகம்தான், இது போன்று எங்களைச் சாகடித்த தென்று மானிட வரலாறு எழுதட்டும்!

உயிர் வாழ்வதற்கு மனித சடலங்களையும் தின்னலாமென்று நீங்கள் சொன்னீர்கள். ஆனால், நாங்கள் எப்படி எங்களின் அன்பிற்குரிய சகோதரர்கள், சகோதரிகள், தந்தைமார்கள், தாயார்கள் மற்றும் குழந்தைகளின் சடலங்களைத் தின்போம்?

முதியவர்கள், காயமடைந்தவர்கள், பெண்கள், குழந்தைகள்— ஆகியோருக்கு வழங்கிட வேண்டி, உணவை சேமிக்கும் பொருட்டு ஷத்திலாவின் இளைஞர்கள் பட்டினி கிடக்க சுயமாக முன்வந்தார்கள். ஷத்திலா மெதுவாக மரணித்துக்கொண்டிருந்தது. ஆனாலும், அந்த மரணத்தைக் காத்திருப்பதில் அவர்கள் பெருமையும், மகத்துவமும் அடைந்தார்கள். படுகொலைகளோ, இரண்டாண்டு கால முற்றுகையோ, உணவுப் பொருள்கள் மீதான தடைகளோ, எதுவும் அவர்களது தன்னம்பிக்கையைக் குலைக்க முடியாதென்பது தெளிவானது. முற்றுகை மேலும் இறுகியது. இடிபாடுகள்மீது இரவும் பகலும் ஏவுகணைகள் மழையெனப் பொழிந்தன. 1987ஆம் ஆண்டின் ஆரம்பம் பட்டினி, நோய், கடுங்குளிர், வெள்ளப் பெருக்கம் என்பதாக

இருந்தது. ஷத்திலா இதையெல்லாம் தாங்குமா என்று நான் பயந்தேன். ஆனால், வெறும் இருநூறு சதுர மீட்டர் பரப்பளவுள்ள இந்தச் சிறிய முகாம், பாலஸ்தீன எதிர்த் தாக்குதலின் உறுதிமிக்க ஓர் அடையாளமானது!

மேற்கத்திய நாடுகளில் ஷத்திலா முகாமைப் பற்றிச் சிறிதளவே செய்திகள் வெளியாயின. சப்ரா கடைவீதியிலிருந்து ஷத்திலா முகாமை நோக்கி நடந்தபோது எனது இதயத் துடிப்பு அதிகமானது. அங்கு நான் காணப்போவதென்ன என்பது பற்றி எனக்கு நிச்சயமில்லை. சகதி நிறைந்த ஒழுங்கற்ற சாலையின் ஓரமாக ஒழுகிய வெள்ளத்தில் குப்பைக் கூளங்கள் மிதந்து சென்றன. காஸா மருத்துவமனையின் பின்புறம் கண்ணில் பட்டது. ஆளரவமின்றி அது புறக்கணிக்கப்பட்டு கிடந்தது. சற்று தூரம் நடந்ததும், கரிபடர்ந்த அதன் முன்பாகம் காட்சியில் வந்தது. பக்கத்துக் கட்டடங்கள் எல்லாமே காலியாகக் கிடந்தன. அங்கிருந்த குடும்பங்கள் ஓடிப்போயிருக்கலா மென்று நினைத்துக்கொண்டேன்.

திடீரென ஓர் அலறல்: 'நில்!' சாதாரண உடையணிந்த ஒரு மனிதன், கையில் துப்பாக்கியுடன் எங்கிருந்தோ வந்தான். ஏறக்குறைய 25 வயதுள்ள, ஒல்லியான அந்த இளைஞன் அமல் இரகசியப் பிரிவில் ஓர் அதிகாரியாம்! பார்வைக்கு அழகானவனாகத் தோன்றினாலும், அவனது சிவந்த கண்களையும், நடுங்கும் கைகளையும் கண்டதும் அவனுக்கிருந்த கோளாறை நான் ஊகித்தேன். அவன் கஞ்சா அடித்திருந்தான். கூடவே, போதை மருந்தும் குடித்திருக்கலாம்! அவனது நடவடிக்கை அருவருப்பாக இருந்தது. ஒரு மோசமான சூழ்நிலையில் நான் அகப்பட்டிருந்தேன். அந்த இடத்தில் ஆயுதமேந்திய அவனும், நானும் மட்டுமே தனித்திருந்தோம். ஓர் அவசரப் பார்வையில் அவனது துப்பாக்கியில் 'சைலன்ஸர்' இல்லையென்று தெரிந்து கொண்டேன். நல்லது, அவன் என்னைச் சுட்டால் குறைந்தபட்சம் அதன் ஓசையை யாரேனும் கேட்பார்கள் இல்லையா?

அவனது நோக்கமென்ன என்பது தெரியாத நிலையில், நல்லது நடக்குமென்று எதிர்பார்க்க வேண்டிய வேளை இது! நல்லவேளை யாக, ஷத்திலா முகாமிலுள்ள சிலருடைய முகவரிகள் எழுதிய கடிதங்கள் என் கைவசமிருந்தன. ஐரோப்பாவிலுள்ள பாலஸ்தீனர்கள் முகாம்களில் உள்ள தங்களின் உறவினர்களுக்கு எழுதிய கடிதங்கள்— பொதுவாக அனைத்திலும், 'நலம்தானா? உங்களுக்காகப் பிரார்த்தனை

செய்கிறேன்' என்பன போன்ற வாசகங்கள்! அந்த மனிதன் ஆங்கிலத்தில் ஓரளவுக்கு நன்றாகவே பேசினான். ஏன்னை முள்முனையில் நிறுத்தி வைத்து, எனது கைப்பை, அதிலிருந்த காகிதங்கள், நான் அணிந்திருந்த காலணி என அனைத்தையும் பரிசோதித்தான். சட்டென்று, நான் ஆயுதங்கள் எதையும் கடத்தவில்லையென்று புரிந்து கொண்டான். 'இது வெறுமொரு சமூகச் சந்திப்பு' என்று நான் சொன்னதும் அதை நம்பிய அவன் என்னைப் போகவிட்டான். தகுந்த காரணமில்லாது, சப்ராவின் அந்தப் பகுதியில் அலையக் கூடாதென்று நினைக்குமளவுக்கு இந்தச் சம்பவம் மிகவும் மோசமானதாக இருந்தது.

சீருடையிலும், சாதாரண உடையிலும் ஆயுதமேந்தி நின்ற அமல் போராளிகள் தொடர்ந்துள்ள வழியில் பலமுறை என்னைத் தடுத்தார்கள். அது ஒரு சிரமமான பயணம்! ஷத்திலா முகாமைச் சேர்ந்த பெண்களை நினைத்துப் பார்த்தேன்: கடைவீதிக்குச் செல்லும்போதும், சுமையுடன் திரும்பி வரும்போதும் இதே போன்றுதானே அவர்களும் தொல்லை களை அனுபவிப்பார்கள் என்று தோன்றியது. வெளிநாட்டைச் சேர்ந்த ஒரு மருத்துவருக்கே இந்த கதியென்றால், பாலஸ்தீனப் பெண்களிடம் அவர்கள் அணுகுமுறை என்னவாக இருக்குமென்று நான் ஊகித்தேன். சண்டை நிறுத்தம் அமலில் இருந்தாலும், சிரியா இராணுவம் மட்டும் இல்லையென்றால் நிச்சயமாக நான் காணாமல் போனவர்களின் பட்டியலில் சேர்ந்திருப்பேன் அல்லது சுட்டுக் கொல்லப்பட்டிருப்பேன்!

இப்படி பலமுறை 'அதிகாரப்பூர்வமற்ற' மனிதர்களால் தடுக்கப்பட்ட நான் இறுதியில் அமல்களின் 'அதிகாரப்பூர்வமான' இடத்திற்கு வந்து சேர்ந்தேன். குடியிருப்புக கொண்ட ஒரு நான்கு மாடிக் கட்டடம் அது. ஏவுகணைத் தாக்குதலால் அது சேதமடைந்திருந்தது. குண்டுகள் துளைத்த பெரிய ஓட்டைகளின் வழியே நோட்டமிட்ட போது, அடுக்கி வைக்கப்பட்ட மணல்மூட்டைகளையும், இயந்திரத் துப்பாக்கிகளுடன் வீரர்களையும் காண முடிந்தது. சுவரின் முன்புறத்தில் அமல் தலைவர் நபி பேரியின் பெரிய உருவப்படம் தொங்கிக்கொண்டிருந்தது. பத்தோ பதினைந்தோ வீரர்கள் சோதனைச் சாவடியை நிர்வகித்துக் கொண்டிருந்தனர்.

எனது பயண அனுமதிப் பத்திரங்கள் உட்பட அனைத்தையும் சோதனையிடுவதற்காக வெளியே எடுத்தார்கள். உயரமான அந்தக் கட்டடத்தின் உள்பகுதியில் சில வீரர்களின் நடமாட்டம் தெரிந்தது. அவர்கள் ஒளிந்திருக்கும் அரக்கர்கள்! நான் மிகவும் பயந்துவிட்டேன்.

இதுபோன்ற ஒரு பயங்கரமான சூழ்நிலையை, 1982 செப்டம்பரில் படுகொலைகள் நடந்த வேளையிலும், நான் அனுபவித்தது இல்லை! உண்மையாகவே நான் நடுங்கிக்கொண்டிருந்தேன். அசைந்து கொண்டிருந்த எனது கால்முட்டிகள் திடீரென கழன்று போனது போலத் தோன்றியது. வெளிநாட்டைச் சேர்ந்தவள் என்பதால் நான் கடத்தப்படலாம் அல்லது பாலஸ்தீனர்களின் தோழி என்பதால் நான் சுட்டுக் கொல்லப்படலாம்! என் எண்ணத்தை வாசித்தது போல, அவர்களில் ஒருவன் தன் இயந்திரத் துப்பாக்கியை சரிபார்த்து என்னைக் குறிவைத்தான்.

நான் மயக்கமடைந்து தரையில் சாய்வதற்கு முன்பாக நான் எதையாவது செய்தாக வேண்டும். நீண்ட ஒரு மூச்சை உள்வாங்கி, தோள்களைக் குலுக்கி, முடிந்த அளவுக்கு உரத்த குரலில், 'சிரியா அதிகாரிகளைச் சந்திக்க நான் அனுமதி வாங்கியிருப்பதாக' அவர்களிடம் சொன்னேன். 'சிரியா' என்று சொன்னதும் அடங்கிய அவர்கள் உடனே எனது பயண அனுமதிப் பத்திரங்களையும், மற்ற பொருள்களையும் என்னிடம் திருப்பித் தந்து, சிரியாவின் சோதனைச் சாவடிக்குப் போகும்படி சைகை காட்டினார்கள். சில வார்த்தைகளின் பலனை இந்த நிகழ்ச்சி எனக்குக் கற்றுத் தந்தது. அதிலொன்று, எப்போதெல்லாம் நான் அமல் போராளிகளால் தடுக்கப்படுகிறேனோ அங்கெல்லாம் நான் தொடர்ச்சியாகப் பயன்படுத்திய சொற்கள்: 'சிரியா அதிகாரியைச் சந்திக்க அனுமதி பெற்றுள்ளேன்.' அது வழக்கமாக என்னைத் தொல்லையிலிருந்து மீட்டது!

ஒரு மருத்துவர் என்கிற முறையில், சற்று நேரத்திற்கு முன்பு என் எடையைத் தாங்க முடியாமல் தடுமாறிய அதே கால்கள் தன்னிச்சையாகச் சிரியாவின் சோதனைச் சாவடியை நோக்கி அதிவேகமாக ஓடியதை நினைத்து நான் அதிசயித்தேன். நான் மெதுவாகச் செல்லவே விரும்பினேன். ஏனெனில் நான் பயந்ததாக யாரும் நினைக்கக் கூடாது. ஆனால் எனது கால்களோ என் கட்டுப்பாட்டிற்குள் வரமறுத்தன. சிரியாவின் சோதனைச் சாவடி கல்லெறியும் தூரத்தில் சாலையில் இருந்தது. அங்கு ஓடிச் சென்ற நான் அங்கிருந்த அதிகாரிகளிடம், முகாமில் சிலரிடம் கடிதங்களை ஒப்படைக்க விரும்புவதாகச் சொன்னேன். எல்லாக் கடிதங்களையும் பிரித்து, அவற்றின் உள்ளடக்கத்தைப் படித்த பின்னர் இறுதியாக அவர்கள் ஒரு மணிநேரத்திற்கு என்னை முகாமுக்குள் அனுமதிப்பதென முடிவு செய்தார்கள். எனது பயண அனுமதிப் பத்திரங்களை தங்களிடமே வைத்துக்கொண்டு, அனுமதிக்கப் பட்ட அறுபது நிமிடங்களுக்கு மேல் அங்கே நான் தங்கினால்,

அதையெல்லாம் கிழித்தெறிவோமென்று எச்சரித்தார்கள். அமல்களிடம் கிடைத்த அனுபவத்தின் வெளிச்சத்தில் இது என்னைப் பொறுத்தவரை நியாயமான ஒப்பந்தம்! சிரியா அதிகாரிகளுக்கு நன்றி தெரிவித்து, நான் ஷத்திலா முகாமுக்குள் நுழைந்தேன்.

ஷத்திலா முகாம் அடையாளம் தெரியாதபடி உருமாறியிருந்தது. எல்லாம் இடித்து நொறுக்கப்பட்ட இடமாக அது இருந்தது! எங்கும் இடிந்த வீடுகளும், சாய்ந்து கிடக்கும் மேற்கூரைகளும், இடிபாடுகளின் குவியலும், கைவிடப்பட்ட கட்டடங்களும், அழிவும்தான் கண்ணில் பட்டன. முகாம் சாலையின் இருபுறங்களிலும் பாலஸ்தீனர்கள் சோகத்துடன் நின்றிருந்தனர். இந்த முறை எவரும் என் கவனத்தைக் கவரும் பொருட்டு கையசைக்கவோ கூச்சலிடவோ இல்லை. அங்கு சிரிப்போ வரவேற்போ இல்லை. யாரும் அசையவில்லை. இதுபோன்று ஷத்திலா உறைந்து கிடந்ததை நான் ஒருபோதும் பார்த்ததில்லை. இதை ஒப்புக்கொள்ள முடியாது. இது அரக்கத் தனமானது! என்ன நடந்தது இங்கே? அதன் பிறகு, சாலையில் கண்ட முதல் பாலஸ்தீனனை நோக்கி நான் வேகமாக நடந்தேன். அப்போதும் அவன் அசையவில்லை. மூச்சடக்கி என்னை வரவேற்றான்: 'வாருங்கள் மருத்துவர். நல் வாழ்த்துகள்!'

நான் முகாமுக்குச் சென்ற வழியெங்கும் இதுவேதான் நிலை! சிறிதும் அசையாமல், உட்கார்ந்த நிலையிலோ நின்ற நிலையிலோ, சன்னமான குரலில்தான் பாலஸ்தீனர்கள் என்னை வரவேற்றார்கள். 1985இல் நான் நடந்துசென்ற வழியை நினைவுபடுத்திக்கொண்டு, இடது புறமாக இருந்த ஒரு குறுகிய சந்து வழியாக ஷத்திலா மஸ்ஜிதை நோக்கி நான் நடந்தேன். அந்த சந்துக்குள் நான் நுழைந்ததும், சிதைந்த கட்டடங்கள் அமல் மற்றும் சிரியர்களின் பார்வையிலிருந்து என்னை மறைத்தன. என்னைக் கண்டதும் சில பெண்களும் குழந்தைகளும் வெளியே வந்து, ஷத்திலா மருத்துவமனைக்கு வழி காட்டினார்கள்.

'உங்கள் பெயரென்ன?' குழந்தைகள் என்னிடம் கேட்டார்கள்.

அவர்கள் பக்கம் திரும்பி, நான் கேட்டேன்: 'உன் பெயரென்ன?' மிகவும் சிறியவளான ஓர் அழகான குழந்தை பெரிதாகச் சிரித்தது! விரல்களை வாய்க்குள் விட்டு வெட்கப்பட்டது. எல்லோருமாகச் சேர்ந்து ஷத்திலா மருத்துவமனைக்கு என்னை அழைத்துச் செல்கையில், கிரேக்க-கனடா மருத்துவரான கிரைஸ் கியானோவைச் சந்திக்கும்படி சொன்னார்கள்.

1983ஆம் ஆண்டு பாரிஸில் நானும், கிரைஸும் முன்பு ஒருமுறை சந்தித்திருந்தோம். பாலஸ்தீனர்களுக்குக் கடமையாற்றிய நீண்ட வரலாறு உள்ளவர். அவரை 1982இல், படையெடுப்பின் தொடக்கத்தில், இஸ்ரேலியர்கள் கைது செய்தார்கள். ஒரு மருத்துவமனையை நிறுவ 1985இல் ஷத்திலா முகாமுக்குச் சென்ற கிரைஸ், ஏறத்தாழ இரண்டாண்டு காலம் முற்றுகையிடப்பட்ட முகாமுக்குள்ளேயே இருந்தார். பாலஸ்தீனர்களுக்கு அனைத்தையும் அர்ப்பணித்த ஒரு வெளிநாட்டு மருத்துவர் எங்கேனுமிருந்தால், அது கிரைஸாகத்தான் இருக்க முடியும்! அவரது அறுவை சிகிச்சை திறமையும், அவரது நிர்வாகத் திறமையும், அவரது பொறுமையும், அவரது துணிவும், ஏன், அவரது சொந்த வாழ்க்கையும் எல்லாம் பாலஸ்தீனர்களுக்குச் சொந்தமானது!

'ஹலோ கிரைஸ்!' அவரைக் கட்டித் தழுவ முயன்றபோது, என்னைக் கட்டுப்படுத்த முடியாமல் நான் அழுதேன். நாங்கள் கடைசியாக சந்தித்து நான்கு ஆண்டுகள் ஓடிவிட்டன. ஆனால் கிரைஸ் இப்போது, தோல் மூடிய வெறுமொரு எலும்புக் கூடு என்பதைத் தவிர வேறல்ல!

'அன்பானவளே, வருத்தப்படாதே!' அவர் தொடர்ந்தார்: 'எங்களைப் பற்றிக் கவலைப்படாதே! பிரான்சிஸ் எப்படியிருக்கிறார்? வா, உனக்கு மருத்துவமனையைச் சுற்றிக்காண்பிக்கிறேன். இங்கு எல்லாமே இருக்கிறது. அனைவருக்கும் நிலைமை சீரடையும். இங்கே பார், பெண்கள் ஒரு பெட்டி நிறைய சாக்லேட் வாங்கி வருகிற அளவுக்கு நிலைமை மாறியிருக்கிறது. அதில் உனக்கும் ஒன்று, சரிதானே?' அவர் ஒரு துண்டு சாக்லேட்டை என்னிடம் நீட்டினார்.

'வேண்டாம்! நீங்களே அதை எடுத்துக்கொள்ளுங்கள் கிரைஸ்! என்னை விட, உங்களுக்குத்தான் அது தேவை! கண்ணாடியில் உங்களை நீங்களே எப்போதேனும் பார்த்ததுண்டா?' அப்படிச் சொன்னது எத்தனை மடத்தனமானது என்பதை உடனே நான் புரிந்து கொண்டேன். இருவரும் குலுங்கிச் சிரித்தோம். காரணம், பார்ப்பதற்கு அங்கு ஒரு கண்ணாடிகூட இல்லை!

ஷத்திலா மருத்துவமனையை அவசரமாக ஒரு சுற்றுச் சுற்றிவந்த போது, 1985இல் வெறுமொரு கூடாரமாக இருந்த அது எந்த அளவுக்கு வளர்ச்சி பெற்றிருக்கிறது என்பதைக் காட்டியது. தனிப்பட்ட கட்டடங்கள் பலவும் அதிலடங்கியிருந்தன. பிரதான மருத்துவமனை பூமிக்கடியிலிருந்த பாதுகாப்புக் கிடங்கின் மீது கட்டப்பட்டிருந்தது.

அடியிலிருந்த பாதுகாப்புக் கிடங்கை வசதிமிக்க ஒரு ஆபரேஷன் தியேட்டராக மாற்றியிருந்தார்கள். அதன் மேல்தளத்தில் நோயாளிகள் தங்கும் இரண்டு வார்டுகள் இருந்தன. உச்சியிலிருந்த தளம் குண்டு வீச்சில் தகர்ந்து போனதால், அதைச் செயலற்ற நிலையில் விட்டிருந்தார்கள். ஆபரேஷன் தியேட்டர் சுத்தமாகவும், அனைத்துப் பொருள் களும் ஒழுங்காகவும் வைக்கப்பட்டிருந்தன. இங்குதான் கடந்த ஆறு மாதங்களில், முந்நூறுக்கும் அதிகமான அறுவை சிகிச்சைகளை சர்ஜன்கள் நடத்தினார்கள். முப்பதுக்கு இருபது அடிக் கணக்கில் தியேட்டரின் இடம் சொற்பம்தான் என்றாலும், அதை இரண்டாகப் பிரித்திருந்ததால், ஒரே சமயத்தில் இரண்டு அறுவை சிகிச்சைகள் நடத்த முடிந்தது.

வெளி நோயாளிகள் பிரிவும், அவசர சிகிச்சைப் பிரிவும் செம்பிறைச் சங்கத்தின் பழைய கிளினிக்கில் இருந்தன. அதற்குப் பக்கத்தில் ஆபரேஷன் தியேட்டர்களும் வார்டுகளும் உள்ள பிரதான கட்டடம் இருந்தது. இரண்டையும் பிரித்த நீண்ட இடைவழியில் எக்ஸ்ரே பிரிவிருந்தது. எங்கேயும் நகர்த்திச் செல்ல உதவும் சிறிய எக்ஸ்ரே கருவியில், பல்வேறு வகையான பிலிம்கள் திறமையாகப் பயன்படுத்தப்பட்டன. இவற்றுடன் பரிசோதனைக்கூடம், இரத்த சேமிப்பு வங்கி, பல்மருத்துவம் போன்ற வசதிகளும் இருந்தன. மருந்துகளின் கையிருப்பும் விநியோகமும் மற்றொரு கட்டடத்தில் நடத்தப்பட்டன. அதற்கு எதிரே, மருத்துவர் கிரைஸ் கியானோவின் அலுவலகமும் சமையல் கூடமும் இருந்தன. மருத்துவமனையின் இயக்குநரும் முதன்மை அறுவை சிகிச்சை சர்ஜனுமான கிரைஸ் கியானோ அங்குதான் ஒரு மரமேசைக்கு முன்னால், ஸ்டூலில் அமர்ந்தவாறு தம் நிர்வாகப் பொறுப்புகளைக் கவனித்து வந்தார். அவரைக் காணவருகிறவர்கள் சுயமாகவே அரிசி மூட்டையிலோ தரையிலோ ஏதேனும் அட்டைப் பெட்டி மீதோ உட்கார்ந்துகொள்ள வேண்டியதுதான்!

'என்னுடையது செலவு குறைந்த அலுவலகம்.' கிரைஸ் ஓசையின்றி சிரித்தார். அந்த அறைக்குப் பக்கத்திலேயே இருபதுக்கு இருபது சதுர அடியில் சதுரமான ஒரு சமையற்கூடம் இருந்தது. மருத்துவ மனையில் எண்பது பேருக்கான மூன்று வேளை உணவும் இங்குதான் தயாரானது. சமையல் கூடத்திற்குப் பக்கத்தில் அதன் பாதியளவுள்ள சிறிய அறையொன்று இருந்தது. அங்கு மரத்தாலான மேசைகளும் பெஞ்சுகளும் போடப்பட்டிருந்தன. ஊழியர்கள் அமர்ந்து சாப்பிடவும், கலந்துரையாடவும் அது பயன்பட்டது. நான் இதுவரை பார்த்த

மருத்துவமனைகளில் இது மிகவும் கச்சிதமாகவும், திறமையான வடிவமைப்புடனும் இருந்தது. செம்பிறைச் சங்கத்தின் ஊழியர்கள் பலரும் என்னை அடையாளம் கண்டனர். அமல் போராளிகளின் பார்வைக்கு அப்பால், இந்த மருத்துவமனையில் நாங்கள் சுதந்திரமாக ஒருவரையொருவர் ஆரத் தழுவி, முத்தமிட்டுக்கொண்டோம்.

நான் புறப்படத் தயாரானதும், சுற்றியிருந்தவர்கள் சொன்னதைக் கேட்டேன்: 'நல்லது மருத்துவர் ஸ்வீ, நாங்கள் நன்றாகத்தான் இருக்கிறோம். தயவுசெய்து கவலைகொள்ளாதீர்கள்! மீண்டும் எங்களைப் பார்க்க வாருங்கள்'—உறுதி தொனிக்கும் அந்த வார்த்தைகள் காதில் ஒலித்துக்கொண்டிருக்க, எனது பயண அனுமதிப் பத்திரங்களைத் திரும்பப் பெற்றுக்கொண்டு ஷத்திலாவிலிருந்து வெளியேற வேண்டும் என்கிற நோக்கத்தோடு, நான் வேகமாக சிரியாவின் சோதனைச் சாவடி நோக்கி நடந்தேன்.

27

அன்று மாலை, ஹம்ராவிலுள்ள நார்வே குடியிருப்புக்குத் திரும்பி வந்த நான் விரக்தியும், சோர்வும் கொண்டிருந்த போதிலும் ஏனோ தூக்கம் வராமல் அவதிப்பட்டேன். எப்படியோ தூங்க ஆரம்பித்ததும் கனவில் நான் அழுதுகொண்டிருந்தேன்.

ஷத்திலா முகாமில் தற்போது உணவு கிடைத்தாலும், சிதைந்துபோன சமூகத்தை மீண்டும் கட்டியெழுப்பும் அளவுக்குப் பாலஸ்தீனர்கள் சக்தியோடு இருக்கிறார்களா? சொந்த வீடுகளின் இடிபாடுகளுக்குள் இரண்டாண்டு காலமாக அவர்கள் சிறை வைக்கப்பட்டுள்ளனர். ஷத்திலா இன்று நாசமடைந்த—ஆபத்தான ஓர் இடமாக உள்ளது. நாசமென்றால், தண்ணீரோ, மின்சாரமோ, சமூக வாழ்வின் அடையாளங்களோ இல்லாத ஓர் இடமாக—சிதைக்கப்பட்ட வீடுகளின் திடலாகக் கிடக்கிறது! ஆபத்தென்றால், முன்னெச்சரிக்கை ஏதுமின்றி எப்போது வேண்டுமானாலும் அமல் போராளிகள் துப்பாக்கிச் சூடு நடத்தவோ, ஏவுகணைகளைத் தொடுத்துவிடவோ வாய்ப்பிருக்கிறது!

படுக்கையில் கிடந்தவாறே எனது தோழி நஹ்லாவைப் பற்றிச் சிந்தித்தேன். இந்த முறையாவது அவளைப் பார்க்க முடியுமென்று நான் நினைத்திருந்தேன். 1982இல் காஸா மருத்துவமனையில் அவள்

நர்சாகப் பயிற்சி பெற்றுக்கொண்டிருந்தாள். 1985இல் சப்ராவும், ஷத்திலாவும் தாக்கப்பட்டபோது நர்ஸ் வேலையை ராஜினாமா செய்த அவள், முகாம்களைப் பாதுகாக்க ஆயுதம் ஏந்தினாள். தோட்டாக்கள் தீர்ந்த போது, அமல் போராளிகளின் கவச வண்டிகளைக் கண்டு அஞ்சாமல், தோட்டாக்களை வாங்கிவர முகாமுக்கு வெளியே சென்றாள். அன்று நான்கு பெண்கள் 35,000 தோட்டாக்களை முகாமுக்குள் கடத்திக் கொண்டு வந்தார்கள். காயமடைந்த நஹ்லா ஒளிந்து வாழ்ந்தாள். அமல்கள் தேடும் ஆட்களின் பட்டியலில் அவளது பெயரும் இருந்ததால் சென்ற முறை நான் அவளைச் சந்திக்க முடியவில்லை.

1987இல் நான் பெய்ரூத் சென்றுகொண்டிருந்தபோது, நஹ்லா இறந்து போனதாகத் தகவல் அறிந்தேன். மீண்டும் ஒன்றுசேர நாங்கள் போட்ட திட்டம், இனி இந்த உலகில் நடக்கப் போவதில்லை! நஹ்லாவுக்கு ஏற்பட்ட கதி, ஷத்திலா முகாமின் பிரதிபலிப்பாக இருக்குமோ என்று எனக்குள்ளேயே நான் திரும்பத் திரும்பக் கேட்டுக் கொண்டிருந்தேன். ஆனால், நஹ்லா உறுதியானவள். அவளது இராணுவப் பதவி குறுகியதாக இருந்தது. இளம் வயதிலேயே இறந்து போனாலும், அதற்கு முன்பு அவள் மேஜர் பதவிக்கு வந்திருந்தாள். அன்றிரவு முழுவதும் தூக்கம் வராமல் அவளைப் பற்றி நானொரு கவிதை எழுதினேன். அந்தக் கவிதையில், அவளது மரணத்திற்கு இரங்கல் தெரிவித்தேன். மேலும், இறக்கும் தருவாயில் அவளுடன் சேர்ந்திருக்க முடியாமல் போனதில் வருந்தினேன். மரணத்திற்கு முன்பு அவளது திருமணம் நிச்சயிக்கப்பட்டிருந்தது. அவள் அணியாது போன மணப்பெண்ணின் ஆடையை எண்ணிக் கலங்கினேன்.

பொழுது புலரும்வரை, நேரம் மெதுவாக நகர்ந்தது. தூங்கும் எண்ணத்தைக் கைவிட்டேன். படுக்கையிலிருந்து எழுந்து, குளித்து, உடை மாற்றி, ஒய்விண்டின் வருகைக்காகக் காத்திருந்தேன். நாங்கள் இருவரும் இன்று சிரியா அதிகாரிகளைச் சந்தித்து, பாலினையும் குழுவினரையும் பர்ஜுல் பிரஜ்னே முகாமிலிருந்து பாதுகாப்போடு வெளியேற்றுவது குறித்துப் பேச்சுவார்த்தை நடத்தப் போகிறோம். முகாமிலிருந்து வெளியே வந்ததும் பாலினையும் சூஸனையும் கொன்றுவிடுவதாக அமல் போராளிகள் ஏற்கனவே மிரட்டி யிருந்தார்கள். அவர்கள் சொன்னால் சொன்னபடி செய்வார்களென்று நாங்கள் அறிவோம். சிரியாவினரால் மட்டுமே அவர்களைத் தடுக்க

முடியும். ஆகவே நானும் ஒய்விண்ட்டும் சிரியாவின் இரகசியப் பிரிவின் தலைவரான காஸி கனானுடன் நேரடியாகப் பேச்சுவார்த்தை நடத்தப் போகிறோம்.

பெய்ரூத்தில் முன்பு புகழ் பெற்ற 'பயு ரிவேஜ்' ஹோட்டலுக்கு நாங்கள் வந்து சேர்ந்தோம். இப்போது சிரியர்கள் அதை எடுத்துக் கொண்டு, இராணுவப் புலனாய்வுத் தலைமை அலுவலகமாக மாற்றி யிருந்தார்கள். ஜெனரல் காஸி கனான் டமாஸ்கஸ் சென்றிருந்ததால், அவரது உதவியாளர் எங்களைக் காண சம்மதம் தெரிவித்தார். ஒருநாள் முன்பு ஷத்திலாவில் அமல்களுடன் எனக்கேற்பட்ட கசப்பான அனுபவத்திற்குப் பிறகு, சிரியர்கள் நாகரிகமானவர்களாக எனக்குத் தோன்றினார்கள். ஜெனரல் கனானின் உதவியாளரிடம், சிரியாவின் குடியரசுத் தலைவருக்கு நான் அனுப்பிய கடிதத்தின் நகலைக் கொடுத்த பின், முகாமிலுள்ள எங்களது மருத்துவக் குழுவினர் வெளியேற பாதுகாப்பளிக்க இயலுமா என்று விசாரித்தேன்.

குறிப்பாக, இங்கிருந்த சிரியா அதிகாரிகளுக்கு அரபும் பிரெஞ்சும் மட்டுமே புரிந்ததால், அவர்களுடன் கருத்துப் பரிமாற்றம் நடத்துவது சிரமமானதாக இருந்தது. எங்கள் இருவருக்கும் ஆங்கிலம், நார்வே, சைனா மொழிகள் மட்டுமே தெரியும். ஆனால், நாங்கள் எதற்காக வந்தோம் என்பதை ஊகித்த அவர்கள், மேஜர் வாலித் ஹஸனாட்டோவை எங்களுடன் அனுப்பி வைப்பதாகவும், அவர் எங்களை முகாமுக்கு அழைத்துச் சென்று, அங்குள்ள மருத்துவக் குழுவினரைச் சந்திக்க உதவுவாரென்றும் அந்த அதிகாரி விளக்கினார்.

வட்ட முகமும், ஒழுங்குபடுத்திய மீசையுமாக காட்சியளித்த மேஜர் வாலிதுக்கு முப்பது வயது தாண்டியிருக்கலாம். எனது பார்வையில், அவரது அணுகுமுறை ரம்மியமானதும், நாகரிகமானதுமாக இருந்தது. பாலஸ்தீனர்களைக் கையாளும்போது அவர் முரட்டுத்தனமாக நடப்பதாகக் கற்பனை செய்வது சிரமமான காரியம். ஆனால், இரகசியப் பிரிவின் அதிகாரியாக, தனது அதிகாரத்தைப் பயன்படுத்தும்போது அவர் கொடூரமாக நடந்துகொள்வதாக முகாமைச் சேர்ந்த பலரும் என்னிடம் சொல்லியிருந்தார்கள்.

என்னையும் ஒய்விண்டையும் பர்ஜுல் பிரஜ்னே முகாமுக்கு அழைத்துச் சென்று, பாலின் கட்டிங் மற்றும் குழுவினரின் விருப்பத்தை நேரடியாகக் கேட்டுத் தெரிந்துகொள்வதென மேஜர் வாலித் முடிவு செய்தார். நாங்கள் அவரது காரில் ஏறி அமர்ந்தோம். மொத்த சூழ்நிலையும் தெளிவற்றுக் கிடந்தது. இந்த நேரத்தில்,

எனக்குத் தெரிந்த அரபு வாக்கியங்களை நான் மறந்து போனது ஒரு வகையில் நல்லதாகப் போயிற்று. அதன் காரணமாக, அரபியைத் தவிர வேறெதுவும் பேசாத மேஜர் வாலிதுடன் சுமுகமான உறவை நிலைநாட்ட என்னால் முடிந்தது.

எனக்குத் தெரிந்ததெல்லாம், அரபியில் 'நன்றி' சொல்வது மட்டும் தான்! எனக்குப் பொருத்தமென்று தோன்றிய இடத்தில் எல்லாம் நான் அதைச் சொன்னேன். அப்போதெல்லாம் மேஜர் வாலிதும் கனிவோடு, தவறாமல் 'வரவேற்கிறோம் மருத்துவர்' என்று அரபியில் பதில் சொன்னார்.

அவர் எங்களை பர்ஜுல் பிரஜ்னே முகாமில், சிரியா ஆதரவு பாலஸ்தீனர்களின் அலுவலகத்திற்கு முன்னால் இறக்கிவிட்ட பின்னர், நண்பகல் ஒரு மணிக்கு அழைத்துச் செல்ல வருவதாகக் கூறிச் சென்றார். அது எங்களுக்கு, குழுவினருடன் பேசுவதற்குப் போதுமான நேரத்தைத் தந்தது. மேஜர் வாலித் சென்றதும் நான் உடனே பாலினையும், குழுவினரையும் காண ஹைஃபா மருத்துவமனைக்குச் சென்றேன். மருத்துவமனை அங்கிருந்தாலும், அது பயங்கரமான கோலத்துடன் இருந்தது. பாலின் கட்டிங் மிகமிக மெலிந்திருந்தாள். பென் அலோஃப்ஸூம் அப்படித்தான். சூஸன் வெயிடனையும், ஹான்ஸையும் முதல் முறையாகச் சந்தித்தேன். எல்லோரும் தைரியத்துடன் இருந்தார்கள்.

சொந்த வீட்டிற்குச் சென்று, குடும்பத்துடன் வாழவேண்டிய நேரமிது என்று அவர்களிடம் சொல்வதற்குச் சிரமப்பட்டேன். காரணம், யாருக்கும் அங்கிருந்து போக மனமில்லை. அவர்கள் செல்வது அங்குள்ள மக்களுக்கும் ஏமாற்றமாக இருக்கும். ஒரு கணம், குழுவினரை வெளியேறும்படிச் சொல்ல எனக்கு என்ன உரிமையிருக்கிறது என்றுகூட நினைத்தேன். இறுதியில் அவர்களுக்கு விருப்பமில்லாததைச் சொல்வதென முடிவெடுத்தேன். பீதி நிறைந்த இந்த ஆறுமாத கால முற்றுகையே போதுமானது, அவர்களுக்கு ஓய்வு தேவை! குடும்பத்தைப் பார்த்த பின்னர், ஒருவேளை யாரேனும் திரும்பி வர விரும்பினால், எப்போது வேண்டுமானாலும் எங்களது அமைப்பு அவர்களைத் திரும்பவும் அனுப்பி வைக்கும்! ஆரத் தழுவி, வாழ்த்துகளைப் பரிமாறிக்கொண்ட பின், நானாக முன்வந்து அவர்களிடம் கேட்டேன்: 'எப்போது நீங்கள் செல்ல விரும்புகிறீர்கள்? உங்களது குடும்பத்தினர் கவலையோடு காத்திருக்கிறார்கள். சிரியர்களுடன் அதற்கான ஏற்பாடுகளை நான் செய்தாக வேண்டும்.'

எங்கும் அமைதி! ஏதோ சொல்லக் கூடாததைச் சொல்லிவிட்டதாக

எனக்குத் தோன்றியது. ஆனால் சற்று நேரம் கழித்து, ஏப்ரல் 13 திங்கள் கிழமையன்று புறப்படலாமென்று பாலின் யோசனை சொன்னாள். சில நாள்கள், மார் எலியாஸ் முகாமில் நண்பர்களுடன செலவழிக்க விரும்புவதாக அவர்கள் சொன்னார்கள். அந்த முகாமில் பாதுகாப்புடன் இருக்கலாமென்றும் அவர்கள் நம்பினார்கள். அதேசமயம், குழுவிலுள்ள சிலருக்கு கொலை மிரட்டல் உள்ளதை அவர்கள் மறந்துவிட்டதாகத் தோன்றியது. அத்துடன், அவர்கள் முகாமை விட்டு வெளியே வந்ததும் சூழ்ந்துகொள்ளத் தயாராக, பத்திரிகை செய்தியாளர்களின் ஒரு கூட்டமே காத்திருக்கிறது என்பதையும் நினைத்ததாகத் தெரியவில்லை.

நான் சொன்னேன்: 'இது குறித்து உம்மு வாலிதிடமும், மார் எலியாஸில் உள்ளவர்களிடமும் நான் விசாரித்தாக வேண்டும். ஆனால், இங்கிருந்து நீங்கள் திங்கட்கிழமை காலை புறப்பட்டு, ஒருவேளை மார் எலியாஸ் முகாமுக்குச் செல்வதாக இருந்தால், அங்கிருந்து புறப்படலாம்! பிரிட்டிஷ் தூதருடன் தொடர்புகொண்டு, நீங்கள் பசுமைக் கோட்டைக் கடந்து, படகிலேறும்வரை அவரது பாதுகாப்பைக் கோர வேண்டும். பெய்ரூத் விமான நிலையம் மூடப் பட்டுக் கிடக்கிறது. உங்கள் அனைவரின் விசாவும் இப்போது காலாவதியாகி இருக்குமென்று நினைக்கிறேன். சரிதானே?'

இந்தத் திட்டத்திற்கு அனைவரும் ஒப்புக்கொண்டதும் நான் மருத்துவமனையைச் சுற்றிப் பார்க்கச் சென்றேன். உச்சியிலிருந்த இரண்டு தளங்கள் குண்டுவீச்சில் தகர்ந்து போயிருந்தன. எஞ்சிய பகுதிகளில் தண்ணீரோ, மின்சாரமோ இல்லை. சுவர்கள் கரி பிடித்தும், ஈரமாகவும், அழுக்கடைந்தும் காணப்பட்டன. ஆனால் எனது பழைய நண்பர்களான நுஹா, மருத்துவர் ரிதா, அஹ்மத் தீப் ஆகியோரைக் காண முடிந்ததில் மிகவும் மகிழ்ச்சியடைந்தேன். செம்பிறைச் சங்கத்தின் ஊழியர்களான அவர்கள், இரண்டாண்டுகளில் நடந்த நான்கு போர்களையும் கடந்து சென்றவர்கள்.

ஹைஃபா மருத்துவமனையின் இயக்குநரான மருத்துவர் ரிதாவையும், தியேட்டர் நர்சான நுஹாவையும் 1985இல்தான் நான் முதன் முதலாகச் சந்தித்தேன். ஆனால், அனஸ்தடிக்ஸ் உதவியாளரான அஹ்மத் தீப்பை 1982இல் நான் காஸா மருத்துவமனையில் பணியாற்றிய காலத்திலிருந்தே அறிந்திருந்தேன். பெய்ரூத் படுகொலைகளின் போது, பூமிக்கடியிலிருந்த ஆபரேஷன் தியேட்டரில் ஓய்வின்றி நீண்ட நேரம் பணியாற்றிய ஊழியர்களில் அவருமிருந்தார்.

இறுதியில் ஒரு வெள்ளிக்கிழமையன்று, கொலையாளிகள் மருத்துவ மனைக்குள் நுழைந்து நாசம் விளைவிப்பதற்குச் சற்று முன்பு, உடனே வெளியேறும்படி அஸீஸா அவருக்கு உத்தரவிட வேண்டியதாயிற்று. அவர் மிகச் சிறந்த ஒரு அனஸ்தடிக்ஸ் உதவியாளர். முக்கியமான அறுவை சிகிச்சைகளில் அவரது திறமையை நம்பித்தான் அப்போதெல்லாம் நான் செயல்பட்டேன். எனது பழைய நண்பர்கள் அனைவரும் மிகவும் சோர்ந்த நிலையிலிருந்தும்கூட, சமீபத்திய முகாம் போரை விளக்கு வதில் ஆர்வம் காட்டினார்கள்.

நாங்கள் பேசிக்கொண்டிருந்தபோது யாரோ ஒருவர் வந்து சொன்னார்: 'மேஜர் வாலித் வந்திருக்கிறார். உங்களிடம் உடனே புறப்படச் சொன்னார்.'

பென் அலோஃப்ஸ் வியப்புடன் என்னை உற்றுப் பார்த்தவாறே கேட்டார்: 'வாலித் ஹஸனோட்டா என்கிற சிரியாக்காரனா வந்திருப்பது?'

அவர் ஏன் வியந்தாரென்று எனக்குத் தெரியும். ஆனால், குறைந்த நேரத்தில் அனைத்தையும் விளக்கிச் சொல்ல முடியாது. நான் சொன்னேன்: 'ஆம், அதே மேஜர் வாலித் ஹஸனோட்டாதான்! நீங்கள் இங்கிருந்து வெளியேறும்போது பாதுகாப்பு அளிப்பதாக அவர் ஒப்புக்கொண்டிருக்கிறார், தெரியுமா?'

பென் அலோஃப்ஸ் மேலும் வியந்ததாகத் தோன்றியது. காரணம், அமல் போராளிகளுக்கு ஆயுதங்களும் அறிவுரையும் வழங்கியது சிரியாதான் என்பதால், முகாம் மக்கள் சிரியா இராணுவத்தை அமல்களின் கூட்டாளிகளாகவே கருதினர். அமல்களுக்கான ஆதரவை சிரியா நியாயப்படுத்தியது, இஸ்ரேலுக்கு எதிரான தெற்கு லெபனான் போரில், அமல் இயக்கம் அளித்த முக்கிய பங்களிப்பைச் சுட்டிக் காட்டித்தான்!

இந்த விளக்கம், சிரியாவின் சியோனிஸ எதிர்ப்புக்குப் பொருந்தியது. இஸ்ரேல் கைப்பற்றிய தெற்கு லெபனான், பாலஸ்தீன், கோலான் குன்றுகள், அண்டை அரபுநாடுகளின் சில பிரதேசங்கள், எல்லாமே 'அகண்ட சிரியா'வின் பாகங்களென சிரியா சொந்தம் கொண்டாடியது. ஆகவேதான் அன்று, இஸ்ரேலுக்கெதிரான போராட்டத்தில் அமல் களுக்கு சிரியா ஆதரவளித்தது.

இஸ்ரேலியர்களுக்கு எதிராகப் போராட வேண்டி அமல் போராளி களுக்கு சிரியா வழங்கிய கவச வண்டிகளும் ஆயுதங்களும் எப்படி பாலஸ்தீன அகதி முகாம்களுக்கு எதிராகத் திரும்பின என்கிற

எனது நியாயமான கேள்விக்கு, புரியும்படியான விளக்கத்தை யாரும் தரவில்லை! பல்வேறு போராளிகளிடம் கேட்டுத் தெரிந்து கொண்டதிலிருந்து ஒன்றை நான் ஊகித்தேன், பாலஸ்தீனர்களைத் தாக்க அமல்களை நெருக்கியது இஸ்ரேலியர்கள்தான்!

தெற்கு லெபனானில், அமல்கள் இஸ்ரேலியர்களுடன் ஓர் ஒப்பந்தம் செய்துகொண்டார்கள் என்றும், அதன்படி பாலஸ்தீனர்களைத் தெற்கு லெபனானிலிருந்து துரத்தியடித்து, இஸ்ரேலின் வடக்கு எல்லையைப் பாதுகாக்க சதி செய்தார்களென்றும் பாலஸ்தீனர்கள் குற்றம் சாட்டினார்கள். அமல்கள் அதை மறுக்கத்தான் செய்தார்கள்! ஆனால் பாலஸ்தீனர்கள் சைதா நகருக்கு அருகிலிருந்த மொக்தோஸ் கிராமத்தைக் கைப்பற்றியபோது, அமல்களுடன் தோளோடு தோள் நின்று பணியாற்றிய மூன்று இஸ்ரேலியர்களை 1986இல் கைது செய்ததாகத் தெளிவுபடுத்தினார்கள். அது உண்மையென்றால், நிச்சயமாக அமல் போராளிகள் இஸ்ரேலுடன் ஒத்துழைத்தார்கள் என்பதும், பாலஸ்தீனர்கள் மீது அவர்களுக்கு ஏன் இந்த அளவுக்கு விரோதமென்பதும் விளங்கவே செய்யும்!

ஆனால், அமல்களுக்கு முகாம் போருக்கான சொந்த விளக்கங்கள் இருந்தன. அமல் அதிகாரிகள் பலமுறை என்னிடம் சொன்னார்கள்: 'லெபனானுக்குப் பல்வேறு அழிவுகளைப் பாலஸ்தீனர்கள் கொண்டு வந்தனர். அவர்கள் மட்டும் இல்லையென்றால் இஸ்ரேல் இந்த அளவுக்குக் கொடுமையாக லெபனானை அழித்திருக்காது. பாலஸ்தீனர்களுக்கு அடைக்கலம் கொடுத்ததற்காக லெபனான் போதுமான துயரங்களை அனுபவித்து விட்டது. 1982இல் நடந்தது போன்று, ஒரு முழு அளவிலான இஸ்ரேலியப் படையெடுப்பு நடக்கலாமென்று அமல் பயந்தது. குறிப்பாக, அகதி முகாம்களிலிருந்த பாலஸ்தீனர்கள் ஆயுதங்கள் சேகரித்ததைக் கண்டு அவர்கள் வெறுப்படைந்தார்கள்.' ஒரு அமல் போராளி என்னிடம் கேட்டான்: 'சொல்லுங்கள் மருத்துவர், எந்த அரபுநாட்டின் தலைநகரமாவது, அகதிகள் ஆயுதங்கள் வைத்திருப்பதை அனுமதிக்குமா?'

சரிதான், யாரிடம் பேசுகிறோமென்பதை அவன் யோசித்திருக்க மாட்டான். 1982இல் சப்ரா-ஷத்திலா படுகொலைகளில் உயிர் பிழைத்தவள் நான். அந்தக் கொடுமை நடந்ததற்குக் காரணமே, அன்று பாலஸ்தீனர்களிடம் ஆயுதங்கள் இல்லாமல் போனதால்தான்! 1987இல் ஷத்திலாவும் பர்ஜுல் பிரஜ்னே முகாம்களும் இருந்த நிலையை நேரில் கண்டவள் நான். பாலஸ்தீனர்கள் தங்களின்

தற்காப்புக்காகப் போராடும் உரிமையைக்கூட கைவிட வேண்டு மென்று எப்படிக் கேட்க முடியும்? அப்படிச் செய்தால் 1982இல் நடந்தது போன்ற படுகொலைகள் திரும்பவும் நடக்கத்தானே செய்யும்?

ஷத்திலா முகாமைச் சேர்ந்த பாலஸ்தீன இளைஞர்கள் தங்கள் கைவசமுள்ள 'கலாஷ்னிகோவ்' இயந்திரத் துப்பாக்கிகளை ஒப்படைக்க ஒருபோதும் ஒப்புக்கொள்ளமாட்டார்கள். குறிப்பாக, 1982இல் நடந்த கசப்பான அனுபவங்களுக்கும், இரண்டாண்டு கால முற்று கைக்கும் பின்னர்! அவர்கள் சொந்த மண் மீதான உரிமையை இழந்தார்கள். புகலிடத்தில் பாதுகாப்பை இழந்தார்கள். இன்று, அவர்களின் இருப்புகூட கேள்விக்குறியாக மாற்றப்பட்டுள்ளது. வாழ்வதற்கான உரிமையைக் கைவிட வேண்டுமென்று கேட்க யாருக்குத் தைரியம் வரும்?

ஷத்திலா முகாமின் ஒரு பெண் போராளி என்னிடம் சொன்னாள்: 'அவர்கள் எங்களை அங்கீகரிக்க வேண்டும். காரணம் நாங்கள் திருப்பித் தாக்குவோம்! அவர்கள் எங்களை அடையாளம் தெரியாமல் துடைத்தெறிந்து, பெரிய கல்லறைகளில் கூட்டமாகப் புதைக்க விரும்புகிறார்கள். ஆனால், நாங்கள் மரணம்வரை போராடுவோம்!'

கடந்த அரை நூற்றாண்டில் மத்திய கிழக்கு, நான்கு பெரிய போர் களைக் கண்டிருக்கிறது! அவை: ஈரான்-இராக் போர், இஸ்ரேலியர்கள் -அரபிகள் போர், இஸ்ரேலியர்கள்-பாலஸ்தீனர்கள் போர், அரபிகள் -பாலஸ்தீனர்கள் போர் என நான்கு போர்கள்! இதில், ஈரானுக்கும் ஈராக்கிற்கும் இடையிலான போரைத் தவிர்த்தால், மற்றதெல்லாம் இஸ்ரேல்-பாலஸ்தீன் தொடர்பான போர்களாக இருந்தன.

இஸ்ரேலியர்களுக்கும், அரபிகளுக்கும் இடையிலான மோதல் இஸ்ரேலுக்கும் அரபு நாடுகளுக்கும் இடையிலான பல போர்களுக்கும் காரணமானது! இஸ்ரேல் படையெடுத்துக் கைப்பற்றியது காஸா முனையும், மேற்குக் கடற்கரையும் மட்டுமல்ல, சிரியாவின் கோலான் குன்றுகளையும் அது கைப்பற்றியது. இஸ்ரேலியப் போர் விமானங்கள் பல அரபு நாடுகளைத் தாக்கின — ஈராக், துனீசியா, சிரியா, லெபனான், எகிப்து போன்றவை சில எடுத்துக்காட்டுகள்!

இஸ்ரேலிய அரசியல்வாதிகள், தங்கள் அண்டை நாடான அரபு நாடுகளை முக்கியமான ஐந்து போர்களில் முறியடித்ததாகப் பெருமைப் பட்டுக்கொண்டதை நான் கேட்டிருக்கிறேன்: அவை 1948, 1956, 1967,

1973, 1982 ஆகிய வருடங்களில் நடந்த போர்கள்! அதில் 1982இல் நடந்தது, உண்மையில் இஸ்ரேலுக்கும் அதன் அண்டை நாட்டிற்கும் இடையில் நிகழ்ந்த சரியான ஒரு யுத்தமல்ல! அந்தப் போரின் காரணமாக லெபனான் இன்றைக்கும் பொருளாதார நெருக்கடியையும் சமூகச் சீர்குலைவையும் அனுபவித்தாலும்கூட, 1982இல் நடந்த போர் உண்மையில் இஸ்ரேலுக்கும் பிஎல்ஓவுக்கும் இடையே நடந்த போர்தான்!

பாலஸ்தீன்-இஸ்ரேல் மோதலுக்குக் காரணம், பாலஸ்தீன் நாட்டை அழித்து, அதன் மக்களை விரட்டியடித்துதான் இஸ்ரேல் என்கிற நாட்டை உருவாக்க முடியும் என்கிற தவறான எண்ணம்தான்! 1988இல் இஸ்ரேல் நாடு, அதன் நாற்பதாவது பிறந்தநாளைக் கொண்டாடிய வேளையில், புலம்பெயர்ந்த பாலஸ்தீனர்கள் சொந்த நாட்டை இழந்த வேதனையை நினைவுகூர்ந்தார்கள்.

இஸ்ரேலுக்கு, அது செழித்து வளர வேண்டுமென்றால், பாலஸ்தீன அடையாளங்கள் அனைத்தையும் துடைத்தெறிந்தாக வேண்டும்! இஸ்ரேல் ஏற்படுத்திய காயங்கள் பழுத்து புரையோடிக் கொண்டிருந்தன. இஸ்ரேலிய வெடிகுண்டுகள் மரணத்தையும், அழிவையும் விதைத்தன. சித்திரவதை செய்ததும், உடலுறுப்புகளை சிதைத்ததும் (அன்ஸார் முகாமில் நடப்பது போன்று) நினைவிலிருந்து மறைய தலைமுறைகள் ஆகும். இதில் வேடிக்கை என்னவென்றால், இஸ்ரேல் நாட்டை 'அங்கீகரிக்க' பாலஸ்தீனர்கள் மறுப்பதாக இஸ்ரேலியர்கள் குற்றம்சாட்டுவதுதான்! சொந்த நாட்டையும், வாழ்ந்த வீட்டையும், உயிரையும் அவர்களிடமிருந்து பலவந்தமாகப் பறித்துக்கொண்ட இஸ்ரேல், பாலஸ்தீனர்களின் ஆத்மாவையும் சரணடையும்படிக் கேட்கிறது!

பாலஸ்தீனர்கள்-அரபிகள் மோதல் இதைவிட சிக்கலானது! அடைக்கலம் அளித்த நாடுகளுக்கும், அகதிகளுக்கும் இடையிலான மோதல் காரணமாக அது எழுவதாகச் சிலர் வாதிட்டார்கள். ஆனால், பாலஸ்தீனர்கள் 'புலம்பெயர்ந்தவர்கள்'தாமே தவிர அகதிகளல்ல. அவர்கள் சொந்த நாட்டிற்குச் செல்லவே விரும்புகிறார்கள்! குறைந்த பட்சம், அடைக்கலமளித்த நாடுகள் அதைக் கொள்கையளவில் ஆதரிக்கவும் செய்கின்றன. ஆனால், இஸ்ரேலைத் தாக்க, அடைக்கல மளித்த நாடுகளை ஒரு தளமாக பாலஸ்தீனர்கள் பயன்படுத்தும் போது, அந்த நாடுகள் இஸ்ரேலின் பழி வாங்கும் தாக்குதலில் பாதிக்கப் படுகின்றன: ஓர் ஏவுகணையை கலிலீக்குத் தொடுத்துவிட்டால்,

அதற்குப் பதிலடியாக இஸ்ரேலியப் போர் விமானங்கள் பத்துக்கும் மேற்பட்ட லெபனான் கிராமங்களைத் தரைமட்டமாக்குகின்றன. இது பாலஸ்தீனர்கள்-அரபிகள் மோதலுக்கு வழி வகுக்குகிறது. இருந்தும், பாலஸ்தீனர்களின் போராட்டத்திற்குத் தொடர்ந்து ஆதரவளிக்கும் அரபு மக்களின் துணிவைப் பாராட்ட வேண்டும்!

இன்னமும் தீர்க்கப்படாதிருந்த ஒரு பிரச்சினை, சிரியா விவகாரத்தை மேலும் சிக்கலாக்கியது. பாலஸ்தீன் அகண்ட சிரியாவின் பாகமா? பாலஸ்தீனர்களின் சார்பாகப் பேசும் உரிமை பிஎல்ஓ தலைவர் அரஃபாத்திற்கா அல்லது சிரியாவின் தலைவர் அஸதிற்கா?

நானொரு அரபியோ முஸ்லிமோ அல்ல! ஒரு ஐரோப்பியனுமல்ல என்பதால் நாஸிசத்தின் பாவச் சுமையுடன் வாழவேண்டிய சிரமமோ அல்லது பாலஸ்தீன் விஷயத்தில் பிரிட்டன் மேற்கொண்ட அரசியல் தீர்வுக்குப் பொறுப்போ எனக்கில்லை! என்னைப் பொறுத்தவரை, பாலஸ்தீனர்களை ஆதரிப்பது அரசியல் காரணங்களுக்காக அல்ல— என்னுடைய மானுட தர்மம் அது! அவர்கள் சொந்த மண்ணிற்குத் திரும்ப வழிதேடுகிறார்கள். அது முடியாததால், புகலிடம் தேடிய இடத்தில் கௌரவமாக வாழும் உரிமையைக் கேட்கிறார்கள். அது நியாயமானதால் நான் அவர்களை ஆதரிக்கிறேன். காரணம், எனக்கு அரசியல் கண்ணோட்டம் இல்லை. அதனால்தான் சிரியர்களிடம், எங்களது மருத்துவ ஊழியர்களுக்கு பாதுகாப்பு அளித்து, முகாமில் எங்களது பணிகளைத் தொடர வாய்ப்பளிக்கும்படி என்னால் கேட்க முடிகிறது.

முகாம்களின் மீதான அமல்களின் தாக்குதலை சில நாள்கள் முன்பு வரை சிரியா நியாயப்படுத்தியதைப் பற்றிச் சிலர் விவாதித்தார்கள். அதே சிரியர்கள் இன்று, பாலஸ்தீனப் பெண்கள் தாக்கப்படுவதைத் தடுக்கும் பொருட்டு, முகாம்களின் நுழைவாயில்களைத் தங்களின் கட்டுப் பாட்டிற்குள் கொண்டு வந்ததோடு, உணவுப் பொருள்களைக் கொண்டு வரும் வாகனங்களுக்குப் பாதுகாப்பளிக்கவும் செய்கிறார்கள். ஏன்-எதனால் என்றெல்லாம் வியந்துகொண்டிருக்க எனக்கு நேரமில்லை. சிரியர்கள் இப்போது பாலஸ்தீனர்களின் நண்பர்களென்றால், தற்சமயம் சிரியர்களும் எனக்கு நண்பர்கள்தான்! நாளையோ அடுத்த வாரமோ நடக்கப் போவதை என்னால் ஊகிக்க முடியாது. இதெல்லாம் பாலைவனத்துப் பனி போல கரைந்து போகலாம்! ஆனால் மூச்சு விடவும், உண்பதற்கும், வாழ்வதற்கும் நேரம் கிடைக்கும் என்றால், மக்கள் அந்த வாய்ப்பைப் பயன்படுத்திக்கொள்ள வேண்டும். முகாம்

பெண்கள் தங்கள் குடும்பத்திற்காகத் தண்ணீர் பிடிக்கவும், உணவு வாங்கவும் அடிக்கடி வெளியே வருவதும், உள்ளே போவதுமாக இருந்தார்கள். சிரியர்கள் ஏற்படுத்திய சண்டை நிறுத்தம் நீடிக்கும் வரை, முடிந்த அளவுக்குப் பயன்படுத்திக்கொள்கிறார்கள்.

மேஜர் வாலித் எங்களை அழைத்துச் செல்ல வருவதாகச் சொன்ன அதே அலுவலகத்திற்கு நாங்கள் வந்து சேர்ந்தோம். அங்கு, தானிய மூட்டைகள் நிரப்பிய ஐநா சபையின் உணவு வாகனத்தை மக்கள் வரவேற்பதைக் கண்டேன். சிரியா இராணுவம் அந்த வண்டிக்குப் பாதுகாப்பாக முகாம்வரை வந்ததைக் கண்டு பெண்களும், குழந்தை களும் கைதட்டி ஆரவாரம் எழுப்பினார்கள்.

இதற்கிடையில், அந்த அலுவலகத்திற்குப் பின்புறம், செமித்தேரியில் அடக்கம் செய்வதற்காக, தற்காலிக கல்லறையிலிருந்து ஒரு பெண்ணின் சடலத்தைத் தோண்டியெடுத்தார்கள். முற்றுகையின்போது, உணவு வாங்கச் சென்றபோது சுட்டுக்கொல்லப்பட்ட பெண்களில் அவளும் ஒருத்தி. அழுகிய உடலைப் பெரிய பிளாஸ்டிக் பையில் கட்டி அவசரமாகக்கொண்டு சென்றபோது, துர்நாற்றம் குமட்டியது! அது எனக்கு 1982 படுகொலைகளில் சிதைக்கப்பட்ட அழுகிய பிணங்களை நினைவூட்டியது! இவர்கள் சண்டை நிறுத்தத்தைக் கொண்டாடு கிறார்களா, அன்புக்குரியவர்களின் இழப்பில் கதறுகிறார்களா?

நானும் ஒய்விண்ட்டும் மேஜர் வாலிதிடம், ஏப்ரல் 13ஆம் தேதி யன்று எங்களது ஊழியர்கள் புறப்படத் தயாராக இருப்பதாகத் தெரிவித்தோம். அவர் எங்களிடம், பசுமைக் கோட்டிற்கு அப்பால் பாதுகாப்புத் தரும்படி பிரிட்டிஷ் தூதரிடம் கேட்கச் சொன்னார். காரணம், சிரியாவின் கட்டுப்பாட்டிற்குள் கிழக்கு பெய்ரூத் இல்லா திருந்தது. அப்படியென்றால், பர்ஜூல் பிரஜ்னே முகாமிலிருந்து பிரிட்டிஷ் தூதரகம் வரை, பாலின் குழுவினருக்குப் பாதுகாப்பளிப்பது சிரியாவின் பொறுப்பு. அங்கிருந்து, ஜவ்னி துறைமுகத்தில் படகில் ஏறுகிற வரை பாதுகாப்பளிக்க வேண்டிய பொறுப்பு பிரிட்டிஷ் தூதுவர் ஜான் கிரேயைச் சார்ந்தது.

மேஜர் வாலிதை வழியனுப்பி வைத்தோம். பிரிட்டிஷ் தூதுவர் ஜான் கிரே என்னைக் கனிவோடு வரவேற்றார். குழுவைச் சேர்ந்த பாலின், சூஸன், ஹான்ஸ், பென் ஆகியோருக்கும், அவர்களுடன் செல்வதாக இருந்தால் கிரைஸ் கியானோவுக்கும் பாதுகாப்பளிப்பதாக

அவர் ஒப்புக்கொண்டார். கிரைஸின் தாயார் உம்மு வாலிதைத் தொடர்பு கொண்டு மகனைப் பற்றிக் கவலை தெரிவித்தாள். விசாரித்தாள். கிரைஸ் ஓய்வெடுத்துக்கொள்ள வேண்டிய தருணமிது என்று உம்மு வாலிதும் நினைத்தாள்.

ஆக, ஏப்ரல் 13 திங்கட்கிழமை குழுவினரைப் பரிமாறிக் கொள்ளும் மகத்தான நாள்! புதிதாக வந்த வெளிநாட்டு நர்சுகளும், மருத்துவர்களும் ஷத்திலா மற்றும் பர்ஜுல் பிரஜ்னே முகாம்களுக்குச் செல்லவும், முற்றுகை காலம் முழுக்க சோர்வின்றி பணியாற்றியவர்கள் அங்கிருந்து வெளியேறவும் முடியும்! போகிறார்கள்! அன்றைய தினம் காலை ஒன்பது மணிக்கு மேஜர் வாலிதின் அலுவலகத்திற்கு வரும்படி என்னை அழைத்தார்கள். நான் அங்கு சென்றபோது, அவர் படுக்கையிலிருந்து எழுந்து அதிக நேரமாகவில்லை. அவர் பூட்ஸை அணியும் நேரத்தில், திடுமென உள்ளே நுழைந்த என்னைப் பார்த்து வெட்கப்பட்டார். நான் எதையும் கவனித்ததாகக் காட்டிக்கொள்ள வில்லை. நான் ஒரு மருத்துவர் மட்டுமல்ல, ஒரு மனைவியும்கூட! ஆகவே மிகவும் நாசூக்காக, எனது கணவர் பிரான்சிஸும் கறுப்பு-வெள்ளை நிறமுள்ள அவரது பூனை 'மியோவி'யும் உள்ள புகைப்படமொன்றைப் பையிலிருந்து எடுத்து மேஜர் வாலிதிடம் காண்பித்தேன்.

அதைக் கவனமாகப் பார்த்த மேஜரின் படைவீரர்கள், மியோவி பூனையின் அழகையும், எனது கணவரின் கனிவான முகத்தையும் பாராட்டினார்கள். பிறகு, எனது கணவருக்கு நான் குழந்தைகளைப் பெற்றுக்கொடுக்காததால்தான் அவர் பூனையைத் துணைக்கு வைத்துக்கொண்டதாகக் கிண்டலடித்தார்கள். அத்துடன் நிறுத்திக் கொள்ளாமல், பிரான்சிஸ் ஒரு சிரியாக்காரியை மனைவியாக்கிக் கொண்டால், நிறைய குழந்தைகளை அவள் பெற்றுத் தருவாளென்றும் ஆலோசனை சொன்னார்கள். அதை ஏற்றுக்கொள்ள முடியாது! அவர்கள் வேண்டுமென்றே என்னைச் சீண்டுகிறார்கள் என்பதை ஊகித்தேன்.

சிரியாவின் இரகசியப் பிரிவு அதிகாரிகள் சிலர் முதலில் பர்ஜுல் பிரஜ்னே முகாமுக்குச் சென்று அங்கிருந்த வெளிநாட்டினரை மார் எலியாஸ் முகாமுக்கு அழைத்துச் சென்றார்கள். அதன் பிறகு நாங்கள், கிரைஸ் கியானோவின் விருப்பத்தை அறிய ஷத்திலா முகாமுக்குச் சென்றோம். அவர் கனடாவுக்குச் செல்ல விரும்பினால், தயாராக இருக்கும்படி நேற்றிரவு அவருக்கு நான் தகவல் அனுப்பியிருந்தேன்.

சோதனைச் சாவடியில் தனது காரை நிறுத்திய மேஜர் வாலித், என்னிடம் கிரைஸை அழைத்து வரும்படிச் சொன்னார். நான் அவரை மருத்துவ மனையின் சமையலறையில் சந்தித்து விவரத்தைச் சொன்னேன்.

கிரைஸ் ஒரேயடியாக மறுத்துவிட்டார்: 'இதோ பார், நான் அப்படிப் போக முடியாது. நிறைய செய்ய வேண்டியதிருக்கிறது. அதைத் தவிர, நான் இப்போது போனால் அது இங்கிருக்கும் மனிதர்களின் தன்னம்பிக்கையைக் கெடுத்துவிடும். என் தாயாருடன் தொடர்பு கொண்டு, அவளைச் சமாதானப்படுத்த முயற்சி செய்கிறேன்.'

'நல்லது கிரைஸ். உங்களின் பொறுப்புணர்வைக் கண்டு நான் பெருமிதப்படுகிறேன். குறைந்தபட்சம் நீங்கள் சற்று நேரம் வெளியே வந்து, உங்களை அழைத்துச் செல்வதற்காக இவ்வளவு தூரம் சிரமப் பட்டு வந்ததற்காக மேஜர் வாலிதுக்கு நன்றி சொல்லுங்கள். இல்லை யென்றால், அவருக்கு முன்னால் நான் ஒரு முட்டாளாகத் தோன்றுவேன்.'

அதற்கு ஒப்புக்கொண்ட அவர் என்னுடன் சோதனைச் சாவடிவரை வந்து, மேஜர் வாலிதிடம் அரபியில் ஏதோ பேசினார். பிறகு உடனே முகாமுக்குத் திரும்பிச் சென்றுவிட்டார். தனது உதவியை கிரைஸ் மறுத்ததில் மேஜர் வாலிதுக்கு மனஸ்தாபம் தோன்றியது. ஆயினும், கிழிந்த போர்வையில் எலும்பும் தோலுமான தன் உடலை மறைத்துக் கொண்டு பெருமிதத்தோடு முகாமுக்குத் திரும்பிச் செல்லும் கிரைஸ் கியானோவின் உருவத்தை வாழ்நாள் முழுவதும் என்னால் மறக்க முடியாது.

ஈஸ்டர் ஞாயிற்றுக்கிழமையன்று, ஒருநாள் விடுமுறையில் ஏதேனும் மலைக்குச் செல்லும்படி ஒய்விண்ட்டை வற்புறுத்திச் சம்மதிக்க வைத்தேன். அன்று முழுவதும் நார்வேயின் குடியிருப்பில் தனித்திருந்து பைபிள் வாசிக்கவும், பாலினும் கூட்டாளிகளும் பாதுகாப்பாகத் தங்களின் இல்லங்கள் சென்றடைந்ததில் இறைவனுக்கு நன்றி தெரிவிக்கவும் விரும்பினேன். அவர்கள் பாதுகாப்பாகப் பிரிட்டன் வந்து சேர்ந்ததாக பிபிசி உலகச் செய்தியில் சொன்னார்கள்.

ரோமன் விசுவாசிகளுக்குப் புனித பால் எழுதிய கடிதத்தை வாசிக்க ஆரம்பித்தேன்: 'ஆயினும் இவை அனைத்துக்கும் மேலாக, நம்மை நேசிப்பவனின் ஆசியால் நாம் வெற்றியடைவோம்! ஏனென்றால் நான் அறிவிக்கப்பட்டுள்ளேன்: மரணமோ, வாழ்க்கையோ, தேவதைகளோ, தேசங்களோ, அதிகாரமோ, இன்று இருப்பதோ, நாளை வருவதோ,

உயரமானதோ, ஆழமானதோ அல்லது வேறு ஏதேனும் படைப்புகளோ, எதுவும் இயேசு கிறிஸ்துவான தேவனின் நேசத்திலிருந்து நம்மைப் பிரித்து வைக்க முடியாது (ரோமர் 8. 37-39).

கடந்த சில ஆண்டுகளில் அழிவையும் மரணத்தையும் நான் நிறையவே கண்டிருந்தாலும் அன்பையும் விசுவாசத்தையும் அதிகப்படியாகவே கண்டேன். அது, இறைவன் இருப்பதை உறுதிப்படுத்தியது.

எனது தியானத்திற்குப் பிறகு, இறைவன் ஓர் அருமையான விருந்தாளியை—வயதான மருத்துவர் சைது தஜானியை—அனுப்பி வைத்தார். 1982இல்தான் நான் அவரை முதல் தடவையாகச் சந்தித்தேன். நான் எப்போதும் மரியாதை காட்டும் மனிதர்! லெபனானில் செம்பிறைச் சங்கத்தின் நர்சிங் பயிற்சிப் பள்ளியை நிறுவியது அவர்தான். பல ஆண்டுகள் செம்பிறைச் சங்கத்தின் மருத்துவ இயக்குநராகப் பணியாற்றியவர். எண்ணற்ற மருத்துவப் பாடசாலைகளில் ஆசிரியராக இருந்தவர். அவரிடம் படித்த பலரும் பின்னாளில் புகழ் பெற்ற மருத்துவ வல்லுநர்களாக மாறினார்கள். வயது எண்பதை நெருங்கியிருக்கும். தலை முழுவதும் நரை! ஆனால் அவரது முகம் இன்றும் குழந்தைத்தனமாக இருந்தது.

நாங்கள் நீண்ட நேரம் பேசிக்கொண்டிருந்தோம். பாவம் அந்த மனிதர் அழத் தொடங்கினார். கடந்த நான்கரையாண்டு கால நரக வாழ்க்கை அவருக்கு அதிகமாகத் தோன்றியது. அவர் தொடங்கி வைத்த நர்சிங் பயிற்சிப் பள்ளி பலமுறை மூடப்படுவதும், திறக்கப்படுவதுமாக இருந்தது. இப்போதும் அது மூடப்பட்டுக் கிடக்கிறது. அவரது மனைவி மார்புப் புற்றுநோயால் அவதிப்படுகிறாள். அவருக்கு இரண்டு கால்முட்டிகளிலும் கடுமையான வேதனை இருந்தது. ஆனாலும், இடையில் அருமையான வாசகமொன்றைச் சொன்னார்: 'எப்படியோ, நான் பாலஸ்தீனில்தான் மரணிப்பேன் என்று என் அறிவு என்னிடம் சொல்கிறது. ஆகவே, நான் இங்கே கிடந்து சாகமாட்டேன்!'

தொடர்ந்து, பாலஸ்தீனைக் குறித்து ஆர்வத்துடன் சொல்லிக் கொண்டிருந்தார். இந்த வயதான மருத்துவர் பாலஸ்தீன் திரும்பச் செல்வதும், நாங்கள் அங்கு சென்று அவரைச் சந்திப்பதும் எவ்வளவு அருமையாக இருக்கும்! கனிவும், பெருந்தன்மையும் கொண்ட அந்தப் பாலஸ்தீன மருத்துவரின் முகத்தை நான் உற்றுப்பார்த்தேன். கடந்து சென்ற காலங்களில் அவர் அனுபவித்த துயரங்களையும், கவலைகளையும் நினைத்துப் பார்த்தேன். எனினும் வெறுப்போ,

விரோதமோ இல்லை! நம்பிக்கையோடும், ஒளிசிந்தும் புன்னகையோடும் பாலஸ்தீனைப் பற்றிப் பேசினார். தன் வாழ்வில் வெற்றிகொண்ட மூன்று போராட்டங்களைப் பற்றி அவர் விவரித்தார்.

அவற்றிலொன்று, புகைபிடிக்கும் பழக்கம்! ஒரு நாளைக்குத் தொண்ணூறு சிகரெட்டுகளை ஊதித் தள்ளுவாராம்! அந்தப் பழக்கத்தை ஒழிக்க மல்லிட்ட அவர் கடைசியில் வெற்றியடைந்து, புகைபிடிக்கும் பழக்கத்தை அறவே விட்டொழித்தாராம்!

இரண்டாவது, தான் இடம்பெயர்ந்த கதைகளைச் சொன்னார். பாலஸ்தீன் மருத்துவ இயக்குநர் என்கிற முறையில் 1947இல் ஒரு மருத்துவக் கருத்தரங்கில் கலந்துகொள்வதற்காக அமெரிக்கா செல்லும் வழியில் பாரிஸில் இறங்கிய போதுதான், பாலஸ்தீனை இரண்டாகப் பிரிக்கத் தீர்மானித்த விவரத்தை மருத்துவர் தஜானி அறிந்தார். இதன் காரணமாக சொந்த நாட்டில் பெரும் குழப்பம் விளையுமென்பது அவருக்குத் தெரிந்திருந்தது.

அவருக்கு முன்னால் இரண்டு வழிகள்தான் இருந்தன. என்னவானாலும் சரியென்று நினைத்து அமெரிக்கா செல்வது அல்லது பயணத்தை ரத்து செய்து சொந்த நாட்டிற்குத் திரும்ப வேண்டியது! மனதில் மிகப் பெரிய போராட்டம் நடந்தது. மனதுக்குள் ஒரு குரல், ‘தஜானி, நீயொரு கோழை! பயந்து ஓடுகிறாய்’ என்றும், மற்றொரு குரல், ‘நீ கோழையல்ல! நீ உடனே திரும்பிச் செல்கிறாய்’ என்றும் கூக்குரலிட்டன. இறுதியில், சிரமமான அந்த நாட்களில் மருத்துவ சேவையை வழிநடத்திச் செல்ல அவர் ஜாஃபா திரும்பினார். மீண்டும் ஜாஃபாவில் மருத்துவப் பணிகளுக்குத் தலைமை தாங்கினார். யுத்தமும், குழப்பமும், காயமடைந்த நோயாளிகளும் அவருக்காகக் காத்திருந்தனர்.

மூன்றாவது, மேற்குப் பெய்ரூத்தில் 1983இல், அமெரிக்கத் தூதரகத்தில் குண்டுவெடிப்பு நடந்ததைத் தொடர்ந்து ஏற்பட்ட சம்பவங்கள். அதற்குப் பதிலடியாக அமெரிக்கா பெய்ரூத் முழுவதும் குண்டுகள் வீசித் தாக்கியது. அந்தக் கொடூரமான நாள்களில், ஆஸ்திரேலியா, டென்மார்க், ஸ்பெயின் நாடுகளைச் சேர்ந்த நண்பர்கள் அவரை லெபனானிலிருந்து வெளியேற்ற முன்வந்தும்கூட, அவர் அங்கேயே தங்கினார். அவர் கோபமாகக் கேட்டார்: ‘ஓடிப் போவதா? நான் ஒரு கோழையல்ல!’

அதன் பிறகு முகாம்கள் மீதான போர்கள்— பாலஸ்தீனர்கள் மீது அமல்கள் அவிழ்த்துவிட்ட கொடுமைகள்! அப்போதும் அவர் அங்கேயே

இருந்தார். அந்த மனிதர் இன்று, மூடிக் கிடக்கும் நர்சிங் பயிற்சிப் பள்ளியை மீண்டும் திறப்பது குறித்து ஆர்வத்துடன் பேசிக் கொண்டிருக்கிறார். இத்தனை மனோதிடமும் துணிவும்கொண்ட முதியவரைச் சந்திக்க முடிந்ததில் நான் பெருமிதமடைந்தேன்.

வருடங்களுக்கு முன்பு, தெற்கு லெபனானின் வறுமைப் பிரதேச மான சூர் நகரில் மருத்துவ சேவை நடத்தியதைப் பற்றியும் மருத்துவர் தஜானி என்னிடம் சொன்னார்: ஒருநாள், ஒரு வீட்டைக் கடந்து சென்றபோது குழந்தைகளின் அழுகுரலை அவர் கேட்டார். கதவைத் திறந்து வீட்டிற்குள் நுழைந்தார். குழந்தைகளின் பெற்றோர் காரணத்தைச் சொல்லத் தயங்கினார்கள். பசியாகத்தான் இருக்குமென்று ஊகித்த அவர் உடனே வெளியே சென்று, குழந்தைகளுக்கு ரொட்டியும், சீஸும், ஆலிவ் காய்களும் கொண்டுவந்து அந்தக் குழந்தைகளுக்கு ஊட்டினார். பசி அடங்கிய குழந்தைகள் சிரித்தவாறு விளையாடுவதைக் கண்டு மருத்துவர் தஜானியும் குழந்தைகளின் பெற்றோர்களும் கண்ணீர்விட்டார்கள்!

சூர் நகரில் மருத்துவமனையின் கட்டட வேலை நடந்துகொண்டு இருக்கும்போது இரவில், வெறும் மணற்பரப்பில் கிடந்து உறங்கியதாக அவர் சொன்னார். ஒருநாள் காலையில் துயிலுணர்ந்த போது, தன்னை யாரோ ஒரு பழைய போர்வையால் மூடியிருப்பதைக் கண்டு மனம் நெகிழ்ந்தார். ஆனால், அந்த மனிதனைக் கண்டுபிடித்து நன்றி சொல்ல முடியாமல் போனது! இதுபோன்ற கதைகள் லெபனானில் சர்வ சாதாரணம்—போருக்கும், வறுமைக்கும் இடையில் கனிவும் கருணையும் நிரம்பி வழியும் இடம் அது!

அதன் பிறகு, பெய்ரூத் விசாவுக்காக நான் பட்ட தொல்லைகள் அனைத்தையும் அவரிடம் விளக்கினேன். அவர் மிகுந்த ஏமாற்றத்துடன் சொன்னார்: 'நீ இங்கு வந்து, பாலஸ்தீனர்களுக்கு உதவுவதை அவர்கள் விரும்பவில்லை. அதனால்தான் உனக்கு விசா மறுத்தார்கள். பாலஸ்தீனர்களுக்கு உதவுவதுகூட குற்றமா, என்ன? மனிதர்கள் ஏனிப்படிக் கொடியவர்களாக மாறுகிறார்கள்?'

நான் அவரைச் சமாதானப்படுத்தினேன். நான் பாலஸ்தீனர்களின் தோழியாக இருப்பதைத் தடுக்க, அவர்கள் முடிந்தவரை முயலட்டு மென்று அவரிடம் சொன்னேன். அதைக் கேட்டு அவர் வாய்விட்டுச் சிரித்தார். நல்லது வரட்டுமென்று ஆசீர்வதித்து எங்களிடமிருந்து விடைபெற்றார்.

28

அடுத்த சில நாள்கள் குளறுபடியாகவும், பரபரப்பாகவும் இருந்தன. இத்தாலிய மருத்துவர் ஆல்பர்ட்டோ கிரிகோரி, ஹைஃபா மருத்துவ மனையில் அறுவை நடத்த முன்வந்தது பாக்கியம்தான்! நான் பல்வேறு வேலைகளுக்காக அலைந்து கொண்டிருந்தேன். ஆல்பர்ட்டோ மகத்தான மனிதர். அவரை மிகவும் நேசித்த முகாம் மக்கள் அவரைச் செல்லமாக 'அபு கார்ஃபல்' என்றழைத்தார்கள். அவரிடமிருந்த ஒரு பொம்மைப் பூனையின் பெயர்தான் 'கார்ஃபீல்டு.' அவரது தோற்றமும் ஒரு பாலஸ்தீனனைப் போலவே இருந்தது. சிரியாவின் சோதனைச் சாவடியில் அவரை அடிக்கடி தடுத்து நிறுத்திக் கேள்விகள் கேட்டார்கள். இத்தாலிய மருத்துவர் என்கிற போர்வையில் ஒளிந்திருக்கும் ஒரு பாலஸ்தீனன் என்றே அவரை சிரியாவின் இரகசியப் பிரிவினர் கருதினர்.

அவரது சக ஊழியரான ஆஸ்திரேலியன் அனஸ்தடிஸ்ட் மருத்துவர் முர்ரே லுட்டிங்டன் ஷத்திலா முகாமுக்கு வந்தார். அவரையும் 'பாலஸ்தீனப் பிரமை' ஆட்கொண்டது. முகாமுக்குச் சென்ற சில நாள்களில், பிரிட்டனில் தான் செய்துவந்த வேலையை ராஜினாமா செய்தார். அதுவரை, அவரது இடத்தை அந்த மருத்துவமனை காலியாகவே வைத்திருந்தது. தனக்குப் பதிலாக வேறொரு அனஸ்தடிஸ்டைப் பணியில் அமர்த்துமாறு அவர் கடிதம் எழுதினார். காரணம், ஷத்திலா முகாமில் பாலஸ்தீனர்களுடன் வாழ்வதென அவர் முடிவு செய்திருந்தார்.

விரைவிலேயே அவர் மற்றவர்களைவிட நோஞ்சானாக மாறினார். முகாம் மக்கள் அவருக்குப் புதிய ஆடைகளை வாங்கிக் கொடுக்க வேண்டியதாயிற்று! மருத்துவமனை சமையல்காரரிடம் விவாதிக்கவும், சோதனைச் சாவடிகளில் அமல்களுடன் வாதாடவும் முடிகிற அளவுக்கு அவர் நன்றாக அரபு பேசக் கற்றுக்கொண்டிருந்தார். அவரை யாரும் ஒரு பாலஸ்தீனியனாகக் கருதவில்லை என்றாலும், அவரது நீண்ட தாடி, கைதாகும் நிலைக்கு அவரைத் தள்ளியது. காரணம், லெபனான் ஷியாக்களான ஹிஸ்புல்லா கட்சியினர் (இறைவனின் கட்சி) மட்டுமே அப்போதெல்லாம் தாடி வைத்திருந்தார்கள். சிரியர்களோ அமல்களோ அப்படிச் செய்வதில்லை.

அதிகம் தாமதியாது ஆல்பர்ட்டோ அங்கிருந்து சென்றதும், ஹைஃபா மருத்துவமனையின் சர்ஜனாக நான் பொறுப்பேற்றேன். ஒரு முழுநேர சர்ஜனாகப் பணியாற்ற, மருத்துவமனையிலேயே நான் தங்க முடிந்திருந்தால் அது நன்றாக இருந்திருக்கும். ஆனால் அந்நேரம் பாலஸ்தீனர்களுக்குத் தேவை, ஒரு சர்ஜனைவிட செயலாளரைத்தான்! அங்குமிங்கும் ஓடி நடந்து மருத்துவப் பொருள்களைத் தருவிக்கவும், உணவு மற்றும் எரிபொருள்களை முகாம்களுக்குக் கொண்டு வருவதற்கான பேச்சுவார்த்தை நடத்தவும், காயமடைந்தவர்களை முகாமிலிருந்து வெளியேற்றி, அவர்களைச் சிறப்புச் சிகிச்சைக்காக ஐரோப்பிய நாடுகளுக்கு அனுப்பி வைக்கவும், சாமர்த்தியமுள்ள ஓர் ஆளைத்தான் அவர்கள் தேடினார்கள். ஒரு குழுவின் தலைவியாக இருந்தும்கூட, இதையெல்லாம் பகல் வேளைகளில் நானே செய்தேன். இரவு நேரங்களில், அறுவை சிகிச்சைகள் செய்து எனது பணியை இரட்டிப் பாக்கினேன். இரவிலும் மனிதர்கள் காயமடைந்ததால், அவர்களுக்கு அறுவை சிகிச்சை செய்ய வேண்டிய அவசியமேற்பட்டது. முற்றுகை தொடர்வதால், காயம்பட்டவர்களை முகாமுக்கு வெளியே கொண்டு சென்று சிகிச்சையளிக்க முடியாத நிலையிருந்தது.

பகல் முழுவதும் ஓடியாடி வேலை செய்து, இரவிலும் பணியாற்றுவது அத்தனை எளிதானதல்ல! ஹைஃபா மருத்துவமனையோ எதிர்வசமுள்ள கிளினிக்கோ, எங்கே தங்கினாலும், நடுநிசிவரை யாரிடமாவது பேசியவாறோ மக்களின் புகார்களைக் கேட்டவாறோ உட்கார்ந்திருப்பேன். எல்லாம் மருத்துவம் தொடர்பான விஷயங்களாக இருப்பதில்லை! முகாமில் சூழ்நிலை பதற்றமாகவே இருந்தது. யாரேனும் கதவை இழுத்துச் சாத்தினால் போதும், அந்த ஓசையைக் கேட்டு, எங்கோ குண்டு வெடித்ததாக எண்ணித் துள்ளியெழுவேன்.

பர்ஜுல் பிரஜ்னே மஸ்ஜிதிலிருந்து இரத்த தானம் வழங்கும்படி, ஒலிபெருக்கி வாயிலாக விடுக்கும் சாதாரண அழைப்புகூட, மீண்டும் சண்டை ஆரம்பித்து விட்டதாகவும், காயம்பட்டவர்களுக்கு உடனே சிகிச்சை தேவைப்படுமென்றும் எண்ணவைத்து, கிளினிக்கிலிருந்து ஹைஃபா மருத்துவமனைக்கு என்னை ஓட வைத்தது. அது வழக்கமாக விடுக்கும் ஓர் அழைப்பே தவிர, அவசரத் தேவைக்கான அழைப்பல்ல என்று பிறகுதான் தெரிந்துகொள்வேன்! எப்படிப்பட்ட சூழ்நிலையை யும் சமாளிக்கத் திறமைவாய்ந்த செம்பிறைச் சங்கத்தின் மருத்துவர்கள் இருக்கும்போது நான் இப்படி பயந்து நடுங்குவதில் எந்தவித அர்த்தமும் இல்லைதான்! நீண்டகால முற்றுகை வேளையில்,

அவர்கள் எல்லோரும் கடுமையாக உழைத்து நிறைய உயிர்களைக் காப்பாற்றியிருந்தார்கள். அவர்களால் செய்ய முடியாத எதையும், அதைவிடச் சிறப்பாக நான் செய்வதற்கில்லை!

ஒருநாள் காலை நான்கு மணிக்கு, நான் தங்கியிருந்த கிளினிக்கின் கதவைத் தொடர்ச்சியாகத் தட்டியபடி அனஸ்தடிஸ்ட் அஹமத் தீப் கத்தினார்: 'மருத்துவர் ஸ்வீ, ஹைஃபாவில் அவசரமாக ஒரு வயிற்று ஆபரேஷன் செய்ய வேண்டியிருக்கிறது.'

வளைந்த சந்துகள் வழியாக குழிகளும், இடிபாடுகளும், குழாய்களும், சகதியும் தாண்டி நாங்கள் ஹைஃபா மருத்துவமனைக்கு ஓடினோம். அவசர சிகிச்சைப் பிரிவில், தன்னைத் தானே வயிற்றில் சுட்டுக்கொண்ட ஓர் இளைஞன் இருந்தான். அவனுக்குத் தேவையான அவசர சிகிச்சையளித்து, இரத்தம் வழங்குவதற்கான ஏற்பாடுகளையும் செம்பிறைச் சங்கத்தின் மருத்துவர்கள் செய்திருந்தார்கள். அறுவை சிகிச்சைக்கான ஏற்பாடுகளைத் தியேட்டர் நர்ஸ் நுஹா செய்திருந்தாள். சர்ஜன் நஸீர் ஆபரேஷன் தியேட்டரில் தயாராக இருந்தார். துப்பாக்கியிலிருந்து பாயும் தோட்டா, மோசமான சில உள்காயங்களை ஏற்படுத்தும் என்பதால், பழக்கமான ஒருவர் கை கொடுத்தால் நன்றாக இருக்குமென்று கருதியதால் மட்டுமே அவர்கள் என்னையும் வரவழைத்தார்கள்.

நான் கூட இருந்து ஆலோசனை வழங்க, மருத்துவர் நஸீர்தான் அறுவை சிகிச்சையின் பெரும்பகுதியைச் செய்து முடித்தார். நினைத்தது போலவே, வயிறு வழியாக முதுகெலும்பைத் துளைத்துச் சென்றிருந்த தோட்டா குடல்களில் பல இடங்களிலும், நுரையீரலின் ஓரத்திலும் தாக்கியிருந்தது. அஹ்மத் தீப் திறம்பட மயக்க மருந்தைச் செலுத்தினார். நர்ஸ் நுஹாவும், சர்ஜன் நஸீரும் சிறப்பாகப் பணியாற்றினார்கள். நான்தான் ஒரு தவறு செய்தேன். இது போன்ற சூழ்நிலையில், பெரும்பாலான சர்ஜன்களும் கட்டாயமென்று கருதுகிற ஒரு செயல் முறைதான் 'பெருங்குடலின் செயலிழக்கம்' (defunctioning colostomy). அதாவது, காயம்பட்ட இடத்திற்கு முன்னால் உள்ள பெருங்குடலின் பாகத்தை வயிற்றுக்கு வெளியே கொண்டு வந்து, அதில் ஒரு துளை போட்டால் அதன் வழியாகக் கழிவுகள் வெளியேறும். இப்படிச் செய்தால், வயிற்றிலிருந்து வெளியாகும் கழிவுகள் காயமடைந்த குடல் பகுதி வழியாகச் செல்வதைத் தடுக்க முடியும். அதன் மூலம் குடலில் ஏற்பட்ட காயம் வேகமாக ஆறவும்

செய்யும். அதைச் செய்ய வேண்டா மென்று முட்டாள்தனமாக நான்தான் முடிவு செய்தேன். இத்தனைக்கும் மருத்துவர் நஸீரிடம், நோயாளிக்கு அசாதாரண வயிற்றுப் போக்கு ஏற்பட்டால், அது தோட்டாக் காயம் வழியாகக் கசியுமென்றும், அதனால் பல பிரச்சினைகளைச் சந்திக்க நேரிடுமென்றும் நான் சொல்லவும் செய்திருந்தேன். அது போலவேதான் நடந்தது. நோயாளிக்கு மீண்டும் அறுவை சிகிச்சை செய்து, பெருங்குடலைச் செயலிழக்கச் செய்து, கழிவுகள் வெளியேற மாற்றுவழி செய்தோம்.

இறைவனுக்கு நன்றி, அந்த நோயாளி பிழைத்துக்கொண்டான்! முதலில் நடந்த அறுவை சிகிச்சையின் வேளையில், குடலில் துளை போடும் கருவியை நுஹா என்னிடம் தரவும் செய்தாள். 'எல்லாம் சரியாகும் நுஹா! ஒரு வாய்ப்பு கொடுத்துத்தான் பார்ப்போமே!' என்று நான் சொன்னதும் ஆச்சரியமடைந்த அவள், ஏறக்குறைய அதைத் தன் கையிலிருந்து நழுவவிட்டாள். அறுவை சிகிச்சையில் எனக்குப் பயிற்சியளித்த சர்ஜன் சொன்ன வார்த்தைகளை இப்போது நான் உடனடியாக நினைவுகூர்ந்தேன்: 'பிரச்சினைகளை முன்கூட்டியே கண்டறிந்து அதைத் தவிர்ப்பதுதான் நம்முடைய வேலை. வேண்டுமென்றே சிக்கலில் சென்று மாட்டிக்கொண்டு, பிறகு அதிலிருந்து மீள்வதற்கு வழி தேடுவதல்ல!' பல மாதங்களுக்குப் பிறகும், இதைப் பற்றி நாங்கள் பேசும் போதெல்லாம் நுஹா என்னைப் பார்த்து கனிவோடு சிரிப்பாள்.

முற்றுகை இப்போதும் தொடர்வதால், எந்த ஒரு பொருளையும் சிரியாவின் அனுமதியோடுதான் கொண்டு வர முடிந்தது. அதற்காக, முதலில் சிரியா இரகசியப் பிரிவு அதிகாரிகளுடன் பேச்சுவார்த்தை நடத்தவேண்டும். அவர்கள் தரும் அனுமதியைக் கைப்பட எழுதி வாங்கவேண்டும். அதை சோதனைச் சாவடியில் கொடுக்கும்போது, அப்படியொரு அனுமதியைத் தாங்கள் வழங்கியதாக அமல்களிடம் சிரியர்கள் சம்மதிக்க வேண்டும். வாழ்க்கையே மிகவும் தொல்லை யாகத் தோன்றியது. எடுத்துக்காட்டாக, ஒரு பாலஸ்தீன மருத்துவர், தனியார் மருத்துவமனையில் சிகிச்சை பெறும் தன் தகப்பனாரைப் பார்க்க விரும்பி, ஷத்திலா முகாமிலிருந்து வெளியேறுவதற்கான அனுமதி கேட்டு விண்ணப்பித்தார். அதற்காகக் குறைந்தபட்சம் ஐந்து தடவையாவது நான் சிரியா இரகசியப் பிரிவு அதிகாரிகளைச் சந்திக்க வேண்டியிருந்தது. ஒவ்வொரு சந்திப்பிற்கும் குறைந்தது

மூன்று அல்லது நான்கு மணி நேரம் செலவானது, அதுவும் கொதிக்கும் வெயிலில் - சில சமயம் இரவிலும் அலைந்தேன். அதிகார வர்க்கத்தின் ஆளுமை இது!

பாலஸ்தீனர்களுக்கு எனது மருத்துவத் திறமை அவசியமானதல்ல! காரணம், நன்கு பயிற்சி பெற்ற மருத்துவர்களும், நர்சுகளும் செம்பிறைச் சங்கத்தில் தாராளமாக இருந்தனர். முற்றுகையின் உச்ச கட்டத்தில்கூட, செம்பிறைச் சங்கத்தைச் சேர்ந்த அறுபதுக்கும் மேற்பட்ட மருத்துவர்களும் நர்சுகளும் முகாம்களில் பணியாற்றிக்கொண்டிருந்தனர். 1982ஆம் ஆண்டிற்கு முன்னர், மேற்கு பெய்ரூத்திலும், தெற்கு லெபனானிலும் தேவையான அனைவருக்கும் மருத்துவக் கவனிப்பை செம்பிறைச் சங்கம்தான் வழங்கியது என்கிற உண்மையை உணர்ந்தால், யாருக்கும் இதில் வியப்பு தோன்றாது! சண்டை நிறுத்தம் ஏற்பட்டுள்ள இப்போதைய சூழ்நிலையில் முகாம்களின் தேவையெல்லாம் மருத்துவமனைகளுக்கு அவசியமான மருந்துகள்—பிராண வாயு—நைட்ரஸ் ஆக்ஸைடு மற்றும் அறுவை சிகிச்சைக் கருவிகளை அறைகளில் நிரப்பி வைத்து, இனியும் முகாம்கள் தாக்கப்பட்டால் பயன்படுகிற அளவுக்கு சேமித்து வைப்பதுதான்! அதையெல்லாம் சோதனைச் சாவடிகள் தாண்டி கடத்தி வர யாராவது வேண்டும். ஒரு பிரிட்டிஷ் சர்ஜனான நான், ஒரு சரக்குவண்டியின் டிரைவர் வேலையை ஏற்றுக்கொண்டு, மணிக்கணக்கில் சிரியா இரகசியப் பிரிவின் அலுவலகத்தில் காத்திருக்கவும் செய்கிறேன் என்றால், அதற்கு என்னை ஒப்புக்கொள்ள வைக்க பாலஸ்தீனர்களால் மட்டுமே முடியும்!

ஒரு ஆம்புலன்ஸ் நிறைய மருந்து வகைகளைக் கொண்டு வருவதற்கான முதல் அனுமதி கிடைக்க நிறைய சமயம் தேவைப்பட்டது. சிரியா இரகசியப் பிரிவிலிருந்து அனுமதி கிடைக்க வேண்டியிருந்தது. அதிகார வர்க்கத்தின் தலையீட்டால் பதிலேதுமின்றி நாள்கள் கடந்து சென்றன. வேறு வழியின்றி ஒருநாள் அந்த அதிகாரிகளைச் சந்தித்து, அத்தனை மருந்துகளையும் பிரிட்டனுக்கே திரும்பவும் கொண்டு செல்லப் போவதாகவும் முகாம் மக்களுக்கான மருத்துவ உதவியைசிரியர்கள் தடுப்பதாகப் பொதுமக்களிடம் சொல்லப் போவதாகவும் மிரட்டினேன். முதலில் கோபப்பட்டாலும், இறுதியில் வழிக்கு வந்தார்கள். ஆக, பிரிட்டிஷ் பொதுமக்களின் நன்கொடையான நான்கு டன் மருந்துகள் கொஞ்சம் கொஞ்சமாக முகாமுக்குப் போய்ச் சேர்ந்தன.

பர்ஜுல் பிரஜ்னே முகாம் எனக்காக ஒரு பழைய ஆம்புலன்ஸை ஏற்பாடு செய்தார்கள். அதில் உணவுப் பொருள்கள், மருந்துகள், மின்சாரக் கம்பிகள், போர்வைகள், மரச் சாமான்கள் ஆகியவற்றைக் கொண்டு வருவதுதான் என் வேலை. ஒருமுறை ஒரு சவப் பெட்டியையும் கொண்டு வர வேண்டியதாயிற்று! இதைப் பற்றிச் சிந்திக்க நேரம் கிடைக்கும்போது, பிரிட்டன் ராயல் காலேஜ் ஆஃப் சர்ஜனில் ஓர் உறுப்பினரான நான், அதிலும் ஒரு பெண், ஒரு ஆம்புலன்ஸ் டிரைவராக—தவறு, அதைவிட மோசமான ஒரு சரக்கு வண்டியின் ஓட்டுநராக—தரம் தாழ்ந்து போனதைப் பிரிட்டனிலுள்ள எனது நண்பர்கள் அறிந்தால், என்னைப் பற்றி என்ன நினைப்பார்கள் என்று சிந்திக்கவே நான் பயந்தேன். ஆயினும் ஒரு சரக்கு வண்டியின் ஓட்டுநராகப் பணியாற்றியதில் நான் மகிழ்ச்சி அடையவும் செய்தேன். தொழில் ரீதியாகப் பார்த்தால் ஒரு மருத்துவருக்குக் கிடைக்கும் மதிப்பு, ஒரு சரக்கு வண்டி ஓட்டுநருக்குக் கிடைக்காதுதான்!

இருந்த போதிலும், நான் ஒரு நல்ல ஓட்டுநர்கூட அல்ல! காரணம், திசை நிர்ணயிக்கத் தெரியாதவள் நான். மேற்கு நோக்கிச் செல்வதாக நினைத்துக்கொண்டு கிழக்கில் போன அனுபவம் பலமுறை ஏற்பட்டது. அது லெபனானில் ஆபத்தான பழக்கம். ஒருநாள் கடற்கரைச் சாலையை ஒட்டிய ஒரு தவறான பாதையில் சென்ற நான், பசுமைக் கோட்டில் பொதுமக்களுக்கு அனுமதியில்லாத 'மியூசியம் கிராஸிங்க்' சென்றடைந்தேன். இராணுவத்திடமிருந்து சிறப்பு அனுமதிபெற்ற வாகனங்கள் மட்டுமே அது வழியாகக் கடந்துசெல்ல முடியும். சோதனைச் சாவடியில் என்னைக் கேள்விகளால் குடைந்தார்கள். சிறிது நேரத்திற்குப் பிறகு, நான் உண்மையாகவே வழிதவறி வந்தவள்தான் என்பதைப் புரிந்துகொண்ட இராணுவ வீரர்களில் ஒருவன் எனது வண்டியில் தாவியேறி, நான் திரும்ப வேண்டிய இடம் வரை கொண்டு வந்து விட்டான். அன்றிலிருந்து, நான் எங்கு சென்றாலும் என்னுடன் ஒரு திசை காட்டும் கருவியை தவறாமல் எடுத்துச் சென்றேன்.

ஒரு புதிய காராக இருந்தாலும், மேற்கு பெய்ரூத்தில் கார் ஓட்டுவது பூமியில் அத்தனை எளிதாக நடக்கக்கூடிய காரியமல்ல! என்னிடமிருப்பதோ ஒரு பழைய ஆம்புலன்ஸ்! அதுவும் சிக்னல் விளக்குகளோ பின்புறக் காட்சிகளைப் பிரதிபலிக்கும் கண்ணாடிகளோ இல்லாத, எந்த நேரமும் கழன்றுபோகும் நிலையிலுள்ள கியர்

பாக்ஸும் கொண்ட ஒரு பழைய ஓட்டை வண்டியை மேற்கு பெய்ரூத்தில் ஓட்டுவது உண்மையில் ஒரு சாதனைதான்! எனது வண்டிக்கு முன்பக்கம் கண்ணாடி இல்லை. ஆனால் கண்ணாடியைச் சுத்தம் செய்யும் வைப்பர் மட்டும் அதிசயமாகப் பிழைத்திருந்தது. ஏதேனும் ஒரு சிறிய தூண்டுதல் ஏற்பட்டால் போதும், உடனே அது இல்லாத கண்ணாடியைச் சுத்தம் செய்யத் தொடங்கிவிடும்! முதல் முறையாக, பர்ஜுல் பிரஜ்னே முகாமிலிருந்து அதை ஓட்டிக்கொண்டு நான் வெளியே வந்தபோது, சோதனைச் சாவடியில் நின்றிருந்த சிரியாவின் படைவீரர்கள், 'ஏதோ ஒன்று' வருவதைக் கண்டு வியந்து போய், அதை நோக்கி ஓடிவந்தார்கள். அருகில் வந்த பின்னர்தான், அதில் ஒரு ஓட்டுநர் இருப்பதை அவர்கள் கண்டார்கள். அந்த அளவுக்கு நான் குள்ளமாக இருந்ததால், முதலில் அவர்கள் என்னைப் பார்க்க வில்லை. துருப்பிடித்த ஓர் இரும்புக் கூடு தானே உருண்டு வருவதாக அவர்கள் நினைத்திருக்கக்கூடும்!

அந்த ஆம்புலன்ஸை ஓட்டுவதில் வேறு சில சிரமங்களும் இருந்தன. பிரிட்டிஷ்காரர்கள் இடது புறமாக ஓட்டித்தான் பழக்கம். ஆனால் பெய்ரூத்தில் வலது புறமாகத்தான் வண்டியோட்ட வேண்டும். ஆனாலும் நடைமுறையில், நீங்கள் எந்தப் பக்கம் வேண்டுமானாலும் ஓட்டலாம்! ஒரு சாலை சந்திப்பை அடைந்ததும் நீங்கள் செய்ய வேண்டியது, நிறுத்தாமல் வண்டியை ஓட்டிச் செல்வதுதான்! இல்லை யென்றால், அதைக் கடக்க நீங்கள் நாள் முழுவதும் காத்திருக்க வேண்டியிருக்கும். மற்ற வண்டிகள் நிற்குமென்கிற நம்பிக்கையுடன், நீங்கள் நிறுத்தாமல் நகர்ந்துகொண்டே இருக்க வேண்டும். நம்முடைய பதற்றத்தைச் சோதிக்கும் தேர்வு அது! பிரிட்டனில் நீங்கள் படித்த ஒழுங்கு முறைகள் ஏதும் இங்கே பயன்படாது. சாலை விளக்கு சிவப்பான உடனே காலை அழுத்தி வேகமாகக் கடந்து செல்ல வேண்டும். இல்லையென்றால், பின்னால் வருகிற டிரைவரின் எரிச்சலைக் கேட்க நேரிடும். சாலையின் எந்த இடத்திலும் நடைப் பயணிகள் குறுக்காகவோ, நேர் எதிரிலோ வருவார்கள், கவனம் தேவை!

சிரியாவின் சோதனைச் சாவடியில் வழக்கமாக வண்டியை நிறுத்தி, என்னிடமுள்ள அனுமதிச் சீட்டை இரகசியப் பிரிவின் அதிகாரி களிடம் காட்டுவேன். அதில் மேஜர் வாலித் ஹஸனாட்டோ, 'முகாமிலிருந்து வெளியே ஆம்புலன்ஸை ஓட்டிச் செல்லவும், திரும்ப வரும்போது ஐந்து ஆக்ஸிஜன் சிலிண்டர்கள், ஐந்து நைட்ரஜன் ஆக்ஸைடு சிலிண்டர்கள், முப்பது மருந்துபெட்டிகள் ஆகியவற்றை

ஹைஃபா மருத்துவமனைக்குக் கொண்டு வரவும் இதன்மூலம் மருத்துவர் ஸ்வீக்கு அனுமதி வழங்கப்படுகிறது. முகாமைவிட்டு வெளியேறும்போதும், திரும்ப உள்ளே வரும்போதும் அவளையும், வாகனத்தையும் நன்றாகச் சோதனையிட வேண்டும். தேதி...' என்று எழுதியிருப்பார்! ஒரு தடவைக்கு மட்டுமே இந்த அனுமதி செல்லுபடியாகும். ஒவ்வொரு முறையும் புதிய அனுமதிக்கு விண்ணப்பித்தாக வேண்டும். அனுமதிச் சீட்டு பொய்யானதல்ல என்று உறுதியானதும் அதிகாரி என்னைப் போக அனுமதிப்பார். உடனே சிரியா இராணுவத்தினர் வழக்கம்போல போக்குவரத்தை நிறுத்தி, வலது புறமாகத் திரும்ப பிரதான சாலைக்கு நான் செல்வதற்கான வழி செய்வார்கள். வண்டியோட்டுவதில் எனக்குள்ள திறமையிலோ என் உடைசல் வாகனத்திலோ அவர்களுக்கு நம்பிக்கையிருப்பதாகத் தோன்றவில்லை.

விமான நிலையப் பாதையில் ஒன்றிரண்டு வளைவுகளைக் கடந்து சென்றால் அரபுப் பல்கலைக்கழகத்திற்கு அருகில் கோலா மேல் பாலத்தில் நான் சென்றடைவேன் — குண்டுகள் துளைத்த குழிகளில் எதிலும் ஆம்புலன் சிக்காமலிருந்தால்! அப்படி ஏதேனும் நிகழ்ந்தால், கருணையுள்ள யாராவது வந்து தூக்கிவிட வேண்டியிருக்கும்! போகும் வழியில் அக்வா மருத்துவமனை, விளையாட்டுத் திடல், ஷத்திலா முகாமின் நுழைவாயில், சோதனைச் சாவடிகள் எல்லாம் கடந்து செல்வேன். ஒவ்வொரு சோதனைச் சாவடியிலும் வண்டியை நிறுத்தும் போது, அங்குக் கூடியிருக்கும் நோயாளிகளைப் பரிசோதித்து, தேவையான மருந்துகளைக் கொடுப்பேன். சில சமயம், மார் எலியாஸ் முகாமிலிருக்கும் செம்பிறைச் சங்கத்தின் கிளினிக்கில் காண்பிக்கும்படி குறிப்பு எழுதிக் கொடுப்பேன்.

அதிகம் தாமதியாது போராளிகளும், இராணுவத்தினரும், ஊர் மக்களும் உடைசல் ஆம்புலன்ஸை ஓட்டிச் செல்லும் ஓட்டுநர் ஒரு மருத்துவரும்கூட என்பதை அறிந்துகொண்டனர். சோதனைச் சாவடி களில் வண்டியை நிறுத்தி தோல்நோய், இருமல்-சளி, வாந்திபேதி, தலைவலி, உடல்வேதனை போன்ற நோய்களுக்கு நான் சிகிச்சை யளிப்பதாக அறிந்தனர். அதற்கென்றே தேவையான மருந்துகளை நான் ஆம்புலன்ஸில் வைத்திருப்பேன். சிலசமயம் பற்றாக்குறை ஏற்பட்டால், தேவையான மருந்துகளுடன் மீண்டும் ஒரு சுற்று வருவேன் (ஷத்திலா முகாமுக்குச் செல்வதற்கு முன், அமல் போராளிகளின் பல சோதனைச் சாவடிகளையும் நான் கடக்கவேண்டியிருந்தது. அங்கெல்லாம் அவர்களின் குடும்பங்கள் தங்கியிருந்தன.

தொடக்கத்தில் துப்பாக்கியைக் காட்டி அவர்கள் என்னை மிரட்டினார்கள். நாளடைவில், அவர்களே தங்கள் மனைவியையும் குழந்தைகளையும் சிகிச்சைக்காக என்னிடம் அழைத்து வந்தார்கள். பிறகு, சிரியா இராணுவத்தினரும் அதைச் செய்தார்கள்).

அதிக வெப்பம் இல்லையென்றால், நான் ஹிஸ்புல்லா கட்சியினர் அணியும் பெரிய தலைப்பாகையை அணிந்து கொள்வேன். நான் இறை நம்பிக்கை கொண்ட ஒரு பெண்ணென்றும், அலட்சியமாகத் திரியும் வெளிநாட்டவள் அல்லவென்றும் அது பிறருக்கு உணர்த்தியது. அத்துடன், எனது பெயரை — நான் திருமணமானவளா ஆண் துணைக்கு அலைகிறேனா என்றெல்லாம் — தெரிந்துகொள்ள ஆர்வம் காட்டும் ஆண்களையும் அது தடுத்தது. என்னை முறைத்துப் பார்க்கக்கூட யாருக்கும் தைரியம் தோன்றவில்லை.

கோலாவிலிருந்து மார் எலியாஸ் முகாமுக்குச் செல்லும் பாதையில் எப்போதும் போக்குவரத்து நெரிசல்தான்! அதனால் சில குறுக்கு வழிகளில் சென்றால் நேரத்தை மிச்சம் பிடிக்கலாம். தவறான பாதையில் வந்ததற்காக இராணுவ வீரர்கள் என்னைத் தடுத்தால், 'மா ஹாரிஃப், அன அஜ்நபியா' (எனக்குத் தெரியாது. நான் வெளி நாட்டைச் சேர்ந்தவள்) என்று சொல்லித் தப்பித்துக்கொள்வேன்.

என்னைப் பொறுத்தவரை மார் எலியாஸ் முகாம் ஒரு விதத்தில் தலைமையகம்தான்! காரணம், அங்கிருந்த கிடங்கு ஒன்றில்தான் இலண்டனிலிருந்து வந்த நான்கு டன் மருந்துகளும், மருத்துவக் கருவிகளும் சேமித்து வைக்கப்பட்டிருந்தன. எனது ஆம்புலன்ஸ் சின்னதாக இருந்தும்கூட, அதில் பொருள்களை நிறைக்க மேஜர் வாலித் ஒருபோதும் அனுமதிப்பதில்லை. இப்போதும் முற்றுகை தொடர்வதால், ஒவ்வொரு முறையும் குறைந்த அளவு மருந்துகளையே கொண்டு செல்ல அமல்கள் என்னை அனுமதித்தார்கள். உண்மையில், இதற்கான அனுமதியை எனக்குத் தந்ததில் சிரியர்கள்மீது அவர்களுக்குப் பகையிருந்தது. அவர்களது பகுதிக்குள் நுழைந்தால், எனது ஆம்புலன்ஸை எரித்துவிடுவதாக அவர்கள் மிரட்டவும் செய்தார்கள். எனது உயிர் இறைவனின் கையில்தான் இருக்கிறது என்கிற உறுதியான நம்பிக்கையால், இதற்கெல்லாம் பயப்படாமல் இருக்க நான் முயன்றேன். ஒருவேளை நான் கொல்லப்பட்டால், தங்களின் அனுமதியை மீறியதற்காக அமல் போராளிகள் மீது

சிரியாக்காரர்கள் நடவடிக்கை எடுப்பார் களென்றும் நான் நம்பினேன். உண்மையைச் சொல்வதென்றால், முகாமைச் சுற்றிலும் ஆபத்தான சூழ்நிலை இருக்கும் போதெல்லாம் மேஜர் வாலிதின் ஆள்கள் என்னை அங்கே போகவிடாமல் தடுத்தார்கள். நிலைமை சீரானதும் போக அனுமதிக்கவும் செய்தார்கள்.

மார் எலியாஸ் முகாமிலிருந்து ஆம்புலன்ஸில் தேவையான பொருள்களை ஏற்றுவது முடிந்தால், இரண்டிலொரு இடத்திற்கு—ஷத்திலா முகாமுக்கோ பர்ஜுல் பிரஜ்னே முகாமுக்கோ—நான் போயாக வேண்டும். ஆம்புலன்ஸில் ஆக்ஸிஜன் சிலிண்டர்கள் இருந்தால் பயம் தோன்றும். காரணம், ஏதேனுமொரு தோட்டா அதில் பாய்ந்தால் போதும், எல்லாமே சாம்பலாகி விடும்! நல்லவேளை, இதுவரை யாரும் அப்படிச் செய்ய முயலவில்லை.

முகாமுக்கான சோதனைச் சாவடியில் வண்டியை நிறுத்தி, அனுமதிச் சீட்டை சிரியா அதிகாரிகளிடம் காண்பிக்க வேண்டும். அதன் பிறகு, ஒவ்வொரு பெட்டியாக வெளியே எடுத்துச் சோதனை யிடுவார்கள். ஆம்புலன்ஸ் கதவுகள், இருக்கைகள் என அனைத்தையும் சோதனையிடுவார்கள். இது முடிந்ததும், முகாமிலிருந்து பெண்கள் வந்து, மருந்துகளையும் கருவிகளையும் அடங்கிய பெட்டிகளை ஒவ்வொன்றாக மருத்துவமனைக்கு எடுத்துச் செல்வார்கள். ஒப்பந்தப்படி, கைகளில் சுமக்கக்கூடிய அளவிலான பொருள்களை மட்டுமே பாலஸ்தீனப் பெண்கள் முகாமுக்குக் கொண்டு செல்ல முடியும். இது, மிகவும் சாமர்த்தியமற்ற செயல்முறை! சில நேரங்களில், இரண்டு அல்லது மூன்று மணி நேரம் இதற்காக நான் செலவழித்தேன். ஆனாலும், முழு அளவிலான முற்றுகையோடு கணக்கிட்டால், இது அபாரமான முன்னேற்றம்தான்! எப்படியோ காரியங்கள் நடக்கிறதே என்றெண்ணி நாங்கள் ஆறுதலடைந்தோம்.

முற்றுகையிடப்பட்ட முகாம்களில் வாழ்க்கை இப்போதும் துயர மானதாவே இருந்தது. பெய்ரூத் நகரம் இரவில் மின்சார ஒளியில் பிரகாசித்தபோது, பாலஸ்தீன அகதி முகாம்கள் இருளடைந்து கிடந்தன. இருளில் நடக்கும்போது இடிபாடுகளிலும் சுருண்டு கிடக்கும் கம்பிகளிலும் தடுக்கி விழுந்து குழந்தைகளின் பாதங்கள் சுளுக்கிக் கொண்டன. மின்சாரம் இல்லை என்பதோடு, சாதாரண பேட்டரிகள், சார்ஜர்கள்கூட முகாம்களில் விலக்கப்பட்டன. அங்கிருந்த பழைய மின்சார ஜெனரேட்டர்கள் அதிக காலம் ஓடி மெல்ல செத்துக் கொண்டிருந்ததால் வாழ்க்கை மேலும் சிரமமாயிற்று.

ஆனால் பாலஸ்தீனர்கள் எப்படியோ, அமல் குடும்பங்கள் தங்கியிருக்கும் பக்கத்து வீடுகளிலிருந்து மின்சாரத்தை இரகசியமாகக் கடத்தினார்கள். எப்போது, எப்படி இதைச் செய்தார்களென்று அவர்கள் என்னிடம் விளக்கியதில்லை. ஆனால், குறிப்பிட்ட அளவிலான மின்சாரக் கம்பிகளை முகாமுக்குள் கொண்டுவருவதற்கான அனுமதியை வாங்கும்படி அவர்கள் என்னைத் தொடர்ந்து வற்புறுத்திக் கொண்டிருந்தார்கள். அது கிடைத்தால், அமல்களுக்குச் செல்லும் மின்சாரக் கம்பிகளுடன் இணைத்து மருத்துவமனைக்கும், கிளினிக்கிற்கும் மின்சாரம் கிடைக்க வழி செய்யலாமென்றும் சொன்னார்கள்.

ஒருமுறை அதற்கு நான் முயலவும் செய்தேன். பழைய இராணுவ வீரர்களை மாற்றி புதியவர்களை நியமித்த நேரம் அது! ஹைஃபா மருத்துவமனையைக் கவனிக்கும் பொறுப்பில் ஆல்பர்ட்டோ நியமிக்கப் பட்டார். புதியவரானதால், முகாமின் இழிவான நிலையைக் கண்டு திகைப்படைந்த அவர், தன்னாலான உதவியைச் செய்வதாக வாக்களித்தார். உடனே மருத்துவமனை நிர்வாகி, பழைய ஜெனரேட்டரைப் பழுதுபார்க்க, முகாமுக்கு வெளியே கொண்டு செல்ல அனுமதிக்க இயலுமா என்று கேட்டார். மின்சாரம் கிடைத்தால் குறைந்தபட்சம் மருத்துவமனையின் விளக்குகளை எரிய வைக்கலா மென்றும், சுவர்களில் படிந்துள்ள கரியைக் கழுவி சுத்தம் செய்யலா மென்றும் விளக்கினார். அதற்கான அனுமதியைத் தன்னால் வழங்க முடியாதென்று சொன்ன அவர், திடீரென ஒரு பிரகாசமான எண்ணம் உதித்து, அரை கிலோ மீட்டர் அப்பாலுள்ள சிரியா இராணுவ முகாமிலிருந்து மின்சாரத்தைக் கொண்டு வரலாமென்று ஆலோசனை வழங்கினார். அதற்குத் தேவையான ஒரு கிலோ மீட்டர் நீளமுள்ள மின்சாரக் கம்பிகளுக்கு ஏற்பாடு செய்யும்படி என்னிடம் சொல்லவும் செய்தார்.

ஆனால், எங்களின் எல்லா முயற்சிகளையும் இல்லாதாக்க சரியான நேரத்தில் மேஜர் வாலித் டமாஸ்கஸிலிருந்து திரும்பி வந்துவிட்டார். அவரிடமிருந்து மறைத்ததற்காக நாங்கள் அனைவரும் வசை கேட்டோம். மேஜரின் கோபம் என்னையும் கலங்க வைத்தது. ஆம்புலன்ஸ் ஓட்டவும், மருத்துவ உதவிகளை முகாம்களுக்குக் கொண்டு செல்லவும் எனக்கு அவர் தந்த அனுமதியை அவர் நினைத்தால் எளிதாக நிறுத்தி விடலாம்! இன்றுவரை, மனிதநேயமென்று தான் கருதிய பல காரியங்களையும் பாலஸ்தீனியர்களுக்குச் செய்ய அவர் என்னை அனுமதித்து இருக்கிறார்.

அரஃபாத்தின் ஆதரவாளர்களுக்கு உதவ முயல்கிறாயா என்று பலமுறை மேஜர் வாலித் என்னிடம் கேட்டிருக்கிறார். காரணம், சிரியா அரசாங்கம் பிஎல்ஓவின் தலைவர் யாசர் அரஃபாத்துக்கு எதிர்ப்பாக இருந்ததுதான்! அதற்கு நான் பதில் சொன்னேன்: 'பாலஸ்தீனர்களின் முகாம்களைத் தாக்கிய அமல் போராளிகளுக்கும் நான் சிகிச்சையளிக்கவில்லையா? அரஃபாத்தின் ஆதரவாளர்கள் என்பதற்காக நான் யாரிடமும் வேற்றுமை காட்ட முடியாதென்பது தெளிவான விஷயம்! நீங்கள் சொல்வது, சிரியர்களுக்கும் பாலஸ்தீனர்களுக்கும் இடையிலான உள்விவகாரம். அதில் தலையிட எனக்கு அதிகாரமோ உரிமையோ கிடையாது!' அந்தப் பதிலில் அவர் திருப்தியடைந்ததாகத் தோன்றியது.

அதைத் தொடர்ந்து சிரியர்கள் ஜெனரேட்டரை வெளியே கொண்டு சென்று பழுது பார்க்கச் சம்மதித்தார்கள். உண்மையில் அது பழுது பார்க்க முடியாத அளவுக்குக் கெட்டுப் போயிருந்தது. அதை நான் வெளியே எடுத்துச் செல்வது எங்காவது தலைமுழுகத்தான் என்றும், அதற்குப் பதிலாக புதிய ஜெனரேட்டரைக் கொண்டு வருவேனென்றும் சிரியர்களுக்கும் தெரிந்ததுதான்! இருந்தும், இரவும் பகலும் நான் கொடுத்த தொல்லைகளைச் சகிக்க முடியாமல்தான் இறுதியில் அவர்கள் எனக்கு அனுமதி வழங்கினார்கள்.

எனது நண்பரும், செம்பிறைச் சங்கத்தின் முகாமுக்கு வெளியிலுள்ள நிர்வாகியுமான காஸிம் ஹஸன் பெதவியிடம் மருத்துவர் உஸ்மான், ஜெனரேட்டர் விஷயத்தில் எனக்கு உதவும்படிச் சொல்லியிருந்தார். காஸிம் தவிட்டு நிறக் கண்களுடன் உயரமாகவும், இளம் மாநிற மாகவும் காட்சியளித்தார். புள்ளிவிவரக் கணக்கெடுப்பாளராகப் பயின்ற அவர் செம்பிறைச் சங்கத்திற்கு அளித்த சேவை மகத்தானது. 1985ஆம் ஆண்டில் ஒருநாள் ஹைஃபா மருத்துவமனையில், நண்பகல் உணவு வேளையில்தான் நாங்கள் இருவரும் முதன்முதலாகச் சந்தித்தோம். பேச்சுக்கிடையில் அவர் திடீரென தன் சட்டையை விலக்கி வயிற்றிலிருந்த தழும்பைக் காண்பித்தார். வாய் நிறைய உணவை வைத்துக் கொண்டு நான் அந்தத் தழும்பை பரிசோதித்ததைக் கண்டு, அலிஸன் திகைத்தாள். சமீபத்தில்தான் அவள் ஹைஃபா மருத்துவமனையில் இணைந்திருந்தாள். 1987இல் காஸிம் மார் எலியாஸ் முகாமுக்கு மாற்றப்பட்டார். அப்போது அந்த முகாம் முற்றுகையிடப்படவில்லை.

அதிகாலையிலேயே ஒரு வாடகை வண்டியில் ஜெனரேட்டரை ஏற்றி, ஹைஃபா மருத்துவமனைக்கு வெளியே கொண்டு போனோம். ஒரு புதிய ஜெனரேட்டருடன் திரும்பவும் செய்தோம். அதை வண்டியிலிருந்து இறக்கியதும், நாங்கள் திரும்ப முயன்றபோது ஓர் ஆள் அருகில் வந்து, மேஜர் வாலித் எங்களைப் பார்க்க விரும்புவதாகச் சொன்னார். நாங்கள் இருவரும் முகாமுக்கு வெளியே இருந்த அவரது அலுவலகத்தை நோக்கிச் சென்றோம். முகாமிலிருந்து நாங்கள் வெளியே வந்ததும் சட்டென்று எங்கள் முன் தோன்றிய சில சிரியா அதிகாரிகள் காஸிமைக் கையோடு பிடித்துச் சென்றார்கள். புதிய ஒரு ஜெனரேட்டரை வாங்க முடிந்த உற்சாகத்திலிருந்த நாங்கள் இருவருமே, காஸிம் ஒரு பாலஸ்தீனர் என்பதையும், சிரியா இரகசியப் பிரிவினர் இருக்கும் பக்கமே அவர் போகக் கூடாதென்பதையும் அறவே மறந்து போனோம். இது ஒரு சதி வலையென்று நாங்கள் புரிந்துகொள்ளவே இல்லை.

அதன் பிறகு நான் காஸிமை ஒருபோதும் பார்க்கவேயில்லை! அவரை அரஃபாத்தின் ஆதரவாளர் என்று குற்றம் சுமத்தி அடித்து உதைத்தார்கள் என்றும், சிரியாவின் தலைநகர் டமாஸ்கஸ் சிறையில் வைக்கப்பட்டுள்ளதாகவும் அவரது நண்பர்கள் சொன்னார்கள். அவரது லெபனான் மனைவி அப்போது ஆறு மாத கர்ப்பிணியாக இருந்தாள். அவர்களின் முதல் குழந்தை பிறந்ததையும் பிறகு நானறிந்தேன்.

அந்த நிகழ்ச்சி என்னைப் பெருமளவில் பாதித்தது. சில நாள்களுக்கு நான் செயலிழந்து கிடந்தேன். ஆனால் அதன் பிறகு, எனக்கு ஏற்கனவே பழக்கமான ஒரு பாலஸ்தீனப் பெண் வழக்கறிஞர் என்னிடம் உரையாட வந்தாள். அவள் என்னிடம், காஸிமைப் பற்றி கவலைப்படுவதை விடுத்து, முகாம்களின் தேவைகளை நிறைவேற்றுவதில் கவனம் செலுத்தும்படிச் சொன்னாள். பார்வைக்கு உம்மு வாலிதைவிட இளமையாகவும் அதே சமயம் திடமானவளாகவும் தோற்றமளித்த வழக்கறிஞரான அந்தத் தோழி, சோர்ந்து கிடந்த என்னைப் பார்த்துச் சொன்னாள்: 'ஸ்வீ, உன் உணர்வுகளை நானறிவேன். ஆனால், மோசமாகச் சிந்திப்பதை நீ நிறுத்தியாக வேண்டும்! சிரியர்கள் இதைச் செய்ததற்குக் காரணம், எப்படியாவது காஸிம் அவர்களுக்கு வேண்டும். இரண்டாவது, உன்னை பயமுறுத்தி, எங்கள் மக்களுக்கு உதவுவதிலிருந்து உன்னை விலக்க வேண்டும்.

பாலஸ்தீனர்களுடன் பணியாற்ற வேண்டுமென்றால், சூழ்நிலைக்குப் பொருந்தும்படி நீ இப்படிச் சுருங்கவும், இப்படிப் பெரிதாகவும் கற்றுக்கொள்ள வேண்டும்.' இதைச் சொல்லும்போது, தன் கட்டை விரலையும், ஆள்காட்டி விரலையும் சேர்த்தும், அகற்றியும் அவள் காண்பித்தாள். பிறகு, என்னைத் தழுவியவாறு அவள் சொன்னாள்: 'உன்னால் மட்டுமே செய்யக்கூடிய நிறைய வேலைகள் உள்ளன. நீ அதைத் தொடர்ந்து செய்!'

அவள் சொல்வது சரிதான். வேதனையான அந்த நிகழ்ச்சியை ஓரங்கட்டி, வழக்கமான வேலையில் நான் மூழ்கினேன். மீண்டும் என் உடைசல் ஆம்புலன்ஸில் உணவுப் பொருள்களையும், மருந்து களையும் ஏற்றிக்கொண்டு முகாம்களுக்குச் சென்று வந்தேன். ஆனாலும், எப்போதேனும் மார் எலியாஸ் முகாமில் இருக்கும் காஸிமின் அலுவலகத்தைக் கடந்து செல்லும்போது, அவர் சொன்ன வார்த்தைகள் என் காதுகளில் எதிரொலிக்கும்: 'மேஜர் வாலித் ஹஸனாட்டோவின் அலுவலகத்திலிருந்து நான் திரும்பி வரும் வரை எனக்காக நீ காத்திருப்பாயா?'

சிரியா இரகசியப் பிரிவின் அலுவலகத்திற்குப் பலமுறை சென்ற நான், அவரைக் கைது செய்ததற்கான காரணத்தைக் கேட்டேன். யாரிடமிருந்தும் எந்தவிதப் பதிலுமில்லை!

எனக்கு விருப்பமில்லாத மற்றொரு வேலை, படுகாயமடைந்த பாலஸ்தீனர்களைச் சிகிச்சைக்காக வெளிநாடுகளுக்கு அனுப்ப ஏற்பாடு செய்வதுதான்! முதலாவதாக, சில பாலஸ்தீனர்களைத் தவிர மற்றவர்களிடம் பாஸ்போர்ட் இல்லை. அவர்களிடம் இருந்ததெல்லாம், பெயர்-இடம்-பிறந்த தேதி குறித்த அகதிகள் அடையாள அட்டைதான்! அதை லெபனான் அதிகாரிகளிடம் தாக்கல் செய்தால் பயணப் பத்திரங்கள் தயாராகும். அதற்கான நடைமுறைகள் மிகவும் நீண்டது, குழப்பம் பிடித்ததாகவும் இருந்தன. அதிகாரிகளுக்கு இலஞ்சம் கொடுத்தால்தான் விரைந்து செயல்படுவார்கள். அது கையில் கிடைத்தால் அடுத்த பிரச்சினை விசா கிடைப்பதுதான்! லெபனான் பாலஸ்தீனர்களுக்குப் பல மேற்கத்திய நாடுகளும் விசா கொடுக்க முன் வரவில்லை. மருத்துவமனைகளோ சிறப்புச் சிகிச்சை மையங்களோ, செலவுகளை ஏற்றுக்கொள்வதாக அறிவித்தால்தான் விசா தருவார்கள். லெபனானில் அஞ்சல் விநியோகம் நடக்காததால் ஒரு சாதாரண பரிந்துரைக் கடிதத்தைக்கூட கூரியரில் அனுப்ப வேண்டியிருந்தது.

விசாவும் கிடைத்ததென்று வைத்துக் கொள்வோம். பிறகு யாரேனும் ஒருவர்—உதாரணத்திற்கு நான்—நோயாளியின் மருத்துவ அறிக்கை, பயணப் பத்திரம் ஆகியவற்றின் நகல்களுடன் விசாவையும் எடுத்துக் கொண்டு சிரியா இரகசியப் பிரிவின் அலுவலகத்திற்குச் செல்ல வேண்டும். சிரியா அதிகாரிகள், அந்த நோயாளி அரஃபாத்தின் ஆதரவாளரா என்பதை தங்களிடமுள்ள பட்டியலைப் பார்த்து முடிவெடுப்பார்கள். இதற்குச் சில நாள்கள் பிடிக்கும். பட்டியலில் நோயாளியின் பெயரில்லையென்றால் அனுமதி வழங்கப்படும்.

ஒருவேளை நோயாளி, அரசியல் ரீதியாக எதிர் முகாமைச் சேர்ந்தவராக இருந்தால், சிரிய இரகசியப் பிரிவின் அலுவலகத்திற்கு என்னை வரச் சொல்லி, அரஃபாத் ஆதரவாளர்கள் தப்பித்துச் செல்ல உதவக் கூடாதென்று எச்சரிப்பார்கள். நான் ஒரு வெளிநாட்டுப் பெண் என்பதும், பாலஸ்தீன கட்சிகளின் அரசியல் எனக்குப் புரியாதென்பதும் பலமுறை என்னைக் காப்பாற்றியது. சில நேரங்களில், எனது அறியாமை குறித்து வியந்தபடி இரகசியப் பிரிவின் அதிகாரி என்னிடம் சொல்வார்: ‘இதோ பார் மருத்துவர் ஸ்வீ, காயமடைந்தவர்களுக்கு உதவ நினைக்கும் உங்களது முயற்சிக்கு தேவையானதைச் செய்யவே நாங்களும் விரும்புகிறோம். ஆனால், அரஃபாத் ஆதரவாளர்களின் கைப்பாவையாக நீங்கள் ஆவதை நாங்கள் கவனிக்கவும் செய்கிறோம். இது அத்தனை நல்லதல்ல!’ இதுபோன்ற சூழ்நிலைகளில், நீண்ட அறிவுரைகளை அமைதியாகச் செவிமடுத்து, இறுதியில் எனது அறியாமைக்கு மன்னிப்பு கேட்பேன்.

எப்போதாவது, நீண்ட அறிவுரை தந்த பிறகு வழக்கத்திற்கு மாறாக, அரஃபாத்தின் ஆதரவாளர்களுக்குக்கூட அனுமதி தந்தார்கள். எடுத்துக்காட்டாக, மேஜர் வாலித் ஒருமுறை கால்கள் முறித்து மாற்றப்பட்ட பர்ஜுல் பிரஜ்னே முகாமைச் சேர்ந்த நான்கு நோயாளிகளுக்கு ஐரோப்பா செல்ல அனுமதி வழங்கினார். அவர்கள் அரஃபாத்தின் ஆதரவாளர்களாக இருந்தும்கூட, கால்களை இழந்தவர்களால் பாதுகாப்புக்குப் பங்கமில்லையென்று விளக்கினார். மனிதாபிமான அடிப்படையில் அவர்களை அனுமதிக்கவும் செய்தார்.

அப்படி, சிரியா இரகசியப் பிரிவிலிருந்து எழுத்து மூலம் அனுமதி கிடைத்ததும், விமான டிக்கட்டிற்கான ஏற்பாடுகளைச் செய்ய வேண்டும். நோயாளிகளின் குடும்பத்தினருக்குத் தகவல் தெரிவிக்க வேண்டும்! அதன் பிறகு செஞ்சிலுவை சங்கத்திற்கு விவரம் தெரிவித்தால், அதன் பிரதிநிதிகள் முகாமுக்கு வந்து நோயாளிகளை

விமான நிலையத்திற்குக் கொண்டு செல்வார்கள். விமானம் புறப்பட்ட பின்னரே, எனது நோயாளிகள் பாதுகாப்பாகச் சென்றதாக என்னால் உறுதிப்படுத்தமுடியும். அதுவரை, விமான நிலையத்திற்குப் போகும் வழியிலுள்ள எண்ணற்ற சோதனைச் சாவடிகளில் ஏதேனும் ஒன்றில் அவர்கள் கடத்தப்படவோ கைதாகவோ வாய்ப்பிருந்தது.

விமானம் சென்ற பிறகு மட்டும்தான் ஆறுதலடைந்த மனதுடன், கண்ணீர் விடும் உறவினர்களையும் கூட்டிக்கொண்டு நான் முகாமுக்குத் திரும்புவேன். நோயாளிகளுடன் அவர்களது உறவினர்கள் யாரும் போகாமலிருக்கப் பணம் பற்றாக்குறை மட்டும் காரணமல்ல, அவர்களிடம் பயணப் பத்திரமோ, விசாவோ இல்லாதிருப்பதும் காரணம்! ஒருவரையொருவர் இனி நீண்ட காலத்திற்கு அவர்களால் பார்க்க முடியாதென்கிற எண்ணமும் பலமுறை எனக்குள் எழுந்தது.

பலால் சபீப், சமீர் இப்ராஹீம் மதனி —இரண்டு சிறுவர்களும் 1986 டிசம்பரில், துப்பாக்கிச் சூட்டில் உடல் தளர்ந்து போனவர்கள். பர்ஜுல் பிரஜ்னே முகாமிலிருந்து வந்த பலால், டாக்டர் பால் கட்டிங்கின் நோயாளி. சமீர் ஒரு லெபனானிய சிறுவன். லெபனானியர்களுக்கும், பாலஸ்தீனர்களுக்கும் இனப் பாகுபாடின்றி சிகிச்சையளிப்பது எங்கள் அமைப்பின் கொள்கையாக இருந்தது. பிரிட்டனில், ஸ்டோக் மாண்டோவில்லா மருத்துவமனையின் முதுகெலும்பு சிகிச்சை மையம், அந்த இரண்டு சிறுவர்களுக்கும் சிகிச்சையளிக்க முன்வந்தது. 1987 ஏப்ரல் மாதத்தில், இலண்டனிலிருந்து தொடர்புகொண்ட பாலின் என்னிடம் அந்த இரண்டு சிறுவர்களை உடனே அனுப்பி வைக்கும் படியும், பிரிட்டனில் தேவையான ஏற்பாடுகள் செய்யப்பட்டிருப்ப தாகவும் தெரிவித்தாள்.

ஆனால், பெய்ரூத்தில் நான் எவ்வளவு வேகமாகச் செயல்பட்டும் கூட, 1987 ஜூன் நான்காம் தேதிக்கு முன்பு நானும் அந்தச் சிறுவர் களும் இலண்டன் புறப்பட முடியவில்லை. அந்தச் சிறுவர்கள் பத்து வயதுக்கும் குறைவானவர்களாக இருந்தும்கூட, அதிகார வர்க்கத்தின் கெடுபிடிக்கு ஆளானேன். இருவரும், இடுப்புக்குக் கீழே செயலிழந்து இருந்த நிலையில் அவர்களுடன் நானும் செல்ல வேண்டியிருந்தது. ஜூன் இரண்டாம் தேதி விமானத்திற்குப் பதிவு செய்திருந்தோம். ஆனால் அன்றைய தினம்தான் லெபனான் பிரதமர் ராஷித் கராமி கொல்லப்பட்டார். விமான நிலையமும் மூடப்பட்டது.

எங்களது இலண்டன் அலுவலகம் அனுப்பிய நீண்ட டெலக்ஸில், பயணத்தைத் தள்ளிப்போட்டதன் மூலம் நான் அனைவருக்கும் இன்னல்களை ஏற்படுத்தியதாகக் குற்றம் சாட்டியிருந்தார்கள். அது என் கையில் கிடைத்ததும், எரிச்சலோடு அதைக் கிழித்தெறிந்தேன். பிரதமர் ராஷித் கராமி கொல்லப்பட்டதால் மீண்டும் ஓர் உள்நாட்டுக் கலவரம் எந்நேரமும் வெடிக்கலாம்! சிரியர்கள் உட்பட அனைவரும் எச்சரிக்கையுடன் இருந்தனர். விமான நிலையம் மூடப்பட்டதால் என்னால் எதுவும் செய்ய முடியவில்லை! ஆனால் நல்வாய்ப்பாக, 48 மணி நேரத்திற்குள் பதற்றம் தணிந்ததால் அந்த இரண்டு சிறுவர்களும் நானும் ஜூன் நான்காம் தேதி பயணமானோம். அன்றைய தினம் எனக்கேற்பட்ட பெரிய தலைவலி, நாங்கள் புறப்படுவதைப் பற்றி செஞ்சிலுவை சங்கத்திற்குத் தகவல் அனுப்ப மறந்து போனதுதான்! அதன் விளைவு, எனது உடைசல் ஆம்புலன்ஸில் அந்த இரண்டு சிறுவர்களையும், சக்கர நாற்காலிகளையும் ஏற்றிக் கொண்டு நானே பெய்ரூத் விமான நிலையத்திற்குச் செல்ல வேண்டியதாயிற்று!

அன்று மாலை நாங்கள் ஹீத்ரு விமான நிலையத்தில் இறங்கினோம். அந்தச் சிறுவர்கள் இருவரையும் பாலினிடம் ஒப்படைக்க முடிந்ததில் நான் நிம்மதியடைந்தேன்.

நான் மீண்டும் பெய்ரூத் திரும்பினேன். வேனில்காலம் முடிந்திருந்தும், முகாம்களின் மீதான முற்றுகை முற்றிலும் நீங்கவில்லை. பாலஸ்தீன ஆண்கள் அனுமதியின்றி முகாமை விட்டு வெளியேறவோ திரும்ப வரவோ முடியாது. செம்பிறைச் சங்க அதிகாரிகள் மிரட்டலுக்கும் தொல்லைகளுக்கும் இரையானார்கள். ஒருநாள், சாதாரண உடையிலிருந்த ஆயுததாரிகளான ஆறுபேர் அக்வா மருத்துவமனையில் உம்மு வாலிதின் அறைக்குள் திடுதிப்பென்று நுழைந்தார்கள். கதவை உட்புறமாகத் தாழிட்ட அவர்கள், கையிலிருந்த துப்பாக்கியை நீட்டி மிரட்டினார்கள். அவர்களில் ஒருவன் கத்தினான்: ‘உம்மு வாலித், நீயொரு அரஃபாத் ஆதரவாளரென்று எங்களுக்குத் தெரியும்.’ அரஃபாத்தின் பெரிய படமொன்று அவளது அலுவலகத்தில் தொங்கிக் கொண்டிருந்தது. ஒருவேளை, பெய்ரூத்தில் பகிரங்கமாகத் தொங்க விடப்பட்டிருக்கும் அரஃபாத்தின் ஒரேயொரு படம் அதுவாகத் தானிருக்கும்!

அவள் தயங்காமல் பதில் சொன்னாள்: 'நானொரு பாலஸ்தீனப் பெண்! பாலஸ்தீன விடுதலை முன்னணியின் தலைவராக இருக்கும் அரஃபாத்தை நான் ஆதரிக்கக் கூடாதென்றால், வேறு யாரை நான் ஆதரிப்பது? சிரியாக்காரர்களான நீங்கள் உங்கள் குடியரசுத் தலைவர் ஹஃபீஸ் அல்-அஸதை ஆதரிக்கவில்லையா? நீங்கள் அரஃபாத்தை ஆதரிக்கத் தயாரானால், அஸதை ஆதரிக்க நானும் தயார்!'

அதைக் கேட்டதும் ஆயுததாரிகள் அங்கிருந்து சென்றனர். சில நாள்களுக்குப் பிறகு உம்மு வாலித் கைது செய்யப்பட்டாள். அவளது அலுவலகத்திலிருந்த பொருள்கள் அனைத்தும் பறிமுதல் செய்யப் பட்டன. லெபனான் செம்பிறைச் சங்கத்தின் தலைவியாக இருந்த காரணத்தால் அவளை அவர்கள் சித்திரவதை செய்யாமல் விட்டார்கள். ஆனால், அனைவராலும் நேசிக்கப்பட்ட லெபனானி மருத்துவர் அமீர் ஹமாவியை —காஸா மருத்துவமனையில் பொறுப்பாளராக முன்பு இருந்தவர்—சிறைபிடித்தார்கள். அவரை அழைத்து வந்து, அவளது கண் முன்னால் அடித்துத் துன்புறுத்தினார்கள். ஆனால், அதைக் கண்டு மிரளாத அவள், 'ஒரு மருத்துவரைச் சித்திரவதை செய்வதில் நீங்கள் வெட்கப்பட வேண்டும்' என்றாள். மறுநாள் அவள் விடுதலையாகி அக்வா மருத்துவமனைக்குத் திரும்பி வந்து, தன் பணியைத் தொடர்ந்தாள். கைதுசெய்தது அவளைச் சிறிதளவும் அசைக்கவில்லை!

செப்டம்பர் நெருங்கியதும், முகாம்களில் தன்னம்பிக்கை முன்பை விட தளர்ந்தது. முற்றுகைக்கெதிராக ஷத்திலா பாலஸ்தீனர்கள் ஆர்ப்பாட்டம் செய்தார்கள். இரண்டாண்டுகளாக தொடரும் முற்றுகையை மக்கள் இனியும் சகித்துக்கொள்ளத் தயாராக இல்லை. சில மாதங்களுக்கு முன்பு சிரியர்கள் சண்டை நிறுத்தத்தை நடைமுறைக்குக் கொண்டு வந்தபோது, நம்பிக்கைகள் துளிர்த்தன! வாழ்க்கை என்கிற கயிற்றை மீண்டும் பற்றிக்கொள்ளலாமென்று முகாம் மக்கள் நினைத்திருந்தார்கள். ஆனால் அந்தப் பாக்கியம் கிடைக்கவில்லை! பாடசாலைகள் மூடியே கிடந்தன. இடிந்த வீடுகளைத் திரும்பவும் கட்டுவதற்கு அமல்கள் அனுமதிக்கவில்லை. முகாமுக்குள் கட்டுமானப் பொருள்கள் வருவதைத் தடுத்தார்கள். இரண்டாண்டு காலத் தாக்குதலும் முற்றுகையும் சேர்ந்து மக்களின் சமூக அமைப்புகளை—குறிப்பாகக் குழந்தைகளுக்கான பாட சாலைகள், ஆண்களுக்கு வேலை, பெண்களுக்குக் குடும்ப வாழ்க்கை போன்ற சமூகக் கட்டமைப்பை—முழுவதும் சீரழித்திருந்தது!

சலனமற்று, உறைந்த நிலையிலான மக்களுக்கு முகாம்கள் சிறைச் சாலைகளாக மாறின.

முகாம்களுக்கு எதிர்காலமோ, நம்பிக்கையோ, பாதுகாப்போ இல்லை! ஒரு சிறிய சிரிப்போசைகூட எங்கும் கேட்கவில்லை! 'இழப்பதற்கு இனியெதுவும் எங்களிடம் இல்லை' — ஒரு பாலஸ்தீனன் இதைச் சொல்லும்போது, நிலைமையின் தீவிரத்தை நாம் உணரலாம்.

மன உளைச்சலும், மூளைக் கொதிப்பும்கொண்ட நோயாளிகள் நாள்தோறும் பெருகி வந்தனர். ஒருநாள் ஒரு பாலஸ்தீன மருத்துவர், மருத்துவமனையின் சுவரில் முஷ்டி மடக்கி திரும்பத் திரும்பக் குத்தியவாறு அலறினார்: 'அவர்கள் ஏன் எங்களை இந்த இழிநிலைக்குத் தள்ளுகிறார்கள்? இந்த நிலை தொடர்ந்தால் ஒரு மனிதன் சாவதற்கு எத்தனை காலம் தேவைப்படும்?' மற்றவர்களைப் போலவே அவரும் இரண்டரை ஆண்டுகளாக முகாமிலேயே அகப்பட்டிருந்தார். இதுவரை, முகாம்களின் மீது நடந்த நான்கு போர் களின் போதும் அவர் அங்கேயே தொடர்ச்சியாகப் பணியாற்றினார். 1982இல் இஸ்ரேல் நடத்திய படையெடுப்பிலும், சப்ரா-ஷத்திலா படுகொலைகளிலும் தப்பி உயிர்பிழைத்தார். முன்பு நடந்த டெல்-அல்-சத்தார் படுகொலைகளில் தம் குடும்பத்தினரைப் பறிகொடுத்திருந்தார்.

1987இல் எனக்கிருந்த தோழிகளில் ஷஹாதாவும் ஒருத்தி. துடிப்பும், கவர்ச்சியும்கொண்ட பாலஸ்தீன நர்ஸ். அவள் ஒருநாள் தன் சகோதரியின் மகனுடன் என்னைக் காண வந்தாள். 1982இல் நடந்த படுகொலைகளில் அந்தச் சிறுவன் தன் பெற்றோர்களை இழந்திருந்தான். நடுநிசியில் தனது தாயாரைக் கனவில் கண்டு அழுதான். பெற்றோர்களை அவனுக்கு நினைவில்லை. ஆனால் தன் தாயார் மிகவும் அழகானவள் என்று மட்டும் அழுதுகொண்டே சொன்னான். ஷஹாதா அவனுக்கு ஒரு வளர்ப்புத் தாயாக இருந்து, அவனது இழப்பை ஈடுகட்ட முயன்றாள். சில நாள்கள் கழித்து, ஷஹாதாவும் கைது செய்யப்பட்டதாகக் கேள்விப்பட்டேன். அந்தச் சிறுவன் தனது கடைசி உறவையும் இழந்து நின்றான். இத்தனை நடந்தும், நர்சுகள் பழைய நிலைக்குத் திரும்புவதையும், தொலைநோக்குடன் செயல்படுவதையும் பாராட்டத்தான் வேண்டும். எடுத்துக்காட்டாக, நாங்கள் மருத்துவ மனைக்கான உணவுப்பண்டங்களை வாங்கச் செல்லும்போது, பீன்ஸ்

டின்களில் 'காலாவதி 1989' என்றிருந்தால் அதை வாங்க வேண்டாம் என்பார்கள். குறைந்தபட்சம் ஐந்து வருடக் கெடு இருக்கும் உணவுப்பண்டங்களை வாங்கினால் போதுமென்று சொல்வார்கள். இனியுமொரு முற்றுகைக்குத் தங்களைத் தயார்படுத்திக்கொள்ளும் அவர்களுக்கு இரண்டு ஆண்டுகள் போதுமானவையல்ல. சரணடைவதற்கான சிறிய அறிகுறிகூட அவர்களிடம் இல்லை. இனியும் சகித்துக்கொள்ள ஆயத்தம் செய்தார்கள்.

29

சப்ரா-ஷத்திலா படுகொலைகளின் ஐந்தாம் ஆண்டு நினைவுநாள் 1987 செப்டம்பரில் வருகிறது. முகாமில் சூழ்நிலை இன்னும் கடினமானதாகவே இருந்தது. லெபனானில் குளிர்காலமும் தொடங்கியது. பழையது போலவே அதே சிரமங்களை இப்போதும் அனுபவித்தோம்.

மலேசிய ஊழியர்களையும் உட்படுத்தி எங்களின் அமைப்பை விரிவாக்கினோம். அமெரிக்காவில் பிறந்து மலேசியாவில் குடியேறிய மருத்துவர் அலிஜா கோர்டன் மலேசியாவில் புதிய ஊழியர்களுக்காக நாடெங்கும் பரப்புரை செய்தாள். அவளது தளராத முயற்சியின் பலனாக, மலேசிய மக்கள் நிறைய மருத்துவ உதவிகளையும், மருத்துவ ஊழியர்களையும் லெபனான் பாலஸ்தீனர்களுக்கு அனுப்பி வைத்து தங்களின் ஆதரவைத் தெரிவித்தார்கள். பரப்புரை தொடங்கிய சில வாரத்திற்குள் அலிஜா நான்கு மருத்துவ ஊழியர்களை லெபனானில் பணியாற்ற எங்களிடம் அனுப்பி வைத்தாள். பாலஸ்தீன அகதி முகாம்களில் பணியாற்ற முன்வரும் மருத்துவ ஊழியர்களுக்கு இப்போது பஞ்சமில்லை. இந்நிலையில், பல்வேறு நாடுகளைச் சேர்ந்த எழுபது பேரை எங்களது அமைப்பின் சார்பாக லெபனானில் பணியாற்ற அனுப்பினோம். மேற்கத்திய பத்திரிகைகளும் பாலஸ்தீனர்கள் படும் துயரங்களைப் பற்றி விரிவாகவே வெளியிட்டன. பாலஸ்தீனர்களுக்கு ஆற்றிய சேவைக்காகவும், முற்றுகை வேளையிலும் தளராது பணியாற்றியதற்காகவும் பாலின் கட்டிங்கிற்கும் சூஸன் வெய்டனுக்கும் இங்கிலாந்து ராணி சிறப்பு விருதுகளை வழங்கி பாராட்டினார்.

ஆனால், பெய்ரூத் முகாம்களில் வாழும் பாலஸ்தீனர்களைப்

பொறுத்தவரை, எல்லாமே சலனமற்ற நிலைக்கு வந்திருந்தது. இப்போதும் அவர்களுக்குக் குடிநீரோ, மின்சாரமோ, வீடுகளைச் செப்பனிட கட்டுமானப் பொருள்களோ இல்லை. எதிர்காலமோ, பாதுகாப்போ இல்லாத மக்கள்! குழந்தைகள் செல்ல பாடசாலைகள் இல்லை. வேலைக்குச் செல்ல ஆண்களுக்குச் சுதந்திரமும் இல்லை.

முகாம்களில் உள்ள வீடுகளைப் பழுது பார்க்கவோ, புதிதாகக் கட்டவோ இயலாது போனால், இந்தக் குளிர்காலம் அங்குள்ள மக்களுக்குப் பேரழிவாகத்தான் இருக்கும். பீதி நிறைந்த சூழ்நிலையில் உயிருக்குப் பயந்தோடியவர்கள் தஞ்சமடைந்த தானியக் கிடங்கு களும், கார் ஷெட்டுகளும், படிக்கட்டுகளும், கடைத் திண்ணைகளும் இந்தக் குளிர்காலத்தில் நாசம் விளைவிக்கும்!

உணவுப்பண்டங்களுடன் சிறிதளவு சிமெண்டையும், கட்டட உபகரணங்களையும் கடத்த முயன்ற சில பெண்கள் கைது செய்யப் பட்டார்கள். கட்டுமானப் பொருள்களைக் கொண்டு செல்ல அனுமதிக்க வேண்டுமென்று அமல்களிடம் சொல்ல சிரியர்களால் கூட இயலவில்லை! கொஞ்சம் சிமெண்ட் மூட்டைகளைத் தானிய மூட்டைகள் என்கிற போர்வையில் ஆம்புலன்ஸில் கடத்துவதைப் பற்றி நான்கூட யோசித்ததுண்டு! ஆனால், அப்படிக் கடத்தி வந்த இரண்டு பாலஸ்தீனப் பெண்களிடம் சிமெண்டை தின்னச் சொல்லி சோதனைச் சாவடியில் கட்டாயப்படுத்தியதை நானே நேரில் கண்டதும் அந்த எண்ணத்தைக் கைவிட்டேன்.

சூஸன் வெய்டன் மீண்டும் பர்ஜுல் பிரஜ்னே முகாமுக்குத் திரும்பி வந்தாள். அவளது உயிருக்கு மிரட்டல் இருந்தது. பலரும் போக வேண்டாமென அறிவுறுத்தினார்கள். ஆயினும், அதை யெல்லாம் புறக்கணித்து, தன்னுடைய ‘நோய்த் தடுப்பு மருத்துவத் திட்ட’த்தை செயல்படுத்த அவள் திரும்பவும் வந்தாள். முகாம் மக்களின் தளர்வடைந்த தன்னம்பிக்கையை மீட்க சூஸனின் வரவு முக்கியமானதாக இருந்தது. இங்கிலாந்து ராணியிடமிருந்து தனக்குக் கிடைத்த பதக்கத்தை அவள் பர்ஜுல் பிரஜ்னே முகாமின் மஸ்ஜிதில் காட்சிப் பொருளாக வைத்தாள்: ‘இது இருக்க வேண்டிய இடம் இதுதான்!’

செப்டம்பர் முதல் வாரத்தில் நான் ஐரோப்பா செல்லத் தீர்மானித்தேன். சப்ரா-ஷத்திலா படுகொலைகளின் ஐந்தாவது நினைவாண்டையொட்டி, முகாம்களின் தற்போதைய அவல நிலையை அங்கு பரப்புரை செய்ய நினைத்தேன். புறப்படுவதற்கு முன்பாக ஒரு வேண்டுகோள் கடிதம் எழுதினேன்:

இஸ்ரேலியப் படையெடுப்பு நிகழ்ந்து ஐந்தாண்டுகள் முடியும் இந்த வேளையில் சப்ரா-ஷத்திலா முகாம்களில் உயிர் பிழைத்தவர்கள் உங்களின் உதவியை நாடுகிறார்கள்! இந்த இரண்டு முகாம்களும் ஒருகாலத்தில் எண்பதாயிரத்திற்கும் மேற்பட்ட பாலஸ்தீன மக்களின் வாழ்விடமாக இருந்தது. 1982 முதல் நடந்த இஸ்ரேலிய படையெடுப்பு, படுகொலைகள், கடந்த இரண்டு ஆண்டுகளாக முகாம்களின்மீது நடக்கும் தாக்குதல்கள் காரணமாக சப்ரா முகாம் முற்றிலுமாக அழிக்கப் பட்டது, ஷத்திலா இடிபாடுகளின் குவியலானது! கொல்லப் பட்டவர்கள், காயமடைந்தவர்கள், காணாமல் போனவர்கள் ஆகியோரைத் தவிர, ஆயிரக்கணக்கானோர் உயிருக்குப் பயந்து ஓடிப் போனார்கள்.

இன்று 1987இல், ஷத்திலாவின் எஞ்சிய பகுதிகளிலும், அதன் சுற்றுப்புறங்களிலுமாக சுமார் முப்பதாயிரம் பாலஸ்தீனர்கள் வாழ்ந்துகொண்டிருக்கிறார்கள். அவர்களுக்கு இன்று வீடில்லை. தெருவோரங்களிலோ ஷத்திலா முகாமின் இடிபாடுகளுக்கு இடையிலோ அவர்கள் அலைந்து திரிகிறார்கள். தண்ணீர், மின்சாரம், மருந்து மற்றும் உணவுப் பற்றாக்குறைகளுடன், எப்போது புதிய தாக்குதல் வருமோ என்கிற பயமும் சேர்ந்து சகிக்க முடியாத நிலையில் வாழ்ந்துகொண்டிருக்கிறார்கள்.

வீடுகளை இழந்து, அரவணைக்க ஆளின்றி, எதிர்கால நம்பிக்கை யற்றுப் போன அந்த மக்கள் இப்போது லெபனானின் கடுமையான குளிர்காலத்தையும் சமாளித்தாக வேண்டிய நிலையில் வாழ்கிறார்கள்...'

எனது எழுத்தை ஓர் அழைப்பு தடைசெய்தது: 'மருத்துவர் ஸ்வீ..'

அந்தக் குரல் என்னை நிஜ உலகத்திற்கு அழைத்து வந்தது. கடந்த தாக்குதலில் 248 ஷெல்கள் தாக்கிய ஒரு மருத்துவமனையில்தான் நானிருக்கிறேன் என்கிற உண்மையை உணர்த்தியது! அதன் வார்டு களில் ஷெல்கள் வீழ்த்திய துளைகள் வழியாக காற்று வீசிக் கொண்டு

இருந்தது. தண்ணீரும் மின்சாரமும் இல்லாத மருத்துவமனை, மழை பெய்தால் வெள்ளக் காடாகும்!

'என்ன விஷயம்?' என்று கேட்டவாறே நிமிர்ந்து பார்த்தேன். படுக்கையில் கிடக்கும் ஒரு எட்டு வயதான சிறுமியின் காயத்திற்கு ஒரு பாலஸ்தீன நர்ஸ் கட்டு போட்டுக்கொண்டிருப்பதைக் கண்டேன். தீக்காயத்தினால் அவளது கணுக்கால் தோல் முழுவதும் காணாமல் போயிருந்தது. சிறப்புச் சிகிச்சை பெற வெளிநாடு செல்வதற்காக வாரக்கணக்கில் அவள் காத்திருக்கிறாள். அதற்கான ஏற்பாடுகள் நடக்கிறதா என்பதை அறியவே அவள் என்னை அழைத்திருப்பாள் என்று நினைத்தேன்.

எனது கணிப்பு தவறாயிற்று. அவளுக்கு என்னை முத்தமிட வேண்டுமாம்! அவளது படுக்கை பக்கம் சாய்ந்து, அவளது தலையை எனது கைகளால் தாங்கியபோதுதான் அவள் எவ்வளவு அழகாக இருக்கிறாள் என்பதைக் கண்டறிந்தேன். அவளது கால்களின் மோசமான தீப்புண்ணைப் பார்க்க விரும்பாமல் அவளது அழகிய முகத்தையும், கறுத்த விழிகளையும், சுருள் முடியையும் நான் ரசித்துப் பார்த்தேன். இத்தனை வேதனைகளுக்கிடையிலும் அந்தக் குழந்தையின் அழகிய முகத்தில் மகத்தான அன்பையும் மனித நேயத்தையும் தரிசிக்க முடிந்தது. எந்த நிலையிலும் தளராத ஷத்திலா முகாமின் குழந்தையன்றோ அவள்!

'நாளை என்னைப் பார்க்க வருவீர்களா மருத்துவர்?' அவள் கேட்டாள்.

'இறைவன் நாடினால், வருவேன்!' நான் பதில் சொன்னேன்.

அது பொய்யென்று எனக்கே தெரியும்! காரணம், நாளை நான் ஐரோப்பாவில் ஏதேனுமொரு ஆடம்பரமான கருத்தரங்கில், கடைந்தெடுத்த அரசியல்வாதிகளுக்கும் பொருளாதார வல்லுநர்களுக்கும் மத்தியில் சில கோரிக்கைகளை முன்வைத்துப் பேசிக் கொண்டிருப்பேன். அவர்களும் ஏன்-எதனால் தங்களால் உதவ முடியாதென்பதை விளக்கிக் கொண்டிருப்பார்கள். எனினும் நான் முயன்றாக வேண்டும்! ஐந்தாண்டு கால அனுபவத்தில் என் தோல் கெட்டியாகியிருந்தது, பிடிவாதம் அதிகரித்திருந்தது.

நான் யாரிடமும் விடை பெறவில்லை. பாலஸ்தீன அகதி முகாம்களில் வாழ்வும்—மரணமும்—பிரிவும் பின்னிப் பிணைந்து கிடப்பதால் நாங்கள் யாரிடமும் 'குட்-பை' சொல்வதில்லை. எதிர்காலத்தைக் குறித்த நல்ல நம்பிக்கையுடன் மக்கள் இன்றும் வாழ்கிறார்கள்.

அவர்களது முகத் தோற்றம் அதைச் சொல்லும்: 'நாங்கள் காத்திருக் கிறோம், அடுத்த ஆண்டு ஜெருசலேம்!'

நான் ஐரோப்பாவில் பரப்புரைக்கான ஏற்பாடுகளைச் செய்து கொண்டிருந்த வேளையில், பாலஸ்தீன விடுதலை முன்னணியின் தலைவர் யாசர் அரஃபாத்தைச் சந்தித்தேன். அரசு சார்பற்ற அமைப்பு களின் கருத்தரங்கில் உரையாற்றுவதற்காக அவர் ஜெனீவா வந்திருந்தார். அந்தக் கருத்தரங்கிற்குப் பிறகு ஒரு விருந்து ஏற்பாடு செய்யப் பட்டிருந்தது. அந்த விருந்திற்கு என்னையும் பிஎல்ஓ அழைத்திருந்தது. ஐரோப்பிய நாடுகளைச் சேர்ந்த அரசு சார்பற்ற பிரதிநிதிகள் பலரும் கலந்துகொண்ட அந்த விருந்தில், பிஎல்ஓ தலைவர் யாசிர் அரஃபாத் சிலருக்கு 'பாலஸ்தீன நட்சத்திரங்கள்' என்கிற விருதை வழங்கி கௌரவித்தார். பிஎல்ஓ அளிக்கிற மிகவும் உன்னதமான விருது அது!

சற்றும் எதிர்பாராத விதமாக திடீரென என் பெயரை அழைத்த போது, என்ன செய்வதென்று புரியாமல் நான் விழித்தேன்—எனக்கு அந்த விருதை வழங்க பிஎல்ஓ தலைவர் விரும்புகிறாரா? வியப்பு தான்! என்னைவிட அந்த விருதுக்குத் தகுதியான எத்தனையோ பாலஸ்தீனர்கள் இருக்கும்போது நான் எப்படி அந்த விருதை வாங்குவேன்? நான் கனவு காண முடியாத அளவுக்கு, என்னைவிட அதிக அளவில் சேவை செய்த வேறு சில நண்பர்கள் பாலஸ்தீனர் களுக்கு இருக்கும்போது நான் எப்படி அந்த விருதைப் பெறுவது? நான் அசையாமல் உட்கார்ந்திருந்தேன். மூன்றாவது முறையும் என் பெயரை அழைத்தபோது, சுற்றிலும் எழுந்த சலசலப்பிலிருந்து அவரைக் காப்பாற்ற நான் பிஎல்ஓ தலைவரை நோக்கி நடக்க வேண்டியதாயிற்று!

நான் மிகவும் கௌரவிக்கப்பட்டதாக உணர்ந்தேன். எனினும், பணிவோடு அவரிடம் சொன்னேன்: 'பாலஸ்தீனர்களைப் போன்று, தனிப்பட்ட வீரர்களும்-வீராங்கனைகளும் இல்லாத ஓர் இயக்கத்தைச் சார்ந்தவள்தான் நானும்! தாங்கள் எனக்களிக்கும் இந்த உயரிய கௌரவம் வீரம்செறிந்த பாலஸ்தீன மக்களுக்குப் போய்ச் சேர வேண்டும். இன்றளவும் அகதி முகாம்களில் முற்றுகையில் வாழ்கிற வர்கள் —பாலஸ்தீன உயிர்த் தியாகிகள்—நஹ்லா, நபிலா, நிதால் போன்றவர்கள்—அதுபோன்று விடுதலைப் போராட்டத்தில் தங்களின் உயிரை அர்ப்பணித்தவர்கள்—இஸ்ரேலிய சிறைச்சாலைகளில் துயரங்களை அனுபவிக்கிறவர்கள்—பாலஸ்தீன வரலாற்றில் புதிய

அத்தியாயங்களை எழுதப் போகும் குழந்தைகள்—மிகச் சிரமமான வேளைகளில் பாலஸ்தீனர்களுக்குத் தோள் கொடுக்கும், உலகெங்கு முள்ள பாலஸ்தீனர்களின் நண்பர்கள்—உறையும் குளிரில் தலைக்கு மேலே கூரையேதும் இல்லாமல், தாக்குதல்களுக்கும் படுகொலை களுக்கும் இடையில் முகாமிலேயே தங்கிய ஷத்திலா மக்கள்—இவர்களுக்கு உரியது இந்த விருது! என்னைக் கௌரவித்ததற்கு என் மனமார்ந்த நன்றி! ஆனால், உண்மையில் இந்தப் பெருமை யாருக்குப் போய்ச் சேர வேண்டுமென்பதை நானறிவேன். தங்களது அயராத போராட்டத்தினால் எங்களைக் கவர்ந்தவர்கள் —இங்கு நேரில் வந்து ஏற்றுக்கொள்ள முடியாத காரணத்தால் நான் இந்த விருதை அவர் களின் சார்பாக ஏற்றுக்கொள்கிறேன்...' —தொடர்ந்து பேச முடியாமல் நான் சிரமப்பட்டேன். உடனே தலைவர் அவர்கள் தம் கைகளால் என்னை அணைத்தவாறு என் நெற்றியில் அன்பாக முத்தமிட்டார்.

அன்று மாலை, தங்களது நண்பர்களுக்கு நன்றி செலுத்த பாலஸ்தீனர்கள் காட்டும் ஆர்வத்தைப் பற்றி நான் யோசித்தேன். விருதுகள் வழங்குவதும், கௌரவிப்பதும் தேவையில்லாத விஷயங்கள்! அவர்கள் என்மீது வைத்திருக்கும் நம்பிக்கையும், நெருக்கமும் என் தகுதிக்கும் மேலானது. 'பாலஸ்தீன நட்சத்திரம்' விருதை வழங்கியதன் மூலம், பாலஸ்தீனியன் என்கிற கௌரவப் பதவியை அவர் எனக்குத் தந்திருக்கிறார். இந்த விருதை வழங்கியது, சிங்கப்பூரிலிருந்து இலண்டனுக்குப் 'புலம் பெயர்ந்த' ஒருத்திக்குத்தான் என்பது அவருக்குத் தெரியுமோ என்னவோ!

ஐரோப்பாவில் பரப்புரையில் மூழ்கியிருந்த வேளையிலும் முகாம் களுடன் தொடர்புகொண்டேன். அக்டோபரில் வெப்பநிலை மிகவும் தாழ்வாக இருந்தது. நவம்பரில் மழை பெய்யத் தொடங்கியதும் முகாம்களில் வெள்ளம் வழிந்தது. குண்டு வீச்சில் தகர்ந்த கட்டடங்கள் மழையில் இடிந்து விழுந்து சில குழந்தைகள் காயமடைந்தனர். வானம் கறுத்திருந்தது. முகாம் மக்களின் மனம் அதைவிடக் கறுத்திருந்தது! எந்நேரமும் குளிரும் மழையும்! ஒழுகாத ஒரு கட்டடமும் ஷத்திலா முகாமில் இல்லை. குண்டுகள் தகர்த்த மேற்கூரை வழியாகக் கொட்டும் மழை உள்ளே பாய்ந்தது. சுவர்களின் ஓட்டைகள் வழியாக மழைநீர் நிற்காமல் ஒழுகியது. ஐரோப்பாவில் நான் சென்ற இடங்களில் எல்லாம், தங்களின் தலைக்கு மேலே ஒரு கூரை அமைத்துக்கொள்ளும் உரிமையைப் பாலஸ்தீனர்களுக்கு வழங்கியாக வேண்டுமென்று எடுத்துக் கூறி மக்களின் கவனத்தை ஈர்த்தேன்.

ஷத்திலாவில் இருக்கும் மற்ற கட்டடங்களை விட மருத்துவமனை ஓரளவுக்கு நல்ல நிலையில்தான் இருந்தது. இருந்தும், ஷத்திலாவில் பணியாற்றும் அனஸ்தடிஸ்ட் மருத்துவர் கிரண் நனைந்த தரையில், மழைத் துளிகள் சொட்டும் படுக்கையில்தான் தூங்கினார். செய்தித் துறையின் கவனம் மங்கியது. இதெல்லாம் இனிமேல் செய்திகளே அல்ல! ஒலி-ஒளிக் கருவிகளுக்கும் அப்பால், செய்தியாளர்களின் பார்வையில் படாமல், பாலஸ்தீனர்கள் மௌனமாகத் தொடர்ந்தும் துயரங்களை அனுபவித்தார்கள். மனச்சாட்சியற்ற உலகம் அவர்களை மறந்தது, கைவிட்டது!

நான் ஐரோப்பாவிலிருந்து மீண்டும் பெய்ரூத் திரும்பினேன். முகாம்களைப் புதுப்பிக்கும் விஷயத்தில் போதுமான, தேவையான ஆதரவைப் பெறுவதில் நான் தோல்வியடைந்தேன். முகாம்களிலிருக்கும் எல்லோரையும் போல நானும் கவலையிலாழ்ந்தேன்.

அதன் பிறகு என்னவோ நடந்தது! மேகம் சூழ்ந்த ஒரு டிசம்பர் நாள் அது. ஷத்திலா முகாமில் முழங்கால்வரை வெள்ளம் உயர்ந்திருந்தது. இஸ்ரேலின் ஆக்கிரமிப்பு பூமியான காஸாவிலும், மேற்குக் கரையிலும், பாலஸ்தீனர்கள் இஸ்ரேல் இராணுவத்திற்கு எதிராக உயிர்த்தெழுந்த தாக அன்றைய தினம் செய்திகள் வந்தன. அது 1987 டிசம்பர் மாதம் 9ஆம் நாள்! அன்றைய வானொலிச் செய்தியில், இஸ்ரேலிய ஆக்கிரமிப்பிற்கெதிராகப் பாலஸ்தீனர்கள் ஆர்ப்பாட்டம் செய்ததாகவும், பாலஸ்தீனச் சிறுவர்கள் இராணுவத்தை நோக்கி கல்லெறிவதாகவும் சொன்னார்கள். சோர்ந்து கிடந்த பெய்ரூத் முகாம்களில் இந்தச் செய்தி புத்துணர்வை ஊட்டியது. உடனே, ஷத்திலாவைச் சேர்ந்த அனைவரும் 'பாலஸ்தீன எழுச்சி' குறித்து ஆர்வத்துடன் பேசத் தொடங்கினார்கள்.

சில நாள்களுக்கு முன்பு, 'ஜென்ஷியன் வயலட்' (தோல் பழுப்புக்கு பூசும் ஒருவித லோஷன்) என்கிற மருந்தைப் பயன்படுத்தி சிறுவர்கள் உயிரற்ற சடலங்களை சுவர்களில் சித்திரமாக வரைந்ததை நான் பார்த்திருக்கிறேன். அபகரிக்கப்பட்ட தங்களின் குழந்தைப் பருவத்தைச் சித்திரங்களாக அவர்கள் தீட்டியிருந்தார்கள். ஆனால் இன்று அதே குழந்தைகள், ஆக்கிரமிப்புப் பூமியில் நடக்கும் போராட்டத்தைப் பற்றி தங்களின் முதியவர்கள் பேசுவதை ஆர்வத்துடன் கேட்டார்கள். அந்த வழியாகப் போகும் யாரிடமும் விரல்களை உயர்த்தி வெற்றிச் சின்னத்தைக் காண்பித்தார்கள்.

புலம்பெயர்ந்த பாலஸ்தீனர்களும், ஆக்கிரமிப்புப் பூமியில் வாழும் பாலஸ்தீனர்களும் பிளவுபட்ட ஒரே உடலின் இரு கூறுகள்தானே என்று எப்போதும் சந்தேகித்ததுண்டு! அதாவது, இணைவதற்குக் காத்திருப்பவை! ஒன்றின் வெற்றி மற்றதை ஊக்குவிக்கும். அதற்கான அத்தாட்சி இது! லெபனான் முகாம்களில் என்னைச் சுற்றிலும் இருக்கும் புலம்பெயர்ந்தவர்கள், ஆக்கிரமிப்புப் பூமியில் நடக்கும் சம்பவங்களைக் கண்டு எழுச்சியும் உற்சாகமும் கொண்டார்கள். அங்குள்ள தங்களின் சகோதர, சகோதரிகள் நடத்தும் போராட்டம் நாள்தோறும் தீவிரமடைவதைக் கண்டு பெரிதும் மகிழ்ந்தார்கள்.

இஸ்ரேல் காஸா முனையையும் மேற்குக் கரையையும் கைப்பற்றி இன்றைக்கு இருபது ஆண்டுகள் ஆகின்றன. கடந்த இருபதாண்டு காலமாக அங்குள்ள பாலஸ்தீனர்கள் கொடும் துயரிலும், இழிந்த நிலையிலும் வாழ்கிறார்கள். ஆனால் இன்று அவர்கள் தலை நிமிர்ந்து நின்று, இனியும் பொறுத்துக்கொள்ள முடியாதென ஆக்கிரமிப்பாளர் களிடம் சொல்கிறார்கள்!

லெபனான் முகாம்களில் வாழும் பல பாலஸ்தீனர்களையும் போல, இஸ்ரேல் ஆக்கிரமித்த பூமிக்குச் செல்லும் வாய்ப்பு எனக்கும் கிடைக்கவில்லை. ஆனால், அவர்களைப் பற்றித் தெரிந்துகொள்ள விரும்பியதால், அங்குச் சென்று வந்தவர்களோ ஓடிவந்தவர்களோ சொல்வதைச் செவிமடுத்தேன். இஸ்ரேலிய ஆளுமைக்குக் கீழுள்ள வாழ்க்கையின் நிலையை அறிந்துகொண்டேன்.

காஸா முனையிலிருந்து வந்திருந்த ஒரு பாலஸ்தீனத் தோழியிடம் விசாரித்தபோது, வாழ்க்கை அங்கு சிரமமானது என்றாள். வறுமையிலும், நெருக்கடியான வீடுகளிலும், சுகாதாரமற்ற சூழலிலும் வாழ்வோடு மல்லிடுவது போதாதென்று ஆக்கிரமிப்பாளர்களின் அடக்குமுறையையும் அவர்கள் சகித்துக்கொள்ள வேண்டியிருந்தது. ஊரடங்குச் சட்டங்கள், கைதுகள், பயணத் தடைகள், முகாம்களை மூடிவிடுவோம் என்கிற இராணுவத்தின் மிரட்டல்கள், சட்ட விரோதமாக வீடுகளை அழித்தல்... இப்படிப் பலவும்!

அவளது திருமணம், வெளிநாட்டில் வாழும் ஒரு பாலஸ்தீனியனுடன் நிச்சயிக்கபட்டும்கூட அவள் காஸாவிலிருந்து வெளியேற இஸ்ரேலிய இராணுவம் அனுமதிக்கவில்லை. அதன் பிறகு பலமுறை விசாரணைக் கென அவளை அழைத்தார்கள். சில சமயம், வெறுமனே அவளைக் கேலி செய்வதற்காக அல்லது மிரட்டுவதற்காக! வேறு சில சமயங் களில், அனுமதி கிடைக்குமென்று நம்பவைத்து, பிறகு அதெல்லாம்

ஒரு தவறினால் நிகழ்ந்ததாகச் சொல்லி, அவள் படும் வேதனையைக் கண்டு ரசிப்பதற்காக!

ஒருநாள் இஸ்ரேலியர்கள் அவளை அழைத்து, வெளியேறுவதற்கான அனுமதியை உடன்வந்து பெற்றுக்கொள்ளும்படிச் சொன்னார்கள். வழக்கம் போல ஏமாற்று வேலையாக இருக்குமென்று நினைத்து, வெறுங்கையோடு சென்ற அவளிடம் உடனடியாகக் காஸாவிலிருந்து வெளியேறச் சொன்னார்கள். கரை மார்க்கமாக, சினாய் பாலைவனம் கடந்து எகிப்துக்குச் செல்லும்படி பணித்தார்கள். அத்துடன், இனி குடும்பத்தினரைப் பார்க்க ஒருபோதும் காஸாவுக்குத் திரும்பிவர முடியாதென்று எச்சரிக்கவும் செய்தார்கள்!

என் தோழி சொன்னாள்: நின்ற இடத்திலிருந்தே அவள் உடனே புறப்பட வேண்டியதாயிற்றாம்! காரணம், இஸ்ரேலிய அதிகாரிகள் அந்த அனுமதியை ரத்து செய்வதற்கு முன்பாக அவள் வெளியேறியாக வேண்டும். நான்காண்டுகள் அனுமதிக்காகக் காத்திருந்த அவள் கடைசியில், தன் நண்பர்களிடமும் உறவினர்களிடமும்கூட விடை பெற்றுக்கொள்ள வாய்ப்பில்லாமல் அவசரம் அவசரமாகப் புறப்பட வேண்டியதாயிற்று! ஆக்கிரமிப்புப் பூமியிலிருந்து, கணவன் புலம் பெயர்ந்து சென்ற இடத்திற்குப் போக அவளுக்கு வழங்கப்பட்ட 'ஒன்வே டிக்கட்' அது!

வளம் கொழிக்கும் நிலங்களையெல்லாம் இஸ்ரேலியர்கள் பறித்துக் கொண்டார்கள். தங்களின் பூர்வீகச் சொத்துக்களைத் தக்கவைத்துக் கொள்ளக் கடினமாக முயன்ற மேற்குக் கரை பாலஸ்தீனர்களை எந்த அளவுக்கு நெருக்கடிக்கு ஆளாக்கி, இஸ்ரேலியர்கள் வெளியேற்றினார்கள் என்பதை மற்றொரு நண்பரும் என்னிடம் விளக்கினார். இராணுவம் சிலரது வீடுகளை அழித்தது. சில வீடுகளை அடைத்து சீல் வைத்தது. அப்படி வெளியேற்றப்பட்ட குடும்பங்களைப் பலவந்தமாகக் கூடாரங்களில் தங்கவைத்தார்கள். பாலஸ்தீனர்களின் பண்ணைகளையும் ஆலிவ்மரத் தோட்டங்களையும் காயவைக்க, அவற்றுக்குப் பக்கத்தில் ஆழ்கிணறுகளைத் தோண்டி, நிலத்தடி நீரையெல்லாம் உறிஞ்சினார்கள். அந்தத் தண்ணீரை, அமெரிக்கா-ஐரோப்பா நாடுகளிலிருந்து வந்த யூதர்களின் குடியேற்றப் பகுதிகளிலுள்ள விளையாட்டுத் திடல்களுக்கும் பூங்காக்களுக்கும் திருப்பி விட்டார்கள். எந்த பாலஸ்தீனனும் கிணறு வெட்டுவது சட்ட விரோதமாக்கப்பட்டது! அவர்களிடமிருந்து திருடிய தண்ணீரை, இஸ்ரேலியர்களிடம் இருந்து விலை கொடுத்து வாங்க பாலஸ்தீனியர்களைக் கட்டாயப்படுத்தினார்கள்.

தினமும் காலை நான்கு மணிக்கு, வலுவான பாலஸ்தீனர்கள் பல்வேறு இடங்களில் தேர்வுக்காகக் காத்திருக்க வேண்டும்! தொழிற் சாலைகள், கட்டட நிறுவனங்கள் மற்றும் பண்ணைகள் நடத்தும் இஸ்ரேலிய முதலாளிகள் அந்த இடங்களுக்கு வந்து, அன்றைய தினத்திற்குத் தங்களுக்குத் தேவைப்படுகிற தொழிலாளிகளை தேர்ந்தெடுப்பர். 'இருண்ட கால'த்தில் அடிமை வியாபாரிகள் தங்களது அடிமைகளை நடத்திச் சென்ற அதே தோரணையில், இஸ்ரேலியர்கள் தாங்கள் தேர்ந்தெடுத்த அரபிகளை அழைத்துச் செல்வார்கள். ஆயினும், அன்றைய அடிமை வியாபாரிகளுக்கு அடிமைகளுடன் பந்தமிருந்தது. ஆனால் இஸ்ரேலியர்கள், தங்களது அடிமைகளின் உழைப்பை உறிஞ்சியெடுத்த பின்னர், பொழுது சாய்ந்ததும் அவர்களைத் திரும்பக் கொண்டு வந்து அதே இடங்களில் விடுவார்கள். இப்படி தினந் தோறும் ஒரு லட்சம் தொழிலாளர்கள் தேர்ந்தெடுக்கப்பட்டார்கள். ஆக, சொந்த வீடுகளும், நிலங்களும் கொள்ளையடிக்கப்பட்ட பாலஸ்தீனர்கள் சொந்த மண்ணிலேயே வேலை செய்யும் தினசரி அடிமைகளாகத் தரம் தாழ்த்தப்பட்டார்கள். ஓ, என்ன மரியாதை- தர்மம்-தெய்வீகம்!

பழைய ஏற்பாட்டில், அந்நிய வம்சங்களின் உறவைப் பற்றி இஸ்ரேலிய வம்சத்திற்கு இறைவன் அளித்த கட்டளையென்ன? 'ஆயினும், உன்னோடு சேர்க்கப்பட்ட அந்நியனும், உன்னோடு பிறந்த ஒருவனைப் போன்று, உன்னைச் சேர்ந்தவன்தான்! நீ அவனை உன்னைப் போலவே நேசிப்பாயாக! ஏனென்றால், எகிப்து தேசத்தில் நீங்களும் அந்நியர்களாக இருந்தீர்களன்றோ? நானோ, உங்களது எஜமானன் ஆன இறைவன் அன்றோ' (லேவி 19.34). இருபதாம் நூற்றாண்டின் இஸ்ரேல் இதை மதிக்கவில்லை!

'பாலஸ்தீன்' என்கிற முழு உணர்வும் சட்ட விரோதமாக்கப்பட்டது! பாலஸ்தீன் தேசிய கொடியின் நிறங்கள் கொண்ட ஏதேனுமொன்றை கையில் வைத்திருக்கும் மக்கள் கைது செய்யப்பட்டார்கள். அவர்கள் பிஎல்ஓவை ஆதரிக்கிறார்களா இல்லையா என்பது பிரச்சினையல்ல! மூன்றோ, நான்கோ வயதான குழந்தைகள்கூட இஸ்ரேல் விரோதிகள் என்கிற பேரில் கைது செய்யப்பட்டார்கள். இஸ்ரேல் சிறைச்சாலை களில் காலம் கழித்த பாலஸ்தீனர்கள் பலரும், தங்கு தடையில்லாத சித்திரவதைகளைப் பற்றி ஒரே மாதிரியான கதைகளைச் சொன்னார்கள். அவர்களில் பலரும்—குழந்தைகள் உட்பட—இஸ்ரேலிய அதிகாரி களின் பாலுணர்வுக் குற்றங்களுக்கு இரையானார்கள். இஸ்ரேலியர்கள் செய்த அட்டூழியங்களைப் பற்றி எனது நண்பர்கள் வர்ணித்துக் கொண்டே போனார்கள்...

இத்தகுக் கொடுமைகளைப் பாலஸ்தீனர்கள் சகித்துக்கொண்டது எப்படி என்று கேட்டபோது, ஆக்கிரமிப்புப் பூமியில் பழக்கத்திலிருந்த—பாலஸ்தீனர்கள் வழக்கமாகப் பயன்படுத்தும் ஒரு அரபு வார்த்தையை பதிலாகச் சொன்னார்கள்: 'சுமுத்.' அதன் பொருள் மனோதிடம் அல்லது நிலைகுலையாமை! என்னைப் பொறுத்தவரை, ஒரு அரபுப் பாடலை மொழிபெயர்த்தபோதுதான் அதன் பொருள் எனக்கு முழுமையாக விளங்கியது. அந்தப் பாடலில், இஸ்ரேலியர்கள் அடித்துத் துன்புறுத்தியபோதும்—சொந்த வீடுகளைத் தகர்த்தெறிந்த போதும்—பரம்பரை நிலங்களை அபகரித்தபோதும்—அநியாயமாக நாடுகடத்திய போதும்—கொல்லப் போவதாக மிரட்டியபோதும் பாலஸ்தீனர்கள் அனுபவித்த வேதனைகளை வெளிப்படுத்தி இருந்தார்கள். அந்தப் பாடலின் வரிகள்:

நான் நிலைத்து நிற்பேன்! திடமாக நிலைத்து நிற்பேன்!
எனது தாய் மண்ணில், நான் நிலைத்து நிற்பேன்!
எனது உணவை அவர்கள் தட்டிப் பறித்தாலும் நான் நிலைத்து
நிற்பேன்!
என் குழந்தைகளை அவர்கள் கொன்றாலும் நான் நிலைத்து
நிற்பேன்!
என் வீட்டைஅவர்கள் சிதறடித்தாலும் ஓ, என் வீடே!
உனது சுவர்களின் நிழலில் நான் நிலைத்து நிற்பேன்!
பெருமையோடு நிலைத்து நிற்பேன்!
ஒரு கழியுடன், ஒரு கத்தியுடன் நான் நிலைத்து நிற்பேன்!
என் கையில் ஒரு கொடியுடன் நான் நிலைத்து நிற்பேன்!
அந்தக் கையை அவர்கள் வெட்டியெறிந்தாலும்
மறு கையில் அந்தக் கொடியுடன் நான் நிலைத்து நிற்பேன்!
எனது வயலில், என் தோட்டத்தில் நான் நிலைத்து நிற்பேன்!
எனது நம்பிக்கைகளில் திடமாக நான் நிலைத்து நிற்பேன்!
எனது நகங்களாலும் பற்களாலும் நான் நிலைத்து நிற்பேன்!
எனது உடல் காயங்கள் பெருகி வந்தாலும்,
எனது காயங்களோடும் இரத்தத்தோடும் நான் நிலைத்து
நிற்பேன்!'

இஸ்ரேலிய ஆக்கிரமிப்புப் பூமியில், பாலஸ்தீனர்கள் பாடுகின்ற பாட்டு இது! ஆயுத பலம் கொண்ட உலகின் மிகச் சிறந்த ஒரு இராணுவத்தைத் தங்களது உடலாலும், வெறும் கற்களாலும் எதிர் கொள்ளும் மக்களின் வீரகாதை அது! 1987 டிசம்பர் மாதத்திற்குப் பிறகு மேற்கத்திய நாடுகளிலும் அமெரிக்காவிலும் உள்ள தொலைக்காட்சி

நிறுவனங்கள், பாலஸ்தீனச் சிறுவர்கள் கையில் கற்களுடன் இஸ்ரேலிய கவச வண்டிகளையும், ஆயுத வாகனங்களையும் துணிவுடன் நேரிடும் காட்சிகளைக் காண்பித்தார்கள். 1982இல் இஸ்ரேலியப் படையெடுப்பின் போது தாவீதும் கோலியத்தும் என் நினைவுக்கு வந்திருந்தார்கள். ஆனால், இப்போது நான், கையில் கற்களுடன் நிற்கும் தாவீதையும், பலம் பொருந்திய கோலியத்தையும் உண்மையில் காண்கிறேன். பாலஸ்தீன எழுச்சியை இஸ்ரேலிய இராணுவம் எந்த அளவுக்கு நசுக்க முயன்றதோ, அந்த அளவுக்கு அது தீவிரமானது! இஸ்ரேலிய வீரர்கள் பாலஸ்தீனர்களை அடித்து நொறுக்குவதும், வேண்டுமென்றே அவர் களது கைகால்களை உடைப்பதும், கர்ப்பிணிகளான பாலஸ்தீனப் பெண்களை எட்டி உதைப்பதும், ஆர்ப்பாட்டக்காரர்கள் மீது தான் தோன்றித்தனமாகக் கண்ணீர்புகைக் குண்டுகள் வீசுவதும், நிராயுதபாணி களான பாலஸ்தீனர்கள்மீது துப்பாக்கிச் சூடு நடத்துவதுமான காட்சிகள் நாகரிக உலகத்தை அதிர்ச்சிக்குள்ளாக்கின—போராட்டம் தொடங்கி இருபது ஆண்டுகளுக்குப் பிறகு!

முற்போக்குவாதிகளான இஸ்ரேலியர்கள், ஆக்கிரமிப்புப் பூமியில் நடக்கும் செயலின் தோதைக் கண்டு கவலை தெரிவித்தார்கள். பாலஸ்தீனப் பெண்களையும், குழந்தைகளையும் அடித்துத் துன்புறுத்துவதன் மூலம் தங்களது இராணுவம் மனிதத் தன்மையற்ற அரக்கர்களாக மாறக்கூடுமென்று அவர்கள் பயந்தார்கள். மாபெரும் திறமைசாலி களான இஸ்ரேலிய இராணுவத்தினர் அளவுகடந்த கொடுமைகளைச் செய்யமாட்டார்களென்கிற பரவலான நம்பிக்கையில் நானும் சமீப காலம்வரை பங்கு வகித்தேன்: அவர்களால் அப்படிச் செய்ய முடியா தென்றே நான் நினைத்திருந்தேன்.

1983ஆம் ஆண்டின் தொடக்கத்தில், சப்ரா-ஷத்திலா படுகொலைகள் நடந்து நான் முதல் தடவையாக இலண்டன் திரும்பியபோது, சவுதி அரேபியாவின் பத்திரிகை ஆசிரியர் ஒருவர் என்னைப் பேட்டி கண்டார். மிகவும் அமைதியான அவர், நான் சொல்வதைக் கவனமாக கேட்டுக்கொண்டிருந்தார். பேட்டியின் இறுதியில் அவர் என்னிடம் கேட்டார்: ‘பாலஸ்தீனர்களைப் பற்றி நினைக்கும்போது, நீங்கள் எப்போதேனும் அழுததுண்டா?’

நான் பதில் சொன்னேன்: ‘இறைவன் சாட்சியாக, பலமுறை அழுதிருக்கிறேன்! அதைக்கூட நான் செய்யவில்லையென்றால், நானொரு மிருகம்தான்!’

அவர் நெகிழ்ந்தார்: ‘எனக்குத் தெரியும் மருத்துவர். எங்கள்மீது

காட்டும் நட்பிற்கு மிகவும் நன்றி மருத்துவர்.' அதன் பிறகு அவர் தனது சட்டையின் ஒரு கையைச் சுருட்டி, இயந்திரத் துப்பாக்கி ஏற்படுத்திய அசிங்கமான ஒரு காயத்தின் அடையாளத்தைக் காண்பித்தார். அவர் விளக்கினார்: 'இது நடந்தபோது எனக்குப் பத்து வயதுதான் இருக்கும்! மேற்குக் கரையிலிருந்த என் வீட்டிற்குள் இஸ்ரேலிய இராணுவம் புகுந்து, என்னைச் சுட்டது.'

அந்நாளில் மேற்குக் கரையில் தொலைக்காட்சி காமிராவுடன் யாரும் அலையாததால், இது போன்ற கொடும் பாதகங்களை வெளியுலகம் அறியவில்லை. காஸா முனையிலும், மேற்குக் கரையிலும் பாலஸ்தீனர்படும் அவலங்களைப் படம்பிடித்துக் காட்ட மேற்கத்திய செய்தியாளர் களுக்கு இருபது ஆண்டுகள் தேவைப்பட்டது. ஆக்கிரமிப்பாளர்களின் விசுவரூபத்தை உலகத்திற்குக் காட்ட, 1987இல் ஆரம்பித்த மாபெரும் மக்கள் எழுச்சியால் முடிந்தது.

30

அந்தக் குளிர்காலம் நீண்டதும், மகிழ்ச்சியற்றதுமாக இருந்தது. பர்ஜுல் பிரஜ்னே முகாமின் கிளினிக்கில், ஒரு நாள் காலையில் நான் கண் விழித்தபோது டோலி போங்கின் சிரித்த முகம் தென்பட்டது.

'குட் மார்னிங் ஸ்வீ, நன்றாகத் தூங்கினாயா?' ஒரு காபியுடன் அவள் என்னை வரவேற்றாள். அது ஒரு சாதாரண ஞாயிற்றுக் கிழமை. வழக்கமான பணிகள் ஏதுமில்லை. ஆனாலும், முகாம் மீண்டும் தாக்கப்படுமானால் காயமடைந்தவர்களின் மீட்பு மையமாக கிளினிக் மாறும். சூஸன் வெய்டன் இல்லாத வேளைகளில் அந்தக் கிளினிக்கில் பணியாற்றும் ஒரேயொரு வெளிநாட்டவர் டோலி மட்டும்தான்! 1987 ஜூலையிலிருந்து இருவரும் அங்கு பணியாற்றுகிறார்கள். அர்ப்பணிப்பு மனோபாவம் கொண்ட அவர்களின் பெயரால் அந்தக் கிளினிக்கை, 'சூஸி கிளினிக்' அல்லது 'டோலி கிளினிக்' என்று முகாம் மக்கள் பெயரிட்டு அழைத்தார்கள். அதன் சரியான பெயர் 'சமீருல் கத்தீப் கிளினிக்' என்பதாகும். செம்பிறைச் சங்கம் 1985இல் கட்டிய அந்தக் கிளினிக்கிற்கு, இஸ்ரேலியர்களால் கொல்லப்பட்ட மருத்துவரின் பெயரைச் சூட்டியிருந்தார்கள்.

லெபனானில் பணியாற்ற மலேசிய மக்கள் அனுப்பிய பதினொரு பேரில் டோலி போங்கும் இருந்தாள். மலேசிய ஊழியர்களை

நான் மிகவும் விரும்பினேன். அவர்கள் எதையும் எதிர்பார்க்காது கடினமாக உழைத்தார்கள். பாலஸ்தீனர்களுடன் இரண்டறக் கலந்தார்கள். அவர்களில் பலரும் லெபனான் வருவதற்காக, தங்களது வேலையையோ தொழிலையோ தியாகம் செய்திருந்தார்கள்.

அதில், மலேசியன் நர்ஸ் மத்தீனா குலாம் மைதீன் தெற்கு லெபனானில் பாலஸ்தீனர்களுக்கும் லெபனானிய ஷியாக்களுக்கும் இடையில் பணியாற்றிக்கொண்டிருந்தாள். அவளது பாட்டியின் மரணச் செய்தியை அவள் கேள்விப்பட்ட இரவை இப்போதும் நினைவில் வைத்திருக்கிறேன். மத்தீனா தன் பாட்டியுடன் மிகவும் நெருக்கமாக இருந்தாள். லெபனான் புறப்படுவதற்கு முன்பு, திரும்பவும் பாட்டியைச் சந்திக்க முடியுமோ என்கிற பயமும் அவளுக்கிருந்தது. அவளது பயம் சரியானதென்று நிரூபணமானது! ஆனாலும், பாட்டியை வழியனுப்ப முடியாமல் போனதில் விரக்தியடையாமல் அவள் சுயஉணர்வுடன் நடந்துகொண்டாள். ஆனால், அன்றிரவு முழுவதும் அவள் அழுது தீர்த்ததை எங்களில் சிலர் மட்டுமே அறிவார்கள். இருந்தும் மறுநாள் காலையில், எதுவுமே நடவாதது போல அவள் தன் பணியைத் தொடர்ந்தாள்.

மற்றொருவர் 'தெங்கு முஸ்தபா தெங்கு மன்சூர்' என்கிற மலேசியன் பார்மஸிஸ்ட்! உண்மையில் அவர் ஓர் இளவரசரும் கூட! எப்படிப் பட்ட இளவரசர் என்றால், தனது பிறப்பின் காரணமாக வந்த செல்வத்தை ஒருபோதும் ஏற்கத் தயாராகாத இளவரசர்! தனக்காகவும், தன் மனைவி, குழந்தைகளுக்காகவும், தான் வளர்த்த பதினைந்து பூனைகளுக்காகவும் அவர் சுயமாக உழைத்துச் சம்பாதித்தார். லெபனானில் பணியாற்ற மருத்துவப் பணியாளர்கள் தேவையென்று கேள்விப்பட்டதும், தனது குடும்பத்தையும், சொந்த மருந்துக் கடையையும் விட்டுவிட்டு அவர் லெபனான் புறப்பட்டார். முகாம் மக்கள் அவரை மிகவும் நேசித்தார்கள். அவர் பணியாற்றிய இரவுகள் தெளிவாக என் நினைவில் உள்ளன. அவரது பாலஸ்தீன நண்பர்கள் நள்ளிரவிலும், ஹைஃபா மருத்துவமனையின் உடைந்த சன்னல்களுக்கு அப்பாலிருந்து, 'அமீர் முஸ்தபா, தயவுசெய்து எங்களுடன் காபி அருந்த வாருங்கள்' என்று அன்புடன் அழைப்பார்கள். அமீர் என்றால் இளவரசர் என்று பொருள்!

கூட்டத்தில் போக் லூயி, ஹமீதா, ஹஜ்தி ரோஸ்னா ஆகிய நர்சுகளும், மருத்துவர் நாயுடு, மருத்துவர் ஹோர், மருத்துவர் யூசுப் ஆகிய மருத்துவர்களும், புத்தீத், அஹமத் என்கிற மருத்துவ

உதவியாளர்களும் இருந்தனர். அனைவரும் தங்கமான குண முடையவர்கள். மூன்றாம் உலக நாடுகளின் அற்புதமான மனிதர்களைக் காண்பது பாலஸ்தீனர்களின் பாக்கியம்தான்! காரணம், அவர்கள் பாலஸ்தீனர் களுக்கு ஏகமனதான ஆதரவைத் தந்தார்கள். சில மேற்கத்தியர்களிடம் காணப்படும் எஜமான மனோபாவம் அவர்களிடம் அறவே இல்லை.

என்னைப் பொறுத்தவரை, பெரிதாகப் பெருமைப்பட்டுக்கொள்ள இது ஒரு சாதாரண விஷயமல்ல! நான் பிறந்தது மலேசியாவின் அழகிய தீவான பினாங்கில்தான்! 'அயர் இதாம்' நதியின் பளிச்சிடும் வெள்ளம் எங்களின் வீட்டையொட்டி, தாழ்வாரம் நோக்கிப் பாய்ந்து சென்று, சோர்வுடன் நகர்ந்து கடலோடு கலக்கும் பெரிய ஆற்றுடன் சேருகிறது. அங்குதான் தாத்தாவுக்குச் சொந்தமான தோட்டமிருந்தது. கார்டினியா பொந்தைக் காடுகளும், உயரமான பழமரங்களும், பல்வேறு நிறங்களில் பூக்கும் செடிகளும் நிறைந்த தோட்டம் அது. அதில் எனக்கும் தம்பிக்கும் அதிகம் பிடித்தது புளியமரம்தான்! மாமரம், பலாமரம், ரம்புட்டான், நட்சத்திரப் பழம் இதெல்லாம் எங்களுக்கு முழுமையாக விலக்கப்பட்டிருந்தாலும், புளிய மரத்தடிக்குச் செல்ல குழந்தைகளுக்குச் சுதந்திரம் வழங்கப்பட்டது. அதன் பழங்கள் புளிப்புதான்! இருந்தாலும் மரத்தடியில் பொறுக்கித் தின்றது போக மீந்ததை வீட்டில் சமையலுக்குக் கொடுப்போம். அதுதான் என் குழந்தைப் பருவ வீடு—ஒரு அருமையான சொர்க்கம்! தென் கிழக்காசியாவை விட்டு வெளியேறி கடந்த பதினோரு ஆண்டுகளாக நான் புலம் பெயர்ந்தவளாக வாழ்கிறேன். இதுவரை, பினாங்கிலிலுள்ள தாத்தாவின் வீட்டிற்கு ஒருமுறை கூட நான் சென்றதில்லை. இப்போது அதிசயமாக, பாலஸ்தீனர்கள் மலேசிய மக்களை என்னிடம் அழைத்து வந்திருக்கிறார்கள்!

நான் காபி குடித்ததும் டோலி போங்க் என்னை உற்றுப் பார்த்தாள். அவள் எதையோ சொல்ல விரும்புகிறாளென்று புரிந்தது. ஆனால் சைனா-மலேசிய வம்சத்தின் பெண்களைப் போல அவளுக்கும் இயற்கையான நாணமிருந்தது. சிறிது நேரம் அதை ஊகிக்க முயன்றேன். இறுதியில் அவளே வாயைத் திறந்தாள்: 'நம்முடைய மொட்டை மாடியிலிருக்கும் ரோஜா செடிகளை வெட்டிச் சீர்படுத்த உங்களுக்கு நேரம் இருக்குமா? நீங்கள் பல ஆண்டுகள் இங்கிலாந்தில் இருந்தீர்கள் அல்லவா? வெள்ளையர்கள் தங்களின் ரோஜா தோட்டங்களில்

செய்வது போல நீங்களும் இங்கே செய்தால் நன்றாக இருக்கும், செய்வீர்களா?' முற்றுகைக்கு மத்தியிலும் முகாமுக்குள் இப்படியொரு வேலையா எனக்கு?

கிளினிக்கை டோலி தன் வீடாக நினைத்தாள். அவளும் சூஸனும் மொட்டை மாடியில் பூச்செடிகளை நட்டு வளர்த்தார்கள். மொட்டை மாடியென்று நாங்கள் அழைத்தாலும் உண்மையில் அது மொட்டை மாடியல்ல — குண்டு வீச்சில் தகர்ந்து போன கிளினிக்கின் மேல்தளம் அது! மேற்கூரை முற்றிலும் அழிக்கப்பட்டு, இரண்டு சுவர்களும் காணாமல் போயிருந்தன. இறைவனுக்கு நன்றி, யாருக்கும் உயிர்ச் சேதம் ஏற்படவில்லை! இப்போது அதில் ஒரு பூந்தோட்டம் உருவானது. இடிபாடுகளை வீடுகளாக மாற்றும் பாலஸ்தீனர்களைப் போலவே டோலியும் சூஸியும் தகர்க்கப்பட்ட மேல்தளத்தைப் பூந்தோட்டமாக மாற்றியிருந்தார்கள்.

ரோஜாச் செடிகளை வெட்டிச் சீர்படுத்திக் கொண்டிருந்தபோது, ராஷிதியா முகாம் நினைவுக்கு வந்தது. முற்றுகையும் குண்டு வீச்சும் நடக்கையில், அங்கு பாலஸ்தீனர்கள் எப்படி ஒரு மருத்துவமனையைக் கட்டினார்கள் என்பதை நினைத்துப் பார்த்தேன். அது நடவாத காரியமென்றுதான் முதலில் நானும் நினைத்திருந்தேன். ஆனால் ராஷிதியா முகாமுக்குள் சென்றபோது, அங்கு புதிதாகக் கட்டப்பட்ட மருத்துவமனையைக் கண்டு வியந்தேன். முற்றுகை தொடங்குவதற்கு சற்று முன்னர்தான் தேவையான சிமெண்டையும் கற்களையும் அவர்கள் முகாமுக்குள் கொண்டு வந்திருந்தார்கள். முற்றுகை வேளையில் ராஷிதியா முகாமும், மற்ற முகாம்களைப் போலவே அருவருப்பாகத்தான் இருந்தது. எனினும், முற்றுகையும் தாக்குதலும் தொடர்ந்த போதிலும் முகாம் மக்கள் தாங்களாகவே ஒரு புதிய மருத்துவ மனையைக் கட்டினார்கள். ஆகையால், சமீருல் கத்தீப் கிளினிக்கின் மேல்தளத்தில் ஒரு பூந்தோட்டம் அமைப்பது முட்டாள்தனமே அல்ல — முழுக்க நியாயமானதும்கூட!

அமல்களின் தலைவர் நபி பேரி ஏறத்தாழ இரண்டரை ஆண்டு களுக்குப் பிறகு 1988 ஜனவரி மாதத்தில், எல்லா முகாம்களின் மீதான முற்றுகையையும் நீக்குவதாக அறிவித்தார். ஆக்கிரமிப்புப் பூமியில் உயிர்த்தெழுந்த போராட்டத்திற்கு ஆதரவாக இதைச் செய்வதாக அவர் சொன்னார். முகாம்களின் மீது அமல் போராளிகள் நடத்திய தாக்குதலில் இரண்டாயிரம் பாலஸ்தீனர்கள் கொல்லப்பட்ட போதிலும் அவர்களால் பாலஸ்தீனர்களை நசுக்க முடியவில்லை! உலக நாடுகளின்

வற்புறுத்தல் காரணமாக ஒரு சண்டை நிறுத்தத்தை சிரியா கொண்டு வந்தது. பாலஸ்தீனர்களுக்கெதிராகத் திரும்பும் எந்த அரபுத் தலைவராலும் தனது மக்களின் ஆதரவைப் பெற முடியாது. அராபிய மக்கள் பாலஸ்தீனர்களை வீரர்களாவும், பாலஸ்தீன் பிரச்சினையைப் புனிதமாகவும் கருதினார்கள். அதற்குத் தங்களின் ஆதரவைத் தெரிவிக்க தெருவிலிறங்கி ஆர்ப்பாட்டம் செய்தார்கள். எப்போதும் போல லெபனானிய மக்களும் பாலஸ்தீனர்களுக்கு ஆதரவளிக்கவே விரும்பினார்கள். சிரியா மக்களும் அதையே செய்தார்கள். பாலஸ்தீனப் பிரச்சினைக்கு இருந்த பொதுமக்கள் ஆதரவும், ஆக்கிரமிப்புப் பூமியில் பாலஸ்தீனர்கள் நடத்திய வீராவேசமான போராட்டமும் அமல்களின் தலைவர் நபி பேரியை, சோதனைச் சாவடிகளை நீக்குவதற்கு கட்டாயப்படுத்தியது என்பதே உண்மை!

அதே மாதத்தில் நான் திரும்பவும் இலண்டனுக்குப் பறந்தேன். இந்த முறை பெய்ரூத் விமான நிலையம் திறந்திருந்தது. ஆனால் விமானம் ஆறு மணி நேரம் காலதாமதமாகப் புறப்பட்டது. எனினும், சரியான நேரத்தில் நான் இலண்டன் போய்ச் சேர்ந்ததால், ஹீத்ரு விமான நிலையத்தில் மைக் ஹோம்ஸையும், சூஸன் ரேயையும் பார்க்க முடிந்தது. சூஸன், எங்களது அமைப்பின் ஸ்காட்லாண்ட் கிளையில் நிதியாதாரம் தேடும் பொறுப்பிலிருந்தாள். இருவரும் இஸ்ரேலிய ஆக்கிரமிப்புப் பகுதிகளுக்குச் செல்கிறார்கள். மத்திய கிழக்குப் பகுதிக்கு மைக் ஹோம்ஸ் செல்வது இதுவே முதல் தடவை! ஆறு வாரங்களுக்கு முன்பு, பாலஸ்தீன எழுச்சி தொடங்கியதிலிருந்து இதுவரை நூற்றுக்கும் அதிகமான பாலஸ்தீனர்கள் கொல்லப் பட்டார்கள். நூற்றுக்கணக்கானோர் படுகாயமடைந்தனர். காயமடைந்த சிலரின் சிகிச்சை செலவுகளுக்காக ஒரு தொகையை மைக் ஹோம்ஸ் தன்னுடன் கொண்டு செல்கிறார். காரணம், ஒவ்வொரு முறையும் சிகிச்சை தேடும் பாலஸ்தீனர்களிடம், ஆயிரத்திற்கும் அதிகமான அமெரிக்க டாலரை வைப்புத் தொகையாக இஸ்ரேலியர்கள் கட்டச் சொல்கிறார்கள். அதற்கு வழியில்லாத பாலஸ்தீனர்களுக்குச் சிகிச்சை கிடையாது!

மைக்கின் புத்தம் புதிய பாஸ்போர்ட்டைப் பார்த்து நான் சிரித்தேன்: 'நீயொரு சாதாரண உல்லாசப் பயணியென்றும், குறிப்பாகப் போராட்டம் நடக்கும் வேளையில் பாலஸ்தீனர்களுக்கு ஆதரவாகச் செல்லவில்லையென்றும் எப்படி இஸ்ரேலியர்களை நம்ப வைக்கப்

போகிறாய்?' தொடர்ச்சியாகப் பொய் சொல்ல மைக்கினால் முடியாதென்று தெரிந்துதான் நான் அப்படிக் கேட்டேன்.

டெல் அவீவ் செல்லக் காத்திருக்கும் எண்ணற்ற இஸ்ரேலியர்களும், புனிதப் பயணம் செல்லும் கிறித்தவர்களும் நிறைந்திருந்த கூட்டத்துடன் சூஸனும் மைக்கும் வரிசையில் நகர்வதைக் காண வேடிக்கையாக இருந்தது. நான் கையசைத்து விடை கொடுத்தவாறு உரக்கச் சொன்னேன்: 'எனக்காக ஜெருசலேமை முத்தமிடுங்கள்!' சில இஸ்ரேலியர்கள் சட்டெனத் திரும்பி என்னை முறைத்தார்கள். ஒரு சைனாக்காரிக்கு ஜெருசலேம் மீது என்ன பற்றிருக்குமென்று அவர்கள் வியந்திருக்கலாம்!

டெல் அவீவ் விமான நிலையத்தில் அவர்களை வரவேற்க சூஸன் வெய்டன் காத்திருந்தாள். இஸ்ரேலின் ஆக்கிரமிப்புப் பூமியில் ஏற்கனவே பணியாற்றியிருந்த சூஸி, இஸ்ரேலியர்கள் செய்யும் கொடுமைகளைப் பற்றி அறிந்ததும், தனது பாலஸ்தீன நண்பர்களைப் பற்றிக் கவலையடைந்து முன்னதாகவே அங்கு சென்றிருந்தாள். வந்த இருவரையும் அழைத்துக்கொண்டு பாலஸ்தீனர்களைக் காணச் சென்றாள்.

ஆக்கிரமிப்புப் பகுதிகளுக்குச் செல்ல முடியாதிருந்த நான், மைக் திரும்ப வந்து, அங்குள்ள நிலைமையை விளக்குவதைக் கேட்க பொறுமையோடு காத்திருந்தேன். இஸ்ரேலியர்களின் அட்டூழியங் களைத் தொலைக்காட்சிகளில் காட்டினாலும் அங்குள்ள மக்களின் மனவலிமையை அறிந்துகொள்ள விரும்பினேன். நான் அவர்களுடன் இல்லையென்றாலும், அவர்களது உணர்வுகளைப் பங்குவைத்தேன்.

எனக்குள் பல கேள்விகளும் எழுந்தன: எவ்வளவு காலம் பாலஸ்தீனர்கள் போராடுவார்கள்? எத்தனை காலம் சித்திரவதையும், சிறைச்சாலையும், பசியும், தாகமும் சகித்துக்கொண்டு நிமிர்ந்து நிற்பார்கள்? பொது வேலை நிறுத்தம் தொடருமானால் எப்படி வாழ்வார்கள்? பாலஸ்தீனக் குழந்தைகளுக்குப் பால் கொண்டு வருவது யார்? ஷத்திலா மக்களைப் போல உறுதியோடும், தீவிரமாகவும் அவர்கள் போராடுவார்களா? எந்த வகையில் நாங்கள் உதவ முடியும்?

மைக்கின் பயண அனுபவங்களைத் தெரிந்துகொள்ள ஆவலோடிருந்த நான், அவரைச் சந்திக்க இலண்டன் அலுவலகத்திற்குச் சென்றேன். மைக்கின் அறையில் டெலக்ஸ் வசதியிருந்தது. அவரது தொலைபேசி ஓயாமல் ஒலித்துக்கொண்டிருக்கும். எல்லோரிடமும் திறந்த மனதுடன் பழகுவதால், அவரது அறைக்குள் மருத்துவ ஊழியர்கள் வருவதும் போவதுமாக இருப்பார்கள். டேப் ரிக்கார்டின் பயன்பாட்டை ஒரு பத்திரிகையாளரிடமிருந்து தெரிந்துகொண்டிருந்த நான் அதைக் கையோடு கொண்டு வந்திருந்தேன். நாங்கள் அமர்ந்ததும், நான் அதை முடுக்கிவிட்டேன்.

ஆக்கிரமிப்புப் பூமியில் தனது முதல் நாளை 'நெருப்பாலான ஞானஸ்நானம்' என்று மைக் வர்ணித்தார். இஸ்ரேலின் ஆக்கிர மிப்பைப் பற்றியும், பாலஸ்தீனர்களின் துணிவைப் பற்றியும் தன் ஆயுளில் அறிந்ததைவிட, 24 மணி நேரத்தில் அதிகம் அறிந்ததாக அவர் என்னிடம் சொன்னார். அவரும், சூஸன் ரேயும் டெல் அவீவ் விமான நிலையத்தில் இறங்கியது 1988 ஜனவரி 17ஆம் தேதி காலை ஐந்து மணிக்குத்தான்! ஒன்பது மணிக்கெல்லாம் அவர்கள் தொன்மையான நகரமான நப்லூஸ் நோக்கிச் சென்றார்கள். முன்பு, நெப்போலியன் அந்த நகரத்தைக் கைப்பற்ற படையோடு வந்தபோது, நகர மக்கள் அதை எதிர்த்துப் போராடினார்களாம். அதன் பிறகுதான் அந்த நகரத்திற்கு, 'நெப்போலியனால் கைப்பற்ற முடியாத நகரம்' என்கிற அர்த்தத்தில் நப்லூஸ் என்ற பெயர் வந்ததாம்!

நப்லூஸ் போகிற வழியில், பாலஸ்தீனர்களின் ஆர்ப்பாட்டத் திற்குள் ஏறக்குறைய அவர்கள் அகப்பட்டுக்கொண்டார்கள். ஆர்ப் பாட்டக்காரர்கள் மீது இஸ்ரேலிய இராணுவம் துப்பாக்கிச் சூடு நடத்தியதாம்! இதைச் சொன்னபோது மைக்கின் உடல் நடுங்கியது. ஆர்ப்பாட்டத்தில் சிக்கிக்கொண்டு, எல்லோரையும் போல அடிபடவோ கைது செய்யப்படவோ துப்பாக்கிச் சூட்டுக்கு இரையாகவோ போகிறோமென்று நிமிட நேரத்திற்கு நினைத்தாராம்! ஆனால், நல்ல வேளையாக ஊர்வலம் திசை திரும்ப, இஸ்ரேலிய இராணும் அவர்களைப் பின்தொடர்ந்தது. அவர்களும் நப்லூஸ் நோக்கிச் சென்றார்கள்.

நான் கேட்டேன்: 'நப்லூஸ் எப்படியிருக்கிறது?'

'கண்ணீர்ப் புகையை முதல் முறையாக அனுபவித்தேன். அது அத்தனை நல்லதல்ல என்று சொல்லியாக வேண்டும். ஆனால் உண்மையில், பாலஸ்தீனர்களுக்கு அதில் கொஞ்சமும் பயமில்லை.

நாங்கள் நப்லூஸில் இருக்கும்போது, இஸ்ரேலிய இராணுவம் பாலஸ்தீனர்களின் வீடுகளுக்குள் கண்ணீர்ப் புகை வெடிகுண்டுகளை எறிவதைக் கண்டோம். அவை சாதாரணமான சி.எஸ் குண்டுகளல்ல—அதைவிட மோசமான விஷம் நிறைந்த சி.எஸ்-515, சி.எஸ்-560 குண்டுகள் அவை!'

கண்ணீர்ப் புகை குண்டுகள் நிறைத்து வரும் பெட்டியொன்றின் புகைப்படத்தை மைக் என்னிடம் காண்பித்தார்: 'பார்த்தாயா, இந்த குண்டுகள் பென்ஸில்வானியாவில் தயாரிக்கப்பட்டவை. தேதியை கவனமாகப் பார், 1988 என்றில்லையா? அதாவது, 1988 ஜனவரி முதல் தேதியன்று, இவை தொழிற்சாலையில் உற்பத்தியாகியிருந்தால்கூட, இரண்டு வாரங்களுக்குள் இவை இஸ்ரேலியர்களின் கையில் கிடைத்திருக்கிறது—பாலஸ்தீனர்களுக்கு எதிராகப் பயன்படுத்தவும் செய்திருக்கிறார்கள்! சரியா?' வெறுப்போடு மைக் ஒரு சிகரெட் எடுத்துப் பற்ற வைத்துக்கொண்டார்.

அவர் மேலும் தொடர்ந்தார்: 'நாங்கள் நப்லூஸ் சென்றடைந்ததும் பாலஸ்தீனர்கள் எங்களைப் பார்க்க வீடுகளிலிருந்து வெளியே வந்தார்கள். தாங்கள் சேகரித்த ரப்பர் தோட்டாக்களை எங்களிடம் காண்பித்தார்கள். அவை அத்தனை அபாயகரமானவையல்ல என்றுதான் பலரும் நினைக்கிறார்கள். ஆனால் நாங்கள் அங்கிருந்தபோது, தலையில் ரப்பர் தோட்டா தாக்கிய நாலு வயதுள்ள சிறுவனைக் கண்டோம். அவன் உணர்விழந்து கிடந்தான். அவனது ஒரு கண் வெளியே பிதுங்கிக் கிடந்தது. மூளையில் இரத்தம் கசிவதாகவும், உடனடியாக ஹதஸ்ஸா மருத்துவமனைக்குக் கொண்டு சென்று, அறுவை சிகிச்சை நடத்தியாக வேண்டுமென்றும் ஒரு பாலஸ்தீன மருத்துவர் சொன்னார்.'

1982இல், கஹான் விசாரணைக் குழுவில் சாட்சியளித்த பிறகு நானும், பால் மோறிஸும், எலன் சீகலும் பார்வையிட்ட மருத்துவ மனை அது! அது ஒரு மிகச் சிறந்த மருத்துவமனையென்று நானறிவேன். இறுதியில் என்னதான் நடந்ததென்று விளக்கும்படி மைக்கிடம் கேட்டேன்.

அவர் சொன்னார்: 'அந்தச் சிறுவன் உயிர் பிழைத்தானா, இல்லையா என்பது பற்றி எனக்கெதுவும் தகவல் இல்லை. நப்லூஸிலிருந்து, ஹதஸ்ஸா மருத்துவமனைக்குச் செல்ல குறைந்தது ஒரு மணி நேரமாவது ஆகும். சிதைந்த தலையும், மூளையில் இரத்தக் கசிவும் உள்ள நிலையில், ஒரு மோசமான சாலையில் ஒருமணி நேரம் பயணம்

செய்வதென்பது இறுதியாக எடுக்க வேண்டிய முடிவாகத்தான் இருக்கும். அவனை மருத்துவமனையில் சேர்ப்பது தொடர்பாக பாலஸ்தீன மருத்துவரும் இஸ்ரேலிய மருத்துவரும் தொலைபேசியில் பேசி அதிக நேரத்தையும் வீணடித்தார்கள். நோயாளியை உடனே அனுப்பும்படி சொல்வதற்குப் பதிலாக, வைப்புத் தொகையாக 1200 ஷேக்கல் (இஸ்ரேலிய நாணயம்) கட்ட வேண்டுமென்றும், இயலாது போனால் சிறுவனைத் திருப்பியனுப்ப நேரிடுமென்றும் இரக்கமற்ற அந்த இஸ்ரேலிய மருத்துவர் அந்தச் சிறுவனின் பெற்றோர்களிடம் திரும்பத் திரும்பச் சொல்லிக்கொண்டிருந்தார்!'

அந்தச் சிறுவனைக் காயப்படுத்தியதே இஸ்ரேலியர்கள்தான் என்றிருக்க, இதுபோன்ற 'பணமிருந்தால்தான் சிகிச்சை' என்கிற பேரத்தைக் கண்டு மைக் மிகவும் கொதிப்படைந்தாராம்!

மைக் தொடர்ந்தார்: 'நாங்கள் நப்லூஸில் இருந்தபோது, தொழிற்சங்க பொதுக் கூட்டமைப்பு அலுவலகத்திற்கு எங்களை அழைத்தார்கள். நாங்கள் சென்றோம். போராட்டத்தில் காயமடைந்த மக்களின் ஒரு நீண்ட பட்டியலை அவர்கள் வைத்திருந்தார்கள். அவர்களின் சிகிச்சைக்கு நமது அமைப்பினால் ஏதாவது உதவ முடியுமா என்று கேட்டார்கள். நாங்கள் பேசிக்கொண்டிருந்தபோது, மாபெரும் இரைச்சலொன்றைக் கேட்டு நான் திடுக்கிட்டேன். ஆனால், பாலஸ்தீனர்கள் அதைக் கேட்டுச் சிரித்தார்கள். இஸ்ரேலியப் போர் விமானங்கள் ஒலிக் கட்டுப்பாட்டை மீறிப் பறப்பதால் எழும் இரைச்சலாம் அது! பாலஸ்தீனர்களைப் பயமுறுத்துவதற்காக இஸ்ரேலியர்கள் அடிக்கடி இப்படிச் செய்வார்களாம்!' மைக் சிரிக்கத் தொடங்கினார். இப்போதும்கூட, குண்டு வெடிக்கும் ஓசைக்கும், போர் விமானங்களின் இரைச்சலுக்கும் உள்ள வித்தியாசம் தனக்குப் புரியாமல் போனதையெண்ணி அவர் வெட்கப்படுவதாகத் தோன்றியது.

'அதன் பிறகு நாங்கள் மற்றொரு வீட்டிற்குச் சென்றபோது, வாய்ப்புக்கேடாக இஸ்ரேலிய வீரர்களின் கண்ணில் பட்டோம். நாங்கள் வெளிநாட்டினர் என்று தெரிந்தும் அவர்கள் எங்களைப் படிக்க நினைத்தார்கள். அப்போது எங்கிருந்தோ கூட்டமாக வந்த பாலஸ்தீனக் குழந்தைகள் எங்களை ஒரு வீட்டிற்குள் தள்ளினார்கள். உடனே அந்த வீட்டுக்காரர், இஸ்ரேலியர்களை வெளியே நிறுத்திக் கதவை உட்புறமாகத் தாழிட்டார். ஆனால், இராணுவத்தினர்

கதவில் பலமாகத் தட்டினார்கள். வாக்கி-டாக்கியில் யாரிடமோ பேசினார்கள்.

அந்த வீட்டின் பின்புறம் ஒளிந்திருந்த குழந்தைகள் அங்கிருந்து இராணுவத்தினர் மீது கல்லெறிந்தனர். குழந்தைகளைப் பிடிக்க, எங்களை மறந்து இராணுவம் அவர்கள் பின்னால் ஓடியதால் நாங்கள் தப்பினோம். அந்தக் குழந்தைகள் சரியான மாயாஜாலக்காரர்கள்! எல்லா இடங்களிலும் அவர்கள் இருந்தார்கள். அவர்கள் எதற்கும் பயப்படுவதில்லை!'—மைக் சொன்னார்.

'ஆக, நீங்களும் அந்தக் குழந்தைகளை நேசிக்க ஆரம்பித்தீர்கள், சரியா மைக்?'—நான் கேட்டேன்.

'எப்படி இல்லையென்று சொல்வது? எங்களைக் காப்பாற்றியதே அவர்கள்தானே..!'— ஒரு சிறிய புன்னகையுடன் அவர் சொன்னார்.

மேலும் தொடர்ந்தார்: 'நாங்கள் பாலஸ்தீனக் குடும்பங்களைச் சந்தித்தோம். அவர்களில் பலரும் மிகவும் இழிநிலையில் வாழ்கிறார்கள். ஒரு மனிதர் எங்களிடம், 'இங்குள்ள வறுமை நிலையைப் பாருங்கள். இந்த உலகில் எனக்கென ஒரு குடும்பத்தை நான் உருவாக்கியதே பாலஸ்தீன் தேசத்திற்காகத்தான்! எனது ஆண் குழந்தைகளையும் பெண் குழந்தைகளையும் பாருங்கள்—அவர்களது உடல்கள் முழுவதும் இஸ்ரேலியர்கள் ஏற்படுத்திய காயங்களும், சிதைவுகளும்தான்! ஆனால் என்ன, காயங்கள் ஆறியதும் மீண்டும் அவர்கள் ஆக்கிரமிப்பாளர்களுக்கு எதிராக ஆர்ப்பாட்டம் செய்வார்கள். அவர்களை நினைத்து நான் மிகவும் பெருமிதம் அடைகிறேன்' என்று சொன்னார். அவரது குழந்தைகளிடம் நாங்கள் பேசியபோது, அவர்களும் தங்களின் பெற்றோர்களைப் பற்றி அப்படித்தான் சொன்னார்கள்.'

மைக் தொடர்ந்து பேசினார்: 'நாங்கள் பல்லாடா முகாமுக்குச் சென்றோம். ஆக்கிரமிப்புக் குடியேற்றம் எந்த அளவுக்கு மக்களின் வாழ்க்கையை துயரத்திலாழ்த்தும் என்பதை அங்கு நாங்கள் கண் கூடாகக் கண்டோம். திறந்து கிடக்கும் சகிக்க முடியாத துர்நாற்றம்! தொலைக்காட்சிகளில் அந்த நாற்றத்தைப் பார்ப்பவர்களிடம் கொண்டு செல்ல முடியாது. ஆக்கிரமிப்பாளர்களின் சட்டத்தில், சாக்கடைகளை மூட அனுமதியில்லையாம்! இப்படிப்பட்ட நிலையிலும், ஊர் மக்களான சாதாரண இஸ்ரேலியர்கள்மீது பாலஸ்தீனர்களுக்கு வெறுப்பில்லை! சில வாரங்களுக்கு முன்பு நாடு கடத்தப்பட்ட ஒரு பாலஸ்தீன இளைஞனின் தந்தையை நாங்கள் சந்தித்தோம்.

இஸ்ரேலிய வீரர்கள் அவரது மனைவியையும், மகளையும்கூட உதைத்திருந்தார்கள். அவர் எங்களிடம், 'பிரிட்டிஷ்-அமெரிக்க மக்களையும்—ஏன், யூதர்களையோ கூட—நாங்கள் வெறுப்பதில்லை! காரணம், அவர்கள் எங்களின் எதிரிகள் அல்ல! எங்களது மண்ணை ஆக்கிரமித்த இராணுவத்தினர்தான் எங்களது எதிரிகள்! அவர்களை இங்கிருந்து துரத்தினால், பழையபடி நாங்கள் யூதர்களுடன் அமைதியாக வாழ்வோம்!' என்று சொன்னார். பாலஸ்தீனர்கள் பெருந் தன்மையானவர்கள்!'

நானறிந்த வரை பிரச்சினையும் இதுதான். பாலஸ்தீனர்கள் வெறுப்பும் விரோதமும் கொண்ட மக்களாகப் பல்லாண்டுகளாக சித்திரிக்கப்பட்டு வருகிறார்கள். ஆனால், மைக்கைப் போன்று நானும் அதற்கு மாறான அனுபவத்தைக் கண்டறிந்தேன். நானறிந்தவரை, பாலஸ்தீனர்கள் மறக்கவும் மன்னிக்கவும் தயாராக இருக்கிறார்கள். சப்ரா-ஷத்திலா படுகொலைகளைப் பற்றி நான் ஆதங்கப்படும் சில வேளைகளில், அதையெல்லாம் மறந்து வாழ்வோடு ஒன்றிவிடும்படி எனது பாலஸ்தீன நண்பர்கள் என்னிடம் சொல்வதுண்டு! ஆனால், அப்போதெல்லாம் இஸ்ரேலில் யாத் வாஷமில் எழுதி வைத்திருந்த ஒரு பொன்மொழியை அவர்களிடம் எடுத்துச் சொல்லி, அதிலிருந்து பாடம் கற்றுக்கொள்ளும்படி நான் அவர்களை வலியுறுத்துவேன்: 'மறதி உன்னைப் புலம்பெயர்ந்தவனாக மாற்றிவிடும். பழையதை நினைவில் வைத்திருப்பதுதான் மீட்சியின் இரகசியம்.' யூத ஞானத்திலிருந்து அதைக் கற்றுக்கொள்ளும்படி வலியுறுத்தினேன்.

தன்னைக் காப்பாற்றிய பாலஸ்தீனர்களைப் பற்றிப் பேசும்போது, சில வேளைகளில் மைக் இப்படி ஏதோ சொல்வார்: 'உனக்குத் தெரியுமா, அவர் சொன்னதைக் கேட்டபோது தொண்டையில் ஒரு வீக்கம் வந்ததாகத் தோன்றியது.' நான் கவனமாக அந்த வார்த்தையை —'தொண்டை வீக்கம்' —என்று குறித்து வைத்தேன். காரணம், மைக் அதைச் சொன்னபோது ஏறக்குறைய அழுது விடும் நிலைக்கு வந்ததை, இந்தப் புத்தகத்தை எழுதும்போது அது எனக்கு நினைவுபடுத்தும்!

மைக் தொடர்ந்தார்: 'கல் எறிந்ததற்காகக் கைது செய்யப்பட்ட ஒன்பது வயதான தன் மகனை விடுவிக்கும்படிக் கேட்க, ஒரு தாய் கவலை தோய்ந்த முகத்துடன் இஸ்ரேலியப் பாதுகாப்புப் பிரிவுக்குச் சென்றாள். அந்தச் சிறுவனின் தகப்பனார் இஸ்ரேலியர்களால்

பிடிக்கப்பட்டு விடுதலையாகி அதிக நாள்கள் ஆகவில்லை. இப்போதும் அவர் தேடப்படுபவர்களின் பட்டியலில் இருந்தார். அதனால்தான் நேரில் செல்லாமல் தனது மனைவியை இஸ்ரேலியர்களிடம் அனுப்பினார். ஓர் ஆசிரியையான அவளிடம் இஸ்ரேலியர்கள் கேட்டார்கள்: 'ஒரு ஆசிரியையான நீ, ஒன்பது வயதான உன் மகனுக்கு வெறுப்பைக் கற்றுக்கொடுக்கலாமா?' அதற்கு அவள், 'ஒரு ஒன்பது வயதுச் சிறுவனால் யாரையும் வெறுக்க முடியாது! அவனில் வெறுப்பை ஏற்படுத்தியது உங்களின் ஆக்கிரமிப்புதானே தவிர, நானல்ல! ஆக்கிரமிப்பை நீக்கி, உங்களையும் அவன் நேசிக்க வழிசெய்யுங்கள்' என்றாள்.

பார்க்குமிடங்களில் எல்லாம் பாலஸ்தீன குழந்தைகள் வெற்றிச் சின்னத்தைக் காண்பித்தவாறு நடப்பதைக் காண முடிந்தது. அவர்கள் பயமறியாத குழந்தைகள்! கல்லெறிந்த ஒரு மூன்று வயதுச் சிறுவனைப் பிடித்து இஸ்ரேலியர்கள் மிரட்டினார்கள்: 'உனக்கு மூன்று வயது தானே ஆகிறது? சரியாகக் கல்லெறியக்கூட உனக்குத் தெரியவில்லை. யார் உன்னிடம் எங்கள்மீது கல்லெறியச் சொன்னது? சொல், இல்லாவிட்டால்...' அந்தச் சிறுவன், 'என் அண்ணன்' என்று பதில் சொன்னான். அடுத்த கணமே, ஆயுதமேந்திய இஸ்ரேலிய வீரர்கள் அந்தச் சிறுவனையும் தூக்கிக்கொண்டு, அவனது வீட்டிற்குள் புயலாக நுழைந்தார்கள். வீட்டின் ஒரு மூலையில் விளையாடிக்கொண்டிருந்த அவனது அண்ணனைக் கண்டார்கள். அவன் இவனைவிட ஒரு வயது மூத்தவன், அவ்வளவுதான்!'

மைக் தொடர்ந்து பேசியதால் அவரது 'ஸ்காட்லாண்ட் உச்சரிப்பு' கடினமாகிக்கொண்டிருந்தது. சில வேளைகளில் நிறுத்தச் சொல்லி, சொன்னதைத் திரும்பவும் சொல்லும்படி அவரிடம் கேட்க வேண்டிய தாயிற்று! அந்நேரம் அலுப்புடன் கைகளைப் பிசைந்து, 'புத்தியில்லாத அந்நிய நாட்டவள்!' என்று என்னைப் பழித்தார். பிறகு, ஆரம்பத்திலிருந்து சொல்லத் தொடங்குவார்.

அவர்கள் மூவரும் காஸா முனைக்குச் சென்று, அங்குள்ள மருத்துவ மனையையும் கிளினிக்குகளையும் பார்வையிட்டார்கள். மைக்கிற்கு மருத்துவத்துறையில் பழக்கமில்லாததால், அங்குள்ள மருத்துவ தேவைகளைக் கண்டறிவதில் கொஞ்சம் சிரமப்பட்டார். எனினும், தாம் கண்ட காயங்களைத் தரம் பிரித்து மூளையில் பதிய வைத்தார். பாலஸ்தீன எழுச்சியில் காயம்பட்டவர்கள் நிறையவே இருந்தனர். பலருக்கும் சரியான சிகிச்சை கிடைக்கவில்லை. பாலஸ்தீனர்களின்

கை-கால்களை வேண்டுமென்றே உடைக்கும் திட்டத்தின் பொருள், அவர்களை நீண்ட காலத்திற்கு முடக்கிப் போட வேண்டும் என்பதுதான்! ஒரு கையோ, காலோ முறிந்து போனால் அது சரியாகச் சில மாதங்களாகும். பழையபடி செயல்பட இன்னும் சில மாதங் களாகும். ஒரு ஆர்த்தோபீடிக் சர்ஜனான எனக்கு, முறிந்த எலும்புகள் சரியாகும் விஷயத்தில் அவசரம் உதவாதென்று நன்றாகவே தெரியும். ஒருவேளை, கை-கால்களின் நான்கு எலும்புகளும் முறிந்து போயிருந்தால், அந்த நோயாளி குறைந்தது ஒரு வருடத்திற்காவது பயனற்றவனாவான். அதற்கிடையில், அவன்தான் குடும்பத்தின் ஏக வருமான மார்க்கம் என்றால் அந்தக் குடும்பம் பட்டினி கிடக்க வேண்டியதுதான்!

மைக் மேலும் விவரித்தார்: 'காஸாவில், ஷிஃபா மருத்துவமனையில் காயமடைந்த பாலஸ்தீனர்கள் நிரம்பி வழிந்தனர். எங்கு பார்த்தாலும் கை-கால்கள் ஒடிந்தவர்களும், வயிற்றிலும் நெஞ்சிலும் மிதிபட்டவர் களும்தான்! ஒரு காலில் துப்பாக்கிக் குண்டு பாய்ந்த ஒரு பதினேழு வயதான இளைஞன்மீது கண்ணீர்ப் புகையையும் வீசி இஸ்ரேலியர்கள் கொண்டு வந்தார்கள். அது போதாதென்று, மறுநாள் மருத்துவமனைக்குச் சென்று மறு காலையும் நசுக்கினார்கள். அவன் படுக்கையிலிருந்தவாறு கூச்சலிட்டான்: 'இஸ்ரேலிய இராணுவத்தை நான் வெறுக்கிறேன். பாலஸ்தீனர்களின் உரிமையை விட்டுக் கொடுத்து அவர்கள் பாலஸ்தீனை ட்டு வெளியேறட்டும்!'

இஸ்ரேலியர்களால் இரண்டு விரைகளும் நசுக்கப்பட்ட நாற்பத் தைந்து வயதான மனிதரின் அருகில் அவனைக் கிடத்தினார்கள். அந்த மனிதருக்குப் பக்கத்தில் பதின்மூன்று வயதான அவரது மகனும் கிடந்திருந்தான். அவனது இரண்டு கைகளும் இஸ்ரேலியர்களால் ஒடிக்கப்பட்டிருந்தன. பலரும் எங்களிடம் சொன்ன ஒரு விஷயம்: 'ஷத்திலா முகாம் மூன்றாண்டு காலமாகத் தொடர்ச்சியான தாக்குதலையும் முற்றுகையையும் எதிர்த்ததென்றால், அதே போன்று நாங்களும் ஆக்கிரமிப்பாளர்களை எதிர்த்துப் போராடவே செய்வோம்.' மைக் தன் பயண அனுபவத்தை சொல்லி முடித்தார்.

அதன் பிறகு ஓர் ஆங்கில நாளிதழை மைக் என்னிடம் காண்பித்தார். அதில், சற்று முன்பு என்னிடம் அவர் சொன்ன வாக்கியங்கள், பெரிய எழுத்துகளில் அச்சாகியிருந்தன. பலவற்றையும் அது எனக்கு

விளக்கியது—புலம்பெயர்ந்த மக்களின் போராட்டத்தையும், ஆக்கிரமிப்புப் பூமியில் வாழும் மக்களின் போராட்டத்தையும் அது இணைத்தது. அந்த மக்கள், ஷத்திலா மக்களைப் போல உறுதியாகவும், தீவிரமாகவும் போராடுவார்களா? இந்தக் கேள்விக்கும் இப்போது என்னிடம் விடை யிருந்தது! லெபனான் பாலஸ்தீனர்களின் அஞ்சாமை, பாலஸ்தீன உயிர்த்தெழுதலின் அடித்தளமானது! புலம் பெயர்ந்த இடத்திலிருந்து ஷத்திலா முகாம் தனது தாய்மண்ணிற்குப் பயணமானது —ஆம், பெய்ரூத்திலிருந்து ஜெருசலேமிற்கு!

31

பாலஸ்தீனர்களைப் பற்றி நான் எழுதுவது ஒரு கற்பனைக் கதையென்றால், அதற்கு ஒரு சுபமான முடிவும் தேவையென்றால், இந்த அத்தியாயம் தேவையற்றது! பாலஸ்தீனர்களின் எழுச்சி உலகத்தின் கவனத்தைக் கவர்ந்துள்ளதை எடுத்துரைத்து இதை முடித்திருந்தால் அது என்னையும், இதன் வாசகர்களையும் திருப்திப் படுத்தியிருக்கும்! வாய்ப்புக்கேடாக, அதற்கு வாய்ப்பில்லை! லெபனான் பாலஸ்தீனர்களின் சோகம் தொடர்ந்துகொண்டிருந்தது. அவர்களது நண்பர்களாகிய நாங்கள், பாலஸ்தீனர்களின் உடைந்த வீடுகளுக்கும், தகர்ந்துபோன வாழ்க்கைக்கும் மத்தியில் வாழ்ந்து கொண்டிருக்கிறோம். லெபனானில் இருக்கும் ஐந்து லட்சம் பாலஸ்தீனர்களின் இழிநிலையை நீங்கள் உணர்ந்தாக வேண்டும். பாலஸ்தீன எழுச்சி அவர்களுக்குக் கண்ணியத்தை அளித்ததோடு, வாழ்க்கைக்கு ஒரு புதிய பொருளையும் தந்திருந்தது.

ஆனால், 1988ஆம் ஆண்டின் இறுதிக்குள் அதே பழைய இழிநிலை திரும்ப வந்தது. செய்தியாளர்களின் கவனம் திசை திரும்பியதும், முகாம்கள் மீண்டும் முற்றுகைக்கு இரையாயின. எங்களது அமைப்பின் மருத்துவ ஊழியர்கள் அமைதியாக முகாம்களிலும் கூடாரங்களிலும் தொடர்ந்து சேவை செய்தார்கள். அவர்களும்கூட, இப்போது என்னிடம் கேட்கத் தொடங்கினார்கள்: 'இனியும் எத்தனை காலத்திற்கு?'

லெபனானில் வசந்தம் திரும்பவும் வந்தது. 1988 ஏப்ரல் மாதத்தில், ஆறாவது முறையாக நான் மீண்டும் பெய்ரூத் சென்றேன். இது ஒரு குறுகிய பயணம். குறிப்பாக, அங்குள்ள சூழ்நிலையைக் கணித்து, எங்களிடமுள்ள கணிசமான தொகையை எதற்காகச் செலவிடலாம் என்பதை அறிவதற்காக மேற்கொண்ட பயணம். அத்துடன், அங்குள்ள

எங்களது அமைப்பின் ஊழியர்களையும் சந்தித்துப் பேசவிரும்பினேன். அவர்களில் பலரும் முகாம்களின் மோசமான சூழ்நிலையில் நீண்டகாலமாக அங்கு வாழ்ந்துகொண்டிருக்கிறார்கள். பாலஸ்தீனர் களுடன் சேர்ந்து அவர்களும் விமானத் தாக்குதலையும், ஏவுகணைத் தாக்குதலையும் தாங்கிக் கொண்டு, தங்குவதற்கு ஒரு வீடில்லாமல் கடுமையான குளிரில் வாழ்ந்து கொண்டிருக்கிறார்கள்.

கடந்த ஆண்டின் குளிர்காலத்தில் அங்கு நிலவிய கொடிய துயரங் களை முகாம்களில் வாழ்ந்தவர்கள் மட்டுமே புரிந்துகொள்ள முடியும். ஏவுகணைகள் துளைத்த சுவர்களின் ஓட்டைகள் பாலிதின் காகிதத்தால் மறைக்கப்பட்டிருந்தன. மழையும், குளிர்ந்த காற்றும் முகாமுக்குள் வீசியடித்தன. அதற்கு முந்தைய வருட குளிர்காலத்தின் கடுமையில் —குளிர்காய எண்ணெய்யும், விறகும் தீர்ந்துபோனதால்—வாசற் கதவுகளையும் சன்னல் கதவுகளையும் மக்கள் எரித்திருந்தார்கள். வருடமொன்று கடந்து சென்றது. ஆனால், வீடுகளைச் செப்பனிடுவதும் புதுப்பித்துக் கட்டுவதும் தடை செய்யப்பட்டிருந்தன. அதனால் சன்னல்களுக்கு இன்றும் கதவுகள் இல்லை. எப்படியிருந்த போதிலும் மேலும் ஒரு வருடம் உருண்டோடியது!

இந்தப் பயணத்தில், பெக்கா பள்ளத்தாக்கு, பெய்ரூத், தெற்கு லெபனான் எனப் பல இடங்களுக்கும் நான் சென்றேன். பெக்கா பள்ளத்தாக்கில் மிகப் பெரிய 'பர் எலியாஸ்' முகாமிருந்தது. அது சிரியர்களின் கட்டுப்பாட்டில் இருந்தது. அங்கிருந்த பாலஸ்தீனர்களில் பலரும், 1982இல் இஸ்ரேல் படையெடுத்த வேளையிலும்— 1985-1988 காலகட்டத்தில் நடந்த முகாம் போர்களுக்குப் பிறகும் தெற்கு லெபனானில் இருந்தோ பெய்ரூத்திலிருந்தோ வந்து குடியேறியவர்கள்தாம்! எங்களில் சிலர் அங்கிருந்த செம்பிறைச் சங்கத்தின் தலைவரைச் சந்தித்து எந்த வகையில் எங்களது அமைப்பின் சார்பாக அவர்களுக்கு உதவுவது என்பது குறித்து ஆராய்ந்தார்கள். தேவையான வசதிகளும் கருவிகளும் இல்லாதிருந்தும், அங்கிருந்த மருத்துவமனை திறம்படச் செயல்படுவதைக் கண்டு நான் மிகவும் வியந்தேன். சொந்த வீடுகளை இழந்த ஒரு லட்சத்திற்கும் அதிகமான பாலஸ்தீனர்கள் முகாமைச் சுற்றிலும் உள்ள கூடாரங்களில் மோசமான நிலையில் வாழ்ந்துகொண்டிருக்கிறார்கள். அதற்குப் பக்கத்தில், சிரியா இரகசியப் பிரிவினர் நடத்தும் அஞ்சர் சிறைக்கூடம் இருந்தது. கைதாகும் பாலஸ்தீனர்களை சிரியாவிற்கு அனுப்புவதற்கு முன்பாக அங்கு வைத்துத்தான் அவர்கள் விசாரணைக்கும் சித்திரவதைக்கும் ஆளாக்கப்பட்டார்கள்.

வசந்தம் வந்தால் கடும் மழையை நிறுத்தி மலைகளையும் கடற்கரையையும் சூரிய வெளிச்சத்தில் மீண்டும் சூடுண்டாகும் படிச் செய்யும். ஆனால் பெய்ரூத்தில், ஜெர்மனியைச் சேர்ந்த ரீட்டா மொன்டனாஸ் என்கிற 75 வயதான பொதுநல ஊழியர் நகரமெங்குமுள்ள அகதிகளுக்குப் பால் விநியோகம் செய்ய தினமும் தெருவிலிறங்கும்போது, எதுவும் எங்களுக்கு வசந்தத்தை நினைவூட்ட வில்லை—அவளது ஒளிமயமான புன்னகையைத் தவிர! அண்மையில் தான் அந்த மூதாட்டி எங்களின் அமைப்பில் சேர்ந்திருந்தாள்.

சீரழிந்து கிடக்கும் முகாம்களில் புதிதாக எதையும் கட்ட அனுமதிக்க வில்லை. கட்டுமானப் பொருள்கள் மீதான தடை நீடித்தது. அதனால் மக்கள் வீடிழந்தவர்களாகவே வாழ்ந்தனர். 'வீடற்ற மக்களுக்குப் புகலிடமளிக்கும்' வருடமாக உலக அளவில் கொண்டாடப்பட்ட 1987ஆம் ஆண்டு வந்தது போலவே போய்விட்டது! பன்னாட்டுக் கருத்தரங்குகளில் எடுக்கப்பட்ட பல்வேறு தீர்மானங்களைத் தவிர, எடுத்துக்காட்டாக எதுவும் நடக்கவில்லை. முகாம்களின் சிதைந்த வீடுகளிலோ மோசமான கூடாரங்களிலோ, ஏதேனுமொன்றை வாழ்விடமாகத் தேர்ந்தெடுக்க விதிக்கப்பட்ட மக்களுக்கு, 'சொந்த வீடென்பது தனிமனிதனின் உரிமை' என்று சவடாலடிக்கும் இதுபோன்ற தீர்மானங்கள் அர்த்தமற்றவை!

கூடாரங்களில் வாழும் மக்கள் ரீட்டாவை 'மாமா ஹலீப்' (பால்காரியம்மா) என்றழைத்தார்கள். அரபியில் ஹலீப் என்றால் பால் என்றும், மாமா என்றால் அம்மா என்றும் அர்த்தம்! நாளடைவில், பாலுடன் பல்வேறு பொருள்களையும் ரீட்டா தங்களது குழந்தை களுக்கு வழங்குவதைக் கண்ட தாய்மார்கள் அவளை 'மாமா ரீட்டா' (ரீட்டா அம்மா) என்று பெயர் மாற்றி அழைத்தார்கள். அவள் குழந்தை களுக்குத் துணிமணிகள், புத்தகங்கள், மருந்துகள் எனப் பலவும் கொடுத்தாள்—எல்லாவற்றிற்கும் மேலாக, இறைவனால் கைவிடப்பட்ட சோகமான அந்தக் கூடாரங்களில் அவர்கள் மிகவும் ஏங்கிய தோழமை உணர்வை அவள் கொண்டுவந்தாள். அந்தக் கூடாரங்களுக்குள் சிறிதளவேனும் மகிழ்ச்சியைக் கொண்டுவருவதற்காகவே இறைவன் ரீட்டாவுக்கு நேசமான ஒரு இதயத்தையும், மனம் கவரும் புன்னகையையும் வழங்கியிருக்கிறாள். மேலும், தன்னாலாகும் வரை பிறருக்கு உழைப்பதற்காகவே அவளுக்குப் பொறுமை என்கிற பரிசையும் இறைவன் வழங்கியிருக்கிறான்! என்னுடைய பாலஸ்தீன தோழி லைலா ஷாஹித் ஒருமுறை என்னிடம் சொன்னாள்: 'சில வேளைகளில், எங்களுக்குக் கிடைத்துள்ள நண்பர்களைப் பார்க்கையில்,

நாங்கள் எண்ணற்ற துயரங்களை அனுபவித்துவிட்டதை இறைவன் புரிந்துகொண்டிருப்பதாக நான் நம்பத்தொடங்குவேன்! கடின இருள் சூழ்ந்த கட்டடங்களில் சிறந்த நண்பர்களைத் தந்து அவன் எங்களை ஆசீர்வதித்தான்!'

கூடாரங்கள் மனிதர்களை இழிவாக்கின. பாலஸ்தீனர்களை அது அவமானப்படுத்தியது! கூடாரங்களை வீடுகளாகவும், முகாம்களை புலம்பெயர்ந்தவர்களின் நகரமாகவும் மாற்றியவர்கள் அவர்கள். இன்று, அந்த நகரங்களை அழித்து, அவர்களின் அடையாளங் களைச் சிதைத்து, கட்டாயமாக அவர்களைக் கூடாரங்களில் முடங்க வைத்துள்ளனர். ஒவ்வொரு கூடாரத்தையும் தனிப்பட்ட குடும்பங்கள் தங்கும் சிறு பகுதிகளாகக் கறுத்த துணியால் மறைத்திருந்தார்கள். ஐம்பதடி நீளமும் ஐம்பதடி அகலமும் உள்ள அந்தக் கூடாரங்களில் எளிதாக நூற்றுக்கணக்கான மக்களைத் திணித்தார்கள். போதுமான வெளிச்சம் இல்லாதிருந்தாலும் மக்கள் நெருக்கடியை வாசனையிலிருந்து உணரமுடியும். பெருமூச்சும், மௌனமும், பதற்றமும் கலந்த மூச்சுத்திணறலை அது உருவாக்கியது.

எனது தோழி ரோஸ்மேரி சாயிக், 'பாலஸ்தீனர்கள்: புரட்சியாளர் களாக மாறிய விவசாயிகள்' என்கிற தலைப்பில் எழுதிய புத்தகத்தை நினைவுகூர்ந்தேன். அந்தக் கூடாரங்களில் வாழும் மனிதர்கள் என்னை, 'பாலஸ்தீனர்கள்: அகதிகளாக மாறிய புரட்சியாளர்கள்' என்கிற தலைப்பில் வேறொரு புத்தகம் எழுதுவதைப் பற்றிச் சிந்திக்க வைத்தார்கள். இந்தப் புறம்போக்கான கூடாரங்களிலிருந்து பார்த்த போது, பாலஸ்தீன் தேசம் மிகவும் தொலைவிலிருப்பதாகத் தோன்றியது. இங்கு போராட்டம் நிலைத்தது போலத் தோன்றியது—அதோடு சேர்ந்து வாழ்க்கையும்!

ஆனால், எனது எண்ணம் தவறானது! இங்கு இயலாமை என்பது ஒரு தோற்றமே தவிர, உண்மையல்ல! சோதனைச் சாவடிகள் நீக்கப்பட்ட உடனேயே மக்கள் அந்தக் கூடாரங்களைக் கைவிட்டு, சிதைந்து கிடக்கும் முகாம்களுக்குத் திரும்பிச் சென்றார்கள். எந்தவித அடையாளமும் இன்றி அகதிகளாகக் கூடாரங்களில் இருப்பதை விட, சிறைக் கைதிகளைப் போல பாலஸ்தீன முகாம்களின் இடிபாடுகளுக்கிடையில் வாழ்வது பெருமையானதென்று அவர்கள் முடிவு செய்தார்கள். கூடாரங்களில் வாழ்ந்த மக்கள் தாங்கள்

பாலஸ்தீனர்கள் என்பதை மறந்துவிடவில்லை. அகதிகளாக வாழ்ந்தவர்களை மீண்டும் புலம்பெயர்ந்தவர்களாக மாற்றும் தொடக்கம் அது! அதன் காரணமாக ஷத்திலா, பர்ஜுல் பிரஜ்னே, ராஷிதியா முகாம்களில் மக்கள்தொகை அதிகரித்தது. பூட்டிக் கிடந்த கடைகள் மீண்டும் திறக்கப்பட்டன. குழந்தைகள் பள்ளிக்குச் சென்றார்கள். பாலஸ்தீனப் பெண்கள் மீண்டும் கைப்பின்னலை ஆரம்பித்தார்கள்.

முகாம்களில் கிடைத்ததையெல்லாம் எடுத்து செம்பிறைச் சங்கம் மருத்துவமனைகளையும் கிளினிக்குகளையும் புதுப்பிக்கத் தொடங்கியது. ஷத்திலா மருத்துவமனையும் ஹைஃபா மருத்துவ மனையும் சீரமைக்கப்பட்டன.

ராஷிதியா மருத்துவமனையையும், அங்கு பணியாற்றும் ஊழியர் களையும் நான் சந்திக்க விரும்பினேன். ஒரு ஆம்புலன்ஸ் நிறைய மருத்துவப் பொருள்களை ஏற்றிக்கொண்டு நானும், ஒய்வின்டும் ராஷிதியா முகாமுக்கு, தெற்கு நோக்கிச் சென்றோம். 1982இல் இஸ்ரேலியப் பாதுகாப்புப் படையினர் என்னையும், எலன் சீகல் மற்றும் பால் மோறிஸையும் ஜெருசலேம் அழைத்துச் சென்ற அதே கரடுமுரடான பாதை வழியாகவே இப்போது நாங்களும் சென்றோம். வலது புறத்தில், மத்தியதரைக் கடல் அலைகள் கரையை அலட்சியமாகத் தழுவிக்கொண்டிருந்தன. இடது புறத்தில், வயல்களும், பழத் தோட்டங்களும் 1982இன் அழிவிலிருந்து உயிர் பெற்றிருந்தன. இப்போது அங்கெல்லாம் பசுமையாக இருந்தன. ஆரஞ்சும், எலுமிச்சையும் பச்சை விரிப்பில் புள்ளிகளாகத் தெரிந்தன. எலுமிச்சை வாசமும், மல்லிகை வாசமும் காற்றில் மிதந்து வந்தன. வயல்கள் மஞ்சள்நிற டெய்ஸி பூக்களுடன் மின்னின. ராஷிதியா முகாம் சூர் நகருக்கு அருகிலிருந்தது. வழியிலுள்ள சோதனைச் சாவடிகளில் தொல்லையேதும் இல்லையென்றால், பெய்ரூத்திலிருந்து ராஷிதியா செல்ல மூன்று மணி நேரமாகும்.

1982ஆம் ஆண்டிற்குப் பிறகு சோதனைச் சாவடிகள் கைமாறினாலும், இப்போதும் அவையெல்லாம் இருந்தன. பெய்ரூத்திலிருந்து சைதா நகரின் வடக்கிலுள்ள அவாலி நதி வரையில் இருக்கும் சோதனைச் சாவடிகள் சிரியாவின் கட்டுப்பாட்டில் இருந்தன. அங்கிருந்து சைதாவின் தெற்கு வரையிலுள்ள சோதனைச் சாவடிகள், முஸ்தபா சாத் தலைமையிலுள்ள நாசரேத் கட்சியைச் சேர்ந்த ஸன்னி முஸ்லிம்களைச் சார்ந்தவை. அங்கிருந்து சூர்வரை, அமல் போராளி

களின் சோதனைச் சாவடிகள். சூரைக் கடந்துள்ள தெற்குப் பகுதிகள் இஸ்ரேலியர்களின் ஆக்கிரமிப்புப் பூமிகளாக இருந்தன.

ராஷிதியாவைத் தவிர, காஸ்மியா, அல்பாஸ், பர்ஜுல் ஷெமாலி போன்ற சிறிய முகாம்களும் சூர் நகருக்கருகில் இருந்தன. அந்த மூன்று முகாம்களும் முற்றுகையிடப்படவில்லை. ஆயினும் அங்கு வாழும் பாலஸ்தீனர்களுக்கு நிம்மதியில்லை! அடிக்கடி ஆள்கள் கடத்தப் படுவதும், எப்போதாவது கொலைகள் நடப்பதும்தான் அதற்குக் காரணம்!

இஸ்ரேலிய எல்லையிலிருந்து ராஷிதியா முகாமுக்கான தொலைவு வெறும் பதினேழு கிலோ மீட்டர்தான்! அந்த எல்லையை, 'ஆக்கிர மிக்கப்பட்ட பாலஸ்தீன்' என்றே மக்கள் அழைத்தனர். ஷத்திலா முகாமைவிட அது விசாலமாக இருந்தது. முகாமுக்குக்குள் காய்கறிகள், பழங்கள், பூக்கள் எல்லாம் விளைந்தன. மத்திய தரைக் கடலும், அதன் மணற்பாங்கான கரையும் முகாமின் ஓர் எல்லையாகவும், ஆரஞ்சு எலுமிச்சை விளையும் பழத்தோட்டங்கள் மறு எல்லையாகவும் இருந்தன. முற்றுகை காலத்தில் ராஷிதியா மக்களைப் பட்டினியி லிருந்து காப்பாற்றியதற்கு அந்தப் பழத் தோட்டங்களுக்குத்தான் நன்றி சொல்ல வேண்டும்.

1982இல், ராஷிதியா முகாமை இஸ்ரேலியர்கள் அழித்த போதிலும் அது திரும்பவும் கட்டப்பட்டது. சமீபத்திய போரில், அமல் போராளிகள் ராஷிதியா முகாமை மோசமாகத் தாக்கினார்கள். அதன் நுழை வாயிலில் இப்போதும் அவர்கள்தாம் காவலிருந்தார்கள். முகாம் மக்கள் ஏற்கனவே சீரமைப்பு வேலையைத் தொடங்கியிருந்தார்கள். இடிந்த வீடுகளின் கற்களைச் சேகரித்து, அதைக் கட்டட சீரமைப்பிற்குப் பயன்படுத்தினார்கள். ஆண்களும், பெண்களும், குழந்தைகளும் தோட்டங்களில் அயராது உழைத்தார்கள். காய்கறிகள் செழித்து வளர்ந்தன. சிறிய கடைகள் திறக்கப்பட்டன. இந்த முகாம் சற்று பெரியதாக இருப்பதால், நடந்து செல்வதற்குப் பதிலாக நீங்கள் சைக்கிளும் ஓட்டலாம்!

பழைய ராஷிதியா சற்று உயரமான இடத்திலிருந்தாலும், மாடி வீடுகள் வரிசையாக உள்ள அதன் புதிய பகுதி கடற்கரையையொட்டி இருந்தது. இப்போது அவையெல்லாம் ஏவுகணைத் தாக்குதலில் சேதமாகிக் கிடந்தன. அதற்கப்பால் மத்தியத்தரைக் கடலின் மென்மையான மணற்பரப்பு. முன்பெல்லாம் மக்கள் அங்கு மீன் பிடிக்கவும், நீந்தவும், வெயில் காயவும் வந்தார்கள். ஆனால் போர்

அதையெல்லாம் இல்லாமல் செய்திருந்தது. இப்போது அந்த இடம் போராளிகளின் பிடியில் சிக்கியிருக்கிறது.

செம்பிறைச் சங்கத்தின் ராஷிதியா இயக்குநரான மருத்துவர் சலா மருத்துவமனைக்கு சாயம் பூசுவதில் தீவிரமாக இருந்தார். ஏறக்குறைய அது முடிவடையும் தருவாயிலிருந்தது. மற்ற பாலஸ்தீன ஆண்களைப் போலவே அவரும் நீண்ட காலத்திற்கு முற்றுகையிலிருந்தார். காரணம், ராஷிதியா முகாம் சற்றும் எதிர்பாராத நேரத்தில் திடீரென முற்றுகையிடப்பட்டது. கடந்த போரின்போது, அந்த முகாமிலிருந்த பதினேழாயிரம் மக்களுக்கிடையில் அவர் மட்டுமே ஒரு மருத்துவராக இருந்தார். காயமடைந்தவர்களுக்கு அவர் சிகிச்சையளித்தார். நோயாளிகளைப் பராமரித்தார். மருத்துமனையை பொறுப்பேற்று நடத்தினார். முகாமின் மருத்துவ தேவைகளையும் கவனித்தார். மிகவும் சோர்வடைந்த நிலையிலும் பிறரிடம் கனிவோடும், பொறுமை யோடும் பழகினார். அதன் காரணமாக, எங்களது அமைப்பைச் சேர்ந்தவர்கள் உட்பட, அனைவரின் மதிப்பிற்கும் பாத்திரமானார்.

அங்கிருந்த எங்களின் மற்ற ஊழியர்கள் மருத்துவர் கிரண் கர்கேசும், தியேட்டர் நர்ஸ் சூஸன் பெர்னாடும்தான்! இந்தியன் அனஸ்தடிக்ஸ் ஆன மருத்துவர் கிரண் எங்களது அமைப்பில் 1986இல்தான் முதன் முதலாகச் சேர்ந்தார். செம்பிறைச் சங்கம் அய்னுல் ஹெல்வா முகாமில் புதிதாகக் கட்டிய மருத்துவமனைக்கு ஒரு அனஸ்தடிக்ஸை அவசரமாக தேடிக்கொண்டிருந்த நேரம். எங்களின் முதல் சந்திப்பை இப்போதும் நன்றாக நினைவில் வைத்துள்ளேன். ஒருநாள் எங்களது இலண்டன் அலுவலகத்திற்கு மிகவும் நாகரிகமான ஒரு சைவ மருத்துவர் வந்தார். என்னைப் போலவே அவருக்கும் சளி பிடித்திருந்தது. எனினும் அவர் பேசிய தன்மையிலிருந்து, எங்களில் பலருக்கும் இல்லாத ஒரு விதமான சுயநலமற்ற தன்மை அவருக்கிருப்பதாக நானறிந்தேன். அவர் 1986இல் லெபனான் சென்றார். அன்றிலிருந்து சோர்வின்றியும், நேர்த்தியாகவும் அவர் ஒரு அனஸ்தடிஸ்டாக மட்டுல்ல, அதைப் பயிற்றுவிக்கும் ஆசிரியராகவும் பணியாற்றினார். முதலில் அய்னுல் ஹெல்வாவிலும், பிறகு ஷத்திலாவிலும் பணியாற்றிய அவர் இப்போது ராஷிதியா முகாமில் பணியாற்றிக்கொண்டிருந்தார்.

கிரணும் சூஸனும், இடைக்காலத்தில் சிலநாள்கள் முற்றுகை தளர்த்தப்பட்டபோது எப்படியோ ராஷிதியா முகாமுக்குள் நுழைந்தார்கள்.

முகாமில் ஒரு ஆபரேஷன் தியேட்டரை அமைக்க முயலும் செம்பிறைச் சங்கத்திற்கு உதவச் சென்றார்கள். மூன்று மாதங்கள் லெபனானில் பணியாற்றும் நோக்கத்துடன் இலண்டனிலிருந்து வந்த சூஸன், திரும்பச் செல்வது சிரமமான காரியமென்று உணர்ந்து ராஷிதியா முகாமிலேயே தங்குவதென முடிவு செய்தாள். இப்போது அவள் ஆபரேஷன் தியேட்டர் அமைக்கும் பணியில் மூழ்கியிருந்தாள். அனஸ்தடிக்ஸ் உதவியாளர்களை பயிற்றுவிக்கும் வேலையை மருத்துவர் கிரண் தொடங்கியிருந்தார். ஒரு வகுப்பறையில் நானும் அமர்ந்து, அவர் பாடமெடுப்பதை ரசித்துப் பார்த்தேன்.

திரும்பவும் கிரணுடன் பேச முடிந்தது மகிழ்ச்சியான செயல். அவர் நிலையான மனவுறுதி கொண்டவர். அப்படிப்பட்டவர்கள்கூட, பாலஸ்தீனர்களின் அன்பால் தம்மை மறந்து மூழ்குவார்கள் என்பதற்கு அவரும் சாட்சியானார். நானொரு கிறுக்கோ என்று நானே பலமுறை வியந்துள்ளேன்—பாலஸ்தீனர்கள்மீது எனக்குள்ள ஈடுபாட்டை விளக்க இப்படித்தான் என்னால் கூற முடியும்! 1987 கோடையில், மலேசியாவைச் சேர்ந்த நான்கு ஊழியர்களுடன் பெய்ரூத் புறப்பட்டேன். சைப்ரஸ் வழியாகச் சென்ற நாங்கள் அங்கு ஒரு ஹோட்டலில் தங்கினோம். என்னை அடையாளம் கண்ட ஹோட்டல் நிர்வாகி என்னிடம், 'நீங்கள் திரும்பவும் இவர்களுடன் லெபனான் செல்கிறீர்கள் இல்லையா? ஏன் இப்படி வாடிக்கையாகச் செய்கிறீர்கள்? லெபனானில் அனைவரும் கிறுக்கர்களென்றும், அது ஓர் ஆபத்தான இடமென்றும் உங்களுக்குத் தெரிந்திருக்குமே!' என்றார்.

என்னுடன் வந்த மலேசியர்கள் என் முகத்தை நோக்கினார்கள் — லெபனானின் ஆபத்தான சூழ்நிலை பற்றி ஏற்கனவே அவர்களிடம் விளக்கியிருந்தோம். சிறிது நேரம் மௌனமாக இருந்த நான் அவரிடம் சொன்னேன்: 'ஆம், நீங்கள் சொல்வது போல அவர்கள் கிறுக்கர்கள்தாம்! ஆனால், நாங்களும் அதே போன்று கிறுக்கர்கள் தாமே!'

குலுங்கிச் சிரித்த அந்த நிர்வாகி எங்களுக்கு குளிர்பானங்களை வரவழைத்துத் தந்தார். உலகெங்கும் உள்ள மருத்துவர்களும், நர்சுகளும் தன்னலமற்ற முறையில் தங்களது திறமைகளை லெபனான் மக்களுக்கு வழங்கிட முன்வரும் காலம்வரை, இது போன்ற கிறுக்குத் தனத்தை நான் தொடர்ந்து செய்துகொண்டிருப்பேன்.

ஆனால் மருத்துவர் கிரண் எப்போதுமே சமச்சீரானவர்! ஒரே சமயத்தில் நல்ல மருத்துவராகவும், வாழ்க்கையில் நம்பிக்கைகொண்ட

வராகவும், பாலஸ்தீனர்களை நேசிப்பவராகவும் அவர் சமச்சீராக நடந்துகொண்டார். எப்படிப்பட்ட நெருக்கடியான சூழ்நிலையிலும் மனம்தளராமல் நம்பிக்கையோடு வாழ்ந்தார். முற்றுகை அல்லது விமானத் தாக்குதல் போன்ற வேளைகளிலும் நண்பர்கள் யாரேனும் கொல்லப்பட்டதாகத் தகவல் கிடைக்கும்போதும் அவர் பதற்றமடைவதில்லை. ஒருவேளை, அவரது இந்தியத் தத்துவஞானம் காரணமாக இருக்கலாம், எனக்குத் தெரியாது! ஆனாலும் பதற்றமில்லாத அந்த அமைதி என்னைக் கவர்ந்தது.

ராஷிதியா பாலஸ்தீனர்கள் எங்களை அவர்களது பாணியில் உபசரித்தார்கள். பாலஸ்தீன செம்பிறைச் சங்கமும், பெண்கள் கூட்டமைப்பும் ஒன்றுசேர்ந்து எங்களுக்கு விருந்தளித்தார்கள். அந்த விருந்தில் மக்கள் மன்றப் பிரதிநிதிகளும் கலந்துகொண்டார்கள். நாங்கள் பாலஸ்தீன உயிர்த்தெழுதலைப் பற்றியும், சொந்தமான ஒரு தாயகத்தின் அவசியம் பற்றியும், லெபனானில் வாழும் பாலஸ்தீனர்களின் எதிர்காலத்தைப் பற்றியும் விவாதித்தோம். விருந்தில் சுவையான உணவுகள் பரிமாறப்பட்டன. எல்லாமே முகாமில் விளைந்தவை! முட்டைகோஸ் பொரியல், சுவையான சாலடுகள், அரபு ரொட்டி, பூண்டு—ஏலக்காய்-பாதாம் பருப்பு—எலுமிச்சம் சாறு இதெல்லாம் சேர்த்து வேகவைத்த அரிசி சோறு போன்ற உணவுகளுடன் பொதினா கலந்த தேநீரும், அரபுக் காபியும் பரிமாறப்பட்டன. விருந்தின் முடிவாக அரபு இனிப்புப் பண்டங்களும் இருந்தன. எனக்கு இனிப்புப் பிடிக்காததால் அதை நான் தொடவில்லை.

நடுநிசி தாண்டும் வரை பேசிக்கொண்டிருந்த நாங்கள் அதன் பின்னர் பிரிந்தோம். ராஷிதியாவில் மின்சாரம் இல்லை. அதனால் டார்ச் விளக்கின் வெளிச்சத்தைப் பயன்படுத்தினேன். ஆனால் சூஸனும் கிரணும் வெளிச்சமில்லாமலேயே இருட்டில் நடக்கப் பழகியிருந்தார்கள்.

நாங்கள் ராஷிதியா குடியிருப்புக்கு வந்து சேர்ந்தோம். ஏவுகணைகள் தாக்கிய ஒரு கட்டடத்தின் மேல்தளம் அது. சுவரெங்கும் தோட்டாக்கள் பாய்ந்த ஓட்டைகள்! ஆனாலும் இப்போதைய சூழ்நிலையில், அது தங்குவதற்கு சுத்தமான இடம். பக்கத்துக் கிணற்றிலிருந்து குளிர்ந்த நீரையிறைத்து முகம் அலம்பினோம். வெளிச்சத்திற்கு மண்ணெண்ணெய் விளக்கிருந்தது. ஆனாலும் அந்த இடம் ஒரு

வீடு போலிருந்தது. கண்களை இனியும் திறந்து வைத்திருக்க முடியாது என்கிற நிலை வரும்வரை நாங்கள் உட்கார்ந்து பேசிக் கொண்டிருந்தோம். இது போன்ற சந்தர்ப்பங்கள் வாழ்க்கையில் விலை மதிக்க முடியாதவை. அந்த நேரத்தில் தூங்குவது பாவம்!

ஏவுகணைகளும், துப்பாக்கிச் சூடும் ராஷிதியாவில் பல உயிர்களைப் பறித்திருந்தன. கடந்த தாக்குதலில் உயிரிழந்தவர்களைப் புதைத்த புதிய மயானமொன்று அங்கிருந்தது. இஸ்ரேலியப் போர் விமானங்கள் நிரந்தரமாகத் தொல்லை கொடுத்த முகாம்களில் இதுவும் ஒன்று! சில சமயம் வெறுமனே இரைச்சலைக் கிளப்பியவாறு விமானங்கள் தாழ்வாகப் பறந்து மக்களைப் பயமுறுத்தும். மற்ற சில நேரங்களில், நிஜமாகவே குண்டுகள் வீசித் தாக்கும். கடந்த தாக்குதலில் இந்த முகாம் மிகவும் மோசமாக சேதமடைந்திருந்தும், மக்கள் கலக்கமடையாமல் உறுதியாக நின்றார்கள். இஸ்ரேலியர்கள் ராஷிதியா முகாமைப் பலமுறை தாக்கி அழித்தார்கள். ஆனால் ஒவ்வொரு முறையும் அது உயிர்பெற்று எழுந்தது. வெற்றிக் களிப்புடன் ராஷிதியா குழந்தைகள் என் முன் நின்றார்கள்—ஷத்திலா குழந்தைகளைப் போல!

படுகொலைகளின் நினைவுநாளும், போர்களின் நினைவு நாள்களும் ஒன்றன்பின் ஒன்றாக வந்தன. பாலஸ்தீனர்களின் காலண்டரில் இதுபோன்ற நிகழ்ச்சிகள் ஏராளம்! நாங்கள் எங்கள் நண்பர்களை நினைவுகூர்ந்து அஞ்சலி செலுத்தினோம். ஆண்டு தோறும் ஒன்றையொன்று தொடர்ந்து வந்துகொண்டிருந்தன. இதுபோன்ற துயரங்கள் நிறைந்ததுதான் பாலஸ்தீன நாட்குறிப்புகள்! அந்த நாள்களில் நாங்கள் இறந்துபோன எங்கள் நண்பர்களை நினைவுகூர்ந்தோம்.

நார்வே குடியிருப்பில் 1988 ஏப்ரல் 16, காலை ஏழு மணி. அகதி முகாமிலிருந்து முதல் நாள் இரவில்தான் திரும்பி வந்திருந்தேன். பர்ஜுல் பிரஜ்னே முகாமுக்குச் செல்லத் தயாராகிக் கொண்டிருந்தேன். புறப்படுவதற்கு சற்று முன்பாக அங்கு வந்த ஒரு பாலஸ்தீன நண்பர் என்னிடம் கேட்டார்: 'நீங்கள் செய்தி அறிந்தீர்களா?'

'என்ன செய்தி?' அன்று காலை பிபிசி செய்தியை நான் கேட்கவில்லை.

அவர் சொன்னார்: 'நீங்கள் வெளியே செல்வதற்கு முன்பு, என்னிட

மிருந்து இந்தச் செய்தியைக் கேட்பது நல்லதுதான்! அபு ஜிஹாத் கொல்லப்பட்டார்!'

இதை நம்புவதா அல்லது நம்பாமலிருப்பதா என்று எனக்குப் புரியவில்லை. பாலஸ்தீனத் தலைவர் அபு ஜிஹாதை நான் நேரில் கண்டதில்லையென்றாலும் அவரது மனைவி உம்மு ஜிஹாதை ஜெனிவாவில் நடந்த பன்னாட்டுக் கருத்தரங்கில் சந்தித்து இருக்கிறேன். நாங்கள் வானொலியை முடுக்கிவிட்டு, செய்தியைக் கேட்டோம். துனீசியாவிலிருந்த அவரது வீட்டிற்குள் அத்துமீறி நுழைந்த ஆயுததாரிகள் அவரையும், அவருடனிருந்த மூன்று பேர்களையும், அவரது மனைவி மற்றும் மூன்று வயதான குழந்தையின் கண்களுக்கு முன்னால் சுட்டுக்கொன்றதாக செய்தியில் சொன்னார்கள். கொலை செய்வதை அந்தக் கொலையாளிகள் வீடியோ எடுத்தார்களாம்! அந்தக் குடும்பத்தை நினைத்து வருந்தினேன். லெபனான் மக்கள் அனைவரும் திகைத்தார்கள். சில நாள்களுக்கு உணர்ச்சியற்றுப் போனார்கள்.

ஆக்கிரமிப்புப் பூமியில் உயிர்த்தெழுந்த போராட்டத்திற்கு அபு ஜிஹாதுதான் தலைவரென்று இஸ்ரேல் குற்றம் சாட்டியது! ஆனால், பாலஸ்தீன எழுச்சியை ஒடுக்கும் நோக்கத்துடன் அவரை இஸ்ரேலியர்கள் கொன்றதாகப் பாலஸ்தீனர்களும் குற்றம் சாட்டினார்கள். லெபனானிலுள்ள பாலஸ்தீனர்களைப் பொறுத்தவரை, அவரது மரணம் பேரிடியாக இருந்தது.

செய்தி வெளியான அன்றே நான் உம்மு வாலிதை காணச் சென்றேன். முதல் தடவையாக, நாங்கள் இருவரும் ஒரு மணி நேரம் மௌனமாக உட்கார்ந்திருந்தோம். அவள் கண்ணீர் விடுவதை நான் பார்த்துக்கொண்டிருந்தேன். முகாம்களில் இருந்த மற்றவர்களைப் போலவே அவளும், அவரது இறுதி ஊர்வலத்தில் கலந்துகொள்ள முடியாது. அவரை எங்கே அடக்கம் செய்வார்கள்? இப்போதைய நிலையில் யாராலும் சொல்ல முடியாது. தன் மரணம் வரை அபு ஜிஹாத் புலம்பெயர்ந்தவராகவே இருந்தார். பர்ஜூல் பிரஜ்னே முகாமைச் சேர்ந்த மக்கள், ஒரு மேசை மீது பாலஸ்தீனக் கொடியைப் போர்த்தி, இரங்கல் கூட்டம் நடத்தினார்கள். சொற்பொழிவும் பிரார்த்தனையும் மஸ்ஜிதின் ஒலிபெருக்கியில் முழங்கின.

பாலஸ்தீனர்களிடம் மேலும் மேலும் பேசியபோது ஒரு விஷயம் தெளிவானது. அபு ஜிஹாத் ஒரு தனிமனிதரென்றே இஸ்ரேலியர்கள் நினைத்தார்கள். ஆனால், 'லெபனான் அகதி முகாம்களிலும், இஸ்ரேலிய ஆக்கிரமிப்புப் பூமியிலும் உள்ள ஒவ்வொருவருக்கும்

தலைவர் அபு ஜிஹாதுதான்!' என்று பாலஸ்தீனர்கள் என்னிடம் சொன்னார்கள்.

ஆக்கிரமிப்புப் பூமியில் வாழும் மக்கள் தங்களது போராட்டத்தைத் தீவிரப்படுத்தி அபுஜிஹாதின் கொலைக்குப் பதிலளித்தார்கள். இஸ்ரேலியர்கள் மேலும் பலரைக் கொன்றார்கள், காயப்படுத்தினார்கள், கைது செய்தார்கள். ஆனாலும், பலர் போராட மேலும் முன்வந்தார்கள். பாலஸ்தீன எழுச்சிக்கு எங்களது அமைப்பு அதிகபட்ச ஆதரவை வழங்கவேண்டுமென்று ஷத்திலா மக்கள் என்னிடம் சொன்னார்கள். ஷத்திலா பாதிக்கப்பட்டாலும் சரி, அனைத்து உதவிகளும் இஸ்ரேலிய ஆக்கிரமிப்புப் பகுதிகளுக்குச் செல்லவேண்டுமென்று அவர்கள் விரும்பினார்கள்.

ஷத்திலா மக்கள் சொன்னதைக் கேட்டு நான் மிகவும் வேதனை யடைந்தேன். காரணம், அவர்கள் அனுபவிக்கும் துயரங்களையும், எங்களின் ஆதரவு அவர்களுக்கு எந்த அளவுக்குத் தேவைப்படுகிறது என்பதையும் நான் நன்றாகவே அறிவேன். இடிந்து கிடக்கும் தங்களின் வீடுகளைப் புதுப்பித்துக் கட்ட அவர்கள் எந்த அளவுக்கு ஆர்வமாக இருக்கிறார்கள் என்பதையும் நானறிவேன். முற்றுகை தொடங்கி மூன்றாண்டுகள் கடந்தும், அது நீக்கப்படுமென்று அறிவிக்கப்பட்டு ஆறு மாதங்கள் கடந்தும், இன்றுவரை அது பூரணமாக நீக்கப் படாமல் இருப்பதன் காரணமாக அவர்களின் தன்னம்பிக்கை தாழ்ந்திருந்தது. எனினும், தங்களிடம் எஞ்சியிருக்கும் சக்தியையும் அவர்கள் பாலஸ்தீன எழுச்சிக்குத் தர விரும்பினார்கள்.

பிறகு, மற்றொரு பரிமாணம் தோன்றியது. அபுஜிஹாதின் உடலை சிரியாவில் அடக்கம் செய்ய சிரியா அரசாங்கம் அனுமதி வழங்கியது. அதில் கலந்துகொள்ள, பல்வேறு வாகனங்களில் மக்கள் பெய்ரூத்தி லிருந்து சிரியாவுக்குப் புறப்பட்டார்கள். இதெல்லாம், சிரியர்கள் மற்றும் பாலஸ்தீனியர்களுக்கு இடையில் புதிய உறவுக்கான தொடக்க மென்று கருத முடியுமா?

எனது நண்பர் காசிம் ஹசன் பெதாவி சிரியாவில் சிறை வைக்கப் பட்டு ஓராண்டு நிறைவு பெற இன்னும் ஒரு மாதமே பாக்கியிருந்தது. அவருடைய மனைவியையும் குழந்தையையும் காணச் செல்ல வேண்டுமென்று பலமுறை நான் நினைத்தேன். ஆனால், தன் கணவர் கைதானதற்கு நானும் ஒரு காரணமென்று அவள் என்னைக் குற்றம்

சாட்டுவாளோ என்கிற பயம் காரணமாக நான் போகாமலிருந்தேன். காசிம் மட்டுமல்ல, இரண்டாயிரத்திற்கும் அதிகமான பாலஸ்தீனர்கள் சிரியாவின் சிறைச்சாலைகளில் அரசியல் கைதிகளாக இருந்தனர். இனியாவது அவர்களுக்கு விடுதலை கிடைக்குமா? ஆனால், என்னுடைய பல நம்பிக்கைகளும் முன்காலங்களில் பொய்த்துப் போனதால், ஏமாற்றத்தைத் தாங்கிக்கொள்ள என்னை நானே பக்குவப்படுத்திக் கொண்டிருந்தேன்.

தெற்கு லெபனானில் இஸ்ரேலியப் போர் விமானங்கள் ஒலிக் கட்டுப்பாட்டை மீறிய இரைச்சலுடன் பறந்தன. கிராமங்களும் பாலஸ்தீன அகதி முகாம்களும் மீண்டும் தாக்கப்பட்டன. 1988 மே மாதத்தில், இரண்டாயிரம் இஸ்ரேலிய வீரர்கள் எல்லையைக் கடந்து தெற்கு லெபனானுக்குள் நுழைந்தார்கள். லெபனான் மக்கள் என்னிடம் சொன்னார்கள்: 'ஆக்கிரமிப்புப் பூமியில், பாலஸ்தீன எழுச்சியை ஒடுக்கும் முயற்சியில் தோல்வியடைந்த இஸ்ரேலியர்கள், மீண்டும் லெபனான்மீது படையெடுக்கப் போவதாகப் பூச்சாண்டி காட்டி எங்களைப் பயமுறுத்த நினைக்கிறார்கள்.'

லெபனான் பாலஸ்தீனர்கள் மீது நடத்தப்பட்ட பன்முகத் தாக்குதல் அது! சைதாவிலும், தெற்குப் பகுதியிலும் இஸ்ரேலியப் போர் விமானங்கள் குண்டுகள் வீசிய அதே நேரத்தில் இஸ்ரேலிய ஆயுதப் படகுகள் ஏவுகணைகளைத் தொடுத்துவிட்டன. ஆனால், பெய்ரூத் முகாம்களை மலைகளிலிருந்து தாக்கியது இஸ்ரேலியர்களல்ல— பிஎல்ஓ எதிர்ப்பாளர்கள்! ஷத்திலா, பர்ஜூல் பிரஜ்னே முகாம்கள் மே மாதம் முழுக்க தொடர்ச்சியாகத் தாக்கப்பட்டன. இரண்டும் தரைமட்டமாயின. வீடுகள், மருத்துவமனை எல்லாம் அழிந்தன. பர்ஜூல் பிரஜ்னே முகாமைத் தொடர்ந்து இறுதியில் ஷத்திலா முகாமும் 1988 ஜூன் மாதம் 27ஆம் நாள் முற்றிலுமாக வீழ்ந்தது. அதன் வீழ்ச்சியை நானறிந்தது இலண்டனில்தான்! பொருளுதவி தேடி வளைகுடா நாடுகளுக்குச் சென்றிருந்த நான் அப்போதுதான் இலண்டன் திரும்பியிருந்தேன். வளைகுடா நாடுகளைச் சேர்ந்த மக்கள், பாலஸ்தீன எழுச்சிக்கு ஆதரவளித்தார்கள். அங்கு மருத்துவமனைகள், கிளினிக்குகள் கட்டிக்கொடுத்து பாலஸ்தீனர்களின் காயங்களை ஆற்றவும் விரும்பினார்கள்.

நான் என்ன சொல்ல? ஷத்திலாவைப் பற்றி நினைக்கும் போதெல்லாம் நான் அழுகிறேன். சப்ரா-ஷத்திலா மக்களை முதன்முறையாக நான் சந்தித்து இன்றைக்கு ஏறத்தாழ ஆறாண்டுகள்

கடந்துவிட்டன. பாலஸ்தீனர்களை நான் புரிந்துகொள்ளத் தொடங்கியது அவர்களிட மிருந்துதான்! நீதியின் அர்த்தத்தை இந்த அப்பாவி சர்ஜனுக்குக் கற்றுத் தந்தது அவர்கள்தாம். ஒரு நல்ல உலகத்திற்காக அயராது போராட என்னை ஊக்குவித்தவர்களும் அவர்கள்தாம். பின்வாங்க நினைத்த ஒவ்வொரு முறையும், தங்களது செயல்பாட்டின் மூலம் என்னை சக்திப்படுத்தியதும் அவர்கள்தாம்!

1982இல் இஸ்ரேல் படையெடுத்ததும், தொடர்ந்து பிஎல்ஓவினரை நாடு கடத்தியதும் நினைவுகளாகத் தங்கியிருக்க, சீரழிந்த வாழ்வைச் செப்பனிட முடியுமென்கிற அவர்களின் நம்பிக்கையில் நானும் பங்கு சேர்ந்தேன். ஆனால், படுகொலைகளும், முகாம்களின் மீதான முற்றுகைகளும் அந்த நம்பிக்கையைப் பாழாக்கின. ஒரு சர்ஜனால் சீராக்க முடியாத புதிய காயங்கள், விரிசல்கள், இரத்தக் கசிவுகள்... ஒவ்வொரு முறையும்! இவையெல்லாம்தான் என் அன்றாட வாழ்வின் உள்ளுணர்வுகள்! சில வேளைகளில், வாழ்க்கையென்பது ஏன் இத்தனை வேதனை நிரம்பியதாக இருக்கிறதென்று வியந்தேன். சில வேளைகளில், 1982இல் பலியான மனிதர்களுடன் நானும் புதைக்கப் படாமல் போனது எதனாலென்று வியந்தேன். வேறு சிலவேளை களில், 1987இல் நான் முகாம்களுக்கு பொருள்களை ஏற்றிச்சென்ற போது சுடப்பட்டு இறந்துபோயிருந்தால், என் நண்பர்களுடன் என்னையும் ஷத்திலா மஸ்ஜிதில் புதைத்திருப்பார்களே என்றெண்ணி வியந்தேன்.

ஆனால், இவையெல்லாம் வெறும் கற்பனைகள்! நான் உயிரோடிருக்கிறேன்! எத்தனை காலம் நான் வாழ்ந்து கொண்டிருக் கிறேனோ அதுவரை, பல காரியங்களையும் நான் செய்தாக வேண்டும் என்பதை நானறிந்திருந்தேன். வாழ்விலும் சாவிலும் பாலஸ்தீனர் களுக்கு உண்மையானவளாக இருக்கவே நான் விரும்புகிறேன். இப்போது, ஷத்திலா போனதோடு வெளிச்சமும் மறைந்தது. கடைசி மனிதன் இருந்தவரை, அது தன்னைத் தானே பாதுகாத்துக்கொண்டது. முன்பு, ஷத்திலாவை அழிக்க முடியாமல் இஸ்ரேலியர்கள் தோற்றனர். அதேபோல, மூன்றாண்டுகள் முயற்சி செய்தும் அமல் போராளிகள் தோற்றனர். ஆயினும் ஆறாண்டு களுக்குப் பிறகு, சிரியாவின் உதவி பெற்ற போராளிகள், இருநூறு சதுர மீட்டர் பரப்பளவு கொண்ட அந்த சிறிய முகாமில் எஞ்சியிருந்த அனைத்தையும் தரைமட்டம் ஆக்குவதில் வெற்றியடைந்தனர். முகாமை முற்றிலுமாகக் கைப்பற்றிய போது, அங்கு எஞ்சியிருந்த எட்டு பேரும் சரணடைய மறுத்தார்கள். அந்த எட்டு பேரில், பாலஸ்தீனப் பெண்கள் பொதுக் கூட்டமைப்பின்

தலைவியான அம்னியும் இருந்தாள். பாலஸ்தீன எழுச்சியின் வெற்றிக்காக என்னிடம் நோன்பு இருக்கச் சொன்னவர்களில் அவளும் ஒருத்தி!

ஷத்திலாவின் வீழ்ச்சி எங்களுக்குக் கிடைத்த ஒரு பேரிடியானது! ஆனால், அதனாலொன்றும் பாலஸ்தீன எழுச்சியை ஒடுக்கவோ, பாலஸ்தீன் தாயகத்திற்கான கோரிக்கையையும் நசுக்கவோ முடியாது. பெய்ரூத்தில் பாலஸ்தீனர்களை சிலுவையில் அறைந்ததற்கு 1982இல் நான் சாட்சியானேன். 1985இலிருந்து 1988 வரை அவர்கள் உயிர்த்தெழுந்ததற்கும் நான் சாட்சியானேன். முற்றுகையிடப்பட்ட முகாம்களில், தங்களது கௌரவத்தைக் காப்பதில் அவர்கள் கையாண்ட அசைக்க முடியாத வீரத்தையும் நான் பார்த்திருக்கிறேன்.

இன்று, தங்களது பூர்வீக மண்ணில், உரிமையை நிலைநாட்ட அவர்கள் போராட்டத்தைத் தொடங்கி இருக்கிறார்கள். எனக்கு இனி பயமோ ஏமாற்றமோ இல்லை. 'காஸாவுக்காக ஷத்திலா போராடுகிறது' என்று காஸா மக்களிடம் அம்னி சொன்னபோது, 'ஷத்திலாவுக்காக நாங்கள் போராடுகிறோம்' என்று அவர்கள் பதில் சொன்னது நினைவுக்கு வந்தது. பாலஸ்தீன எழுச்சிக்கு வித்திட்ட பின்னரே ஷத்திலா அழிந்து போனது. பார்வையிலிருந்து அது மறைந்தாலும், அனைவரின் உள்ளங்களிலும் அது வாழ்ந்துகொண்டிருக்கும்! பாலஸ்தீன மண்ணில் என்றாவது ஒருநாள் நாங்கள் அதை மீண்டும் கட்டுவோம்! அது நடக்கும் வரை, பாலஸ்தீன எழுச்சிக்குத் தொடர்ந்து ஆதரவளிப்பது ஒன்றுதான் ஷத்திலா உயிர்த் தியாகிகளுக்கு நாம் செலுத்தும் மரியாதை!

பாலஸ்தீனர்கள் எத்தனை காலம் ஆக்கிரமிப்புப் பூமியில் தொடர்ந்து போராடுவார்கள்? இந்தக் கேள்வி இப்போது முக்கியமல்ல— போராட்டம் தொடங்கி விட்டது என்பதே முக்கியம்!

இந்தப் பயங்கரமான சூழ்நிலையிலும் பாலஸ்தீனர்களின் புதிய தலைமுறை ஆக்கிரமிப்புப் பூமியிலும், லெபனானிய முகாம்களிலும் வளர்ந்து வருகிறது. அச்சத்தை மறந்தவர்கள் அவர்கள். மண்டியிட்டு வாழ்வதைவிட, நிமிர்ந்து நின்று சாவதையே அவர்கள் தேர்ந்தெடுத்தார்கள். ஆக்கிரமிப்புப் பூமியின் போராட்டத்திற்கிடையில் முஸ்தபா அல்குர்து எழுதிய கல்லும் வெங்காயமும் என்கிற கவிதை பாடலாக எழுந்தது. இஸ்ரேலிய இராணுவத்தை எதிர்க்க ஒரு கல்லும், கண்ணீர்ப் புகையின் பாதிப்பைக் குறைக்க ஒரு வெங்காயமும் வைத்துக் கொண்டு, ஆர்ப்பாட்டம் செய்யும் பாலஸ்தீனர்கள் பயத்தை

வென்றார்கள். அந்தக் கவிதை சொல்கிறது:

> எங்கள் இதயங்களில் குடிகொண்ட அச்சம் மரணித்தது.
> அது எங்களது நம்பிக்கைகளைக் கொன்றது,
> வழிகளை மறித்தது, வெளிச்சத்தை விரட்டியது!
> அச்சம் மரணித்தது. அதை நான்,
> என் சொந்தக் கைகளால் புதைத்தேன்.
> பயமென்பது தீய சக்தி, அது நம்மை நசுக்கியது;
> அது நம்மிடம் கொடுமை காட்டியது;
> அது ஜாடியை உடைத்து எண்ணெய்யைச் சிந்தியது!
> அச்சம் மரணித்தது. அதை நான்
> என் சொந்தக் கைகளால் புதைத்துவிட்டேன்.

அவர்களுக்கு ஒரு கனவிருந்தது. அந்தக் கனவுகளை நானும் பங்கிட்டேன்: அகதி முகாம்களின் நாசத்திலிருந்து எழும் புகை மூட்டத்திற்கும் கண்ணீர்ப் புகைக்கும் ஊடே மங்கலாகத் தெரியும் ஒரு உலகம்—ஒரு சிறுவன் தன் குடும்பத்தைப் பாதுகாக்க, இயந்திரத் துப்பாக்கியின் உதவியை நாடாத ஓர் உலகம்—அமைதியும், நீதியும், பாதுகாப்பும் நிறைந்த ஓர் உலகம்! அங்கு, பள்ளிக்குச் செல்லும்படி ஒரு குழந்தையிடம் பணித்தால், பாடசாலை குண்டுவீச்சில் தகர்ந்த தாகப் பதில் வராது. ஒரு பெண் குழந்தையிடம் தாயாருக்கு உதவும்படி பணித்தால், தாயாரும் குடும்பமும் கொல்லப்பட்டதாக அந்தக் குழந்தை பதிலளிக்காது! இடிந்து விழும் கட்டடத்திற்குள் உயிரோடு புதைக்கப்படுவோமென்கிற பயமிருக்காது. மீண்டும் சிதறப் போகும் உடம்பின் முறிவுகளைச் சீர் செய்ய வேண்டிய தேவையிருக்காது. ஒரு குழந்தையின் சிதறிய உடலைக் கையிலேந்தி, ஏன்-எதனால்-எத்தனை காலத்திற்கு இந்தக் கொடுமையென்று கேட்க வேண்டிய நிலை இருக்காது! சிறைச்சாலைகளோ, சித்திரவதையோ, வேதனையோ, பசியோ, அகதிகளோ இல்லாத ஓர் உலகம்—சொந்த வீட்டில் தலைசாய்த்தவாறு, தாயாரின் தாலாட்டில் கண் மூடியுறங்கும் ஓர் உலகம்! ஆம், அந்த உலகத்தைத்தான் நாங்கள் கனவுகாண்கிறோம். அதுவே எங்களின் ஜெருசலேம்!

பின்னிணைப்புகள்

1
காஸாவின் காயங்கள்

2009ஆம் ஆண்டு ஜனவரி மாதம் நான் காஸாவுக்கு மீண்டும் வந்தேன். 1967இல் நடந்த ஆறுநாள் போருக்குப் பின்னர் ஏற்பட்ட மோசமான தாக்குதலை காஸா தாங்கிக்கொண்ட நேரமது! காஸாமீது தரை, கடல் மற்றும் வான்வழியாக வெடிகுண்டுகள் வந்து பதிகின்ற அதிர்ச்சி யூட்டும் காட்சிகள் 2008ஆம் ஆண்டின் கிறிஸ்துமஸ் வாரத்தைக் குலைத்தன. மூன்றே வாரங்களில் 1400 பாலஸ்தீனர்கள் அதில் கொல்லப்பட்டனர். அவர்களில் பாதிக்கும் மேல் சிறு குழந்தைகள். ஆக்கிரமிப்பு பூமியான பாலஸ்தீனின் சிறிய ஒரு பகுதிதான் காஸா. அங்கு, காயமடைந்த 5,450 பேரும் அறுவை சிகிச்சைக்கு ஆளாக வேண்டிய நிலையில் படுகாயமடைந்திருந்தனர். பலரும் இன்று அபாய நிலையில் உள்ளனர். ஏறத்தாழ 21,000 வீடுகள் அழிக்கப் பட்டன. அதில், ஊடுருவித் தாக்கும் குண்டுகளால் நாலாயிரம் வீடுகள் தரைமட்டமாக்கப்பட்டு, குப்பைமேடுகளாயின. மற்ற கட்டடங் களுக்கும் விதிவிலக்குக் கிடையாது—நாற்பது பள்ளிவாசல்கள், பல்வேறு மருத்துவமனைகள், கிளினிக்குகள், பாடசாலைகள் ஆகியவற்றுடன் ஐநாவின் தானியக் கிடங்குகளும் தாக்கப்பட்டன. 1982இல் லெபனானில் நடந்த தாக்குதல் போன்றோ 2006இல் நடந்த படையெடுப்பிற்குச் சமானமானதாகவோ இந்தத் தாக்குதல் அதன் தீவிரத்திலும், இரக்கமற்ற தன்மையிலும் இருந்தன; பன்னாட்டு விதிகளை மீறுவதாகவும் இருந்தது.

இருபதாண்டுகளுக்கு முன்னாலிருந்து—அதாவது, முதல் 'இன்திஃபாதா'வின் (மக்கள் எழுச்சி) காலம் தொட்டு, காஸாவை நானறிவேன். காஸாவில் நுழைய, எனது முதல் விசாவுக்கு இஸ்ரேலின் அனுமதிக்காக நான் செலவழித்த ஆறு மாதங்களில்தான் இந்தப் புத்தகம் எழுதப்பட்டது. இந்த மக்கள் கிளர்ச்சியில், வர்ணிக்க முடியாத துயரங்களை அனுபவித்த அப்பாவிகளான பாலஸ்தீனர்

களுக்கு சிகிச்சையளிக்க ஒரு சர்ஜன் தேவைப்பட்டபோது அதற்கு நான் செவிமடுத்தேன்.

தவிர்க்க முடியாத காத்திருப்பு ஒரு வகையில் பயனுள்ளதாக அமைந்தது. அதன் காரணமாக, பெய்ரூத்தில் நான் செய்துவந்த வேலையிலிருந்து விலகியிருக்கவும், பழைய நினைவுகளைப் புதுப்பிக்கவும் முடிந்தது. இறுதியில், 1988இல் எனக்கு விசா கிடைக்க, நான் காஸாவுக்குச் சென்றேன். அதைத் தொடர்ந்து ஆறுமாத காலம் காஸா நகரிலிருந்த ஆங்கிலேயர்களின் மருத்துவமனையான 'அல் அஹ்லி'யில் பணியாற்றினேன். அங்கு பணியாற்றுபவர்களில், வெளிநாட்டைச் சேர்ந்த ஒரேயொரு ஆர்த்தோபீடிக் சர்ஜனாக நான் மட்டுமே இருந்தேன்.

இஸ்ரேல் லெபனான்மீது படையெடுப்பு நடத்தியதைத் தொடர்ந்து, அங்குக் காயமடைந்தவர்களுக்கு உதவ பன்னாட்டளவில் வேண்டுகோள் வந்தது. அதற்குத் தயாராக 1982இல்தான் நான் முதன்முதலாகப் பாலஸ்தீனர்களைச் சந்திக்கிறேன். அந்த மக்கள் 'பயங்கரவாதிகள்' என்றும், பைபிளில் குறிப்பிடப்படுகிற 'பிலிஸ்டைன்கள்' என்றும் நான் அங்கம் வகித்த சர்ச் என்னை எச்சரித்தது. ஆனால், பெய்ரூத் அகதி முகாம்களில் நான் கண்ட மக்கள் மிகுந்த நேசமும், பெருந்தன்மையும் கொண்டவர்கள் என்பதை அறிந்தேன். புதிய தலைமுறை காணாத தங்களின் சொந்த வீடுகளைப் பற்றி அவர்கள் என்னிடம் நிறையச் சொன்னார்கள். 1948இல், அவர்களுக்குச் சொந்தமான பாலஸ்தீன் மண்ணிலிருந்து அவர்கள் பலவந்தமாக வெளியேற்றப் பட்டார்கள். திரும்பவும் என்றாவது ஒருநாள் சொந்த மண்ணிற்குச் செல்வோமென்பது அவர்களின் குறிக்கோளாக இருந்தது. அதன் பொருள், பெய்ரூத்திலிருந்து சொந்த நாடான ஜெருசலேமிற்குத் திரும்பிச் செல்லவேண்டும். தாயகம் திரும்பும் உரிமைநிலை நாட்டப்பட வேண்டுமென்கிற அவர்களின் ஆர்வம் காலம் கடந்து செல்லும் போதெல்லாம் மங்கியதுடன், பாலஸ்தீனிய தேசம் பிறக்காமலும் போனது. ஆக்கிர மிப்பின் கீழ் வாழ்கின்ற மக்களின் அவஸ்தை இது!

ஷத்திலா முகாமைச் சேர்ந்த அக்வா மருத்துவமனைக்கு, அவர்களில் பலரும் கைவிட்டு வந்த கடலோர நகரத்தின் நினைவாக அந்தப் பெயரையே வைத்ததாக அவர்கள் என்னிடம் சொன்னார்கள். மேலும், நான் பணியாற்றிக்கொண்டிருந்த காஸா மருத்துவமனைக்கு, பாலஸ்தீன மண்ணில் வெறும் 147 சதுர மைல்கள் பரப்பளவுள்ள ஒரு சிறிய பிரதேசத்தின் பெயரை வைத்ததாகவும் சொன்னார்கள்.

அந்த ஆண்டு செப்டம்பர் மாதம், ஆண்கள், பெண்கள், குழந்தைகள் உட்பட ஆயிரக்கணக்கான நிரபராதிகள் சப்ரா-ஷத்திலா முகாம்களில் கசாப்பு செய்யப்பட்டனர். அந்தப் படுகொலைகள், பாலஸ்தீனர்கள் என்று ஒரு சமூகம் இருப்பதையும், நாடு கடத்தப்பட்டதாக அவர்கள் சொன்ன கதையும் உண்மைதான் என்பதை எனக்கு உணர்த்தின. அந்தக் கொடுமையில் தங்களின் உயிரைப் பறிகொடுத்தவர்களுக்கும், பாலஸ்தீன மண்ணுக்குத் திரும்புவதென்கிற குறிக்கோளில் இன்னமும் உறுதியாக நிற்கும் உயிர்ப் பிழைத்தவர்களுக்கும் சமர்ப்பணமாக இந்தப் புத்தகத்தை நான் எழுதினேன்.

அதற்குப் பின்னர் நான் பெய்ரூத்திற்குப் பலமுறை சென்றேன். 1987இல், பாலஸ்தீன எழுச்சியைப் பற்றி செய்திகள் வெளியான அந்த ஆண்டிலும் நான் அங்கிருந்தேன். பாலஸ்தீன மக்கள் மேற்குக் கரையிலும், காஸா முனையிலும் இஸ்ரேலிய ஆக்கிரமிப்பிற்கெதிரான ஒத்துழையாமை கிளர்ச்சியைத் தொடங்கினார்கள். இஸ்ரேலிய இராணுவம் அதை ஈவிரக்கமின்றி ஒடுக்கத் துணிந்தது. லெபனானைச் சேர்ந்த எனது நண்பர்கள் பலரும் தங்களது உறவினர்களைப் பற்றி (1948லும் 1967இலும் நாடு விட்டோட மறுத்து அங்கேயே தங்கி விட்டவர்கள்) மிகுந்த கவலை கொண்டார்கள். எனினும், பல்லாண்டு களாகத் தொடரும் இஸ்ரேல் ஆக்கிரமிப்பிற்கு எதிராக இறுதியில் தங்கள் மக்கள் கிளர்ந்தெழுந்ததில் அவர்கள் மிகவும் பெருமையடைந்தார்கள். அந்த வேளையில் நான் அவர்களுக்கு உறுதியளித்தேன்: ஒருநாள் நான் காஸா செல்வேன். திரும்பிவந்து, அவர்களில் பலரும் காணாத காஸாவைப் பற்றி வர்ணிப்பேன்.

1987இல், அன்றைய காலைப் பொழுதில், எங்கும் நம்பிக்கை துளிர்விட்டது! இஸ்ரேலிய ஆக்கிரமிப்பிற்கு எதிராக மேற்குக் கரை யிலும் காஸா முனையிலும் வாழ்கிற பாலஸ்தீனர்கள் கிளர்ந் தெழுந்து, தங்களின் மறுப்பை உலகிற்கு முன்னால் அந்த எழுச்சியின் வாயிலாகப் பறை சாற்றினார்கள். பாலஸ்தீன் குழந்தைகள் எதற்கும் அஞ்சாது, இஸ்ரேலின் ஆயுத வண்டிகளையும், கவச வண்டிகளையும் கையில் கிடைத்த வெறும் கற்களால் குறிவைக்கிற காட்சிகளை உலகெங்கும் உள்ள மக்கள் தொலைக்காட்சிகளில் கண்டனர். இனியும் பயந்து சாகப் பெண்களும், முதியவர்களும் தயாராக இல்லை. பைபிளில் எனக்குப் பிடித்த தாவீத்-கோலியாத்தின் கதையாக அது இருந்தது.

ஆக்கிரமிப்பிற்குள்ளான பாலஸ்தீன் உலகிடம் சொன்னது: 'எதிர்த்து நின்று மடிவோமே தவிர, மண்டியிட்டு இழிந்து வாழமாட்டோம்.'

அந்தத் துணிச்சல் உலகின் அனுதாபத்தையும் கவனத்தையும் பெற்றது.

கிளர்ச்சியை ஒடுக்கும் நோக்கத்துடன் இஸ்ரேல் கண்ணீர்ப் புகை குண்டுகளை நிராயுதபாணிகளான ஆர்ப்பாட்டக்காரர்கள்மீதும், வீடுகளுக்கு உள்ளேயும், பாடசாலைகள் மீதும் மருத்துவமனைகள் மீதும் வீசியது. பிளாஸ்டிக் தோட்டாக்களும் ரப்பர் தோட்டாக்களும் ஆர்ப்பாட்டக்காரர்களின் கண்களையும், தலைகளையும் குறிவைத்தன. அதன் விளைவாக பலரும் பார்வை இழந்ததோடு, பலருடைய உயிர்களும் பறிபோனது. கையில் அகப்பட்ட பாலஸ்தீனர்களை இஸ்ரேலிய படைவீரர்கள் அடித்துக் கொல்வதைத் தொலைக் காட்சிகள் படம்பிடித்துக் காண்பித்தன. பாலஸ்தீனர்களை இஸ்ரேல் சமாளிக்கும் விதத்தைப் பற்றி அன்றைய இஸ்ரேலிய பிரதமர் இட்சாக் ராபின் குறிப்பிடுகையில், அதை ஒரு முடவர்களின் தேசமாக்குவதே தங்களின் இலட்சியமென்று வீம்படித்தார்.

காயமடைந்தவர்களின் எண்ணிக்கை மாபெரும் அளவில் இருந்த காரணத்தால், ஐநா சபை அவசரமாக ஒரு ஆர்த்தோபீடிக் சர்ஜன் வேண்டுமென்று அழைப்புவிடுத்தது. அங்கு செல்ல நான் முன் வந்தேன். ஓராண்டுக்குப் பின், லெபனானிலிருந்து நான் காஸாவுக்குப் பயணமானேன். ஒரு ஐநா சபை பிரதிநிதியாக இருந்தும்கூட எனக்கு விசா அனுமதிக்க இஸ்ரேல் ஆறு மாதம் இழுக்கடித்தது.

பாலஸ்தீன எழுச்சியைப் பற்றி நான் முதலில் அறிந்த விதம் இப்போதும் நினைவில் உள்ளது. 'மாமா ரீட்டா' என்பவர் 80 வயதான ஒரு ஜெர்மன் மூதாட்டி. ஓய்வுபெற்ற ஆம்புலன்ஸ் ஓட்டுநரும், மருத்துவ உதவியாளருமான அவர் எங்களின் அமைப்பான 'பாலஸ்தீனர்களுக்கான மருத்துவ உதவி'யில் சேர்ந்து மக்கள் சேவை செய்துகொண்டிருந்தார். அன்றைய காலைப் பொழுதில் அவரும் நானும் சேர்ந்து வழக்கம் போல பால் விநியோகித்துக் கொண்டிருந்தோம். பெய்ரூத்தில் வீடிழந்து அவதிப்படும் மக்களுக்குத் தினமும் காலையில் பால் வழங்குவதும், தேவையான மருத்துவ உதவிகளைச் செய்வதும், அத்துடன் அவர்களுக்கு அறிவுரைகள் வழங்குவதும் எங்களின் வாடிக்கையாக இருந்தது.

ஒவ்வொரு குடும்பமும் மற்றவற்றிலிருந்து வெறும் போர்வையால் பிரிக்கப்பட்டிருந்தார்கள். மூன்றுக்கு மூன்று சதுர மீட்டர் பரப்பளவு கொண்ட சிறிய இடத்தை வாழ்விடமாக ஒதுக்கியிருந்தார்கள்.

வண்டிகள் நிறுத்தும் அந்தச் சிறிய அடித்தளத்தை நிறைய குடும்பங்கள் பங்கிட்டுக்கொண்டிருந்தன. நெருக்கடியின் வாசனையை நீங்கள் உணரலாம். ஈரமும், குளிரும், இருட்டும், சோகையும் கொண்ட அந்த 1987ஆம் ஆண்டின் டிசம்பர் காலைப் பொழுதை நான் நினைவில் வைத்திருக்கிறேன். அந்த அறைகளின் தரையில் தண்ணீர் ஒழுகிக் கொண்டிருந்தது. மின்சாரம், குடிநீர் எதுவுமில்லை. அவர்களின் ஆற்றாமையை, இயலாமையை நீங்கள் உணரலாம்.

படுகொலைகளிலிருந்து உயிர் பிழைத்த மக்களின் துயரங் களைத் தொடர்ந்து வந்த ஆண்டுகள் துடைக்கவில்லை. மாறாக, அவர்களின் நிலைமை மென்மேலும் மோசமடைந்ததோடு, அவர்களின் தன்னம்பிக்கையும் குறைந்து போனது. எதிர்காலத்தைப் பற்றிச் சிந்திக்க முடியாத மக்களாக அவர்கள் ஆனார்கள். அவர்களின் குழந்தைகள் புன்னகை செய்யவும் சிரிக்கவும் மறந்தார்கள். அவர்களின் வீடுகள் எண்பதுகளின் மத்தியில் முகாம்களின் மீதான போரால் அழிக்கப் பட்டிருந்தன. அதில் பல குடும்பங்கள் கட்டடங்களின் அடித்தளங் களிலும் வாகனங்கள் நிறுத்தும் இடங்களிலும் தஞ்சம் புகுந்திருந்தன.

ஆனாலும், அந்த டிசம்பர் மாத காலைப் பொழுது வித்தியாச மானதாக இருந்தது. வானொலியைச் சூழ்ந்து நின்ற அவர்கள், எழுச்சியைப் பற்றிய முதல் செய்தியை ஆவலுடன் செவிமடுத்தார்கள். சிதைந்த ஆங்கிலத்தில் என்னிடம் விளக்கினார்கள். இன்திஃபாதாவைப் பற்றி பேசும்போது அவர்களின் கண்கள் ஒளிர்வதை நான் கண்டேன். அவர்கள் முகத்தில் புன்னகை திரும்பி வந்தது. தங்கள் கண்ணியத்தை அவர்கள் திரும்பப் பெற்றார்கள்.

காஸா மிகவும் அழகானதென்று தங்களின் முன்னோர்கள் சொல்லி யிருந்ததாக அவர்கள் என்னிடம் சொன்னார்கள். ஒருநாள் அங்கு சென்று வாழ்வதைப் பற்றி அவர்களால் கற்பனை செய்யவும், கனவு காணவும் மட்டுமே முடியும். அங்குள்ள ஆலிவ், ஆரஞ்சு மரங்களைப் பற்றியும், நீல நிறமான மத்திய தரைக்கடலைப் பற்றியும் அவர்கள் சொன்னார்கள். காஸாவின் அழகை நான் உறுதிப்படுத்த வேண்டுமென்று அவர்கள் என்னிடம் கேட்டுக்கொண்டார்கள். உண்மையில், அவர்கள் சொன்னது சரிதான்! வேதனைகளுக்கும், அழிவுகளுக்கும் இடையிலும், காஸா உண்மையிலேயே அழகிய ஒரு சிறிய பிரதேசம்!

***

முதல் இன்திஃபாதாவின் தொடர்ச்சியாக நூற்றுக்கணக்கானோர் உயிரிழந்தனர்' ஆயிரக்கணக்கானோர் படுகாயமடைந்தனர்; பல்லாயிரம் மக்கள் சிறையில் அடைக்கப்பட்டனர்.

காஸா நகரின் அல்-அஹ்லி மருத்துவமனையில் நான் பணியாற்றினேன். 1891இல் கிறித்தவ மிஷனரியினால் கட்டப்பட்ட ஒரு சிறிய மருத்துவமனை அது. அந்த நேரத்தில், இஸ்ரேலிய கட்டுப்பாட்டுக்குள் இல்லாத ஒரேயொரு சுதந்திர மருத்துவ மையமாக அது விளங்கியது. அவர்களின் ஆளுமைக்குள்ளான ஏனைய மருத்துவமனைகளில், சிகிச்சைக்குக் கொண்டுவரப்படும் காயமடைந்த பாலஸ்தீனர்கள் சோதனைக்கு ஆளாகவும் கைதாகவும் செய்தார்கள். கல் எறிந்ததன் காரணமாக இஸ்ரேலியர்களால் சுடப்பட்டுக் காயமடைந்தவர்களைப் பற்றி மருத்துவர்கள் தகவல் கொடுத்தாக வேண்டும். காயமடைந்த பாலஸ்தீனர்கள் எதனால் அல்-அஹ்லி மருத்துவமனையின் பாதுகாப்பை நாடினார்கள் என்பதை இதன் மூலம் புரிந்துகொள்ள முடியும்.

இஸ்ரேலிய பாதுகாப்புப் படையினர் தன்னிச்சையாக எங்கள் மருத்துவமனைக்குள் நுழைய நாங்கள் அனுமதி மறுத்த காரணத்தால் அவர்கள் எங்களிடம் கடுமையாகவே நடந்துகொண்டார்கள். எங்களது நோயாளிகளில் யாரையேனும் அவர்கள் கைது செய்ய விரும்பினால் உடனே ஆயுத வண்டிகளுடன் அவர்கள் மருத்துவமனையைச் சூழ்ந்து கொள்வார்கள். கட்டடத்தின் கூரைமீது இடம் பிடிக்கும் படைவீரர்கள் தோட்டாக்கள் நிரப்பிய இயந்திரத் துப்பாக்கிகளால் எங்களைக் குறி வைத்தவாறு எந்நேரமும் உள்ளே நுழையத் தயாராக நிற்பார்கள். உண்மையில் எனது கிளினிக்கின் உள்ளேயும் ஒருமுறை சுட்டார்கள். தரைப் படையினர் மருத்துவமனைக்குள் நுழையவும் செய்தார்கள். சில நேரங்களில், பெண்களின் பிரசவ அறைக்குள்ளும் இராணுவ வீரர்கள் அத்துமீறி நுழைவார்கள்.

ஒரு சந்தர்ப்பத்தில், தோள்பட்டையில் சுடப்பட்ட ஒரு நோயாளிக்கு அறுவை சிகிச்சையை முடிக்கும் கட்டத்திலிருந்தேன். அப்போது எல்லா வித ஆயுதங்களுடன் ஆபரேஷன் தியேட்டருக்குள் அத்துமீறி நுழைந்த இராணுவம், அந்த நோயாளியை விசாரணைக்காக ஒப்படைக்கும்படி என்னிடம் கேட்டார்கள். அவர்களை அப்படிச் செய்ய விடாமல் நான் தடுத்தேன். உடனே பின்வாங்கிய அவர்கள், அந்த நோயாளியின் மயக்கநிலை தெளிந்த பிறகு, திரும்பவும் வருவதாக உறுதியளித்தனர். ஒருவேளை இதற்கு முன்பு இப்படியொரு அரக்கத்தனமான, திமிர் பிடித்த சைனாக்காரியை அவர்கள் சந்தித்து இருக்கமாட்டார்கள்.

அன்றிரவு அவர்கள் திரும்பிவந்தும்கூட, அந்த நோயாளியை அவர்களால் கண்டுபிடிக்க முடியவில்லை. சில வெளிநாட்டு மருத்துவர்களின் அறைகளைத் தவிர மற்ற அனைத்து இடங்களில் தேடியும் பயனில்லாது போனது. வெளிநாட்டைச் சேர்ந்த மயக்கமருந்து மருத்துவர் ஒருவர் அந்த நோயாளியைத் தன் அறையில் ஒளித்து வைத்திருந்தார். அந்த நோயாளி தப்பித்த போதிலும், தொடர்ந்து வந்த நாள்களில் அவர்களின் தொல்லைகளுக்கு எல்லையில்லாமல் போனது. ஆயினும் அங்கிருந்த ஊழியர்கள் அதற்கெல்லாம் கவலைப்படாமல் காயமடைந்த நோயாளிகளுக்குத் தொடர்ந்து சிகிச்சையளிக்கவும், அறுவை சிகிச்சை நடத்தவும் செய்தார்கள்.

***

காஸா முனை முழுவதும் அடிக்கடி ஊரடங்குச் சட்டங்கள் பிறப்பிக்கப் பட்டன. அந்த ஊரடங்குச் சட்டங்கள் நீண்டதோடு, சில சமயம் அது முடிய வாரங்கள் ஆனது. குழந்தைகள் வீடுகளுக்குள் அடைக்கப்பட்டு, பள்ளிக்கூடம் செல்வதற்கு அனுமதியும் மறுக்கப்பட்டது. அவர்கள் சன்னலுக்கு வெளியே பார்ப்பதற்குக்கூட அனுமதியில்லை. அப்படிச் செய்தால் அவர்கள் சுடப்படுவதற்கான வாய்ப்பிருந்தது.

என்னைப் பொறுத்தவரை, 1989 மே மாதம் அசாதாரணமானது. இஸ்ரேல் உருவான நாளை அது விழாவாகக் கொண்டாடிய போது, காஸா முழுவதும் இராணுவத்தின் ஊரடங்குக்குச் சட்டத்திற்குக்கீழ் இருந்தது. ஐநா சபையின் பிரதிநிதி என்கிற முறையில் என்னை ஊரடங்குச் சட்டம் பாதிக்கவில்லை; ஆகையால், மருத்துவப் பொருள்களை வாங்குவதற்காக ஜெருசலேம் சென்றேன். நான் வண்டியோட்டிச் சென்றபோது, இஸ்ரேல் எந்த அளவுக்கு நீலமும், வெள்ளையும் கொண்ட தன் கொடிகளால் அலங்கரிக்கப்பட்டுள்ளது என்பதைக் கண்டேன். விழாவிற்கான ஏற்பாடுகள் விரைவாக நடந்து கொண்டிருந்தன.

எங்கும் உற்சாகம் கரைபுரண்டோடியது. ஆனால் நான் காஸாவுக்குத் திரும்பியபோது எனது இதயம் கனத்தது. ஒரு பிசாசு நகரம் போல அது அமைதியாக இருந்தது. ஊரடங்குச் சட்டம் அமலில் இருந்தது. எந்தவித இசைக்கும் அனுமதியில்லை. யாரும் வீடுகளி லிருந்து வெளியே வர அனுமதிக்கப்படவில்லை. நான் காஸா நகரில் வண்டியைச் செலுத்தியபோது, எனது ஆம்புலன்ஸ் ஒன்றுதான் அங்கு நகரும் பொருளாக இருந்தது. அது பயங்கரமானது!

1989 மே மாதம் 6ஆம் நாளை ஒரு இரத்த தினமாகவே தெளிவுடன் நினைவில் வைத்துள்ளேன். அது ஈத் நாள்—முஸ்லிம்களின் நோன்பு மாதமான ரமளான் முடிவடையும் நாள்—வழக்கம் போல எல்லோரும் நோன்பு துறந்த பின்னர், ஒருவருக்கொருவர் வாழ்த்துகளைச் சொல்லி, பிறரது வீடுகளுக்குச் சென்று பரிசுகள் வழங்கி மகிழும் நேரம். ஆனால், பள்ளிவாசலிருந்து தொழுகை முடிந்து வெளியே வந்ததும், திடீரெனத் தோன்றிய இஸ்ரேலிய ஹெலிகாப்டர்கள் அவர்களை நோக்கிச் சுட்டன. அதைக் கண்டதும் கோபமடைந்த இளைஞர்களும், சிறுவர்களும் இஸ்ரேலிய படையினர் மீது கல்லெறிந்தனர். அவர்கள் திருப்பிச் சுட்டனர். சில நிமிடங்களுக்குள், காயமடைந்த 343 பாலஸ்தீனர்கள் எங்களது சிறிய மருத்துவமனைக்கு சிகிச்சைக்காக கொண்டுவரப்பட்டார்கள். அதில் ஆறு பேர் சிகிச்சைக்கெனக் காத்திருந்த வேளையிலேயே மரணமடைந்தார்கள். அன்று பகலும், இரவும், மறுநாள் விடியும் வரையிலும் காயமடைந்தவர் களை நாங்கள் தொடர்ச்சியாக அறுவை சிகிச்சை செய்தோம். பொழுது விடிந்ததும், குளிப்பதற்காகவும், ஏதேனும் சாப்பிடுவதற்காகவும் என்னிடம் போகச் சொன்னார்கள்.

அதன் பின்னர்தான் எப்போதோ நடந்த ஒரு நிகழ்ச்சியின் உள்ளுணர்வு என்னைத் தாக்கியது. சில ஆண்டுகளுக்கு முன்னால், 1982 செப்டம்பர் 18ஆம் நாள் காலை ஏழு மணிக்கு இதே போன்று, ஷத்திலா முகாம் காஸா மருத்துவமனையின் அடித்தள ஆபரேஷன் தியேட்டரிலிருந்து நான் வெளியேறும்படி உத்தரவிடப்பட்டேன். அன்றைய தகிக்கும் சூரிய ஒளியில் நடந்த போதுதான், கடந்த மூன்று நாள்களில் நடந்த கொடுமையின் ஆழத்தையும், அளவையும் நான் கண்டறிந்தேன். சப்ரா-ஷத்திலா படுகொலைகளில் நானொரு சாட்சியும், அதில் உயிர் பிழைத்தவளாகவும் இருந்தேன்.ஆனால், 1989 மே மாதம் 6ஆம் நாள் காலை ஏதோ ஒரு வித்தியாசம் தெரிந்தது. அன்று காலை நான் ஆபரேஷன் தியேட்டரிலிருந்து வெளியே வந்ததும், மருத்துவமனை வளாகத்திலிருந்த மரம் என் கண்களைக் கவர்ந்தது.

முந்தைய இரவில் அது பூத்திருந்தது. மே மாத ஒளியில் அது அற்புத மாகவும், அழகாகவும் தெரிந்தது. மருத்துவமனையின் மேல் தளத்தில் இருந்த எனது விடுதிக்குச் சென்றதும், முட்டியிட்டு அமர்ந்தவாறு சோகத்தில் மூழ்கினேன். முந்தைய பெய்ரூத் படுகொலை களின் நினைவுகளும், கடந்த இரவில் காஸாவில் நடந்த நிகழ்வுகளும், என் ஆறுமாத கால அனுபவங்களும் என்னைச் சூழ்ந்து கொண்டன.

கண்ணீர்ப்புகை குண்டுகளும் துப்பாக்கிச் சூடுகளும், குடும்பங்கள் மீது காட்டும் மனிதத்தன்மையற்ற செயல்களும், திறந்து கிடக்கும் சாக்கடைகளும்—இவையெல்லாம் ஆக்கிரமிப்பின் கீழ் வாழும் மக்களின் அவல நிலைக்குச் சான்றுகள்!

'இறைவா, நீ இன்னமும் அங்கே இருக்கிறாயா?'—நான் கேட்டேன். ஆனால், அதன் பிறகு நான் சன்னலுக்கு வெளியே நோக்கினேன். மரம் முழுவதும் பூத்துக் குலுங்கும் பூக்கள், 'இறைவன் எதையும் மறக்க வில்லை' என்பதைப் பறைசாற்றின. காஸாவில் வசந்தம் வந்துள்ளது. எப்போதும் போல அது மிகவும் அழகாகத் தோன்றியது.

***

இஸ்ரேல் தன் குடியிருப்புகளை 2006ஆம் ஆண்டு காஸாவிலிருந்து விலக்கிக்கொண்டதும், அது 15 இலட்சம் மக்களுக்கான சிறைச் சாலையாக மாற்றப்பட்டது. அது காஸாவை இராணுவ முற்றுகைக்கு உள்ளாக்கியது. இஸ்ரேலிய அனுமதியின்றி காஸாவிலிருந்து யாரும் வெளியேறவோ, நுழையவோ முடியாது. அதற்கான தடைகளும் உருவாயின.

பயணிகள், குறிப்பாக மேற்கத்திய நாடுகளைச் சேர்ந்தவர்கள், வழக்கமாக காஸா வழியாக மேற்குக் கரைக்குச் செல்வார்கள். இஸ்ரேல் இராணுவம் காஸாவைச் சுற்றிலும் ஏற்படுத்தியிருந்த அதிகப்படியான பாதுகாப்பு ஏற்பாடுகள் சிரமத்தைத் தந்தாலும், அதை ஒரு தொடக்கமாக நினைத்தார்கள். இடைப்பட்ட ஆண்டுகளில், காஸாவுக்குள் நுழைய, இஸ்ரேலின் எரஸ் சோதனைச் சாவடியில் தனிப்பட்ட முறையில் நான் பலமணி நேரம் காத்துக் கிடந்திருக்கிறேன். அது போலவே, ஒவ்வொரு பயணத்தின் போதும் குறிப்பிட்ட சமயத்தில் அங்கிருந்து வெளியேறுவதற்கு எந்தவிதமான உத்திரவாதமும் இல்லை. இது, இஸ்ரேல் வெளியேற்றம் காஸாவுக்கு முழு சுதந்திரத்தை வழங்கியிருப்பதான கற்பனையைப் பொய்யாக்கியது! காஸா ஏழ்மையானதும், விரும்பத் தகாததும், இஸ்லாமிய வெறியர்களும் தற்கொலைப் படையினரும் நிறைந்த இடமென்றும் பல மேற்கத்தியர்களும் நம்பினார்கள். இந்த நம்பிக்கையும் பொய்யானது!

***

காஸாவின் மீதான புதிய தாக்குதல் 2008 டிசம்பரில் தொடங்கியபோது, இலண்டனிலுள்ள எனது சக ஊழியர் டாக்டர் கஸ்ஸான் அபு சிதா என்கிற இளம் பாலஸ்தீன சர்ஜன், அங்கு நடந்த அழிவைக் குறித்தும், தனது குடும்பத்தின் நிலையைக் குறித்தும் மிகவும் கவலைகொண்டார். அவர் காஸாவைச் சேர்ந்த புகழ்பெற்ற ஒரு குடும்பத்திலிருந்து இலண்டனுக்கு வந்தவர். திரும்பவும் அங்கு சென்று, அங்குள்ள மருத்துவ தேவைகளைக் கவனிக்கவும், ஒரு நீண்டகால மருத்துவ உதவிக்கான திட்டத்தைத் தீட்டவும் தவித்துக் கொண்டிருந்தார். நாங்கள் இருவரும் சர்ஜன்களாக இருந்த போதிலும், எங்களது சேவை அறுவை சிகிச்சை நடத்துவது மட்டுமல்ல என்பதை நாங்கள் புரிந்துகொண்டிருந்தோம். காரணம் காஸாவுக்குத் திறமையும், பயிற்சியும் மிக்க பாலஸ்தீன சர்ஜன்கள் இருக்கவே செய்தார்கள். அவர்களுக்கு வேண்டியதெல்லாம் தேவையான மருத்துவ உதவிகளும், பயிற்சியும்தான்! எங்களுக்குத் தெரிய வேண்டியது, அவர்களுக்கு உதவிட எது சிறந்த வழியென்பது மட்டும்தான்!

இருபத்திரண்டு நாள்கள் முழுவதும் நடந்த குண்டு வீச்சில், காற்று கூட புக முடியாதபடி காஸாவை இஸ்ரேலிய இராணுவம் அடைத்தது. தெற்கிலிருந்து, அதாவது எகிப்தின் ரஃபா சோதனைச் சாவடி வழியாகக் காஸாவுக்குள் நுழைய ஒரு வாய்ப்பிருப்பதை நாங்கள் கண்டறிந்தோம். வழக்கமான இஸ்ரேலிய நுழைவாயில் பயனற்றது. காரணம், பலரும் அங்கு சிரமப்பட்டார்கள். எனினும், இஸ்ரேல் அனுமதியின்றி தெற்கிலிருந்த ரஃபா நுழைவாயிலை எகிப்து திறக்காதிருந்த காரணத்தால் அந்த வழியும் சிரமமாகவே இருந்தது. எங்களது ஊகம் சரியானது! அமெரிக்காவின் குடியரசுத் தலைவராக பாரக் ஒபாமா பதவியேற்பதை முன்னிட்டு, இஸ்ரேல் ஒரு தற்காலிக —தன்னிச்சையான சண்டை நிறுத்தம் அறிவித்தது. மேலும், இஸ்ரேலிய பொதுத் தேர்தலும் நெருங்கிக் கொண்டிருந்தது. நாங்கள் இலண்டனிலிருந்து எகிப்திற்குப் பயணமானோம்.

கெய்ரோவிலிருந்து ரஃபா எல்லை வரை செல்லும் சாலையில், குறைந்தபட்சம் பத்து சோதனைச் சாவடிகளாவது இருந்தன. அவற்றில் பல ஆளில்லாதிருந்தும்கூட, ரஃபாவைச் சென்றடைய ஐந்து மணி நேரம் தேவைப்பட்டது. வழி நெடுக, காஸாவுக்குச் சென்ற பல சரக்கு வண்டிகளும் திருப்பி அனுப்பப்படுவதைக் காண முடிந்தது. அதிலொன்றில், காஸாவுக்குள் அனுமதிக்கப்படாத சிமெண்டும், கட்டட உபகரணங்களும் இருந்தன. குண்டுவீச்சில் தகர்ந்த மருத்துவ

மனைகளும், பள்ளிக்கூடங்களும், வீடுகளும் பழையபடி இடிபாடுகளாகவும் குப்பைமேடுகளாகவும் கிடந்தன. மனிதநேய பணிகளுக்கெனச் செல்லும் மருத்துவர்களுக்காக அந்த நுழைவாயில் அப்போதுதான் திறக்கப்பட்டது. மருத்துவப் பொருள்களும், கருவிகளும் ஏற்றப்பட்ட சரக்கு வண்டிகளின் நீண்ட வரிசையொன்று எங்களுக்குப் பக்கத்தில், தனியான பாதையில் நிறுத்தப்பட்டிருந்தன. ஒவ்வொரு சரக்குவண்டியிலும் இருந்த பொருள்கள் கவனத்துடன் சோதிக்கப்பட்டதால் நிறைய காலதாமதம் ஆனது.

கெய்ரோவிலுள்ள பிரிட்டிஷ் தூதரகம், நாங்கள் அங்குச் செல்வது பொறுப்பற்ற செயலென்றும், அரசின் அறிவுரையைப் புறக்கணித்து, தன்னிச்சையாக நாங்கள் செல்வதாகவும் எங்களை எச்சரித்தது. நாங்கள் அனைவரும், எங்களுக்கு அனுமதி கிடைக்குமா என்பது குறித்து கவலைகொண்டிருந்தோம். நேற்று மருத்துவர்களின் குழுவொன்று திருப்பியனுப்பப்பட்டதாக நாங்கள் அறிந்திருந்தோம். ஆக, தர்ம சங்கடமான மூன்று மணி நேரக் காத்திருப்புக்குப் பின்னர், இறுதியாக நாங்கள் பாலஸ்தீன் செல்லும் பேருந்தில் ஏற்றப்பட்டோம்!

நாங்கள் காஸாவில் நுழைந்ததும், அது சொந்த வீட்டிற்கு வந்தது போன்ற உணர்வை ஏற்படுத்தியது. அங்கிருந்த சூழ்நிலை முற்றிலும் மாறுபட்டதாக இருந்தது. எங்களைச் சந்தித்த பாலஸ்தீனர்கள் எந்தவிதக் கைம்மாறையும் எதிர்பார்க்காது, எங்களது பெட்டிகளைச் சுமந்து சென்றார்கள். எங்களது பாஸ்போர்ட்டில் பாலஸ்தீன நுழைவு விசா பதிக்கப்பட்டது. காஸாவைவிட்டு வெளியேற விரும்பிய பதின்மூன்று பாலஸ்தீன இளைஞர்களை அதற்கு அனுமதிக்காமல் எகிப்து திருப்பியனுப்பியது. குறைந்தபட்சம் இருபத்து ஐந்து பாலஸ்தீன இளைஞர்கள்—அவர்கள் அனைவருக்கும் வெளிநாட்டில் சென்று படிப்பதற்கான பன்னாட்டுக் கல்வி உதவி இருந்தும்கூட—அனுமதி மறுக்கப்பட்டது.

பாலஸ்தீன் பொதுநலத் துறையின் பிரதிநிதி ஒருவர் எங்களைச் சந்திக்க வந்திருந்தார். நாங்கள் அவரிடம் ஒரு தர்ம ஸ்தாபனத்திற்காக காஸாவின் மருத்துவத் தேவைகளைக் கணக்கிட பிரிட்டனிலிருந்து வந்திருப்பதாகத் தெரிவித்தோம். அவர் மிகுந்த நன்றியுடன் ஒரு ஆம்புலன்ஸை வரவழைத்து எங்களை ரஃபா டாக்ஸி ஸ்டாண்டிற்குக் கொண்டு செல்ல ஏற்பாடு செய்தார். பிரிட்டனிலிருந்து முதல் மருத்துவக் குழுவொன்று வந்திருப்பதாக அன்று மாலை காஸா வானொலி அறிவித்தது. டாக்டர் கஸ்ஸானுக்கு அது வேடிக்கையாகத் தோன்றியது.

ஏனெனில், அவர் காஸாவைச் சேர்ந்த ஒரு பாலஸ்தீனராகவும், நானொரு சைனாக்காரியுமாக இருந்ததுதான். நல்வாய்ப்பாக, பிரிட்டிஷ் பிளாஸ்டிக் சர்ஜனான டாக்டர் சோனியா ராபின்ஸன் மறுநாள் எங்களுடன் சேர்ந்தார். ஆகவே அவளையும் சேர்த்து நாங்கள் தற்போது ஓர் ஆங்கில-பிரிட்டிஷ் குழுவாக—உண்மையான ஒரு வானவில் கூட்டமைப்பாக ஆனோம்.

எங்களை அழைத்துச் செல்ல ரஃபாவுக்கு வந்திருந்த அப்துல் தைம் என்பவர் வீட்டில் நாங்கள் தங்கினோம். அவர் கஸ்ஸானின் மாமனார். முதல் இன்திஃபாதாவின்போது (எழுச்சி வேளையில்), தெற்கில் ரஃபாவிலிருந்து வடக்கில் காஸா நகர்வரை செல்லும் சாலையில் நான் பலமுறை பயணம் செய்துள்ளேன். அப்போதெல்லாம் சாலையின் இருபுறங்களிலும் கட்டடங்களும், கடைகளுமாக மக்கள் கூட்டத்துடன் இருந்ததை நினைத்துப் பார்த்தேன். ஆனால், இப்போது, அதே சாலையின் இருபுறங்களும் காலிமனைகளாகவும், நிலமாகவும் கிடப்பதைக் கண்டு நான் மிகவும் ஆச்சரியமடைந்தேன். 2001இல் நடந்த இரண்டாவது இன்திஃபாதாவில், அங்கிருந்த பல கட்டடங்களும் இஸ்ரேலிய இராணுவ நடவடிக்கைகளால் அழிக்கப் பட்டதை அது வெளிப்படுத்தியது. காஸா எப்போதும் முற்றுகையின் கீழில் இருந்ததால், கட்டடங்கள் புனரமைக்கப்படவில்லை. அதனால் காலப் போக்கில் அந்தக் காலியிடங்கள் நிலங்களாக மாறியிருந்தன. சற்று வடக்கில், தற்போதைய குண்டுவீச்சில் நொறுங்கிய கட்டடங்கள் —இடிபாடுகளின் குவியல்கள், சிதைந்த கான்கிரீட்டுகள், பிய்த்தெறியப்பட்ட கேபிள்கள்—இவையெல்லாம் சமீபத்திய படை யெடுப்பின் அழிவுகளாகக் கிடந்தன. இந்தக் காட்சிகள் 1982இல் பெய்ரூத்தில் கண்டதற்குச் சமமானவை. கடந்த மூன்று வாரங்களாக இலண்டனில் அல்ஜஸீரா தொலைக்காட்சி காண்பித்தது என்னவோ அதுபோல—தொழிற் சாலைகள், பாடசாலைகள், விளையாட்டு மைதானங்கள், பெட்ரோல் வங்கிகள், பள்ளிவாசல்கள், வீடுகள் என எல்லாமே குண்டு வீசப்பட்டு, காணமால் போயிருந்தன.

நான் காஸாவின் வடக்குப் பகுதியை நோட்டம் விட்டேன்—காஸாவிலிருந்து இஸ்ரேலின் எரஸ் சோதனைச் சாவடிக்குச் செல்லும் முக்கிய பாதையான சலாவுதீன் சாலையில் 1988-1989இல் நான் எப்படியெல்லாம் பலமுறை வண்டியோட்டிச் சென்றிருக்கிறேன். அந்தச் சாலையின் ஒவ்வொரு வளைவையும், மூலையையும் நான் நினைவில் வைத்துள்ளேன். எலுமிச்சை தோட்டங்கள்,

பண்ணைகள், அழகிய பூந்தோட்டங்களுடன் கூடிய வீடுகள் எல்லாம் நானறிவேன். பண்ணைத் தொழிலாளிகளை ஏற்றிச் செல்வதற்காக நான் பலமுறை என் ஆம்புலன்ஸை நிறுத்தியதுண்டு. அதற்குக் கைம்மாறாக அவர்கள் எனக்குப் புதிதாகப் பறித்த எலுமிச்சம் பழங்களையும், ஆரஞ்சுப் பழங்களையும் தந்ததுண்டு! இஸ்ரேலிய வெடிகுண்டுகளால் அவை யெல்லாம் இப்போது வெறும் பாழ் நிலங்களாக மாற்றப்பட்டிருந்ததை நான் கண்டேன். 2009இலிருந்த காஸாவின் வடக்குப் பகுதி, இரண்டாவது உலகப் போருக்குப் பின்னால் ஹிரோஷிமாவின் அணுவாயுதச் சீரழிவிற்குச் சமமானதாக இருந்தது. அந்த இடம் முழுவதும் அடியோடு நாசமடைந்திருந்தது.

'எங்களது பெட்ரோல் வங்கியைப் பாருங்கள்' அப்துல் தைம் கூச்சல் போட்டார்.

'எங்கே?'—நான் கேட்டேன். சாலையோரத்தில் ஒரு மனிதன் அமர்ந் திருந்தான். அவனைச் சுற்றிலும் விலை குறைந்த தகர டப்பாக்கள், தண்ணீர் நிறைக்கும் பிளாஸ்டிக் பாத்திரங்கள்—அனைத்திலும் பெட்ரோல் நிரப்பப்பட்டிருந்தது.

'சுரங்கம் வழியாக வருகின்றன' அப்துல் தைம் குறிப்பிட்டார். சுரங்கங்கள் உணவுப்பொருள்கள், மருந்துகள், சிகரெட், கொகோ கோலா மற்றும் பல பொருள்களையும் கொண்டுவரப் பயன்பட்டன. அங்கிருந்து கஸ்ஸான் ஒரு கோலாவை வாங்கி வந்தார். சுரங்கத்தின் மணல் அதில் இன்னமும் ஒட்டிக்கொண்டிருந்தது.

வண்டியோட்டியவாறே அப்துல் தைம் தொடர்ந்தார்: 'வான் வழியாக அவர்கள் எங்களைப் பொடியாக்கினார்கள். கவச வண்டிகளிலிருந்து ஷெல்களை ஏவி விட்டார்கள். எஃப்-16 போர் விமானம் மூலமாகவும் ஹெலிகாப்டர் மூலமாகவும் குண்டுகளைப் பொழிந்தார்கள். அவர்கள் நிறைய பேரைக் கொல்லவும், காயப்படுத்தவும் செய்திருக்கலாம். ஆனால், எங்களின் ஒரு இஞ்சு பூமியைக்கூட அவர்களால் கைப்பற்ற முடியவில்லை. சுதந்திர காஸாவுக்கு உங்களை வரவேற்கிறோம்...'

நான் பிரமித்தேன்! என்ன மாதிரியான எதிர்ப்புக் குரல்! அவர் தொடர்ந்தார்: 'நான் இங்கிருந்து போகமாட்டேன். ஒருவேளை அவர்கள் அப்படி விரும்பினால், எனது மண்ணில் வந்து அவர்கள் என்னைக் கொல்லட்டும்!'

சரி, நானெப்படி மறப்பேன்? முதல் இன்திஃபாதாவின்போது நான் அவர்களுடன் செலவிட்ட ஆறு மாதங்களில் இதே போன்ற

அஞ்சாமையையும் துணிவையும் நான் கண்டிருக்கிறேன். அந்நேரம் நான் இந்தப் புத்தகத்தை எழுதி முடித்திருந்தேன். லெபனானில் வாழும் பாலஸ்தீன உறவினர்களின் கதையை நான் அவர்களுடன் பங்கு போட்டுக்கொள்ள விரும்பினேன். நான் என்னுடன் கொண்டு போனது புத்தகத்தின் ஆறு பிரதிகள் மட்டும்தான்! ஆயினும், மருத்துவ மனையில் பணியாற்றும் நர்சுகள் மிகுந்த கவனத்துடன் அதை நான்கு அல்லது ஐந்து பகுதிகளாகப் பிரித்து, ஒருவருக்கொருவர் பங்கிட்டுக் கொண்டு படித்ததால், பலருக்கும் புத்தகத்தைப் படிக்கும் வாய்ப்பு கிடைத்தது. லெபனான் பற்றிய செய்திகளை அறிய அவர்கள் மிகுந்த ஆர்வத்துடன் இருந்தார்கள்.

பெய்ரூத் மருத்துவமனைகளுக்கு பாலஸ்தீன இடங்களின் பெயர்களை இட்டது போல, காஸாவிலிருந்த மருத்துவமனைகளுக்கு தெல்சாத்தர், ஷத்திலா போன்ற பெயர்கள் இடப்பட்டிருந்தன. அந்த வகையில் அவர்கள் லெபனான் அகதி முகாம்களுக்கு மரியாதை தெரிவித்தார்கள். பாலஸ்தீனர்கள் அனைவரும் ஒன்றே என்பதற்கும், அவர்களைப் பிரிக்க முடியாதென்பதற்கும், ஆக்கிரமிப்பிற்குக் கீழில் வாழ்கிற மக்களுக்கும், புலம்பெயர்ந்த மக்களுக்கும் இடையில் எந்தவிதமான வேறுபாடும் இல்லை என்பதற்கும் இதைவிடச் சிறந்த எடுத்துக்காட்டைச் சொல்ல முடியாது.

அப்துல் தைம் முக்கிய சாலையை விட்டு விலகி, குழிகள் நிறைந்த ஒரு குறுகிய சாலை வழியாக வண்டியைச் செலுத்தினார். அதன் மறுபுறத்தில் அடக்கம் செய்யப்படும் மைதானமிருந்தது.

'உங்களுக்கு முஹம்மதை—இன்திஃபாதாவின் தொடக்கத்தில் இஸ்ரேலியர்களால் கொல்லப்பட்ட அந்த இளம் சிறுவனை நினை விருக்கிறதா? தகப்பனின் கைகளில் ஊசலாடிய அந்தச் சிறுவனின் உருவம் உலகத் தொலைக்காட்சிகளில் காண்பிக்கப்பட்டது. இங்கேதான் அவன் வாழ்ந்தான். இங்கேயே அவனை அடக்கம் செய்தார்கள்.'

அந்த மண்ணறைக்குச் சற்று தொலைவில் நிறைய ஆலிவ் மரங்களும், அழிக்கப்பட்ட வீடுகளும் தென்பட்டன. சிதைந்த அந்த வீடுகளில் மக்கள் இன்னமும் வசித்துக்கொண்டிருந்தார்கள். தூசு படிந்த, பொதி சுமக்கும் கழுதைகள் நடக்கிற காலடிப் பாதைக்கு அப்பால் அவை இருந்தன. இருந்தும், எல்லோருக்கும் அப்துல் தைமைத் தெரியும் போலிருந்தது. அவர் வண்டியோட்டிச் செல்வதைப் பார்த்து அவர்கள் கையசைத்தார்கள்.

இடதுபுறமிருந்த நிலத்தில் அமைதியாகப் புல் மேயும் இரண்டு குட்டிக் குதிரைகள். அடுத்த வளைவைக் கடந்ததும் ஆலிவ் மரங்கள் நெருங்கிவந்தன. அந்தப் பெரிய நிலப்பரப்பைச் சுட்டிக் காட்டி அப்துல் தைம் சொன்னார்: 'இஸ்ரேல் இராணுவம் ஒருநாள் இரவு இங்கு வந்து, இந்தப் பெரிய நிலப்பரப்பிலிருந்த எல்லா ஆலிவ் மரங்களையும், ஆப்ரிகோட் மரங்களையும் அழித்தது. அதில் பெரும்பாலான மரங்கள் 50 ஆண்டுகள் பழமையானவை. எல்லாம் என் தாயார் நட்டது! இங்கு முதல் கிணறைத் தோண்டிய என் தாயாரின் பெயரில், இந்த இடம் மக்பூல் என்றழைக்கப்பட்டது. தனது பதினேழாவது வயதில், அன்று கான் யூனிஸ் நகராட்சி நீதிபதியாக இருந்த என் தந்தையை மணமுடிப்பதற்காக அவள் ஜோர்தான் நாட்டிலிருந்து வந்திருந்தாள்.' அதற்குப்பின் ஒருமுறை அவர் தனது பெற்றோர்களையும், ஆலிவ் மரங்களையும் அடக்கம் செய்திருந்த கல்லறைகள் இருந்த பண்ணைக்கு எங்களை அழைத்துச் சென்றார். ஆலிவ் மரங்களின் எஞ்சிய பாகங்கள் வரிசையாக நின்றன. அதன் அடிமரங்கள், ஜெருசலேம் நகரின் கெத்சமனே தோட்டத்து மரங்களை நினைவுபடுத்தின. அவரது பண்ணையில், கொல்லப்பட்ட ஆலிவ் மரங்களுக்கும்கூட ஒரு கல்லறை இருந்தது!

இறுதியில் நாங்கள் அப்துல் தைமின் வீட்டை அடைந்ததும், அதையொட்டி ஈச்சை மரங்கள், போகன் வில்லா மலர்கள், பல்வேறு வகையான காய்கனிச் செடிகள், மல்லிகைப் பந்தல், தேன் குடிக்கும் வண்டுகள் என, இத்தனை அழிவுகளுக்கு நடுவிலும் இதுபோன்ற ஓர் அழகிய தோட்டம் இருப்பதைக் கண்டு, நம்ப முடியாமல் நான் சிரமப்பட்டேன். திமிர் பிடித்த சேவலொன்று தானிருப்பதைப் பறை சாற்றிக்கொண்டிருந்தது. ஆனால் அங்கிருந்த மயிலொன்று தன் அழகிய தோகையை விரித்தாடி சேவலைப் புறந்தள்ளியது.

'ஓ, இதுபோன்ற முப்பது மயில்கள் இந்தப் பண்ணையில் உள்ளன!' அப்துல் தைம் விவரித்தார். அந்த வீடு ஒரு பெரிய பங்களாவாக, மொட்டை மாடியைக் கூரையாகக் கொண்டிருந்தது. நான் அந்த மொட்டை மாடிக்கு ஏற முயன்றபோது அவர் என்னை உடனடியாகத் தடுத்தார். அதற்குக் காரணம், அந்தப் பகுதியில் இஸ்ரேலின் தானியங்கி 'சூடான்' விமானங்கள் (ராக்கெட்டுகளும், மெஷின் துப்பாக்கிகளும் இணைக்கப்பட்டவை) கண்காணிப்பதாகவும், ஏதேனும் அசைந்தால் அவை சுட்டுத் தள்ளுமென்றும் சொன்னார். நான் உடனே பின்வாங்கியதால் எனக்கு விளக்கம் தேவைப்படவில்லை.

அப்துல் தைம் ஓர் உயரமான மகத்தான பாலஸ்தீனர். அறுபது வயதிருக்கும். சாம்பல் நிற முடியும், மீசையும், அதற்கு ஈடான பெரிய புருவங்களும் கொண்டிருந்தார். கம்பீரமான அந்தத் தோற்றத்திற்குள் பரிவும் நகைச்சுவை உணர்வும் கொண்ட மனிதராகவும் அவரிருந்தார். நான்குமுறை கைதாகி சிறையில் அடைக்கப்பட்டிருந்தார். சித்திரவதை செய்யப்பட்ட போதிலும் அவர் தம் நண்பர்களைக் காட்டிக் கொடுக்கத் தயாராகவில்லை. பெயர்செ பிரதேசத்திலிருந்த ஒரு நாடோடிக் குடும்பத்திலிருந்து வந்தவர் அவர். தங்களின் சக்தியாலும், அனுசரணையாலும் புகழ்பெற்றக் குடும்பம் அது. அந்தக் குடும்பம் அங்கிருந்து துரத்தப்பட்டதால், காஸாவின் அகதிகளாயினர். அவரது மனைவி அய்தா பார்வைக்கு இளமையான ஓர் அழகிய பெண்மணி. கண்கவரும் பாலஸ்தீன கைப்பின்னலால் அவள் தன் வீட்டை அலங்கரித்திருந்தாள். இதுபோன்ற கைப் பின்னல்களை நான் முதன் முதலாகக் கண்டது 1982இல் பெய்ரூத் ஷத்திலா முகாமில்தான்!

ஒவ்வொரு கிராமமும் தனக்கென வித்தியாசமான ஒரு பாணியைக் கொண்டிருந்தது. பெண்கள் தரையிலமர்ந்தவாறு பலவித வண்ணங் களில் அலங்காரமான கைப்பின்னல்களைச் செய்வார்கள். ஒவ்வொரு கிராமமும் மற்றதிலிருந்து மாறுபட்டு நிற்கும். அவர்களின் கிராமங்கள் அழிக்கப்பட்ட நிலையிலும் அவர்களின் பரம்பரையின் நினைவுகள், கறுப்புத் துணிகளில் மாறுபட்ட வண்ண நூல்களில் உருவாகும் பின்னல்களில் வாழ்ந்துகொண்டிருக்கும். அது தீவிரமான தொழிலார்வம் என்றாலும் நான் விரைவிலேயே பலவிதப் பின்னல் களைச் சேமிக்கத் தொடங்கினேன். அதில், பெத்லஹம் நட்சத்திரம், ஜெருசலேம் ரோசா, கேதார் மரம், ஆலிவ் மரத்தின் கிளை, நாடோடிகளின் கடும்சிவப்பு மற்றும் ஆரஞ்சு வண்ணங்கள் போன்றவை உள்ளன. அவையெல்லாம் இப்போது அய்தாவின் வீட்டில் இருப்பிடங்களிலும், சுவர்களிலும், பூச்சட்டிகளிலும் காட்சிப் பொருள்களாய்த் திரும்பவும் காணக் கிடைத்தன. அந்தக் கைப்பின்னல் களின் அழகும், அந்தத் தோட்டமும் பாலஸ்தீனத்தின் உண்மையான அழகை உயிர்ப்பித்தன. பாலஸ்தீனர்கள் எப்போதும் தங்களது நாட்டை அழகானதென்று என்னிடம் சொல் வதுண்டு. நான் எப்போதும் அதை வெறுமொரு கற்பனையாகத் தள்ளிவிடுவேன். ஆனால் இந்தப் பண்ணையில் அதை நான் உண்மை யென்று உணர்கிறேன்.

அவர்களின் இல்லம் முழு அளவிலான அழிவிலிருந்து தப்பியிருந்த போதிலும், ஒவ்வொரு சன்னல் கண்ணாடியும் நொறுக்கப்பட்டு

இருந்தது. பக்கத்திலிருந்த பல கட்டடங்களும் அழிக்கப்பட்டிருந்தன. காஸாவின் குளிரிலிருந்து தன் வீட்டைக் காப்பாற்ற அய்தா முயற்சி செய்திருந்தாள். காஸாவின் குளிர்ந்த காற்றைத் தடுக்க பிளாஸ்டிக் விரிப்புகளால் அடைத்திருந்தாள். எனினும், குளிர்ந்த காற்று வீசும் போது பிளாஸ்டிக் திரைகள் விலகிக்கொண்டு குளிரை வீடு முழுவதும் நிரப்பும். அந்தக் குடும்பத்தின் நேசமும், தாராள மனப்பான்மையும் கான் யூனிஸின் இருண்ட சரித்திரத்தை மறைத்து வைத்திருந்தன. ஒருநாள் மாலை அய்தாவின் தாயார், 1956இல் ஏரியல் ஷரோனின் தலைமையில் கான் யூனிஸில் நடந்த படுகொலைகளைப் பற்றி என்னிடம் விவரித்தாள். ஏறத்தாழ எல்லா ஆண்களும் அதில் கொல்லப்பட்டனர். அதன் விளைவாக எஞ்சிய பெண்களும், குழந்தைகளும் சேர்ந்து இறந்தவர்களைப் புதைக்கக் கல்லறைகளைத் தோண்டினார்களாம்!

இந்தப் பாலஸ்தீன் குடும்பம் செய்த விருந்தோம்பலுக்கு நான் என்ன கைம்மாறு செய்யப் போகிறேன்? ஒவ்வொரு நாள் காலையிலும்— நாங்கள் மருத்துவமனைகளுக்குப் புறப்படுவதற்கு முன்னால் அரபிக் காபியும், வீட்டில் தயாரித்த பலகாரங்களும், வெண்ணெயும், ரொட்டியும் எங்களுக்காகக் காத்திருக்கும். நாங்கள் திரும்பி வந்ததும், சமைத்த உணவுகள் தயாராக இருக்கும். சில நாள்களுக்கு முன்னால், காஸா குண்டுகளால் தாக்கப்பட்டபோது, வெறும் ரொட்டியை உப்புடன் சேர்த்து உண்ண வேண்டிய நிலை ஏற்பட்டதாம்! ஒரு நாள், எங்களுக்காக அவர்கள் தங்களின் ஒரு டர்க்கி கோழியையும், இரண்டு கோழிகளையும் உணவுக்காக அறுத்ததை நாங்கள் அறிந்தோம். அது போதாதென்று, அப்துல் தைம் ஒருநாள் காலையில் எங்களுக்காக மீன்களை வாங்க வெளியே சென்றார். அவர்களுக்குப் பிடித்தமான அந்த மீனைச் சாப்பிடாமல் அவர் எங்களைக் காஸாவிலிருந்து போக அனுமதிப்பதில்லை.

உண்மையில் அது மிகவும் சுவையானது! ஆயினும், காஸாவின் மீனவர்கள் அவர்களின் எல்லையான மூன்று மைல்களுக்கு அப்பால் சென்றால் இஸ்ரேலிய ஆயுதப் படகுகளால் அவர்கள் சுடப்படுவதும், சிலசமயம் கொல்லப்படுவதும் என் நினைவுக்கு வந்தது. அந்த மீன் உணவை நினைக்கும் போதெல்லாம் என் கண்கள் இப்போதும் கண்ணீர் சிந்துகின்றன.

***

நாங்கள் எல்லா மருத்துவமனைகளையும் நேரில் சென்று பார்வையிட்டோம். பாடசாலைகள், கிளினிக்குகள், ஐநா கட்டடம் ஆகியவற்றின் பாதிப்பைக் கண்டறிந்தோம். 'பிரிட்டிஷ் மருத்துவக் குழு' என்றே நாங்கள் எங்களை அறிமுகப்படுத்திக்கொண்டோம். மருத்துவ ஊழியர்களுடனும் நிர்வாகிகளுடனும் பேச்சு வார்த்தை நடத்தினோம். மிகுந்த கட்டுப்பாடும், ஆழ்ந்த ஈடுபாடு கொண்டவர்களாகவும் அவர்களிருப்பதை உணர்ந்தோம். பல்லாயிரம் ஆண்டுகளுக்கு முன்னால் செங்கடல் பிளந்து வழிவிட்டது போல, தடைகள் சற்று தளர்ந்ததும் சரியான நேரத்தில் நாங்கள் காஸாவிலிருந்து விடை பெற்றோம். அதன் பிறகு, காஸா உலகின் கண்களிலிருந்து திரும்பவும் முற்றிலுமாக அடைக்கப்பட்டது!

***

நாங்கள் கண்டறிந்த உண்மைகளின் ஓர் அவசரமான பதிவை காஸாவில் எழுதினோம். காஸாவின் தெற்குப் பகுதியில் இஸ்ரேலிய குண்டுகள் தீவிரமாகவும், வேகத்தோடும் பதிந்த அன்றைய காலை நேரத்தில்தான் நாங்கள் அதை எழுதினோம். உண்மைகளை அதில் விவரித்து, உடனடியாக அதை அனுப்பி வைத்தோம். அது எங்களின் சாட்சி மொழி! லேன்செட் குளோபல் ஹெல்த் நெட்வொர்க் என்கிற மருத்துவ இதழில் அது வெளியானது. அது பலரின் கவனத்தையும் கவர்ந்தது. அதிலிருந்து சில வரிகள்...

காஸாவின் காயங்கள்

காஸாவின் காயங்கள் ஆழமானவையும், பல்வேறு விதமானவையும் ஆகும். 5,000 பேர் உயிரிழந்த கான் யூனிஸ் படுகொலைகள் (1956) பற்றியோ, 35,000 போர்க் கைதிகள் இஸ்ரேலியர்களால் சுட்டுக் கொல்லப்பட்டதைப் பற்றியோ (1967) நாம் இப்போது பேசுகிறோமா? அத்துடன், முதல் இன்திஃபாதா (எழுச்சி) ஏற்படுத்திய அதிகப்படியான காயங்களைப் பற்றி—ஆக்கிரமிப்பு சக்திகளுக்கு எதிராக, அதற்கு இரைகளாகக்கூடிய மக்கள் கிளர்ந்தெழுந்து நடத்திய போராட்டத்தின் விளைவாக ஏராளமானோர் காயமடையவும், நூற்றுக்கணக்கானோர் உயிரிழக்கவும் செய்தது பற்றி நாம் விவாதிக்கிறோமா? 2000மாவது ஆண்டிலிருந்து தெற்குக் காஸாவில் மட்டும் 5,420 பேர் காயமடைந்ததையும் நம்மால் புறக்கணிக்க முடியாது. அப்படியிருந்தும் நாங்கள் இங்கே குறிப்பிட்டுச் சொல்வது 2008 டிசம்பர் 27இல் நடந்த இஸ்ரேலிய படையெடுப்பைப் பற்றி மட்டும்தான்!

2008 டிசம்பர் 27இல் இருந்து, சண்டை நிறுத்தம் அமலுக்கு வந்த 2009 ஜனவரி 18 வரையிலான இடைப்பட்ட காலத்தில், ஏறத்தாழ 15 இலட்சம் டன் எடையுள்ள வெடி மருந்துகள் காஸா முனையில் பதிந்ததாகக் கணக்கிடப்பட்டுள்ளன. காஸா என்பது 25 மைல் நீளமும், 5 மைல் அகலமும் கொண்ட ஒரு சிறிய நிலப்பரப்பு—15 இலட்சம் மக்களின் தாயகம்! இதற்கும் மேலே, கடந்த ஐம்பது நாள்களாகக் காஸாவை முழுவதுமாக முற்றுகையிட்டு, பசியில் வாட்டினார்கள். உண்மையைச் சொல்வதென்றால், பாலஸ்தீனப் பொதுத் தேர்தலின் ஆரம்பம் தொட்டு, காஸா முழுமையாகவோ குறிப்பிட்ட அளவிலோ பல்லாண்டுகளாக முற்றுகைக்கு ஆளாகியிருந்தது.

படையெடுப்பின் முதல் நாளன்று 250 பேர் கொல்லப்பட்டனர். காஸாவிலிருந்த அனைத்துக் காவல் நிலையங்களும் தாக்கப்பட்டு, ஏராளமான காவல்துறையினர் கொல்லப்பட்டனர். காவல்துறையைத் துடைத்தெறிந்ததும், அரசு சார்பற்ற இலக்குகள்மீது கவனம் திரும்பியது. வானிலிருந்து எஃப்-16 ரக போர் விமானங்களும், அபாச் இராணுவ ஹெலிகாப்டர்களும் காஸாமீது குண்டுகளை வீசின. இஸ்ரேலிய ஆயுதப் படகுகள் கடல் மார்க்கமாக ஷெல்களைத் தொடுத்துவிட்டன. தரை மார்க்கமாக இஸ்ரேலிய ஆயுதக் கவச வண்டிகள் தாக்கின. இவற்றின் காரணமாக ஏராளமான பாட சாலைகள் குப்பை மேடாக மாறின. அதில், அமெரிக்காவின் காஸா பாடசாலையும் உட்படும். இதுதவிர, நாற்பதுக்கும் மேற்பட்ட பள்ளிவாசல்கள், மருத்துவமனைகள், ஐநா கட்டடங்கள் தாக்கப்பட்டதோடு, 21,000 வீடுகளும் (அதில் 4,000 வீடுகள் முழுவதுமாக) அழிக்கப்பட்டன. ஒரு இலட்சத்திற்கும் மேலான மக்கள் வீடிழந்தவர்கள் எனக் கணக்கிடப்பட்டுள்ளது.

இஸ்ரேலிய ஆயுதங்கள்: பொதுவான ஆயுதங்களுடனும் பயங்கரமான வெடிகுண்டுகளுடனும் கூடவே நான்கு விதமான அசாதாரண ஆயுதங்களும் இங்கு அடையாளப்படுத்தப்பட வேண்டும்.

1. **பாஸ்பரஸ் இரசாயன ஷெல்கள், குண்டுகள்**—மிகவும் உயரத்தில் வெடித்துச் சிதறும் குண்டுகளிலிருந்து பாஸ்பரஸ் பொதிந்த ஏராளமான சிறு குண்டுகள் பரவலான இடங்களில் வெடித்ததைக் கண்கூடாகப் பார்த்தவர்கள் சொன்னார்கள்.

   தரை வழிப் படையெடுப்பின்போது, கவச வண்டிகள் முதலில் சாதாரண குண்டுகளை வீடுகள் மீது ஏவுவதாகக் கண்ணால்

பார்த்தவர்கள் விளக்கினார்கள். வீடுகளின் சுவர்கள் இடிந்து வீழ்ந்ததும், இரண்டாவதாக ஒரு ஷெல் (பாஸ்பரஸ் ஷெல்) வீட்டிற்குள் ஏவப்படுகிறது. இந்த முறையில் ஏவப்படுகிற பாஸ்பரஸ் ஷெல்கள் வெடித்துச் சிதறி வீட்டையும், குடும்பத்தையும் ஒருசேர எரித்துவிடுகிறது! எரிந்துகொண்டிருக்கும் பாஸ்பரஸ் அம்சத்துடன் கூடிய கருகிய உடல்கள் பல கண்டெடுக்கப்பட்டன.

இதில் கவனிக்கப்பட வேண்டியது என்னவென்றால், பாஸ்பரஸ் சுயமாகவே தணியும் தன்மைகொண்டது. அதன் பொருள் பாஸ்பரஸ் முழுவதுமாக எரிந்து அடங்குவதில்லை. அதன் அம்சங்கள் தரையிலும், விளையாட்டுத் திடல்களிலும், சுற்றுப்புறங்களிலும் பதிந்து கிடக்கும். குழந்தைகள் ஆர்வத்துடன் அதை எடுக்கும்போது எரியத் தொடங்கும். அல்லது, விவசாயிகள் தங்கள் நிலத்திற்கு நீர் பாய்ச்ச செல்லும்போது அது புகையைக் கக்கும். அப்படிச் சென்ற ஒரு விவசாயக் குடும்பம் புகை மேகங்களில் அகப்பட்டு மூச்சுத் திணறினார்கள். இது போன்ற காரணங்களால், பாஸ்பரஸ் குழந்தைகளுக்கு எதிரான ஆயுதமாகக் கருதப்படுகிறது.

மேலும், மருத்துவமனைகளில் பணியாற்றும் சர்ஜன்கள் சில தகவல்களைத் தந்தார்கள். ஓரளவுக்குப் பழுத்த சிறிய காயங்களுக்கு முதல் சிகிச்சையளித்த பின்னர், இரண்டாவது சிகிச்சையின் போது காயத்தைச் சுற்றிலும் அடுத்த மூன்று நாள்கள் பழுப்பு படர்வதாகக் கண்டார்கள். நோயாளிகள் மேலும் உடல்நலம் குன்றி, அடுத்த பத்து நாள்களில் நுரையீரல் பழுப்பைச் சீராக்க வேண்டி அவர்களுக்கு மூன்றாவது முறையும் சிகிச்சை அவசியமாகிறது. இத்துடன் இரத்தப் பெருக்கு, சிறுநீரகம் இயங்காமை, இதய நிறுத்தம், மரணம் போன்றவை சேர்ந்து வரவும் வராமலிருக்கவும் வாய்ப்புண்டு! எனினும், 'ஹைப்போ கால்சிமியா' காரணமாக நிகழும் அமிதமான அமிலப் பிரவாகம், நுரையீரல் பழுப்பு, சட்டென்று நிகழும் இதய நிறுத்தம் போன்றவை வெள்ளைப் பாஸ்பரஸினால் ஏற்படும் தகராறுகள் என்றாலும், அது மட்டுமே காரணமென்று குற்றம் சொல்ல முடியாது.

சேர்க்கை மாற்றம் செய்யப்பட்ட இந்தப் பாஸ்பரஸ் காஸா மக்கள் மீது நீண்டகால பாதிப்பை ஏற்படுத்துவதால், இதன் இயற்கைத்

தன்மையைக் குறித்து ஆராய்ச்சி செய்வதும், அடையாளம் காண்பதும் அவசரத் தேவையாகின்றன. அதுபோன்று, காஸாவின் மூலை முடுக்குகளில் சிதறிக் கிடக்கும் பாஸ்பரஸ் எச்சங்களைச் சேகரித்து நீக்கச் செய்வதும் அவசரத் தேவையாகிறது.

தண்ணீரைப் பயன்படுத்த வரும்போது அவர்கள் விஷ வாயுவைத் தவிர்த்தாலும்கூட, மழை பெய்தால் அந்தப் பிரதேசம் முழுவதும் அமிலமான பாஸ்பரஸ் புகையால் அசுத்தமடையும். அத்துடன், பாஸ்பரஸ் எச்சங்களைக் கையிலெடுப்பதும், விளையாடுவதும் கூடாதென்று குழந்தைகள் எச்சரிக்கப்பட வேண்டும்.

2. **கனமான வெடிகுண்டுகள்**—இந்த கனமான குண்டுகளை (சலன மற்ற உலோகப் பொருள்களை நிரப்பிய வெடிகுண்டு) பயன் படுத்தியதற்குத் தடயங்கள் இருந்தாலும், வீரியம் குறைந்த யுரேனியம் காஸாவின் தென் பகுதியில் பயன்படுத்தியதற்குச் சான்றுகள் இல்லை. பொதுமக்கள் வாழும் பகுதிகளில், இது வெடித்து கை-கால்கள் துண்டாடப்பட்ட நோயாளிகளைக் காண முடிந்தது. தலைவெட்டும் முறையில் முட்டிகள் துண்டாடப் பட்டதால் இரத்தம்கூட கசிவதில்லை. இந்தக் குண்டுகளின் உறைகளும் உள்ளடங்கிய கூர்மையான பொருள்களும் மிகவும் கனமானவை.

3. **திரவ வாயு வெடிகுண்டுகள்**—பூமிக்கடியிலான தற்காப்பு அறை களைத் தகர்க்கும் குண்டுகளும், ஊடுருவிச் சென்று வெடிக்கும் குண்டுகளும் பயன்படுத்தப்பட்டன. சில கட்டடங்கள்—குறிப்பாக, காஸா இஸ்லாமியப் பல்கலைக்கழகத்தின் விஞ்ஞான தொழில்நுட்பக் கல்லூரி இயங்கிய எட்டு மாடிக் கட்டடம்—இதை, ஐந்து அல்லது ஆறடி உயரமுள்ள வெறும் குப்பை மேடாக இந்தக் குண்டுகள் மூலம் இஸ்ரேல் மாற்றியது.

4. **அமைதிக் குண்டுகள்**—மாபெரும் சீரழிவை விதைக்கும் ஒரு அமைதிக் குண்டைப் பற்றி காஸா மக்கள் விளக்கினார்கள். ஒரு விசில் சப்தத்துடன் அமைதியான ஒரு பிம்பம் போல இறங்கிவரும் இந்தக் குண்டானது, சாம்பலாகிப் போன பொருள்கள் மற்றும் உயிரினங்களின் சிறு தடயங்கள் மட்டும் எஞ்சுகிற இடமாக ஒரு பிரதேசத்தையே உருவாக்குகிறது. இதைப் பொதுவான வெடிகுண்டுகளில் உட்படுத்த எங்களால்

முடியவில்லை. ஆயினும், இதுபோன்ற நுண் அணு ஆயுதங்கள் பயன்படுத்துவதை நிச்சயமாகத் தடைசெய்தாக வேண்டும்.

மரண தண்டனைகள். பாலஸ்தீனர்களின் வீடுகளுக்கு முன்னால் வந்து நிற்கும் இஸ்ரேலிய இராணுவக் கவச வண்டிகள் அங்கு வசிக்கும் மக்களை முதலில் வெளியே வரச் சொல்லி, அப்படி வெளியே வந்த குழந்தைகள், பெண்கள், வயதானவர்களை வரிசையாக நிறுத்திச் சுட்டுக் கொன்றதாகவும் உயிர்பிழைத்த சிலர் விளக்கினார்கள். இதுபோன்ற மரண தண்டனைகள் காரணமாக ஒவ்வொரு குடும்பமும் பத்துக்கும் மேற்பட்ட உறவினர்களை இழந்ததாகச் சொன்னார்கள்.

நிராயுதபாணிகளான குழந்தைகளையும் பெண்களையும் திட்டமிட்டுக் குறிவைத்ததற்கான சான்றுகளைக் காஸாவில் தங்கி யிருக்கும் மனித உரிமைக் குழுக்கள் கடந்த மூன்று மாதங்களில் மிகச் சிறப்பாகப் பதிவுசெய்துள்ளன.

ஆம்புலன்ஸ் வாகனங்களைத் தாக்குதல். காயமடைந்தவர்களைக் காப்பாற்றவும், நீக்கம் செய்வதுமான பணிகளில் ஈடுபட்டிருந்த 13 ஆம்புலன்ஸ் வண்டிகள் சுடப்பட்டதில், அவற்றின் ஓட்டுநர்களும் முதலுதவி சிகிச்சை செய்யும் ஊழியர்களும் கொல்லப்பட்டனர்.

கொத்துக்குண்டுகள். எகிப்திலிருந்து கடக்கும் வழியான ரஃபா எல்லையில் இது வீசப்பட்டது. கொத்துக்குண்டினால் காயமடைந்த முதல் நோயாளியை சண்டை நிறுத்தம் அமலுக்கு வந்த பின்னர், அபு யூசுப் நெஜ்ஜார் மருத்துவமனைக்குக் கொண்டுவந்தார்கள். எகிப்தின் எல்லையிலுள்ள சுரங்கங்களில் பாதியும் அதன் பின்னர் அழிக்கப்பட்டன. அதன் மூலம் காஸா தனது வாழ்வாதாரத்தின் ஒரு பகுதியை இழந்தது. அந்தச் சுரங்கங்கள், ஆயுதக் கடத்தலுக்கு வேண்டியவையல்ல என்கிற பொதுவான நம்பிக்கைக்கு எதிரானவை. சில சமயங்களில், சிறிய ஆயுதங்கள் அதன் வழியாகக் கடத்தப் படலாம்! அவை முக்கியமாக, காஸாவுக்கான உணவுப்பொருள் களையும் எண்ணெய்களையும் கொண்டுவரவே பயன்படுத்தப்பட்டன.

பாலஸ்தீனர்கள்மீண்டும் சுரங்கத்தை வெட்டினார்கள். புதுப்பிக்கத் தொடங்கினார்கள். எதுவாயினும், ரஃபா எல்லையில் எறியப்பட்ட கொத்துக்குண்டுகளில் முதல் குண்டு எதிர்பாராத விதமாகச் சுரங்கத்தில் பதிந்தது. அதன் ஒரு சிறு குண்டு வெடித்து காயமடைந்த ஐந்து நோயாளிகள் எரிந்த உடலுடன் மருத்துவமனைக்குக் கொண்டு வரப்பட்டார்கள்.

மரண எண்ணிக்கை. 2009 ஜனவரி 25 தேதி வரை, 1350 பேர் கொல்லப் பட்டதாகக் கணக்கிடப்பட்டது. அந்த எண்ணிக்கை நாள்தோறும் அதிகரிக்கவும் செய்கிறது. காரணம், காயமடைந்தவர்களில் பலரும் தினந்தோறும் மருத்துவமனைகளில் மரணமடைவதுதான்! கொல்லப் பட்டவர்களில் 40 சதவிகிதம் பேர் குழந்தைகள்!

ஆழமான காயங்கள். மோசமாகக் காயமடைந்தவர்களின் எண்ணிக்கை 5,450. அதில் 40 சதவிகிதம் குழந்தைகள். அவர்கள் எல்லாரும் முக்கிய மாகப் பெரிய அளவிலான தீக்காயங்களும், பல்வேறு ஊனங்களும் கொண்ட நோயாளிகள். ஒரு காலோ, கையோ உடைந்து, சுயமாக நடக்கும் திராணியுள்ள நோயாளிகள் யாரும் இந்தக் கணக்கில் உட்படவில்லை.

மருத்துவர்கள் மற்றும் நர்சுகளுடான எங்களது உரையாடலின் போது, 'கசாப்பு, பேரழிவு' போன்ற வார்த்தைகள் தொடர்ச்சியாகப் பயன்படுத்தப்பட்டன. தங்களின் பணியிடத்திலும் ஆபரேஷன் தியேட்டரிலும் வந்து குவிந்த ஏராளமான நோயாளிகளுக்குக் கடந்த ஒரு மாத காலமாக சிகிச்சையளித்ததன் வாயிலாகப் பல மருத்துவ ஊழியர்களும் மனோரீதியான பாதிப்புகள் அடைந்தனர். அதில் பல நோயாளிகளும், விபத்து மற்றும் அவசரப் பிரிவில் சிகிச்சைக்காகக் காத்திருந்த வேளையில் மரணமடைந்துள்ளனர். ஒரு மாவட்ட மருத்துவமனையில் பணியாற்றும் ஆர்த்தோபீடிக் சர்ஜன் ஒரே நாளில் பதின்மூன்று பேருக்கு எலும்பு முறிவு சிகிச்சை செய்ய வேண்டியதாயிற்று.

மோசமாகக் காயமடைந்தவர்களில், 1600 பேர்கள் நிரந்தர இயலாமை யுடன் அவதிப்படுவார்களென்று கணக்கிடப்பட்டுள்ளது. அதில் கை-கால்கள் முறித்து மாற்றப்பட்டவர்களும், முதுகெலும்பு முறிந்தவர்களும், மண்டையில் அடிபட்டவர்களும், பெரிய தீக்காயங்களில் ஊனமுற்றவர்களும் உட்படுவார்கள். உறுப்புகள் நீக்கம் செய்யப்பட்ட 400 பேரில் 88 பேர் கை-கால் இரண்டையும் இழந்தவர்கள்.

கவனிக்க வேண்டிய முக்கிய விசயங்கள். பெரும் எண்ணிக்கையிலான மரணத்திற்கும், காயங்களுக்கும் பலவிதக் காரணங்கள் உள்ளன:

தப்பிக்க வழியில்லை—இஸ்ரேலிய இராணுவம் காஸாவை முற்றிலுமாக அடைத்தது. குண்டுகளின் தாக்குதலிலும், தரைப்

படையின் முன்னேற்றத்திலும் இருந்து யாரும் தப்ப முடியாத நிலை. தப்பிக்க எந்த வழியுமில்லை! குறைந்தபட்சம் அதற்குள்ளேயே, வடக்கிலிருந்து தெற்கிற்குகூட நகர முடியாத நிலையிருந்தது. காரணம் இரண்டையும் இராணுவக் கவச வண்டிகள் துண்டித்திருந்தன. இதற்கு மாறாக, 1982 இலும் 2006இலும் லெபனான் மக்கள், தீவிரமாகக் குண்டுகள் தாக்கும் இடத்திலிருந்து குறைவான மற்றொரு இடத்திற்குத் தப்பிச் செல்லும் வாய்ப்பிருந்தது. காஸாவுக்கு அந்த வாய்ப்பில்லை.

மக்கள் நெருக்கமாக வாழும் காஸா—இஸ்ரேல் பயன்படுத்திய வெடிகுண்டுகள் இலக்கு தவறாதவை. மக்கள் கூட்டம் நிறைந்த கட்டடங்களைத் தாக்குவதில் அவை நூறு சதவிகிதம் குறி தவறாதவை! மத்திய அங்காடி, காவல் நிலையங்கள், பாடசாலைகள், ஐநா கட்டடம், பள்ளிவாசல்கள் (அதில் 40 முற்றிலுமாக அழிந்தன) எல்லாம் தாக்கப்பட்டன. எதிர்த்துப் போராட யாரும் இல்லையென்பதால் தங்களது வீடுகள் பாதுகாப்பாக இருக்குமென்று கருதியவர்களின் வீடுகளும் தாக்கப்பட்டன. உயரமான கட்டடங்களில், ஊடுருவிச் செல்லும் ஒரு வெடிகுண்டு போதும், அதில் வாழும் பல குடும்பங்களை அழிக்க! பொதுமக்களை வெறித்தனமாகக் குறிவைப்பதைப் பார்க்கும்போது, ஒட்டுமொத்த அழிவுதான் இராணுவத்தின் நோக்கமென்று யாரும் ஐயப்படக்கூடும். அதன் முக்கிய இலக்கு பொதுமக்கள்தாம்!

வெடிமருந்துகளின் அளவும் தரமும்—மேலே விளக்கியது போல.

காஸாவின் தற்காப்பின்மை—இஸ்ரேலின் நவீன ஆயுதங்களை எதிர்க்க முடியாதநிலை! காஸாவிடம் படையெடுத்து வரும் இராணுவத்தை எதிர்ப்பதற்குத் தேவையான கவச வண்டிகள், போர் விமானங்கள், விமானங்களைத் தாக்கும் ஏவுகணைகள் என எதுவும் கிடையாது. இஸ்ரேலியக் கவச வண்டிகள் ஷெல்களைத் தொடுத்து விட்டபோது, பாலஸ்தீனர்கள் ஏ.கே-47 இயந்திரத் துப்பாக்கியால் திருப்பிச் சுட்ட ஒரு சிறிய மோதலை மட்டுமே நாங்கள் காண முடிந்தது. அந்த எதிர்ப்பும் இணையானதல்ல!

நவீன முறையில் கட்டப்பட்ட பாதுகாப்பு அறைகள் இல்லாமை. அப்படிப்பட்ட வசதிகள் இருந்தாலும்கூட, இஸ்ரேலிய இராணுவம் வைத்திருக்கும் கிடங்குகளைத் தாக்கும் குண்டுகளுக்கு முன்னால் அவை எந்த வகையிலும் பயன்படாது.

முடிவுரை

காஸாவின் மீது இனியுமொரு தாக்குதல் நடந்தால் அது பேரழிவில் முடியும். காரணம், காஸா மக்கள் மிகவும் மனம் தளர்ந்தவர்களாகவும், இனியொரு தாக்குதல் நடந்தால் தங்களைத் தற்காத்துக்கொள்ள முடியாதவர்களுமாக இருக்கிறார்கள். எதிர்காலத்தில் படுகொலைகளும் படுகாயங்களும் நிகழாமல் தவிர்ப்பதில் பன்னாட்டு சமூகம் உண்மை யாக அக்கறை கொண்டிருந்தால், காஸாவுக்கான ஒரு பாதுகாப்புப் படையை அது உருவாக்கியாக வேண்டும். இல்லை யென்றால், பொதுமக்கள் மென்மேலும் மரணத்தைத் தழுவ நேரிடும்.

மருத்துவர் ஆங்க் ஸவீ சாய்

மார்ச் 2009

(இந்த அறிக்கை 2009 பிப்ரவரி 2 முதல் மார்ச் 2 வரையிலான 28 நாள்கள் Lancet Global Health Networkஇல் வெளியிடப்பட்டது. ஆயினும், இஸ்ரேலிய ஆதரவாளர்கள் இதை 'உண்மைக்குப் புறம்பானது' என்று குற்றம் சாட்டியதால் வலைத் தளத்திலிருந்து பிறகு நீக்கம் செய்யப்பட்டது. எனினும் அந்த 28 நாள்களில், இது சுயமாகவே தன் வழியில் பயணித்து, பல வெளியீடுகளிலும் இடம் பிடித்ததோடு, 2009 மார்ச் இறுதிக்குள் குறைந்தது பத்து மொழிகளிலாவது மொழிபெயர்க்கப்பட்டது.)

2

சப்ரா-ஷத்திலா: 20 ஆண்டுகளுக்குப் பின்னர், 2002

பெய்ரூத்திலிருந்து ஜெருசலேமுக்குத் திரும்பிச் செல்வது, புலம்பெயர்ந்த ஒவ்வொரு பாலஸ்தீனியன் மனதிலும் நிலைத்திருக்கும் கனவு! 1948இல் சொந்தத் தாயகமான பாலஸ்தீன் இஸ்ரேலாக மாற்றப்பட்ட வேளையில் வேரோடு இழுத்தெறிந்து, விரட்டியடிக்கப்பட்டுப் புலம்பெயர்ந்தவர்களாக மாறியவர்கள்தாம் பாலஸ்தீனர்கள். லெபனானிலும், சிரியாவிலும் ஜோர்தானிலும் மற்றும் பல நாடுகளிலுமாக அகதி முகாம்களில் வேதனையில் வாடுகிற இலட்சக்கணக்கான பாலஸ்தீனர்கள் திரும்பிச் செல்வோமென்கிற நம்பிக்கையையும் தாயகம் செல்லும் உரிமையையும் ஒருபோதும் கைவிடவில்லை! இந்த ஆண்டில் இல்லையென்றால் அடுத்த ஆண்டில் அல்லது அதற்கும் அடுத்த ஆண்டில் ஜெருசலேம் செல்வோம் என்கிற நம்பிக்கையோடு அவர்கள் வாழ்ந்தார்கள்.

1967 இஸ்ரேலிய ஆக்கிரமிப்பின் காரணமாக காஸா முனையிலிருந்தும், மேற்குக் கரையிலிருந்தும் வெளியேறிய நண்பர்களையும் உறவினர்களையும் பொறுத்தவரை, பாலஸ்தீன் என்பது மரணிக்காத இலட்சியம்! தங்களது வரலாற்றை வேதனையோடு உணரும் நிலையிலும், அமைதி தவழும் ஒரு சுதந்திரப் பாலஸ்தீனை உருவாக்க பல தியாகங்களையும் செய்தாக வேண்டுமென்று அனைவரும் உறுதிபூண்டார்கள். ஒவ்வொரு பாலஸ்தீனனும் குழந்தைப் பருவத்திலிருந்தே அநீதி, படுகொலைகள், நாடுகடத்தல், படையெடுப்பு, ஆக்கிரமிப்பு, மரணம், அழிவு போன்ற வார்த்தைகளை உருபோட்டுக் கொண்டேதான் வளர்கிறான்.

சப்ரா-ஷத்திலா படுகொலைகள் இருபது ஆண்டுகளுக்கு முன்பு நடந்தன. அப்போது நான் முகாம்களில் பணியாற்றிக்கொண்டிருந்தேன். அதற்கு ஒரு மாதம் முன்புதான், இஸ்ரேலியப் படையெடுப்பில் காயமடைந்த லெபனான் மக்களுக்குச் சிகிச்சை அளிப்பதற்காக நான் அங்கு சென்றிருந்தேன்.

நிராயுதபாணிகளான குழந்தைகள், பெண்கள், முதியவர்கள், நோயாளிகள் எனப் பலரும் கசாப்பு செய்யப்பட்டது நடுக்கத்தை ஏற்படுத்தியது. என்னைப் பொறுத்தவரை, அவர்களின் மரணத்திற்குப் பின்னர்தான் அந்த மக்கள் துணிவும், கருணையும் கொண்டவர்கள் என்பதை நானறிந்தேன். அது என் கோபத்தை இரட்டிப்பாக்கியது. அன்று வரை, பாலஸ்தீன அகதிகள் இருப்பதை நான் ஒருபோதும் அறிந்ததில்லை. ஓர் அடிப்படை கிறித்தவவாதியான நான் இஸ்ரேலை ஆதரித்தேன். அரபிகளை வெறுத்தேன். பாலஸ்தீன விடுதலை முன்னணியை, வெறுக்கத்தக்க— பயப்பட வேண்டிய ஒரு பயங்கரவாத இயக்கமாகக் கருதவும் செய்தேன்.

சப்ரா-ஷத்திலா முகாம்கள் பாலஸ்தீனர்களை மனிதர்களாகக் காட்டியது. அவர்களைப் பிசாசுகளாகச் சித்திரிக்க முயன்ற ஆதிக்க சக்தி களை அது முறியடித்தது. மாபெரும் அநீதியின் இரைகளான அவர்கள் எப்படி வில்லன்கள் ஆவார்கள்? மற்றவர்களைப் போல நானும், கசப்பான உண்மைகளைச் சந்தித்தாக வேண்டும். பாலஸ்தீனர்களின் துயரங்களைக் காணமுடியாத அளவுக்கு, எனது அறியாமையும், தவறான கணிப்பும் என் கண்களைக் குருடாக்கியதற்கு நான் பாவ மன்னிப்பைத் தேடவேண்டும். இஸ்ரேல் கஹான் விசாரணைக் குழுவிற்கு முன்னால் சாட்சியளிக்க, உயிர் பிழைத்தவர்கள் என்னை ஊக்குவித்தார்கள். அதன் பொருட்டு, தெற்கு லெபனான் எல்லை வழியாக அன்று நான் ஜெருசலேம் சென்றபோது, ஒருநாள் அகதிகள் மேற்கொள்ளப்போகும் ஒரு பயணத்தின் சுவடுகளை நானும் பின்தொடர்வதாக நினைத்தேன். அவர்களின் தாயகத்திற்கு நான் மேற்கொண்ட புனிதப் பயணம் அது!

இந்த நூல் எனது *சாட்சி மொழி*! இடைப்பட்ட காலத்தில் பலமுறை நான் லெபனானுக்கும், இஸ்ரேலிய ஆக்கிரமிப்புப் பிரதேசங் களுக்கும், ஒரு சர்ஜன் என்கிற முறையில் காயமடைந்த மக்களுக்குச் சிகிச்சை செய்வதற்காகச் சென்றேன். எங்களில் சிலரின் முயற்சியில் உருவான 'பாலஸ்தீன மருத்துவ உதவி' என்கிற அமைப்பின் மூலம், சீரழிந்து கிடக்கும் பாலஸ்தீன மருத்துவ நிறுவனங்களுக்கு உதவும்படி பொதுமக்களிடம் வேண்டுகோள் விடுத்தோம். அவர்களைப் பற்றி இல்லை. அவர்களுக்காகப் பல்வேறு நாடுகளில் பல்வேறு நிகழ்ச்சிகளில் நான் கலந்துகொண்டு பேசினேன்.

ஆண்டு விழாக்கள் இன்றியமையாதவை. துயரங்களை நினைவு கூரவும், நம்பிக்கையை வளர்த்துக்கொள்ளவும் அவை உதவும்!

துயரங்களை மறக்காமல் இருப்பது ஈடேற்றத்திற்கு வழிவகுக்கும்! நாம் அவர்களது சிலுவை மரணத்தை நினைவில் வைப்போம்! அவர்களின் உயிர்த்தெழுதலில் நமக்குள்ள நம்பிக்கையை உறுதிப் படுத்துவோம்!

முதலாமாண்டு நினைவுநாளில், எங்களது அமைப்பைச் சேர்ந்த சில மருத்துவர்களும், நர்சுகளும் அமெரிக்கா சென்று மக்களிடம் பேசினார்கள். நடந்ததை அங்குள்ள மக்களிடம் விளக்கினார்கள். படுகொலைகளைப் பற்றிய உண்மைகளை ஏற்றுக்கொள்ள வேண்டிய நிலைக்கு மேற்கத்திய மக்கள் தள்ளப்பட்டார்கள். முதன்முறையாக, ஒரு மாபெரும் தவறின் இரைகளென்று பாலஸ்தீனர்களை அவர்கள் அடையாளம் கண்டார்கள்.

பத்தாவது நினைவுநாளன்று, முஸ்லிம் இமாம்கள், யூத ரபிகள், கிறித்தவப் பாதிரிமார்கள் ஆகியோரை அழைத்து, இலண்டன் சர்ச்சில் ஓர் இரங்கல் கூட்டம் நடத்தினோம். சப்ரா-ஷத்திலா முகாம்களில் உயிரிழந்த மக்களுக்காகப் பிரார்த்தனை செய்தோம். அது ஒரு சோகமான நிகழ்ச்சி. ஆனாலும் 1992ஆம் ஆண்டு நம்பிக்கையூட்டும் ஓர் ஆண்டாக இருந்தது. காரணம், அமைதிக்கான பேச்சுவார்த்தை ஆரம்பமாகியிருந்தது.

முதல் இன்திஃபாதா (எழுச்சி) காஸா முனையிலும், மேற்குக் கரையிலும் 1987இல் இருந்து தொடர்கிறது. அதன் தொலைக்காட்சிப் பதிவுகள், நிராயுதபாணிகளான பாலஸ்தீனக் குழந்தைகள், இஸ்ரேலிய இராணுவத்தின் கொடுமைகளுக்கு எதிராகப் போராடுவதை உலகுக்குக் காட்டின. கவச வண்டிகளுக்கு எதிராகக் கற்கள் நடத்தும் போர் அது—சிறுவனான தாவீது கோலியத்திற்கு எதிராக நடத்தும் போர்!

அதன் விளைவுகள் பயங்கரமானவை. நூற்றுக்கணக்கான பாலஸ்தீனர்கள் இறந்தனர். ஆயிரக்கணக்கானோர் காயமடைந்தார்கள். மோசமான கைதுகள், வீட்டுச் சிறைகள், ஊரடங்குச் சட்டங்கள், ஈவிரக்கமின்றி வீடுகளை அழித்தல், பாடசாலைகளை மூடுவது, மருத்துவமனை களுக்கு இடையூறுகள் விளைவிப்பது—எல்லாம் நடந்தன! மக்களின் எதிர்ப்புச் சக்தியை நசுக்கும் வெறியில், ஆக்கிரமிப்புப் பூமிக்கான பன்னாட்டு விதிமுறைகள் மீறப்பட்டன— சுயமான ஆக்கிரமிப்பும் சட்ட விரோதம்தான்!

முதலாவது இன்திஃபாதா வேளையில் நான் ஐநா சபையின் சிறப்பு சர்ஜனாக, காஸாவின் அல்அஹ்லி மருத்துவமனையோடு இணைக்கப் பட்டேன். காயமடைந்த பலருக்கும் சிகிச்சை அளித்தேன். நான் பணியாற்றிய மருத்துவமனையை இராணுவம் பலமுறை சோதனை யிட்டது. சில இளைஞர்களைத் தேடினார்கள். ஆயுதமேந்திய இஸ்ரேலியப் படைவீரர்கள் பிரசவ வார்டுகளிலும் நுழைந்து, அட்டகாசம் செய்தார்கள். நிறைய பெண்கள் அங்கிருந்தனர். அறுவை சிகிச்சை மேசையில் படுத்துக் கிடந்த நோயாளிகள் மிரட்டப்பட்டனர்.

பிபிசி தொலைக்காட்சி ஊழியர் ஒருவர் 'ஆக்கிரமிப்பின் கீழிலான வாழ்க்கை' என்கிற படமொன்றைத் தயாரித்தார். அதில், சகிக்க முடியாத சூழ்நிலையில் எங்களில் சிலர் பணியாற்றுவதைப் படம் பிடித்திருந்தார். என்னுடன் பணியாற்றிக்கொண்டிருந்த ஆண் நர்ஸ் ஒருவர், அந்தப் படத்தில் முகம் காண்பித்ததற்காக இரண்டாண்டு காலம் சிறையில் அடைக்கப்பட்டார். காஸாவில் நான் தொடர்ந்து தங்குவதை இராணுவம் அனுமதிக்கவில்லை. திரும்பவும் அங்குச் செல்வதற்கு பல ஆண்டுகள் பிடித்தன.

1982இல், இஸ்ரேலியப் படையெடுப்பிற்கு எதிரான போராட்டம் தான் இன்திஃபாதாவுக்கு (எழுச்சிக்கு) தூண்டுதலாக அமைந்தது. சப்ராவும் ஷத்திலாவும் இல்லாதிருந்தால், இன்திஃபாதா இந்த அளவுக்கு உலகின் அனுதாபத்தைப் பெற்றிருக்காது! சுருங்கச் சொன்னால், பாலஸ்தீன எழுச்சிக்கு சப்ரா-ஷத்திலா முகாம்கள் தூண்டுகோலாக அமைந்தன.

1992இல் மாட்ரிட் நகரில் தொடங்கிய சாமாதான முயற்சிகள் தடைபட்டது. 1993இல் ஓஸ்லோவில் நடந்த இரகசியப் பேச்சு வார்த்தைகள் ஏதோ ஒரு வகையிலான சுயாட்சி அதிகாரத்தைப் பாலஸ்தீனர்களின் முன் வைத்தது. பலவிதமான சந்தேகங்கள் எழுந்த போதிலும், ஒரு சுதந்திர தேசத்தின் பிறவிக்குப் பயன்படும் முதல் படியாகவே பலரும் இதை எதிர்பார்த்தார்கள்.

அந்த ஒப்பந்தத்தின் வாயிலாக குறைந்தபட்சம், பள்ளிகளை மீண்டும் திறக்கவும், மருத்துவமனைகளையும் சமூக நிறுவனங் களையும் திரும்பக் கட்டவும் அனுமதித்தனர். ஓரளவுக்காவது சாதாரண நிலை திரும்ப வாய்ப்பிருந்தது. சாலைகளில் இருந்த இராணுவக் கவச வண்டிகள் நீக்கப்படலாம். ஊரடங்குச் சட்டம் இல்லாதாகும். குழந்தைகள், வீட்டுக்கு வெளியே வந்து சூரிய வெளிச்சத்தில் விளையாட முடியும்.

இது அளவுகடந்த நம்பிக்கை. எல்லாம் பொய்யானது! பன்னாட்டு விதிகளின்படி, சட்ட விரோதமான புதிய குடியிருப்புகள் முளைத்தன. காஸாவுக்கும் மேற்குக் கரைக்கும் இடையில் யாரும் பயணம் செய்யக் கூடாது. காஸா முனையில் இருக்கும் நகரங்களுக்கு இடையிலும், இஸ்ரேலியர்களின் அனுமதியின்றி யாரும் நகரக் கூடாது. கிழக்கு ஜெருசலேம் தொடர்ந்து இஸ்ரேலின் பாகமாகவே நீடித்தது. புலம் பெயர்ந்த இலட்சக்கணக்கான மக்கள் சொந்த நாட்டுக்குத் திரும்ப உரிமையில்லை.

இரண்டாயிரம் இஸ்ரேலிய வீரர்களுடன் ஏரியல் ஷரோன் 2000ஆம் ஆண்டு அக்டோபரில், அல்-அக்ஸா மஸ்ஜிதில் நடத்திய எரிச்சலூட்டும் அணிவகுப்பு, இரண்டாவது இன்திஃபாதாவுக்கு எரியூட்டியது! தொடர்ந்து நடந்த வன்முறைகள், முதலாவது இன்திஃபாதாவைவிட கொடூரமானதாக இருந்தது.

மேலும் மரணங்கள், அழிவுகள்... எண்ணிக்கை உயர்ந்துகொண்டே போனது! 2002 நவம்பரில், ஆம்னஸ்டி இன்டர்நேஷனல் தன் அறிக்கையில், சட்டவிரோதக் கொலைகள், சித்திரவதைகள், பாலஸ்தீனர்களை ‘மனிதக் கவசமாகப்’ பயன்படுத்துதல் ஆகிய காரணங்களுக்காக இஸ்ரேலைக் குற்றம் சாட்டியது. மேலும், கைதிகளைக் கேவலமாக நடத்துவதும், தன்னிச்சைப்படி வீடுகளை அழிப்பதும், காயம் அடைந்தவர்களுக்கான மருத்துவ உதவிகளைத் தடை செய்வதுமெல்லாம் பன்னாட்டு விதிகளின் அத்துமீறல்களாகச் சுட்டிக் காட்டியிருந்தது. அது, ஜெனின்-நப்லுஸ் நகரங்களில் நிகழ்ந்த போர்க் குற்றங்களின் பொறுப்பை இஸ்ரேலிய வீரர்கள் மீது சுமத்தி விசாரணை செய்யும்படி, ஜெனீவா ஒப்பந்தத்தில் கையெழுத்திட்ட உலக நாடுகளுக்கு அழைப்பு விடுத்தது.

2002ஆம் ஆண்டில் சப்ரா-ஷத்திலாவின் பன்னிரண்டாவது நினைவு நாள் வந்தது. அதையொட்டி, லெபனானுக்கும் ஆக்கிரமிப்புப் பூமிக்குமாக நான் இரண்டு பயணங்கள் மேற்கொண்டேன். மே மாத பயணத்தில், ஆம்னஸ்டியின் அறிக்கையில் குறிப்பிட்டிருந்த அதே அழிவுகளை நான் காஸா முனையிலும், மேற்குக் கரையிலும் கண்டேன். குண்டுகள் வீச்சில் தகர்ந்த வீடுகளைப் புல்டோஸர்கள் தரைமட்ட மாக்கின. நோயாளிகளை ஏற்றி வந்த ஆம்புலன்ஸ் வண்டிகள் துப்பாக்கிச் சூட்டுக்கு இரையாயின. பாடசாலைகள்மீது ஏவுகணைத் தாக்குதல்கள் நடந்தன.

நான் அங்கு தங்கியிருந்த சில நாள்களில் மட்டும் ஏறத்தாழ நாற்பது பாலஸ்தீனப் பெண்கள் இஸ்ரேலிய சோதனைச் சாவடிகளில் குழந்தை களைப் பிரசவித்தார்கள். மருத்துவமனைக்குச் செல்லும் வழிகள் அடைக்கப்பட்டதால் அவர்களுக்கு இந்தக் கதியேற்பட்டது. அதன் விளைவாகப் பல பெண்களும், கைக்குழந்தைகளும் மரணமடைந்தனர். காஸாவும் மேற்குக் கரையும் இரண்டு சிறு பிரதேசங்களாக இராணுவக் கவச வண்டிகளின் முற்றுகையினால் பிளவுபட்டுக் கிடந்தன. அடிக்கடி நிகழும் ஊரடங்குச் சட்டம் காலவரம்பின்றி நீடித்தது. இருந்தும், பாலஸ்தீனர்கள் உறுதியோடு எதிர்த்து நின்றனர்.

பிபிசி தொலைக்காட்சி நிறுவனம் நான் திரும்பவும் சப்ரா-ஷத்திலா முகாம்களுக்குச் சென்று, அங்கு எஞ்சியிருக்கும் மக்களிடம் 1982ஆம் ஆண்டு செப்டம்பர் மாதத்தின் பயங்கரமான நினைவுகளைக் குறித்து பேட்டிகாண வேண்டுமென்று பணித்ததால் நான் இரண்டாவது தடவை லெபனான் சென்றேன். எனது முதல் பயணத்தில், இஸ்ரேலிய ஆக்கிரமிப்புப் பூமியில் நான் கண்ட வேதனையான காட்சிகளுக்குப் பிறகு, பெய்ரூத் எப்படிப்பட்ட வேதனைகளை வழங்குமோ என்று பயந்தேன். அங்கு நிலைமை சீரழிந்துக் கிடப்பதை ஏற்கனவே நானறிவேன். இந்த உலகம் அவர்களை மறந்து போனதா? உலகில் பல மாற்றங்களும் நிகழ்கின்றன. ஆனால், அகதிகளுக்கு ஏதேனும் மாற்றமுண்டா? பாலஸ்தீனுக்குத் திரும்பிச் செல்ல இனியும் அவர்கள் ஆசை வைக்கலாமா?

இப்படியெல்லாம் நடந்தும்கூட, பெய்ரூத் மீண்டும் ஒருமுறை என்னை உற்சாகப்படுத்தியது! கவனிப்பாரற்றுக் கிடந்த அந்த உலகத்தில்—இடிபாடுகளின் குவியலைத் தவிர வேறெதுவும் இல்லாத ஷத்திலா முகாமில், படுகொலைகளுக்குப் பின்னர் பிறந்து வளர்ந்த இளைஞர்களைச் சந்திக்கும் வாய்ப்பு எனக்குக் கிடைத்தது. முற்றிலும் புதிய ஒரு தலைமுறை அங்கு வளர்ந்து நின்றது.

சப்ரா-ஷத்திலா படுகொலைகளில் உயிர்ப் பிழைத்த குழந்தைகள் வளர்ந்து, இன்று அவர்களுக்கும் சொந்தமான குழந்தைகள் இருந்தன. அவர்களின் பெற்றோர்கள் தாத்தா-பாட்டி ஆகியிருந்தனர்.

அந்தப் புலம் பெயர்ந்த பாலஸ்தீனர்கள் கடந்த நான்கு தலைமுறை யாகச் சொந்த மண்ணிற்கப்பால் வாழ்ந்துகொண்டிருக்கிறார்கள். இருந்தும், அங்கிருக்கும் சிறு குழந்தைகளும், தங்களது பெற்றோர்கள்

சொன்ன அதே கதைகளை—ரமல்லா, ஹெப்ரோன், அக்வா, ஹைஃபா, காஸா, அல்-குத்ஸ் பற்றிய கதைகளை—திரும்பவும் உருப்போடு கிறார்கள். அவர்களில் பலரும் தெற்கு லெபனானுக்குப் பயணம் சென்று, எல்லைக்கப்பால் இருக்கும் கலீலி நகரத்தைத் தொலை விலிருந்து பார்வையிடுகிறார்கள். 1948இல், அவர்களது முன்னோர்கள் அங்கிருந்துதான் பலவந்தமாக வெளியேற்றப் பட்டார்கள்.

எதிர்காலம் சூனியமாகத் தோன்றினாலும், என்றாவது ஒருநாள் தாயகம் திரும்புவோமென்று அவர்கள் நம்பிக்கை வைத்துள்ளனர். நானும் என் உள்மனதில், அவர்களுடன் பிரார்த்தனை செய்கிறேன்: 'பெய்ரூத்திலிருந்து ஜெருசலேமிற்கு, அடுத்த ஆண்டு பாலஸ்தீன மண்ணில்!'

மருத்துவர் ஆங்க் ஸ்வீ சாய்

நவம்பர் 2002

3

சப்ரா-ஷத்திலா படுகொலைகளின் 25ஆம் ஆண்டு நினைவு நாளின் பிரதிபலிப்புகள், 2007

இஸ்ரேலிலுள்ள 'யாத் வாஸம் ஹோலோகாஸ்ட் மியூசிய'த்தின் சுவரில் செதுக்கிய ஒரு வாசகம் சொல்கிறது: 'மறதி நாடற்ற நிலைக்குத் தள்ளும். அந்நேரம் மீட்பிற்கான இரகசியம் நினைவுகளாகும்!' புலம் பெயர்ந்தவர்களாகவும், ஆக்கிரமிப்பின் கீழிலும் வாழ்கிற மக்களுடன் இணைந்து பணியாற்றி, அவர்களுடன் சேர்ந்து வாழவும் செய்த எனக்கு, பாலஸ்தீனர்கள் பல்லாண்டுகளாக அனுபவித்து வரும் வலியையும், வேதனையையும், இறப்பையும் ஒருபோதும் மறக்க அனுமதிக்க மாட்டார்களென்று நன்றாகவே தெரியும்.

ஒவ்வொரு செப்டம்பர் மாதமும், பெய்ரூத்தின் சப்ரா-ஷத்திலா முகாம்களில் படுகொலைகளுக்கு இரையான ஆயிரக்கணக்கான அப்பாவி பாலஸ்தீனர்களை, அன்று உயிர் பிழைத்தவர்களும், அதற்குச் சாட்சியானவர்களும் ஒன்று சேர்ந்து நினைவுகூர்வது வழக்கமாக நடைபெறுகிறது. இப்போதைக்கு கால் நூற்றாண்டு கடந்த பின்னர், அதில் பலரும் இறந்துபோக, எஞ்சியவர்கள் வயதானவர் களாக மாறினார்கள். சப்ராவின் பாலஸ்தீன அகதி முகாம் என்பது இப்போது இல்லை. ஷத்திலாவோ அதன் பழமையின் புற ஓடாக இருக்கிறது. தொடக்கத்தில் கண்ட பன்னாட்டுக் கூச்சல் எப்போதோ ஒடுங்கிப்போனது. தற்போது, மீடியாவின் கவனம் புலம் பெயர்ந்தவர் களிடமிருந்து வழிமாறி மேற்குக்கரை மற்றும் காஸாமுனையில் ஆக்கிரமிப்பின் கீழில் வாழ்கின்ற மக்களின் பக்கம் திரும்பியுள்ளது.

அந்நிய நாடுகளில் வாழ்கிற புலம் பெயர்ந்தவர்களைப் பொறுத்த வரை, எந்த நேரத்திலும் சொந்த மண்ணிற்குத் திரும்பிச் செல்ல முடியுமென்கிற ஆசையானது, ஆக்கிரமிப்புப் பூமியில் தற்போது நடக்கும் கலவரங்களால் பிய்த்தெறியப்பட்டது. ஜனநாயக ரீதியில் தேர்ந்தெடுக்கப்பட்ட ஓர் அரசைக் கவிழ்க்கும் முயற்சியாக, இஸ்ரேல்

காஸா மீது கடந்த சில மாதங்களாக இராணுவ முற்றுகை ஏற்படுத்தி அதைப் பசியில் வாட்டியது. ஒரு மலைப்பாம்பு போல நீண்டு வளைந்து செல்கிற சுவர் மூலம் மேற்குக் கரையை சிறு துண்டுகளாகப் பிரித்து, அதை மூச்சுத் திணற வைத்தது. 2006இல் ஹிஸ்புல்லாவுக்கு எதிராக நடந்த போரில் லெபனானை இஸ்ரேல் வெறித்தனமாகத் தாக்கியது. குறைந்தபட்சம், பத்து இலட்சம் கொத்துக் குண்டுகள் அதன் தென் பகுதியில் மட்டும் விழுந்தன. அத்தனையும் போர்நிறுத்தம் பற்றிய பேச்சுவார்த்தை தொடங்கியதும் அநியாயமாக விட்டுச் சென்றவை. அவை நீக்கப்படவில்லையென்றால் தங்களின் வாழ்க்கையையும் சொந்த வீட்டையும் சீரமைப்பதற்கென யாரும் அங்கே திரும்பிச் செல்ல இயலாது.

உயிரிழந்த அனைவருக்கும் நான் இரங்கல் தெரிவிக்கிறேன். தனிப்பட்ட முறையில், குறிப்பாக மருத்துவர் ஃபாத்தி அரஃபாத்தின் மரணத்தில் நான் வேதனைப்படுகிறேன். இறந்து போன குடியரசுத் தலைவர் யாஸர் அரஃபாத்தின் சகோதரர் அவர். இரு சகோதரர்களும் ஒருவருக்கொருவர் சில நாள்கள் இடைவெளியில், பிறரின் கதியறியாமல் மரணமடைந்தார்கள். அவர்களது இழப்பினால் பாலஸ்தீனர்கள் தங்களின் வரலாற்றில் நிச்சயமற்ற ஒரு கட்டத்தை அடைந்தார்கள். மருத்துவர் ஃபாத்தி பாலஸ்தீன் செம்பிறைச் சங்கத்தின் அமைப்பாளர். மருத்துவமனைகளும் கிளினிக்குகளும் அடங்கிய பொதுநலத்துறை அமைச்சரகம் போன்று செயல்பட்ட அது லெபனானில் தேவையான எல்லோருக்கும் சிகிச்சை அளித்தது. அவர் எனது ஆலோசகரும், நண்பரும் ஆவார். எப்போதும் மிகுந்த நம்பிக்கை யுடன் வாழ்ந்த அவர் பணியில் என்னை உற்சாகப் படுத்தினார். செம்பிறைச் சங்கத்தில் பணியாற்றிய மற்ற நண்பர்களைப் போலவே அவரும் என் நண்பர்தான். அவரை நான் இப்போது இழந்தேன்.

கட்சி வழக்குகள், இராணுவ முற்றுகை, பட்டினி, கைது, சாதாரண மானதும் அசாதாரணமானதுமான வெடிகுண்டுகள், நாடு கடத்தல், படுகொலைகள்—இவையேதும் புதிதல்ல! 1948ஆம் ஆண்டு தொட்டுப் பாலஸ்தீனர்களை விரட்டவும், பயமுறுத்தவும், அவர்களின் மனவுறுதியைக் குலைக்கவும் ஆயுதங்கள் நிரந்தரமாக அணிவகுக் கின்றன. இந்த சூத்திரத்தைக் கையாளுகிறவர்களின் குறிக்கோள் என்பது, பாலஸ்தீனர்கள் தங்களின் தாயகத்திற்கான வேட்கையைக் கைவிட வேண்டும், மானுடத்தின் அங்கம் என்கிற கோரிக்கையைச் சரணடையச் செய்து அவர்களை நசுக்க வேண்டும் என்பதுதான்!

ஆனாலும், நான் தொடர்ந்து நம்பிக்கையோடு இருக்கிறேன். அதற்கான காரணமும் இருக்கிறது. 1982இல் பாலஸ்தீனர்களுடனான எனது பயணம் தொடங்கிய காலமுதல், இதுபோன்ற அடக்குமுறைகள் பாலஸ்தீனர்களைத் துடைத்தெறிவதில் தோல்வி கண்டன என்பதை நான் நன்கறிவேன். சொல்லவொண்ணா துயரங்களுக்கும், துரோகங் களுக்கும் மத்தியில் அவர்களின் வலிமையையும், மீட்சியையும் நான் கண்டுள்ளேன். இடிபாடுகளுக்கும் அழிவுகளுக்கும் நடுவில் நின்று கொண்டு, அநாதைகளான பாலஸ்தீனக் குழந்தைகள் புன்னகைக்கும் படத்தை நான் இப்போதும் என்னிடம் வைத்திருக்கிறேன். படுகொலை களிலிருந்து அவர்கள் உயிர் பிழைத்திருந்தாலும், தங்களின் பெற்றோர் களையும், வீடுகளையும் இழந்திருந்தனர். எல்லாமே முடிந்தது என்றே அப்போது நாங்கள் நினைத்தோம். ஆனால் அவர்கள் தங்கள் கைகளை உயர்த்தி வெற்றிச் சின்னத்தைக் காட்டி, என்னிடம் சொன்னார்கள்: 'இஸ்ரேல் வரட்டும், நாங்கள் பயப்படவில்லை!'

நான் பலமுறை அந்த முகாமுக்குத் திரும்பிச் சென்றிருந்தும் அந்தக் குழந்தைகளை அதன் பின்னர் என்னால் கண்டுபிடிக்க முடியவில்லை. ஒருவேளை அவர்களும் இறந்துபோயிருக்கலாம்! ஆனாலும்கூட அவர்கள் என் இதயத்தில் என்றென்றும் வாழ்ந்துகொண்டிருக்கிறார்கள். எப்போதெல்லாம் சகிக்க முடியாத சூழ்நிலையில் அகப்படுகிறேனோ அப்போதெல்லாம் வலிமைபெற அந்தப் படத்தை நான் எடுத்துப் பார்க்கிறேன். ஒவ்வொரு ஆ[illegible]த்திற்குப் பின்னும் பாலஸ்தீனர்கள் வலிமை பெறுகிறார்கள். இதற்கெல்லாம் சாட்சியான நான் திரும்பவும் உறுதியளிப்பேன்: ஆக்கிரமிப்புப் பூமியில் வாழும் பாலஸ்தீன நண்பர்கள் இந்தத் துயரிலிருந்து நிச்சயம் ஒருநாள் மீளுவார்கள். காரணம், லெபனான் பாலஸ்தீனர்கள் எப்படி மீண்டார்கள் என்பதையும் நான் பார்த்திருக்கிறேன்.

இதுபோன்ற நிகழ்ச்சிகளின் பாகமாகும் வாய்ப்பு எனக்குக் கிடைத்ததை மகத்தான அருளாகவும், கௌரவமாகவும் நான் எப்போதும் நினைக்கிறேன். நீதிக்கான முயற்சியில் அவர்களுடன் சேர்ந்து பயணிக்கும் மரியாதை இறைவன் எனக்களித்த ஒரு சிறப்பான வரம்தான்! இந்தப் பயணத்திற்கு நான் எழுதிய இந்தப் புத்தகம் சாட்சி மொழியாகும்! அத்துடன், இது புலம்பெயர்ந்த பாலஸ்தீனர்களுக்கு நான் செய்யும் பிரார்த்தனையும்கூட—நிச்சயமாக அவர்கள் என்றாவது ஒருநாள் பயணத்தைத் தொடங்குவார்கள். புலம்பெயர்ந்தவர்கள் தாயகம் திரும்புவார்கள்.

அதாவது படுகொலைகளின் கடைசி நாளான 1982 செப்டம்பர் 18ஆம் நாள் சப்ரா-ஷத்திலா முகாம்களின் காஸா மருத்துவமனை அடித்தள ஆபரேஷன் தியேட்டரிலிருந்து நான் வெளியே வந்தேன். 72 மணி நேரம் தொடர்ச்சியாக சில நோயாளிகளுக்கு நான் அறுவை சிகிச்சை நடத்தியது, முகாம்களின் சந்துகளில் சின்னாபின்னமாக்கப் பட்ட உடல்கள் குவிந்து கிடப்பதைக் காண்பதற்காக மட்டும்தான் என்பதையும், மருத்துவமனைக்கு வெளியே வந்தது, கண்கள் தோண்டி யெடுக்கப்பட்ட ஒரு வயதானவரின் வெற்றுடலைப் பார்க்கத்தான் என்பதையும் அப்போதுதான் நான் புரிந்துகொண்டேன். திகிலடைந்த ஒரு பெண்மணி தன் குழந்தையைக் காப்பாற்ற எண்ணி அதை என்னிடம் தர முயற்சி செய்து தோல்வியடைந்தாள். அவர்கள் இருவரும் கொல்லப்பட்டதாகப் பிறகு அறிந்தேன். தொடக்கத்தில் இந்த உலகம் கூச்சலிட்டாலும் அதெல்லாம் வெகு விரைவில் தேய்ந்து போனது. அந்தப் படுகொலைகளில் அன்று உயிர் பிழைத்தவர்கள் பிறகு மேலும் பல வன்செயல்களுக்கு மத்தியில் உயிர்வாழ்ந்தார்கள்.

அன்று காலை நான் மிகவும் நொறுங்கிப் போனேன். இந்த வாழ்க்கையே அர்த்தமற்றதாக எனக்குத் தோன்றியது. ஒரு மருத்துவர் என்கிற முறையில், இறந்தவர்களைக் காப்பாற்ற நான் எதுவும் செய்யவில்லை என்று உணர்ந்தேன். ஒரு மனிதன் என்கிற முறையில், எனது உலகமே தரைமட்டமானது. இறைவன் எங்கே? உலகத்தின் மனசாட்சி எங்கே? உயிர் இருந்தும் நான் பிணமானதாக உணர்ந்தேன்.

விரோத மனப்பான்மையும், சுயமான புனிதத் தன்மையும்கொண்ட ஓர் அடிப்படைக் கிறித்தவளான நான் எப்படி சப்ரா-ஷத்திலா முகாமுக்கு முதன் முதலாக வந்தேன் என்பதை நினைத்துப் பார்க்கிறேன். மேற்கத்திய 'கிறித்தவ' நாடுகளின் இறைத் தன்மையிலும், இஸ்ரேலின் புனிதத் தன்மையிலும் அன்று நான் நம்பிக்கை கொண்டிருந்தேன். பைபிளை நன்கறிந்த நான் இறைவன் 'எங்கள்' பக்கம் இருப்பதாக நினைத்தேன். அந்தக் காலத்தில் ஜோசுவா ஜெரிக்கோவைக் கைப்பற்றிய கதையும், தாவீது-கோலியத் கதையும்தான் பழைய ஏற்பாட்டில் எனக்குப் பிடித்த கதைகளாக இருந்தன. இஸ்ரேலின் இராணுவ முன்னேற்றத்தில் நான் பெருமகிழ்வு கொண்டேன். எனது மற்ற கிறித்தவ நண்பர்களைப் போலவே நானும், 1967இல் நடந்த ஆறு நாள் போரில் இஸ்ரேலின் இராணுவம் மேற்குக் கரையையும், காஸா முனையையும் கைப்பற்றியதை ஒரு மகத்தான வெற்றியாகக் கருதி அதைக் கொண்டாடினேன்.

இஸ்ரேல் உருவாக்கப்பட்ட நாளை ஒரு மகிழ்ச்சியான நாளாக நான் வாழ்த்தினேன்.

சப்ரா-ஷத்திலாவில் நானிருந்த அன்றைய தினத்தின் காலைப் பொழுதில் இறைவன் என் சுயமான புனிதத் தன்மையை அழித்தான். முகாம்களின் சந்துகளில் சிதைக்கப்பட்ட உடல்களுடன் நான் மல்லிட்டபோது அவர்கள் வாயிலாகச் சிலுவையில் அறையப்பட்ட இயேசுவை நான் சந்தித்தேன். பாவம் என்பது நீண்டகாலத்திற்கு ஒரு அறிவார்ந்த வியாபாரமல்ல! வெறுப்பு, கொலை, இராணுவ வன்முறை, பேராசை, கோபம், கொடுமை போன்ற பாவங்கள் எல்லாம் கண நேரத்தில் இரைகளின் உடல்களில் காயங்களாக உருமாறின. பாலஸ்தீனர்கள் ஒட்டுமொத்தமாகச் சிலுவையில் அறையப்பட்டார்கள். ஒரு கிறித்தவர் என்கிற முறையில் —சிலுவை மரணம் என்பது ஒரு முடிவல்ல என்று உணரும் வரையில்—நானும் அவர்களுடன் சிலுவை யில் அறையப்பட்டதாக உணர்ந்தேன். எனது கிறித்தவ ஞானத்தின் ஆழங்களில் சிலுவை மரணம் என்பது உயிர்த்தெழுதலுக்கான ஒரு முன்னுரை மட்டும்தான்!

இயேசு கிறிஸ்து 2000 ஆண்டுகளுக்கு முன்னால் சிலுவை யில் அறையப்பட்டார். இயேசுவும், படுகொலை செய்யப்பட்ட பாலஸ்தீனர்களும் நிரபராதிகள். சித்திரவதை செய்யப்படுவதற்கும், கொல்லப்படுவதற்கும் அருகதையற்றவர்கள். ஆயினும் ஒரு வித்தியாச மிருந்தது! இயேசு நமது பாவங்களுக்காக—நமக்கு அருகதையான தண்டனைகளை சுயமாக ஏற்றுக்கொண்டு தொல்லைப்படவும், மரணிக்கவும் அவர் தயாரானார். அவர் நமது இரட்சகர்! இறைவனின் விருப்பம் எப்போதுமே நீதிதான்! அதன் பொருள், குற்றம் செய்கிற பாவிகள் தண்டிக்கப்பட வேண்டுமென்பதுதான்! இயேசு நமக்காக அந்தத் தண்டனையைச் சுமந்தார். ஆகவே நாம் எல்லோரும் ஒரு சமதளத்தில் நமது நீதிபதியும், இரட்சகனுமான இறைவனுக்கு முன்னால் நிற்கிறோம். படுகொலைகள் நடத்தியவர்களைப் போலவே நானும் ஒரு குற்றவாளிதான்! சிலரைப் பொறுத்தவரை, பிறர் செய்த போர்க் குற்றங்கள் மட்டுமே பாவச் செயல்! ஆக, அவர்களும் குற்றவாளிகள்தாம். ஆயினும் அன்று காலை, பெய்ரூத்தின் ஜொலிக்கும் சூரிய ஒளியில் பாலஸ்தீனர்கள் கொல்லப்பட்டதற்குக் காரணம், ஒட்டு மொத்தமாக நாம் எல்லோரும் அந்தக் கொடுமைகளை சகித்துக் கொண்டதால்தான் என்று இப்போது எனக்குப் புரிகிறது. அதே போன்று, சிலுவை மரணத்திற்குக் காரணம் அந்தக் காலத்து யூதத் தலைவர்கள்தான்

என்று சில கிறித்தவர்கள் குற்றம் சாட்டுவார்கள். வேறு சிலர் பொந்தியு பிலாத்துவையும், ரோமர்களையும் குற்றம் சாட்டுவார்கள். மற்றும் சிலர் அன்று, 'சிலுவையில் அறையுங்கள்' என்று கூச்சல் போட்ட கூட்டத்தின்மீது குற்றம் சாட்டுவார்கள். ஆனாலும் அவர் சிலுவையில் அறையப்பட்டது நமக்காகத்தான்! அந்த வகையில், நான் திரும்பத் திரும்ப என்னிடமே கேட்டுக் கொண்டேன்: 'பாலஸ்தீனர்களின் இரத்தக்கறை யாருடைய கைகளில் படிந்திருக்கிறது?'

ஒரு நீண்ட ஆத்ம பரிசோதனைக்குப் பின்னர் நானொரு முடிவுக்கு வந்தேன்: அதன்படி, நானும்கூட அந்த இரத்தக் கறையை என் கையில் சுமக்கிறேன்! காரணம், அந்தச் சமயம் வரை நானும் விரோத மனப்பான்மையுடனும் முன்முடிவுகளுடனும் வாழ்ந்திருக்கிறேன். அறியாமையைக் காரணம் காட்டி என்னை நானே மன்னிக்க முடியாது! படுகொலைகளுக்கு முந்தைய வாரங்களில், முகாம் மக்கள் என்னிடம் சொன்ன கதைகளை நம்ப முடியாத அளவுக்கு நான் முன்முடிவு கொண்டிருந்தேன். பெய்ரூத்தில் இருந்து பிஎல்ஓ போராளிகள் வெளியேற்றப்படுவதில் மகிழ்ச்சியடைந்த நான், பிரிவின் காரணமாக பாலஸ்தீனக் குடும்பங்கள் அனுபவித்த வேதனையைக் காண்பதில் தோல்வியடைந்தேன். அதன் மூலம் தனித்தாகிப் போன மக்களின் பாதுகாப்புக்கு மேற்கத்திய நாடுகள் அளித்த வாக்குறுதியை நம்பும் அளவுக்கு நான் ஓர் அப்பாவியாக இருந்தேன். அந்த நிலையிலும் பாலஸ்தீனர்களைப் பயங்கரவாதிகளாக எண்ணிய புனிதவதியாக நானிருந்தேன். அவர்களோடு உணவருந்தி, அவர்களின் வீடுகளில் தங்கியிருந்து, அவர்களின் பரிவிலும் உபசாரத்திலும் ஆனந்தமடைந்த நானே அவர்கள் கொல்லப்படுகிற வரை, புரிந்துகொள்ளத் தவறினேன் என்றால், பிறகு நான் வேறு யாரையும் குற்றம் சாட்டக் கூடாது! எனது முன்முடிவுகள் என்னைக் குருடியாக்கின!

சிதைக்கப்பட்ட அந்த சடலங்களைப் பார்த்ததும் நான் திகைப்படைந்ததோடு உணர்ச்சிப்பூர்வமாக மரத்துப் போனேன். அன்று நான் இறைவனிடம் பாவமன்னிப்புக் கேட்டு பிரார்த்தனை செய்தது இன்றும் நினைவில் இருக்கிறது: 'இயேசு தேவா! பாலஸ்தீன மக்களின் இருப்பை நிராகரித்தவளாக கடந்த முப்பது ஆண்டுகளை நான் செலவிட்டேன். அரபிகளை நான் வெறுக்கவும் செய்தேன். முன் முடிவின் காரணமாக நான் குருடானேன். தயவுசெய்து என்னை மன்னிப்பாயாக! அதற்கான பிராயசித்தம் செய்ய என்னை தயவுசெய்து அனுமதிப்பாயாக! அடுத்த முப்பதாண்டுகள் பாலஸ்தீனர்களுக்கு

சேவை செய்ய அனுமதித்து, அவர்களின் தோழியாக மாற எனக்கு உதவுவாயாக!'—நான் பச்சாதாபம் கொண்டேன். அதன் பொருட்டு இறைவன் என்னை மன்னித்தான், பாலஸ்தீனர்கள் என்னை ஆரத் தழுவிக்கொண்டார்கள். உடனடியாக நானொரு உயிரோடிருக்கும் பிணமல்ல என்றுணர்ந்தேன். சுருங்கிப் போன என் ஆத்மாவுக்குள் இறைவன் தன் மூச்சுக்காற்றை ஊதினான். என் இதயத்தில் அவனுக்கும், பாலஸ்தீனர்களுக்குமான அன்பை நிரப்பினான். திரும்பவும் என்னை வாழ வைத்தான். சிறுகச் சிறுக என்னைக் தன்னோடு நெருக்கமாக்கினான்.

அன்று தொட்டு எனது கிறித்தவ யூதர்களான பல நண்பர்களும் என்னைக் கைவிட்டார்கள். 'பிலிஸ்தைன்' பக்கம் நான் சேர்ந்து கொண்டதற்காக அவர்கள் என்னுடன் பேசக்கூட மறுத்தார்கள். ஆனால், இவற்றால் நான் இனியும் மிரளப் போவதில்லை. இறைவனின் மாறுபட்ட முகத்தை—அன்பு, இரக்கம், கருணை கொண்ட முகத்தை நான் தரிசித்தேன். அவன் பாலஸ்தீனர்களின் நொறுங்கிய உடல்களைக் குணப்படுத்தி, எதையும் தாங்கும் மன உறுதியை அவர்களுக்கு வழங்குவான் என்று திடமாக நம்புகிறேன். இயேசுவை மீண்டும் மூன்றாவது நாளில் உயிர்த்தெழச் செய்தது போல, அவன் பாலஸ்தீனர்களுக்கும் ஈடேற்றத்தை வழங்குவான். அவர்களின் சிலுவை மரணத்திலிருந்து அவர்களின் உயிர்த்தெழுதல் நடைபெறும்!

படுகொலைகள் நடந்து ஒரு நீண்ட காலத்திற்குப் பழைய ஏற்பாட்டைப் படிக்க நான் தயாராக இல்லை. அது இஸ்ரேலை ஆதரிக்கும் முன்முடிவுகள் நிரம்பப் பெற்றதென்று நான் நினைத்தேன். எனினும் இறுதியாக நான் அதை மீண்டுமொரு முறை படிக்கத் துணிந்தேன். முற்றிலுமாகக் கைவிடுவதற்கு முன்பான கடைசி வாசித்தலாக அது இருக்குமென்று நான் பயந்தேன். ஆனால், ஆனந்தமான ஆச்சரியம் என்னை ஆட்கொண்டது! அதன் முதல் புத்தகமான 'ஆதியாகமத்துக்கு' மேல் நான் வாசிக்கவில்லை. அதற்கு முன்பாகவே ஆதாமையும், ஏவாளையும் சொர்க்கப் பூங்காவிலிருந்து வெளியேற்றிய பின்னரும் இறைவன் எப்படி அவர்களைப் பின்தொடர்ந்தான் என்பதை நானறிந்தேன். ஒருபோதும் இறைவன் அவர்களைக் கைவிடவில்லை என்பதையும் புரிந்துகொண்டேன். அவர்கள் போர்த்திக்கொள்ள மிருகங்களின் தோலினாலான ஆடைகளை அவன் அவர்களுக்கு வழங்கினான். அதேபோன்று, இஸ்மாயீல் மற்றும் அவனது தாயார் ஆகாரை இறைவன் எப்படிப் பாலைவனத்தில் பாதுகாத்தான்

என்பதையும் படித்துக் கண்ணீர் விட்டேன். ஆப்ரஹாமின் பொறாமை பிடித்த முதல் மனைவியும், ஐசக்கின் தாயாருமான சாரா அவர்கள் இருவரும் பாலைவனத்தில் கிடந்து சாகட்டுமென்று கருதி, அவர்களை அங்கு கொண்டு சென்று கைவிடும்படி ஆப்ரஹாமிற்கு உத்தரவிட்டாள்.

கையிலிருந்த தண்ணீர் தீர்ந்ததும் ஆகார் தன் மகன் இஸ்மாயீலை ஒரு பொந்தைக் காட்டில் கிடத்திவிட்டு, தண்ணீருக்காகப் பாலை வனத்தில் ஓடி நடந்து இறைவனிடம் கதறியழுதாள். அவளது பிரார்த்தனையைக் கேட்ட இறைவன் அவர்கள் குடிப்பதற்காக ஒரு நீரூற்றை அங்கு திறக்கச் செய்தான். பல தேசங்களுக்கும் இஸ்மாயீல் ஒரு பிதாவாக மாறுவானென்று வாக்களித்தான். அதன்படி பார்த்தால், இஸ்மாயீல் மற்றும் ஆப்ரஹாமின் குழந்தைகளாகப் பாலஸ்தீனர்கள் ஆகின்றனர்.

ஆகவே, எனது அன்பான தோழர்களே, படுகொலைகளின் இந்த 25ஆம் ஆண்டு நினைவுநாளில், உங்கள் இதயங்களைத் திறந்துவைக்க வேண்டுகிறேன். ஏனெனில், இறைவன் தனது நேசத்தையும் பரிவையும் உங்களிடம் நிரப்புவான். மேலும், பெய்ரூத்திலிருந்து ஜெருசலேம் செல்வதென்கிற பாலஸ்தீனர்களின் பயணத்தில், அவர்களுடன் இணையும் கௌரவத்தை அவன் உங்களுக்கும் அளிக்கலாம்! அப்படி நாம் ஒருங்கிணைந்து பயணிக்கையில், பரிவும் நீதியும் கொண்டவர்களாக நம்மைப் படைத்த இறைவனிடத்தில் எப்போதும் நம்பிக்கை கொண்டவர்களாக நாம் விளங்குவோம். அத்துடன், அவனிடத்தில் நம்மை நாமே ஒப்படைத்துக்கொண்டதால், அவனது கருணையும் நீதியும் எப்போதும் நம்மைப் பாதுகாக்கவும் செய்யும்!

பெய்ரூத்தில் அன்றைய தினம் காலையில், ஷத்திலா முகாமில், தனது நேசத்திற்குரிய 27 பேரை பறிகொடுத்த வேதனையால் துடித்துக்கொண்டிருந்த அந்த மூதாட்டியைப் போல நாமும் ஆகக் கூடும்! அந்த நிலையிலும் அவள் சொன்னாள்: 'இறைவனின் விருப்பம் நிறைவேறியது.' இறைவன் புனிதமானவன், அவன் இறந்துபோன தனது குழந்தைகளைத் தன் பாதுகாப்பில் வைத்துக் கொள்வான் என்று அந்த நிலையிலும் அந்த மூதாட்டி என்னிடம் சொன்னாள். ஆழமான காயங்களையெல்லாம் அவன் குணப் படுத்துவான் என்கிற நமது நம்பிக்கையிலிருந்து நாம் சக்தியைப் பெறுவோம்! சிதைந்த வாழ்வை அவன் சீரமைப்பான். அவனது நீதியை நிலைநாட்டுவான். தனது குழந்தைகள்மீது அவன் தன்

கருணையையும் நேசத்தையும் பொழிவான். நொறுங்கிய இதயங்களை அவன் சீராக்குவான். இம்சைக்குள்ளான ஆத்மாக்களில் அமைதியைச் சொரிவான். எல்லோரின் கண்ணீரையும் அவன் துடைத்தெறிவான். அத்துடன் நமது வீட்டிற்கு—அவனே உருவாக்கி, அவன் பெயரைத் தாங்கி நிற்கும் நகருக்கு—நம்மை வரவழைப்பான். அல்-குத்ஸ்... அடுத்த ஆண்டு நாம் ஜெருசலேமில்!

மருத்துவர் ஆங்க் ஸ்வீ சாய்

செப்டம்பர் 2007

4

30 ஆண்டுகள் கடந்தும் பாலஸ்தீனர்களுக்குக் கிடைக்காத வாழ்வாதார உரிமை, 2012

மருத்துவர் ஆங்க் ஸ்வீ சாய் சப்ரா-ஷத்திலா முகாம்களில் நடந்த படுகொலைகளை நினைவுக்குக் கொண்டுவருகிறார்.

நான்காண்டு காலப் பிரதமர் பதவிக்குப் பிறகு திரும்பவும் ரஷ்யாவின் குடியரசுத் தலைவராக புட்டின் பதவி ஏற்பாரென்று நம்பப்படும் வேளையில் சிரியாவில் மக்கள் கிளர்ந்தெழுந்துள்ளனர். சரியாகச் சொன்னால், புட்டின் ஒருபோதும் பதவியிலிருந்து விலகி இருக்கவில்லை என்றாலும் எதிர்ப்புச் சக்திகள் மேலும் வலுவடைந்துள்ள சூழ்நிலையில் அவரது இருப்பு மேலும் பாதுகாப்பற்றதாக ஆனது. ரஷ்யாவை மேற்கத்தியக் குடும்பத்தின் ஓர் அங்கமாகக் கருதுகிற புனரமைப்பாளர்களின் ஆதரவை இழந்த புட்டின் ரஷ்யாவின் தேசியவாதிகளையும், பழைய சோவியத் ஆதரவாளர்களையும் மேன்மேலும் நாடியிருக்க வேண்டிய நிலை ஏற்பட்டுள்ளது. அத்துடன், பாதுகாப்பு அமைப்பையும் நம்பியிருக்க வேண்டிய நிலை.

தேர்தல் நடக்கும் சமயத்தில், திரண்டு வரும் மக்கள் ஆதரவையும், மத்தியக் கிழக்கில் சம நோக்கம் கொண்ட கூட்டாளி நாடுகளுடன் நல்லுறவில் இருந்த பாதுகாப்புத் துறையின் ஆதரவையும் புட்டின் ஒருபோதும் இழக்க விரும்பமாட்டார். தமது தேர்தல் வெற்றிக்குப் பிறகு புட்டின் தம் நிலைப்பாட்டை மிதப்படுத்திக்கொள்வாரென சில கணிப்புகளுக்கு மாறாக, அஸத் அரசுக்கு அளித்து வரும் ஆதரவில் மாஸ்கோ உறுதியாக நிலைகொண்டது. தமது பதவியின் உறுதியற்ற தன்மையில், மேற்சொன்ன முக்கிய சக்திகளை அவர் தொடர்ந்தும் நாடியிருப்பார்.

எதுவாயினும், அஸதுக்கு ரஷ்யா அளித்துவரும் ஆதரவென்பது நீண்டகால இழப்பை ஏற்படுத்தும். மேற்கத்திய நாடுகளுடனான

உறவில் மேலும் சிக்கல் ஏற்படுவதும், வளைகுடாவைச் சார்ந்த சன்னி முஸ்லிம் நாடுகளுடனான உறவு சீரழிவதும், ரஷ்யக் கூட்டமைப்பில் வாழ்கிற முஸ்லிம்கள் மாஸ்கோவுக்கு எதிராகத் திரும்புவதும் இதில் உட்படும். மேலும், ஒரு சீர்திருத்தவாதி என்கிற எண்ணத்திற்கு மாறாக புட்டின் என்பவர் கடந்துபோன காலத்தின் ஓர் எச்சமாக உலக அளவில் எண்ணப்படவும் செய்வார்.

அஸதை அங்கீகரிப்பதென ரஷ்யா தேர்ந்தெடுத்த வழியென்பது, பராக் ஒபாமாவின் தலைமையில் வலுவற்ற, தயக்கம் காட்டுகிற ஒரு நிர்வாகம் அமெரிக்காவில் இருப்பதைச் சாதகமாகக் கருதி எடுத்த தீர்மானமென்று தெளிவாகத் தெரிகிறது. ஆனால் இது ஆபத்தானது. காரணம், ரஷ்யாவின் ஆதரவிருந்தாலும் அஸதின் ஆளுமைக்கு எந்தவித உத்திரவாதமுமில்லை. அத்துடன், இதுபோன்ற முட்டுக் கொடுத்தல் காரணமாகத் துடிப்பும், ஆர்வமும்கொண்ட அராபிய இளைஞர்கள் மத்தியில் இப்போது ரஷ்யாவின் உருவம் களங்கப் படுவதோடு, மாஸ்கோவின் பல்லாண்டு கால வியாபாரத்தையும் முதலீட்டையும் அது துடைத்தெறியும்.

தானில்லாத ரஷ்யா சக்தி குன்றியதும், சிதிலமானதும், மாற்றார் தயவை நாடுவதுமாக இருக்குமென்கிற ஒரு மாயத் தோற்றத்தை உருவாக்க விரும்பும் புட்டினின் முக்கியமான அரசியல் குறிக்கோள் இப்போது மங்கியுள்ளது. மூலதன-இலாபப் பங்களிப்பில், மாற்றத்தை குறிக்கோளாகக்கொண்ட சிரியாவின் தொழில்நுட்ப இளைஞர்களை உட்படுத்துவதில் ஏற்பட்ட தோல்வியானது அதே போன்ற துடிப்பும், ஆர்வமும்கொண்ட ரஷ்யாவின் சொந்த இளைஞர்கள் மத்தியிலும் நீண்டகால பாதிப்பை உருவாக்கும். அதன் பொருள், 'புட்டின் இல்லாத ரஷ்யா?' என்பது அவர்களின் முக்கிய கோஷமாக இருக்கும்.

அழகிய பெய்ரூத் நகரின் உள்ளே ஒளிந்து கிடக்கும் பாலஸ்தீன அகதி முகாம்களான சப்ரா-ஷத்திலா முகாம்கள்; 1982இல் கொடூரமான படுகொலைகள் நடந்த இடங்கள். இந்த செப்டம்பர் மாதத்தில், லெபனானில் வாழும் ஏறத்தாழ 2,80,000 பாலஸ்தீனர்கள் படுகொலை களின் முப்பதாம் ஆண்டு நினைவுநாளையும், புலம்பெயர்ந்தவர் களாகத் தொடரும் 64ஆம் ஆண்டு நினைவையும் ஒருசேரக் கொண்டாடுகிறார்கள்.

என்னைப் பொறுத்தவரை, லெபனானில் வாழும் பாலஸ்தீனர் களின் மோசமான நிலைக்கு சாட்சியாக விளங்கும் கட்டடம்தான்

லெபனானிலுள்ள காஸா மருத்துவமனை. 20,000 மக்கள் கொல்லப்படவும் மருத்துவமனைகள்-கல்விக்கூடங்கள்-வீடுகள் என அனைத்தையும் குப்பைமேடாக மாற்றவும் செய்த இஸ்ரேலியப் படையெடுப்பில் படுகாயமடைந்த மக்களுக்கு சிகிச்சையளிப்பதற்காக ஒரு ஆர்த்தோபீடிக் மருத்துவ ஊழியராகிய நான் 1982இல் காஸா மருத்துவமனைக்குள் காலடியெடுத்து வைத்தேன்.

நகரத்தின் அழிவைத் தடுக்க வேண்டி ஒப்புக்கொள்ளப்பட்ட சண்டை நிறுத்தம் காரணமாகப் பாலஸ்தீன விடுதலை அமைப்பின் தலைவர் யாஸர் அரஃபாத் தங்களுடைய 14,000 போராளிகளையும், தலைவர்களையும் லெபனானிலிருந்து வெளியேற்ற சம்மதித்தார். அதற்குப் பதிலாக அங்கு எஞ்சியிருக்கும் பாலஸ்தீன அகதிகளின் பாதுகாப்புக்கான உத்தரவாதத்தை அவர் பெறவும் செய்தார்.

அந்த வேளையில், பாலஸ்தீன செம்பிறைச் சங்கத்தினரால் நிர்வகிக்கப்படும் அனைத்து வசதிகளும் கொண்ட பதினோரு மாடிக் கட்டடமாக காஸா மருத்துவமனை விளங்கியது. அன்றுவரை, பாலஸ்தீன அகதிகள் இருப்பதாக நான் ஒருபோதும் கேள்விப் படவில்லை. காரணம் அந்த அளவுக்கு நாங்கள் ஓயாது உழைத்துக் கொண்டிருந்தோம். மூன்று நாள்களுக்குப் பின்னர்தான் அந்த மருத்துவமனை உண்மையில் பாலஸ்தீன அகதி முகாமுக்குள் இருக்கிறது என்பதையும், அங்கு பணியாற்றும் எனது சக ஊழியர்கள் மற்றும் நோயாளிகள் உட்பட அனைவரும் பாலஸ்தீனர்கள் என்பதையும், சீரழிவிற்கு மத்தியிலும் தங்களது இல்லங்களையும், வாழ்க்கையையும் சீரமைத்துக்கொள்ளும் துணிச்சல் நிறைந்த மக்கள் என்பதையும் நானறிந்துகொண்டேன்.

தகர்த்தெறியப்பட்ட தங்களது வீடுகளுக்குள் அவர்கள் என்னை வரவேற்றதோடு அராபிக் காபியையும், தங்களால் தர முடிந்த உணவையும் எனக்குத் தந்து உபசரித்தார்கள். பிரிட்டனில் 1948இல் நிறைவேறிய பாலஸ்தீன ஒப்பந்தத்தின் விளைவாக சொந்த மண்ணிலிருந்து துடைத்தெறியப்பட்ட 7,50,000 மக்களில் ஒரு பகுதியினர்தான் அங்குள்ள பாலஸ்தீனர்கள்.

1948க்கு முன்பிருந்த தங்களின் பழைய வீடுகள் மற்றும் உறவினர்களின் மங்கலான புகைப்படங்களையும், தற்போதும் தங்களிடம் தக்க வைத்திருக்கும் குடும்பச் சாவிக் கொத்துகளையும் அவர்கள் எனக்குக் காட்டினார்கள்.

1982 செப்டம்பர் 15 அன்று, லெபனான் குடியரசுத் தலைவராக தேர்ந்தெடுக்கப்பட்டு, பதவியேற்கக் காத்திருந்த பஷீர் கமயேல் கொலைசெய்யப்பட்ட மறுநாள், இஸ்ரேல் போர் நிறுத்த ஒப்பந்தத்தை மீறி இராணுவக் கவச வண்டிகளை மேற்கு பெய்ரூத்திற்குள் அனுப்பியது. அன்றைய நண்பகல் வேளையில் அவர்கள் சப்ரா, ஷத்திலா முகாம் களைச் சூழ்ந்துகொண்டார்கள்.

அதற்கடுத்த நாளன்று இஸ்ரேல் லெபனானிலுள்ள கிறித்தவ போராளிகளின் ஒரு குழுவை அந்த அகதி முகாம்களுக்குள் அனுப்பியது. இஸ்ரேலியக் கவச வண்டிகள் அங்கிருந்து அகன்ற பின்னர்தான் அங்கு அரங்கேறிய படுகொலைகளின் ஆழம் தெளிவானது. கொடூரமாகச் சிதைக்கப்பட்ட மனித சடலங்கள் நெருக்கமான தெருக்களில் குவியலாகக் கிடந்தன. முகாமுக்குள் மூவாயிரம் பேர் உயிரிழந்தனர்.

செப்டம்பர் 18 காலை, காஸா மருத்துவமனையின் அடித்தளத்தில் உள்ள அறுவை சிகிச்சை அறையில் தொடர்ச்சியாக 72 மணி நேரம் சிகிச்சை நடத்திய பிறகு, வெளிநாடுகளைச் சேர்ந்த 21 மருத்துவ ஊழியர்களுடன் உடனே வெளியேறும்படி எனக்கு உத்தரவு வந்தது. மிகவும் சோர்ந்த நிலையில், உறக்கமிழந்த கண்களுடன், பழக்க மில்லாத பெய்ரூத் சூட்டில் கண்கள் கூச நான் நடந்தேன்.

நாங்கள் துப்பாக்கி முனையில் ரியு சப்ரா தெரு வீதியில் நடத்திச் செல்லப்பட்டோம். பீதியடைந்த நூற்றுக்கணக்கான முகாம்வாசிகளை அடையாளம் இல்லாத போராளிகள் சுற்றிவளைத்திருந்தார்கள். திகிலடைந்த ஒரு பெண்மணி தனது குழந்தையை என்னிடம் தர முயன்றபோது துப்பாக்கியைக் காட்டி மிரட்டி அவளை பலவந்தமாக பின்வாங்கச் செய்தார்கள். சடலங்களில் மிதித்து நாங்கள் தடுமாறினோம். சில சடலங்கள் சித்திரவதை செய்யப்பட்ட அடையாளங்களைத் தாங்கியிருந்தன. ஒரு முதியவரின் கண்கள் தோண்டியெடுக்கப் பட்டு இருந்தன. கொல்லப்படுவதற்கு முன்பு பெண்கள் கற்பழிக்கப் பட்டிருந்தார்கள்.

1982 ஜூன் மாதம் தொட்டு செப்டம்பர் மாதம் வரை நடந்த நிகழ்வுகள் லெபனான் பாலஸ்தீனர்களின் வீழ்ச்சிக்கு ஆரம்பம் குறித்தன.

முதலில் அவர்களது வீடுகளும் நிறுவனங்களும் அழிக்கப்பட்டன. பின்னர் அவர்களின் குடும்பங்களைச் சிதைத்த வெளியேற்றல் நிகழ்ந்தது. பிஎல்ஓ என்பது வெறும் போராளிகள் கூட்டமல்ல!

மருத்துவமனைகள், கல்விக்கூடங்கள், பெண்களின் அமைப்புகள், கூட்டுறவு நிறுவனங்கள், பத்திரிகைகள் மற்றும் ஓய்வுநேர பயிற்சிக் கூடங்களையும் அவர்கள் திறம்பட நடத்திக்கொண்டிருந்தார்கள்.

பிஎல்ஓ வெளியேற்றம் அங்கிருந்த பெரும்பாலான கட்டடங் களையும் அழித்தது. ஆனாலும் அந்தக் கொடுமைகளுக்குப் பின்னரும் தப்பிப் பிழைத்த மக்கள் திரும்பிவந்து தங்களது வாழ்வைச் சீரமைத்தனர். படுகொலைகளுக்குப் பின்னர் ஒரு மாதம் கழித்து காஸா மருத்துவமனை மீண்டும் திறக்கப்பட்டது. நான் திரும்பவும் அங்கு பணியாற்றச் சென்றேன்.

ஆனாலும் நிலைமை மேலும் மோசமடையவே செய்தது. 1985 இலிருந்து 1987 வரை சிரியா அரசாங்கத்தின் ஆதரவுள்ள லெபனான் போராளிகள் தெற்கு லெபனானையும், பெய்ரூத் அகதி முகாம் களையும் முற்றுகை இட்டார்கள். 'முகாம்களின் போர்' என்றழைக்கப் படுகிற அந்தத் தாக்குதலில் ஏறத்தாழ 2,500 பாலஸ்தீனர்கள் கொல்லப் பட்டதாகவும் 30,000 மக்கள் வீடிழந்ததாகவும் கணக்கிடப்படுகிறது.

காஸா மருத்துவமனையையும் விட்டுவைக்கவில்லை. அதைப் போராளிகள் கைப்பற்றிச் சூறையாடினார்கள். அதன் பிறகு அது ஒரு மருத்துவமனையாக இருக்கவில்லை. தற்போது 9,000 குடும்பங்களின் மோசமான புகலிடமாக அது விளங்குகிறது.

1990 தொடக்க கட்டத்தில், லெபனான் உள்நாட்டுக் கலவரம் முடிவுக்கு வந்த பிறகு, பாலஸ்தீன அகதிகள் முன்பு எப்போதையும் விட ஒதுக்கப்பட்டதாக அவர்களே உணர்ந்தார்கள். இஸ்ரேல்-பாலஸ்தீன் வன்முறை மீதான உலக நாடுகளின் கவனம் மேற்குக் கரையிலும் காஸாமுனையிலும் திரும்பியது. லெபனானில் வாழும் பாலஸ்தீனர்கள் உலகின் கண்களுக்குப் பழைய செய்தியானார்கள். லெபனானைச் சேர்ந்த அனைத்துப் போராளிக் குழுக்களும் பாலஸ்தீன அகதிகளுக்கு வாழ்வுரிமையை மறுக்கிற ஒரு விஷயத்தில் ஒற்றுமை காட்டினார்கள்.

முப்பதுக்கும் மேற்பட்ட தொழில்நுட்ப வேலைகளையும், நாற்பது வகையான வியாபாரங்களையும் பாலஸ்தீனர்கள் மேற்கொள்வதை இன்றைய லெபனானின் சட்டங்கள் விலக்குகின்றன. உலகின் வேறெந்த நாடுகளையும் சேர்ந்த ஒரு மருத்துவரோ ஒரு மருந்தாளுநரோ லெபனானில் பணியாற்ற முடியும். ஆனால் அந்த உரிமை லெபனானில் பிறந்த பாலஸ்தீனர்களுக்கு இல்லை. பல இளைஞர்களும்

பள்ளிக்கூடம் செல்வதைக் கைவிட்டுக் கூலி வேலைக்குப் போகிறார்கள். சொந்தமாக நிலம் வாங்கவோ, வாரிசாகப் பெறவோ பாலஸ்தீனர்கள் அனுமதிக்கப்படுவதில்லை. இதுபோன்ற அநீதியான சட்டங்கள் நிலவுகிற காரணத்தால் பாலஸ்தீனர்கள் தங்களது அகதி முகாம்களில் தப்பிப்பதற்கு வழியேதுமின்றி ஒதுங்கிப் போனார்கள். தாய் மண்ணான பாலஸ்தீனுக்குத் திரும்பும் உரிமை மறுக்கப்பட்ட அவர்கள் அகதிகளாகப் பிறந்து, அகதிகளாகவே மடிகிறார்கள். நாளை அவர்களது குழந்தைகளும் இதே போன்று...

இதுபோன்ற இழிவான பின்னணியில்தான் பாலஸ்தீனர்களும், உலகளாவிய அவர்களது நண்பர்களும் ஒன்றுசேர்ந்து சப்ரா-ஷத்திலா படுகொலைகளை நினைவுகூர்கிறார்கள். கடந்த ஆண்டு இளைஞர் குழுவொன்று கையில் பணமோ, பிறரின் துணையோ இன்றி இரங்கல் தெரிவித்தும், கவிதைகள் பாடியும், ஆயிரத்திற்கும் மேற்பட்ட பலியாடுகளை ஒருசேரப் புதைத்த மாபெரும் கல்லறையைச் சுற்றிலுமுள்ள வெள்ளையடிக்கப்பட்ட சுவர்களில் தங்கள் நண்பர்களின் உருவங்களைச் சித்திரமாக வரைந்து அந்த நாளைக் கொண்டாடினார்கள்.

அந்த இளைஞர்கள் அனைவரும் படுகொலைகளுக்குப் பின்னர் பிறந்தவர்கள். அதில் உயிர் பிழைத்த ஒருத்தியென்கிற முறையில் என்னை உரையாற்ற அழைத்திருந்தார்கள்.

1982இல், அந்தப் படுகொலைகள் அரங்கேறிய சில நாள்களுக்குப் பிறகு, காஸா மருத்துவமனையிலிருந்து ரியு சப்ரா வீதி வழியாக நாங்கள் நடத்தப்பட்டதை விவரித்தேன். அழுகிய மனித உடல்களின் துர்நாற்றம் சகிக்க முடியாததாக இருந்தது. தாக்குதலில் உயிர் பிழைத்தவர்கள் தங்களின் அன்புக்குரியவர் சடலங்களைத் தேடிக் கொண்டிருந்தார்கள். என்னைக் கண்ட சிறுவர்களின் கூட்டமொன்று 'மருத்துவர் சீனி' (சீன மருத்துவர்— எனது பெற்றோர்கள் சீனாவைச் சேர்ந்தவர்கள்) என்று கூவினார்கள். அவர்கள் கைகளை உயர்த்தி வெற்றிச் சின்னத்தைக் காண்பித்து, 'நாங்கள் பயப்படவில்லை' என்று சொன்னார்கள்.

பாலஸ்தீன அகதிகளின் கண்ணியம் ஓரளவுக்காவது நிலை நாட்டப்படுமென்கிற நம்பிக்கை ஏற்படுவதற்குச் சில காரணங்கள் தெரிகின்றன. ஆயினும், அதற்கென உலக சமூகத்தின் ஒருங்கிணைந்த செயல்பாடும் திட்டமிட்ட முயற்சியும் தேவைப்படுகின்றன.

நிரந்தரக் குடியிருப்பு உரிமை நிராகரிக்கப்பட்ட நிலையில் குறைந்தபட்சம் பாலஸ்தீனர்களின் வாழ்வாதார நிலையை மேம்படுத்த வேண்டுமென்பதை முதன்முறையாக, லெபனானின் சில அரசியல் வாதிகள் ஒத்துக்கொள்கிறார்கள். பாலஸ்தீனர்களின் வாழ்வுரிமை கோரி 1,50,000 பேர் கையெழுத்திட்டு 2010இல் நாடாளுமன்றத்தில் சமர்ப்பித்த மனுவொன்று வாக்கெடுப்புக்கு விடப்பட்டுத் தள்ளப் பட்டது. ஆனாலும், விவரமறிந்த அந்த நாடாளுமன்ற உறுப்பினர்கள் தங்களின் போராட்டத்தைத் தொடர்வதென உறுதியெடுத்துக் கொண்டார்கள்.

படுகொலைகளின் முப்பதாம் ஆண்டு நினைவுநாளை நாம் நினைவு கூர்கையில் பாலஸ்தீன அகதிகளின் வாழ்வாதார உரிமையை நிலை நாட்டவும், முகாம்களின் நிலையை மேம்படுத்தவும் லெபனான் அரசுடன் பேச்சுவார்த்தை நடத்த உலக சமூகத்தை நாம் தொடர்ந்து ஊக்குவிக்க வேண்டும்.

மருத்துவர் ஆங்க் ஸ்வீ சாய்
தி வேல்டு டுடே, ஜூன்-ஜூலை 2012.

ஒளிப்படங்கள்

இஸ்ரேலின் வான்தாக்குதலுக்குப் பிறகு காஸா மருத்துவமனையிலிருந்து கண்ட சப்ரா-ஷத்திலா முகாம்கள். செப்டம்பர் 1982இல் போர் நிறுத்தத்தின் போது சப்ரா தெருவின் ஒரு காட்சி.

லெபனானில் ஒரு செவ்வகில் மரம்.

1982இல் காஸா மருத்துவமனையின் முன்பாக மருத்துவர் ஆங் ஸ்வீ சாய் இரு பீஆர்சிஎஸ் மருத்துவர்களுக்கிடையில்.

1982 படுகொலைக்குப்பின் சப்ராவிலும் ஷத்திலாவிலிருக்கும் குழந்தைகள். 'எங்களுக்குப் பயமில்லை. இஸ்ரேலிகள் வரட்டும்.'

செப்டம்பர் 15, 1982 காலையில் நடந்த குண்டுவீச்சுத் தாக்குதலில் கிளம்பிய புகை காஸா மருத்துவமனையின் மேல் தளத்திலிருந்து நேரடியாகப் பார்த்து எடுக்கப்பட்ட படம்.

யூசுப் ஹஸன் முஹம்மத்.

படுகொலைக்குப் பிறகு ஷத்திலாவின் ஒரு வீதிச் சந்தில் கிடக்கும் உடல்கள். 18 செப்டம்பர், 1982. நன்றி: *ருயூசி ஹிரோகாவா*, டோக்யோ, ஜப்பான் (இடது). *சப்ரா- ஷத்திலா* படுகொலைக்குப் பிறகு அநாதைகளான குழந்தைகள். தங்களுடைய பெற்றோர் கொலை செய்யப்பட்ட அவருக்கு முன்பாக (வலது).

மேற்கு பெய்ரூத்தில் சீர்குலைந்த ஓர் அடுக்கு மாடிக் கட்டடம். இஸ்ரேலின் வெடிகுண்டுகளால் 1982இல் நாசப்படுத்தப்பட்டது (இடது). யூசுப் ஹஸன் முஹம்மதின் மனைவி ஹஜ்தி. 'நான் நேசித்த எல்லோரும் ஓர் இரவு நிலா வெளிச்சத்தில் போய்விட்டார்கள்' (வலது).

இந்த 11 வயது சிறுவர் பள்ளியில் இருக்க வேண்டியவர். அவருடைய வீட்டையும் மக்களையும் பாதுகாப்பதற்கு கற்றுக்கொள்ள வேண்டாம். ஷத்திலா, 1985.

படுகொலைக்குப் பிறகு உயிர்பிழைத்தவர்களை தேடுகிறார் மருத்துவர் ஸ்வீ, செப்டம்பர் 1982. சப்ரா-ஷத்திலா படுகொலையில் பலியான ஒரு குழந்தையின் உடல் - காஸா மருத்துவமனை, செப்டம்பர் 17, 1982 (இடமிருந்து வலம்).

படுகொலைக்குப்பின் நாசப்படுத்தப்பட்ட ஷத்திலாவில் வீடு இழந்த ஒரு குழந்தை. அப்போது அக்டோபர் 1982, அத்துடன் ஒரு கடும் குளிர்காலமும் வரவிருக்கிறது.

ஜூன் 1985இல் முதல் எம்ஏபீ குழு பெய்ரூத்திற்கு புறப்படுகிறது. இடமிருந்து வலம்: அமாத், ஸ்வீ, பென் அலோஃப்ஸ், அலிசன் ஹாவொர்த், ஜான் தோர்ண்டிக், ஜான் கிராஃப்ட்.

சூஸன் வெய்டன் சமீர் எல் காதிப் மருத்துவ மையத்தில். இது சூசி மருத்துவ மையம் என்றுகூட அழைக்கப்பட்டது (இடது). உம்மு வாலித் லெபனானிலுள்ள பீஆர்சிஎஸ் இயக்குநர். அவ்வமைப்பின் நிர்வாகக் குழுவின் துணைத் தலைவரும்கூட (இடது).

ரமளான் போரின் முதல் நாளில் காஸா மருத்துவ மனை பற்றி எரிகிறது, 1985. 1985 ரமளான் போரில் ஓர் இரவின் போது ஷத்திலாவைத் தாக்கிய 400 செல்களின் துண்டுகள் (இடமிருந்து வலம்).

1985இல் ஷத்திலாவைப் பாதுகாக்க முயலும்போது இறந்த 50 மாவீரர்களின் 40ஆவது நாள் நினைவஞ்சலிக்குக் கூடிய மக்கள் வெள்ளம்.

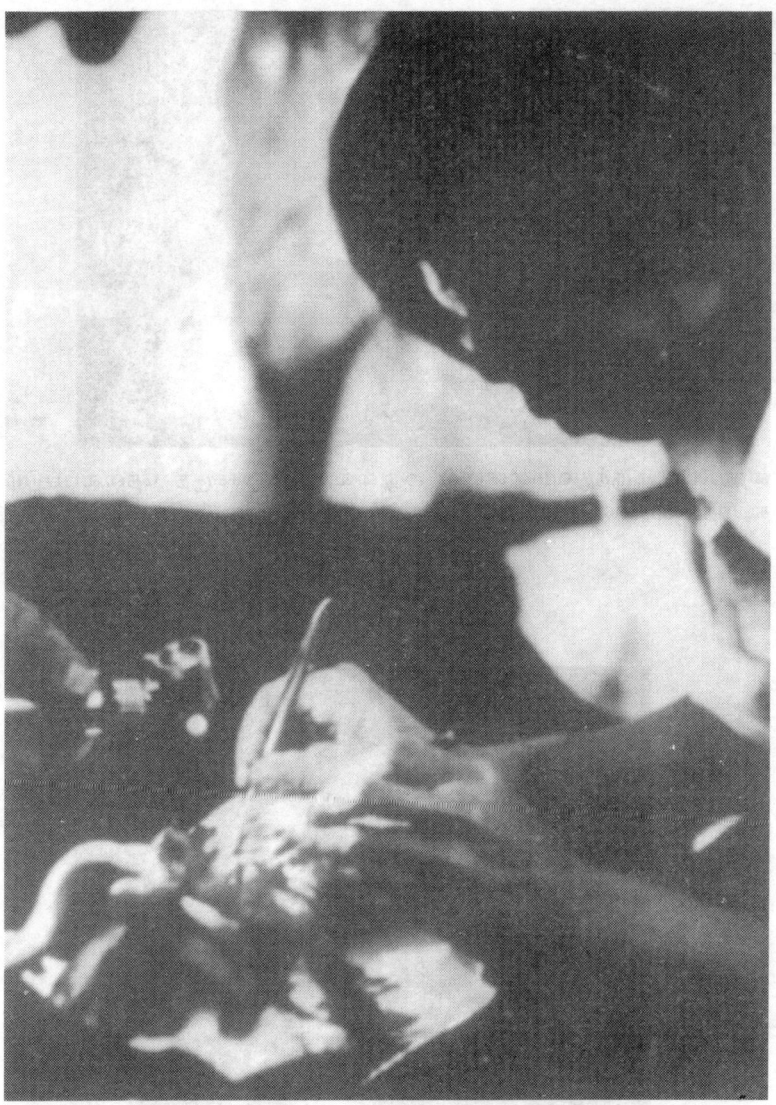

மின்சாரமோ, மயக்க மருந்தோ, மூக்குமூடியோ, கையுறைகளோ இல்லாமல் மருத்துசர் ஸ்வீ அறுவை சிகிச்சை செய்கிறார். ஷத்திலா, 1985.

ஹைஃபா மருத்துவமனையில் அறுவை சிகிச்சைக்குத் தேவைப்படும் கட்டுத்துணிகளை தைக்கிறார் நூஹா. பர்ஜுல் பிரஜ்னே, 1985.

பெய்ரூத்தில் பழங்காலத்து இருப்பிடங்கள், 1988. இந்தப் படம் 1988இல் எடுக்கப்பட்டது. என்றாலும்கூட இந்த பழங்காலத்து இருப்பிடங்கள் பெய்ரூத்தில் 1982க்கு முன்பிலிருந்தே இருக்கின்றன.

சப்ரா, ஷத்திலா ஆகிய நகரங்களை தரைமட்டமாக்குவதற்கான கனரக இயந்திரங்களை பயன்படுத்தும் இஸ்ரேல்.

மேஜர் நஹ்லா தமது செவிலியப் பணியை துறந்து ஷத்திலாவை பாதுகாத்தார். அவருடைய உடல் 57 குண்டுகளால் துளைக்கப்பட்டு 1987இல் வீரமரணம் அடைந்தார்.

மருத்துவர் கிரைஸ் கியானோ ஷத்திலா மருத்துவமனை அறுவை சிகிச்சை மையத்தில்.

1986-87 பர்ஜூல் பிரஜ்னே கைப்பற்றப்பட்டபோது பட்டினியாகக் கிடந்த மக்களுக்கு உணவு பெற முயலும்போது பலியானவர்களின் புதைகுழிகளுக்கு மக்கள் அஞ்சலி செலுத்துகின்றனர்.

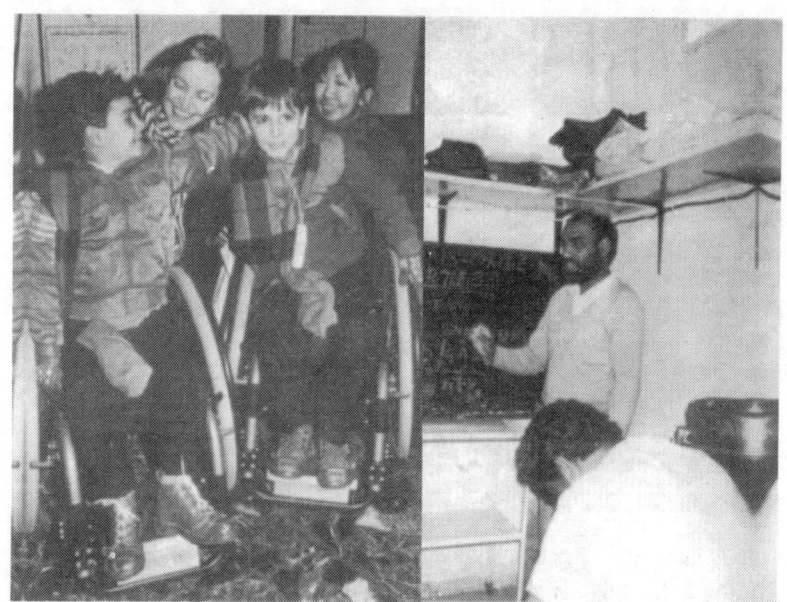

காயப்பட்ட குழந்தைகளை சிகிச்சைக்கு முகாம் களிலிருந்து வெளியே கொண்டுசெல்வதற்கு ஸ்வீ தமது நேரத்தில் பெருமளவு செலவிட்டார். பாதிக்கப்பட்ட சிறுவர்கள் பாலின் கட்டிங்கிட மிருந்து விடைபெறுகின்றனர் (இடது). மருத்துவர் கிரன் கார்கேஸ் ரஸிதியேயில் மயக்கமருந்து உதவியாளர்களுக்கு கற்று தருகிறார்(வலது).

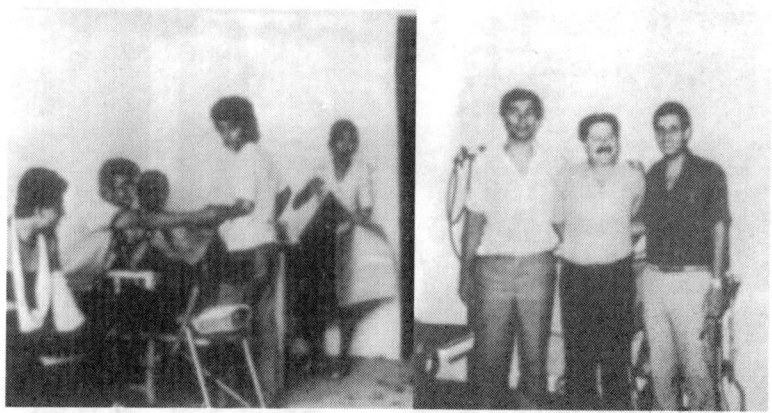

ஸ்வீ தமது சிறப்பு எலும்புச் சிகிச்சை மருத்துவ மையத்தில் எக்ஸ்ரேக்களை அடுக்கி வைக்கிறார்—ஷத்திலா, 1985. பீஆர்சிஎஸ்ஸிலிருந்து ஹைஃபா மருத்துவ மனையில் பணிபுரியும் மூன்று மதுத்துவர்கள், 1985 (இடமிருந்து வலம்).

ஷமீர் எல் காதிப் மருத்துவ மையத்தில் டோலி ஃபாங்குடன் அவருடைய நோயாளிகள். இது டோலி மருத்துவ மையம் என்றும் அழைக்கப்பட்டது, பர்ஜூல் பிரஜ்னே.

'மாமா ரீட்டா'வும் ஸ்வீயும் மேற்கு பெய்ரூத்திலுள்ள அகதி முகாம்களிலிருக்கும் குழந்தைகளுக்கு பால் விநியோகம் செய்கின்றனர்.

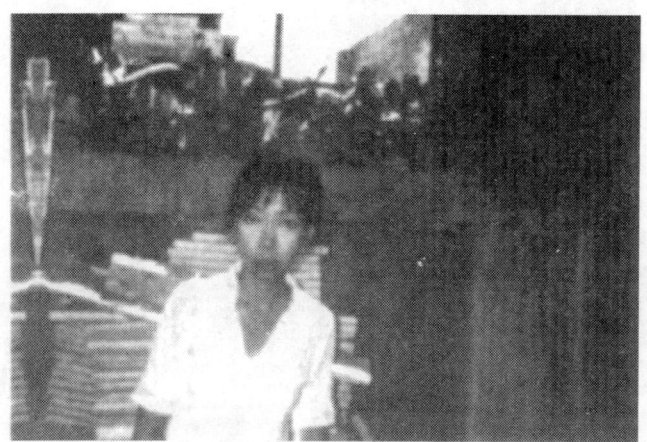

ஷத்திலா மருத்துவமனையில் ஸ்வீ. அவருக்கு பின்னாலிருக்கும் திட்டின்மீது 6 மாத கால அளவில் மருத்துவமனையைத் தாக்கிய 248 செல்களின் துண்டுகள்.

பர்ஜூல் பிரஜ்னேயில் குழந்தைகளுடன் ஸ்வீ. ஆக்கிரமிக்கப்பட்ட பகுதிகளில் மக்கள், எழுச்சிக்கு மரியாதை செய்கின்றனர், 1988.

1987இல் ஷத்திலா. 1987 உலக வீடற்றோருக்கான இடமளிக்கும் ஆண்டு.